വിശ്വപ്രസിദ്ധ നാടോടിക്കഥകൾ

INSIGHT PUBLICA

Nadakkavu, Kozhikode, Kerala, 673011
www.insightpublica.com
e-mail: insightpublica@gmail.com
Title: **Viswaprasidha Nadodikkathakal**
Translator: **P.K.N Panikker**
(Malayalam)
First Edition: October 2024
Printed and Published by
InsightinPublica Printers & Publishers Pvt. Ltd.
ISBN 978-93-5517-762-9
₹600

വിശ്വപ്രസിദ്ധ നാടോടിക്കഥകൾ

പുനരാഖ്യാനം:

പി.കെ.എൻ. പണിക്കർ

INSIGHT PUBLICA®

1935-ൽ കവിയൂരിൽ ജനനം. കവിയൂർ എൻ.എസ്.എസ് ഹൈസ്കൂൾ, ചങ്ങനാശ്ശേരി എൻ.എസ്.എസ് കോളേജ്, ബനാറസ് ഹിന്ദു യൂണിവേഴ്സിറ്റി (കെമിക്കൽ എൻജിനീയറിംഗ്) എന്നിവിടങ്ങളിൽ വിദ്യാഭ്യാസം. ഇന്ത്യൻ ഇൻസ്റ്റിറ്റ്യൂട്ട് ഓഫ് കെമിക്കൽ എൻജിനീയേഴ്സിന്റെ പ്രസിഡന്റായിരുന്നു. മദിരാശി കേരള സമാജത്തിന്റെയും കെമിക്കൽ ഇൻഡസ്ട്രീസ് അസോസിയേഷന്റെയും. മദിരാശി കേരള വിദ്യാലയത്തിന്റെ കറസ്പോണ്ടന്റും.

കൃതികൾ-ഇംഗ്ലീഷ്: Our Earth, Our Environment, Swami Vivekananda, Random Reflections (poems), Insight (poems), Ultimate Triumph (poems) without Borders (poems), Selected poems of A.Ayyappan, Selected poems of vailoppilli Sreedhara Menon, Selected Poems of Akkitham, Selected Poems of “P” and Selected Poems & Vishnu Narayanan Namboodiri (All English Translations)

കൃതികൾ-മലയാളം: ആൽക്കഹോൾ, ലോഹങ്ങളുടെ ലോകം, പല മുഖങ്ങൾ (ഏകാങ്കങ്ങൾ), സ്വപ്നങ്ങൾ (കവിത), അതിരുകൾക്കപ്പുറം (കവിത), ആഫ്രിക്കൻ നാടോടിക്കഥകൾ, ഏഷ്യൻ ആഫ്രിക്കൻ നാടോടിക്കഥകൾ, അമേരിക്കൻ നാടോടിക്കഥകൾ, കൊറിയൻ നാടോടിക്കഥകൾ, ആഫ്രിക്കൻ ഏഷ്യൻ നാടോടിക്കഥകൾ, അമേരിക്കൻ ഭൂഖണ്ഡത്തിൽ നിന്ന് 16 നാടോടിക്കഥകൾ, ഏഷ്യൻ നാടോടിക്കഥകൾ, ജപ്പാനീസ് നാടോടിക്കഥകൾ, ചൈനീസ് നാടോടിക്കഥകൾ.

E-mail : pknpanicker@gmail.com

പി. കെ. എൻ. പണിക്കർ

ഏതേതോ സരണികളിലൂടെ തിടം വെച്ച കഥകൾ

ഡോ. എ. സി. സുഹാസിനി

ഒരു നാടിന്റെ സഞ്ചിതസംസ്കാരസമ്പന്നതയാണ് നാടോടിക്കഥകൾ സാക്ഷ്യപ്പെടുത്തുന്നത്. വാമൊഴിപാരമ്പര്യത്തിലൂടെ പറഞ്ഞുപറഞ്ഞ് പഴകിയതും ദേശാനുസൃതമായി മാറ്റം വന്നതുമായ കൊച്ചുകൊച്ചു കഥകളുടെ വലിയ ശേഖരമാണ് നാടോടിക്കഥകൾ. നാടുകൾക്കൊപ്പം ഓടിയോടി കഥകൾ ലോകം മുഴുവൻ വ്യാപിച്ച് നാടിന്റെ ജീവിതവഴികളിൽ വേരുറപ്പിച്ചു. നാടോടിക്കഥകൾ ചമച്ചത് ആരാണെന്ന് നമുക്കറിയില്ല; ആർക്കുമറിയില്ല. എഴുത്തിനുമുമ്പുണ്ടായതും തലമുറതലമുറകളായി പകർന്നുകൊണ്ടിരുന്നതുമായ ജീവിതാനുഭവങ്ങളുടെ നിറമാർന്ന, ഭാവനാനിർഭരമായ, മൂല്യബോധത്തിലധിഷ്ഠിതമായ സാംസ്കാരിസങ്കൽപനങ്ങളുടെ ആകെത്തുകയായി രൂപഭാവമാർന്ന് ഉരുത്തിരിഞ്ഞു വന്നതാവാം നാടോടിക്കഥകൾ. ഒരു കാലഘട്ടം വരെ അഥവാ എഴുത്ത് നിലവിൽവരുന്നതുവരെ മനുഷ്യന്റെ ആവിഷ്കാരങ്ങളെല്ലാം നാടോടിസാഹിത്യമായിരുന്നുവെന്നു വേണം കരുതാൻ. അവതരിപ്പിച്ചും പുനരവതരിപ്പിച്ചും ആയിരത്താണ്ടുകളോളം അത് നിലനിർത്തുകയും ചെയ്തു.

കഥ കേൾക്കാനുള്ള ആവേശം പ്രായഭേദമെന്യേ എല്ലാ മനുഷ്യർക്കുമുണ്ട്. നമ്മുടെ ജീവിതവ്യവഹാരങ്ങളെ കഥയുമായി ബന്ധപ്പെടുത്തി നാം വിനിമയം ചെയ്യാറുണ്ടല്ലോ. കഥ കഴിഞ്ഞു, നല്ല കഥയായി,

അക്കഥയൊന്നും പറയണ്ട, അതൊക്കെ ഒരു കഥയാണ് എന്നിങ്ങനെ മനുഷ്യന്റെ വ്യവഹാരലോകം കഥയുമായി അഭേദ്യബന്ധം പുലർത്തുന്നു. കഥയിൽ ചോദ്യമില്ല. 'എന്നിട്ടോ' 'എന്നിട്ടോ' എന്ന ആകാംക്ഷ നിറഞ്ഞ തുടർച്ചയല്ലാതെ എന്തുകൊണ്ട് എന്ന ചോദ്യമുയർന്നാൽ അവിടെ കഥ തീരും. പിന്നെ കഥയ്ക്ക് മുന്നോട്ടു പോകാനാവില്ല. കഥയിലെ 'കഥയില്ലായ്മ' അറിഞ്ഞുകൊണ്ടുതന്നെയാണ് നാം കഥ കേൾക്കുന്നത്. നാടോടിക്കഥകളെക്കുറിച്ചും ഒരു കഥയുണ്ട്. അതിങ്ങനെയാണ്. കഥപറയാൻ പിശുക്ക് കാണിച്ച് ഒരു മനുഷ്യനുണ്ടായിരുന്നു. അയാളുടെ മനസ്സിൽ കിടന്ന് കഥകൾ ശ്വാസം മുട്ടാൻ തുടങ്ങി. അങ്ങനെ കഥകൾ ഒരു തീരുമാനത്തിലെത്തി.ഇയാളെ കൊല്ലുക തന്നെ. കാരണം ഈ മനുഷ്യന് വയസ്സായി. ഇയാൾ മരിച്ചുപോയാൽ ഇയാളോടൊപ്പം നമ്മളും മരിച്ചു പോകും. കഥകൾ മരിയ്ക്കാൻ പാടില്ല. അങ്ങനെ കഥ പറയാൻ പിശുക്ക് കാണിച്ച ആ മനുഷ്യനെ കൊന്ന് കഥകൾ പുറത്തുവന്ന് ലോകമാകെ പരന്നു എന്നാണ് കഥ. കഥകൾ നിലനിൽക്കേണ്ടതിന്റെ അനിവാര്യത ഇതിലുണ്ട്. കാരണം കഥകളില്ലെങ്കിൽ ജീവിതത്തിന്റെ അകത്തളം ശൂന്യമാകും. കഥകളാൽ നിർമിതമാണ് ജീവിതം.

പഞ്ചതന്ത്രം കഥകൾ, കഥാസരിത് സാഗരം, ഈസോപ്പുകഥൾ, ബീർബൽകഥകൾ, തെനാലിരാമൻകഥകൾ, ജാതകകഥകൾ, നാടോടിക്കഥകൾ, അറബിക്കഥകൾ, സൂഫിക്കഥകൾ, സെൻകഥകൾ, യക്ഷിക്കഥകൾ, പുരാണേതിഹാസകഥകൾ എന്നിങ്ങനെ കഥകളുടെ സാമ്രാജ്യം വിശാലമാണ്. ലോകരാഷ്ട്രങ്ങളിലെ എല്ലാ നാടുകളിലും നാടോടിക്കഥകളുണ്ട്. കൊടുക്കൽ വാങ്ങലുകളിലൂടെ അവയെല്ലാം ഇന്ന് ലോകജനതയ്ക്കാകെ ലഭ്യവുമായിട്ടുണ്ട്. മറ്റു ഭാഷകളിൽനിന്ന് സ്വീകരിക്കപ്പെട്ട നാടോടിക്കഥകൾ ഇംഗ്ലീഷിലാണ് ധാരാളമായി ഉണ്ടായത്. അങ്ങനെ ഇംഗ്ലീഷിലുണ്ടായ, വിവിധ രാജ്യങ്ങളിലെ ഇരുനൂറ് കഥകൾ പതിനെട്ട് സമാഹാരങ്ങളിലായി പി.കെ.എൻ പണിക്കർ മലയാളത്തിലേക്ക് പരിഭാഷപ്പെടുത്തുകയുണ്ടായി. അവയെല്ലാം ചേർന്നതാണ് നാടോടിക്കഥാ സാഗരം, ലോകോത്തര നാടോടിക്കഥകൾ, വിശ്വപ്രസിദ്ധ നാടോടിക്കഥകൾ എന്നിവ. ഒരു പരിഭാഷയിൽ നിന്ന് മറ്റൊരു ഭാഷയിലേക്ക് വീണ്ടും പരിഭാഷപ്പെടുത്തുമ്പോൾ മൂലകഥകളുടെ സത്തയ്ക്ക് ശോഷണം സംഭവിക്കാൻ സാധ്യതയേറെയാണ്. അത് മറികടക്കാൻ പണിക്കർ സ്വീകരിച്ച മാർഗം സ്വതന്ത്രവിവർത്തനമാണ്. 'നമ്മുടെ വായനക്കാർക്ക്, പ്രത്യേകിച്ച് കുട്ടികൾക്ക് ആസ്വാദ്യകരമാകുന്ന രീതിയിൽ ചെറിയ പാഠഭേദങ്ങൾ വരുത്തിക്കൊണ്ടും സംഭാഷണ രീതി അവലംബിച്ചുകൊണ്ടും തയ്യാറാക്കിയ പുനരാഖ്യാനമാണ്' ഈ

കഥകളെന്ന് വിവർത്തകൻ പറയുന്നുണ്ട്. അവിടെ പരിഭാഷകന്റെ ഉദ്യമത്തിന് ഉത്തരവാദിത്വം കൂടുകയാണ്. കാരണം ഓരോ നാടിന്റേയും സാംസ്കാരികത്തനിമ വ്യത്യസ്തമാണ്. അത് കേരളത്തിന്റെ അഥവാ മലയാളത്തിന്റെ സാംസ്കാരിക പരിസരത്തേക്ക് മാറ്റുമ്പോൾ വരുത്തേണ്ട മാറ്റങ്ങൾ ആസ്വാദ്യകരമായിരിക്കണം, വർണചിത്രാഞ്ചിതമായിരിക്കണം, സൗന്ദര്യാത്മകമായിരിക്കണം. അപ്രകാരം പുനരാഖ്യാനം നിർവഹിക്കാൻ പണിക്കർക്ക് സാധിച്ചിട്ടുണ്ടെന്നതാണ് ഈ കൃതിയുടെ ആദ്യസവിശേഷത. മറ്റൊന്ന്, വായനക്കാരുമായി പ്രത്യേകിച്ച് കുട്ടികളുമായി ചങ്ങാത്തം സ്ഥാപിച്ചുകൊണ്ടാണ് എഴുത്തുകാരൻ കഥ പറയുന്നത്. അവരെക്കൂടി ഉൾപ്പെടുത്തുകയും കൂടെകൊണ്ടു നടക്കുകയും ചെയ്തുകൊണ്ടുള്ള കഥനശൈലി കുട്ടികൾക്ക് പ്രിയംകരമായിരിക്കുമെന്ന കാര്യത്തിൽ സംശയമില്ല. എടുത്തു പറയേണ്ട മറ്റൊരു പ്രത്യേകത ഓരോ രാജ്യത്തിന്റെയും കഥകൾക്കൊപ്പം അതത് രാജ്യത്തിന്റെ ചരിത്രം, ഭൂമിശാസ്ത്രം, ജനസംഖ്യ, സംസ്കാരം തുടങ്ങിയവയെക്കുറിച്ചെല്ലാം സൂക്ഷ്മമായ വിവരണങ്ങൾ നൽകിയിരിക്കുന്നുവെന്നതാണ്. ചിലപ്പോഴെല്ലാം അവ കഥാരംഭത്തിലോ കഥകൾക്കിടയിലോ ആണ്. എങ്കിലും അത് വായനക്ഷമതയെ ഒട്ടും ബാധിക്കുന്നില്ല. മാത്രമല്ല ഈ വിവരണങ്ങൾ വായനക്കാർക്ക് പ്രത്യേകിച്ച് കുട്ടികൾക്ക് ലോകചരിത്രത്തെക്കുറിച്ചും സംസ്കാരത്തെക്കുറിച്ചുമുള്ള സാമാന്യജ്ഞാനം പകർന്നു നൽകും. ഒപ്പം എഴുത്തുകാരനിലെ ശാസ്ത്രകാരൻ ചില സന്ദർഭങ്ങളിൽ കഥകളിൽ നേരിട്ട് ഇടപെടുന്നുണ്ട്. അത് കുട്ടികൾക്ക് നൽകുന്ന ഒരു ദിശാബോധമായിട്ടാണ് കാണേണ്ടതെന്നു പറയാം.

ആഫ്രിക്കൻ നാടോടിക്കഥകൾ, അമേരിക്കൻനാടോടിക്കഥകൾ, ആഫ്രിക്കൻ -ഏഷ്യൻ നാടോടിക്കഥകൾ, ഏഷ്യൻ-ആഫ്രിക്കൻ നാടോടിക്കഥകൾ, അമേരിക്കൻ ഭൂഖണ്ഡത്തിൽനിന്ന് 17 നാടോടിക്കഥകൾ, ഏഷ്യൻ നാടോടിക്കഥകൾ, കൊറിയൻ നാടോടിക്കഥകൾ, ജാപ്പനീസ് നാടോടിക്കഥകൾ, ചൈനീസ് നാടോടിക്കഥകൾ, ആഫ്രിക്കൻ ഭൂഖണ്ഡത്തിൽനിന്ന് പന്ത്രണ്ട് നാടോടിക്കഥകൾ, ജർമൻ നാടോടിക്കഥകൾ, ഐറിഷ് നാടോടിടക്കഥകൾ, സ്പാനിഷ് നാടോടിക്കഥകൾ, ആസ്ട്രേലിയൻ നാടോടിക്കഥകൾ, സ്കോട്ടിഷ് നാടോടിക്കഥകൾ, പേർഷ്യൻ നാടോടിക്കഥകൾ എന്നിങ്ങനെ പതിനാറ് രാഷ്ട്രങ്ങളിലെ കഥകളും സൂര്യൻ കഥകൾ,ചന്ദ്രൻകഥകൾ എന്ന പേരിൽ പൗരാണികകഥകളും നാടോടിക്കഥകളുമടങ്ങിയ രണ്ടു സമാഹാരങ്ങളിൽ സൂര്യ-ചന്ദ്രന്മാരെക്കുറിച്ച് വിവിധ രാജ്യങ്ങളിൽ പ്രചാരത്തിലുള്ള കഥകളുമാണ് ഉൾപ്പെടുത്തിയിരിക്കുന്നത്.

പത്തുമുതൽ പതിനാറുവരെ കഥകളാണ് ഓരോ സമാഹരത്തിലുമുള്ളത്. ആഫ്രിക്കൻ നാടോടിക്കഥകളിൽ 'മരിക്കാൻ വിസമ്മതിച്ച കിളി' എന്ന ഒന്നാമത്തെ കഥ മുതൽ 'അച്ഛൻ നൽകിയ മന്ത്രക്കൊമ്പുള്ള കാള' എന്ന പത്താമത്തെ കഥ വരെ മനുഷ്യജീവിതവുമായി ബന്ധപ്പെട്ട ആത്മബോധം, സത്യസന്ധത, വിവേകം, ബുദ്ധിശക്തി തുടങ്ങി ജീവിതത്തിൽ പുലർത്തേണ്ട ഗുണങ്ങളെ നിശ്ശബ്ദതയുടെ പുറംതോടുകൊണ്ട് പൊതിഞ്ഞ് ആവിഷ്കരിക്കുന്നു.

അമേരിക്കൻ ഭൂഖണ്ഡത്തിന്റെ വിവിധ പ്രദേശങ്ങളിൽ പ്രചാരത്തിലുള്ള പത്തു കഥകളാണ് അമേരിക്കൻ നാടോടിക്കഥകൾ. ചെന്നായയും സന്തതിപരമ്പരകളും മനുഷ്യരുടെ സേവകരായി മാറിയതും മനുഷ്യർക്ക് വേണ്ടി നിസ്വാർത്ഥസേവനം ചെയ്യുന്നതും ഒരു ഭർത്താവ് തന്റെ അവിവേകം മൂലം വരുത്തിവെച്ച ആപത്തിൽ മനമുരുകി മരിക്കുന്നതും പഡ്രോ എന്ന മനുഷ്യന്റെ ബുദ്ധിയും അതിബുദ്ധിയും വക്രബുദ്ധിയും ചുരുളഴിയുന്നതും കുറുക്കന്റെ കൗശലവും ആപത്തുമെല്ലാം അടങ്ങുന്നതാണ് കഥകൾ. അധികാരവും ഭാവനയും ഏറ്റുമുട്ടി സൗന്ദര്യാത്മകതലം സൃഷ്ടിക്കുന്നു. ആഫ്രിക്കൻ ഏഷ്യൻ നാടോടിക്കഥകളിൽ കൂടുതൽ രാജ്യങ്ങളിൽ നിന്നുള്ള കഥകളുണ്ട്. ഇൻഡോനേഷ്യയിൽനിന്നുള്ള 'മുത്തശ്ശിയും കൊച്ചുമോളും' നേപ്പാളിൽനിന്നുള്ള 'ചുമട്ടുകുട', ലിബേറിയയിൽനിന്നുള്ള 'പന്തയത്തിലെ പത്ത്" തുർക്കിയിൽ നിന്നുള്ള 'നസറുദ്ദീൻ ഹോജയുടെ അമ്പെയ്ത്ത്", ഏത്യോപ്യയിൽനിന്നുള്ള 'പേരുകേട്ട ന്യായാധിപൻ', ആഫ്രിക്കയിൽനിന്നുള്ള 'നരഭോജിയും പാട്ടുപാടുന്ന പെൺകുട്ടിയും' അങ്ങനെയങ്ങനെ നീളുന്ന കഥകളിൽ അറിവിന്റെ അത്ഭുതകരമായ കണങ്ങളുണ്ട്, പൊട്ടിപ്പോയ സ്നേഹബന്ധത്തിന്റെ കണികകളുണ്ട്, അതിശയങ്ങളിലേക്ക് തുറക്കുന്ന കാഴ്ചകളുമുണ്ട്. ഏഷ്യൻ-ആഫ്രിക്കൻ നാടോടിക്കഥകൾ പതിനൊന്നെണ്ണമുണ്ട്. സിംഹം, കുറുക്കൻ, എലി, ആന,മുയൽ,കൊതുക്, കാട്ടുപോത്ത് തുടങ്ങിയവർ കഥാപാത്രങ്ങളായി വന്ന് മനുഷ്യന്റെ കഥ പറയുന്നു. അസംബന്ധമെന്നോ അനുചിതമെന്നോ തോന്നാത്ത തരത്തിൽ ഭാവനയുൾച്ചേർന്ന ജീവിതയാഥാർത്ഥ്യത്തെ തുറന്നു കാണിക്കുന്നു. അങ്ങനെ മനുഷ്യജീവിതത്തിന്റെ ഗതിവിഗതികളെ അടയാളപ്പെടുത്തുന്നു. അമേരിക്കൻ ഭൂഖണ്ഡത്തിൽനിന്ന് 16 നാടോടിക്കഥകൾ എന്ന സമാഹാരത്തിലെ 'കോലാസ്നേഹിതൻ' എന്ന സാരോപദേശകഥ അമേരിക്കയിലെ തെക്കൻ ഡക്കോട്ടയിൽ പ്രചാരത്തിലുള്ളതാണ്. 'അദൃശ്യമനുഷ്യർ', 'യെരബമാഷേചായ', 'ഒരു സാഹസികയാത്ര', 'വെളുമ്പൻ എട്ടുകാലി', 'കയിലിന്റെ കഥ' ഇങ്ങനെ തുടരുന്ന കഥകൾ അമാനുഷമോ അതിമാനുഷമോ എന്നു കരുതാവുന്ന

തരത്തിലുള്ള ഒരുപാട് സംഭവപരമ്പരകൾ നിറഞ്ഞതാണ്. അതിബുദ്ധിയും മടിയും ചിലപ്പോൾ മന്ദബുദ്ധിയും നമ്മെ നഷ്ടത്തിലോ നാശത്തിലോ എത്തിച്ചേക്കും. അതിൽനിന്ന് തിരിച്ചറിവ് ലഭിച്ചേക്കും. മടിയനായ കുറുക്കന്റെയും കൃഷിക്കാരനായ പന്നിയുടെയും കഥയായ 'പങ്കുകൃഷി'' അതാണ് പറയുന്നത്. പത്തുകഥകളുള്ള മറ്റൊരു സമാഹാരമാണ് ഏഷ്യൻ നാടോടിക്കഥകൾ. മനുഷ്യനുണ്ടാകേണ്ട സത്യസന്ധതയും നന്മയും കാരുണ്യവുമെല്ലാം തന്നെയാണ് മനുഷ്യേതരജീവികളുടെ കഥാപാത്രാവിഷ്കാരത്തിലൂടെ ചെയ്തിരിക്കുന്നത്. അവയിൽ ഗുണപാഠങ്ങളുണ്ട്, സാരാംശങ്ങളുണ്ട്, നന്മയ്ക്ക് പ്രതിഫലമായി നന്മയും, തിന്മയ്ക്ക് പ്രതിഫലമായി തിന്മയുമുണ്ട്. പതിവുപോലെ മായാലോകത്തിലെ അത്ഭുതക്കാഴ്ചകളും സൗഭാഗ്യലബ്ധിയുമുണ്ട്. 'പരസ്പരം സഹായിക്കുമ്പോൾ', 'ചന്ദ്രനിലെ മനുഷ്യൻ', 'ശിലയായി മാറിയ മകൾ', 'ആരാണവിടെ?' 'നമ്മളെല്ലാം ഒരുപോലല്ലേ' എന്നിങ്ങനെ പോകുന്നു കഥകൾ. മനുഷ്യർ പലവിധത്തിലാണ്. ചിലർ ഇത്തിരികാര്യങ്ങൾ മനസ്സിലാക്കുമ്പോൾ മറ്റു ചിലർ എല്ലാ വശവും മനസ്സിലാക്കുകയും വിവേകപൂർവ്വം അത് പ്രയോഗിക്കുകയും ചെയ്യും. അത്തരത്തിലുള്ളൊരു കഥയാണ് 'നമ്മളെല്ലാം ഒരുപോലല്ലേ' എന്നത്. ആഹ്ലാദിപ്പിക്കുകയും അത്ഭുതപ്പെടുത്തുകയും ആശ്വസിപ്പിക്കുകയും ചെയ്തുകൊണ്ട് നമ്മെ പ്രത്യക്ഷലോകത്തുനിന്ന് അപരലോകത്തേക്ക് കൂട്ടിക്കൊണ്ടു പോകുന്നവയാണ് കൊറിയാൻ നാടോടിക്കഥകൾ. മഴപെയ്യുമ്പോൾ തവളകൾ ഉച്ചത്തിൽ കരയുന്നതിന് കാരണം പറയുന്ന കഥയാണ് 'കാഗുരി എന്ന തവള'. മക്കളില്ലാത്ത വൃദ്ധദമ്പതിമാർക്ക് യൗവനം തിരിച്ചുകിട്ടിയ അത്ഭുതപ്രതിഭാസവും മറ്റൊരു വൃദ്ധൻ അവരുടെ കുട്ടിയുമായിത്തീർന്ന കഥ പറയുന്ന 'യുവത്വത്തിന്റെ പ്രഭാവം' രസകരമായൊരു കഥയാണ്. 'കുമാരി തുരപ്പന് ഒരു വിവാഹാലോചന' എന്ന കഥ ഒരച്ഛൻ മകൾക്ക് ബലവാനായ വരനെ അന്വേഷിച്ചിറങ്ങുന്നതാണ്. പ്രകൃതിപ്രതിഭാസങ്ങളായ ആകാശം, സൂര്യൻ,മേഘം, കാറ്റ് തുടങ്ങി ഓരോരുത്തരോടും തന്റെ മകളുടെ വരനാവാൻ അപേക്ഷിച്ച് നിരാശനാവുകയും അവസാനം മലപോലും തുരക്കാൻ കഴിയുന്ന ബലവാനായ തുരപ്പനിലേക്ക് തിരിച്ചെത്തുകയും ചെയ്യുന്നു. പ്രണയവും വിയോഗവും ബുദ്ധിശക്തിയും ഉത്സാഹവും അധ്വാനവും ചേർന്ന് രൂപപ്പെട്ട കഥയാണ് 'ചരൻ എന്ന നർത്തകി'. ഇങ്ങനെ എല്ലാ കഥകളും ഒരു തരത്തിലല്ലെങ്കിൽ മറ്റൊരു തരത്തിൽ അനുവാചകരെ ജീവിതത്തിന്റെ മറുകര കാണിക്കുന്നു. ഭാവനയുടെ വിപുലലോകങ്ങളും വർണവൈവിധ്യങ്ങളും ചേർന്ന് രൂപപ്പെട്ടവയാണ് ജാപ്പനീസ് നാടോടിക്കഥകൾ. 'സ്നേഹമുള്ള മരുമകൾ', 'നന്ദിയുള്ള കൊക്ക്' എന്നിങ്ങനെയുള്ള പേരുകൾ

കഥകളുടെ സ്വഭാവത്തിലേക്ക് വിരൽചൂണ്ടുന്നവയാണ്. 'കുമാരി തുരപ്പന് ഒരു വിവാഹാലോചന' എന്ന കൊറിയൻ കഥയും 'എനിക്ക് മനുഷ്യനായാൽ മതി' എന്ന ജാപ്പനീസ് കഥയും തമ്മിൽ സാദൃശ്യം പുലർത്തുന്നതായി കാണാം. സൂര്യനായും മേഘമായും പർവ്വതമായും മാറിയ കല്ലുവെട്ടുകാരൻ വീണ്ടും മനുഷ്യനായ കല്ലുവെട്ടുകാരനായി മാറുന്നു. സ്വന്തം അസ്തിത്വത്തിൽ നിന്ന് അടർന്നുമാറി നടത്തുന്ന പരകായപ്രവേശം നിലനിൽപ്പിന് ഭൂഷണമായിരിക്കില്ലെന്ന് ഇക്കഥകൾ സാക്ഷ്യപ്പെടുത്തുന്നുണ്ട്. പതിനൊന്നു കഥകളുള്ള ചൈനീസ് നാടോടിക്കഥകളിലെ ഓരോ കഥയും കൗതുകമുണർത്തുന്നതും ചിന്തനീയവുമാണ്. പ്രത്യേക വഴികളിലൂടെ സത്യം പുറത്തുകൊണ്ടുവന്ന് കേസ് തെളിയിക്കുന്ന 'ബുദ്ധിമാനായ ന്യായാധിപൻ',നെയ്ത്തുകാരി തുണയായി മാറിയ 'ഇടയബാലനും നെയ്ത്തുകാരിപ്പെണ്ണും' പ്രേതത്തെ രൂപഭാവങ്ങൾ മാറ്റി വില്പന നടത്തിയ കഥയായ 'പ്രേതത്തെ വിറ്റ മനുഷ്യൻ', തന്റെ ചിത്രങ്ങൾ ജനോപകാരപ്രദമായ രീതിയിൽ വിനിയോഗിച്ച 'മാലിങ്ങ് എന്ന ചിത്രകാരൻ', എത്രമാത്രം ശ്രദ്ധിച്ചാലും ശീലിച്ചപോലെ മാത്രം പാലിക്കുന്ന 'അനൗചിത്യം പറയുന്ന നാക്ക്', ഒരൊറ്റ പദത്തിന്റെ ആവർത്തനത്തിലൂടെ ജീവിതഗതിതന്നെ മാറ്റിമറിച്ച 'തീർച്ചയായും', 'മാന്ത്രികശക്തിയുള്ള മരക്കുതിര' ഇങ്ങനെ എല്ലാ കഥകളും ആസ്വാദ്യകരങ്ങളാണ്. ആഫ്രിക്കൻ ഭൂഖണ്ഡത്തിൽ നിന്ന് പന്ത്രണ്ട് നാടോടിക്കഥകളാണുള്ളത്. മനുഷ്യന്റെ വികാരവിചാരങ്ങളും ചിന്താഗതിയുമെല്ലാം ചേർന്ന മനുഷ്യേതര ജീവികളുടെ കഥകൾ ഏറ്റവും കൂടുതലുള്ള സമാഹാരമാണിത്. 'പാവം സിംഹം', 'സിംഹവും മുയലും, തവളയും പാമ്പും സ്നേഹിതരായപ്പോൾ,' 'പാട്ടുപാടുന്ന ആമ', 'ഒരു കർഷകനും സിംഹവും ഒരു കുറുക്കനും', 'കുരങ്ങന്റെ ഹൃദയം', 'കുരങ്ങൻ പറഞ്ഞ കഥ', 'എന്തുകൊണ്ട് പൂച്ച എലികളെ കൊല്ലുന്നു' തുടങ്ങിയവയെല്ലാം മേൽപ്പറഞ്ഞതരം കഥകളാണെങ്കിലും ജീവിതം തന്നെയാണ് ഇവയുടെ കേന്ദ്രപ്രമേയം. യൂറോപ്പിന്റെ ഹൃദയം എന്നറിയപ്പെടുന്ന രാജ്യമായ ജർമനിയിൽ നിന്നുള്ള പത്തുകഥകളാണ് ജർമ്മൻ നാടോടിക്കഥകൾ. 'തവളയുടെ പ്രതിശ്രുതവരൻ, 'കരടിത്തോലൻ', 'കുറ്റിച്ചൂൽ', 'നീലവെളിച്ചം', 'കാട്ടുപന്നി', 'മാന്ത്രികന്റെ പക്ഷി' എന്നിങ്ങനെയുള്ള കഥകൾ ഭാവനയും യാഥാർത്ഥ്യവും കുഴമറിയുന്നവയാണെന്നു പറയാം. വൈയക്തികാനുഭവങ്ങൾക്കൊപ്പം സാമൂഹികതലത്തെയും അവ ഉൾക്കൊള്ളുന്നുണ്ട്. യൂറോപ്പിന്റെ വടക്കുപടിഞ്ഞാറായി സ്ഥിതിചെയ്യുന്ന ഒരു ദ്വീപായ അയർലണ്ടിൽ നിന്നുള്ളവയാണ് ഐറിഷ് നാടോടിക്കഥകൾ. സാരോപദേശങ്ങൾക്ക് പ്രാധാന്യം നൽകുന്നവയാണ് 'അച്ഛൻ നൽകിയ വിലപ്പെട്ട ഉപദേശങ്ങൾ, 'യജമാനൻ നൽകിയ മൂന്ന് ഉപദേശങ്ങൾ'

എന്നീ കഥകൾ. സത്യത്തിൽ പൊതിഞ്ഞ സൗന്ദര്യവും സൗന്ദര്യത്തിൽ പൊതിഞ്ഞ സത്യവും കഥകളുടെ അടിപ്പടവാണ്. പൊതുവെ സ്നേഹം, നന്മ, സത്യസന്ധത, വിവേകം എന്നിവയ്ക്കാണ് കഥകൾ ഊന്നൽ നൽകുന്നത്. യൂറോപ്യൻ രാജ്യമായ സ്പെയിനിൽ നിന്നുള്ള കഥകളാണ് സ്പാനിഷ് നാടോടിക്കഥകൾ, സൗന്ദര്യം കുടികൊള്ളുന്നത് രൂപത്തിലലല്ല സുന്ദരമായ പ്രവൃത്തികളിലാണ് എന്നു തെളിയിക്കുന്ന 'വിരൂപിയായ രാജകുമാരി' എന്ന കഥ. മന്ത്രക്കണ്ണാടിയിൽ നോക്കി പരിശുദ്ധി തെളിയിച്ച് രാജാവിന്റെ പത്നിപദം അലങ്കരിച്ച ആടുമേയ്ക്കുന്ന ചെറുപ്പക്കാരിയുടെ കഥയായ 'മാന്ത്രികക്കണ്ണാടി', മത്സ്യമായി മാറി ഒരു ദൗത്യ ം നിറവേറ്റിയശേഷം രാജകുമാരനെ വിവാഹം കഴിച്ച് സന്തോഷത്തോടെ ജീവിച്ച 'പെൺമത്സ്യം', ലോകത്തിന് കൂടുതൽ സൗന്ദര്യം നല്കാൻ തീരുമാനിച്ച പെൺചിത്രശലഭം തനിക്ക് അനുയോജ്യനായ ആൺചിത്രശലഭത്തെ വിവാഹം കഴിച്ച് ധാരാളം കുട്ടികൾക്ക് ജന്മം നൽകി ലോകമെല്ലാം പറന്നു നടന്ന്, ലോകമെല്ലാം സൗന്ദര്യപ്പൂങ്കാവായി മാറുന്നതും കണ്ട് തികഞ്ഞ സന്തോഷത്തോടെയും അഭിമാനത്തോടെയും ജീവിച്ച പൂമ്പാറ്റയുടെ കഥയായ 'ചിത്രശലഭത്തിന്റെ കല്യാണം', സങ്കീർണമായ കുരുക്കുകളിലൂടെ തിടം വെയ്ക്കുന്ന കഥയുടെ കുരുക്കഴിക്കുന്ന 'സത്യപക്ഷി' തുടങ്ങി എല്ലാ കഥകളും ജീവിതസമസ്യകളെ നിർദ്ധാരണം ചെയ്യുന്നു. മറ്റു സ്ഥലങ്ങളെ അപേക്ഷിച്ച് താരതമ്യേന നിഷ്കളങ്കരും മനോവ്യാപാരങ്ങളിൽ വേണ്ടത്ര മുൻപന്തിയിലല്ലാത്തവരുമായ ജനസമൂഹത്തിന്റെ ഭാവനയും ജീവിതാനുഭവങ്ങളും ചേർന്ന് രൂപം കൊണ്ടതാണ് ആസ്ട്രേലിൻ നാടോടിക്കഥകൾ. അവിടത്തെ ആദിവാസികൾക്കിടയിൽ പ്രചാരത്തിലുണ്ടായിരുന്നവയാണ് ഇവയെന്ന് കരുതുന്നതിൽ തെറ്റില്ലെന്നും വിവർത്തകൻ പറയുന്നുണ്ട്. കുശുമ്പന്മാരുടെ കഥ മുതൽ ഒരു മീൻകഥ വരെ പന്ത്രണ്ട് കഥകളും നല്ല വായനാനുഭവം തരുന്നവയാണ്. സൂര്യൻ എങ്ങനെ സൃഷ്ടിക്കപ്പെട്ടു എന്ന കഥ വളരെ രസകരമായ ഭാവനയിൽ മെനഞ്ഞെടുത്തതാണ്. അതിശയോക്തിയുടെ പാരമ്യവും സൗന്ദര്യവും തികഞ്ഞ ഈ കഥ. കഥ തുടങ്ങുന്നതിനുമുമ്പ് സൂര്യനെക്കുറിച്ചുള്ള ശാസ്ത്രീയസത്യം ആധുനികശാസ്ത്രത്തിന്റെ അടിസ്ഥാനത്തിൽ വിവരിക്കുന്നുണ്ട് പണിക്കർ. ആസ്ട്രേലിയയുടെ സ്വന്തം മൃഗമായ കംഗാരുവിന് വയറിനടിയിലെ സഞ്ചികിട്ടിയ കഥയും ഈ സമാഹാരത്തിലുണ്ട്. കംഗാരുവിന്റെ ദീനാനുകമ്പയ്ക്ക് പ്രതിഫലമായി ദൈവം നൽകിയതാണത്. സ്കോട്ടിഷ്നാടോടിക്കഥകളധികവും സംഭാഷണരീതി അവലംബിച്ചുകൊണ്ടാണ് പുനരാഖ്യാനം നിർവ്വഹിച്ചത്. ലളിതമായ വിവരണമാണ് 'മത്സ്യകന്യക ഭാര്യയായപ്പോൾ' എന്ന കഥയുടേത്. 'പക്ഷികളുടെ

യുദ്ധം' ഭൂമിയിൽ ജീവിച്ചിരിക്കുന്നവരും ആകാശത്തിലെ പറവകളും തമ്മിലായിരുന്നു. ഒരു രാജകുമാരനാണ് കഥാപാത്രം. ഒന്നിൽനിന്ന് മറ്റൊന്നിലേക്ക്, അവിടെനിന്ന് വേറൊരിടത്തേക്ക് എന്ന രീതിയിൽ കൗതുകവും അത്ഭുതവും നിലനിർത്തിക്കൊണ്ട് വായനക്കാരെ കൊണ്ടു പോകുന്ന കഥ. കഥ തീരാൻ പോകുന്നുവെന്ന് കരുതുമ്പോഴേക്കും ശാഖോപശാഖകളായി വളർന്നുപോകുന്ന കഥ സാമാന്യം നീണ്ടതാണ്. 'പരുക്ക് ഏല്പിച്ചയാൾ അതിനുവേണ്ട പ്രതിവിധികൾ ചെയ്താൽ മാത്രമേ പരുക്കേറ്റവർ സുഖം പ്രാപിക്കൂ' എന്ന വിശ്വാസത്തിലധിഷ്ഠിതമാണ് 'കടൽനായ പിടിക്കുന്നവനും മത്സ്യനരനും' എന്ന കഥ. പല വഴികളി ലൂടെ സഞ്ചരിച്ച് ശുഭപര്യവസാനത്തിലെത്തുന്ന 'ആകാശത്തിന്റെ പുത്രി,' വല നെയ്യുന്ന ചിലന്തിയിൽ നിന്ന് പ്രചോദനമുൾക്കൊണ്ട് ബ്രിട്ടനെതിരെ യുദ്ധം ചെയ്ത ബ്രൂസ് രാജാവിന്റെ കഥയായ 'റോബർട്ട് എന്ന ബ്രൂസ്', കഠിനപരീക്ഷണങ്ങൾക്കൊടുവിൽ മനോഹരമായ കൊട്ടാരത്തിൽ ദീർഘകാലം സുഖമായി, സന്തോഷമായി ജീവിച്ച കഥ പറയുന്ന 'ഗബോൺസന്യാസി', രാജകുമാരിയായി മാറിയ 'കീറത്തുണി ക്കാരി പെണ്ണ്', ഒരു ചെമ്മരിയാടിന്റെ ബുദ്ധിവൈഭവത്തിലൂടെ രാജകു മാരിയായിത്തീർന്നവളുടെ കഥയായ 'സൂക്ഷ്മദൃഷ്ടിയുള്ള ചെമ്മരിയാട്' എന്നിവയ്ക്ക് പുറമെ വിവർത്തകന്റെ നേരനുഭവങ്ങളും കഥയിലെ പ്രമേയവും തമ്മിൽ ചേർച്ച പുലർത്തുന്ന 'മുട്ട' എന്ന കഥയടക്കം പന്ത്ര ണ്ട് കഥകളുണ്ട് ഈ സമാഹാരത്തിൽ.

പേർഷ്യയിൽനിന്ന് ഇന്ത്യയിലെത്തിയ പാർസികൾ ഇന്ത്യൻ സംസ്കാരത്തോട് ഇഴുകിച്ചേരുകയും മഹത്തായ സംഭാവനകൾ നൽകുകയും ചെയ്തതിനെക്കുറിച്ച് വിവരിച്ചതിനുശേഷമാണ് പരിഭാ ഷകൻ പേർഷ്യൻ നാടോടിക്കഥകളിലേക്ക് കടക്കുന്നത്. മനുഷ്യന്റെ സൂക്ഷ്മബുദ്ധി, ജാഗ്രത, നിഗ്രഹോത്സുകത, കാരുണ്യം തുടങ്ങിയവയെ ല്ലാം കഥകളുടെ ഗതി നിർണയിക്കുന്നവയാണ്. 'നാല്പതുകള്ളന്മാർ' എന്ന കഥ 'ആലിബാബയും നാല്പതു കള്ളന്മാരും' എന്ന പേരിൽ നമുക്ക് പരിചിതമാണ്. കഥയ്ക്കുള്ളിലെ സംഭവവികാസങ്ങൾ അതിനിഗൂഢമായ വഴികളിലൂടെയാണ് നടക്കുന്നത്. ഉത്കണ്ഠയും ഭീതിയും നിലനിർത്തി ക്കൊണ്ട് മുന്നേറുന്ന കഥ ഹൃദ്യവും സരളവുമായ ആഖ്യാനരീതികൊണ്ട് ആകർഷകമാണ്. 'നിധി കിട്ടിയ ആട്ടിടയൻ', 'അബ്ബാസ് രാജാവും ഒരു പാവപ്പെട്ട അമ്മയും', 'റൊട്ടിയുണ്ടാക്കുന്നവനും നന്ദിയുള്ള മത്സ്യങ്ങളും', 'ഭാഗ്യം പ്രവചിക്കുന്നവൻ', 'കർഷകന്റെ മകനും മന്ത്രവാദിയും' എന്നീ കഥകളെല്ലാം മായക്കാഴ്ചകൾ , പ്രശ്നങ്ങൾ, പ്രശ്നപരിഹാരങ്ങൾ, നീതി, ന്യായം, സാഹസികത, ഹാസ്യം തുടങ്ങിയവയാൽ അലൗകി കമായൊരു ലോകത്തേക്ക് നമ്മെ എത്തിക്കുന്നു.

സൂര്യൻകഥകളും ചന്ദ്രൻ കഥകളും വ്യത്യസ്തരാജ്യങ്ങളിൽ സൂര്യചന്ദ്രൻമാരെക്കുറിച്ച് പ്രചാരത്തിലുള്ള പുരാണകഥകളോ നാടോടിക്കഥകളോ ആണ്. 'റേ എന്ന സൂര്യദേവൻ' ഈജിപ്ഷ്യൻ സംസ്കാരവുമായി ബന്ധപ്പെട്ടതാണ്. ഗ്രീൻലണ്ടിൽ പ്രചാരത്തിലുള്ള കഥയിൽ ചന്ദ്രൻ പുരുഷനും സൂര്യൻ സ്ത്രീയുമാണ്. ഇന്ത്യൻ ഇതിഹാസകാവ്യമായ മഹാഭാരതത്തിൽ പ്രതിപാദിക്കുന്നതാണ് 'സഞ്ജനയും ഭർത്താവായ സൂര്യനും', 'സൂര്യപുത്രൻ കർണ്ണൻ' എന്നീ കഥകൾ. റഷ്യയിൽനിന്നുള്ള കഥയാവട്ടെ 'സൂര്യനും ചന്ദ്രനും പിന്നെ ഒരു കാക്കമകനും' എന്ന പേരിലാണ്. കഥയിലേക്ക് കടക്കുന്നതിനുമുമ്പ് റഷ്യയിൽ സൂര്യനെക്കുറിച്ചുണ്ടായിരുന്ന വിശ്വാസത്തെക്കുറിച്ചും എഴുത്തുകാരൻ പറയുന്നുണ്ട്. 'രാഹുവും കേതുവും' എന്ന കഥയിൽ ഒരു പുരാണകഥയുമായി ബന്ധപ്പെടുത്തി സൂര്യഗ്രഹണത്തെയും ചന്ദ്രഗ്രഹണത്തെയും പ്രതിപാദിക്കുന്നു. ശേഷം ആര്യഭട്ടനെക്കുറിച്ചും അദ്ദേഹത്തിന്റെ സംഭാവനകളെക്കുറിച്ചുമെല്ലാം സംഗ്രഹിച്ച് യഥാർത്ഥ സൂര്യഗ്രഹണത്തെക്കുറിച്ചും ചന്ദ്രഗ്രഹണത്തെക്കുറിച്ചും ചിത്രസഹിതം വിവരിക്കുന്നു. റഷ്യയിൽ പ്രചാരത്തിലുള്ള മറ്റൊരു സൂര്യകഥയാണ് 'സൂര്യന്റെ സഹോദരിയും ഒരു മന്ത്രവാദിനിയും'. ഉത്കണ്ഠയും ഭയവും ആശങ്കയും നിറഞ്ഞുനിൽക്കുന്ന കഥ. 'ഒരു കടുവയും രണ്ടു കുട്ടികളും സൂര്യനും' എന്ന കഥ കൊറിയയിൽ നിന്നുള്ളതാണ്. ഇതിൽ സൂര്യചന്ദ്രന്മാർ സഹോദരീസഹോദരന്മാരാണ്. 'സൂര്യനും ചന്ദ്രനും ഭാര്യാഭർത്താക്കന്മാരായിരുന്നപ്പോൾ' എന്നത് ഫിലിപ്പയിൻസിന്റെ കഥയാണ്. അവരുടെ മക്കളാണ് നക്ഷത്രങ്ങൾ. ദൈനംദിനജീവിതം നയിക്കുമ്പോൾ വന്നുചേർന്ന ഒരു സംഭവത്തിന്റെ ഭാഗമായി ഭർത്താവായ സൂര്യനിൽനിന്ന് രക്ഷപ്പെട്ടോടിയ ചന്ദ്രന്റെ പിറകെ സൂര്യൻ ഓടിക്കൊണ്ടിരിക്കുന്നു. അതിന്നും അനവരതം തുടരുന്നു. 'സൂര്യൻ കഥകൾ അമേരിക്കയിൽ എന്ന ഭാഗത്ത് അവിടത്തെ ആദിമമനുഷ്യരിൽ പ്രധാനികളായ 'ചെറോക്കി'കളെക്കുറിച്ചും അമേരിക്കൻ ഭൂഖണ്ഡങ്ങളിലെ യൂറോപ്യൻ അധിനിവേശത്തെക്കുറിച്ചും പറഞ്ഞതിനുശേഷം പൗഹത്താൻ എന്ന ആദിവാസി മുഖ്യന്റെ മകളായ 'പൊക്കൊഹൊണ്ടാസി'നെക്കുറിച്ച് വർഷങ്ങൾക്കുമുമ്പ് പണിക്കർ എഴുതിയ ' The hidden pond park' എന്ന കവിതയും മെക്സിക്കോയിൽ നിന്നുള്ള മലിന്ത്സിൻ എന്ന പെൺകുട്ടിയെക്കുറിച്ച് 2009-ൽ അദ്ദേഹമെഴുതിയ 'മലിന്ത്സിൻ' എന്ന കവിതയും ചേർത്തിരിക്കുന്നു.ശേഷം 'ചെറോക്കി'കൾക്കിടയിൽ പ്രചാരത്തിലുള്ള സൂര്യകഥ പറയുന്നു. ഗ്രീക്ക് സംസ്കാരത്തിലെ സൂര്യസങ്കല്പങ്ങൾ ആണ് അവസാന കഥ. ഗ്രീക്ക് പുരാണങ്ങളിൽ ദൈവങ്ങളെ ശ്രേണികളായി തിരിച്ചതിനെക്കുറിച്ച് പരാമർശിച്ചതിനുശേഷം കഥ പറയുന്നു. സൂര്യനെ സംബന്ധിക്കുന്ന

കഥകളെല്ലാം ജീവിതത്തിന്റെ ബഹുതലങ്ങളെ സ്പർശിക്കുന്നവയാണ്. ശാസ്ത്രവും മിത്തും കഥകളും ഇഴചേർന്ന് അഭൗമമായ മാനങ്ങളിലെത്തിച്ചേരുന്നു. ശാസ്ത്രം അതിന്റെ വഴിക്കും മിത്തും കഥകളും അതതിന്റെ വഴിക്കും സ്വയം പൂർണങ്ങളാണ്. അവ പരസ്പരബന്ധിതമാകുമ്പോൾ യാഥാർത്ഥ്യവും കല്പനയും സമന്വയിച്ച് പുതിയൊരു സൗന്ദര്യതലം സൃഷ്ടിക്കപ്പെടുന്നു.

ഈ പുസ്തകത്തിലെ അവസാനഭാഗമാണ് ചന്ദ്രൻ കഥകൾ. ചന്ദ്രനെക്കുറിച്ച് ശാസ്ത്രീയ വിവരങ്ങൾ നൽകിയതിനുശേഷമാണ് കഥകൾ ആരംഭിക്കുന്നത്. 'ചന്ദ്രൻ സൃഷ്ടിക്കപ്പെട്ട കഥ'യാണ് ആദ്യത്തേത്. ലോകം സൃഷ്ടിക്കപ്പെടുമ്പോൾ നടന്നത് എന്നു കരുതുന്ന കഥയായതുകൊണ്ട് ഒരു പ്രത്യേക രാജ്യത്തിന്റെയല്ലാതെ ഇത് ലോകജനതയുടെ തന്നെ കഥയാകുന്നു. കാനഡയിൽ പ്രചാരത്തിലുള്ള 'ചന്ദ്രനിലെ മുയൽ', ചൈനക്കഥകളായ 'ചന്ദ്രനിലെ സുന്ദരി', 'ചന്ദ്രൻ എങ്ങനെ ഇത്ര സുന്ദരനായി', റഷ്യയിലും കിഴക്കൻ യൂറോപ്യൻ രാജ്യങ്ങളിലും മറ്റുമുള്ള സ്ലാവ് വംശജർക്കിടയിലെ 'സൂര്യചന്ദ്രന്മാരുടെ യാത്ര', ദക്ഷിണാഫ്രിക്കയിലെ ബാന്റുഭാഷക്കാരുടെ കഥയായ 'ചന്ദ്രന്റെ മകളുടെ കല്യാണം', ആഫ്രിക്കൻ ഭൂഖണ്ഡത്തിലെ അൽജീരിയയിൽ പ്രചാരത്തിലുള്ള 'ചന്ദ്രനിലെ കണ്ണുനീർ', പ്രസിദ്ധരായ ഗ്രീം സഹോദരന്മാരുടെ 'world of tales എന്നപേരിലുള്ള ശേഖരത്തിലെ The moon എന്ന 'മറുപിറവി കിട്ടിയ ചന്ദ്രൻ', ഇന്ത്യയിൽനിന്നുള്ള 'ചന്ദ്രന്റെ ഇരുപത്തിയേഴ് ഭാര്യമാർ' ആഫ്രിക്കയിൽ പ്രചാരത്തിലുള്ള' സൂര്യചന്ദ്രന്മാരുടെ മക്കളുടെ നടക്കാതെ പോയ കല്യാണം', നൈജീരിയയിലെ എഫിക്ക് വംശജർക്കിടയിലുള്ള 'എന്തുകൊണ്ട് സൂര്യനും ചന്ദ്രനും ആകാശത്ത് താമസിക്കുന്നു' എന്നിങ്ങനെ പന്ത്രണ്ട് കഥകളാണ് ഈ സമാഹാരത്തിലുള്ളത്. ഈ കഥകൾക്ക് ശേഷം കൊടുത്തിരിക്കുന്ന ചന്ദ്രനെക്കുറിച്ചുള്ള ആധുനിക സാങ്കല്പികകഥകൾ എന്ന ഭാഗം വളരെ ശ്രദ്ധേയമാണ്. ആധുനികരായ എഴുത്തുകാർ അവരുടെ മനോധർമമനുസരിച്ച് വിഭാവനം ചെയ്തതും ആഖ്യാനം ചെയ്തതുമായ കൃതികളെക്കുറിച്ച് പണിക്കർ സംക്ഷിപ്തമായി പ്രസ്താവിക്കുന്നുണ്ട്. അതായത് ഇന്നും മനുഷ്യഭാവനയെ ഉത്തേജിപ്പിച്ചുകൊണ്ട് ചന്ദ്രൻ പ്രകാശം പരത്തുന്നു.

നാടോടിക്കഥകളുടെ ലോകം വൈവിധ്യം നിറഞ്ഞതും അത്ഭുതകരവുമാണ്. മനുഷ്യരും ജന്തുക്കളും പരസ്പരം സ്നേഹിക്കുക, ബദ്ധവൈരികളെന്നു കരുതുന്ന മൃഗങ്ങൾ ആത്മാർത്ഥസുഹൃത്തുക്കളാവുക, തവള, എട്ടുകാലി, പക്ഷികൾ തുടങ്ങിയ ജീവജാലങ്ങൾ മനുഷ്യരുടെ പ്രശ്നങ്ങൾക്ക് പരിഹാരം നിർദ്ദേശിക്കുക, മനുഷ്യേതരജീവികൾക്ക്

അവയുടെ ജൈവജീവിതമില്ലാതെ എല്ലാ ജീവിതക്രമവും മനുഷ്യന്റേതാവുക, മനുഷ്യജീവിതത്തിന്റെ അനന്തഭേദങ്ങൾ അത്തരം ജീവികളിലൂടെ വിനിമയംചെയ്യുക, സർവചരാചരങ്ങളും കഥാപാത്രങ്ങളായി നന്മതിന്മകളുടെ ഇരുപുറവും തുറക്കുക, മനുഷ്യസ്വഭാവമുള്ള അത്ഭുതജീവികൾ സ്വൈരവിഹാരം നടത്തുക, കടുത്ത ശത്രുതാമനോഭാവം പുലർത്തുക എന്നിങ്ങനെ അവകൾ അനന്ത വൈചിത്ര്യങ്ങളോടെ കഥകളിൽ കർതൃസ്ഥാനത്ത് നിലയുറപ്പിക്കുന്നു.

വാഗ്ദാനവും ലംഘനവും ശിക്ഷയും അതിജീവനവും നിശ്ചയദാർഢ്യവും മിക്ക കഥകളുടെയും സഞ്ചാരപാതകളാണ്. ഉത്തരവുകൾ പുറപ്പെടുവിക്കുക അത് ലംഘിച്ചാൽ വംശനാശം വരുത്തുക ഇങ്ങനെ അധികാരപ്രരൂപങ്ങൾ കഥകളുടെ ഗതി നിർണയിക്കുന്നുണ്ട്. അതുപോലെ വിലപ്പെട്ട കാര്യങ്ങൾ അന്വേഷിച്ചുകൊണ്ടുള്ള യാത്ര, മാർഗതടസ്സം, ലക്ഷ്യത്തിലെത്തിച്ചേരാനുള്ള ബുദ്ധിമുട്ടുകൾ, ഭൂഗർഭ അറകളിലേക്കുള്ള രഹസ്യമാർഗങ്ങൾ, ദുർഗമമായ തുരങ്കങ്ങൾ, അപകടകാരികളായ ഭൂതങ്ങൾ, കൊടുങ്കാട് എന്നിങ്ങനെയുള്ള വിഘ്നങ്ങൾ താണ്ടിയാണ് ചില കഥകൾ അവസാനിക്കുന്നത്. അത്ഭുതങ്ങളോ പരീക്ഷണങ്ങളോ നേരിടേണ്ടി വരുമ്പോൾ അതിനനുസൃതമായ രീതിയിലുള്ള പ്രശ്നങ്ങളും പൂരണങ്ങളുമായിരിക്കും കഥയെ മുന്നോട്ടു നയിക്കുന്നത്. കഥകളുടെ ഒരു പൊതുസ്വഭാവമെന്നത്, അവയെല്ലാം അവസാനിക്കുന്നത് സത്യസന്ധതയുടെയോ നന്മയുടെയോ മറ്റു സദ്ഗുണങ്ങളുടെയോ വിജയത്തോടുകൂടിയാണ്. 'അവർ സ്നേഹത്തോടെ, സന്തോഷത്തോടെ ദീർഘകാലം ജീവിച്ചു' എന്ന മംഗളവചനത്തോടെ കഥയവസാനിക്കുമ്പോൾ മനുഷ്യന്റെ ശുഭാപ്തിവിശ്വാസം ജ്വലിച്ചു നിൽക്കുകയാണ്.

നാടോടിക്കഥകൾ കാലാതിവർത്തികളാണ്. അവയ്ക്ക് ചരിത്രത്തിന്റെ അതിർവരമ്പുകളില്ല. മനുഷ്യരുടെ ആവിർഭാവം തൊട്ട് ഇങ്ങോട്ട് 'ചരിത്രം കുഞ്ഞിക്കണ്ണു തുറക്കു'ന്നതുവരെയുള്ള അനേകകാലത്ത ജീവിതത്തിന്റെ വിടർച്ചകളിലൂടെയും പടർച്ചകളിലൂടെയും രൂപം കൊണ്ടതാണവ. മനുഷ്യർ കൂട്ടമായി ജീവിക്കുകയും വേട്ടയാടുകയും പ്രകൃതിയോട് മല്ലിടുകയും അതിജീവിക്കുകയും ചെയ്തതിന്റെ അനുഭവജ്ഞാനമായിരുന്നു അവർക്ക് കൈമുതൽ. കാടാണ് ഭൂരിഭാഗം കഥകളുടെയും ഭൂമിക. കാട്ടിൽ ജീവിക്കുമ്പോഴും അവരുടെ ഭാവനയ്ക്ക് നിറമുണ്ടായിരുന്നു, തിളക്കമുണ്ടായിരുന്നു. ആകാശത്ത് വരെ സൗധങ്ങൾ പണിയാനും ഭൂമിയിൽ മഹാമന്ദിരങ്ങൾ വാർക്കാനും ഒപ്പം അടിത്തട്ടു ജീവിതത്തിന്റെ നാനാവിധമായ പായാരങ്ങൾ പറയാനും അവരുടെ മനോധർമങ്ങൾക്കും കല്പനകൾക്കും അതിരുകളില്ലായിരുന്നു.

ഭൂപ്രദേശം, കാലാവസ്ഥ തുടങ്ങിയവയെല്ലാം നാടോടിപാരമ്പര്യങ്ങളിൽ വൈവിധ്യമുണ്ടാക്കിയെങ്കിലും ഏത് ദേശത്തുമുള്ള നാടോടിക്കഥകൾക്ക് ചില സമാനതകളുണ്ട്. എല്ലാവരും പറയുന്നത് മനുഷ്യന്റെ കഥയാണ്; ജീവിതമാണ്. 'പല ദേശത്തിൽ പല ദേശത്തിൽ പല പല ഭാഷയിൽ' പറയുന്നുവെന്നുമാത്രം. അങ്ങനെ നാനാദേശങ്ങളിൽ നാനാതരം ആവിഷ്കാരങ്ങളുണ്ടായി. അവയിൽ നിന്നാണ് ഇരുന്നൂറ് കഥകൾ പി.കെ.എൻ. പണിക്കർ മലയാളത്തിലെത്തിച്ചത്. നമ്മുടെ ബാലസാഹിത്യശാഖയ്ക്ക് ഇതൊരു മുതൽക്കൂട്ടാണ്. ശാസ്ത്രകാരനായ എഴുത്തുകാരന്റെ ശാസ്ത്രീയവബോധവും സർഗാത്മകസൗന്ദര്യവും ഈ കഥകളിൽ പ്രതിഫലിക്കുന്നുണ്ട്. അതുകൊണ്ട് പ്രായഭേദമെന്യേ എല്ലാ വായനക്കാർക്കും ഈ കൃതി കഥകളുടെ അത്ഭുതകരമായ ഭാവനാലോകവും അറിവിന്റെ വിവേകപൂർവമായ വ്യവഹാരലോകവും തുറക്കുന്നു. ഇവിടെ ഒരു സാംസ്കാരിക രൂപമെന്ന നിലയിൽ പരിഭാഷ സാർത്ഥകമാകുന്നു. നാടോടിക്കഥകൾ ഭിന്നരൂപങ്ങളിലും ക്രമങ്ങളിലും പ്രാക്തന സംസ്കാരത്തിന്റെ ജീവിതവഴികളിലൂടെ പല പടവുകൾ കയറി സഞ്ചരിച്ചതാണ്. ഓരോ ദേശത്തിന്റെയും പാരായണ രീതികളും അഭിരുചിവ്യത്യാസങ്ങളും ഉൾക്കൊള്ളുമ്പോൾ അവിശ്വസനീയതയുടെ അമ്പരപ്പിക്കുന്ന വിചിത്രലോകം വായനക്കാരുടെ ഭാവനയെ ഉദ്ദീപിപ്പിക്കുമെന്ന കാര്യത്തിൽ സംശയമില്ല. കാരണം ആദിമ ലോകജനത ജീവിച്ചുണ്ടാക്കിയ വെളിച്ചവും സത്തയുമാണ് നാടോടിക്കഥകൾ.

ഉള്ളടക്കം

സ്പാനിഷ് നാടോടിക്കഥകൾ

ജർമ്മൻ നാടോടിക്കഥകൾ

ജർമ്മനി

യൂറോപ്പിന്റെ ഹൃദയം എന്നറിയപ്പെടുന്ന ജർമ്മനി എന്ന രാജ്യത്തെക്കുറിച്ച് ഓർക്കുമ്പോൾ ആദ്യം മനസ്സിൽ വരുന്നത് സാങ്കേതിക വളർച്ചയുടെ അത്യുന്നതിയിൽ എത്തിയ ഒരു രാജ്യം എന്നാണ്. പക്ഷേ അതോടൊപ്പം തന്നെ രണ്ട് ലോക മഹായുദ്ധങ്ങളുടെ ചരിത്രവും നമ്മുടെ മനസ്സിൽ മാറാതെ നിൽക്കും.

ഭൂമിശാസ്ത്രപരമായും ജർമ്മനി യൂറോപ്പിന്റെ ഹൃദയമാണ്. ജർമ്മനിയുടെ ചുറ്റുമായി ഡെൻമാർക്ക്, നെതർലാണ്ട്, ബെൽജിയം, ലക്സംബർഗ്, ഫ്രാൻസ്, സ്വിറ്റ്സർലാണ്ട്, ആസ്ട്രിയ, പോളണ്ട്, ചെക്ക് റിപ്പബ്ളിക് എന്ന ഒൻപത് രാജ്യങ്ങൾ സ്ഥിതി ചെയ്യുന്നു; വടക്ക് നോർത്ത് സമുദ്രവും, ബാൾടിക് സമുദ്രവും.

വിസ്തൃതി – 3,57,021 ച.കിലോമീറ്റർ

ജനസംഖ്യ -8..243 കോടി (2005-ൽ)

ആധുനിക ജർമ്മനിയുടെ തുടക്കം 1871-ൽ ആണെന്ന് കരുതുന്നതിൽ തെറ്റില്ല എന്ന് തോന്നുന്നു. പല രാഷ്ട്രീയ പ്രതിസന്ധികളും നേരിട്ട് ഒരു നിർണ്ണായക ശക്തിയായി വളർന്ന ജർമ്മനിയെ ഇന്ന് ലോകം ഓർക്കുന്നത് രണ്ട് ലോകമഹായുദ്ധങ്ങൾക്ക് തുടക്കം കുറിക്കുകയോ ആക്കം കൂട്ടുകയോ ചെയ്ത രാജ്യം എന്ന നിലയിലാണെന്ന് നേരത്തെ സൂചിപ്പിച്ചുവല്ലോ. 1914 ജൂലൈ 28-ാം തീയതി തുടക്കം കുറിക്കുകയും 1918 നവംബർ 11-ാം തീയതി അവസാനിക്കുകയും ചെയ്ത ഒന്നാംലോകമഹായുദ്ധത്തിൽ പങ്കെടുത്തത് 30 രാജ്യങ്ങളാണ്. ആ മുപ്പത് രാജ്യങ്ങളിൽ

നിന്നുള്ള 90 ലക്ഷം സൈനികരും 70 ലക്ഷം സാധാരണജനങ്ങളും ആ യുദ്ധത്തിൽ കൊല്ലപ്പെട്ടു. ഇന്ത്യയിൽ നിന്ന് 13 ലക്ഷം പേരാണ് സൈനികരായി പങ്കെടുത്തത്; മരിച്ചത് ഏതാണ്ട് 48000 പേരും.

ഇറ്റലിയിൽ ഉടലെടുത്ത ഫാസിസ്റ്റ് പ്രവണതയും ജർമ്മനിയിൽ 'നാസി' പാർട്ടിയുടേയും ഹിറ്റ്ലർ എന്ന സ്വേച്ഛാധികാരിയുടെയും രാഷ്ട്രീയ വളർച്ചയും ജപ്പാൻ ഒരു സൈനികശക്തിയായി വളരാൻ കാണിച്ച അതിമോഹവും രണ്ടാം ലോകമഹായുദ്ധത്തിന് അടിസ്ഥാനകാരണങ്ങളായി കരുതപ്പെടുന്നു. 1939 സെപ്റ്റംബർ മുതൽ 1945 സെപ്റ്റംബർ രണ്ടാം തീയതിവരെ നീണ്ടുനിന്ന രണ്ടാം ലോകമഹായുദ്ധത്തിൽ മരണപ്പെട്ടവരുടെ കണക്ക് നോക്കുക.

ലോകജനസംഖ്യ (ഏകദേശം) – 230 കോടി.

യുദ്ധത്തിൽ പങ്കെടുത്ത രാജ്യങ്ങൾ - 70

യുദ്ധത്തിൽ മരിച്ച സൈനികർ – 2.5 കോടി

മരിച്ച സാധാരണക്കാർ - 3.0 കോടി

ബന്ധപ്പെട്ട് ഉണ്ടായ പകർച്ച വ്യാധികൾ, പട്ടിണി മുതലായ കാരണങ്ങൾ കൊണ്ട് മരിച്ചവർ - 2.8 കോടി

അന്നത്തെ ഇന്ത്യയുടെ ജനസംഖ്യ – 37.8 കോടി

അന്നത്തെ ഇന്ത്യയിൽ ഇന്നത്തെ പാകിസ്ഥാനും ബംഗളാദേശും ഉൾപ്പെടും)

യുദ്ധത്തിൽ മരിച്ച ഇന്ത്യൻ സൈനികർ - 87,000

ബന്ധപ്പെട്ടകാരണങ്ങളാൽ മരിച്ച ഇന്ത്യക്കാർ- 25,00,000

മനുഷ്യരാശി നേരിട്ട ഏറ്റവും ഭീകരവും ദാരുണവുമായ ഒരു സംഭവമായിരുന്നു രണ്ടാം ലോകമഹായുദ്ധം. യുദ്ധത്തിന്റെ ഏതാണ്ട് അവസാനഘട്ടത്തിലാണ് അമേരിക്കൻ ഐക്യനാടുകൾ ജപ്പാനിലെ നാഗസാക്കിയിലും ഹിരോഷിമയിലും അണുബോംബുകൾ ഉപയോഗിച്ചത്. ഇനി ഒരിക്കലും അങ്ങിനെയൊരു സംഭവം ഉണ്ടാകരുതെന്ന ആഗ്രഹത്തോടെ രാഷ്ട്രങ്ങൾ തമ്മിലുള്ള അഭിപ്രായഭിന്നതകൾ പരസ്പരം ചർച്ചചെയ്ത് പരിഹരിക്കാൻ അവസരം ഒരുക്കുന്ന ഒരു വേദിയായി രൂപം കൊണ്ടതാണ് ഐക്യരാഷ്ട്രസഭ. സഭയുടെ പ്രവർത്തനങ്ങൾ പൂർണ തൃപ്തി നൽകുന്നതല്ലെങ്കിലും കഴിഞ്ഞ 70 വർഷങ്ങൾ ലോകരാഷ്ട്രങ്ങൾക്ക് ഇടയിൽ ഉണ്ടായ പല സംഘർഷങ്ങളും കൂട്ടായ പ്രവർത്തനങ്ങളിൽക്കൂടി ഒതുക്കിതീർക്കാൻ കഴിഞ്ഞു എന്നത് ആശ്വാസം നൽകുന്നു. കൂടുതൽ പ്രതീക്ഷക്ക് വക നൽകുന്നു.

യുദ്ധത്തിനുശേഷം തോൽവി സമ്മതിക്കേണ്ടിവന്ന ജർമ്മനി രണ്ടായി വിഭജിക്കപ്പെട്ടു; കിഴക്കൻ ജർമ്മനിയും പടിഞ്ഞാറൻ ജർമ്മനിയും എങ്കിലും 1990 ഒക്ടോബർ മൂന്നാം തീയതി രണ്ട് ജർമ്മനികളും മറ്റ് ലോകരാഷ്ട്രങ്ങളുടെ സമ്മതത്തോടെ വീണ്ടും ഒന്നുചേർന്നു. ഇന്ന് ജർമ്മനി അറിയപ്പെടുന്നത് ഫെഡറൽ റിപ്പബ്ളിക്ക് ഓഫ് ജർമ്മനി എന്ന പേരിലാണ്. യൂറോപ്യൻ യൂണിയൻ എന്ന പേരിൽ അറിയപ്പെടുന്ന യൂറോപ്യൻ രാജ്യങ്ങളുടെ കൂട്ടായ്മയിലെ അംഗവുമാണ് ജർമ്മനി.

തലസ്ഥാനം- ബെർലിൻ

ജനസംഖ്യ- 8 കോടി (2014ൽ)

ശരാശരി വരുമാനം- US$ 46000. (2015ൽ) ശരാശരി ആളോഹരി വരുമാനത്തിൽ ജർമ്മനിക്ക് ലോകരാഷ്ട്രങ്ങളിൽ 20-ാം സ്ഥാനമാണ്.

ജർമ്മനി ഇന്ന് സാമ്പത്തികവും, സാങ്കേതികവും സാംസ്കാരികവും ആയ എല്ലാ തുറകളിലും മുൻപന്തിയിലുള്ള ലോകരാഷ്ട്രങ്ങളിൽ ഒന്നാണ്. എക്കാലത്തും ആതുരശുശ്രൂഷയിൽ ജർമ്മനി മറ്റ് രാഷ്ട്രങ്ങളെ അപേക്ഷിച്ച് മുൻപന്തിയിലാണ്. 1880-ൽ ബിസ്മാർക്ക് എന്ന പ്രസിദ്ധനായ ജർമ്മൻ ഭരണാധിപന്റെ കാലത്തുതന്നെ ആതുരശുശ്രൂഷ പ്രോത്സാഹിപ്പിക്കുന്ന തരത്തിൽ നിയമനിർമാണം നടത്തുകയും ഇന്ന് ഹോസ്പൈസസ്(Hospices) എന്നും സ്പിതാൽസ്(spirals) എന്നും അറിയപ്പെടുന്ന ആതുരശുശ്രൂഷാകേന്ദ്രങ്ങൾ സ്ഥാപിക്കുകയും ചെയ്തിരുന്നു. 2005 ലെ കണക്കനുസരിച്ച് ജർമ്മനിയുടെ മൊത്ത വരുമാനത്തിന്റെ 11% ആതുരശുശ്രൂഷാ പ്രവർത്തനങ്ങൾക്ക് വേണ്ടിയാണ് ചിലവാക്കുന്നത്. ഇന്ത്യയിൽ ഇത് കേവലം 4 ശതമാനം മാത്രമാണ്.

ജീവിതദൈർഘ്യം	ജർമ്മനി	ഇന്ത്യ
പുരുഷന്മാർ	77	63
സ്ത്രീകൾ	82	64
ശിശു മരണ നിരക്ക്	4	40

(1000 ജനനങ്ങളിൽ)

എങ്കിലും ഇന്ന് അമിതഭാരം ജർമ്മനിയിൽ ഒരു വലിയ പ്രശ്നമായി വളരുകയാണ്.

എക്കാലത്തും ജർമ്മനി കവികളുടെയും ചിന്തകന്മാരുടെയും നാടായിട്ടാണ് അറിയപ്പെട്ടിരുന്നത്. ചിത്രകല, ശില്പ വിദ്യ, വാസ്തു വിദ്യ, സാഹിത്യം, സംഗീതം, തത്വശാസ്ത്രം, സയൻസ്, സാങ്കേതിക

വിദ്യകൾ, എന്നിങ്ങനെ എല്ലാ തുറകളിലും വളരെയേറെ സംഭാവനകൾ ലോകത്തിന് നൽകിയിട്ടുള്ള ജർമ്മനിയിൽ നിന്ന് ഈ തുറകളിൽ മറക്കാനാകാത്ത പ്രഗത്ഭരുടെ എണ്ണവും കുറവല്ല. അത്തരത്തിൽ നമുക്ക് സുപരിചിതമായ കുറേ പേരുകൾ ഇംഗ്ലീഷിൽ തന്നെ കൊടുക്കാം.

Beethoven, Goethe, Helmholtz, Franhofer, Fahrenheit, Thomas Mann, Herman Hesse, Immanuel Kant, Hegel, Marx, Engels, Nietzsche, Einstein Max Plank, Heisenbery, Marcuse – ഈ പട്ടിക തുടർന്നാൽ നീണ്ടുനീണ്ട് പോകും. ഇതുവരെയായി 102 ജർമ്മൻ വംശജർ നോബൽ പുരസ്കാരത്തിന് അർഹരായിട്ടുണ്ട്. അതേ സമയം ഇന്ത്യൻ വംശജരുടെ എണ്ണം വെറും 9 മാത്രമാണ്.

ജർമ്മനിയിലെ പ്രഗത്ഭരുടെ പേരുകൾ ഓർക്കുമ്പോൾ നമ്മുടെ മലയാളഭാഷയ്ക്ക് വളരെയധികം സംഭാവനകൾ നൽകിയ ഹെർമൻ ഗുണ്ടർട്ടിനെ മറക്കാൻ കഴിയുകയില്ലല്ലൊ. അദ്ദേഹത്തിന്റെ സംഭാവനകളുടെ ഒരു പട്ടികതന്നെ നൽകുന്നു.

വർഷം	പുസ്തകത്തിന്റെ പേര്
1843	കേരളോല്പത്തി.
1845	പഴഞ്ചൊൽ മാല
1851	മലയാളഭാഷാ വ്യാകരണം
1860	പാഠമാല (മലയാളത്തിലെ ആദ്യ സ്കൂൾ പാഠപുസ്തകം)
1868	കേരളപ്പഴമ
1872	ഇംഗ്ലീഷ്. മലയാളം നിഘണ്ടു.
1879	മലയാളരാജ്യം(കേരളത്തിന്റെ ഭൂമിശാസ്ത്രം.)

കൂടാതെ 1847- ജൂണിൽ 'രാജ്യസമാചാരം' എന്ന വാർത്താപത്രത്തിനും 1847 ഒക്ടോബറിൽ 'പശ്ചിമോദയം' എന്ന മാസികയ്ക്കും അദ്ദേഹം തുടക്കം കുറിച്ചു.

ജർമ്മനിയിലെ പ്രധാന ധാതുവിഭവങ്ങൾ: കല്ക്കരി, ലിഗ്നൈറ്റ്, പ്രകൃതി വാതകം, ഇരുമ്പ്, ചെമ്പ്, നിക്കൽ, യുറേനിയം, പൊട്ടാസിയം എന്നിവയാണ്.

പ്രധാന കാർഷിക വിഭവങ്ങൾ. ബീറ്റ്റൂട്ട്, മുന്തിരി, ഗോതമ്പ് മുതലായവ. ഇവിടെ പഞ്ചസാരയുടെ ഉൽപാദനം ബീറ്റ്റൂട്ടിൽ നിന്നാണ്; കരിമ്പിൽ നിന്നല്ല.

ബിയറാണ് പ്രധാന പാനീയം. വെള്ളം കുടിക്കുന്നതിന് പകരം ദാഹശമനത്തിന് ഇവർ ബിയർ കുടിക്കാൻ താല്പര്യപ്പെടുന്നു. അടുത്ത കാലത്ത് വീഞ്ഞിനും സ്വീകാര്യത കൂടുന്നു. ഇതുപറയുമ്പോൾ ബിയറും വീഞ്ഞും നമ്മുടെ നാട്ടിൽ ധാരാളമായി ഉപയോഗിക്കുന്ന ചാരായം, വിസ്കി, റം മുതലായവയേപ്പോലെ ആരോഗ്യത്തിന് കൂടിയ അളവിൽ ദൂഷ്യം ചെയ്യുന്ന പാനീയങ്ങളല്ലെന്നുകൂടി പറയേണ്ടതായുണ്ട്.

ജർമ്മനിയുടെ വളർച്ച നമ്മെ അതിശയിപ്പിക്കുന്ന ഒന്നാണെന്ന് മാത്രമല്ല; മറിച്ച് നമുക്ക് പലതും പഠിപ്പിച്ച് തരുന്നതുമാണ്. ജർമ്മനിയിൽ ആതുര ശുശ്രൂഷക്ക് നൽകുന്ന പ്രാധാന്യം നേരത്തെ സൂചിപ്പിച്ചു. അതുപോലെ ഭക്ഷ്യ വസ്തുക്കളുടെ പരിശുദ്ധിയേക്കുറിച്ചും അവർ ജാഗരൂകരാണ്. ജർമ്മനിയിൽ ഭക്ഷ്യവസ്തുക്കളുടെ തരനിർണ്ണയം വളരെ പ്രാധാന്യം അർഹിക്കുന്നു. 1400-ാം ആണ്ട് മുതൽക്കുതന്നെ ബീയറിന്റെ തരനിർണയത്തിന് നിയമങ്ങളും സംവിധാനവും ഉണ്ടായിരുന്നു. അതുപോലെ പരിസ്ഥിതിയുടെ പരിരക്ഷണത്തിലും അവർ അങ്ങേയറ്റം ജാഗ്രത പുലർത്തുന്നു. വികസന പ്രക്രിയകൾ പരിസ്ഥിതി സംരക്ഷണത്തിന് തടസ്സമല്ലാത്ത രീതിയിൽ കൈകാര്യം ചെയ്യുന്നതിന് ജർമ്മനി ഒരു മാതൃകയാണെന്ന് പറയാം. ഉദാഹരണത്തിന് ജർമ്മനിയിലെ വിമാനത്താവളങ്ങളുടെ കണക്ക് നമ്മുടെ കേരളവുമായി താരതമ്യപ്പെടുത്തി പഠിക്കാം.

2013 ലെ കണക്കുകൾ പ്രകാരം:

	ജർമ്മനി	**കേരളം**
വിസ്തൃതി. (ച.കി.മീറ്റർ)	3,57,021	38,863
ജനസംഖ്യ. (കോടി)	8.07	3.34
വിമാനത്താവളങ്ങൾ	550	4

കൂടിയ വിമാനത്താവളങ്ങൾ പരിസ്ഥിതിയെ പ്രതികൂലമായി ബാധിക്കാത്തവണ്ണം അവർ വേണ്ട നടപടികൾ ശ്രദ്ധാപൂർവ്വം എടുക്കുന്നു എന്നതാണ് സത്യം; നാം പഠിക്കേണ്ട പാഠവും.

ജർമ്മൻ ജനതയുടെ ബഹുഭൂരിപക്ഷവും റോമൻ കത്തോലിക്, പ്രൊട്ടസ്റ്റന്റ് എന്ന രണ്ട് ക്രിസ്ത്യൻ വിഭാഗങ്ങളിൽ പെടുന്നവരാണ്; ഏതാണ്ട് 2 ശതമാനം ഇസ്ലാം മതവിശ്വാസികളും.

കുറഞ്ഞുവരുന്ന ജനസംഖ്യയാണ് ജർമ്മനി അഭിമുഖീകരിക്കുന്ന സമകാലിക പ്രശ്നങ്ങളിൽ ഒന്ന്. 2005-ലെ കണക്കുകൾ പ്രകാരം ജർമ്മനിയിലെ ജനനനിരക്ക് 1000ത്തിന് 8.33 ഉം മരണനിരക്ക് 10.55 –ഉം

ആയിരുന്നു. അതായത് ജനസംഖ്യ 1000ത്തിന് 2.22 എന്ന കണക്കിന് വർഷംതോറും കുറഞ്ഞുകൊണ്ടിരിക്കുന്നു. ഈ കുറവ് നികത്താൻ ആണ്ടുതോറും ഏതാണ്ട് 1,80,000 മറ്റ് രാജ്യക്കാർക്ക് ജർമ്മനിയിലേക്ക് കുടിയേറി പാർക്കാൻ അനുവാദം നൽകേണ്ടതായുണ്ട്.

തവളയുടെ പ്രതിശ്രുത വരൻ

പണ്ട് പണ്ട് ജർമ്മനിയിൽ പറഞ്ഞുകേൾക്കാറുണ്ടായിരുന്ന ഒരു കഥയാണ് ഇത്. ആ രാജ്യത്തെ ഏതോ ഒരു ഗ്രാമത്തിൽ ജീവിച്ചിരുന്ന ഒരു മനുഷ്യന് മൂന്ന് ആൺമക്കൾ ഉണ്ടായിരുന്നു. അയാൾ ഒരു ദിവസം തന്റെ പ്രായപൂർത്തിയായ മൂന്ന് മക്കളെയും അടുത്തുവിളിച്ച് പറഞ്ഞു.

“നിങ്ങൾക്ക് പ്രായപൂർത്തിയായിരിക്കുന്നു. അതുകൊണ്ട് നിങ്ങൾ അനുയോജ്യരായ വധുക്കളെ കണ്ടുപിടിച്ച് വിവാഹം കഴിക്കണം.”

അയാൾ ഏറ്റവും ഇളയവനായ ഹാൻസലിനോട് അല്പം പരുഷമായി പറഞ്ഞു.

“ഹാൻസൽ, നിനക്ക് ഇനിയും ബുദ്ധിയായി ഒന്നും ചെയ്യാനുള്ള പക്വത വന്നിട്ടില്ല. അതുകൊണ്ട് നീ വീട്ടിൽ തന്നെ നിന്ന് നമ്മുടെ കന്നുകാലികളെ നോക്കുകയും വീട്ടുജോലികൾ ചെയ്യുകയും ചെയ്താൽ മതി.”

അതുകേട്ട ഹാൻസൽ തികഞ്ഞ അതൃപ്തിയോടെ എന്തൊക്കെയോ മുറുമുറുത്തു. അത് മനസ്സിലാക്കി ഹാൻസലിനോട് വീണ്ടും പറഞ്ഞു.

“നീ മുറുമുറുക്കുകയൊന്നും വേണ്ട. നിർബന്ധമാണെങ്കിൽ നീയും പോയി ഒരു വധുവിനെ അന്വേഷിച്ചോ.”

അതുകേട്ട മൂത്ത സഹോദരന്മാർ അവനെനോക്കി പരിഹസിച്ച് ചിരിച്ചു. അവർ അവനെ എന്നും ഒരു മണ്ടനും മൊണ്ണനും ആയി മാത്രമാണ് കരുതിയിരുന്നത്.

അയാൾ വീണ്ടും പറഞ്ഞു.

“ഓരോദിവസവും നിങ്ങൾ നിങ്ങളുടെ അന്വേഷണത്തിന്റെ പുരോഗതി എന്നെ അറിയിക്കണം.”

മക്കൾ മൂന്നുപേരും അവിടെനിന്നും അച്ഛനോട് വിടപറഞ്ഞ് യാത്ര തിരിച്ചു.

ഹാൻസൽ കുറേ ദൂരം നടന്നെത്തിയത് ഒരു വനത്തിലാണ്. വനത്തിന്റെ നടുവിലായി ഒരു വലിയ കുളവും ഉണ്ടായിരുന്നു. ഹാൻസൽ ആ കുളക്കരയിൽക്കൂടി നടക്കുമ്പോഴാണ് ആ ശബ്ദം കേട്ടത്.

“ഹാൻസൽ, നീ എങ്ങോട്ടാണ് പോകുന്നത്?”

ഹാൻസൽ അതിശയിച്ചു പോയി. തന്റെ പേരു വിളിച്ച് സംസാരിച്ചത് ആരാണ്? ചുറ്റും നോക്കിയിട്ട് ആരെയും കണ്ടതുമില്ല; കുളക്കരയിൽ ഒരു കല്ലിന്റെ പുറത്ത് ഇരുന്ന ഒരു തവളയെ ഒഴിച്ച്.

“അതേ, പരിഭ്രമിക്കേണ്ട. ഞാൻ തന്നെയാണ് ചോദിച്ചത്. നീ എവിടേയ്ക്കാണ് യാത്ര?”

ആദ്യം ഹാൻസൽ അത്ഭുതപ്പെട്ടു. അവൻ ആലോചിച്ചു. ‘എന്ത്, സംസാരിക്കുന്ന തവളയോ? അതു തനിക്ക് മനസ്സിലാകുന്ന മനുഷ്യരുടെ ഭാഷയിൽ തന്നെ. ഓ. ഞാനെന്തിനാ ഇതൊക്കെ ചിന്തിക്കുന്നത്? കാണുമായിരിക്കും, സംസാരിക്കുന്ന മൃഗങ്ങളും, പക്ഷികളും, തവളകളുമൊക്കെ കാണുമായിരിക്കും.’

അവൻ തവളയോട് മറുപടിയായി പറഞ്ഞു.

“ഞാൻ ഒരു വധുവിനെ തേടി പോകുകയാണ്.”

“വധുവിനെയോ?”

“അതെ. എനിക്ക് കല്യാണം കഴിക്കാൻ ഒരു വധുവിനെ.”

“എങ്കിൽ നീ എന്നെ കല്യാണം കഴിച്ചോ”

ഹാൻസൽ വിചാരിച്ചു. ‘അതെ, അതിൽ എന്താ തെറ്റ്? ഇവളെ വിവാഹം കഴിക്കാൻ സമ്മതിച്ചാൽ പിന്നീട് കൂടുതൽ അലഞ്ഞുനടക്കാതെ കാര്യം സാധിക്കുമല്ലോ. എന്നുതന്നെയല്ല, എവിടെച്ചെന്നാലാണ് തനിക്ക് ഒരു വധുവിനെ കിട്ടുകയെന്ന് അറിഞ്ഞും കൂടാ.”

ഹാൻസൽ കൂടുതലൊന്നും ആലോചിക്കാതെ പറഞ്ഞു.

“എനിക്ക് സമ്മതം.”

“എന്നാൽ നാളെക്കാണാം.” അത്രയും പറഞ്ഞിട്ട് തവള കുളത്തിലേക്ക് ചാടി അപ്രത്യക്ഷയായി. ഹാൻസൽ തിരികെ വീട്ടിലേക്കും.

ഹാൻസൽ വീട്ടിലെത്തുന്നതിന് മുൻപുതന്നെ അയാളുടെ മൂത്ത സഹോദരന്മാർ വീട്ടിൽ മടങ്ങിയെത്തിയിരുന്നു. അവർ രണ്ടുപേരും

ഹാൻസലിനോട് പുച്ഛസ്വരത്തിൽ ചോദിച്ചു.

"എന്താടാ. നിനക്ക് വല്ല പെണ്ണിനേയും കാണാൻ കഴിഞ്ഞോ?"

"ഓ. കണ്ടാൽ തന്നെ നിന്നെപ്പോലെ ഒരു മൊണ്ണയെ ഏതുപെണ്ണാ കെട്ടാൻ വരുന്നത്?

ഹാൻസൽ അതൊന്നും വകവെയ്ക്കാതെ തികച്ചും സൗമ്യതയോടെ പറഞ്ഞു.

"ഞാനും ഒരു വധുവിനെ കണ്ടിട്ടുണ്ട്. അവൾ എന്നെ വിവാഹം കഴിക്കാൻ തയ്യാറുമാണ്."

അടുത്തദിവസം പതിവുപോലെ അവരുടെ അച്ഛൻ അവരെ മൂന്നുപേരെയും തന്റെയടുക്കൽ വിളിച്ച് തലേദിവസത്തെ വിവരങ്ങൾ തിരക്കി. പിന്നീട് അവരോട് പറഞ്ഞു.

"നോക്കു മക്കളേ, ദാ നോക്ക്. അവിടെ ഇരിക്കുന്നത് മൂന്നുകെട്ട് പഞ്ഞിയാണ്. ഓരോരുത്തരും ഓരോ കെട്ട് എടുത്തുകൊണ്ടുപോയി അവരവരുടെ പ്രതിശ്രുതവധുവിന് കൊടുക്കണം. രണ്ടുദിവസം കൊണ്ട് ഈ പഞ്ഞി ഉപയോഗിച്ച് ഏറ്റവും നല്ല വസ്ത്രം നെയ്തെടുക്കുന്ന വധുവിനെ കണ്ടെത്തിയ ആളിനായിരിക്കും സ്വത്തിന്റെ ഭാഗമായി ഈ വീട് ലഭിക്കുക."

"ശരി." അവർ മൂന്നുപേരും സമ്മതിച്ചു.

ഓരോരുത്തരും ഓരോകെട്ട് പഞ്ഞിയും എടുത്ത് യാത്ര തിരിച്ചു. ഹാൻസൽ പോയത് താൻ തവളയെ കണ്ടുമുട്ടിയ കുളക്കരയിലേക്ക് ആയിരുന്നു. തവള തലേദിവസത്തെപ്പോലെ അതേ കല്ലിൽതന്നെ ഇരിക്കുന്നുണ്ടായിരുന്നു.

"ഹാൻസൽ, നീ ഇന്ന് എങ്ങോട്ടാ യാത്ര?"

"നിന്നെ കാണാൻ തന്നെ."

"എന്നെയോ?"

"അതേ. നിന്നെത്തന്നെ. ങാ. പഞ്ഞികൊണ്ട് നൂലുണ്ടാക്കി വസ്ത്രം നെയ്യാൻ അറിയാമോ"

"അറിയാം. എന്താകാര്യം?"

ഹാൻസൽ എല്ലാ കാര്യങ്ങളും തവളയോട് പറഞ്ഞു.

"ഓ അങ്ങിനെയോ? എങ്കിൽ നീ ആ പഞ്ഞിക്കെട്ട് ഇവിടെ വെയ്ക്ക്. എന്നിട്ട് പോയ്ക്കോ. രണ്ടുദിവസം കഴിഞ്ഞ് ഇവിടെവാ." അത്രയും പറഞ്ഞിട്ട് തവള കുളത്തിലേക്ക് ചാടി. ചാടുമ്പോൾ ആ പഞ്ഞിക്കെട്ടും

വെള്ളത്തിലേക്ക് തട്ടിയിടാൻ തവള മറന്നില്ല. ഹാൻസൽ വീട്ടിലേക്ക് മടങ്ങി.

മൂന്നാം ദിവസം രാവിലെ ഹാൻസൽ വീണ്ടും കുളക്കരയിലേക്ക് തികഞ്ഞ ആകാംക്ഷയോടെ നടന്നു. പ്രതീക്ഷിച്ചതുപോലെ തവള അവിടെത്തന്നെ ഉണ്ടായിരുന്നു.

“ഹാ.ഹാ, എന്റെ വരൻ സമയത്തുതന്നെ വന്നല്ലോ?

“അതെ. നീ ആ വസ്ത്രം നെയ്തോ?”

“നെയ്യാതെ പിന്നെ. നിനക്ക് കാണണ്ടെ?” തവള കുളത്തിലേക്ക് ചാടി. അല്പസമയത്തിനുള്ളിൽ ഒരു ചെറിയ പൊതിയുമായി മടങ്ങിയെത്തി. ആ പൊതി ഹാൻസലിന് നേരെ നീട്ടിക്കൊണ്ട് പറഞ്ഞു.

“നീ നോക്ക്. നിനക്കിഷ്ടപ്പെട്ടോന്ന് പറ”

വസ്ത്രം നിവർത്തി നോക്കിയിട്ട് ഹാൻസൽ പറഞ്ഞു.

“തീർച്ചയായും. കാണാൻ നല്ല ഭംഗിയുണ്ട്. ഞാനിത് ഉടനെ അച്ഛനേയും സഹോദരന്മാരെയും കാണിക്കണം.” ഹാൻസൽ ധൃതിയിൽ വസ്ത്രവുമെടുത്ത്, തവളയോട് ഞാൻ പോകുന്നു എന്നുമാത്രം പറഞ്ഞിട്ട് നടന്നു. വീട്ടിലെത്തി വസ്ത്രം എല്ലാവരെയും കാണിച്ചു. പക്ഷേ മൂത്തസഹോദരന്മാർ പറഞ്ഞു.

“അച്ഛാ. ഇവൻ കൊണ്ടുവന്ന വസ്ത്രമാണ് നല്ലത്. സംശയമില്ല. പക്ഷേ ഇതിൽ എന്തോ കൃത്രിമം ഉണ്ട്. ഇവനെപ്പോലെ ഒരു മരമണ്ടന് ഇത്രയും നല്ല വസ്ത്രങ്ങൾ തുന്നാനറിയാവുന്ന ഒരു വധുവിനെ കണ്ടെത്താൻ കഴിഞ്ഞു എന്ന് ഞങ്ങൾക്ക് വിശ്വസിക്കാൻ ബുദ്ധിമുട്ടുണ്ട്.”

അച്ഛൻ അല്പം ആലോചിച്ചിട്ട് പറഞ്ഞു.

“നാളെ രാവിലെ എല്ലാവരും അവരവരുടെ പ്രതിശ്രുത വധുക്കളെ ഇവിടെ കൂട്ടിക്കൊണ്ട് വരണം. ആരുടെ വധുവാണോ കൂടുതൽ സുന്ദരി, ആ ആളിനായിരിക്കും വീട് കിട്ടുന്നത്.”

ആ അഭിപ്രായത്തോട് മൂത്ത സഹോദരന്മാർ യോജിച്ചു. ഹാൻസലും വിരോധമൊന്നും പറഞ്ഞില്ല. അടുത്ത ദിവസം രാവിലെതന്നെ മൂന്ന് സഹോദരന്മാരും അവരവരുടെ വധുവിനെ കൂട്ടിക്കൊണ്ടുവരാൻ യാത്ര തിരിച്ചു. ഹാൻസൽ കുളക്കരയിൽ എത്തി. പതിവുപോലെ തവള അവിടെത്തന്നെ ഉണ്ടായിരുന്നു.

“സ്നേഹിതേ. നീ ഇവിടെത്തന്നെ ഉണ്ടല്ലോ നന്നായി. എന്റെ അച്ഛനും സഹോദരന്മാർക്കും നിന്നെ ഇന്നുതന്നെ കാണണമെന്ന് നിർബന്ധം. അതുകൊണ്ട് നിന്നെ എന്റെ വീട്ടിലേക്ക് ക്ഷണിക്കാനും

കൂട്ടിക്കൊണ്ട് പോകാനുമാണ് ഞാൻ വന്നത്. നീ എന്റെ കൂടെ ഉടനെ തന്നെ വരണം" അല്പം നിർത്തിയിട്ട് തവള വീണ്ടും പറഞ്ഞു.

"പക്ഷേ, ഹാൻസൽ, അതിനുമുൻപ് അല്പം ജോലിയുണ്ട്. നീ എന്നോട് സഹകരിക്കണം. സഹകരിച്ചേ മതിയാകൂ."

"ശരി, സഹകരിക്കും. എന്താ വേണ്ടതെന്ന് വേഗം പറ."

നീ ഇവിടെ നിൽക്ക്. ഞാനുടനേ വരാം."

അത്രയും പറഞ്ഞിട്ട് തവള കുളത്തിലേക്ക് ചാടി. അല്പസമയത്തിനുള്ളിൽ തവള ഒരു താക്കോൽ കൂട്ടവുമായി തിരകെ വന്നു. തവള അത് ഹാൻസലിന്റെ നേരെ നീട്ടിക്കൊണ്ട് പറഞ്ഞു.

"ഹാൻസൽ, നീ ഈ താക്കോൽ കൂട്ടം വാങ്ങിക്കൊ. എന്നിട്ട്, ദാ, അങ്ങോട്ട് നോക്ക്. അവിടെ വലിയ കൊട്ടാരം പോലെയുള്ള ഒരു വീട് കാണുന്നില്ലേ? നീ ആ വീട്ടിൽ പോകണം. ദാ നോക്ക്, ഈ താക്കോൽ മുന്നിലുള്ള മുറിയുടേതാണ്. ഇത് അടുത്ത മുറിയുടേത്; ഇത് കുതിരലായത്തിന്റേത്. എന്താ, മനസ്സിലായോ?"

"മനസ്സിലായി. പക്ഷേ ഞാനവിടെ എന്താ ചെയ്യേണ്ടതെന്ന് നീ പറഞ്ഞില്ലല്ലോ?"

"പറയാം. നീ ആ കൊട്ടാരത്തിൽ പോകണം. ആദ്യത്തെമുറിയിൽ വസ്ത്രങ്ങളാണ്. നിനക്ക് ഇഷ്ടപ്പെട്ട വസ്ത്രമെടുത്ത് നീ ധരിക്കണം. രണ്ടാമത്തെ മുറിയിൽ കുതിരവണ്ടികളാണ്. നിനക്ക് ഇഷ്ടപ്പെട്ട ഒരു വണ്ടി തിരഞ്ഞെടുക്കണം. ലായത്തിൽ നിന്ന് ഒരു കുതിരയേയും. ഇതെല്ലാം ചെയ്ത് നീ കുതിരവണ്ടിയിൽ ഇവിടെ വരണം. പിന്നീട് ബാക്കിയുള്ള കാര്യങ്ങൾ."

ഹാൻസൽ തവള പറഞ്ഞതുപോലെ ആ കൊട്ടാരത്തിലേക്ക് പോയി. ആദ്യത്തെ മുറിയിൽ മൂന്നുജോഡി വസ്ത്രങ്ങൾ ഉണ്ടായിരുന്നു. ഒന്ന് നല്ല തിളങ്ങുന്ന ചുവപ്പുനിറത്തിൽ; ഒന്നാന്തരം വിലകൂടിയ പട്ടിൽ തുന്നിയത്. രണ്ടാമത്തേത് ആർഭാടമായ കസവു നൂൽ കൊണ്ട് തുന്നിയത്. മൂന്നാമത്തേത് തനിക്ക് ഇഷ്ടപ്പെട്ട ആർഭാടരഹിതമായ, താരതമ്യേന വിലകുറഞ്ഞ നല്ല വെളുത്ത പരുത്തി നൂലിൽ നെയ്തത്. ഹാൻസൽ മൂന്നാമത്തെ ജോഡി വസ്ത്രമാണ് തിരഞ്ഞെടുത്തത്. പിന്നീട് അടുത്ത മുറിയിൽ പ്രവേശിച്ച ഹാൻസൽ കണ്ടത് മൂന്ന് കുതിരവണ്ടികളാണ്. ആദ്യം നിന്നിരുന്നത് സ്വർണനിർമ്മിതമായതെന്നപോലെ തിളങ്ങുന്ന ഒന്നായിരുന്നു. രണ്ടാമത്തേത് വെള്ളിയിൽ തീർത്തതു പോലെ. മൂന്നാമത്തേത് മരവും സ്ഫടികവും ഉപയോഗിച്ച് നിർമ്മിച്ചത്. തന്റെ ആവശ്യത്തിന് മൂന്നാമത്തേതായിരിക്കും യോജിക്കുക എന്ന്

ഹാൻസൽ കരുതി അത് തിരഞ്ഞെടുത്തു. ലായത്തിൽനിന്ന് ചാരനിറത്തിലുള്ള ഒരു കുതിരയേയും തിരഞ്ഞെടുത്തു. ഹാൻസൽ അങ്ങിനെ ആ കുതിരവണ്ടിയിൽ പുതിയ വസ്ത്രവും ധരിച്ച് കുളക്കരയിൽ മടങ്ങിയെത്തി. പക്ഷേ ആ തവളയെ അത് സാധാരണ ഇരിക്കാറുണ്ടായിരുന്ന പാറപ്പുറത്ത് കണ്ടില്ല. അപ്പോൾ അവിടെ തൊട്ടടുത്തായി നിന്നിരുന്ന അതീവ സുന്ദരിയായ ഒരു ചെറിപ്പക്കാരി ഹാൻസലിനോട് ചോദിച്ചു.

"ഹാൻസൽ, നീ ആരെയാണ് തിരയുന്നത്? നിന്റെ മുൻപിൽ നിൽക്കുന്ന എന്നെ നീ കണ്ടില്ലേ?"

"കണ്ടു. ഞാൻ കണ്ടു. പക്ഷേ ഞാൻ എന്റെ സ്നേഹിതയായ തവളയെ അന്വേഷിക്കുകയായിരുന്നു. അവൾ എന്നും ഇവിടെ ഈ കല്ലിലാണ് ഇരിക്കാറ്. കുറച്ച് മുമ്പും അവൾ ഇവിടെ ഉണ്ടായിരുന്നു."

"ഹാൻസൽ, നീ അന്വേഷിക്കുന്ന തവള ഞാൻ തന്നെയാണ്. സംശയിക്കേണ്ട. നീ ഇവിടെ എന്റെയടുത്ത് വാ."

ഹാൻസൽ അല്പം പരിഭ്രമത്തോടെ ആ സുന്ദരിയുടെ അടുത്തെത്തി. ആ സുന്ദരി അവനോട് പറഞ്ഞു.

"ഹാൻസൽ, ഞാൻ നിന്നോട് വളരെയധികം കടപ്പെട്ടിരിക്കുന്നു. നീ വളരെ ഉചിതമായി ആർഭാടങ്ങൾക്കും ധനമോഹത്തിനും അടിമപ്പെട്ടുപോകാതെ, നിനക്ക് അനുയോജ്യമായ വസ്ത്രവും, കുതിരവണ്ടിയും മറ്റും തിരഞ്ഞെടുത്തിരിക്കുന്നു. അതുകൊണ്ടുതന്നെ ഞാൻ അനുഭവിച്ചുകൊണ്ടിരുന്ന ഒരു ശാപത്തിൽ നിന്നും മോചിതയായിരിക്കുന്നു. നീ മറിച്ചാണ് പ്രവർത്തിച്ചതെങ്കിൽ എനിക്ക് ഒരു കാലത്തും ശാപമോചനം കിട്ടുമായിരുന്നില്ല."

അതെല്ലാം കേട്ട് അന്ധാളിച്ച് നിന്ന ഹാൻസലിനോട് ആ സുന്ദരി തുടർന്ന് പറഞ്ഞു.

"ഹാൻസൽ, ആ കാണുന്ന കൊട്ടാരം ഇന്നുമുതൽ നിനക്ക് സ്വന്തമാണ്. കുടാതെ ഒരു വനമെന്ന് നിനക്ക് തോന്നിയ ഈ പ്രദേശം നീ ഒന്നുകൂടി നോക്കൂ; നീ നിന്റെ ചുറ്റിനും നോക്കൂ. ഇത് ഒരൊന്നാന്തരം പൂന്തോട്ടമാണ്. നിനക്ക് ഒരു ഭ്രമകാരണം മറിച്ച് തോന്നിയെന്നുമാത്രം. ഞാൻ കൂടെക്കൂടെ ചാടി മറയാറുണ്ടായിരുന്ന കുളം നോക്കൂ. അത് വിവിധതരം റോസ് ചെടികൾ പൂത്തുനിൽക്കുന്ന ഒരു ഉദ്യാനമാണ്. ഇതെല്ലാം ഇന്നുമുതൽ നിനക്ക് സ്വന്തമാണ്. ഇവയെല്ലാം എന്റെ സമ്മാനമായി നിനക്ക് നൽകുകയാണ്. പക്ഷേ നീ ആഗ്രഹിച്ചതുപോലെ എനിക്ക് നിന്നെ വിവാഹം കഴിക്കാൻ കഴിയുകയില്ല. അതുകൊണ്ട് ഞാൻ നിന്നോട് വിട പറയുകയാണ്."

ഒരു നിമിഷം. എന്താ നീ പറഞ്ഞത്? അങ്ങനെ ഉടനെ പോയാൽ ശരിയാകുകയില്ല. ഞാൻ എന്റെ അച്ഛനോടും സഹോദരന്മാരോടും നിന്നെ കൂട്ടിക്കൊണ്ട് ചെല്ലാമെന്ന് പറഞ്ഞിട്ടുണ്ട്. നീ എന്റെ കൂടെ ഉടനെ വരണം" ഹാൻസൽ തിടുക്കത്തിൽ പറഞ്ഞു.

"ശരി. അങ്ങിനെയാകട്ടെ" ആ സുന്ദരി പറഞ്ഞു. അവർ രണ്ടുപേരും കുതിരവണ്ടിയിൽ ഹാൻസലിന്റെ വീട്ടിൽ എത്തി. അവരെ കണ്ട ഹാൻസലിന്റെ അച്ഛനും സഹോദരന്മാരും അതിശയിച്ചുപോയി. ഹാൻസൽ പുതിയ വസ്ത്രങ്ങളണിഞ്ഞ് തികഞ്ഞ ഗാംഭീര്യത്തോടെ കുതിരവണ്ടിയിൽ വന്നിറങ്ങിയതും അവർ തീരെ പ്രതീക്ഷിച്ചിരുന്നില്ല. മാത്രമല്ല. ഹാൻസലിന്റെ കൂടെയുണ്ടായിരുന്ന ചെറുപ്പക്കാരി തികച്ചും സുന്ദരിയായിരുന്നു എന്ന് സമ്മതിക്കാതിരിക്കാനും കഴിഞ്ഞില്ല. അവളാണ് മൂന്ന് വധുക്കളിലും വെച്ച് ഏറ്റവും കൂടുതൽ സുന്ദരിയെന്ന് അവർ സമ്മതിച്ചു. അപ്പോൾ ഹാൻസൽ അവരോടും അച്ഛനോടുമായി പറഞ്ഞു.

"അച്ഛാ. അച്ഛന്റെ ഈ വീടും മറ്റെല്ലാ സ്വത്തുക്കളും ജ്യേഷ്ഠന്മാർക്ക് മാത്രമായി കൊടുത്തേക്കൂ. എനിക്ക് എന്റെ ഈ സ്നേഹിത ഒരു വലിയ വീടും മറ്റ് പല സൗഭാഗ്യങ്ങളും സമ്മാനമായി നൽകിയിട്ടുണ്ട്. എനിക്ക് അച്ഛന്റെ സ്നേഹവും അനുഗ്രഹവും മാത്രം മതി." അത്രയും പറഞ്ഞിട്ട് ഹാൻസലും ആ സുന്ദരിയും അവരോടെല്ലാം യാത്ര ചോദിച്ച് അവരുടെ പതിവ് സംഗമസ്ഥലത്തേക്ക് മടങ്ങി. അവിടെ എത്തിയതും ഹാൻസലിന്റെ കൂട്ടുകാരി പറഞ്ഞു.

"ഹാൻസൽ, ഇനി എനിക്ക് പോകാൻ നേരമായി. നീ മറ്റൊരു പെൺകുട്ടിയെ വിവാഹം കഴിക്കണം. നിനക്ക് എല്ലാ മംഗളങ്ങളും നേരുന്നു."

അത്രയും പറഞ്ഞ് ആ സുന്ദരി ഒരു വെള്ളപ്രാവിന്റെ രൂപം ധരിച്ച് ആകാശത്തിൽ വിദൂരതയിലേക്ക് പറന്നുപറന്ന് മറഞ്ഞുപോകുന്നതും നോക്കി ഹാൻസൽ വളരെ നേരം അവിടെത്തന്നെ നിന്നു.

കുറേ നാളുകൾക്കുശേഷം ഹാൻസൽ തന്റെ തോട്ടത്തിൽ ജോലി ചെയ്തിരുന്ന ഒരു സുന്ദരിയായ ചെറുപ്പക്കാരിയെ വിവാഹം കഴിച്ചുവെന്നും വളരെക്കാലം സന്തോഷത്തോടെ ജീവിച്ചു എന്നുമാണ് ഈ കഥയിൽ പറയുന്നത്.

ബെർച്ച് മരത്തിലെ ക്ലിങ്ങ് ക്ലാങ്ങ് ഇല

പണ്ട് പണ്ട് ജർമ്മനിയിൽ ജീവിച്ചിരുന്ന ഒരു രാജാവിന് മൂന്ന് പുത്രിമാർ ഉണ്ടായിരുന്നു. അദ്ദേഹത്തിന് എല്ലാ പുത്രിമാരെയും ഇഷ്ടമായിരുന്നു. എങ്കിലും ഇളയവളോട് ഒരു പ്രത്യേക ഇഷ്ടക്കൂടുതൽ ഉണ്ടായിരുന്നു എന്നതും സത്യമാണ്. അവൾ അദ്ദേഹത്തിന്റെ അഭിമാനമായിരുന്നു.

അന്നൊരു ദിവസം അദ്ദേഹം അടുത്തുള്ള പ്രധാന നഗരത്തിലേക്ക് കുറേ സാധനങ്ങൾ വാങ്ങാനായി പുറപ്പെട്ടു. പോകുന്നതിന് മുൻപ് അദ്ദേഹം മൂന്ന് പുത്രിമാരെയും വിളിച്ച് അവർക്ക് ഏതെങ്കിലും പ്രത്യേക സാമഗ്രികൾ വാങ്ങിക്കൊണ്ട് വരണമോ എന്ന് അന്വേഷിച്ചു.

മൂത്തമകൾ അച്ഛനോട് പറഞ്ഞു. “എനിക്ക് സ്വർണത്തിൽ ചെയ്ത ഒരു നൂൽനൂൽപ് യന്ത്രം വാങ്ങണം, അച്ഛാ.” രണ്ടാമത്തെ പുത്രിയുടെ ആവശ്യം മറ്റൊന്നായിരുന്നു “സ്വർണ നൂലുകൾ കൊണ്ട് നെയ്ത ഒരു ദുപ്പട്ട.” അദ്ദേഹം അവ തീർച്ചായും വാങ്ങിക്കൊണ്ടുവരാം എന്ന് സമ്മതിച്ചു.

പക്ഷേ, അദ്ദേഹത്തിന്റെ ഇളയമകൾ മറുപടി ഒന്നും പറഞ്ഞില്ല. അദ്ദേഹം അവളോട് വീണ്ടും ചോദിച്ചു.

“നിനക്കൊന്നും വേണ്ടേ മോളോ?”

“എനിക്ക് അച്ഛൻ സന്തോഷത്തോടെ തിരികെവന്നാൽ മാത്രം മതിയച്ഛാ.” അവൾ പറഞ്ഞു.

“അച്ഛന്റെ ഒരു സന്തോഷത്തിനുവേണ്ടി എന്തെങ്കിലുമൊന്ന് പറമോളേ.” അദ്ദേഹം വീണ്ടും നിർബന്ധിച്ചു.

“എങ്കിൽ അച്ഛൻ എനിക്ക് ചിലതരം ബെർച്ച് മരങ്ങളിൽക്കാണുന്ന ഒരു ‘ക്ലിങ്ങ് ക്ലാങ്ങ്’ ഇല വാങ്ങിക്കൊണ്ടുവരൂ. അത് മതി.”

“അങ്ങനെയാകട്ടെ മകളേ.” അദ്ദേഹം യാത്ര തിരിച്ചു.

പട്ടണത്തിൽ തന്റെ തിരക്കിട്ട ജോലികളെല്ലാം തീർത്തതിന് ശേഷം മക്കൾക്ക് വേണ്ട പാരിതോഷികങ്ങൾ വാങ്ങാൻ ശ്രദ്ധപതിപ്പിച്ചു. ആദ്യത്തെ രണ്ടുമക്കൾക്കും വേണ്ട സാധനങ്ങൾ വിഷമം കൂടാതെ വാങ്ങാൻ കഴിഞ്ഞു. പക്ഷേ ഇളയവൾ ആവശ്യപ്പെട്ട ക്ലിങ്ങ് ക്ലാങ്ങ് ഇലമാത്രം ഒരു കടയിലും കിട്ടിയില്ല.

അത് എവിടെ കിട്ടുമെന്ന് പറയാൻ ആർക്കും കഴിഞ്ഞതുമില്ല. അത് അദ്ദേഹത്തിന് വളരെ സങ്കടം നൽകി. തന്റെ ഓമനമകളുടെ ആഗ്രഹം നിറവേറ്റാൻ കഴിയുന്നില്ലല്ലോ എന്ന ദുഃഖവുമായി അദ്ദേഹം മടക്കയാത്ര ആരംഭിച്ചു. വഴയിൽ ഒരു വനപ്രദേശത്തുകൂടി യാത്രചെയ്യുമ്പോൾ അദ്ദേഹം ഒരു ബെർച്ച് മരത്തിന്റെ അടുത്ത് അല്പം വിശ്രമിക്കാനായി ഇരുന്നു. അദ്ദേഹം ഇരുന്നതിന് അല്പം ദൂരെയായി ഒരു പൂഡിൽനായ് കിടപ്പുണ്ടായിരുന്നു. പൂഡിൽ രാജാവിനോട് ചോദിച്ചു.

“എന്താ. അങ്ങേയ്ക്ക് എന്തു സംഭവിച്ചു? കണ്ടിട്ട് വളരെ ക്ഷീണിതനും ദുഃഖിതനും ആണെന്ന് തോന്നുന്നല്ലോ.?”

“അതെ ശരിയാണ്. ഞാൻ എന്റെ ഇളയമകൾ ആവശ്യപ്പെട്ട ഒരു സമ്മാനം വാങ്ങാൻ ചന്തയിലെല്ലാം തിരഞ്ഞു. പക്ഷേ കിട്ടിയില്ല.”

“ഓ. അങ്ങിനെയൊ. എന്താണ് അങ്ങ് തേടിയ വസ്തു?”

“പ്രത്യേകിച്ചൊന്നുമല്ല. അവൾക്ക് വേണ്ടത് ഒരു ക്ലിങ്ങ്-ക്ലാങ്ങ് ഇലയാണ്.”

“ദാ നോക്കൂ. ഈ നിൽക്കുന്ന ബെർച്ച് മരത്തിൽ അപൂർവ്വമായി ക്ലിങ്ങ്-ക്ലാങ്ങ് ഇലകൾ ഉണ്ടാകാറുണ്ട്. ഇപ്പോഴും ഇതിൽ ഒന്നുരണ്ട് അത്തരം ഇലകൾ ഉണ്ട്”

“എങ്കിൽ ഞാനതിൽനിന്നും ഒന്ന് പറിച്ചെടുക്കട്ടെ. ആരുടേതാണ് ഈ മരം.”

“ഈ മരം എന്റേതാണ്. എന്റെ അനുവാദമില്ലാതെ ആർക്കും ഇതിൽനിന്ന് ഇലകൾ പറിക്കാൻ കഴിയുകയില്ല. മാത്രമല്ല. ഞാൻ ഇതിന്റെ ഇലകൾ ചില പ്രത്യേക നിബന്ധനകളോടുകൂടി മാത്രമേ കൊടുക്കുകയുള്ളൂ.”

“ദയവായി പറഞ്ഞാലും, ഞാൻ എന്ത് വിലയും കൊടുക്കാൻ തയ്യാറാണ്. ഏത് നിബന്ധനയും അംഗീകരിക്കാം.”

"ധൃതിപ്പെടേണ്ട. അങ്ങ് എന്റെ നിബന്ധന കേട്ടതിനുശേഷം നല്ലതു പോലെ ആലോചിച്ച് ഉത്തരം പറഞ്ഞാൽ മതി."

"എങ്കിൽ താങ്കളുടെ നിബന്ധനകൾ കേൾക്കട്ടെ."

"ഞാൻ തരുന്ന ക്ലിങ്ങ് ക്ലാങ്ങ് ഇലയുമായി അങ്ങ് വീട്ടിലെത്തുമ്പോൾ ആരാണോ അങ്ങയെ ആദ്യം സ്വീകരിക്കുന്നത് ആ ആളിനെ കൃത്യം ഒരു വർഷത്തിന് ശേഷം എനിക്ക് പാരിതോഷികമായി നൽകണം. ഇതിൽ യാതൊരു മാറ്റവും ഉണ്ടാകാൻ പാടില്ല."

രാജാവ് കുറേ നേരം ആലോചിച്ചു.

'ആരാണ് തന്നെ സാധാരണയായി ആദ്യം സ്വീകരിക്കുക? സാധാരണ വീടിന്റെ മുമ്പിൽതന്നെ കാണാറുള്ള വളർത്തുനായ ആണ്. ഈ പ്രാവശ്യവും അങ്ങനെതന്നെ ആയിരിക്കും?. അദ്ദേഹം ആലോചിച്ചതിന് ശേഷം പറഞ്ഞു.

"ഞാൻ വാക്കുതരുന്നു. താങ്കളുടെ ആവശ്യം ഞാൻ തീർച്ചയായും നിറവേറ്റാം. ഇനി എനിക്ക് ക്ലിങ്ങ് ക്ലാങ്ങ് ഇല തന്നാലും"

പൂഡിൽ വളരെ സന്തോഷത്തോടെ മരത്തിൽ ചാടിക്കയറി ഒരു പ്രത്യേക ആകൃതിയിലുള്ള ഇല പറിച്ചെടുത്തു. പിന്നീട് അത് രാജാവിന് നീട്ടിക്കൊണ്ട് പറഞ്ഞു.

"ഇത് വാങ്ങിക്കൊള്ളൂ. നിങ്ങളുടെ ഇളയ മകൾക്ക് സന്തോഷമാകും. സംശയിക്കേണ്ട. പക്ഷേ എനിക്ക് തന്ന വാഗ്ദാനം കൃത്യം ഒരു വർഷം കഴിയുമ്പോൾ പാലിച്ചിരിക്കണം. വീട്ടുവീഴ്ചകൾക്കൊന്നും ഞാൻ തയ്യാറാവില്ല."

"ശരി. ഞാൻ പാലിച്ചിരിക്കും. എന്നാൽ പോകട്ടെ."

രാജാവ് തന്റെ കുതിരപ്പുറത്ത് വേഗംതന്നെ യാത്രതിരിച്ചു. 'ഹാവൂ, ഏതായാലും ഇളയമകൾ ആഗ്രഹിച്ച പാരിതോഷികം കിട്ടിയല്ലോ.' അദ്ദേഹം സന്തോഷത്തോടെ ചിന്തിച്ചു.

അദ്ദേഹം വീട്ടിലെത്തിയപ്പോൾ സംഭവിച്ചത് താൻ വിചാരിച്ചിരുന്നതുപോലെ ആയിരുന്നില്ല. സാധാരണ അദ്ദേഹത്തെ വരവേൽക്കാറുണ്ടായിരുന്ന വളർത്തുനായ വീടിന്റെ പുറകിൽ എവിടെയോ ആയിരുന്നു. അച്ഛൻ തിരിച്ചെത്തിയ സന്തോഷത്തിൽ മുന്നിൽ ചാടി വീണ് അദ്ദേഹത്തെ സ്വീകരിച്ചത് മറ്റാരുമായിരുന്നില്ല, ഇളയമകൾ തന്നെയായിരുന്നു.

അത് അദ്ദേഹം തീരെ പ്രതീക്ഷിച്ചിരുന്നില്ല. തന്നിമിത്തം അദ്ദേഹത്തിന് സന്തോഷത്തിന് പകരം സങ്കടവും കോപവുമാണ് ഉണ്ടായത്. പതിവിന് വിരുദ്ധമായി അദ്ദേഹം തന്റെ ഓമനമകളെ ഒരു കൈകൊണ്ട് തള്ളിമാറ്റിക്കൊണ്ട് ദേഷ്യത്തോടെ പറഞ്ഞു.

“എന്നെ ശല്യപ്പെടുത്താതെ പോ ഇവിടുന്ന്”

അവൾ കരഞ്ഞുകൊണ്ട് വീട്ടിനുള്ളിലേക്ക് ഓടിപ്പോയി. അമ്മയുടെ അടുത്തുചെന്ന് കരയാൻ തുടങ്ങി. വിവരങ്ങൾ ചോദിച്ചറിഞ്ഞ അമ്മയ്ക്കും അദ്ദേഹം എന്തുകൊണ്ട് അങ്ങിനെ പെരുമാറി എന്ന് മനസ്സിലായില്ല. അതിനിടയിൽ അദ്ദേഹം ആ മുറിക്കുള്ളിലേക്ക് വന്നു.

അദ്ദേഹം തന്റെ മൂന്നുമക്കൾക്കും അവരവർക്ക് ഇഷ്ടപ്പെട്ട സമ്മാനങ്ങൾ നൽകി. എങ്കിലും അദ്ദേഹം അസ്വസ്ഥനും ദുഃഖിതനും ആയിരുന്നു. രാജ്ഞി അദ്ദേഹത്തോട് ദുഃഖ കാരണം ചോദിച്ചറിയാൻ ശ്രമിച്ചുവെങ്കിലും അദ്ദേഹം ഒന്നും വ്യക്തമായി പറഞ്ഞില്ല.

അങ്ങനെ ഒരു വർഷം കഴിയാറായി. അദ്ദേഹം കൂടുതൽ കൂടുതൽ ക്ഷീണിതനും ദുഃഖിതനുമായി മാറിക്കൊണ്ടിരുന്നു. അങ്ങനെയിരിക്കുമ്പോൾ ഒരു ദിവസം രാജാവ് ഭാര്യയോട് വിവരങ്ങളെല്ലാം പറഞ്ഞു. കാര്യങ്ങൾ കേട്ട രാജ്ഞിയും ആദ്യം അല്പം പരിഭ്രമിച്ചെങ്കിലും കുറച്ച് ആലോചിച്ചതിനു ശേഷം പറഞ്ഞു.

“ഇത്രയേ ഉള്ളോ കാര്യം? ഇത് നമുക്ക് നിഷ്പ്രയാസം കൈകാര്യം ചെയ്യാം. അങ്ങ് ധൈര്യമായി ഇരുന്നാട്ടെ.”

“എങ്ങനെ കൈകാര്യം ചെയ്യും?”

“ആ മണ്ടൻ പൂഡിലിന് നമ്മുടെ മകൾ ഏതാണെന്ന് അറിയത്തില്ലല്ലോ. അതുകൊണ്ട് അത് ഇവിടെ വരുമ്പോൾ നമ്മുടെ കീരിയുടെ മകളെ നല്ലവേഷങ്ങളെല്ലാം അണിയിച്ച് നമ്മുടെ മകൾക്കുപകരം നൽകാം. ഞാനെല്ലാം നോക്കിക്കൊള്ളാം.”

അങ്ങനെ ആ ദിവസം വന്നുചേർന്നു; കൃത്യം ഒരു വർഷം തികഞ്ഞ ദിവസം. രാജ്ഞി കീരിമകളോട് എല്ലാകാര്യങ്ങളും പറഞ്ഞ് മനസ്സിലാക്കി; പൂഡിലിന്റെ ചോദ്യങ്ങൾക്ക് എങ്ങിനെ മറുപടി പറയണമെന്നും മറ്റും; അതുപോലെ അവളെ നല്ല വസ്ത്രങ്ങളും ആഭരണങ്ങളുമെല്ലാം അണിയിച്ച് ഒരു രാജകുമാരിയെപ്പോലെ ഒരുക്കി നിർത്തി. രാജ്ഞി സ്വഗതമെന്നോണം പറഞ്ഞു.

‘നമ്മുടെ സമാധാനത്തിന് എല്ലാം ചെയ്തു. എന്നാലും എനിക്ക് തീർച്ചയാ, ആ മണ്ടൻ പൂഡിൽ ഇന്ന് വരത്തില്ലെന്ന്. കൃത്യം ഒരു വർഷം കഴിയുമ്പോൾ അവൻ വരും പോലും! അതിന് അവന് ഒരു വർഷത്തിൽ എത്ര ദിവസങ്ങൾ ഉണ്ടെന്ന് അറിയാമോ? അറിയാമെങ്കിൽ തന്നെ അവന് എണ്ണാനറിയാമോ? നമുക്കുതന്നെ അത്രയും കൃത്യമായി എണ്ണാൻ വിഷമമാണ്. പിന്നെയല്ലേ ആ മണ്ടൻ നായക്ക്?’

പക്ഷേ അല്പസമയം കഴിഞ്ഞപ്പോൾ അവരുടെ വാതിൽക്കൽ ആരോ മാന്തുന്നതുപോലെ ഒരു ശബ്ദം കേട്ട് രാജാവ് കതക് തുറന്നു നോക്കിയപ്പോൾ ആ പൂഡിൽ ശരിക്കും മുന്നിൽ!

രാജാവും രാജ്ഞിയും മാന്യമായിത്തന്നെ പൂഡിലിനെ സ്വീകരിച്ചു. അണിഞ്ഞൊരുങ്ങി നിന്നിരുന്ന കീരിമകളെ അവർ പൂഡിലിന്റെ മുൻപിൽ കൊണ്ടുവന്നു. അവൻ തന്റെ വാല് ആട്ടുകയും അവളുടെ നേരെ മുൻകാലുകളുയർത്തി അഭിവാദ്യം ചെയ്യുകയും ചെയ്തു. പിന്നീട് അവൻ തറയിൽ തന്റെ വാല് നീട്ടിയിട്ട് കിടന്നുകൊണ്ട് പറഞ്ഞു.

"ഹേ. സുന്ദരിപ്പെണ്ണേ, നീ എന്റെ വാലിൽ ഇരിക്ക്. ഞാൻ നിന്നെയും കൊണ്ട് ദൂരെ ദൂരെ എന്റെ വീട്ടിലേക്ക് പോകും. എന്താ നിനക്ക് സമ്മതമല്ലേ?"

കീരിപ്പെണ്ണ് പൂഡിൽ നിർദ്ദേശിച്ചതുപോലെ അതിന്റെ വാലിൽ ഇരുന്നു. പൂഡിൽ ഉയർന്ന് കതകിൽക്കൂടി പുറത്തേക്കും പിന്നീട് തുറസ്സായ കുറ്റിക്കാടുകൾ നിറഞ്ഞ ഏതോ ഒരു പ്രദേശത്തിന് മുകളിൽക്കൂടിയും ദൂരെ, വളരെദൂരെ എവിടേക്കോ പോയി. അവസാനം ഒരു ബെർച്ച് മരത്തിന്റെ നിഴലിൽ എത്തി. പൂഡിൽ പറഞ്ഞു.

"നല്ല വെയില്. നമുക്ക് കുറച്ചു നേരം ഈ മരത്തിന്റെ തണലിൽ വിശ്രമിക്കാം."

ആ പ്രദേശത്ത് ധാരാളം കീരിപ്പൂക്കൾ(ഡെയിസി ചെടികളുടെ സൂര്യകാന്തിപ്പൂക്കൾ പോലെയുള്ള പൂക്കൾ-ജർമ്മൻ ഭാഷയിൽ Goode Flower എന്നും പറയും) ഉണ്ടായിരുന്നു. ആ പൂക്കൾ കണ്ട് കീരിപ്പെണ്ണ് സന്തോഷത്തോടെ പറഞ്ഞു.

"ഹായ്. എന്തുനല്ല പൂക്കൾ. എന്റെ അച്ഛൻ ഇത് കണ്ടിരുന്നെങ്കിൽ എത്ര സന്തോഷിക്കുമായിരുന്നു. അദ്ദേഹത്തിന് ഈ കീരിപ്പൂക്കൾ വലിയ ഇഷ്ടമാ."

അതുകേട്ട പൂഡിൽ എഴുന്നേറ്റ് നിന്നുകൊണ്ട് ചോദിച്ചു.

"എന്താണ് നീ പറഞ്ഞത്? ഒരിക്കൽ കൂടി പറ. നീ വാസ്തവത്തിൽ ആരാണ്?"

അവൾ രാജ്ഞി പറഞ്ഞ് പഠിപ്പിച്ചിരുന്നതുപോലെ പറയണമെന്ന് ആഗ്രഹിച്ചുവെങ്കിലും കള്ളം പറയാൻ കഴിഞ്ഞില്ല. ആ ബർച്ച് മരത്തിന് അങ്ങനെ ഒരു പ്രത്യേക ശക്തി ഉണ്ടായിരുന്നു. അതിന്റെ തണലിൽ നിന്നുകൊണ്ട് ആർക്കും കള്ളം പറയാൻ സാധിക്കുമായിരുന്നില്ല.

"ഞാൻ...... ഞാൻ..... ഞാനൊരു കീരിപ്പെണ്ണാണ്."

"അതേ. നീയല്ല എനിക്ക് വേണ്ട പെണ്ണ്. നിന്നെക്കൊണ്ട് എനിക്ക് ഒരു പ്രയോജനവും ഇല്ല. ഇതാ നീ എന്റെ വാലിന്മേൽ ഉടനേ ഇരിക്ക്."

പൂഡിൽ വാലുനീട്ടി നിലത്ത് കിടന്നു. കീരിപ്പെണ്ണ് വാലിൽ ഇരുന്ന ഉടനേ പൂഡിൽ വന്നതുപോലെ തിരികെ യാത്രയായി. നിമിഷങ്ങൾക്കു ള്ളിൽ അവർ ആ രാജാവിന്റെ കൊട്ടാരവാതുക്കൽ എത്തി.

പൂഡിൽ തിരികെ വരുന്നത് ദൂരെനിന്നു തന്നെ കണ്ട രാജ്ഞി കാര്യ ങ്ങൾ ഊഹിച്ചു. അവർ ധൃതിയിൽ ചൂലുകെട്ടുകാരന്റെ മകളെ കാര്യങ്ങൾ പറഞ്ഞ് മനസ്സിലാക്കുകയും അണിഞ്ഞൊരുക്കി നിർത്തുകയും ചെയ്തു.

"ക്ഷമിക്കണം. ദാ നോക്കു. ഇവളാണ് സത്യമായും നിങ്ങൾക്ക് അവകാശപ്പെട്ട പെണ്ണ്."

പിന്നെയെല്ലാം മുമ്പിലത്തെപ്പോലെ തന്നെ നടന്നു. ബെർച്ച് മരത്തി ന്റെ നിഴലിൽ വിശ്രമിച്ചുകൊണ്ടിരുന്നപ്പോൾ ആ പെൺകുട്ടിയും ചുറ്റിനും സമൃദ്ധിയായി വളർന്ന് നിന്നിരുന്ന പന്നൽച്ചെടികൾ കണ്ടിട്ട് പറഞ്ഞു.

"എന്റെ അച്ഛന് ഈ സ്ഥലത്ത് വരാൻ കഴിഞ്ഞിരുന്നെങ്കിൽ എത്ര സന്തോഷമാകുമായിരുന്നിരിക്കും. ഈ പന്നൽച്ചെടികളുടെ ഇലകൾ കൊണ്ട് അദ്ദേഹം ഒന്നാന്തരം ചൂലുകൾ ഉണ്ടാക്കുമായിരുന്നു."

അതുകേട്ട പൂഡിൽ ചാടിയെഴുന്നേറ്റു.

"ങ്ഹ. പറ. സത്യം പറയ്. നീ ആരാണ്?"

എല്ലാം പഴയതുപോലെ തന്നെ നടന്നു. രാജ്ഞി പറഞ്ഞുപഠിപ്പി ച്ചതുപോലെ പറയാൻ ശ്രമിച്ചുവെങ്കിലും അവൾക്കും കള്ളം പറയാൻ കഴിഞ്ഞില്ല.

"ഞാൻ...... ഞാൻ ചൂലുകെട്ടുകാരന്റെ മകളാണ്."

"ശരി. നിന്നെക്കൊണ്ട് എനിക്ക് ഒരു പ്രയോജനവും ഇല്ല. എന്റെ വാലിൽ കയറിയിരിക്ക്."

അല്പ സമയത്തിനുള്ളിൽ പൂഡിൽ വീണ്ടും രാജാവിന്റെ കൊട്ടാര വാതിൽക്കൽ എത്തി. പൂഡിലിന്റെ ആ തിരിച്ചുവരവ് ദൂരെനിന്നുതന്നെ കണ്ട രാജാവും രാജ്ഞിയും തികച്ചും ആകുലരായി. അവരും കൊട്ടാര ത്തിലുള്ള മറ്റ് സിൽബന്ധികളും വളരെയധികം ദുഃഖിതരായി. പക്ഷേ എന്തുചെയ്യാം പറഞ്ഞ വാക്ക് പാലിച്ചല്ലേ മതിയാകൂ. പൂഡിൽ നേരെ വീട്ടിനുള്ളിലേക്ക് കയറിച്ചെന്ന് ഉറക്കെ പറഞ്ഞു.

"നിങ്ങൾ വീണ്ടും എന്നെ കബളിപ്പിച്ചിരിക്കുന്നു. ഇനിയും എന്നെ കബളിപ്പിക്കാൻ ശ്രമിച്ചാൽ നിങ്ങൾ വളരെയധികം ദുഃഖിക്കേണ്ടിവരും."

രാജാവും രാജ്ഞിയും മറ്റ് പോംവഴിൾ ഒന്നും ഇല്ലാതിരുന്നതുകൊണ്ട് വളരെ സങ്കടത്തോടെ അവരുടെ ഇളയ പുത്രിയെ പൂഡിനുമുമ്പിൽ ഹാജരാക്കി. ശുദ്ധ വെള്ള വസ്ത്രങ്ങൾ അണിഞ്ഞു തന്റെ മുമ്പിൽ വന്നു നിന്ന ആ പെൺകുട്ടിയെ കണ്ടപ്പോൾ കറുത്ത കാർമേഘങ്ങൾക്ക് പിറകിൽ നിന്ന് മുൻപിലേക്ക വന്ന പൂർണ്ണചന്ദ്രനെയാണ് എല്ലാവർക്കും ഓർക്കാൻ തോന്നിയത്. ആ സുന്ദരിക്കുട്ടിയെ കണ്ട പൂഡിലിന്റെ ദേഷ്യം തണുത്തു.

"ശരി. അപ്പോൾ ഇതാണ് എനിക്ക് ന്യായമായി അവകാശപ്പെട്ട സമ്മാനം. അല്ലേ?"

പൂഡിൽ ആ സുന്ദരിക്കുട്ടിയോട് പ്രത്യേകം പറഞ്ഞു.

"വരൂ. ഇവിടെ എന്റെ വാലിൽ ഇരുന്നുകൊള്ളുക. ഞാൻ നിനക്ക് യാതൊരുവിധ ബുദ്ധിമുട്ടും തോന്നാത്തവിധം ഭദ്രമായി കൊണ്ടുപോകാം. ഒട്ടും ഭയപ്പെടേണ്ട. നിനക്ക് എല്ലാ സൗകര്യങ്ങളും ഞാൻ ചെയ്തുതരാം."

രാജകുമാരി പൂഡിലിന്റെ വാലിൽ ഇരുന്നു. പൂഡിൽ പഴയതു പോലെ യാത്ര തിരിച്ചുവെങ്കിലും ബെർച്ച് മരത്തിന്റെ അടിയിലൊ മറ്റെവിടെയെങ്കിലുമോ വിശ്രമിക്കാൻ കൂട്ടാക്കിയില്ല. നേരെ പോയത് വൃക്ഷനിബിഢമായ ഒരു വനത്തിന് നടുവിൽ ഉണ്ടായിരുന്ന ഒരു ചെറിയ വീട്ടിലേക്കാണ്. ആ വീട്ടിൽ ചെന്നതും, യാത്രയ്ക്കിടയിൽ ഉറങ്ങിപ്പോയ രാജകുമാരിയെ അവിടെ ഉണ്ടായിരുന്ന ഒരു കിടക്കയിൽ ഭദ്രമായി കിടത്തി. പൂഡിൽ കതകടച്ചിട്ട് അടുത്തു തന്നെ ഉണ്ടായിരുന്ന സ്വന്തം പട്ടിക്കൂട്ടിൽ കിടന്നു. ആ വീടിനും രാജകുമാരിക്കും ഒരു കാവൽ നായ എന്ന മട്ടിലായിരുന്നു അവന്റെ കിടപ്പ്.

അടുത്ത ദിവസം രാവിലെ എഴുന്നേറ്റപ്പോൾ താൻ തനിച്ചാണെന്നും അവിടെ മറ്റാരും ഇല്ലെന്നും രാജകുമാരിക്ക് മനസ്സിലായി. അവൾ വളരെയധികം സങ്കടപ്പെട്ടു. കരഞ്ഞു. അവിടെനിന്നും രക്ഷപെടാൻ ശ്രമിച്ചപ്പോൾ അവൾക്ക് ഒരു കാര്യം മനസ്സിലായി. ആ വീട് ഏതോ മാന്ത്രിക ശക്തിയുടെ കീഴിലാണെന്നും മുറിക്കകത്തേക്ക് വരാമെന്നല്ലാതെ അതിൽനിന്ന് ആർക്കും വെളിയിൽ പോകാൻ കഴിയുകയില്ലെന്നുമുള്ള തിരിച്ചറിവ് അവളെ നിരാശയാക്കി. അവൾ ഉച്ചത്തിൽ നിലവിളിച്ചുകൊണ്ട് പറഞ്ഞു.

"ആരെങ്കിലും എന്നെ ഇവിടെനിന്നും ഒന്നു രക്ഷിക്കണേ. ആരായിരുന്നാലും വേണ്ടില്ല, എന്നെ രക്ഷിക്കുന്ന ആളിന് ഞാനെല്ലാ സൗകര്യങ്ങളും ചെയ്തുകൊടുക്കും. എന്നെ രക്ഷിക്കുന്ന ആളിനെ ഞാൻ സ്നേഹത്തോടെ പരിചരിക്കും. ഇനി ഒരു വൃത്തികെട്ട ഭിക്ഷക്കാരിയാണെങ്കിൽ പോലും ഞാനവരെ സ്നേഹിക്കും; കെട്ടിപ്പിടിച്ച് ഉമ്മവെയ്ക്കും. തീർച്ച"

അവളങ്ങനെ പറഞ്ഞുനിർത്തിയ ഉടനെ തികച്ചും അതിശയമെന്ന് പറയട്ടെ ഒരു പ്രതിശബ്ദം കേട്ടു.

"നീ പറഞ്ഞത് സത്യമാണോ?" അതിശയത്തോടെ അവൾ വീണ്ടും പറഞ്ഞു.

"അതെ. ഞാൻ പറഞ്ഞത് സത്യം" പെട്ടെന്ന് അവളുടെ മുമ്പിൽ തികച്ചും വിരൂപിയായ ചുക്കിച്ചുളുങ്ങിയ വൃത്തികെട്ട കീറിയ വസ്ത്രങ്ങൾ ധരിച്ച ഒരു കിളവി പ്രത്യക്ഷപ്പെട്ടു.

"നീ ഒരു ഭിക്ഷക്കാരിയെയല്ലേ മനസ്സിൽ വിചാരിച്ചത്. ഇതാ ഞാൻ ഇവിടെ എത്തിയിരിക്കുന്നു. ഞാൻ നിന്നെ രക്ഷിക്കാം. പക്ഷേ ഞാൻ പറയുന്നതെല്ലാം ശ്രദ്ധിച്ചുകേട്ട് എല്ലാം അതുപോലെ കൃത്യമായി ചെയ്യണം. അതുപോലെ നീ രക്ഷപ്പെട്ടുകഴിഞ്ഞാൽ പറഞ്ഞതുപോലെ പ്രവർത്തിക്കുകയും വേണം. എന്താ സമ്മതമാണോ?"

"ശരി. ഞാൻ നിങ്ങൾക്ക് വാക്ക് തരുന്നു. എല്ലാം നിങ്ങൾ പറഞ്ഞതുപോലെ ചെയ്യാം. എന്നെ എങ്ങനെയെങ്കിലും രക്ഷിക്കൂ."

"ഞാൻ പറയുന്നത് ശ്രദ്ധിച്ച് കേൾക്കുക. ഈ വീടും പരിസരവും ഒരു മാന്ത്രിക ശക്തിയുടെ അധീനത്തിലാണ്. ചുറ്റിനും നീകാണുന്ന വനപ്രദേശം വാസ്തവത്തിൽ ഒരു നഗരമാണ്. നീ ഇപ്പോൾ താമസിക്കുന്ന ഈ ചെറിയ വീട് ഒരു വലിയ കൊട്ടാരമാണ്. പൂഡിൽ ഉൾപ്പെടെ നീ കാണുന്ന എല്ലാ ജന്തുക്കളും മനുഷ്യരാണ്; പൂഡിൽ ഒരു സുന്ദരനായ രാജകുമാരനും നീ വാസ്തവത്തിൽ ഒരു രാജകുമാരിയാണെങ്കിൽ, നിന്റെ മനസ്സിൽ സ്നേഹവും, ദീനാനുകമ്പയും, ബുദ്ധിപൂർവ്വം പ്രവർത്തിക്കാനുള്ള സാമർത്ഥ്യവും ഉണ്ടെങ്കിൽ നിനക്ക് ഈ സ്ഥലത്തേയും, ഇവിടെയുള്ള എല്ലാവരെയും ഈ മാന്ത്രിക ശക്തിയിൽനിന്ന് മോചിപ്പിക്കാൻ കഴിയും. എന്താ. നീ ശ്രദ്ധിക്കുന്നുണ്ടോ?"

"ഉണ്ട്. ഞാനെല്ലാം വേണ്ടതുപോലെ ചെയ്യാം."

"അങ്ങനെ ചെയ്താൽ നിനക്കും നല്ല ഒരു ഭാവി ഉണ്ടാകും."

പൂഡിൽ എന്നും രാവിലെ ഇവിടെനിന്നും പോകും. രാത്രിയിൽ തിരിച്ചുവരും. തിരിച്ചുവരുമ്പോൾ അവൻ നിന്റെ മുറിയുടെ വാതിലിൽ തട്ടുകയും മാന്തുകയും ചെയ്യും. കൂടാതെ അർദ്ധരാത്രി സമയത്ത് അവൻ അവന്റെ പട്ടിത്തോൽ വലിച്ചെറിഞ്ഞ് ഒരു യഥാർത്ഥ മനുഷ്യനാകും. അവൻ ആ തോൽ നേരം വെളുക്കുന്നതുവരെ ഈ വാതിലിന്റെ മുമ്പിൽ തന്നെ ഇട്ടിരിക്കും. ആ സമയത്തെല്ലാം അവൻ വാതിലിൽ തട്ടി കതക് തുറക്കാൻ ആവശ്യപ്പെടും; അഭ്യർത്ഥിക്കും; യാചിച്ചെന്നും വരാം. പക്ഷേ യാതൊരു കാരണവശാലും നീ വാതിൽ തുറക്കാൻ പാടില്ല. ഇന്ന്

മാത്രമല്ല; നാളെയും, മറ്റന്നാളും. മനസ്സിലായല്ലോ. മുറിയുടെ കതക് എന്നും അകത്തുനിന്ന് ബന്ധിക്കാൻ മറക്കരുത്."

"ഇല്ല. എല്ലാം ഞാൻ ഓർമ്മ വെച്ചുകൊള്ളാം."

"നല്ലത്. മറ്റന്നാൾ രാത്രി അവർ കുറെക്കൂടുതൽ പരാക്രമങ്ങൾ കാണിക്കും. നീണ്ടനേരം അഭ്യർത്ഥനകൾ നടത്തും. പിന്നീട് ക്ഷീണിതനായി കിടന്നുറങ്ങും. ആ സമയം നോക്കി നീ ശബ്ദമുണ്ടാക്കാതെ കതക് തുറന്ന് അവന്റെ പട്ടിത്തോൽ മറ്റെവിടെയെങ്കിലും ഇട്ട് തീ കത്തിക്കണം. പിന്നീട് സാവധാനം നിന്റെ മുറിയിൽ കയറി കതകടച്ച് കുറ്റിയിടണം. നേരം വെളുക്കാറാകുമ്പോൾ അവൻ ഉണർന്ന് വീണ്ടും നിന്റെ കതകിൽ തട്ടുകയും മാന്തുകയും ആക്രോശത്തോടെ നിന്നെ വിളിക്കുകയും ചെയ്യും. അപ്പോൾ എന്താ ചെയ്യേണ്ടതെന്ന് നിനക്കറിയാമല്ലോ"

"അറിയാം. ഞാൻ കതക് തുറക്കാൻ പാടില്ല. അങ്ങനെയല്ലേ?"

"അതെ. അങ്ങനെ തന്നെ. യാതൊരു കാരണം കൊണ്ടും കതക് തുറക്കരുത്. കതക് തുറന്നാൽ നിന്റെ ജീവൻ തന്നെ അപകടത്തിലായെന്ന് വരാം."

അല്പം നിർത്തിയിട്ട് ആ സ്ത്രീ വീണ്ടും തുടർന്നു.

"പിന്നീട് നടക്കാൻ പോകുന്നതൊന്നും ഞാൻ പറയേണ്ട ആവശ്യമില്ല. പക്ഷേ ഒന്നുമാത്രം. നിന്റെ വിവാഹദിവസം വിവാഹ സദ്യ തുടങ്ങുന്നതിന് മുമ്പ് ഞാനിപ്പോൾ പറയുന്നതുപോലെ നീ മൂന്നുപ്രാവശ്യം പറയണം. മറക്കരുത്.

"പഴയനാക്ക്

പഴയകരൾ"

മറന്നുപോകാതിരിക്കാൻ രണ്ടുമൂന്നുപ്രാവശ്യം പറഞ്ഞ് പരിശീലിച്ചുകൊള്ളുക. പക്ഷേ പിന്നീട് വിവാഹദിവസം, വിവാഹസദ്യ തുടങ്ങുന്നതിന് മുമ്പു മാത്രമേ പറയാവൂ."

നിർത്തിയിട്ട് വീണ്ടും അവർ പറഞ്ഞു.

"ഞാനിപ്പോൾ പോകുന്നു. നിന്റെ വിവാഹദിവസം നമുക്ക് വീണ്ടും കാണാം. നല്ലത് വരട്ടെ" അത്രയും പറഞ്ഞ് ആ സ്ത്രീ അപ്രത്യക്ഷയായി.

രാജകുമാരി അവർ പറഞ്ഞതുപോലെ എല്ലാം കൃത്യമായി ചെയ്തു.

അവൾ തീയിട്ട പട്ടിത്തോൽ എരിഞ്ഞ് തീർന്നപ്പോൾ ഇടിമുഴക്കം പോലെ ഒരു ശബ്ദം കേട്ടു. പിന്നീട് സംഭവിച്ചതെല്ലാം ഒരതിശയമായിരുന്നു. അവൾ നിന്നിരുന്ന ചെറിയ മുറി ഒരു വലിയ കൊട്ടാരത്തിലെ വിസ്താരമുള്ള ഒരു വലിയ സ്വീകരണമുറിയായി മാറി; പരവതാനികളും,

ഭിത്തിയിൽ തൂക്കിയിരുന്ന ചിത്രങ്ങളും മറ്റും കൊണ്ട് അലങ്കരിച്ച ഒരു മുറി. അവളുടെ അല്പം മുമ്പിൽ അവളെയും നോക്കിനിൽക്കുന്ന സുന്ദരനായ ഒരു രാജകുമാരൻ. ആ മുറിയിൽ പരിചാരകരായി ഒരു ഡസൻ ആളുകൾ. മുറിയിൽ നിന്ന് വെളിയിലേക്ക് നോക്കിയാൽ സുന്ദരമായ ഒരു നഗരം. എല്ലാം ഒരു സ്വപ്നം പോലെയാണ് അവൾക്ക് തോന്നിയത്.

ആ രാജകുമാരൻ അവളോട് തനിക്ക് കിട്ടിയ ഒരു ശാപത്തെക്കുറിച്ചും ആ ശാപത്തിൽ നിന്ന് ഇപ്പോൾ അവളുടെ സഹായത്തോടെ മുക്തനായതിനേക്കുറിച്ചും വിശദമായി പറഞ്ഞു.

"ഹേ. സുന്ദരിയും സൽസ്വഭാവിയുമായ രാജകുമാരി, നിനക്ക് എന്റെ പത്നിയാകാൻ സമ്മതമാണോ?" രാജകുമാരൻ അവളോട് ചോദിച്ചു.

സമ്മതം മൂളിക്കൊണ്ട് അവൾ തല കുനിച്ചു.

അടുത്ത ഒരു ദിവസം വിവാഹത്തിന് വേണ്ട ഏർപ്പാടുകൾ സജ്ജമായി. രാജകുമാരന്റെയും കുമാരിയുടെയും മാതാപിതാക്കൾ ഉൾപ്പെടെ എല്ലാ ബന്ധുക്കളും വിവാഹച്ചടങ്ങിന് സന്നിഹിതരായിരുന്നു. വിവാഹസദ്യയുടെ സമയത്ത് അവൾ താൻ ഇരുന്നതിനടുത്തായി ഒരു കസേര പ്രത്യേകം കരുതിയിരുന്നു. സദ്യ ആരംഭിക്കുന്നതിന് മുൻപായി അവൾ എല്ലാവരും കേൾക്കെ ഒരു പ്രാർത്ഥനയെന്നോണം മൂന്നുപ്രാവശ്യം ഉറക്കെ പറഞ്ഞു.

"പഴയ നാക്ക്

പഴയ കരൾ"

അവൾ പ്രത്യേകം കരുതിയിരുന്ന ആ നാൽക്കാലിയിൽ ഉപവിഷ്ടയായി ആ കിഴവി പ്രത്യക്ഷപ്പെട്ടു. അവളെ സഹായിച്ച, വൃത്തികെട്ട വസ്ത്രങ്ങൾ അണിഞ്ഞ, വിരൂപിയായ ആ ധർമ്മക്കാരി കിളവി. അവളുടെ അടുത്ത് അവരെ അവിടെ കണ്ടത് പലർക്കും ഇഷ്ടപ്പെട്ടില്ല. 'തങ്ങളുടെ നടുക്ക് ഇങ്ങനെ ഒരശ്രീകരമോ?' പലരും ചിന്തിച്ചു. അവളുടെ അമ്മയും രണ്ട് സഹോദരിമാരും ആ സ്ത്രീയോട് അപമര്യാദയായി പെരുമാറുകയും അസഭ്യങ്ങൾ പുലമ്പുകയും ചെയ്തു. പക്ഷേ അതൊന്നും വകവെയ്ക്കാതെ രാജകുമാരി അവരെ കെട്ടിപ്പിടിച്ച് തന്റെയടുക്കൽ ഇരുത്തി ഉമ്മവെച്ചു. അവരുടെ തട്ടിൽ നിന്ന് ഭക്ഷണം എടുത്ത് കഴിക്കുകയും തന്റെ കൈകൊണ്ട് അവർക്ക് ഭക്ഷണം ഊട്ടുകയും ചെയ്തു. എല്ലാവരും കാൺകെ അവരുടെ മുൻപിൽ കുനിഞ്ഞുനിന്ന് ആശീർവാദവും വാങ്ങി.

ആ വൃദ്ധ അവളുടെ തലയിൽ കൈവെച്ച് അനുഗ്രഹിച്ചു.

"മകളെ, നീ രാജകുമാരിയെങ്കിലും സത്യസന്ധയും സവിശേഷ ഗുണങ്ങളുള്ളവളും. ദീനാനുകമ്പ ഉള്ളവളുമാണ്. നിനക്ക് നല്ലത് ഭവിക്കും."

പിന്നീട് അവർ കുമാരിയുടെ അമ്മയേയും സഹോദരികളേയും നോക്കി പറഞ്ഞു.

“നിങ്ങൾ ദുഷ്ടകളും, വക്രബുദ്ധികളും, ദീനാനുകമ്പ ഇല്ലാത്തവരു മാണ്. നിങ്ങളുടെ മനസ്സുപോലെതന്നെ നിങ്ങളുടെ ശരീരവും കൂനുള്ള തായിത്തീരും.” അത്രയും പറഞ്ഞ് അവർ അവിടെനിന്ന് അപ്രത്യക്ഷ യാകുകയും ചെയ്തു.

ആ കിഴവിയെ പിന്നീടാരും കാണുകയോ അവരെക്കുറിച്ച് എന്തെ ങ്കിലും കേൾക്കുകയോ ചെയ്തതായി അറിവില്ല.

കരടിത്തോലൻ

ഈ കഥ ഒരു ചരിത്രസത്യമാണോ? കഥ വായിക്കുമ്പോൾ നമുക്ക് അങ്ങനെയാണ് തോന്നുക. പക്ഷേ സത്യാവസ്ഥ നമുക്കറിയില്ല. എങ്കിലും കഥ അങ്ങനെതന്നെ പറയാം.

1396—ൽ ടർക്കിഷ് ചക്രവർത്തി 'സെലാപിനോ' ഹംഗറിയിലെ 'സിഗിമ്പ് മുണ്ടസ്' രാജാവിനെ യുദ്ധത്തിൽ തോൽപിച്ചു. ഹംഗറിയുടെ സേനയിൽ ജോലിചെയ്തിരുന്ന ഒരു ജർമ്മൻ യോദ്ധാവ് യുദ്ധഭൂമിയിൽ നിന്ന് ഒളിച്ചോടി ഒരു കാട്ടിൽ ചെന്നെത്തി. പക്ഷേ ആ കാട്ടിൽ യുദ്ധ ഭൂമിയിൽ അനുഭവിക്കേണ്ടിവന്നതിനേക്കാൾ കൂടുതൽ കഷ്ടതകളാണ് അയാളെ കാത്തിരുന്നത്. സഹിക്കാൻ കഴിയാത്ത തണുപ്പിന് പുതക്കാൻ ഒരു പുതപ്പ്, ദാഹത്തിന് അല്പം ജലം, വിശപ്പിന് അല്പം ആഹാരം; ഒന്നും എങ്ങും കിട്ടാനില്ലായിരുന്നു. ആരോടാണ് എന്തെങ്കിലും സഹായം ചോദിക്കുക? അവിടെയെങ്ങും ആരുമില്ലായിരുന്നു. അയാൾ തികച്ചും നിരാശനായി മരിച്ചാൽ മതിയായിരുന്നു എന്നുപോലും ചിന്തിക്കാൻ തുടങ്ങി. അങ്ങനെ കഴിയുമ്പോഴാണ് തികച്ചും അപ്രതീക്ഷിതമായി കണ്ടാൽ അറയ്ക്കുന്ന വൃത്തികെട്ട ആ ഭൂതം അയാളുടെ മുന്നിൽ പ്രത്യക്ഷപ്പെട്ടത്.

"നിന്നെക്കണ്ടാൽ നീ ഭയങ്കര കഷ്ടപ്പാടിലാണെന്ന് തോന്നുന്നുവല്ലൊ. എന്താ അങ്ങനെയാണോ?" ഭൂതം അയാളോട് ചോദിച്ചു.

"അതെ. താങ്കൾ ആരാണ്."

"അതൊക്കെ പിന്നെപ്പറയാം. നിനക്ക് ആഹാരം വേണം. വെള്ളം വേണം. താമസിക്കാൻ ഒരു നല്ല സ്ഥലം വേണം അല്ലേ?"

“അതെ.”

“ഇവയെല്ലാം ഞാൻ നിനക്ക് ഉടനേ തരാം. പക്ഷേ നീ എന്റെ നിബന്ധനകൾക്ക് വഴങ്ങി അടുത്ത ഏഴ് വർഷങ്ങൾ ജീവിക്കണം. എന്താ, സമ്മതമാണോ?”

“ശരി, നിബന്ധനകൾ കേൾക്കട്ടെ.”

“അടുത്ത ഏഴ വർഷക്കാലം നീ എന്റെ അടിമയെപ്പോലെ ഞാൻ പറയുന്നതുമാത്രം അനുസരിച്ച് ജീവിക്കണം. ഈ കാര്യത്തിൽ ഏതെങ്കിലും വിധത്തിൽ പിഴവ് വരുത്തിയാൽ കടുത്ത ശിക്ഷ ഉണ്ടാകും. ഇത് നിനക്ക് സമ്മതമാണെങ്കിൽ മാത്രം മറ്റ് വ്യവസ്ഥകൾ പറയാം.”

അയാൾ സമ്മതം മൂളി. “ശരി. സമ്മതമാണ്.”

“എങ്കിൽ കേട്ടോളൂ. ഏഴവർഷക്കാലം ഞാൻ തരുന്ന കരടിത്തോലല്ലാതെ മറ്റൊരു വസ്ത്രവും നീ ദേഹത്ത് ധരിക്കാൻ പാടില്ല. യാതൊരുവിധ പ്രാർത്ഥനകളും നടത്താൻ പാടില്ല. മുഖം വടിക്കുകയോ തലമുടി ചീകുകയോ, വെട്ടുകയോ ഒന്നും ചെയ്യാൻ പാടില്ല. കൈ, കാൽ, മുഖം, ശരീരം ഒന്നും തന്നെ കഴുകാനോ ശുദ്ധിചെയ്യാനോ പാടില്ല. നഖം വെട്ടാൻ പാടില്ല. മൂക്ക് ചീറ്റിത്തുടക്കാൻ പാടില്ല. എന്തിന്, കക്കൂസിൽ പോയിക്കഴിഞ്ഞ് പുറകുഭാഗം കഴുകുകയോ തുടക്കുകയോ ചെയ്യാൻ പോലും പാടില്ല. ഇങ്ങനെയെല്ലാം ജീവിക്കാൻ തയ്യാറായാൽ ഞാൻ നിനക്ക് പ്രത്യുപകാരമായി വേണ്ടത്ര ആഹാരം, ലഹരിയുള്ള പാനീയങ്ങൾ, വേണ്ടത്ര പുകയിലയോ മറ്റ് ബീഡിപോലെയുള്ള സാധനങ്ങളോ ഒക്കെ നൽകാം. കൂടാതെ വേണ്ടത്ര പണവും തരാം. എന്താണ് വേണ്ടതെന്ന് നീ അപ്പപ്പോൾ ചോദിച്ചാൽ മാത്രം മതി. എന്താ. എന്തു തോന്നുന്നു. സമ്മതമാണോ?” ആ ചെകുത്താൻ നിബന്ധനകൾ വിശദമായിത്തന്നെ പറഞ്ഞു.

അവൻ ആലോചിച്ചു. ഒരിക്കലും പ്രാർത്ഥനകളിൽ അവന് വലിയ താല്പര്യമില്ലായിരുന്നു. പിന്നെ യുദ്ധഭൂമിയിൽ പലപ്പോഴും ശുചിത്വത്തിന് ആഗ്രഹിച്ചാൽ പോലും വലിയ സൗകര്യങ്ങളൊന്നും കിട്ടിയിരുന്നില്ല. അതെല്ലാം വിചാരിച്ച്, ആലോചിച്ചതിന് ശേഷം അയാൾ എല്ലാ നിബന്ധനകളും സ്വീകാര്യമാണെന്ന് അറിയിച്ചു.

ആ ചെകുത്താൻ ആദ്യഗഡുവായി കുറെ പണവും, ഒരു കരടിത്തോലും, മദ്യവും പുകയില സാമാനങ്ങളും നൽകി. അയാൾ അതെല്ലാം വാങ്ങി അടുത്തുള്ള ഒരു ഗ്രാമത്തിലെ ഒരു വിടുതിയിൽ വാടകമുറി എടുത്ത് താമസം തുടങ്ങി. ധാരാളമായി പണം ചിലവഴിക്കുന്ന

അയാളുടെ വസ്ത്രധാരണ രീതിയും പ്രത്യേക പെരുമാറ്റരീതികളും മറ്റുള്ളവർ ശ്രദ്ധിച്ചുവെങ്കിലും കാര്യമാക്കിയില്ല.

അങ്ങിനെയിരിക്കുമ്പോൾ ഒരു മാന്യൻ കൂടെക്കൂടെ വിട്ടുതിയിൽ വന്നുപോകുന്നത് അയാളുടെ ശ്രദ്ധയിൽപെട്ടു. മാത്രമല്ല അയാളുടെ ധാരാളിത്വം ആ മാന്യന്റെ ശ്രദ്ധയിലും പെട്ടു. ഒരു ദിവസം ആ മാന്യൻ സ്വയം അയാളോട് പരിചയപ്പെടുകയും ചെയ്തു. അവർ തമ്മിലുള്ള കൂടിക്കാഴ്ചകൾ പതിവായി. അങ്ങനെയിരിക്കെ ഒരു ദിവസം ആ മാന്യൻ അയാളോട് പറഞ്ഞു.

“താങ്കളെക്കുറിച്ച് എനിക്ക് വലുതായി ഒന്നും അറിയില്ല. എങ്കിലും താങ്കളെ എനിക്ക് വളരെയധികം ഇഷ്ടപ്പെട്ടു. എനിക്ക് പ്രായപൂർത്തിയായ മൂന്ന് പെൺകുട്ടികൾ ഉണ്ട്. താങ്കൾക്ക് വിരോധം ഇല്ലെങ്കിൽ എന്തുകൊണ്ട് താങ്കൾ അവരിൽ ഒരാളെ വിവാഹം ചെയ്തുകൂടാ എന്ന് ഞാൻ ചിന്തിക്കുയായിരുന്നു.”

ആ അഭിപ്രായം അയാൾക്കും സ്വീകാര്യമായിരുന്നു.

“ഓ. താങ്കളുടെ മക്കളിൽ ആർക്കെങ്കിലും എന്നെ സന്തോഷത്തോടെ ഭർത്താവായി സ്വീകരിക്കാൻ കഴിയുമെങ്കിൽ എനിക്ക് സമ്മതം.”

“ശരി. അങ്ങനെയാണെങ്കിൽ താങ്കൾ എന്നോടൊപ്പം വീട്ടിലേക്ക് വരൂ. ഞാൻ താങ്കളെ എന്റെ മക്കൾക്ക് പരിചയപ്പെടുത്തുകയും അവരോട് എന്റെ ഇംഗിതം അറിയിക്കുകയും ചെയ്യാം.”

“ശരി. അങ്ങനെയാകട്ടെ.”

അവർ രണ്ടുപേരുംകൂടി, ആ മാന്യന്റെ വീട്ടിലേക്ക് യാത്രയായി. വീട്ടിലെത്തിയതിനുശേഷം ആ മാന്യൻ തന്റെ മൂന്ന് മക്കളെയും വിളിച്ച് വിവരങ്ങളെല്ലാം പറഞ്ഞതിനുശേഷം അയാളെ അവർക്ക് പരിചയപ്പെടുത്തുകയും ചെയ്തു.

ആദ്യത്തെ രണ്ടുമക്കളും അച്ഛനോടു പറഞ്ഞു.

“അച്ഛാ, ഞങ്ങൾക്ക് ഇത്ര വിരൂപിയായ വൃത്തിഹീനനായ ഒരാളെ ഭർത്താവായി വേണ്ട.”

പക്ഷേ ഇളയമകൾ പറഞ്ഞത് മറിച്ചായിരുന്നു.

“അച്ഛാ. ഞാനത്രവളരെ സുന്ദരിയൊന്നുമല്ലല്ലൊ. അതുകൊണ്ട് എനിക്ക് ഇദ്ദേഹത്തെ വിവാഹം കഴിക്കുന്നതിൽ വിഷമമില്ല. പിന്നെ, വൃത്തിയില്ലായ്മയുടെ കാര്യം; വിവാഹം കഴിഞ്ഞ് ഞാനദ്ദേഹത്തെ വേണ്ടവണ്ണം കാര്യങ്ങൾ പറഞ്ഞു മനസ്സിലാക്കുകയും വേണ്ടത് ചെയ്യുകയും ചെയ്തുകൊള്ളാം.”

കരടിത്തോലനും അവളെ വിവാഹം കഴിക്കാൻ സമ്മതം പറഞ്ഞു. പക്ഷേ അയാൾ ചെകുത്താന് കൊടുത്ത വാക്ക് നിറവേറ്റണ്ടതുണ്ടായിരുന്നു. പറഞ്ഞിരുന്ന ഏഴ് വർഷങ്ങൾ തികയാൻ മൂന്ന് മാസങ്ങൾ കൂടി ബാക്കി ഉണ്ടായിരുന്നു. അതുകൊണ്ട് അയാൾ പറഞ്ഞു.

"എല്ലാം എനിക്ക് സമ്മതം. പക്ഷേ ഒരു പ്രശ്നമുണ്ട്. ചില പ്രത്യേക കാരണങ്ങൾ കൊണ്ട് മൂന്ന് മാസങ്ങൾക്കുശേഷം മാത്രമേ വിവാഹം നടക്കുകയുള്ളൂ. സമ്മതമാണെങ്കിൽ ഞാൻ എന്റെ പ്രതിശ്രുതവധുവിന് ഒരു മോതിരം നൽകി ഈ വിവാഹം ഉറപ്പിക്കാം. മൂന്നുമാസം കഴിഞ്ഞ് ഇവിടെവന്ന് സമ്പ്രദായപ്പടി വിവാഹം കഴിക്കുകയും ചെയ്യാം." അത് അവർക്കെല്ലാം സമ്മതമായിരുന്നു. അയാൾ തന്റെ കയ്യിൽ കിടന്ന ഒരു മോതിരം ഊരിയെടുത്ത് രണ്ടായി ഉടച്ച് ഒരു പകുതി വധുവിന്റെ കയ്യിൽ കൊടുത്തിട്ട് പറഞ്ഞു.

"ഈ പകുതി നീ ഭദ്രമായി സൂക്ഷിക്കുക. മൂന്നുമാസം കഴിഞ്ഞാൽ ഞാൻ ഇവിടെവന്ന് എന്റെ കയ്യിലുള്ള പകുതി കാണിച്ച് ഞാൻ തന്നെയെന്ന് നിന്നെ ബോധ്യപ്പെടുത്തുകയും വിവാഹം കഴിച്ച് നമുക്കൊന്നിച്ച് സന്തോഷമായി ജീവിക്കുകയും ചെയ്യാം."

അവൾ സന്തോഷത്തോടുകൂടി ആ പകുതി മോതിരം വാങ്ങി ഭദ്രമായി സൂക്ഷിച്ചുവെച്ചു.

അയാൾ മൂന്നുമാസം കഴിഞ്ഞ് തിരികെ വന്നു. അതിനകം ചെകുത്താനുമായുള്ള അയാളുടെ കരാറിന്റെ കാലം കഴിഞ്ഞു. കരാറിന്റെ കാലം തീർന്ന ദിവസം ആ ചെകുത്താൻ ഭൂതം അയാളുടെ മുന്നിൽ പ്രത്യക്ഷപ്പെട്ടു.

"ഞാൻ നിന്നിൽ വളരെ പ്രസന്നനാണ്. നീ എല്ലാം നിബന്ധനകളും വേണ്ടവണ്ണം നിറവേറിയിരിക്കുന്നു." അത്രയും പറഞ്ഞ് ചെകുത്താൻ അയാൾക്ക് വീണ്ടും കുറേയധികം പണവും മറ്റ് സമ്മാനങ്ങളും നൽകിയിട്ട് പോയി.

മൂന്നുമാസം തികഞ്ഞതിന്റെ അടുത്ത ദിവസം തന്നെ അയാൾ ഗ്രാമത്തിലെ ചന്തസ്ഥലത്ത് പോയി, പുതിയ വസ്ത്രങ്ങൾ വാങ്ങി. മുടി വെട്ടിച്ചു. മുഖം ക്ഷൗരം ചെയ്തു. കരടിത്തോൽ ചവറ്റുകുട്ടിയിലേക്ക് വലിച്ചെറിഞ്ഞു. പുതിയ വസ്ത്രങ്ങൾ അണിഞ്ഞു. തലമുടി ചീകിവൃത്തിയാക്കി. അപ്പോൾ അയാൾ തികച്ചും സുന്ദരനായ ഒരു ചെറുപ്പക്കാരനായി. അങ്ങനെ അയാൾ ആ മാന്യന്റെ വീട്ടിലേക്ക് കയറിച്ചെന്നു.

ആദ്യം ആർക്കും അയാളെ തിരിച്ചറിയാൻ കഴിഞ്ഞില്ല. അയാൾ സ്വയം പരിചയപ്പെടുത്തിയതിനുശേഷം തന്റെ കയ്യിലുണ്ടായിരുന്ന

മോതിരത്തിന്റെ പകുതിഭാഗം എല്ലാവർക്കും കാണിച്ചുകൊടുത്തു. പിന്നീട് നിശ്ചയിച്ചിരുന്നതുപോലെ വിവാഹം വളരെ മംഗളമായി നടന്നു. അയാളും ഭാര്യയും അയാൾ ഗ്രാമത്തിൽ വാങ്ങിയ പുതിയ വീട്ടിലേക്ക് മാറിത്താമസിക്കുകയും ചെയ്തു.

പക്ഷേ, ഇളയ സഹോദരിയുടെ സുമുഖനും സുന്ദരനും ധനാഢ്യനുമായ ഭർത്താവിനെ കണ്ടപ്പോൾ മൂത്ത രണ്ടു സഹോദരിമാരും അസൂയ കൊണ്ട് ഭ്രാന്തികളായി എന്ന് പറഞ്ഞാൽ തെറ്റാകുകയില്ല. തങ്ങൾക്ക് കിട്ടിയ സന്ദർഭം കളഞ്ഞുകുളിച്ചുവല്ലോ എന്ന് ഓർത്തോർത്ത് അവർ വിഷാദ രോഗത്തിന് അടിമകളായി. അങ്ങനെ വളർന്ന അസൂയയും വിഷാദവും അവരുടെ മനസ്സിന്റെ സമനില തെറ്റിച്ചു. ഒരാൾ അധികം താമസിയാതെ തൂങ്ങിച്ചത്തു. മറ്റെയാൾ അടുത്തുള്ള കിണറ്റിൽ ചാടി ചത്തു.

ഈ കഥ കൂടെക്കൂടെ ഓർക്കാറുള്ള ജർമ്മനിയിലെ ആ ഗ്രാമക്കാർ പറയും,

"ആ ചെകുത്താന് അയാളെ നഷ്ടപ്പെട്ടെങ്കിലെന്താ, രണ്ട് സുന്ദരിമാരുടെ ആത്മാവ് കിട്ടിയില്ലേ? അത് പോരേ?. ലാഭം ചെകുത്താനുതന്നെ."

കുറ്റിച്ചൂൽ

പണ്ട് പണ്ട് ജർമ്മനിയിൽ താമസിച്ചിരുന്ന ഒരു വണികന്റെയും അദ്ദേഹത്തിന്റെ മൂന്ന് പുത്രിമാരുടെയും കഥയാണ് ഇത്. മൂത്ത രണ്ട് സഹോദരിമാരും അഹങ്കാരികളായിരുന്നു. പക്ഷേ, അവരെ രണ്ടു പേരേക്കാളും സുന്ദരിയായിരുന്ന ഇളയ സഹോദരി നിച്ചെൻ വളരെ സൽസ്വഭാവിയും വിനയത്തോടും സ്നേഹത്തോടും കൂടി പരിചയിക്കുന്ന വളും ആയിരുന്നു. നിച്ചെൻ സാധാരണ വസ്ത്രങ്ങൾ ധരിക്കാനാണ് ഇഷ്ട പ്പെട്ടിരുന്നത്. എന്നാൽ മൂത്ത സഹോദരിമാർ വിലകൂടിയ വസ്ത്രങ്ങളും ആഭരണങ്ങളും അണിയുന്നതിനാണ് താല്പര്യപ്പെട്ടിരുന്നത്. നിച്ചെന്റെ കൂട്ടുകാരിയും അവളെപ്പോലെ തന്നെ സുന്ദരിയും സൽസ്വഭാവിയും ആയിരുന്നു. അവൾ അടുത്തവീട്ടിലെ ചൂലുണ്ടാക്കി വിൽക്കുന്ന സ്ത്രീയുടെ മകളായിരുന്നു. എല്ലാവരും അവളെ പരിഹാസ്യത്തോടെ കുറ്റിച്ചൂൽ എന്ന് വിളിച്ചിരുന്നു. നിച്ചെനും കുറ്റിച്ചൂലും വളരെയധികം സ്നേഹമുള്ള കൂട്ടുകാരായിരുന്നു. അവർ എല്ലാ രഹസ്യങ്ങളും പരസ്പരം സംസാരിക്കും. അവരവരുടെ വീട്ടിൽ കിട്ടുന്ന ആഹാരം മറ്റാരും കാണാതെ പങ്കുവെയ്ക്കും. ആ സൗഹൃദം മൂത്തസഹോദരിമാർക്ക് ഒട്ടും തന്നെ ഇഷ്ടമായിരുന്നില്ല. പക്ഷേ നിച്ചെൻ ആ ഇഷ്ടക്കേട് വകവെച്ചിരുന്നില്ല.

അന്നൊരു ദിവസം ആ വണികൻ കുറച്ചു ദിവസത്തേക്ക് ഒരു യാത്ര തുടങ്ങുകയായിരുന്നു. എപ്പോഴും യാത്രപോകുമ്പോൾ അദ്ദേഹം തന്റെ മക്കളെ വിളിച്ച് തിരികെ വരുമ്പോൾ എന്താണ് സമ്മാനമായി വാങ്ങി ക്കൊണ്ട് വരേണ്ടതെന്ന് ചോദിക്കുമായിരുന്നു. അന്നും പതിവുപോലെ അദ്ദേഹം മൂന്ന് മക്കളെയും വിളിച്ച് ചോദിച്ചു.

മൂത്തമകൾ പറഞ്ഞു.

“അച്ഛാ, എനിക്ക് ഒരു നല്ല സ്വർണ്ണ നെക്ക് ലേസു കൊണ്ടുവരണം”

“എനിക്ക് രത്നക്കല്ലുകൾ പിടിപ്പിച്ച ഒരു ജോഡി ലോലാക്കുകൾ വേണം. അവ ഈ ഗ്രാമത്തിൽ മറ്റാർക്കും ഉള്ളതിനേക്കാൾ സുന്ദരങ്ങളായിരിക്കണം.” രണ്ടാമത്തെ മകൾ പറഞ്ഞത് അങ്ങനെയായിരുന്നു.

പ്രത്യേകിച്ച് ഒന്നും പറയാതിരുന്ന ഇളയ മകളോട് അദ്ദേഹം വീണ്ടും ചോദിച്ചു.

“മോളെ. മോൾക്ക് ഒന്നും വേണ്ടേ?”

“അച്ഛൻ തിരികെ സന്തോഷത്തോടെ ആരോഗ്യവാനായി മടങ്ങിവന്നാൽ മാത്രം മതി. അതിനേക്കാൾ ഇഷ്ടപ്പെട്ട മറ്റൊന്നും എനിക്കില്ല.”

ആ അച്ഛൻ വീണ്ടും പറഞ്ഞു.

“എന്നാലും മകളെ നീ എന്തെങ്കിലും ഒന്ന് പറയ്. അച്ഛന്റെ സന്തോഷത്തിന് വേണ്ടിയെങ്കിലും.”

“അച്ഛന് നിർബന്ധമാണെങ്കിൽ എനിക്കു വേണ്ടി ഒരേതണ്ടിൽ മൂന്ന് പുഷ്പങ്ങളോടുകൂടിയ ഒരു റോസാപ്പൂ വാങ്ങിക്കൊണ്ടുവരണം. എനിക്കതുമതി.”

“ശരി മകളേ, അങ്ങനെയാകട്ടെ.” അദ്ദേഹം യാത്ര പുറപ്പെട്ടു. ഏതാണ്ട് ഒരാഴ്ച കഴിഞ്ഞ് തന്റെ ജോലികളെല്ലാം തീർത്ത് വീട്ടിലേക്ക് മടങ്ങാൻ തുടങ്ങിയപ്പോഴാണ് മക്കൾക്ക് സമ്മാനം വാങ്ങിക്കുന്ന കാര്യം ഓർത്തത്. ഉടനേതന്നെ അദ്ദേഹം അടുത്തുണ്ടായിരുന്ന ഒരാഭരണക്കടയിൽ കയറി. മൂത്തമക്കൾ ആവശ്യപ്പെട്ട നെക്ക് ലേസും കമ്മലുകളും ആ കടയിൽ നിന്നും വാങ്ങി. പിന്നീട് അദ്ദേഹം അടുത്തുള്ള ഒരു വലിയ പൂക്കടയിൽ കയറി. കടയുടെ ഉടമസ്ഥൻ പറഞ്ഞു.

“സാർ, ഈ മഞ്ഞുകാലത്ത് റോസാപ്പൂ കിട്ടുക ഏതാണ്ട് അസാധ്യമാണ്. എന്റെ കൈയ്യിലെന്നല്ല മറ്റൊരു കടയിലും കിട്ടുകയില്ല എന്ന് തീർച്ചയാണ്.”

ഇനി എന്തുചെയ്യും എന്ന് ആലോചിച്ചുകൊണ്ട് അയാൾ നടന്നു. മകൾ റോസാപ്പൂവാണ് ആവശ്യപ്പെട്ടതെങ്കിലും, അവൾ ചോദിച്ച രീതിയിൽ പൂ കിട്ടാത്തതുകൊണ്ട് മറ്റെന്തെങ്കിലും ഒരു സമ്മാനം വാങ്ങിക്കൊണ്ടുപോകാം എന്ന് ആലോചിച്ചുകൊണ്ട് നടക്കുമ്പോൾ തികച്ചും അപ്രതീക്ഷിതമായി വഴിയേരത്തുള്ള ഒരു ഉദ്യാനത്തിൽ ഒരു റോസാച്ചെടി പൂത്തുനിൽക്കുന്നത് കാണാൻ ഇടയായി.

ഉദ്യാനത്തിന് നടുവിൽ കൊട്ടാരംപോലെ ഒരു വലിയ വീട്; എല്ലായിടവും മഞ്ഞുകൊണ്ട് മൂടിയിരുന്നു; ആ ഒരു കെട്ടിടവും അതിന് ചുറ്റുമുള്ള

ഉദ്യാനവും ഒഴികെ എല്ലായിടത്തും മഞ്ഞ് വീണിരുന്നു. ഉദ്യാനത്തിലെ എല്ലാചെടികളിലും ധാരാളം പൂക്കൾ ഉണ്ടായിരുന്നു. വളരെ സന്തോഷത്തോടെ അയാൾ ഉദ്യാനത്തിന്റെ കവാടം തുറന്ന് അകത്ത് പ്രവേശിച്ചു. അവിടെ ആരെങ്കിലും ഉണ്ടോയെന്ന് തിരക്കി. ആരെയും കാണാൻ കഴിഞ്ഞില്ല. കിളികളുടെ ചിലപിലാ ശബ്ദമല്ലാതെ മറ്റൊന്നും കേൾക്കാനും കഴിഞ്ഞില്ല. ഏതായാലും ശരി, തനിക്കുവേണ്ടത് ഒരു പൂ മാത്രമാണല്ലോ എന്ന് മനസ്സിൽ കരുതി അയാൾ ആ റോസച്ചെടിയുടെ അടുത്തെത്തി. അതിൽ, തന്റെ മകൾ ആവശ്യപ്പെട്ടതുപോലെ, ഒരേ തണ്ടിൽ മൂന്ന് പൂമൊട്ടുകൾ; അടുത്തദിവസം വിരിഞ്ഞ് പൂവാകാൻ പരുവത്തിലുള്ള മൂന്ന് മൊട്ടുകൾ. അയാൾ ആ തണ്ട് ഒടിച്ചെടുത്തു.

തണ്ട് ഒടിച്ചയുടനെ അയാളുടെ മുന്നിൽ വികൃതരൂപിയായ, വൃത്തികെട്ട മൂക്കും തൂങ്ങിക്കിടക്കുന്ന ചെവികളും, ഒരു കുറുകിയ വാലും, ദേഹം മുഴുവൻ തിങ്ങി വളർന്ന രോമവും ഉള്ള സാമാന്യം വലിയ ഒരു ജന്തു പ്രത്യക്ഷപ്പെട്ടു. ആ ജന്തുവിനെ കണ്ട് അയാൾ നല്ലതുപോലെ പേടിച്ചു. ആ ജന്തു അയാളെനോക്കി അട്ടഹസിച്ചു.

“ഇതെന്റെ തോട്ടമാണ്. എന്റെ അനുവാദമില്ലാതെ ഈ ചെടിയിൽ നിന്നും പൂ ഒടിച്ചെടുക്കാൻ നിനക്ക് ആരവകാശം തന്നു? നീ ആരാണ്? ആരായാലും ശരി, നിനക്ക് ഞാൻ നല്ല ശിക്ഷ തരുന്നതാണ്?”

അയാൾ ആ ജന്തുവിനോട് ക്ഷമ പറഞ്ഞു.

“എനിക്ക് തെറ്റുപറ്റിപ്പോയി. ദയവായി ക്ഷമിക്കണം.”

“എന്ത്? ക്ഷമിക്കണമെന്നോ?”

“അതെ. എന്റെ ഇളയ മകൾക്ക് ഒരു സമ്മാനമായി കൊടുക്കാനാണ് ഞാൻ ഈ പൂ ഒടിച്ചെടുത്തത്. അനുവാദം വാങ്ങാതെ പൂ ഒടിച്ചത് തെറ്റാണ്. സമ്മതിക്കുന്നു.”

“എന്റെ തോട്ടത്തിൽനിന്ന് അനുവാദം വാങ്ങാതെ പൂ ഒടിച്ചെടുക്കുന്നവർക്ക് സാധാരണ ഞാൻ മരണശിക്ഷയാണ് കൊടുക്കുന്നത്.”

“ഞാൻ കുറ്റം സമ്മതിക്കുകയും ക്ഷമ ചോദിക്കുകയും ചെയ്തല്ലോ. എന്നോട് അല്പം ദയ കാണിക്കണം.”

“താനൊരു മര്യാദക്കാരനാണെന്ന് തോന്നുന്നു. അതുകൊണ്ട് ഈ പ്രാവശ്യം ക്ഷമിക്കാം. പക്ഷേ താൻ എന്റെ നിബന്ധന സ്വീകരിക്കണം; എങ്കിൽ മാത്രം.”

“ശരി. ഞാനെന്ത് നിബന്ധനയാണ് സ്വീകരിക്കേണ്ടതെന്ന് ദയവായി പറഞ്ഞാലും.”

“എങ്കിൽ എന്റെ തീരുമാനം ഞാൻ പറയാം. കേട്ടോളൂ. ഇന്നു മുതൽ ഏഴ് മാസം തികയുന്ന ദിവസം ഞാൻ നിങ്ങളുടെ വീട്ടിൽ എത്തുന്നതാണ്. അപ്പോൾ നിങ്ങളുടെ ഇളയ മകളെ എനിക്ക് തന്ന് എന്നോടൊപ്പം അയക്കേണ്ടതാണ്. സമ്മതമാണെങ്കിൽ നിങ്ങളെ മരണശിക്ഷയിൽനിന്ന് വിമുക്തനാക്കാം. ആലോചിച്ച് പറഞ്ഞോളൂ.”

വണികൻ മറ്റ് ഗത്യന്തരമൊല്ലാതെ പറഞ്ഞു.

“സമ്മതം.”

“ശരി. അപ്പോൾ നിങ്ങൾക്ക് പോകാം. ഒടിച്ചെടുത്ത പൂ കൊണ്ടുപോയി എന്റെ സമ്മാനമായി മകൾക്ക് നൽകുകയും ചെയ്യാം. പക്ഷെ, എനിക്കുതന്ന വാക്ക് കൃത്യമായി പാലിച്ചില്ലെങ്കിൽ ശിക്ഷ തീർച്ചയായും ഭയാനകമായിരിക്കും. ഓർമ്മവേണം.”

അത്രയും പറഞ്ഞിട്ട് ആ ജന്തു അവിടെനിന്നും മറഞ്ഞു. വണികൻ വളരെ ദുഃഖിതനായി വീട്ടിലേക്ക് മടങ്ങി. തന്റെ ദുഃഖം മറ്റാരും അറിയാതിരിക്കാൻ അയാൾ വളരെയധികം ശ്രദ്ധിച്ചു. താൻ കൊണ്ടുവന്നിരുന്ന സമ്മാനങ്ങൾ മക്കൾക്ക് നൽകി. പക്ഷേ, ഇളയമകൾ അച്ഛന് മനസ്സിൽ എന്തോ സങ്കടമുണ്ടെന്ന് മനസ്സിലാക്കി ചോദിച്ചു.

“അച്ഛാ. അച്ഛന്റെ മനസ്സിൽ എന്തോ ഒരു പ്രയാസമുള്ളതുപോലെ. എന്താണെന്ന് പറയൂ, അച്ഛാ.”

“ഏയ്. ഒന്നുമില്ല മകളെ. മകൾക്ക് റോസാപ്പൂ ഇഷ്ടപ്പെട്ടുവല്ലോ. ഇല്ലേ?”

“ഇഷ്ടപ്പെട്ടു. പക്ഷേ അച്ഛൻ എന്നോട് സത്യം പറയണം. അച്ഛൻ എന്താണ് ഓർക്കുന്നത്?”

“ഒന്നുമില്ല. മോളെ.”

പക്ഷെ ആ ദിവസത്തിനുശേഷം അയാൾ തന്റെ ഇളയമകളെ കഴിയുന്നതും വീടിന് വെളിയിലേക്ക് അയക്കാതായി. അതുപോലെ അധികം ആരും വീട്ടിൽ വന്ന് അവളെ കാണാനും അനുവദിച്ചിരുന്നില്ല. കുറ്റിച്ചൂല്യമാത്രം ഇടയ്ക്കിടക്ക് അവളെ വന്ന് കാണുകയും സംസാരിച്ച് ഇരിക്കുകയും ചെയ്യുമായിരുന്നു.

ഏഴു മാസങ്ങൾ വേഗം കടന്നുപോയി. ഏഴുമാസം തികഞ്ഞദിവസം വണികന്റെ വീട്ടുമുറ്റത്ത് ഒരു കുതിരവണ്ടി വന്നുനിന്നു. അതിൽനിന്ന് വണ്ടിക്കാരൻ ഇറങ്ങിവന്ന് വണികന്റെ കയ്യിൽ ഒരു കുറിപ്പ് കൊടുത്തു. അതിൽ എഴുതിയിരുന്നത്.

‘വാക്കു പാലിക്കൂ’ എന്നുമാത്രമായിരുന്നു.

ആ സമയം വണികന്റെ വീട്ടിൽ അയാളുടെ മകളും കുറ്റിച്ചൂലും മാത്രമാണ് ഉണ്ടായിരുന്നത്. അവർ പരസ്പരം സംസാരിച്ചുകൊണ്ടിരിക്കുകയായിരുന്നു. അയാൾ ആകപ്പാടെ ഭയപ്പെട്ടു. എന്തുചെയ്യണമെന്നറിയാതെ ഒരു നിമിഷം സ്വയം മറന്ന് നിന്നു. പിന്നീട് ധൈര്യം അവലംബിച്ച് അയാൾ കുറ്റിച്ചൂലിനെ തന്റെ അരികിലേക്ക് വിളിച്ചു.

കൂട്ടുകാരിയുടെ അച്ഛൻ വിളിച്ചതല്ലേ. അവൾ യാതൊരു സംശയമോ സങ്കോചമോ ഇല്ലാതെ അയാളുടെ അടുത്ത് ചെന്നു. അയാൾ അവളോട് പറഞ്ഞു.

"മോളേ, കുറ്റിച്ചൂലെ, നീ ഇയാളുടെ കൂടെ ഒരു സ്ഥലം വരെ ചെല്ല്. കാര്യമൊക്കെ ഞാൻ പിന്നെപറയാം"

ഒരു സംശയവുമില്ലാതെ കുറ്റിച്ചൂൽ വണ്ടിയിൽ കയറി. ഉടനെതന്നെ വണ്ടി വളരെ വേഗത്തിൽ ദൂരെയെവിടേക്കോ യാത്രയായി.

പക്ഷേ ഉദ്ദിഷ്ടസ്ഥാനത്തെത്തി വണ്ടിക്കാരൻ കുറ്റിച്ചൂലിനെ ആ മൃഗത്തിന്റെ അടുത്ത് എത്തിച്ചയുടൻതന്നെ മൃഗം താൻ വഞ്ചിക്കപ്പെട്ടിരിക്കുന്നു എന്ന് മനസ്സിലാക്കി. അത് വണ്ടിക്കാരനോട് ഉച്ചത്തിൽ പറഞ്ഞു.

"എടാ. തനിക്ക് തെറ്റുപറ്റിയിരിക്കുന്നു. നമുക്ക് വേണ്ട പെൺകുട്ടി ഇതല്ല. അതുകൊണ്ട് ഇവളെ തിരികെ ഇവളുടെ വീട്ടിലാക്കിയിട്ട് ആ വണികനോട് അയാൾ എനിക്ക് തന്നെ വാക്ക് കൃത്യമായി പാലിക്കണം എന്ന് പറയുക."

അങ്ങനെ കുറ്റിച്ചൂൽ തിരികെ നിച്ചെന്റെ വീട്ടിലെത്തി. കുറ്റിച്ചൂലിനെ കണ്ടതും നിച്ചെൻ അവളെ കെട്ടിപ്പിടിച്ച് സ്വീകരിച്ചു. വണ്ടിക്കാരന് നിച്ചെനാണ് താൻ അന്വേഷിക്കുന്ന പെൺകുട്ടിയെന്ന് തിരിച്ചറിയാൻ കഴിഞ്ഞു. ഉടൻ തന്നെ അയാൾ നിച്ചനെ വണ്ടിയിൽ കയറ്റി യാത്രതിരിച്ചു. നിച്ചെൻ ആ മൃഗത്തിന്റെ മുമ്പിൽ ഹാജരാക്കപ്പെട്ടു. മൃഗം നിച്ചെനോട് സ്നേഹത്തോടെയാണ് പെരുമാറിയത്. ആ വലിയ കൊട്ടാരസദൃശമായ വീട്ടിൽ അവളെ വളരെ അന്തസ്സോടെയാണ് വരവേറ്റത്. എങ്കിലും അവൾ ആ മൃഗത്തിനെ വളരെയധികം ഭയപ്പെട്ടു. പക്ഷേ മറ്റ് വഴികളൊന്നുമില്ലാതിരുന്നതിനാൽ അവൾ ക്രമേണ ആ സാഹചര്യങ്ങളുമായി പൊരുത്തപ്പെടാൻ ശ്രമിച്ചു. മനസ്സില്ലാ മനസ്സോടെയാണെങ്കിലും കുറച്ച് ആഹാരം കഴിച്ചു. അല്പനേരം വിശ്രമിച്ചു. പിന്നീട് രാത്രിയായതോടെ കിടപ്പുമുറിയിൽ ഒരുക്കിയിരുന്ന ഒരു വലിയ കട്ടിലിൽ കിടന്ന് ഉറങ്ങി.

നേരം വെളുത്ത് ഉണർന്നപ്പോൾ അവൾ കണ്ടത് തന്റെ കൂടെ കട്ടിലിൽ കിടന്നിരുന്ന ആ ഭയാനകനായ ജന്തുവിനെയാണ്. അവൾക്ക് പറയാനാകാത്തത്ര വെറുപ്പും ഭയവും തോന്നി. എങ്കിലും

ഒന്നും വെളിയിൽ കാണിക്കുന്നതോ പറയുന്നതോ ശരിയല്ലല്ലോ എന്ന് തോന്നി. എല്ലാ വികാരങ്ങളും മനസ്സിൽതന്നെ ഒതുക്കി.

പക്ഷേ ഓരോ ദിവസം കഴിഞ്ഞപ്പോഴും അവൾക്ക് ആ ജന്തുവി നോടുള്ള വെറുപ്പും ഭയവും കുറഞ്ഞു. ക്രമേണയായി അവൾ അതിനെ സ്നേഹിക്കാൻ തുടങ്ങി. അത് തന്റെ അടുത്ത് കട്ടിലിൽ കിടക്കുമ്പോൾ അവൾ തന്റെ മൃദുവായ കൈവെള്ളകൾ കൊണ്ട് അതിന്റെ കൈയ്യിലും തലയിലും തടവിക്കൊടുത്തു. അങ്ങനെ ചെയ്യുമ്പോൾ, അത് അവളോട് കൂടുതൽ ചേർന്ന് കിടക്കും. ചിലപ്പോൾ അവളുടെ മുഖത്തും നെറ്റിയിലും അത് മൂക്കുവായ് അമർത്തി മുത്തം കൊടുക്കും. ഒരു ദിവസം അത് അവളോട് ചോദിച്ചു.

“നിച്ചെൻ, നിനക്ക് എന്നെ ഇഷ്ടമാണോ?”

“അതെ”

ആ സംഭാഷണം നടന്ന ദിവസം രാത്രി ആ ജന്തു കിടപ്പറയിലേക്ക് ചെന്നില്ല. രാത്രി മുഴുവൻ അത് എവിടെപ്പോയി എന്നറിയാതെ നിച്ചൻ അസ്വസ്ഥയായി ഉറങ്ങാതെ കഴിച്ചു. അടുത്തദിവസം പ്രഭാതത്തിൽ അവൾ അവിടെയെല്ലാം തിരഞ്ഞു. അതിന് എന്തു സംഭവിച്ചിരിക്കും? എന്തെങ്കിലും അപകടം. അവൾക്ക് വലിയ ദുഃഖം അനുഭവപ്പെട്ടു. അവളുടെ മനസ്സുനിറയെ അതിനോട് സ്നേഹമായിരുന്നു എന്ന് അപ്പോളാണ് അവൾക്ക് മനസ്സിലായത്.

അങ്ങനെ തിരഞ്ഞ് ചെന്നപ്പോൾ വീട്ടുമുൻപിലുള്ള ഉദ്യാനത്തിൽ ഒരു ചെറിയ പൊയ്കക്കടുത്ത് അത് കൈകാലുകൾ നീട്ടി നിശ്ചലനായി കിടക്കുന്നത് കണ്ടു. അവൾ ഓടിച്ചെന്ന് അതിനെ തട്ടിവിളിച്ചു. പക്ഷേ അത് മരിച്ചാലെന്നതുപോലെ തികച്ചും നിശ്ചലനായിരുന്നു.

നിച്ചെന് തന്റെ സങ്കടം അടക്കാൻ കഴിഞ്ഞില്ല. അവൾ വാവിട്ട് നിലവിളിച്ചു.

“കൂട്ടുകാരാ. എനിക്ക് നിന്നെ എത്ര ഇഷ്ടമായിരുന്നു? നിയെന്തേ എന്നെ തനിച്ചാക്കി പോയത്?’

അപ്പോൾ ഒരതിശയം നടന്നു. ആ ജന്തു പെട്ടെന്ന് എഴുന്നേറ്റ് നിന്നു. മാത്രമല്ല, എഴുന്നേറ്റ് നിന്നപ്പോൾ അത് വിരൂപിയായ ഒരു മൃഗമായിരുന്നില്ല. മറിച്ച് സുന്ദരനായ ഒരു യുവാവായിരുന്നു. നിച്ചനും വീട്ടിലെ പരിചാരകരും ആ മാറ്റം അതിശയത്തോടെ കണ്ടു. അത് അവർക്കെല്ലാം വലിയ സന്തോഷത്തിന് കാരണമായി. നിച്ചെൻ സങ്കോചത്തോടെയും അതിശയത്തോടെയും ആ യുവാവിനെ നോക്കി നിന്നു.

യുവാവ് നിച്ചെന്റെ കൈപിടിച്ച് സ്വന്തം നെഞ്ചോട് ചേർത്തുവെച്ച് പറഞ്ഞു.

“നിച്ചെൻ, നീ എന്നെ ഒരു വലിയ ശാപത്തിൽനിന്നും മോചിപ്പിച്ചിരിക്കുകയാണ്. എന്റെ അച്ഛൻ എനിക്ക് ഇഷ്ടമില്ലാത്ത ഒരു പെണ്ണിനെ വിവാഹം കഴിക്കാൻ എന്നെ നിർബന്ധിച്ചുകൊണ്ടിരുന്നു. ഞാൻ സമ്മതിക്കില്ല എന്ന് ബോധ്യമായപ്പോൾ അച്ഛൻ എന്നോട് ദേഷ്യപ്പെട്ടു; കോപിച്ചു. ഒരു മന്ത്രവാദിനിയുടെ സഹായത്തോടെ എന്നെ ശപിക്കുകയും, അറപ്പിക്കുന്ന വിരൂപിയായ ഒരു മൃഗമാക്കി മാറ്റുകയും ചെയ്തു. ആ രൂപത്തിൽ എന്നെ ഇഷ്ടപ്പെടുന്ന ഒരു കന്യക എനിക്കുവേണ്ടി കണ്ണുനീർ ഒഴുക്കുകയും സങ്കടപ്പെടുകയും എന്നെ സ്നേഹിക്കുകയും ചെയ്യുമ്പോൾ മാത്രമായിരിക്കും ശാപമോക്ഷം കിട്ടുകയെന്നും ഉറപ്പിച്ചു. ഇന്ന് നീ സ്നേഹം നൽകി എന്നെ ശാപത്തിൽ നിന്നും മോചിതനാക്കിയിരിക്കുന്നു. വിരൂപനായിരുന്ന എന്നെ സ്നേഹിക്കാൻ കഴിഞ്ഞ നിന്റെ നല്ല മനസ്സിന് ഞാൻ എന്നും കടപ്പെട്ടവനായിരിക്കും.”

എല്ലാവരും തികഞ്ഞ അതിശയത്തോടെ ആ കഥ കേട്ടുനിന്നു. അല്പനേരത്തെ നിശ്ശബ്ദതക്കുശേഷം ആ യുവാവ് നിച്ചെനോട് ചോദിച്ചു.

“നിച്ചെൻ, നീ എന്നെ വിവാഹം കഴിക്കുമോ?”

“തീർച്ചയായും.”

അവർ അടുത്ത ഒരു മുഹൂർത്തത്തിൽ വിവാഹിതരായി. സന്തോഷത്തോടെ ജീവിച്ചു. അതിനിടയിൽ നിച്ചെന്ന് ഭർത്താവ് ഒരു സമ്മാനം നൽകി. സമ്മാനം നൽകിയത് ഒരു നിബന്ധനയോടെ ആയിരുന്നു.

അവരുടെ വിവാഹം നടന്ന നാൾ മുതൽ ഒരു വർഷം തികയുന്നതുവരെ നിച്ചെൻ യാതൊരു കാരണവശാലും സ്വന്തം വീട്ടിലേക്ക് പോകാൻ പാടില്ല എന്നതായിരുന്നു നിബന്ധന. നിച്ചെന്ന് അത് സ്വീകാര്യവുമായിരുന്നു.

സമ്മാനം എന്തെന്നല്ലേ?

ഒരു കണ്ണാടി. അതിൽ നോക്കിയാൽ നിച്ചെന് സ്വന്തം വീട്ടിൽ നടക്കുന്ന എല്ലാം കാര്യങ്ങളും കാണാൻ കഴിയും. അത് നിച്ചെന് വളരെ ഇഷ്ടപ്പെട്ട സമ്മാനം തന്നെയായിരുന്നു. ഇടയ്ക്കിടക്ക് അവൾ കണ്ണാടിയിൽ നോക്കി വീട്ടിലെ വിശേഷങ്ങൾ അറിയുമായിരുന്നു. തന്റെ അച്ഛൻ ദുഃഖിതനായിരുന്നുവെന്നും അത് തന്നെ ഓർത്തുള്ള ദുഃഖം ആയിരുന്നുവെന്നും നിച്ചെന് അറിയാമായിരുന്നു. കുറ്റിച്ചൂലും ദുഃഖിതയായിരുന്നു. അവൾ നിച്ചെന്റെ വേർപാടിൽ വളരെയധികം സങ്കടപ്പെട്ടിരുന്നു എന്ന് മനസ്സിലാക്കാൻ ബുദ്ധിമുട്ടില്ലായിരുന്നു. നിച്ചെന്നും അങ്ങനെ തന്നെയായിരുന്നു.

മറ്റൊരു ദിവസം നിച്ചെൻ കണ്ണാടിയിൽ അവളുടെ അച്ഛൻ രോഗ ശയ്യയിൽ കിടക്കുന്നത് കണ്ടു. മൂത്ത സഹോദരിമാർ അച്ഛനെ ശ്രദ്ധി ക്കാതെ അടുത്ത മുറികളിൽ കൂട്ടുകാരുമൊത്ത് സന്തോഷമായി സമയം ചിലവഴിക്കുകയായിരുന്നു. ആ കാഴ്ചകൾ നിച്ചെനെ വളരെയധികം വേദനിപ്പിച്ചു. നിച്ചെൻ ആ വിവരങ്ങളെല്ലാം ഭർത്താവിനോട് പറഞ്ഞു.

"ഓ. അങ്ങിനെയൊ? നീ വിഷമിക്കേണ്ട. നിന്റെ അച്ഛന് ഒന്നും സംഭ വിക്കുകയില്ല. നോക്ക് നമ്മുടെ തോട്ടത്തിൽ ഒരു ചെടിയുണ്ട്. അതിന്റെ പാല് കഴിച്ചാൽ മരണശയ്യയിൽ കിടക്കുന്നവരെപ്പോലും രക്ഷിക്കാൻ കഴിയും. അവർക്ക് പൂർണ ആരോഗ്യം തിരികെ കിട്ടും. നിനക്ക് വീട്ടിൽ പോകാൻ വിലക്കിയിരുന്ന ഒരു വർഷം പൂർത്തിയാകാൻ ഇനി കുറച്ചു ദിവസങ്ങളല്ലേയുള്ളൂ. വർഷം തികഞ്ഞാലുടനെ നമുക്ക് നിന്റെ വീട്ടിൽ പോയി അച്ഛനെ ഇങ്ങോട്ട് കൊണ്ടുവരാം. പിന്നീട് അച്ഛൻ നമ്മുടെ കൂടെ താമസിക്കട്ടെ."

ആ അഭിപ്രായങ്ങൾ നിച്ചെന് പൂർണ സമ്മതമായിരുന്നു. ഒരു വർഷം തികഞ്ഞ ദിവസം തന്നെ അവരെല്ലാം നിച്ചെന്റെ വീട്ടിലേക്ക് യാത്രതിരിച്ചു. നിച്ചെൻ, നിച്ചെന്റെ ഭർത്താവ്, പരിചാരകനും മറ്റ് സിൽ ബന്ധികളും അടങ്ങുന്ന ഒരു ചെറിയ സംഘം അലങ്കരിച്ച ഒരു കുതിരവ ണ്ടിയിൽ ആർഭാടമായി നിച്ചെന്റെ വീട്ടിലെത്തി. അവരെ ആ നിലയിൽ കണ്ട കുറ്റിച്ചൂലിന് പറഞ്ഞറിയിക്കാനാകാത്ത സന്തോഷമായിരുന്നു. അവൾ വീണ്ടും വീണ്ടും നിച്ചെനെ കെട്ടിപ്പിടിച്ച് മുത്തമിട്ടു. നിച്ചെന്റെ അച്ഛനും വിവരങ്ങളെല്ലാം കേട്ട് വളരെയധികം സന്തോഷിച്ചു. നിച്ചെന്റെ മൂത്ത രണ്ട് സഹോദരിമാരും പുറമേ സന്തോഷം കാണിച്ചുവെങ്കിലും അസൂയകൊണ്ട് വെന്തുരുകുകയായിരുന്നു. എങ്കിലും നിച്ചെൻ അവരോട് സ്നേഹത്തോടെ പെരുമാറി.

നിച്ചെന്റെയും ഭർത്താവിന്റെയും ക്ഷണം സ്വീകരിച്ച് അവരെല്ലാം അന്ന് വൈകിട്ട് തന്നെ നിച്ചെന്റെ ഭർഗൃഹത്തിലേക്ക് യാത്ര തിരിച്ചു. കുറ്റി ച്ചൂലിനേയും നിച്ചെൻ നിർബന്ധിച്ച് വണ്ടിയിൽ കയറ്റി. വീട്ടിൽ മടങ്ങിയെ ത്തിയ നിച്ചെൻ ഉടൻ തന്നെ അച്ഛന് ഭർത്താവ് ഉപദേശിച്ചതുപോലെ ഔഷധം കൊടുത്തു. അവിടെയെല്ലാം ചുറ്റിക്കണ്ട കുറ്റിച്ചൂലിന് വളരെ സന്തോഷമായി. അവിടുത്തെ സൗകര്യങ്ങൾ പ്രതീക്ഷിച്ചതിനേക്കാൾ വളരെ കൂടുതലായിരുന്നു. അതുകണ്ട നിച്ചെന്റെ മൂത്തസഹോദരികൾ അത്ഭുതപ്പെട്ടുപോയി. അസൂയാലുക്കളായ അവർക്ക് നിച്ചെന്റെ ഭാഗ്യം അംഗീകരിക്കാൻ കഴിയുമായിരുന്നില്ല. അവർ രണ്ടുപേരും ആ സൗക ര്യങ്ങൾ എങ്ങനെ തങ്ങൾക്ക് സ്വന്തമാക്കാമെന്ന് ആലോചിച്ചു. 'ഒരു പക്ഷേ നിച്ചെനെ കൊലപ്പെടുത്തിയാൽ അവളുടെ ഭർത്താവ് തങ്ങളെ

വിവാഹം കഴിക്കാൻ സമ്മതിച്ചേക്കാം' എന്ന് അവർ ആഗ്രഹിച്ചു.

കുറച്ചു ദിവസങ്ങൾക്കുള്ളിൽ നിച്ചെന്റെ അച്ഛൻ പൂർണ ആരോഗ്യവാനായി. അദ്ദേഹത്തിന് മകൾക്കുകിട്ടിയ സൗഭാഗ്യങ്ങളെക്കുറിച്ച് അഭിമാനവും സന്തോഷവും ആയിരുന്നു.

മൂത്തസഹോദരികൾ ഒരു ദിവസം ആരുമറിയാതെ, മറ്റാരും ശ്രദ്ധിക്കാൻ സാധ്യതയില്ലാത്ത ഒരു സമയത്ത് കുളിമുറിയിലെ തൊട്ടിയിൽ നിച്ചെനെ മുക്കിക്കൊന്നു. പക്ഷേ പിന്നീട് സംഭവിച്ചത് അവർ ആഗ്രഹിച്ചതിന് തികച്ചും വിപരീതഫലം നൽകിയ ഒരതിശയമായിരുന്നു.

എങ്ങുനിന്നോ തികച്ചും അപ്രതീക്ഷിതമായി ഉയരമുള്ള ഒരു സ്ത്രീ അവിടെ പ്രത്യക്ഷപ്പെട്ടു. അവർ എല്ലാവരെയും അല്പനേരം തുറിച്ചു നോക്കിനിന്നു. പിന്നീട് ഒരു മാന്ത്രികക്കോലുകൊണ്ട് നിച്ചെന്റെ ദേഹത്ത് തൊട്ടുകൊണ്ട് പറഞ്ഞു.

"മരിച്ചു വെന്ന് നിങ്ങൾ വിശ്വസിക്കുന്ന ഈ നിച്ചെൻ മരിച്ചിട്ടില്ല. ഞാൻ ഇവൾക്ക് വീണ്ടും പഴയ ഉണർവ്വ് നൽകുന്നു.

നിച്ചെൻ, നീ കണ്ണുതുറന്ന് എഴുന്നേൽക്ക്."

നിച്ചെൻ ഉറക്കത്തിൽ നിന്നെന്നതുപോലെ ഉണർന്നു. സാവധാനം എഴുന്നേറ്റ് നിന്നു. അപ്പോൾ ആ സ്ത്രീ വീണ്ടും പറഞ്ഞു.

" ഈ കൊട്ടാരത്തിലെ രാജകുമാരനെ അവന്റെ അച്ഛന്റെ ആഗ്രഹപ്രകാരം ഒരു വിരൂപിയാക്കിമാറ്റിയ മാന്ത്രിക ഞാൻ തന്നെയാണ്. നിച്ചെൻ, നിന്റെ നല്ല മനസ്സും പെരുമാറ്റവും എനിക്ക് വളരെയധികം ഇഷ്ടപ്പെട്ടിരിക്കുന്നു. അതുകൊണ്ട് ഈ രാജകുമാരനെ മാന്ത്രികശക്തിയിൽനിന്ന് ഞാൻ പൂർണമായും വിമുക്തനാക്കിയിരിക്കുന്നു. ഇനി നിങ്ങൾക്ക് ദീർഘകാലം എല്ലാ സുഖസൗകര്യങ്ങളോടും കൂടി സന്തോഷമായി ജീവിക്കാം."

അല്പം നിർത്തിയിട്ട് അവർ വീണ്ടും പറഞ്ഞു.

"നിച്ചെൻ, നിന്റെ ഈ രണ്ട് സഹോദരിമാരും ചെയ്തത് ക്ഷമ അർഹിക്കാത്ത ക്രൂരതയാണ്. അവർ അഹങ്കാരികളും അസൂയാലുക്കളുമാണ്. അവർക്ക് തുടർന്ന് ജീവിക്കാൻ അർഹതയില്ല. ഞാനവർക്ക് മരണശിക്ഷ വിധിക്കുന്നു."

അതുകേട്ടതും നിച്ചെൻ അവരോട് കരഞ്ഞപേക്ഷിച്ചു.

"ശരിയാണ്. എന്റെ മൂത്ത സഹോദരിമാർ അഹങ്കാരികളും അസൂയാലുക്കളുമാണ്. ചെയ്തത് വലിയ തെറ്റുമാണ്. എന്നാലും എനിക്കുവേണ്ടി അവരോട് ഈ പ്രാവശ്യം ക്ഷമിക്കണം."

“ക്ഷമിക്കുകയോ? അത് സാധ്യമല്ല. പക്ഷേ നിനക്കുവേണ്ടി വധശിക്ഷ ഒഴിവാക്കാം. പക്ഷേ ഒരു നല്ല ശിക്ഷതന്നെ, അവർക്ക് കിട്ടണം. ശരി. ഞാനവരെ രണ്ടുപേരെയും ഈ തോട്ടത്തിലെ ഓരോ ട്ടുണകളാക്കി മാറ്റും. ഏതെങ്കിലും സുന്ദരന്മാരായ ചെറുപ്പക്കാർ അവരെ ആ നിലയിൽ കണ്ട് ഇഷ്ടപ്പെട്ട് വിവാഹം കഴിക്കാൻ തയ്യാറാകുകയാണെങ്കിൽ അവർക്ക് ഈ ശാപത്തിൽനിന്ന് മോചനം കിട്ടും. പിന്നെ മറ്റൊരു കാര്യം. ഈ ശാപം നടപ്പാക്കുന്നതോടുകൂടി എന്റെ മാന്ത്രിക ശക്തികൾ നഷ്ടപ്പെടും.”

അത്രയും പറഞ്ഞ് ആ സ്ത്രീ അപ്രത്യക്ഷയായി. ഉടൻ തന്നെ ആ രണ്ട് സഹോദരികളും തോട്ടത്തിലെ ട്ടുണകളായി മാറുകയും ചെയ്തു.

നിച്ചെനും, ഭർത്താവും, നിച്ചെന്റെ അച്ഛനും അവിടെ സുഖമായി ജീവിച്ചു. നിച്ചെൻ തന്റെ കൂട്ടുകാരിയായ കുറ്റിച്ചൂലിനെയും തന്റെ കൂടെ നിർബന്ധിച്ച് താമസിപ്പിക്കുകയും അവൾക്കുവേണ്ട എല്ലാ സുഖസൗകര്യങ്ങളും ഒരുക്കി കൊടുക്കുകയും ചെയ്തു. അവർ എന്നും ആത്മമിത്രങ്ങളായി ജീവിച്ചു.

നീലവെളിച്ചം

പണ്ട് ജർമ്മൻനാട്ടിൽ ജീവിച്ചിരുന്ന ഒരു രാജാവിനോടൊപ്പം യുദ്ധകാലത്തും സമാധാനകാലത്തും ഒരുപോലെ വിശ്വസ്തമായി ജോലി ചെയ്തിരുന്ന ഒരു ഭടന്റെ കഥയാണ്ഇത്. ഒരു പ്രത്യേക യുദ്ധത്തിൽ തനിക്കേറ്റ മാരകമായ മുറിവുകൾ കാരണം തുടർന്ന് ജോലിചെയ്യാൻ അയാൾക്ക് കഴിയാതെയായി. അതുകാരണം രാജാവ് അയാളെ വിളിച്ചു പറഞ്ഞു.

"ഹേ മനുഷ്യാ, നിനക്ക് ഇനി നിന്റെ വീട്ടിലേക്ക് തിരികെ മടങ്ങാം. ജോലിചെയ്യാൻ കഴിയാത്ത നിന്നെ എനിക്കിനി ആവശ്യമില്ല. ഇനി മുതൽ നിനക്ക് ഇവിടെനിന്നും ശമ്പളമോ മറ്റ് ആനുകൂല്യങ്ങളോ ഒന്നും കിട്ടുകയില്ല. അതുകൊണ്ട് ഉടനേ പോയ്ക്കോ"

എന്തുചെയ്യണമെന്നറിയാതെ, കയ്യിൽ ഒന്നുമില്ലാതെ ആ പാവം ഭടൻ തന്റെ ഗ്രാമം നോക്കി ഉദാസീനനായി നടന്നു.

നേരം വൈകി ഇരുട്ടാകാൻ തുടങ്ങിയപ്പോഴേക്കും അയാൾ ഒരു വനപ്രദേശത്തിനടുത്ത് എത്തിയിരുന്നു. ഇരുട്ടായി തുടങ്ങിയപ്പോൾ കുറച്ചുദൂരെ ഒരു വെളിച്ചം കണ്ടു. അയാൾ വെളിച്ചം കണ്ട സ്ഥലത്തേക്ക് നടന്നു. എത്തിച്ചേർന്നത് ഒരു ചെറിയ കുടിലിൽ ആയിരുന്നു. അവിടെ താമസിച്ചിരുന്നത് ഒരു കിഴവിയായിരുന്നു.

അയാൾ അവരോട് അഭ്യർത്ഥിച്ചു.

"ദയവായി എനിക്ക് അല്പം ആഹാരവും ഇന്ന് രാത്രി ഇവിടെ താമസിക്കാൻ അനുവാദവും തരണം. ഇല്ലെങ്കിൽ ഞാൻ മരിച്ചുപോകും. എന്നോട് അല്പം ദയകാണിക്കണം."

“ഓഹോ. അങ്ങനെയോ. ഒളിച്ചോടിപ്പോകുന്ന ഭടന്മാർക്ക് യാതൊരു സഹായവും ചെയ്യാൻ പാടില്ല എന്നല്ലേ? എങ്കിലും സാരമില്ല. ഞാൻ നിന്നോട് ദയവ് കാണിക്കും. ഭക്ഷണവും താമസിക്കാൻ അനുവാദവും തരാം പക്ഷേ ഞാൻ പറയുന്നതെല്ലാം നീ ചെയ്യണം. എന്താ സമ്മത മാണോ?”

“ഞാനെന്താണ് ചെയ്യേണ്ടത്. പറഞ്ഞാലും.”

“നാളെ നീ എന്റെ പൂന്തോട്ടം കിളച്ച് വൃത്തിയാക്കണം.”

“ശരി എനിക്ക് സമ്മതം.” അങ്ങനെ അയാൾ ആഹാരം കഴിച്ച് ആ രാത്രി അവിടെ കിടന്നുറങ്ങി. അടുത്തദിവസം ആ സ്ത്രീയുടെ നിർദ്ദേശമനു സരിച്ച് അയാൾ വിശ്വസ്ഥതയോടെ അദ്ധ്വാനിച്ചു. പക്ഷേ ഒരു ദിവസം കൊണ്ട് പണി തീർന്നില്ല. വൈകിട്ട് ആ കിഴവി അയാളോട് പറഞ്ഞു.

“പണിതീർന്നില്ല. അല്ലേ. സാരമില്ല. നിങ്ങൾക്ക് സമ്മതമാണെങ്കിൽ ബാക്കി ജോലി നാളെചെയ്താൽ മതി. ഞാൻ നിങ്ങൾക്ക് ഇന്നും ഇവിടെ താമസിക്കാൻ അനുവാദം തരാം. ഭക്ഷണവും തരാം. പക്ഷേ, ഇന്നത്തെ ജോലി തീർക്കുന്നതിന് പുറമേ നാളെ എനിക്ക് കുറച്ച് വിറക് വെട്ടിത്ത രുകയും വേണം.”

“ഓ. എനിക്ക് സമ്മതം.” അയാൾ പറഞ്ഞു.

അങ്ങനെ അന്നും അവിടെ താമസിച്ച അയാൾ അടുത്തദിവസം കാലത്ത് തന്റെ പണി പുനരാരംഭിച്ചു. വൈകാറായപ്പോഴേക്കും പണി തീർക്കുകയും ചെയ്തു. ആ കിഴവി അയാളോട് അന്നുവൈകിട്ടും പറഞ്ഞു.

“ഇന്ന് താൻ തന്റെ പണിമുഴുവനും തീർത്തല്ലൊ. വിരോധമില്ലെങ്കിൽ ഇന്നുകൂടി ഇവിടെ താമസിച്ച് നാളെ എന്നെ മറ്റൊരു ജോലിക്കുകൂടി സഹായിച്ചിട്ട് പോകാം.”

“വിരോധമില്ല.” അയാൾ പറഞ്ഞു. അന്നും അയാൾ അവിടെ താമസിച്ചു. അടുത്ത ദിവസം രാവിലെ കിഴവി അയാളോട് പറഞ്ഞു.

“ഇന്നത്തെ ജോലി അത്ര ബുദ്ധിമുട്ടുള്ളതല്ല. അധികസമയവും വേണ്ടിവരുകയില്ല.”

“ഞാൻ തയ്യാറാണ്. ജോലി എന്താണെന്ന് പറഞ്ഞാലും.”

അവർ അയാളെ വീടിന് പിൻപുറമുള്ള ഒരു പാഴടഞ്ഞ കിണറിന്റെ അരുകിലേക്ക് കൂട്ടിക്കൊണ്ടുപോയി. ആ കിണറ് കാണിച്ചിട്ട് പറഞ്ഞു.

“നോക്കൂ. എന്റെ ഒരു ടോർച്ച് ഈ കിണറ്റിൽ അബദ്ധത്തിൽ വീണുപോയി. അത് എടുക്കാൻ എന്നെ ഒന്ന് സഹായിക്കണം.”

“ഓ. തീർച്ചയായും.”

അവർ നേരത്തെ കരുതിവെച്ചിരുന്ന ഒരു നീണ്ട കയർ അയാളുടെ കയ്യിൽ കൊടുത്തു. എന്നിട്ട് പറഞ്ഞു.

"നിങ്ങൾ ഈ കയറിന്റെ അറ്റം അരയിൽ കെട്ടിയിട്ട് കിണറ്റിലേക്ക് ഇറങ്ങുക. മറ്റേ അറ്റത്ത് ഞാൻ പിടിച്ചുകൊണ്ട് കുറേശ്ശയായി കയർ താഴേക്ക് ഇറക്കാം. അപ്പോൾ ബുദ്ധിമുട്ടാതെ നിങ്ങൾക്ക് കിണറിന്റെ അടിയിൽ എത്താൻ കഴിയും. എന്റെ ടോർച്ച് തേടിയെടുത്താൽ, ഞാൻ കയറ് കുറേശ്ശയായി മേലോട്ട് എടുക്കാം. അങ്ങിനെ നിങ്ങൾക്ക് യാതൊരു വിഷമവും ഇല്ലാതെ തിരികെ മുകളിൽ എത്താനും കഴിയും. അയാളും ആ പദ്ധതി ശരിയാണെന്ന് സമ്മതിച്ചു. എല്ലാം ആ കിഴവി പറഞ്ഞതുപോലെ നടന്നു. അയാൾ ടോർച്ച് തേടി കണ്ടുപിടിച്ചു.

"ടോർച്ച് കിട്ടി ഇനി കയറ് മുകളിലേക്ക് വലിച്ചോളൂ. ഞാൻ കയറിൽ പിടിച്ച് മുകളിലെത്താം" അയാൾ ഉച്ചത്തിൽ വിളിച്ചു പറഞ്ഞു.

"ശരി"

അങ്ങനെ അവർ കുറേശ്ശയായി കയർ മുകളിലേക്ക് വലിച്ചു. അയാൾ ഏതാണ്ട് കയ്യെത്തുന്ന അത്ര അടുത്തായപ്പോൾ ആ സ്ത്രീകിണറ്റിലേക്ക് കുനിഞ്ഞ് കൈ നീട്ടിപിടിച്ചുകൊണ്ട് പറഞ്ഞു.

"ടോർച്ച് ഇങ്ങുതാ. വേഗം." അത് കേട്ടപ്പോൾ അയാൾക്ക് സംശയം തോന്നി.

'ടോർച്ച് കൊടുത്താൽ ഇവർ എന്നെ ചതിക്കുമോ?' അയാൾ പറഞ്ഞു.

"എന്നെ മുകളിലേക്ക് കയറ്റൂ. മുകളിൽ കയറിയാലുടനെ ഞാൻ ടോർച്ച് തരാം."

"വേണ്ടാ. വേണ്ട. ആദ്യം ടോർച്ച് താ. പിന്നെ നിന്നെ വലിച്ചു കയറ്റാം."

"അത് ശരിയാകത്തില്ല. ആദ്യം എന്നെ വലിച്ചുകയറ്റ്. അതുകഴിഞ്ഞ് ടോർച്ച്?" ആ സ്ത്രീയുടെ ഭാവമാറ്റം അയാൾ ശ്രദ്ധിച്ചു. കുപിതയായ അവരുടെ മുഖം കണ്ടപ്പോളാണ് അയാൾക്ക് ആ സത്യം മനസ്സിലായത്. അവർ ഒരു മനുഷ്യസ്ത്രീയെപ്പോലെ പെരുമാറുകയും സംസാരിക്കുകയും ചെയ്തുവെങ്കിലും വാസ്തവത്തിൽ അവർ ഒരു യക്ഷിയായിരുന്നു.

"എന്താ നീ പറഞ്ഞത്? നീയെന്നെ ധിക്കരിക്കുന്നോ? ആദ്യം ടോർച്ച് എന്റെ കയ്യിൽ താ. പിന്നെ നിന്നെ കിണറിന് വെളിയിൽ കൊണ്ടുവരും. മനസ്സിലായോ?" അയാളും വിട്ടുകൊടുത്തില്ല.

"ഇല്ല. കിണറിന് വെളിയിൽ ഞാൻ നിലത്ത് നിന്നതിനുശേഷം മാത്രം ടോർച്ച്."

"ഓ അങ്ങനെയോ? എങ്കിൽ നീ അനുഭവിച്ചോ."

അത്രയും പറഞ്ഞ് അവർ ആ കയറിൽനിന്നും പിടിവിട്ടു. അയാൾ കിണറ്റിലേക്ക് വീണു. വീഴ്ച അയാളെ ക്ഷീണിപ്പിച്ചുകഴിഞ്ഞു. എല്ലുകളെല്ലാം നുറുങ്ങിയതുപോലെ വേദനയെടുത്തു. കുറേ നേരത്തേക്ക് ആ ആഘാതത്തിൽനിന്ന് പുറത്തുവരാൻ കഴിഞ്ഞില്ല. അല്പസമയം ഉറങ്ങിപ്പോയി. പിന്നീട് വേദന അല്പം ശമിച്ചപ്പോൾ. 'ഇനി എങ്ങനെയാണ് കിണറ്റിൽനിന്നും പുറത്ത് കടക്കുക; പ്രത്യേകിച്ചും താൻ വഞ്ചിക്കപ്പെട്ടിരിക്കുന്ന അവസ്ഥയിൽ എന്ന് ആലോചിച്ചിരിക്കുമ്പോൾ ഒരു ബീഡി വലിച്ചാൽ കൊള്ളാമെന്ന് അയാൾക്ക് തോന്നി. പോക്കറ്റിൽ തപ്പിയപ്പോൾ നല്ലകാലത്തിന് ഒരു ബീഡി ഉണ്ടായിരുന്നു. ബീഡിയെടുത്ത് വായിൽ പിടിപ്പിച്ചപ്പോഴാണ്, തന്റെ പക്കൽ തീപ്പെട്ടിയില്ലെന്ന കാര്യം ഓർത്തത്. അല്പനേരം വിഷണ്ണനായി ഇരുന്ന അയാൾക്ക് ഒരു ബുദ്ധി തോന്നി. ആ ടോർച്ചിന്റെ വെളിച്ചത്തിൽ ബീഡി കുറേനേരം പിടിച്ചുനോക്കിയാലോ? ഒരു പക്ഷേ ബീഡി കത്തിയാൽ! പണ്ട് സൂര്യപ്രകാശം കൊണ്ട് ഒരു ചെറിയ ഭൂതക്കണ്ണാടിയുടെ സഹായത്തോടെ തീയുണ്ടാക്കിയത് അയാൾ ഓർത്തു. ആ ഉപായം അയാൾ പ്രയോഗിച്ചുനോക്കി. കുറച്ചുനേരം ടോർച്ചിന്റെ മുമ്പിൽ ബീഡി കാണിച്ചപ്പോൾ ബീഡി പുകയാൻ തുടങ്ങി.

പക്ഷേ തികച്ചും അപ്രതീക്ഷിതമായ മറ്റൊന്നുകൂടി സംഭവിച്ചു. ബീഡിയിൽ നിന്ന് വന്ന പുക ഉരുണ്ടുകൂടി മനുഷ്യാകാരം പൂണ്ട ഒരു കള്ളൻ അയാളുടെ മുമ്പിൽ പ്രത്യക്ഷപ്പെട്ടു.

"യജമാനനേ, എന്താണ് അടിയൻ ചെയ്യേണ്ടതെന്ന് കല്പിച്ചാലും" കള്ളൻ അയാളോട് വിനയത്തോടെ പറഞ്ഞു. ഇതെല്ലാം കണ്ട ആ വിമുക്തഭടൻ അമ്പരന്നുപോയി. അയാൾ ചോദിച്ചു.

"നീ ആരാണ്? നിന്നോട് എന്തെങ്കിലും പറയേണ്ട കാര്യം എനിക്കില്ലല്ലോ?"

"അങ്ങിനെയല്ല യജമാനൻ. ഞാൻ ഈ ടോർച്ചിൽ അടയ്ക്കപ്പെട്ട ഭൂതമാണ്. അങ്ങ് എപ്പോൾ ഇതിന്റെ നീലവെളിച്ചം ഉപയോഗിച്ച് പുകയുണ്ടാക്കിയാലും ഞാൻ അപ്പോൾ അങ്ങയുടെ മുമ്പിൽ ആഗതനാകും. അങ്ങ് ആജ്ഞാപിക്കുന്ന എന്തും അങ്ങയ്ക്കു വേണ്ടി ചെയ്യുകയും ചെയ്യും. ഞാൻ അങ്ങയുടെ സേവകനാണ്."

"ഓ. അങ്ങനെയോ. എങ്കിൽ നീ എന്നെ എത്രയും വേഗം ഈ കിണറ്റിൽ നിന്നും വെളിയിൽ കൊണ്ടുപോകൂ."

"ശരി. അങ്ങനെയാകട്ടെ. അങ്ങ് എന്റെ കയ്യിൽപിടിച്ച്

നടന്നുകൊള്ളുക. അല്പനിമിഷങ്ങൾക്കുള്ളിൽ നമ്മൾ കിണറിന് വെളിയിൽ എത്തിയിരിക്കും."

അയാൾ കുള്ളന്റെ കൈപിടിച്ച് നടക്കാൻ തുടങ്ങി. കിണറിന്റെ അടിയിൽ ഉണ്ടായിരുന്ന ഒരു ഗുഹാമുഖത്തിനുള്ളിൽ പ്രവേശിച്ച അവർ കുറേദൂരം നടന്ന് കിണറിന് വെളിയിൽ എത്തി. മാത്രമല്ല, നടക്കുന്നതിനിടയിൽ ഗുഹയുടെ പാർശ്വഭാഗങ്ങളിലായി യക്ഷി ശേഖരിച്ചുവെച്ചിരുന്ന വിലമതിപ്പില്ലാത്ത സ്വത്തും കുള്ളൻ അയാൾക്ക് കാണിച്ചുകൊടുത്തു.

കിണറിന് വെളിയിൽ എത്തിയ ഭടൻ ഭൂതത്തിനോട് പറഞ്ഞു.

"നീയിപ്പോൾ ആ യക്ഷിയെ പിടിച്ചുകെട്ടി തീയിക്ക് ഇരയാക്കണം."

"അത് ഉടനെ ചെയ്യാം."

ആ സമയത്ത് വളരെ ക്രുദ്ധയായി ഒരു കൊടുങ്കാറ്റുപോലെ അവിടെയെത്തിയ യക്ഷിയെ ഭൂതം പിടിച്ചുകെട്ടി തീവെച്ച് കൊന്നു. അതുകണ്ട ഭടൻ ഭൂതത്തിനോട് പറഞ്ഞു.

"ശരി, ഇനി നീ തല്ക്കാലം പൊയ്ക്കോ. പക്ഷേ വിളിക്കുമ്പോൾ വരണം. ഞാനല്പനേരം ഇവിടെയിരുന്ന് ഇനി എന്താണ് ചെയ്യേണ്ടത് എന്ന് ആലോചിക്കട്ടെ."

"ശരി. അങ്ങനെയാകട്ടെ. പക്ഷേ, യജമാനനൻ എന്നെ വിളിക്കുമ്പോൾ നീലവെളിച്ചം ഉപയോഗിച്ച് പുകയുണ്ടാക്കാൻ മറക്കരുത്"

"ശരി"

പിന്നീട് അയാൾ രാജാവ് താമസിച്ചിരുന്ന നഗരത്തിലേക്കുതന്നെ മടങ്ങി. അവിടെയുള്ള ഏറ്റവും പ്രസിദ്ധിപെറ്റ ഒരു നക്ഷത്രഹോട്ടലിൽ സമൃദ്ധമായി അലങ്കരിച്ച ഒരു മുറി വാടകയ്ക്ക് എടുത്തു. കൂടാതെ ഏറ്റവും ആധുനിക രീതിയിൽ തുന്നിയ വിലകൂടിയ വസ്ത്രങ്ങൾ വാങ്ങി ധരിച്ചു. പിന്നീട് അയാൾ നീലവെളിച്ചം ഉപയോഗിച്ച് പുകയുണ്ടാക്കി ഭൂതത്തിനെ വിളിച്ചു. ഭൂതം പ്രത്യക്ഷപ്പെട്ട് ചോദിച്ചു.

"യജമാനനൻ, കല്പിച്ചാലും."

"ഇവിടുത്തെ രാജാവ് എന്നോട് വളരെ ക്രൂരമായിട്ടാണ് പെരുമാറിയത്. അയാളെ ഒരു പാഠം പഠിപ്പിക്കണം."

"എന്നെക്കൊണ്ട് എങ്ങനെ സഹായിക്കാൻ കഴിയും എന്ന് പറഞ്ഞാലും. ഞാൻ തയ്യാറാണ്."

"ഇപ്പോൾ ഇവിടുത്തെ രാജാവിന്റെ മകൾ ഉച്ചയുറക്കത്തിലായിരിക്കും. നീ പോയി രാജകുമാരിയെ എടുത്ത് ഇവിടെയെത്തിക്കണം. അവൾ ഇവിടെ വന്ന് എനിക്ക് ദാസിപ്പണികൾ ചെയ്യട്ടെ."

“ശരി. അങ്ങനെയാകട്ടെ. എനിക്ക് ഇത് നിസ്സാരമായ പണിയാണ്. പക്ഷേ ഒരു കാര്യം, അങ്ങയ്ക്ക് ഇത് എത്ര സുഖം തന്നെന്ന് വരികയില്ല. പ്രത്യേകിച്ചും രാജാവ് അറിഞ്ഞുകഴിയുമ്പോൾ”

“അതൊന്നും സാരമില്ല. ഞാനെന്തിനും തയ്യാറാണ്. ആ രാജാവിനെ ഒരു പാഠം പഠിപ്പിക്കണം. അതെന്റെ ഒരു വാശിയാണ്. നീ പോയി അവളെ ഉടനെ ഇവിടെയെത്തിക്ക്.” അല്പനിമിഷങ്ങൾക്കുള്ളിൽ ഭൂതം രാജകുമാരിയെ അവിടെ എത്തിച്ചു. ഉറക്കം ഉണർന്ന ആ കുമാരി എന്തെങ്കിലും പറയുന്നതിന് മുൻപ് അയാൾ പറഞ്ഞു.

“നീയാണ് ആ ദുഷ്ടനായ രാജാവിന്റെ മകൾ. അല്ലേ? ഇതാ നോക്ക്. ഇപ്പോൾ നീ എന്റെ ദാസിയാണ്. ഞാൻ പറയുന്നതെല്ലാം മറുത്തൊന്നും പറയാതെ ചെയ്തുകൊള്ളണം. മനസ്സിലായോ.” അത്രയും പറഞ്ഞിട്ട് അയാൾ കാലിൽ കിടന്ന ഷൂസ് ഊരി അവളുടെ നേരെ ഇട്ടുകൊടുത്തു കൊണ്ട് വീണ്ടും പറഞ്ഞു.

“നിന്റെ ആദ്യത്തെ ജോലി എന്റെ ഷൂസ് വൃത്തിയാക്കി തുടച്ചുവെയ്ക്കുകയാണ്. ഉം. വേഗം ചെയ്യ്.”

തികച്ചും ഭയന്നുപോയ അവൾ യാതൊരെതിർപ്പും പറയാതെ അയാൾ പറഞ്ഞ ജോലികളെല്ലാം ചെയ്തു. മേശപ്പുറവും മുറിയും തുടച്ച് വൃത്തിയാക്കുക; അവിടെയുമിവിടെയുമായി കിടന്നിരുന്ന അയാളുടെ തുണികൾ വൃത്തിയാക്കി മടക്കി അടുക്കി വെയ്ക്കുക. അങ്ങനെ പല ജോലികളും.

വെളുപ്പിന് കോഴികൂവുന്ന സമയമായപ്പോൾ ഭൂതം അവളെ തിരികെ കൊട്ടാരത്തിലെ കിടക്കയിൽ കൊണ്ടെക്കിടത്തി. അല്പ സമയം കഴിഞ്ഞ് ഉണർന്ന അവൾക്ക് വളരെയധികം ക്ഷീണം അനുഭവപ്പെട്ടു.

അവൾ അവളുടെ അച്ഛനോട് പറഞ്ഞു.

“അച്ഛാ. ഇന്നലെ രാത്രി ഞാൻ ഒരു സ്വപ്നം കണ്ടു. വളരെ ഭയനാകമായ ഒരു സ്വപ്നം”

“എന്താ കേൾക്കട്ടെ”

രാജാവ് ആകാംക്ഷയോടെ ചോദിച്ചു. എന്നെ ഇന്നലെ രാത്രി ആരോകടത്തിക്കൊണ്ടുപോയി എന്നും ഏതോ ഒരാൾ എന്നോട് വളരെ ക്രൂരമായി പെരുമാറിയെന്നും എന്നെക്കൊണ്ട് പല കഠിന ജോലികളും ചെയ്യിച്ചു എന്നുമെല്ലാം ഞാൻ സ്വപ്നം കണ്ടു. അത് വെറും സ്വപ്നം ആയിരുന്നുവെങ്കിലും വാസ്തവത്തിൽ ജോലി ചെയ്തിരുന്നുവെങ്കിൽ എന്നതുപോലെ എന്റെ ദേഹമെല്ലാം ഇപ്പോഴും വേദനിക്കുന്നു.”

അതുകേട്ട അവളുടെ അച്ഛൻ അല്പം വിഷാദഗ്രസ്ഥനായി ആലോചനയിൽ മുഴുകിയതായി രാജകുമാരിക്ക് തോന്നി. അവൾ അച്ഛനെ സമാധാനിപ്പിച്ചു.

"അച്ഛാ. സാരമില്ല. അത് വെറും സ്വപ്നം മാത്രമായിരുന്നല്ലൊ."

"അങ്ങനെയല്ല മകളെ. നിന്റെ സ്വപ്നം ഒരു യഥാർത്ഥ സംഭവം ആയിരുന്നിരിക്കാനും സാധ്യതയുണ്ട്. പ്രത്യേകിച്ചും യക്ഷികളും മറ്റും ധാരാളമുള്ള ഈ നാട്ടിൽ." അല്പം ആലോചിച്ചതിനുശേഷം അദ്ദേഹം വീണ്ടും പറഞ്ഞു.

"ഞാൻ നിനക്ക് ഒരുപദേശം തരാം. ശ്രദ്ധിച്ച് കേൾക്കണം. ഇന്ന് രാത്രി ഉറങ്ങാൻ പോകുമ്പോൾ നീ നിന്റെ കുപ്പായത്തിൽ കുറേയധികം എള്ള് വാരിനിറയ്ക്കണം. മാത്രമല്ല. കുപ്പായത്തിൽ എള്ള് പോകുന്നതു പോലെ ഒരു ചെറിയ ഓട്ടയും ഉണ്ടാക്കണം. എന്തിനാണെന്നല്ലെ? ഇന്നലത്തെപ്പോലെ ഇന്നും നിന്നെ എടുത്തുകൊണ്ട് പോകുകയാണെങ്കിൽ എള്ള് വീഴുന്നവഴി നോക്കി നമുക്ക് കുറ്റക്കാരെ നാളെ കണ്ടുപിടിക്കാം."

"അങ്ങനെചെയ്യാം. അച്ഛാ."

രാജാവ് മകൾക്ക് നൽകിയ ഉപദേശം അദൃശ്യനായി ഒളിഞ്ഞുനിന്ന് കേട്ട കുള്ളനെ ആരും കണ്ടില്ല.

അന്നുരാത്രിയും കുള്ളൻ രാജകുമാരിയെ തൂക്കിയെടുത്ത് യജമാനന്റെ അടുത്ത് എത്തിച്ചു. അന്നും അവൾക്ക് കഠിനമായ ദാസിവേല ചെയ്യേണ്ടിവന്നു.

അടുത്തദിവസം രാവിലെ അവൾ നടന്ന കാര്യങ്ങളെല്ലാം അച്ഛനോട് വിവരിച്ചു. രാജാവ് തന്റെ ഭൃത്യന്മാരെ വിളിച്ച് എള്ള് വീണിട്ടുള്ള വഴിയിൽക്കൂടി നടന്ന് കുറ്റവാളിയെ തേടിപ്പിടിക്കുവാൻ ആജ്ഞാപിച്ചു. പക്ഷേ കുറെനേരത്തെ അന്വേഷണത്തിനുശേഷം വിഷണ്ണരായി മടങ്ങിയെത്തിയ ഭടന്മാർ രാജാവിനെ അറിയിച്ചു.

"പ്രഭോ. ഇന്നലെ രാത്രി എല്ലാ വഴികളിലും എള്ളുമഴ പെയ്തുവെന്ന് തോന്നുന്നു."

അതുകേട്ട രാജാവിന് കാര്യം ബോധ്യമായി. അദ്ദേഹം മകളോട് മറ്റാരും കേൾക്കാത്തവിധം രഹസ്യമായി ഉപദേശിച്ചു.

"മോളേ, ഇന്ന് ഉറങ്ങാൻ പോകുമ്പോൾ നിനക്കുവേണ്ടി പ്രത്യേകമായി ഉണ്ടാക്കിയ ഒരു ജോഡി ചെരുപ്പിൽനിന്ന് ഒരെണ്ണം നിന്റെ കുപ്പായക്കീശയിൽ ഭദ്രമായി സൂക്ഷിക്കണം. അവിടെ ജോലിയെല്ലാം തീർത്ത് ഉറങ്ങാൻ കിടക്കുന്ന സമയത്ത് ആരും കാണാതെ ആ ചെരുപ്പ് കിടക്കയുടെ അടിയിൽ ഒളിപ്പിച്ചു വെയ്ക്കണം. മനസ്സിലായല്ലൊ."

“ശരി, അങ്ങനെ ചെയ്യാം.”

അന്നും അവൾക്ക് ദാസിവേല ചെയ്യേണ്ടിവന്നു. പക്ഷേ കിടക്കുന്ന സമയത്ത് അച്ഛൻ നിർദ്ദേശിച്ചതുപോലെ ചെരുപ്പ് ഒളിച്ചുവെയ്ക്കാൻ അവൾ മറന്നില്ല.

അടുത്ത പ്രഭാതത്തിൽ രാജാവ് തന്റെ ഭടന്മാരോട് ആ നഗരത്തിലെ എല്ലാം കെട്ടിടങ്ങളിലും ഒരു മിന്നൽപരിശോധന നടത്താനും മകളുടെ ചെരുപ്പ് ഒളിപ്പിച്ചുവെച്ചിരിക്കുന്ന ഇടം തേടി കണ്ടുപിടിക്കാനും ആജ്ഞാപിച്ചു. ഈ വിവരമൊന്നും അറിയാതെതന്നെ ആ വിമുക്തഭടൻ കുള്ളന്റെ ഉപദേശ പ്രകാരം നഗരം വിടാൻ തീർച്ചയാക്കി; വാടകമുറി തിരികെ നൽകിയാത്രയും തിരിച്ചു. പക്ഷേ രാജഭടന്മാർ വളരെ വേഗം ചെരുപ്പ് ഒളിപ്പിച്ചുവെച്ചിരുന്ന സ്ഥലം കണ്ടുപിടിക്കുകയും, ഹോട്ടൽ ഉടമയുടെ സഹായത്തോടെ അയാളെ തേടിപ്പിടിക്കുകയും ചെയ്തു. രാജാവിന്റെ മുമ്പിൽ ഹാജരാക്കപ്പെട്ട അയാൾ താൻ രാജകുമാരിയെ പീഡിപ്പിച്ചു എന്ന കുറ്റം സമ്മതിച്ചു. അയാൾ ജയിലിൽ അടയ്ക്കപ്പെട്ടു. മാത്രമല്ല അടുത്ത ദിവസം അയാളെ പൊതുസ്ഥലത്തുവെച്ച് ശിരച്ഛേദം ചെയ്യുവാനും രാജാവ് കല്പിച്ചു.

താൻ ഹോട്ടൽ മുറി വിട്ട് ഇറങ്ങിയപ്പോൾ ടോർച്ച് എടുക്കാൻ മറന്നുപോയി എന്ന് അപ്പോഴാണ് അയാൾ ഓർത്തത്. ടോർച്ചില്ലാതെ കുള്ളനെ സഹായത്തിന് വിളിക്കാൻ കഴിയുകയില്ലല്ലൊ. അയാൾ ജയിലിൽ കണ്ട തന്റെ ചില പരിചയക്കാരെ വിളിച്ച് അഭ്യർത്ഥിച്ചു.

“ചങ്ങാതിമാരേ, നിങ്ങളെനിക്ക് ഒരു സഹായം ചെയ്യണം. നാളെ ഞാൻ വധശിക്ഷക്ക് വിധിക്കപ്പെട്ടിരിക്കുകയാണ്. അതുകൊണ്ട് നിസ്സ ഹായനായ എനിക്ക് നിസ്സാരമായ ഈ ഒരുപകാരം ചെയ്യൂ.”

“എന്താ, എന്തുപകാരമാ ഞങ്ങൾ ചെയ്യേണ്ടത്?”

“ഞാൻ താമസിച്ചിരുന്ന ഹോട്ടൽ മുറിയിൽ ഒരു ചെറിയ സഞ്ചി മറന്നുവെച്ചുപോന്നു. ദയവുചെയ്ത് അവിടെപ്പോയി ആ സഞ്ചി എനിക്ക് കൊണ്ടുവന്നു തരണം. ഒരു പക്ഷേ ആ സഞ്ചി എനിക്ക് തക്കസമയത്ത് കിട്ടിയാൽ എനിക്ക് എന്റെ നിരപരാധിത്വം തെളിയിക്കാനും മരണശി ക്ഷയിൽ നിന്ന് മോചിതനാകാനും കഴിഞ്ഞു എന്നുവരും. അതുകൊണ്ട് ദയവായി സഹായിക്കണം. മാത്രമല്ല, പ്രത്യുപകാരമായി സഞ്ചികൊ ണ്ടുവന്ന് തരുന്നയാളിന് ഞാൻ ധാരാളം സ്വർണ്ണനാണയങ്ങൾ തരു ന്നതാണ്.”

അതിലൊരാൾ അല്പം ശ്രമപ്പെട്ടിട്ടാണെങ്കിലും അയാൾക്ക് സഞ്ചി എത്തിച്ചുകൊടുത്തു. അയാൾ സഞ്ചിയിൽ നിന്നും ടോർച്ച് എടുത്തു.

അതിലുണ്ടായിരുന്ന സ്വർണ്ണനാണയങ്ങൾ മുഴുവനും സഞ്ചിക്കൊണ്ടു വന്ന കൊട്ടുത്തയാളിന് നൽകി.

അടുത്തദിവസം രാജഭടന്മാർ അയാളെ ശിരച്ഛേദത്തിനായി നിർണ യിച്ചിരുന്ന പൊതുസ്ഥലത്തേക്ക് കൊണ്ടുപോയി. രാജാവും അവിടെ എത്തിയിരുന്നു. അയാൾ തലകുനിച്ച് കൂപ്പുകൈയോടെ രാജാവിനോട് അപേക്ഷിച്ചു.

“രാജൻ, എല്ലാ കുറ്റവാളികൾക്കും മരണശിക്ഷ നിറവേറ്റുന്നതിന് മുൻപ് അവരവരുടെ അവസാന ആഗ്രഹം നിറവേറ്റാൻ ഒരവസരം കൊടുക്കാറുണ്ടല്ലോ. അങ്ങ് എന്റെ അവസാന ആഗ്രഹം നിറവേറ്റാൻ ഒരവസരം നൽകുകയില്ലേ?”

“എന്താണ് നിന്റെ അവസാനത്തെ ആഗ്രഹം. കേൾക്കട്ടെ.”

“എന്റെ കൈയ്യിലുള്ള ഒരു ബീഡിവലിക്കാൻ എന്നെ അനുവദി ക്കണം. എന്റെ കൈയ്യിലുള്ള ടോർച്ചുകൊണ്ട് ഞാൻ തന്നെ ബീഡി കത്തിച്ചുകൊള്ളാം.”

രാജാവ് ഉച്ചത്തിൽ ചിരിച്ചുകൊണ്ട് പറഞ്ഞു.

“ഇത്രയേയുള്ളോ നിന്റെ ആഗ്രഹം. നടക്കട്ടെ. നടക്കട്ടെ.”

അയാൾ സാവധാനം ബീഡി നീലവെളിച്ചം ഉപയോഗിച്ച് കത്തിക്കു കയും ചെയ്തു. ബീഡിയിൽ നിന്ന് പുകവരാൻ തുടങ്ങിയപ്പോൾ കുള്ളൻ അയാളുടെ മുമ്പിൽ പ്രത്യേക്ഷപ്പെട്ടു. അയാൾ സമയം കളയാതെ കുള്ളനോട് ആജ്ഞാപിച്ചു.

“ഒട്ടും താമസിപ്പിക്കാതെ ഈ ഭടന്മാരെയെല്ലാം വധിക്കുക. രാജാവിനെ ബന്ധനസ്ഥനാക്കി എന്റെ മുമ്പിൽ നിർത്തുക.”

“അങ്ങനെയാകട്ടെ, ഹുസൂർ.” നിമിഷനേരം കൊണ്ട് കുള്ളൻ ആജ്ഞകൾ എല്ലാം നിറവേറ്റി. ബന്ധനസ്ഥനായ രാജാവ് ഭയന്നു വിറച്ച് തന്റെ എല്ലാ തെറ്റുകൾക്കും മാപ്പുപറഞ്ഞു. മകളെ അയാൾക്ക് വിവാഹം കഴിച്ചുകൊടുക്കാൻ സമ്മതം പ്രകടിപ്പിച്ചു.

പിന്നീട് ആ വിമുക്തഭടൻ രാജകുമാരിയുമൊത്ത് സന്തോഷത്തോടെ വളരെക്കാലം ജീവിച്ചു എന്നാണ് അറിവ്.

മാന്ത്രികന്റെ പക്ഷി

ഇത് പണ്ട് ജർമ്മനിയിൽ പ്രചാരത്തിൽ ഉണ്ടായിരുന്ന ഒരു കഥയാണ്. ജർമ്മനിയിൽ 'ഫിച്ചേർസ് പക്ഷി' എന്ന പേരിലും ചില പാഠഭേദങ്ങളോടെ ഇറ്റാലിയൻ ഭാഷയിൽ 'പിശാച് മൂന്ന് സഹോദരിമാരെ വിവാഹം ചെയ്ത കഥ' എന്ന പേരിലും 'വയസ്സിത്തള്ളയും അവരുടെ കോഴിയും' എന്ന പേരിലും മറ്റും ഇതേ കഥ പ്രചാരത്തിലുണ്ടായിരുന്നു.

'ഫിച്ചേർസ് പക്ഷി' എന്നു പറഞ്ഞാൽ നീന്തുന്ന പക്ഷി, അരയന്നം എന്നെല്ലാം കരുതപ്പെടാറുണ്ടെങ്കിലും നമുക്ക് ഈ കഥക്ക് 'മാന്ത്രികന്റെ' പക്ഷി എന്ന് പേര് നൽകാം. ഇത് ഒരു മാന്ത്രികനെ സംബന്ധിച്ച കഥയായതുകൊണ്ട് ഈ പേര് ഉചിതമായിരിക്കും എന്ന് തോന്നുന്നു.

ഈ കഥയിലെ നായകൻ ഒരു മാന്ത്രികനും കള്ളനും ആയിരുന്നു. അയാൾ ഒരു പാവപ്പെട്ടവനെപ്പോലെ വീടുതോറും കയറിയിറങ്ങി ഭിക്ഷയാചിക്കുന്നത് ഒരു പതിവാക്കിയിരുന്നു. അങ്ങനെ ഭിക്ഷയാചിച്ച് നടക്കുമ്പോൾ അയാൾക്കിഷ്ടപ്പെട്ട പെൺകുട്ടികളെ കണ്ടാൽ തന്റെ മാന്ത്രികശക്തികൊണ്ട് അവരെ തന്റെ അടിമകളാക്കി ഒപ്പം കൂട്ടിക്കൊണ്ട് പോകുന്ന പതിവും ഉണ്ടായിരുന്നു. അങ്ങനെ അന്നൊരു ദിവസം അയാൾ കയറിച്ചെന്ന വീട്ടിൽ അയാൾ ഒരു പെൺകുട്ടിയെ കണ്ടു. അയാൾക്ക് അവളെ ഇഷ്ടപ്പെട്ടു. വിശക്കുന്നതിന് എന്തെങ്കിലും ആഹാരം നൽകാൻ അയാൾ അവളോട് അഭ്യർത്ഥിച്ചു. അവൾ അകത്തുപോയി ഒരു കഷ്ണം റൊട്ടി എടുത്തുകൊണ്ടുവന്ന് അയാൾക്ക് നീട്ടി. റൊട്ടി അവളുടെ കൈയിൽനിന്നും വാങ്ങുന്ന സമയത്ത് അവളുടെ വിരലുകളിൽ സ്പർശിക്കാൻ അയാൾ മറന്നില്ല.

ആ സ്പർശനം ഒന്നുമാത്രം മതിയായിരുന്നു അവൾ അയാളുടെ മാന്ത്രിക ശക്തിക്ക് അടിമയാകാൻ. അയാൾ തിരികെപോകുമ്പോൾ അവൾ അയാളോടൊപ്പം അല്പം പിൻപിലായി നടന്നു. മറ്റാരും അവരെ ശ്രദ്ധിക്കുന്നില്ലെന്ന് ഉറപ്പുവരുത്തിക്കൊണ്ടാണ് അയാൾ സാവധാനം സ്വന്തം വീട്ടിലേക്ക് നടന്നത്, പുറകിൽ അവളും. സ്വന്തം വീട്ടിലെത്തിയ അയാൾ അവൾക്ക് വേണ്ട ആഹാരവും വസ്ത്രങ്ങളുമെല്ലാം നൽകുന്നതിൽ ഒരു കുറവും വരുത്തിയില്ല. അങ്ങിനെ അവൾ അയാളുമൊത്ത് അവിടെ കുറച്ചുദിവസങ്ങൾ താമസിച്ചു. അങ്ങനെയിരിക്കെ ഒരുനാൾ അയാൾ അവളോട് പറഞ്ഞു.

"എനിക്ക് രണ്ടുദിവസത്തെ ജോലിയുണ്ട്. അതുകൊണ്ട് അടുത്ത രണ്ടുദിവസം ഞാനിവിടെ ഉണ്ടാകുകയില്ല. ഇതാ ഒരു മുട്ട. ഇത് നീ ഭദ്രമായി സൂക്ഷിക്കണം. എന്നുമാത്രമല്ല എപ്പോഴും ഇത് നിന്റെ കയ്യിൽ തന്നെ കാണണം. നിന്റെ രക്ഷക്കാണ് ഇത്. മനസ്സിലായോ? അതുപോലെ ഈ മുറിയുടെ താക്കോലാണ് ഇത്. ഇതും സൂക്ഷിച്ച് വെയ്ക്കുക. യാതൊരു കാരണവശാലും നീ ഈ മുറി തുറക്കാൻ പാടില്ല."

"ശരി" അവൾ പറഞ്ഞു. പക്ഷേ അയാൾ പോയ ഉടൻ തന്നെ അവൾ തുറക്കാൻ പാടില്ലെന്ന് വിലക്കപ്പെട്ടിരുന്ന മുറി തുറന്ന് അതിനുള്ളിൽ എന്തൊക്കെയാണെന്ന് നോക്കുകയായിരുന്നു. പക്ഷേ, അയാൾ പറഞ്ഞിരുന്നതുപോലെ ആ മുട്ട കയ്യിൽ എടുക്കാൻ മറന്നില്ല.

ആ മുറിയിൽ അവൾ കണ്ടത് അവിശ്വസനീയവും ഞെട്ടിപ്പിക്കുന്നതുമായ ഒരു കാഴ്ച ആയിരുന്നു. മുറിക്കകത്ത് തട്ടിന്റെ ആകൃതിയിൽ വാർത്തെടുത്ത ഒരു സ്ഥലം. അതിനകത്ത് കുറേയധികം പെൺകുട്ടികളുടെ മൃതദേഹങ്ങൾ അടുക്കിയടുക്കി കിടത്തിയിരുന്നു; എല്ലാം വെട്ടി തുണ്ടുകളാക്കി വെച്ചിരിക്കുന്നതുപോലെ; കാലം കഴിഞ്ഞിട്ടും ഉണങ്ങാതെ ഓരോ ജഡത്തിൽനിന്നും വാർന്നുകൊണ്ടേയിരുന്ന രക്തം. ആ കാഴ്ച കണ്ട് അവൾ ഭയന്ന് വിറച്ചു. അവളറിയാതെ കയ്യിലുണ്ടായിരുന്ന മുട്ട താഴെ വീണു.

മുട്ട വീണത് ഒരു ശരീരത്തിന്റെ പുറത്തായിരുന്നു. ഭയന്നിട്ടാണെങ്കിലും അവൾ ആ മുട്ടധൃതിയിൽ എടുത്തു. മുട്ടയുടെ പുറത്ത് രക്തം പുരണ്ടിരുന്നു. അവൾ എത്ര ശ്രമിച്ചിട്ടും രക്തക്കറ പൂർണമായി തുടച്ചുമാറ്റാൻ കഴിഞ്ഞില്ല. ഏതായാലും അവൾ മുട്ടയുമെടുത്ത് മുറിക്ക് വെളിയിലേക്ക് ഓടി. മുറി ഭദ്രമായി അടച്ചുപൂട്ടി താക്കോൽ സൂക്ഷിച്ചുവെച്ചു.

രണ്ട് ദിവസങ്ങൾക്കുശേഷം മാന്ത്രികൻ തിരികെ എത്തി. അയാൾ അവളോട് താക്കോലും മുട്ടയും തിരികെ ചോദിച്ചു. അവൾ ഒന്നും സംഭവിച്ചിട്ടില്ലെന്ന ഭാവത്തിൽ താക്കോലും മുട്ടയും തിരികെ കൊടുത്തു. പക്ഷേ

മുട്ടയുടെ പുറത്തെ രക്തക്കറ ഉടനെ മാന്ത്രികന്റെ ശ്രദ്ധയിൽ പെട്ടു. അവൾ മുറിതുറന്ന് അകത്തുകയറിയെന്ന് അയാൾക്ക് ബോധ്യപ്പെട്ടു. എങ്ങനെയാണ് എന്ന് എടുത്തുപറയണ്ട ആവശ്യം ഇല്ലല്ലോ.

അയാൾ സാവധാനം ആ മുറിതുറന്നു. പിന്നീട് അവളോട് പറഞ്ഞു.

“നീ ഞാൻ പറഞ്ഞത് അനുസരിച്ചില്ല. നീ നിന്റെ ഇഷ്ടപ്രകാരം ആ മുറിക്കകത്ത് പോയി. പക്ഷേ ഇന്ന് നിനക്കിഷ്ടമില്ലെങ്കിലും അതിനക ത്തേക്ക് പോകാൻ തയ്യാറായിക്കൊ”

അയാൾ കോപത്തോടെ അവളുടെ കൈക്കുപിടിച്ച് നിർബന്ധമായി മുറിയിലേക്ക് വലിച്ചുകയറ്റി. തികച്ചും ക്രൂരമായ രീതിയിൽ അവളെ തുണ്ടം തുണ്ടമായി വെട്ടിമുറിച്ച് മുറിക്കുള്ളിലെ തട്ടിൽ മറ്റ് ശവങ്ങളോടൊപ്പം അടുക്കിവെച്ചു. പിന്നീട് മുറി അടച്ചു പൂട്ടി. കുറച്ചു ദിവസങ്ങൾക്കുശേഷം ആ മാന്ത്രികൻ വീണ്ടും വീടുവീടായി യാചിക്കാനിറങ്ങി. കൂട്ടത്തിൽ അവളുടെ വീട്ടിലും കയറി. അന്ന് അയാൾക്ക് റൊട്ടിത്തുണ്ട് നീട്ടിയത് അവളുടെ അനുജത്തിയായിരുന്നു. പിന്നീട് നടന്നതെല്ലാം നേരത്തെ സംഭവിച്ച സംഗതികളുടെ ഒരാവർത്തനമായിരുന്നു. ഒരു ദിവസം അവളുടെ ജീവ നില്ലാത്ത ജഡവും ആ മുറിയിലെ തട്ടിൽ അടുക്കിവെയ്ക്കപ്പെട്ടു.

വീണ്ടും കുറേദിവസങ്ങൾക്കുശേഷം കഥ ആവർത്തിച്ചു. ആ അവസ രത്തിൽ അയാൾക്ക് റൊട്ടി നീട്ടിയത് അവളുടെ ഇളയ അനുജത്തിയാ യിരുന്നു. മാന്ത്രികൻ പതിവുപോലെ ഒരു ദിവസം താക്കോലും മുട്ടയും അവളുടെ കൈയിൽ കൊടുത്തിട്ട് മുമ്പ് ചെയ്തിരുന്നതുപോലെ എല്ലാ നിർദ്ദേശങ്ങളും കൃത്യമായി അവൾക്കും നൽകി. പിന്നീട് അയാൾ രണ്ടു ദിവസത്തെ യാത്ര പുറപ്പെട്ടു. ഇളയ അനുജത്തി മൂത്തവരെ അപേക്ഷിച്ച് കൂടുതൽ കുശാഗ്രബുദ്ധിയായിരുന്നു. അവൾ മുട്ട തന്റെ കുപ്പായകീശയിൽ ഭദ്രമായി വെച്ചു. പിന്നീട് കതക് തുറന്ന് മുറിക്കകത്ത് കയറി. അവിടെ കണ്ട കാഴ്ച ആ അനുജത്തിയെ ഭയപ്പെടുത്തിയെന്നതിനു പുറമേ വളരെ സങ്കടപ്പെടുത്തുകയും ചെയ്തു. മൂത്തസഹോദരിമാരുടെ തുണ്ടങ്ങളാക്കപ്പെ ട്ട ശരീരഭാഗങ്ങൾ കണ്ട് അവൾ പൊട്ടിക്കരഞ്ഞു. എങ്കിലും ധൈര്യം അവലംബിച്ച് അവൾ ചിന്തിച്ചു. ശരീരഭാഗങ്ങളിൽ നിന്നും ചോര ഊറി ക്കൊണ്ടിരിക്കുന്നത് ശ്രദ്ധിച്ച അവൾക്ക് അതിൽ എന്തോ നിഗൂഢത ഉള്ളതായി സംശയം തോന്നി. അവൾ പരീക്ഷണാർത്ഥം സഹോദരിമാ രുടെ ഓരോരുത്തരുടേയും ശരീരഭാഗങ്ങൾ ഒന്നൊന്നായി യോജിപ്പിച്ചു വെച്ചു. അങ്ങിനെ ഓരോ ശരീരവും പൂർണമായി കൂട്ടിച്ചേർന്നപ്പോൾ അവയിൽ ജീവന്റെ തുടിപ്പ് കാണാൻ കഴിഞ്ഞു. അല്പ നിമിഷങ്ങൾ ക്കുള്ളിൽ ശരീരഭാഗങ്ങൾ ശരിയായി ഒന്നിക്കുകയും അവർക്ക് ജീവൻ വീണ്ടുകിട്ടുകയും ചെയ്തു. ആ കൊച്ചുസഹോദരി ജ്യേഷ്ഠത്തിമാരെ തട്ടിൽ

നിന്ന് വെളിയിൽ വരാൻ സഹായിച്ചു. പിന്നീട് അവരെ ആ മുറിയിൽ നിന്ന് വെളിയിലാക്കി മുറിപൂട്ടി താക്കോൽ സൂക്ഷിച്ചുവെച്ചു. കൂടാതെ രണ്ടുസഹോദരിമാരെയും ആരും ശ്രദ്ധിക്കാത്തവിധം വസ്ത്രങ്ങൾ പുതപ്പിച്ച് ഒരു വലിയ കുട്ടയിൽ കിടത്തി. പിന്നീട് വീട്ടിലുണ്ടായിരുന്ന കുറച്ച് കടലാസ്സ് തുണ്ടുകളും; അതിനുപുറത്ത് ചില സ്വർണാഭരണങ്ങളും നിരത്തിവെച്ചു. അവൾ അവർക്ക് ചില നിർദ്ദേശങ്ങളും നൽകി.

അപ്പോഴേക്കും മാന്ത്രികൻ തിരികെ എത്തി. വന്നയുടൻ അയാൾ ചോദിച്ചു.

"എന്റെ താക്കോലും മുട്ടയും എവിടെ?"

അവൾ ഭവ്യതയോടെ മുട്ടയും താക്കോലും അയാളുടെ കയ്യിൽ കൊടുത്തു. മുട്ട കണ്ടപ്പോൾ, ഇവൾ താൻ നിർദ്ദേശിച്ചിരുന്നതുപോലെ പൂട്ടിയിരുന്ന മുറി തുറന്നിട്ടില്ലെന്ന് അയാൾ മനസ്സിൽ ഉറപ്പിച്ചു. അങ്ങനെ അയാൾ വിചാരിച്ചതിനുള്ള കാരണം വ്യക്തമാണല്ലോ. അത് അയാൾക്ക് സന്തോഷത്തിന് വക നൽകി. അയാൾ അവളോട് പറഞ്ഞു.

"നല്ലതുതന്നെ. നീ ഞാൻ പറഞ്ഞതുപോലെ പ്രവർത്തിച്ചിരിക്കുന്നു. എനിക്ക് സന്തോഷമായി. ഞാൻ നിന്നെ കല്യാണം കഴിക്കാൻ ആഗ്രഹിക്കുന്നു. ഇന്നുതന്നെ വിവാഹച്ചടങ്ങ് നടത്താം."

അവൾ അല്പം നാണം നടിച്ച് പറഞ്ഞു.

"എനിക്ക് സമ്മതംതന്നെ. പക്ഷേ എനിക്ക് ചില നിബന്ധനകളുണ്ട്. അത് അങ്ങ് സാധിച്ചുതരണം"

"എന്തൊക്കെയാ നിബന്ധനകൾ. കേൾക്കട്ടെ."

"നിങ്ങൾ എന്റെ വീട്ടിൽ പോയി അച്ഛനോടും അമ്മയോടും ഞാൻ നിങ്ങളുടെ കൂടെയാണെന്നും നിങ്ങൾ ഇന്നുതന്നെ എന്നെ വിവാഹം കഴിക്കുകയാണെന്നും അറിയിക്കണം. കൂടാതെ അവരെ വിവാഹത്തിന് വരാൻ ക്ഷണിക്കുകയും വേണം."

"അത്രയേയുള്ളോ? ഇത് ഒരു നിസ്സാരകാര്യമല്ലേ. ഞാൻ ഉടനെതന്നെ ചെയ്യാം."

"അല്ല, ഒരു സംഗതികൂടിയുണ്ട്."

"എന്താ. പറഞ്ഞോ."

"ഞാൻ ഒരു കുട്ടയിൽ കുറെ സാധനങ്ങൾ എടുത്തുവെയ്ക്കാം. ആ സാധാനങ്ങളുടെ മുകളിലായി ഒന്നുരണ്ട് സ്വർണാഭരണങ്ങളും. കുട്ടക്ക് അല്പം ഭാരക്കൂടുതൽ കാണും. അത് വകവെയ്ക്കാതെ കുട്ട നിങ്ങൾ

സ്വന്തം തലയിൽ ചുമന്ന് എന്റെ മാതാപിതാക്കൾക്ക് ഒരു സമ്മാന മായി നൽകണം. പോകുന്ന വഴിയിൽ ഒരു സ്ഥലത്തും അല്പംപോലും വിശ്രമിക്കാൻ പാടില്ല. ഇത് ഞങ്ങളുടെ ഇടയിൽ വിവാഹച്ചടങ്ങുകളുടെ ഭാഗമായി അനുഷ്ഠിച്ചുവരുന്ന ഒരു സമ്പ്രദായമാണ്. അങ്ങ് ഇതുകൂടി എനിക്കുവേണ്ടി ചെയ്യുകയില്ലേ?" അവൾ ചോദിച്ചു.

"ശരി. അങ്ങനെതന്നെ. ഉടനേ കുട്ട തയ്യാറാക്കിക്കോ."

അല്പനിമിഷങ്ങൾക്കുശേഷം അവൾ കുട്ട തയ്യാറായി എന്ന്അയാ ളോട് പറഞ്ഞു. കുറച്ച് ബുദ്ധിമുട്ടിയാണെങ്കിലും കുട്ടയും തലയിൽവെച്ച് അയാൾ യാത്ര ആരംഭിച്ചു.

"ങ്ങ്. കുട്ടയ്ക്ക് ഭാരം കുറച്ചൊന്നുമല്ലല്ലൊ. എന്റെ നട്ടുവ് ഒടിയാതിരു ന്നാൽ ഭാഗ്യം"

അവൾ സന്തോഷം ഭാവിച്ച് അയാളോട് പറഞ്ഞു.

"എങ്ങും വിശ്രമിക്കരുത്. കേട്ടോ. വിശ്രമിച്ചാൽ എനിക്ക് ഈ ജന്നാ ലയിൽക്കൂടി കാണാൻ കഴിയും." അവൾ സന്തോഷഭാവത്തിൽ ഒന്നു ചിരിച്ചിട്ട് വീണ്ടും പറഞ്ഞു.

"വേഗം തിരികെ വന്നോളൂ. അതിനുള്ളിൽ ഞാൻ എന്റെ വിവാഹാ ടകൾ അണിഞ്ഞ് തയ്യാറായിരിക്കാം."

"ശരി. ശരി. വേഗം ഒരുങ്ങിക്കൊ."

അയാളും നിറഞ്ഞ സന്തോഷത്തോടെ പ്രതികരിച്ചു.

അയാൾ കുട്ടയുമായി അവളുടെ വീട്ടിലേക്ക് നടന്നു. കുട്ടയ്ക്ക് ഭാരം കൂടുതലായിരുന്നതുകൊണ്ട് അല്പം ക്ഷീണിച്ച അയാൾ കുറച്ച് വിശ്ര മിച്ചാലോ എന്ന് ആലോചിച്ചു. നടപ്പിന്റെ വേഗം കുറയുകയും ചെയ്തു. അത് മനസ്സിലാക്കിയ കുട്ടയിലുണ്ടായിരുന്ന ഒരു സഹോദരി, ഇളയ അനുജത്തിയുടെ സ്വരത്തിൽ പറഞ്ഞു.

"വിശ്രമം ഒന്നും വേണ്ട. കേട്ടോ; എനിക്ക് ഈ ജന്നാലയിൽക്കൂടി അങ്ങയെ കാണാം."

താൻ വിവാഹം കഴിക്കാൻ പോകുന്ന പെൺകുട്ടിയുടെ ശബ്ദമാണ തെന്ന് ധരിച്ച മന്ത്രിവാദി ഒട്ടും വിശ്രമിക്കാതെ കുട്ട അവളുടെ വീട്ടിൽ എത്തിച്ചു. കൂടാതെ പറഞ്ഞിരുന്നതുപോലെ എല്ലാം കൃത്യമായി ചെയ്ത് മടങ്ങുകയും ചെയ്തു.

അതിനിടയിൽ ഇളയ സഹോദരി എങ്ങനെ ആ വീട്ടിൽനിന്നും മന്ത്രവാദി തിരികെ എത്തുന്നതിനുമുമ്പ് രക്ഷപെടാമെന്ന് ആലോചി ക്കുകയായിരുന്നു. പൂട്ടിയിരുന്ന മുറി തുറന്ന് നേരത്തേ ഉണ്ടാക്കപ്പെട്ട

ശരീരഭാഗങ്ങളിൽ നിന്ന് ചിലതെല്ലാം പെറുക്കിയെടുത്ത് ഒരു സ്ത്രീ രൂപമാക്കി വീടിന്റെ ജന്നാലക്ക് മുമ്പിൽ, നല്ല വിവാഹ വസ്ത്രങ്ങൾ ചുറ്റി അലങ്കരിച്ച് നിർത്തി. വഴിയിൽ നിന്ന് വീട്ടിലേക്ക് നോക്കുന്നവർക്ക് അവൾ അണിഞ്ഞൊരുങ്ങി നിൽക്കുന്ന പ്രതീതി ഉണ്ടാക്കുന്ന രീതിയിലായിരുന്നു അത്.

പിന്നീട് സ്വന്തം ദേഹത്ത് ഒട്ടുന്ന നല്ല പശപ്പുള്ള കുറച്ച് തേൻ പുരട്ടി. വീട്ടിലുണ്ടായിരുന്ന തൂവലുകൾ നിറച്ച് ഉണ്ടാക്കിയ ഒരു മെത്ത കീറിമുറിച്ച്, അവൾ ആ തൂവലുകൾക്ക് നടുവിൽ കിടന്ന് ഉരുണ്ടു. ആ തൂവലുകൾ അവളുടെ ദേഹമെല്ലാം ഒട്ടിപ്പിടിച്ചു. അവളെക്കണ്ടാൽ ഒരു അരയന്നപ്പക്ഷിയെപ്പോലെ ഉണ്ടായിരുന്നു. അതിനുശേഷം അവൾ തികഞ്ഞ ജാഗ്രതയോടെ വഴിയിലിറങ്ങി ഓരമായി നടന്നു. വഴിയിൽ ക്കണ്ട ചിലരൊക്കെ അവളോട് ചോദിച്ചു.

“ഹേ. അരയന്നപക്ഷീ നീ എവിടുന്നാ.”

“ഞാൻ ആ മാന്ത്രികന്റെ വീട്ടിൽ നിന്നാ.”

“ഓഹോ. മാന്ത്രികന്റെ കല്യാണമാണെന്ന് കേട്ടല്ലൊ.”

“അതെയതെ. ഞാൻ വധുവിനെ ഒരുക്കിയിട്ട് വരികയാ. ദാ ആ ജന്നാലയിൽക്കൂടി നോക്കിയാൽ അണിഞ്ഞൊരുങ്ങി നിൽക്കുന്ന വധുവിനെക്കാണാം.”

കുറച്ചുകൂടി മുന്നോട്ട് നടന്നപ്പോൾ മാന്ത്രികൻ തിരിച്ചുവരുന്നത് അവൾ കണ്ടു. അവൾ കൂടുതൽ ജാഗ്രതയായി നടന്നു.

“ഏ. പക്ഷീ. നീ എവുടുന്നാ.”

“ഞാൻ ആ മാന്ത്രികന്റെ വീട്ടിൽ നിന്നാ.” അല്പം നിർത്തിയിട്ട് അവൾ തുടർന്നു.

“ഇന്ന് മാന്ത്രികന്റെ കല്യാണമാ. വധു എന്നെ വിളിച്ചുകൊണ്ട് ഞാനവിടെപ്പോയി മാന്ത്രികൻ കല്യാണം കഴിക്കാൻ പോകുന്ന പെണ്ണിനെ അണിയിച്ചൊരുക്കിയിട്ടു വരുകാ. നല്ല പൂ പോലത്തെ പെണ്ണ്.”

“ഏയ്, അരയന്ന പക്ഷീ, അവളവിടെ ഇപ്പോൾ എന്തുചെയ്യുകയാ.?”

“വീടെല്ലാം അടിമുടി ശുദ്ധം ചെയ്തതിനുശേഷം അണിഞ്ഞൊരുങ്ങി ദാ ആ ജന്നലിനരികിൽ നിൽക്കുന്നുണ്ട്. നോക്കിയാലും ഒരു പക്ഷേ ഇവിടെനിന്നുതന്നെ നിങ്ങൾക്ക് ആ സുന്ദരിയായ വധുവിനെ കാണാൻ കഴിയും. ഞാനാ വധുവിനെ ഒരുക്കിയത്. കേട്ടോ.” അത്രയും പറഞ്ഞിട്ട് അവൾ ധൃതിയിൽ നടന്നു. അയാൾക്ക് തന്റെ വധുവിനെ ജന്നലിൽക്കൂടി

കാണാൻ കഴിഞ്ഞതുകൊണ്ട് പ്രത്യേകിച്ച് സംശയമൊന്നും തോന്നിയതുമില്ല.

അപ്പോഴേക്കും അവൾ സഹോദരിമാരോട് നൽകിയിരുന്ന നിർദ്ദേശപ്രകാരം അവളുടെ മാതാപിതാക്കളും മറ്റ് അയൽവാസികളും അവിടേയ്ക്ക് വരുന്നത് അവൾ കണ്ടു. മാന്ത്രികൻ അയാളുടെ വീട്ടിനകത്തേക്ക് കയറുന്ന സമയംവരെ അവർ കാത്തുനിന്നു. അയാൾ വീട്ടിൽ കയറിയ ഉടൻ തന്നെ അവർ വീട് ചുറ്റി വളയുകയും വീടിന്റെ കതക് വെളിയിൽ നിന്ന് ബന്ധിക്കുകയും വീടിന് തീയിടുകയും ചെയ്തു.

ആ സംഭവത്തിനുശേഷം ആ മന്ത്രവാദിയെക്കുറിച്ച് കേൾക്കാൻ ഇടയായിട്ടില്ല.

എലിയും പൂച്ചയും കൂട്ടുകാരായപ്പോൾ

എലിയും പൂച്ചയും. ബദ്ധ വിരോധികളായ രണ്ട് ജന്തുക്കളുടെ പേര് പറയാൻ പറഞ്ഞാൽ നിങ്ങൾ ആദ്യം പറയുന്നത് എലിയും പൂച്ചയും എന്നായിരിക്കും. സംശയമില്ല. എങ്കിലും ഒന്നാലോചിച്ചുനോക്കൂ. എലിയും പൂച്ചയും കൂട്ടുകാരായാൽ എന്താണ് സംഭവിക്കുക? അവർ ഒരിക്കലും കൂട്ടുകാരാകുകയില്ല, എന്ന് നിങ്ങൾക്ക് വേണമെങ്കിൽ പറയാം. പക്ഷേ ജർമ്മനിയിൽ പ്രചാരത്തിലുള്ള ഈ കഥയിൽ പറയുന്നത് അവർക്ക് കൂട്ടുകാരാകാൻ കഴിയുമെന്നാണ്.

അങ്ങനെ കൂട്ടുകാരായ ഒരെലിയും ഒരു പൂച്ചയും ഒന്നിച്ചാലോചിച്ചു.

"നമുക്ക് താമസിക്കാൻ ഒരിടമില്ലാതെ അലഞ്ഞുനടക്കാൻ തുടങ്ങിയിട്ട് എത്ര നാളായി?" എലി ചോദിച്ചു.

"അതേ സ്നേഹിതാ. നമുക്ക് സ്ഥിരമായി താമസിക്കാൻ ഒരിടം കണ്ടെത്തണം." പൂച്ച സമ്മതിച്ചു.

ആ ഗ്രാമത്തിലെ ശവപ്പറമ്പിന് തൊട്ടടുത്തായി ഒരു ചെറിയമുറി അവർ കണ്ടെത്തി. അതിൽ രണ്ടുപേരും ചേർന്ന് താമസമായി. പക്ഷേ ശിശിരകാലത്ത് ദേഹം പൊള്ളിപ്പിക്കുന്ന തണുപ്പിൽ ആഹാരം അന്വേഷിച്ച് പുറത്തുപോകുന്നത് ബുദ്ധിമുട്ടായിരിക്കും. അതുകൊണ്ട് നേരത്തെതന്നെ കുറേ ആഹാര സാധനങ്ങൾ ശേഖരിച്ച് എവിടെയെങ്കിലും ഭദ്രമായി സൂക്ഷിക്കണമെന്ന് ആ കൂട്ടുകാർ തീരുമാനിച്ചു. അവ സൂക്ഷിക്കുവാനും ഒരു സ്ഥലം വേണം. വലിയ ബുദ്ധിമുട്ടില്ലാതെ അങ്ങനെ ഒരു സ്ഥലവും അവർ കണ്ടെത്തി. ശവപ്പറമ്പിന്റെ ഒരു കോണിൽ അധികമാരുടേയും ശ്രദ്ധയിൽ പെടാതെ കിടന്നിരുന്ന

ഒരു കല്ലറ. അതാകുമ്പോൾ അല്പം മഴപെയ്താലും അകത്തിരിക്കുന്ന ഭക്ഷണത്തിന് കേടുവരാൻ സാധ്യതയില്ല.

സ്നേഹിതന്മാർ മിച്ചം വെയ്ക്കാൻ കഴിഞ്ഞ ഭക്ഷണ സാധനങ്ങൾ, ഗോതമ്പുമാവ്, നെയ്യ്, പഞ്ചസാര; അങ്ങനെ കിട്ടിയതെല്ലാം ഉപയോഗിച്ച് സാമാന്യം നല്ല വലുപ്പമുള്ള ഒരു കേയ്ക്ക് ഉണ്ടാക്കി. കേയ്ക്കിന് മുകളിൽ ധാരാളം ചീസുംമറ്റും ചേർത്ത് ആകർഷകരമായ രീതിയിൽ മോടിപിടിപ്പിച്ചു. മറ്റൊരു രീതിയിൽ പറഞ്ഞാൽ കേയ്ക്കിന്റെ മുകളിൽ 'ഐസിങ്ങ്' അല്ലെങ്കിൽ 'ടോപ്പിങ്ങ്' എന്ന് ഇംഗ്ലീഷിൽ പറയാറുള്ള ആകർഷകമായ ഒരു ആവരണം ഉണ്ടാക്കി. പിന്നീട് അവർ രണ്ടുപേരും ചേർന്ന് ആ കേയ്ക്ക് ഭദ്രമായി സൂക്ഷിച്ചുവെച്ചു.

"കൂട്ടുകാരാ, യാതൊരു കാരണവശാലും മഞ്ഞുകാലമാകാതെ നമ്മൾ ഈ കേയ്ക്ക് എടുക്കാൻ പാടില്ല. മാത്രമല്ല, എപ്പോഴും നമ്മൾ രണ്ടുപേരും ഒന്നിച്ചുമാത്രമേ നമ്മുടെ കലവറയിൽ കയറാൻ പാടൊള്ളൂ. എന്താ, ഞാൻ പറഞ്ഞത് ശരിയല്ലെ?" പൂച്ച കൂട്ടുകാരനോട് ചോദിച്ചു.

"തികച്ചും ശരിയാണ്. സുഹൃത്തേ." എലി സമ്മതിച്ചു.

ദിവസങ്ങൾ കടന്നുപോയി. പൂച്ച എന്നും ആലോചിക്കും, 'നമ്മുടെ കേയ്ക്കിന് നല്ല സ്വാദായിരിക്കും. പക്ഷേ മഞ്ഞുകാലം വന്നിട്ടല്ലെ രുചി നോക്കാൻ പറ്റൂ'. എന്നു മാത്രമല്ല, ചില ദിവസങ്ങളിൽ ഉറക്കത്തിൽ പൂച്ചയുടെ സ്വപ്നങ്ങളിലും ആ കേയ്ക്ക് സ്ഥാനം പിടിച്ചു.

ഒരു ദിവസം രാവിലെ പൂച്ച എലിയോട് പറഞ്ഞു.

"സ്നേഹിതാ. ഞാനൊരാശയക്കുഴപ്പത്തിലാണ്. ഇന്നുരാവിലെ എന്റെ ഒരകന്ന ബന്ധു അവന്റെ പേരക്കുട്ടിയുടെ പേരിടീൽ ചടങ്ങിന് എന്നെ ക്ഷണിച്ചിരിക്കുന്നു. ഞാൻ തന്നെ പേര് നിർദ്ദേശിക്കണമെന്നും അവൻ നിർബന്ധം പിടിക്കുന്നു. പക്ഷേ നിന്നെ ഒറ്റക്കിവിടെ വിട്ടിട്ട് മുഴുവൻ ദിവസവും പോകാൻ ഒരു മടി. ഞാനെന്താ ചെയ്യേണ്ടത്? നീ തന്നെ പറ."

ബന്ധു സ്നേഹത്തോടെ വിളിച്ചതല്ലെ? നീ തീർച്ചയായും പോകണമെന്നാണ് എന്റെ അഭിപ്രായം."

"നീയും അങ്ങനെ പറയുകയാണെങ്കിൽ ഞാൻ പോകാം." പൂച്ച പറഞ്ഞു.

പൂച്ച അവിടെനിന്നും പോയത് അവരുടെ കലവറയിലേക്കായിരുന്നു. ആരും ശ്രദ്ധിക്കുന്നില്ലെന്ന് ഉറപ്പുവരുത്തി പൂച്ച കല്ലറയ്ക്കുള്ളിൽ പ്രവേശിച്ചു. പൂച്ചയ്ക്ക് അധികനേരം നിസ്സംഗനായി കേയ്ക്ക് നോക്കിനിൽക്കാൻ കഴിഞ്ഞില്ല.

‘ഇതിന്റെ മുകളിലുള്ള ഐസിങ്ങ് മാത്രം ഒന്ന് രുചിച്ചുനോക്കിയതു കൊണ്ട് വലിയ കുഴപ്പമൊന്നുമില്ല.’ പൂച്ച സ്വയം പറഞ്ഞു. വേഗം വേഗം പൂച്ച ഐസിങ്ങ് മുഴുവനും നക്കി തിന്നു. പിന്നീട് ധൃതിയായി കലവറയ്ക്കു വെളിയിൽ വന്നു. കുറേനേരം അവിടെയും ഇവിടെയുമെല്ലാം ചുറ്റിക്കറങ്ങി നടന്നു. ഏതാണ്ട് ഉച്ചതിരിഞ്ഞ സമയത്ത് വാസസ്ഥലത്ത് തിരിച്ചെത്തി.

“ഓ. നീ നേരത്തെതന്നെ മടങ്ങിയെത്തിയല്ലോ! ബന്ധുവീട്ടിൽ ചടങ്ങുകളെല്ലാം നന്നായി നടന്നല്ലോ.” എലി കുശലം ചോദിച്ചു.

“നടന്നു. നടന്നു. നന്നായി നടന്നു.”

“നീ കുട്ടിക്ക് എന്താ പേരുവെച്ചത്?”

ഒരല്പം ആലോചിച്ച് പൂച്ച പറഞ്ഞു.

“മൂടി പോയി.”

“എന്ത്. ‘മൂടി പോയി’ എന്ന് ഒരു പേരോ? ഞാനിതുവരെ അങ്ങിനെ ഒരു പേര് കേട്ടിട്ടില്ല.”

“ഒരു പുതുമ ഇരിക്കട്ടെയെന്ന് കരുതി?” വീണ്ടും ദിവസങ്ങൾ കടന്നു പോയി. എന്നും ഉറക്കത്തിൽ പൂച്ചയുടെ സ്വപ്നങ്ങളിൽ കേയ്ക്ക് മാത്രമായിരുന്നു. ‘ഹൊ. എന്തൊരു സ്വാദാ ആ കേയ്ക്കിന്!’ പൂച്ച ഇടയ്ക്കിടെ വിചാരിച്ചു.

വീണ്ടും ഒരു ദിവസം കാലത്ത് പൂച്ച സ്നേഹിതനോട് പറഞ്ഞു.

“ചെങ്ങാതീ. മുമ്പത്തെപ്പോലെ ഇന്ന് മറ്റൊരു ബന്ധുവിന്റെ ഊഴമാ. അയാളുടെ പേരക്കുട്ടിയുടെ പേരിടീൽ ചടങ്ങിന് ഞാൻ തന്നെ പേര് പറയണമെന്നും ചടങ്ങിന് ചെല്ലണമെന്നും അവന് നിർബന്ധം. ഞാനൊന്ന് പോയിട്ട് വരാം. അതല്ലേ നല്ലത്?”

“തീർച്ചയായും നീ പോകണം.” എലി പ്രോത്സാഹിപ്പിച്ചു.

പിന്നീട് നടന്നതൊന്നും വിശദീകരിക്കേണ്ട ആവശ്യമില്ലല്ലോ. പൂച്ച അന്ന് അല്പം വൈകിയാണ് തിരിച്ചെത്തിയത്. എലി കുശലം ചോദിക്കാൻ മറന്നില്ല.

“ചങ്ങാതീ ഇന്ന് എന്ത് പുതിയ പേരാണ് നീ കണ്ടുപിടിച്ചത്?”

“പാതി പോയി.”

“വളരെ വിചിത്രമായ പേരുതന്നെ. നല്ല രസമുണ്ട്. കേട്ടോ. ചങ്ങാതിയുടെ പുതുമ സമ്മതിക്കണം.”

ചരിത്രം ആവർത്തിച്ചു. ദിവസങ്ങൾ കടന്നു പോയതും പൂച്ചയുടെ ഒരു ദിവസത്തെ യാത്രയുമെല്ലാം. അന്ന് അല്പം ഇരുട്ടി തിരികെയെത്തിയ പൂച്ചയോട് എലി വീണ്ടും തിരക്കി.

“ഇന്നും ചെങ്ങാതി നല്ല പുതുമയുള്ള ഏതെങ്കിലും പേര് കണ്ടുപിടിച്ചുകാണും. അല്ലേ?”

“അതേ. ഞാനിന്നും ഒരു പുതിയ പേര് കണ്ടുപിടിച്ചു.”

“അതെന്താ, കേൾക്കട്ടെ.”

“എല്ലാം പോയി.”

അതുകേട്ട് എലി ഉറക്കെയുറക്കെ ചിരിച്ചു.

“നല്ല പേരുതന്നെ. ഇങ്ങനെയൊരു പേര് ഇതിനുമുമ്പ് ആരും ആർക്കും ഇട്ടു കാണത്തില്ല.”

ദിവസങ്ങൾ കടന്നുപോയി. മഞ്ഞുകാലം തുടങ്ങി. മഞ്ഞ് പൊഴിയാൻ തുടങ്ങിയ അന്ന് അവർക്ക് ആഹാരം തേടി പോകാൻ കഴിഞ്ഞില്ല. ഉച്ചകഴിഞ്ഞപ്പോൾ എലി പൂച്ചയോട് പറഞ്ഞു.

“ചങ്ങാതി, എനിക്ക് നല്ല വിശപ്പുണ്ട്. നമുക്ക് നമ്മുടെ കേയ്ക്കിൽ നിന്ന് അല്പം എടുത്ത് കഴിക്കാം.”

“ഇന്നുതന്നെ വേണോ?” പൂച്ച അല്പം തയക്കത്തോടെ ചോദിച്ചു.

“വേണം സുഹൃത്തേ. എനിക്ക് വല്ലാതെ വിശക്കുന്നു. വാ. നമുക്ക് പോകാം.” അവർ രണ്ടുപേരും ആ കല്ലറക്കുള്ളിൽ കയറി. എലി അല്പം പരിഭ്രമത്തോടെ ചോദിച്ചു.

“എന്താ ചെങ്ങാതി. നമ്മുടെ കേയ്ക്കിന്റെ പൊടിപോലും ഇവിടെയെങ്ങും കാണാനില്ലല്ലോ? എന്തുപറ്റി. ഇനി ആരെങ്കിലും നമ്മളറിയാതെ എടുത്തുകൊണ്ടുപോയിക്കാണുമോ?”

“ഛെ. നീയൊന്ന് ശബ്ദമുണ്ടാക്കാതെ ഇരിക്ക്. ഞാൻ നിന്നോട് പണ്ടേ പറഞ്ഞതല്ലേ. ‘എല്ലാം പോയി’ എന്ന്?” പൂച്ച അന്ധാളിച്ചുനിന്ന എലിയോട് തുടർന്ന് പറഞ്ഞു.

“നീ ഒരു മണ്ടൻ. ഞാൻ പറഞ്ഞിട്ടും നിനക്കൊന്നും മനസ്സിലാകാതിരുന്നതിന് ഞാനെന്തു ചെയ്യാനാ.?”

“എന്ത്. എന്നോട് പറഞ്ഞെന്നോ?” എല്ലാം പോയി എന്നോ? അത് നീ നിന്റെ ബന്ധുവിന്റെ പേരക്കുട്ടിക്ക് ഇട്ടപേരാണെന്നല്ലെ പറഞ്ഞത്?”

അല്പം നിർത്തിയിട്ട് എലി വീണ്ടും പുലമ്പാൻ തുടങ്ങി.

“നീ ആ പേരുകളൊക്കെ പറഞ്ഞപ്പോഴേ എനിക്ക് സംശയമുണ്ടായിരുന്നു. ‘മൂടിപോയി’ ‘പാതി പോയി’, ‘എല്ലാം പോയി’ അങ്ങനെ ആരെങ്കിലും പേരിടുമോ?

നീ എന്നെ ചതിക്കുകയായിരുന്നു. നീ ഓർക്കുന്നില്ലേ? നീയല്ലേ പറഞ്ഞത്. സുഹൃദ്ബന്ധത്തിന്റെ അടിത്തറ പരസ്പരവിശ്വാസമാണെന്ന്.

എന്നിട്ട് നീ എന്നെ ചതിച്ചല്ലോ?"

"ച്ഛീ. നിർത്തടാ. ശബ്ദമെടുക്കണ്ടാ. നീ ഒരു മണ്ടനായിപ്പോയതിന് ഞാനെന്ത് ചെയ്യാനാ. ഇനി ഇപ്പോൾ ഒന്നേ ചെയ്യാനൊള്ളൂ."

അത്രയും പറഞ്ഞുതീർന്നതും എലി പൂച്ചയുടെ വായിക്കുള്ളിലായി.

പിന്നീട് എന്തു സംഭവിച്ചു.? പ്രത്യേകിച്ച് ഒന്നും സംഭവിച്ചതായി അറിവില്ല. എല്ലാം പഴയതുപോലെ തുടരുന്നു. അന്നും ഇന്നും.

മുക്കുവനും ഭാര്യയും

ഈ കഥ ജർമ്മനിയിൽ പ്രചാരത്തിലുള്ളതാണ്. ചില പാഠഭേദങ്ങളോടെ മറ്റ് പേരുകളിലും ഈ കഥ പ്രചാരത്തിലുണ്ട്; റഷ്യൻ ഭാഷയിലും. മാത്രമല്ല വളരെ വിലപ്പെട്ട ചില ഗുണപാഠങ്ങൾ ഉൾക്കൊള്ളുന്നതുമാണ് ഈ കഥ. ഗുണപാഠങ്ങൾ എന്തൊക്കെയാണെന്ന് കഥ വായിച്ചതിനുശേഷം വായനക്കാരൻ കണ്ടെത്തേണ്ടതാണ്.

പണ്ട് ജർമ്മനിയിൽ താമസിച്ചിരുന്ന ഒരു പാവം മുക്കുവന്റെയും അയാളുടെ ഭാര്യയുടേയും കഥയാണ് ഇത്. കടൽ തീരത്ത് അധികം സൗകര്യങ്ങളും വൃത്തിയും ഇല്ലാത്ത ഒരു മുക്കുവഗ്രാമത്തിൽ ഒരു ചെറിയ കുടിലിലായിരുന്നു അവരുടെ താമസം; ഒട്ടും സൗകര്യങ്ങളില്ലാത്ത ഒരു ചെറിയ കുടിൽ.

ആ മുക്കുവൻ എന്നും കടലിൽ മീൻപിടിക്കാൻ പോകുമായിരുന്നു. അന്നൊരുദിവസം കടലിലേക്ക് എറിഞ്ഞ ചൂണ്ടയുടെ കെണി വെള്ളത്തിനടിയിലേക്ക് വളരെയധികം പോയിയെന്ന് അയാൾക്ക് മനസ്സിലായി. അയാൾ ചൂണ്ട വലിച്ചപ്പോൾ അതിൽ കുടുങ്ങിയിരുന്നത് സാധാരണയിൽ കൂടുതൽ വലുപ്പമുള്ള ഒരു കാളമീനായിരുന്നു.

മീൻ കരയിൽ വീണയുടനെ മുക്കുവൻ തികച്ചും അതിശയിച്ചു എന്ന് പറയണം; കാരണം മീൻ അയാൾക്ക് മനസ്സിലാകുന്ന ജർമ്മൻ ഭാഷയിൽ സംസാരിക്കാൻ തുടങ്ങി എന്നതുതന്നെ.

"ഹേ. മുക്കുവശ്രേഷ്ഠാ. ഞാനൊരു സാധാരണ മത്സ്യമല്ലെന്ന് മനസ്സിലാക്കിയാലും. ഒരു ശാപം കാരണം ഞാനിപ്പോൾ ഈ രൂപത്തിലാണെന്നുമാത്രം. യഥാർത്ഥത്തിൽ ഞാൻ ഒരു രാജകുമാരനാണ്.

ഈ സത്യം മനസ്സിലാക്കി ദയവുചെയ്ത് എന്നെ കടലിൽ തിരികെ വിട്ട് ജീവിക്കാൻ അനുവദിക്കൂ."

"ഓ അങ്ങനെയെങ്കിൽ താങ്കൾ വിഷമിക്കേണ്ട. സംസാരിക്കാൻ കഴിയുന്ന നിന്നെ ഞാൻ തീർച്ചയായും കടലിൽ തിരിച്ചുവിടാം."

അത്രയും പറഞ്ഞിട്ട് മുക്കുവൻ ആ കാളയെ കടലിൽ വിട്ടു. അത് വെള്ളത്തിനടിയിലേക്ക് ഊളിയിട്ട് നീന്തിപ്പോയി. പക്ഷേ അത് പോകുന്നതിന് മുമ്പ് മുക്കുവനോട് പറഞ്ഞു.

"സ്നേഹിതാ, എന്നെ താങ്കൾക്ക് എപ്പോൾ കാണണമെന്ന് തോന്നിയാലും ഈ കടൽക്കരയിൽ വന്ന്, 'സ്നേഹിതൻ കാളേ', എന്ന് വിളിച്ചാൽ മതി. ഞാനുടനെ ഇവിടെ എത്തുന്നതാണ്. കൂടാതെ താങ്കൾക്ക് എന്തെങ്കിലും സഹായം വേണമെങ്കിൽ എന്നോട് ചോദിച്ചുകൊള്ളുക. ഒട്ടും മടിക്കേണ്ടതില്ല."

കാള പോകുമ്പോൾ അതിന്റെ വായിൽനിന്നും ഒഴുകിയ രക്തം ഒരു നീണ്ടവരപോലെ ജലപ്പരപ്പിൽ കാണാമായിരുന്നു. മുക്കവൻ തരികെ വീട്ടിലെത്തിയതും അന്ന് നടന്ന സംഭവങ്ങളെല്ലാം ഭാര്യയോട് വിശദമായിത്തന്നെ പറഞ്ഞു. അതുകേട്ട ഭാര്യ ചോദിച്ചു.

"ആ കാളയേ കടലിൽ തിരികെ വിട്ടപ്പോൾ നിങ്ങൾ അതിനോട് ഒരു സമ്മാനവും ചോദിച്ചില്ലേ?

"ഇല്ല എന്താ പ്രത്യേകിച്ച് ചോദിക്കാൻ?"

നമ്മൾ ഒരു സൗകര്യങ്ങളൊന്നുമില്ലാത്ത ഈ വൃത്തികെട്ട കുടിലിൽ താമസിക്കാൻ തുടങ്ങിയിട്ട് എത്രനാളായി. അല്പംകൂടി നല്ല ഒരു വീട്ടിൽ താമസിക്കണമെന്ന് നിങ്ങൾക്ക് ആഗ്രഹമില്ലേ? നിങ്ങൾ ആ കാളയോട് നമുക്ക് ഒരു ചെറിയ നല്ല വീട് സമ്മാനിക്കണമെന്ന് പറയാമായിരുന്നു."

അയാൾക്ക് അങ്ങനെയൊരു സമ്മാനം കാളയോട് ചോദിക്കാൻ അശേഷം താല്പര്യമില്ലായിരുന്നു. എങ്കിലും ഭാര്യയുടെ ആഗ്രഹമല്ലേ ചോദിച്ചുകളയാമെന്ന് അയാൾ കരുതി.

അടുത്തദിവസം കാലത്ത് അയാൾ കടൽ തീരത്ത് എത്തി. തലേദിവസം കാള കടലിലേക്ക് നീന്തിപ്പോയപ്പോൾ കണ്ട രക്തനിറം മുഴുവനായും മാഞ്ഞുപോയിരുന്നു. പകരം സ്വർണ്ണനിറത്തിലുള്ള നേരിയ വരകളോടുകൂടി നല്ല പച്ചനിറത്തിൽ സമുദ്രം പരന്നുകിടന്നു. അയാൾ സമുദ്രതീരത്ത് നിന്നുകൊണ്ട് പറഞ്ഞു.

"സ്നേഹിതൻ കാളേ, എനിക്ക് ഇഷ്ടമുണ്ടായിട്ട് ചോദിക്കുകയല്ല. എന്നാലും ഭാര്യയുടെ ആഗ്രഹപ്രകാരം അങ്ങയോട് ചോദിക്കുകയാണ്; അങ്ങ് ദയവായി ഞങ്ങൾക്ക് ഒരു ചെറിയ വൃത്തിയുള്ള കുടിൽ

സമ്മാനമായി നൽകുമോ?" ആ കാളമീൻ അല്പനിമിഷങ്ങൾക്കുള്ളിൽ അവിടെയെത്തി. വെള്ളത്തിന് മുകളിൽ വന്ന് കാള മുക്കുവനോട് പറഞ്ഞു.

"സ്നേഹിതാ. ഇത് അങ്ങയുടെ ഭാര്യയുടെ ന്യായമായ ഒരാഗ്രഹമല്ലെ. അങ്ങ് ഒന്നുകൊണ്ടും വിഷമിക്കേണ്ട. സന്തോഷത്തോടെ വീട്ടിലേക്ക് മടങ്ങിപൊയ്ക്കൊള്ളുക. ഇതിനകം അങ്ങയുടെ ഭാര്യക്ക് ഇഷ്ടപ്പെട്ട ഒരു വീട് കിട്ടിക്കഴിഞ്ഞിരിക്കുന്നു എന്ന് ആശ്വസിച്ചാലും." അത്രയും പറഞ്ഞ് മീൻ കടലിനകത്തേക്ക് നീന്തി അപ്രത്യക്ഷനായി.

മുക്കുവൻ തിരികെ തന്റെ വീടിരുന്ന സ്ഥലത്ത് എത്തിയപ്പോൾ കണ്ടത് തന്റെ ഭാര്യ സന്തോഷവതിയായി ഒരു നല്ല കൊച്ചുവീടിന്റെ മുൻപിൽ നിൽക്കുന്നതാണ്. കണ്ടാൽ ഐശ്വര്യമുള്ള ഒരു നല്ല വീട്. മുൻപിൽ ഒരു ചെറിയ പൂന്തോട്ടം അയാൾ ഭാര്യയോട് ചോദിച്ചു.

"എന്താ. നിനക്കിപ്പോൾ സന്തോഷം ആയില്ലേ?"

"ങ്ങാ, നല്ല വീടാണ്. നമുക്ക് കുറച്ചുനാൾ താമസിച്ചുനോക്കാം. എങ്ങനെയുണ്ടെന്ന്" അടുത്ത രണ്ടുമൂന്നാഴ്ചകൾ അവർ സുഖമായി സന്തോഷത്തോടെ ജീവിച്ചു. പക്ഷേ ദിവസങ്ങൾ കടന്നുപോയപ്പോൾ അയാളുടെ ഭാര്യ പറഞ്ഞുതുടങ്ങി.

"ദാ, നോക്കുന്നേ. ഈ വീട് പണ്ടത്തേതിനേക്കാൾ സൗകര്യമുള്ളതാണ്. സംശയമില്ല. എന്നാലും എനിക്കൊരാഗ്രഹം. നമുക്ക് രാജകൊട്ടാരം പോലെ നല്ല വലിയ ഒരു വീട്ടിൽ താമസിക്കണം. നിങ്ങൾ ആ കാളയോട് ചോദിച്ചാൽ അങ്ങേര് എന്റെ ആഗ്രഹം നിഷ്പ്രയാസം സാധിച്ചുതരും. തീർച്ച."

"നമുക്ക് ഈ വീട് ധാരാളം മതി എന്നാണ് എന്റെ അഭിപ്രായം. എന്നുതന്നെയല്ല. ഞാൻ ചെയ്ത ഒരു സഹായത്തിന് വീണ്ടും വീണ്ടും ആ കാളമീനിനെ ഇങ്ങനെ ശല്യപ്പെടുത്തുന്നത് ശരിയുമല്ല."

"ഓ. അല്ലെങ്കിലും നിങ്ങളെപ്പോഴും ഇങ്ങനെയാ. എന്റെ ആഗ്രഹങ്ങൾക്കൊന്നും ഒരു വിലയും കൊടുക്കുകയില്ല." അല്പം നിർത്തിയിട്ട് അവർ വീണ്ടും തുടർന്നു.

"നിങ്ങൾ ആ കാളക്ക് അവന്റെ ജീവനാ തിരിച്ചുകൊടുത്തത്. അതുമറക്കണ്ട. അതുകൊണ്ട് എനിക്ക് നല്ല തീർച്ചയാ; നിങ്ങൾ ആവശ്യപ്പെട്ടാൽ അത് നമ്മുടെ ആഗ്രഹം സാധിച്ചുതരും. ഒരു കൊട്ടാരത്തിൽ ജീവിക്കാനുള്ള ആഗ്രഹം എന്താ അത്ര മോശമാണോ?" തന്റെ ഭാര്യയെ സമാധാനിപ്പിക്കാനായി മറ്റ് വഴിയൊന്നുമില്ലാതെ അയാൾ കടൽക്കരയിലേക്ക് യാത്ര തിരിച്ചു. കടൽ തീരത്ത് എത്തിയപ്പോൾ

കണ്ടത് കരിനീല നിറത്തിൽ നിശ്ചലമായി കിടക്കുന്ന കടലാണ്. ആ തീരത്തുനിന്ന് അയാൾ കാളമീനിനെ വിളിച്ചു. അയാളുടെ വിളികേട്ടതും കാള അവിടെയെത്തി.

"ഓ, സ്നേഹിതനോ? അങ്ങേയ്ക്ക് എന്താണ് ആവശ്യം പറഞ്ഞോളൂ."

"എനിക്ക് ഇഷ്ടമുണ്ടായിട്ടല്ല. എങ്കിലും ഭാര്യ നിർബന്ധിക്കുമ്പോൾ..."

"എല്ലാം മനസ്സിലായി. അങ്ങ് വിഷമിക്കേണ്ട. എന്താണ് വേണ്ടതെന്ന് പറഞ്ഞുകൊള്ളുക."

"ഭാര്യ ആഗ്രഹിക്കുന്നത് ഒരു വലിയ കൊട്ടാരസദൃശമായ വീടാണ്."

"അത്രയല്ലേ വേണ്ടൂ. അങ്ങയുടെ ഭാര്യക്ക് അവർ ആഗ്രഹിച്ചതുപോലെയുള്ള ഒരു കൊട്ടാരം കിട്ടിക്കഴിഞ്ഞിരിക്കുന്നു എന്ന സംതൃപ്തിയോടെ അങ്ങ് വീട്ടിലേക്ക് മടങ്ങിക്കൊള്ളുക." അത്രയും പറഞ്ഞിട്ട് കാളമീൻ സമുദ്രത്തിന്റെ ആഴങ്ങളിലേക്ക് അപ്രത്യക്ഷനായി.

മുക്കുവൻ തിരികെ വീട്ടിലെത്തിയപ്പോൾ കണ്ടത് പരിചാരകർക്ക് പല നിർദ്ദേശങ്ങളും നൽകിക്കൊണ്ട് സന്തോഷവതിയായി നിൽക്കുന്ന ഭാര്യയെയാണ്. ഒരു വലിയ കൊട്ടാരം; രാജകീയമായ എല്ലാ സൗകര്യങ്ങളോടും കൂടിയത്; വിശാലമായ പൂമുഖം; മുൻപിൽ ഒരു വിസ്തൃതമായ ഉദ്യാനം; വിശാലമായ സ്വീകരണ മുറി; പരവതാനികൾ വിരിച്ച മാർബിൾ തറ; അൻപത് ആളുകൾക്ക് ഒരേ സമയം ഒന്നിച്ചിരുന്ന് ആഹാരം കഴിക്കാൻ കഴിയുന്നത്ര വലിയ തീൻമേശ അനേകം പരിചാരകർ- അങ്ങനെ എല്ലാമെല്ലാം. അയാളെക്കണ്ടതും ഭാര്യ ഓടിവന്ന് സന്തോഷത്തോടെ സ്വീകരിച്ചു. അയാൾ പറഞ്ഞു.

"നമുക്കിനി കൂടുതലായി ഒന്നും ആവശ്യമില്ല. അല്ലേ. ഭാര്യേ. സുഖമായി ഇനിയുള്ള കാലം കഴിക്കാം. ശരിയല്ലേ?"

"അതെയതെ. എല്ലാം സൗകര്യങ്ങളും തല്ക്കാലം ഉണ്ട്. നോക്കാം." ഭാര്യ പ്രതിവചിച്ചു. ദിവസങ്ങൾ കടന്നുപോയി. വീണ്ടും അന്നൊരു ദിവസം മുക്കുവന്റെ ഭാര്യ അയാളോട് പറഞ്ഞു.

"സ്നേഹമുള്ള ഭർത്താവേ, എന്തുകൊണ്ട് നമുക്ക് രാജാവും രാജ്ഞിയും ആയിക്കൂടാ. എനിക്ക് രാജ്ഞിയായി ജീവിക്കാൻ ഒരു പാട് കൊതിയാകുന്നു."

"നമുക്ക് സന്തോഷമുള്ള ഈ ജീവിതം ധാരാളമല്ലെ? എന്തിനാ ഇതിൽക്കൂടുതലൊക്കെ ആഗ്രഹിക്കുന്നത്?"

"ഛെ. ഛെ. അതെന്താ അങ്ങനെ? നമുക്ക് രാജാവും രാജ്ഞിയും ആയാൽ എന്താ തകരാറ്? ഇതെന്റെ വലിയ ഒരാഗ്രഹമാ. നിങ്ങൾ ആ കാളയോട് ചോദിച്ചാൽ ഒരു പ്രയാസവുമില്ലാതെ എന്റെ ഈ

ആഗ്രഹവും നിറവേറും. സംശയമില്ല. നിങ്ങളൊന്ന് പോയിട്ടുവാ." ഭാര്യ അയാളെ വളരെയധികം നിർബന്ധിച്ചു.

മനസ്സില്ലാ മനസ്സോടെ അയാൾ കടൽതീരത്തേക്ക് നടന്നു. ഇരുണ്ട് ചാരനിറത്തിൽ ഏത് നിമിഷവും പ്രക്ഷുബ്ധമാകാൻ തയ്യാറായി കിടന്ന കടൽ തീരത്തുനിന്ന് അയാൾ കാള മീനിനെ വിളിച്ചു.

കാളമീൻ പ്രത്യക്ഷപ്പെട്ടതും മുക്കുവനോട് ചോദിച്ചു.

"എന്താ. നിന്റെ ഭാര്യക്ക് ഇനിയും എന്തെങ്കിലും ആഗ്രഹങ്ങളുണ്ടോ?"

"അതേ സുഹൃത്തേ. ഇഷ്ടമല്ലെങ്കിലും അവൾക്കുവേണ്ടി അങ്ങയോട് ചോദിച്ചല്ലെ തരമുള്ളൂ?"

"ശരി. ശരി. എന്താ വേണ്ടത്' പറയൂ"

"അവൾക്ക് ഒരു രാജ്ഞിയാകാൻ മോഹം."

"അവൾ രാജ്ഞിയായിക്കഴിഞ്ഞിരിക്കുന്നു. സന്തോഷമായില്ലെ? ഇനി വീട്ടിലേക്ക് മടങ്ങിക്കൊള്ളുക" അത്രയും പറഞ്ഞ് കാള സ്ഥലം വിട്ടു.

തിരികെ വീട്ടിലെത്തിയ മുക്കുവൻ കണ്ടത് വലിയ ഒരു സിംഹാസനത്തിലിരുന്ന് ചുറ്റും നിൽക്കുന്നവർക്ക് നിർദ്ദേശങ്ങൾ നൽകുന്ന ഭാര്യയെയാണ്. സ്വർണ്ണനിർമ്മിതമായ കിരീടം തലയിൽ ചൂടി ഗാംഭീര്യത്തോടെ ഇരുന്നിരുന്ന ഭാര്യയുടെ മുന്നിൽ ആജ്ഞകൾ പ്രതീക്ഷിച്ച് നിൽക്കുന്ന പടത്തലവന്മാർ; നാട്ടുമുഖ്യന്മാർ; അനവധി പരിചാരകർ; മന്ത്രിമാരും ഉപദേശകരും; എല്ലാം ഒരു രാജകൊട്ടാരത്തിൽ എന്നതുപോലെ.

കുറച്ചുനേരം അതെല്ലാം നോക്കിനിന്നതിന് ശേഷം അയാൾ ഭാര്യയോട് ചോദിച്ചു.

"അപ്പോൾ ആഗ്രഹിച്ചതുപോലെ നീ ഒരു രാജ്ഞിയായി. ഇപ്പോൾ സന്തോഷമായില്ലേ?"

"അതെയതെ. സംശയമില്ല."

പക്ഷേ കുറച്ചുദിവസങ്ങൾ കഴിഞ്ഞ് ഒരു ദിവസം രാജ്ഞി ഭർത്താവിനോട് പറഞ്ഞു.

"കേട്ടോ. സത്യം പറയാമല്ലോ. ഈ രാജ്ഞിയായി മാത്രം കഴിയുന്നതിൽ ഞാൻ തൃപ്തയല്ല. എല്ലാ വിധത്തിലും ഒരു ചക്രവർത്തിനി ആയി ജീവിക്കാൻ ഞാൻ യോഗ്യയാണ്. അതുകൊണ്ട് കുറച്ചുദിവസങ്ങളായി ഞാൻ ആലോചിച്ചുകൊണ്ടിരിക്കുകയാണ്; എന്തുകൊണ്ട് ഒരു ചക്രവർത്തിനി ആയിക്കൂടാ എന്ന്."

“വേണ്ട ഭാര്യേ. വേണ്ട. നമുക്ക് ഇതുപോലെയൊക്കെ ജീവിക്കാൻ കഴിയുന്നതു തന്നെ മഹാഭാഗ്യം. ഇതിനപ്പുറം ഒന്നും വേണ്ട.”

“എന്റെ ഭർത്താവേ. അങ്ങ് എന്താണീപ്പറയുന്നത്? നമുക്ക് ചക്രവർത്തിയും ചക്രവർത്തിനിയും ആകാനുള്ള എല്ലാ യോഗ്യതകളും ഉണ്ട്. അതുകൊണ്ട് അങ്ങ് ഉടനേതന്നെ പോയി ആ കാളയോട് നമ്മുടെ ആഗ്രഹം അറിയിക്കണം.”

“വേണ്ട. നാം കൂടുതലായി ആഗ്രഹങ്ങളുമായി സ്നേഹിതൻ കാളയേ സമീപിക്കുന്നത് ശരിയല്ലെന്നാണ് എന്റെ അഭിപ്രായം. മാത്രവുമല്ല. കൂടെക്കൂടെ നാം ഇങ്ങനെ ഓരോന്ന് ചോദിക്കുന്നത് കാളക്കും ഇഷ്ടമാകുമോ എന്നറിയില്ല.”

“അങ്ങെന്താ ഈ പറയുന്നത്. ആ കാള നമുക്ക് വെറുതെയല്ല ല്ലൊ ഈ ചില്ലറ സഹായങ്ങളൊക്കെ നൽകുന്നത്. അങ്ങ് അവന് നൽകിയത് അവന്റെ ജീവനാണെന്ന് അങ്ങ് മറന്നുപോയോ?” അല്പം നിർത്തിയിട്ട് അവർ വീണ്ടും തുടർന്നു.

“ഞാൻ രാജ്ഞിയാണെന്ന കാര്യം അങ്ങ് മറക്കുകയാണെന്ന് തോന്നുന്നു. ഇത് രാജ്ഞിയുടെ തീരുമാനമാണ്. ഈ തീരുമാനത്തെ ബഹുമാനിക്കുകയും നടത്തിത്തരുവാൻ സഹായിക്കുകയും ചെയ്യുക എന്നത് അങ്ങയുടെ കടമയാണ്. അതുകൊണ്ട് ഒട്ടും താമസിക്കാതെ അങ്ങ്, കാളയുടെ അടുക്കലേക്ക് പോകുക.”

അയാൾ വീണ്ടും കടൽത്തീരത്തേക്ക് പോയി. പോകുമ്പോൾ അയാൾ ചിന്തിച്ചു. ‘ഇത് അത്ര ശരിയായ കാര്യമല്ല. ആ കാള ഒരു ദിവസം എന്നോട് നീരസം കാണിച്ചാലും അതിശയിക്കാനൊന്നുമില്ല.’ അങ്ങനെ ആലോചിച്ച് കടൽത്തീരത്ത് എത്തിയ മുക്കവൻ കണ്ടത് കറുത്ത് ഇരുണ്ട നിറത്തിൽ കിടന്ന വെള്ളമാണ്. കൂടാതെ കടൽ അത്ര അക്ഷോഭ്യമായ ഒരുവസ്ഥയിലുമായിരുന്നില്ല. അയാൾ വിളിച്ചപ്പോൾ അല്പം താമസിച്ചിട്ടാണെങ്കിലും കാള പ്രത്യക്ഷപ്പെട്ടു.

“ഓ. സ്നേഹിതൻ മുക്കവാനാണോ? അങ്ങയുടെ ഭാര്യയുടെ മോഹങ്ങൾ ഇനിയും തീർന്നില്ലേ? ഇന്ന് എന്താണാവോ മോഹം? ആ ശബ്ദത്തിൽ അല്പം പരിഭവം കലർന്നിരുന്നു. എന്ന് മുക്കുവന് തോന്നാതിരുന്നില്ല.

“എന്റെ ഭാര്യക്ക് ഒരു ചക്രവർത്തിനി ആകാൻ ആഗ്രഹം.”

“ആയിരിക്കുന്നു. ഇനി പൊയ്ക്കോളൂ.” മറ്റൊന്നും പറയാതെ കാള അപ്രത്യക്ഷനായി. തിരികെ വീട്ടിലെത്തിയ മുക്കുവൻ കണ്ടത് ഒരു ഉയർന്ന സിംഹാസനത്തിൽ ഇരിക്കുന്ന ചക്രവർത്തിനി ഭാര്യയെയാണ്.

മുൻപിൽ പലപല നാട്ടുരാജാക്കന്മാരും രാജകുമാരന്മാരും പഞ്ചപുച്ഛമടക്കി നിൽക്കുന്നു. അനേകം സേവകർ തിരക്കുപിടിച്ച് ഓടിനടക്കുന്നു. കൊട്ടാര വാതുക്കൽ സജ്ജമായി നിൽക്കുന്ന കുതിരകളും കുതിരപ്പടയാളികളും. അയാൾ തികഞ്ഞ ആശ്ചര്യത്തോടെ ഭാര്യയെനോക്കി ചോദിച്ചു.

"ഇപ്പോൾ നീ ചക്രവർത്തിനിയുമായി. ഇനി കൂടുതൽ ആഗ്രഹങ്ങളൊന്നുമില്ലെന്ന് വിചാരിക്കട്ടെ"

"പ്രഭോ. അങ്ങനെ പറയാനായിട്ടില്ല. നല്ലതുപോലെ ആലോചിച്ച് സാവകാശമായി നമുക്കൊരു തീരുമാനം എടുക്കാം." രണ്ടുമൂന്ന് ദിവസങ്ങൾക്കുള്ളിൽതന്നെ ചക്രവർത്തിനി ഭർത്താവിനോട് പറഞ്ഞു.

"പ്രഭോ. നമ്മുടെ പ്രജകളിൽ ബഹുഭൂരിഭാഗവും പോപ്പിനെ അംഗീകരിക്കുന്നവരാണ്. നമുക്ക് ജനങ്ങളുടെ മദ്ധ്യത്തിൽ നല്ല അന്തസ്സും ബഹുമാനവും കിട്ടണമെങ്കിൽ ചക്രവർത്തിയും ചക്രവർത്തിനിയും മാത്രമായാൽ പോരാ. കൂടെത്തന്നെ പോപ്പും ആകണം."

"നീ എന്തു വിഡ്ഢിത്തമാ പറയുന്നത്? തിരുസഭയ്ക്ക് ഒരു പോപ്പമാത്രമാണുള്ളത്. രണ്ടാമത് ഒരുപോപ്പ് ഉണ്ടാകുകയില്ല."

'പ്രഭോ. ഞാൻ പറഞ്ഞില്ലെ? എനിക്ക് ചക്രവർത്തിനി മാത്രമായാൽ പോരാ. പോപ്പും കൂടി ആകണം."

അയാൾ എന്തോ മറുപടിപറയാൻ തുടങ്ങുകയായിരുന്നു. പക്ഷേ ഭാര്യ വേഗം തന്നെ പറഞ്ഞു.

"തർക്കിച്ചുനിർക്കാതെ അങ്ങ് ഉടനെ ആ കാളയുടെ അടുത്തേക്ക് പോയാലും."

കടൽത്തീരത്ത് മുക്കുവൻ കണ്ടത് പ്രക്ഷുബ്ദ്ധമായ കടലാണ്, തിരമാലകൾ ഉയരത്തിൽ വന്ന് തീരത്ത് ആഞ്ഞടിക്കുന്നുണ്ടായിരുന്നു. ആകാശം ചുവന്നിരുന്നു. ഇടക്കുണ്ടായ ഇടിമുഴക്കവും മിന്നലും അയാളെ ഭയപ്പെടുത്തി. എങ്കിലും ഭാര്യക്കുവേണ്ടിയല്ലെ. അയാൾ ധൈര്യം സംഭരിച്ച് കാളയെ വിളിച്ചു. കാള താമസിക്കാതെ അവിടെയെത്തി. മുക്കവൻ പറഞ്ഞു.

"സ്നേഹിതാ. താങ്കൾ എന്നോട് ക്ഷമിക്കണം. ഭാര്യയുടെ നിർബന്ധം കൊണ്ടാ ഞാനിങ്ങനെയൊക്കെ ചെയ്യുന്നത്"

"ശരി. എല്ലാം എനിക്ക് മനസ്സിലാകുന്നുണ്ട്. താങ്കളുടെ ഭാര്യയുടെ ഇപ്പോഴത്തെ മോഹം എന്താണ്?"

"അവൾക്ക് ചക്രവർത്തിനിയായിരിക്കുന്നതിനോട് ഒപ്പം തന്നെ പോപ്പും കൂടിയാകണം."

"ആയിരിക്കുന്നു. ഇനി പെയ്ക്കോളൂ" മുക്കവൻ തിരികെ വീട്ടിലെത്തി. അവിടെ കണ്ടതോ? തികച്ചും അമ്പരപ്പിക്കുന്ന കാഴ്ചതന്നെ. തന്റെ ഭാര്യ ഒരേ സമയം ചക്രവർത്തിനിയും പോപ്പുമായിരിക്കുന്നു. അവൾ ഇരുന്നിരുന്ന ഡർബാർ ഹാളിൽ ഒരു ഭാഗത്ത് രാജകീയമായ എല്ലാ സംവിധാനങ്ങളും; മറുഭാഗത്ത് ഒരു വലിയ പള്ളിയുടെ അന്തരീക്ഷം; കത്തിച്ചുവെച്ച നിരവധി മെഴുകുതിരികൾ; നിരനിരയായി നിന്ന് കുമ്പ സാരിക്കുന്ന അനേകം ഭക്തർ. അയാൾ ഭാര്യയോടായി പറഞ്ഞു.

"നിനക്കിപ്പോൾ തികഞ്ഞ സന്തോഷമായില്ലേ? ഇനി ഇതിനപ്പുറം മോഹങ്ങൾ ഒന്നുമില്ലല്ലൊ. ഇല്ലാതിരിക്കുന്നതാ നല്ലത്."

"ആലോചിച്ചുനോക്കട്ടെ."

അടുത്ത ദിവസം നേരം വൈകാറായ സമയത്ത് ആ മുക്കുവസ്ത്രീ ഭർത്താവിനോട് പറഞ്ഞു.

"പ്രിയപ്പെട്ട പ്രഭോ. എനിക്ക് ഒരാഗ്രഹം കൂടി ഉണ്ട്."

തികഞ്ഞ അമ്പരപ്പോടെ മുക്കുവൻ ചോദിച്ചു.

"ഇനിയും ആഗ്രഹമോ? നിന്റെ ആഗ്രഹങ്ങൾ എന്നാണ് അവസാ നിക്കുക?"

"അങ്ങ് എനിക്ക് ഈ ഒരാഗ്രഹവും കൂടി സാധിച്ചുതന്നാൽ പിന്നെ ഞാൻ വേറെ ഒരാഗ്രഹവും അങ്ങയോട് പറയുകയില്ല. തീർച്ച."

"എന്താണാവോ അടുത്ത ആഗ്രഹം. കേൾക്കട്ടെ."

"നോക്കൂ. ഈ ലോകത്ത്. നടക്കുന്ന എല്ലാം ഈശ്വന്റെ ഇച്ഛയോടെ യാണ്. അദ്ദേഹമാണ് എല്ലാം നിയന്ത്രിക്കുന്നത്. എല്ലാത്തിന്റെയും ഉടമ സ്ഥാവകാശവും അദ്ദേഹത്തിനാണ്. എനിക്ക് ആ ഈശ്വരനെപ്പോലെ മറ്റൊരു ഈശ്വരനാകണം. പ്രഭോ. അങ്ങ് ഉടനെ പുറപ്പെട്ടാലും."

"പ്രിയപ്പെട്ട ഭാര്യേ നിന്റെ ഈ ആവശ്യം നിറവേറ്റാൻ കാളക്ക് കഴി ഞ്ഞെന്ന് വരില്ല. നീ ഇതിനുവേണ്ടി നിർബന്ധം പിടിക്കാതിരിക്കുന്നതാ നല്ലതെന്നാണ് എന്റെ അഭിപ്രായം."

"ഇതെന്റെ ആഗ്രഹവും നിർബന്ധവും ആണ്; ഉടനെ പോയി കാളയോട് എന്റെ ആവശ്യം പറയുക."

അല്പനേരം ഇതികർത്തവ്യതാ മൂഢനായി നിന്ന മുക്കുവനോട് അയാളുടെ ഭാര്യ വീണ്ടും പറഞ്ഞു.

"എന്താ ആലോചിച്ച് സമയം കളയുന്നത്? വേഗം കാളയുടെ അടു ത്തേക്ക് പോയാലും."

കടൽ വളരെയധികം ക്ഷോഭിച്ചിരുന്നു. സുനാമി വന്നാലെന്നതു പോലെ ഉയരത്തിലുള്ള തിരമാലകൾ കടൽക്കരയിലേക്ക് കുതിച്ചു കയറുകയും ഇറങ്ങുകയും ചെയ്യുന്ന കാഴ്ച അയാളെ ഭയാകുലനാക്കി. ആകാശം കറുത്ത മേഘങ്ങളാൽ മൂടപ്പെട്ടിരുന്നു. പേമാരിയും ഇടിയും മിന്നലും. അയാൾ ഭയന്ന് വിറച്ചു. എങ്കിലും ധൈര്യം സമ്പാദിച്ച് കാളയെ വിളിച്ചു. അവിടെയെത്തിയ കാളയുടെ സ്വരം പരുഷമായിരുന്നു.

"നിങ്ങളുടെ ഭാര്യയുടെ അടുത്ത ആവശ്യം പറഞ്ഞാലും."

അയാൾ മടിച്ചു മടിച്ച് പറഞ്ഞു.

"അവൾക്ക്.... അവൾക്ക്.... ഈശ്വരനാകണം."

"ശരി. താൻ വീട്ടിൽപോയി നോക്ക്. അപ്പോളറിയാം. അവൾ എന്തായിരിക്കുന്നുവെന്ന്?"

മുക്കവൻ വളരെ ആകാംക്ഷയോടു കൂടിയാണ് വീട്ടിലേക്ക് മടങ്ങിയത്. അവിടെ അയാൾ കണ്ടകാഴ്ച എന്തായിരുന്നു എന്ന് നിങ്ങൾക്ക് ഊഹിക്കാൻ കഴിയുമോ? കഴിയുമെങ്കിൽ ഒന്നൂഹിച്ചുനോക്കൂ.

അവർ അന്നുമുതൽ (ഇപ്പോഴും) അവരുടെ പഴയ സൗകര്യങ്ങളൊന്നുമില്ലാത്ത വൃത്തിഹീനമായ കുടിലിലാണ് താമസം എന്നാണ് അറിവ്.

ഈ കഥ വായിച്ചിട്ട് നിങ്ങൾക്കെന്താണ് പഠിക്കാൻ കഴിഞ്ഞത്? ചിന്തിച്ച് നോക്കൂ.

കലപ്പയിൽ കെട്ടപ്പെട്ട മനുഷ്യൻ

വളരെ പല വർഷങ്ങൾക്കുമുൻപ് ഒരു വലിയ മലമുകളിലേക്കുള്ള വഴിയോരത്ത് സ്ഥിതി ചെയ്തിരുന്ന ടാൻബർഗ് കൊട്ടാരത്തിൽ താമസിച്ചിരുന്ന കോനാഡ് എന്ന കുലീന കുടുംബജാതനും വീരനുമായിരുന്ന പ്രഭുവിനെക്കുറിച്ചുള്ള കഥയാണ് ഇത്. അദ്ദേഹത്തിന്റെ പ്രഭ്വി ആൻ സുന്ദരിയും തികഞ്ഞ ഈശ്വരവിശ്വാസിയും ആയിരുന്നു. ഒരിക്കൽ ആൻപ്രഭ്വിക്ക് കലശലായ ഒരു രോഗം പിടിപെട്ടു. ആ സമയത്ത് കോനാഡ് ഒരു നേർച്ച പ്രതിജ്ഞ എടുത്തു. 'തന്റെ ഭാര്യ സുഖം പ്രാപിക്കുകയാണെങ്കിൽ താൻ വിശുദ്ധ ശവകുടീരത്തിലേക്ക് തീർത്ഥാടനം നടത്തുന്നതാണെന്നും അവിടെയുള്ള അവിശ്വാസികളോട് പൊരുതി അവരെ തോല്പിക്കുമെന്നും ആയിരുന്നു പ്രതിജ്ഞ. ആഗ്രഹിച്ചതുപോലെ ആൻ സുഖം പ്രാപിച്ചു. കുറേ ദിവസങ്ങൾക്കുശേഷം ഒരുനാൾ വിഷമത്തോടെയെങ്കിലും കോനാഡ് ഭാര്യയോട് വിടപറഞ്ഞു. തീർത്ഥാടനയാത്ര ആരംഭിച്ചു.

അടുത്തുള്ള തുറമുഖപട്ടണത്തിൽ എത്തിയ പ്രഭു അവിടെ പലരേയും കാണുകയും പരിചയപ്പെടുകയും ചെയ്തു. അവരെല്ലാം ചേർന്ന് ഒരു കപ്പലിൽ യാത്ര തുടർന്നു.

യാത്രക്കിടയിൽ അവരുടെ കപ്പൽ കടൽകൊള്ളക്കാർ ആക്രമിച്ച് കീഴ്പ്പെടുത്തി. കോനാഡിനേയും മറ്റ് യാത്രക്കാരെയും കൊള്ളക്കാർ തടവുകാരാക്കി; ഒരു ധനികന് അവരെ അടിമകളായി വിൽക്കുകയും ചെയ്തു.

ചില വർഷങ്ങൾ കടന്നുപോയി. അദ്ദേഹത്തിന്റെ വിവരങ്ങളൊന്നും കിട്ടാതെ ആൻ പ്രഭ്വി അധികം ആകാംക്ഷാഭരിതയും ദുഃഖിതയുമായി.

അതിനിടയ്ക്ക് മറ്റ് പല പ്രഭുക്കന്മാരിൽനിന്നും വിവാഹാഭ്യർത്ഥനകൾ വന്നുവെങ്കിലും കോനാഡിനെ സ്നേഹിച്ചിരുന്ന അവർ അതിലൊന്നും താല്പര്യം കാണിച്ചില്ല. അതുകൊണ്ട് അവർക്ക് ചുറ്റും പകയും വിദ്വേഷവും ഉള്ള ഒരു കൂട്ടം ആളുകൾ ഉണ്ടാകുകയും ചെയ്തു. അങ്ങിനെയിരിക്കെ തീർത്ഥാടനം കഴിഞ്ഞ് മടങ്ങിയെത്തിയ ഒരു സുഹൃത്തിൽനിന്നും കേട്ട വിവരം പ്രഭ്വിയേ വളരെയധികം ദുഃഖിതയാക്കി. കോനാഡും സ്നേഹിതന്മാരും അടിമകളായി തുർക്കിയിൽ ഉണ്ടെന്നും അവിടെ അവർ വളരെയധികം പീഡിപ്പിക്കപ്പെടുന്നുവെന്നും കേട്ട വാർത്ത ദുഃസ്സഹമായിരുന്നു. വളരെയധികം ആലോചിച്ചതിനുശേഷം തന്റെ ഭർത്താവിനെ എന്ത് ത്യാഗം സഹിച്ചായാലും രക്ഷിക്കണമെന്ന് പ്രഭ്വി തീർച്ചയാക്കി. അതിന് മറ്റാരെയും അറിയിക്കാതെ അവർ തുനിഞ്ഞിറങ്ങുകയും ചെയ്തു.

ആൻ പരിചാരകരെയെല്ലാം വിളിച്ച് താൻ ഒരു ദൂരയാത്രക്ക് പോകുകയാണെന്നും കുറച്ചുനാൾ കഴിഞ്ഞേ മടങ്ങി വരികയുള്ളെന്നും അറിയിച്ചു. പിന്നീട് തനിക്കായി കുറേ പുരുഷന്മാരുടേതുപോലുള്ള വസ്ത്രങ്ങൾ സംഘടിപ്പിച്ചു. പുരുഷവസ്ത്രം ധരിച്ച് ആൻ യാത്രതിരിച്ചു. തനിക്ക് ഇഷ്ടപ്പെട്ട സാരംഗിയും ആവശ്യത്തിന് പണവും എടുക്കാൻ മറന്നില്ല.

തുർക്കിയിലെത്തിയ ആൻ പലയിടങ്ങളിലും അന്വേഷിച്ച് ഒടുവിൽ കോനാഡ് അടിമയായി പണിയെടുക്കുന്ന സ്ഥലവും ഉടമസ്ഥനായ ധനികനെയും കണ്ടെത്തി. പുരുഷവേഷധാരിയായ ആൻ ആ ധനികനെ സമീപിച്ച് തനിക്ക് അദ്ദേഹത്തിന്റെ മുമ്പിൽ സാരംഗി വായിക്കാൻ ഒരവസരം ആവശ്യപ്പെട്ടു. സംഗീതത്തിൽ തൽപരനായ അയാൾ അതിന് സമ്മതിക്കുകയും ചെയ്തു. അങ്ങനെ ആൻ ആ ധനികന്റെ സഭയിൽ വളരെ സുന്ദരമായി സാരംഗി വായിച്ചു. അയാളെ സന്തോഷപ്പിച്ചു. ആനിന്റെ സാരംഗി വായനയിലുള്ള പ്രാവണ്യം അയാളെ അമ്പരപ്പിച്ചു. വളരെയധികം സന്തുഷ്ടനായ അയാൾ ആനിനോട് പറഞ്ഞു.

"ഹേ. സാരംഗി വിദ്വാനേ, ഞാൻ താങ്കളുടെ സാരംഗി വായനയിൽ അതീവ സന്തുഷ്ടനാണ്. അങ്ങയ്ക്ക് ഒരു പാരിതോഷികം നൽകാൻ ഞാനാഗ്രഹിക്കുന്നു. അങ്ങയ്ക്ക് എന്തായിരിക്കും ഇഷ്ടപ്പെടുക?"

"വിരോധമില്ലെങ്കിൽ എന്റെ സേവനങ്ങൾക്കായി അങ്ങയുടെ അടിമകളിൽ ഒരാളെ തന്നാൽ നന്നായിരിക്കും."

"അത്രയേയുള്ളോ. അതിനെന്താ വിഷമം. അങ്ങയ്ക്ക് ഇഷ്ടപ്പെട്ട അടിമയെ അങ്ങ് തിരഞ്ഞെടുത്തുകൊള്ളുക."

ആൻ അടിമകളുടെ കൂട്ടത്തിൽ നിന്ന് കോനാഡിനെ തിരഞ്ഞെടുത്തു. ധനികന്റെ അനുവാദത്തോടെ കോനാഡിനെയും കൂട്ടി അവിടെനിന്നും യാത്രതിരിച്ചു. കപ്പലിൽ യാത്രചെയ്ത് തിരികെ ജർമ്മൻ നാടിന്റെ

അതിർത്തിയിൽ എത്തിച്ചേർന്നതിനുശേഷം പുരുഷവേഷധാരിയായിരുന്ന ആൻ യാതൊരു സംശയത്തിനും ഇടനൽകാതെ കോനാഡ്ഢിനോട് പറഞ്ഞു.

"ഇനി എനിക്ക് ഒരടിമയുടെ സേവനങ്ങളൊന്നും ആവശ്യമില്ല. അതുകൊണ്ട് താങ്കളെ ഞാൻ ദാസ്യത്തിൽ നിന്നും മോചിപ്പിച്ചിരിക്കുന്നു. അങ്ങയുടെ വീട്ടിലേക്കുള്ള യാത്രച്ചിലവിനും മറ്റുമായി ഈ പണം കൈയ്യിൽ വെച്ചോളൂ."

അങ്ങനെ കുറച്ച് പണവും കൊടുത്ത് കോനാഡ്ഢിനെ യാത്ര അയച്ചതിനുശേഷം ഒട്ടും സമയം കളയാതെ ആനും സ്വന്തം കൊട്ടാരത്തിലേക്ക് മടങ്ങി. കോനാഡ്ഢ് എത്തുന്നതിന് മുമ്പുതന്നെ ആൻ കൊട്ടാരത്തിൽ മടങ്ങി എത്തുകയും ചെയ്തു. കുറച്ച് ദിവസങ്ങൾക്കുള്ളിൽ കോനാഡ്ഢും അവിടെ എത്തി. ആൻ അദ്ദേഹത്തെ സന്തോഷത്തോടെ വരവേറ്റു.

ചുറ്റുപാടുമുള്ള മറ്റ് പൗരന്മാരും പ്രഭുക്കന്മാരും കോനാഡ്ഢിന്റെ തിരിച്ചുവരവ് അറിയാൻ ഇടയായി. അവർ ഓരോരുത്തരായി കോനാഡ്ഢിനെ വന്ന് കാണുകയും അദ്ദേഹം തിരികെയെത്തിയതിൽ സന്തോഷം പ്രകടിപ്പിക്കുകയും ചെയ്തു. അങ്ങനെ സുഹൃത്തുക്കളുമായി ഒത്തുകൂടിയ സന്ദർഭങ്ങളിൽ ആ യാത്രയിൽ താനനുഭവിച്ച കഷ്ടങ്ങളെക്കുറിച്ചും ദുരിതപൂർണങ്ങളായ ദിവസങ്ങളെക്കുറിച്ചും പറയുക കോനാഡ്ഢ് പതിവാക്കിയിരുന്നു. സുഹൃത്തുക്കളും അതുപോലെ ആ കാലത്ത് നാട്ടിൽ നടന്ന വിശേഷങ്ങൾ അദ്ദേഹത്തോടും പറയുമായിരുന്നു. എന്നാൽ കുബുദ്ധികളായ ചില സ്നേഹിതന്മാർ ആ സന്ദർഭങ്ങൾ ഉപയോഗിച്ച് ആനിനെക്കുറിച്ച് പല കിംവദന്തികളും കോനാഡ്ഢിനോട് പറയുവാൻ അവസരം കണ്ടെത്തുമായിരുന്നു. കോനാഡ്ഢിന്റെ നീണ്ടയാത്രയുടെ ദിവസങ്ങളിൽ ആനും ദേശം ചുറ്റുകയായിരുന്നു എന്നും അവർ പുരുഷവേഷത്തിൽ താന്തോന്നിയായി ജീവിക്കുകയായിരുന്നു എന്നും അവരുടെ സ്വഭാവം അത്ര നല്ലതല്ല എന്നും മറ്റുമുള്ള കഥകൾ കോനാഡ്ഢിനെ രോഷാകുലനാക്കി. ആനിനെ കൊല്ലാൻ പോലും കോനാഡ്ഢ് സന്നദ്ധനായി. ആ അവസരത്തിൽ ആൻ തന്റെ മുറിയിൽ ഓടിക്കയറി കതകടച്ചു. പിന്നീട് തന്റെ പുരുഷവേഷം ധരിച്ച് സാരംഗിയും കയ്യിലെടുത്തുകൊണ്ട് മുറിക്ക് വെളിയിൽ വന്നു. ആനിനെ ആ വേഷത്തിൽ കണ്ട കോനാഡ്ഢ് തന്നെ തുർക്കിയിലെ അടിമത്തത്തിൽ നിന്നും മോചിപ്പിച്ച വ്യക്തിയെ ഓർത്തു. അത് തന്റെ ഭാര്യ ആൻ തന്നെയായിരുന്നു എന്ന് അദ്ദേഹത്തിന് ബോധ്യമായി. തന്റെ തെറ്റ് മനസ്സിലാക്കിയ കോനാഡ്ഢ് ആനിനോട് കുബുദ്ധികളുടെ കഥകൾ കേട്ട് അവളോട് കോപിച്ചതിന് ക്ഷമചോദിച്ചു.

അവർ സ്നേഹമുള്ള ഭാര്യഭർത്താക്കന്മാരായി വളരെനാൾ ജീവിച്ചു.

കാട്ടുപന്നി

പണ്ടൊരിക്കൽ ജീവിച്ചിരുന്ന ഒരു രാജാവിന്റെയും അദ്ദേഹത്തിന്റെ മകന്റെയും കഥയാണിത്. അദ്ദേഹത്തിന്റെ ഭാര്യ ജന്മം നൽകിയത് ഒരേ ഒരാൺകുഞ്ഞിനുമാത്രമാണ്. പക്ഷേ ദുർഭാഗ്യം എന്നല്ലാതെ എന്തുപറയാനാണ്, ആ പുത്രനെ ദുഷ്ടയായ ഒരു മന്ത്രിവാദിനി ശപിച്ചു.

"നീ ഒരു കാട്ടുപന്നിയാകട്ടെ" എന്ന്. അങ്ങനെ ഒരു കാട്ടുപന്നിയായി മാറിയ മകനെയോർത്ത് രാജാവും രാജ്ഞിയും വളരെയധികം ദുഃഖിച്ചു. പക്ഷേ എന്തു ചെയ്യാം. സംഭവിച്ചുപോയില്ലേ? അവർ അവരുടെ പന്നിമകനെ സ്നേഹത്തോടെ വളർത്തി. അവൻ കൊട്ടാരത്തിനകത്തും പുറത്തുമുള്ള എല്ലാ സ്ഥലങ്ങളിലും ഓടി നടന്നു. അവൻ യാതൊരു വികൃതികളും കാണിക്കാതെ നല്ല കുട്ടിയായിത്തന്നെ വളർന്നു.

രാജാവിന്റെ കൊട്ടാരത്തിൽനിന്നും വളരെ ദൂരെയല്ലാതെ ഒരു പ്രഭു താമസിക്കുന്നുണ്ടായിരുന്നു. അദ്ദേഹത്തിന് മൂന്ന് പെൺമക്കൾ ഉണ്ടായിരുന്നു. മൂന്നുപേരും സുന്ദരികളായിരുന്നു. ഒരു ദിവസം രാജാവിന്റെ പന്നിമകൻ കൊട്ടാരംവിട്ട് വെളിയിൽ കുറേദൂരം ഓടിചെന്നെത്തിയത് പ്രഭുവിന്റെ വീടിന്റെ മുൻപിലുള്ള ഉദ്യാനത്തിലാണ്. അവിടെ പൂച്ചട്ടികളുടെ നടുവിൽ ഉലാത്തിക്കൊണ്ടിരുന്ന പ്രഭുവിന്റെ സുന്ദരിയായ മൂത്തമകളെ കാണാനിടയായി. പന്നിക്ക് ആ പ്രഭുകുമാരിയെ വളരെ ഇഷ്ടപ്പെട്ടു. വളരെനേരം അവളെത്തന്നെ നോക്കിനിന്ന പന്നികുമാരന് ആ സുന്ദരിയെ വിവാഹം കഴിക്കണമെന്ന ആഗ്രഹം മനസ്സിൽ പടർന്നു പിടിച്ചു. തിരികെ കൊട്ടാരത്തിലെത്തിയ കുമാരൻ അച്ഛനോട് പറഞ്ഞു.

"അച്ഛാ. എനിക്ക് അടുത്ത വീട്ടിലെ പ്രഭുകുമാരിയെ കല്യാണം കഴിക്കണം. അച്ഛൻ എന്റെ ഈ ആഗ്രഹം സാധിച്ചുതരണം."

രാജാവ് മകനെ അങ്ങനെയൊരു വിവാഹം സാധ്യമാകുകയില്ലെന്ന് പല വിധത്തിലും പറഞ്ഞ് മനസ്സിലാക്കാൻ ശ്രമിച്ചു. പക്ഷേ കുമാരൻ സമ്മതിക്കാൻ തയ്യാറായില്ല.

"അച്ഛനല്ലേ, ഇവിടുത്തെ രാജാവ്? അച്ഛൻ നിർബന്ധമായി പറഞ്ഞാൽ ആ പ്രഭുവിന് സമ്മതിക്കാതിരിക്കാൻ കഴിയുകയില്ല."

അവൻ വാശിയോടെ പ്രതികരിച്ചു.

മറ്റ് പോംവഴികളൊന്നുമില്ലാതെ രാജാവ് ഒരു ദൂതനെ ദൗത്യവുമായി പ്രഭുവിന്റെ അടുത്തേക്ക് അയച്ചു. വളരെനേരത്തെ സംഭാഷണത്തിനുശേഷം രാജാവിന്റെ ദൗത്യം പാടെ നിരസിക്കാൻ പാടില്ല എന്ന നിർബന്ധം കൊണ്ടുമാത്രം പ്രഭു തന്റെ മൂത്തപുത്രിയെ പന്നിക്ക് വിവാഹം കഴിച്ചു കൊടുക്കാൻ തീരുമാനിച്ചു. പ്രഭുകുമാരിക്ക് ആ വിവാഹത്തിന് അല്പം പോലും ഇഷ്ടമില്ലായിരുന്നു. എങ്കിലും അടുത്ത ഒരു ദിവസം ആർഭാടമായി ആ വിവാഹം നടന്നു.

വിവാഹശേഷം വൈകിട്ട് എല്ലാവരും ഉറങ്ങാൻ പോയ സമയത്ത് പ്രഭുകുമാരിയും അവർക്കുവേണ്ടി പ്രത്യേകം തയ്യാറാക്കിയിരുന്ന കിടപ്പുമുറിയിൽ ഉറങ്ങാൻ കിടന്നു. കൂടെ വന്ന പന്നികുമാരനും കട്ടിലിൽ കയറി കിടന്നപ്പോൾ യാദൃശ്ചികമായി അവന്റെ കാലുകൾ പ്രഭുകുമാരിയുടെ കഴുത്തിൽ തട്ടാനിടയായി. പന്നിയുടെ കാലല്ലേ? അത് കഴുത്തിൽ ശക്തിയായി തട്ടിയതുകാരണം കുമാരിയുടെ കഴുത്ത് ഉടഞ്ഞ് കുമാരി ദയനീയമായി മരിച്ചു. വിവരമറിഞ്ഞ് എല്ലാവരും ദുഃഖിച്ചു.

കാലം കടന്നുപോയി. ഏതാണ്ട് ഒരു വർഷം കഴിഞ്ഞ് ഒരു ദിവസം പണ്ടത്തേതുപോലെ കൊട്ടാരത്തിനുചുറ്റും ഓടിനടന്ന രാജകുമാരൻ പ്രഭുവിന്റെ രണ്ടാമത്തെ പുത്രിയെ കാണാൻ ഇടയായി. വീണ്ടും ചരിത്രം ആവർത്തിച്ചു. എല്ലാം പഴയതുപോലെ. ആ പ്രഭുകുമാരിയെത്തന്നെ വിവാഹം കഴിക്കണമെന്ന രാജകുമാരന്റെ നിർബന്ധം; വാശി; നിവൃത്തിയില്ലാതെ, സമ്മതമില്ലാതെ നടന്ന വിവാഹം; പന്നിയുടെ കട്ടിലിലേക്കുള്ള ചാടിക്കയറ്റം; കുമാരിയുടെ ദുഃഖകരമായ മരണം.

ദുഃഖം സഹിക്കവയ്യാതെ പ്രഭു രാജാവിനോട് പറഞ്ഞു.

"അങ്ങ് കേട്ടാലും. എനിക്ക് ഇനി ഒരു മകളേയുള്ളൂ. അവളാണെങ്കിൽ വളരെ ചെറിയ പ്രായവും. വിടരാൻ തുടങ്ങുന്ന ഒരു പുഷ്പം മാത്രം. അങ്ങയുടെ പുത്രനെ ഈ രാജ്യത്തിൽ നിന്ന് നാടുകടത്തിയില്ലെങ്കിൽ എന്റെ ഇളയ പുത്രിയേയും എനിക്ക് നഷ്ടപ്പെടും."

"അതെ ശരിയാണ്. ഞാനും സമ്മതിക്കുന്നു." രാജാവ് സമ്മതിച്ചു. കൂടാതെ രാജാവ് ദുഃഖത്തോടെയാണെങ്കിലും പന്നിമകനെ നാട്ടിൽ നിന്നും ബഹിഷ്കരിച്ച് ദൂരെയുള്ള വനത്തിൽ വിടുകയും ചെയ്തു. പ്രഭുവിന്റെ ഇളയപുത്രി സുന്ദരിയും സൽസ്വഭാവിയുമായിരുന്നു. അവളുടെ സ്നേഹം നിറഞ്ഞ പെരുമാറ്റം കൊണ്ട് എല്ലാവരും കഴിഞ്ഞകാലങ്ങളിലെ അനിഷ്ടസംഭവങ്ങൾ കുറേശ്ശ മറക്കാൻ തുടങ്ങി. അങ്ങനെയിരിക്കെ ഒരു ദിവസം പ്രഭുകുടുംബത്തിലെ എല്ലാ അംഗങ്ങളും ചേർന്ന് ഒരു ഉല്ലാസ യാത്ര പോയി. പോയത് വനപ്രദേശത്തിനടുത്തുള്ള ഒരു തുറന്ന ഉദ്യാനത്തിലേക്കായിരുന്നു. വിവിധ തരത്തിലുള്ള ധാരാളം പൂക്കൾ നിറഞ്ഞ ആ ഉദ്യാനം കുമാരിക്ക് വളരെ ഇഷ്ടപ്പെട്ടു. അവൾ അവിടെയുള്ള പുഷ്പങ്ങൾ ഒരോന്നായി നോക്കിനോക്കി വളരെദൂരം നടന്നു. പെട്ടെന്നാണ് അത് സംഭവിച്ചത്. വനപ്രദേശത്ത് ലക്ഷ്യബോധമില്ലാതെ ഓടിനടന്ന പന്നികുമാരൻ പ്രഭുകുമാരിയെ കാണാൻ ഇടയായി. അവന് അവളെ വളരെയേറെ ഇഷ്ടപ്പെട്ടു. മറ്റൊന്നും ആലോചിക്കാതെ കുമാരൻ ഓടിച്ചെന്ന് കുമാരിയെ തൂക്കിയെടുത്ത് വനത്തിലുള്ളിലേക്ക് ഓടി മറഞ്ഞു. മാതാപിതാക്കളും ഭൃത്യജനങ്ങളും കുമാരിയെ എല്ലായിടത്തും തിരഞ്ഞു. പക്ഷേ പ്രയോജനം ഉണ്ടായില്ല. നിരാശരും ദുഃഖിതരുമായി അവർ മടങ്ങി.

പന്നി കുമാരിയെ കൊണ്ടുപോയത് നിബിഢമായ വനത്തിനുള്ളിൽ ഒരു ഗുഹയിലേക്കാണ്. അവിടെ അവൾക്കായി ധാരാളം പൂക്കൾ വിരിച്ച ഒരു മെത്ത അവൻ ഒരുക്കി. കൂടാതെ അവൾക്ക് കഴിക്കാനായി പലതരം പഴങ്ങളും ധാരാളം തേനും കൊണ്ടുവന്നു. കുമാരിയോട് അവൻ സ്നേഹത്തോടെ പറഞ്ഞു.

"പ്രിയമുള്ള പ്രഭുകുമാരി, ഞാൻ നിന്നെ ഇങ്ങനെ തട്ടിക്കൊണ്ടുവന്നത് തെറ്റാണെന്ന് എനിക്കറിയാം. പക്ഷേ, നീ ഒന്നുകൊണ്ടും ഭയപ്പെടേണ്ട. ഞാൻ നിന്നെ യാതൊരു വിധത്തിലും ഉപദ്രവിക്കുകയില്ല. ഈ പഴങ്ങളും തേനും കഴിച്ചതിനുശേഷം നീ വിശ്രമിക്ക്."

ക്രമേണ കുമാരിയുടെ മനസ്സിലെ ഭയം മാറിത്തുടങ്ങി. അവൾ ചില പഴങ്ങളും കുറച്ച് തേനും കഴിച്ചു. പിന്നീട് അവൾ മെല്ലെ പന്നികുമാരന്റെ ദേഹത്ത് തന്റെ വിരലുകൾകൊണ്ട് തൊട്ടുനോക്കി. അവൾ ചോദിച്ചു.

"ഞാൻ പേടിച്ചുപോയി. നീ എന്തിനാ എന്നെ ഇങ്ങനെ ബലമായി ഇവിടെ പിടിച്ചു കൊണ്ടുവന്നത്?"

"ഹോ. അതോ. അത് എനിക്ക് നിന്നെ ഒരുപാട് ഇഷ്ടമായതുകൊണ്ടാ."

കുമാരി അവന്റെ ദേഹത്ത് സ്വന്തം വിരലുകൾ മെല്ലെ ഓടിച്ചുകൊണ്ട് പറഞ്ഞു.

"നിന്റെ രോമങ്ങൾ നല്ല മാർദ്ദവം ഉള്ളതായിട്ടുണ്ട്."

അവൻ അവളുടെ കൈ തന്റെ കൈകളിലെടുത്ത് ഉള്ളം കയ്യിൽ ഒന്ന് ഉമ്മവെച്ചു. പിന്നീട് അവൻ കരയാൻ തുടങ്ങി. അവൾ അന്വേഷിച്ചു.

"നീ എന്തിനാ കരയുന്നത്?"

"എനിക്ക് കരയാൻ ഒരു പാട് കാരണങ്ങൾ ഉണ്ട്. ഞാൻ ഒരു ശാപം കിട്ടിയവനാണ്. ശാപത്തിൽനിന്നും മോചനം കിട്ടാൻ വിഷമമല്ലെ?"

അവന്റെ കരച്ചിലും വിഷമവും കൊണ്ട് അവൾക്കും സങ്കടം തോന്നി. അവൾ ചോദിച്ചു.

"ഏത് ശാപത്തിന്റെ കാര്യമാ നീ പറയുന്നത്?"

"ഞാനതു പറയാം. പറഞ്ഞാൽ നീ എന്നെ ശാപമുക്തനാകാൻ സഹായിക്കുമോ? നിനക്ക് അതിനുകഴിയും."

"നീ പറ. ഞാൻ നിന്നെ സഹായിക്കാം."

"ഞാൻ പറഞ്ഞതിനുശേഷം നീ വാക്ക് മാറുകയില്ലല്ലൊ. ശരി. ഞാൻ നിന്നെ വിശ്വസിക്കുന്നു."

അല്പനേരത്തെ നിശ്ശബ്ദതക്കുശേഷം അവൻ വീണ്ടും പറഞ്ഞു.

"നീ നല്ല സന്തോഷമുള്ള മനസ്സോടെ എന്നെ നിന്റെ ഭർത്താവായി സ്വീകരിക്കണം. നീ അത് ചെയ്യുമോ?"

"ഇത്രയേയുള്ളോ. ഞാൻ നേരത്തെ പറഞ്ഞില്ലെ, എനിക്ക് നിന്നെ ഇഷ്ടമാണെന്ന്? ഞാൻ നിന്നെ എന്റെ ഭർത്താവായും സ്വീകരിച്ചിരിക്കുന്നു.

അതുകേട്ടതും കുമാരൻ സന്തോഷം കൊണ്ട് മതിമറന്ന് ചാടുകയും നൃത്തം ചെയ്യുകയും അവളുടെ കൈയിലും നെറ്റിയിലും വീണ്ടും വീണ്ടും ഉമ്മവെയ്ക്കുകയും ചെയ്തു. പിന്നീട് അവൻ കുറേയധികം മൃദുവായ പൂക്കളും പുല്ലും മറ്റും ശേഖരിച്ചുകൊണ്ടു വന്ന് നേരത്തെ ഒരുക്കിയിരുന്ന കിടക്ക കൂടുതൽ വീതിയുള്ളതും ആക്കി. അപ്പോഴേക്കും രാത്രി ആയതിനാൽ അവൻ കുമാരിയെ കിടന്ന് ഉറങ്ങിക്കൊള്ളുവാൻ ക്ഷണിച്ചു. അവനും അതേ കിടക്കയിൽ തന്നെ കിടന്നു. അവൻ വേഗം ഉറങ്ങി. കുമാരി ഉറക്കത്തിൽ പതിവില്ലാത്ത, അവിശ്വസനീയമായ ഒരു സ്വപ്നം കണ്ടു. ആരോ തന്നോട് ചിലതെല്ലാം ചെയ്യാൻ നിർദ്ദേശിച്ചതുപോലെ; നിർദ്ദേശങ്ങളുടെ ചുരുക്കം ഇതായിരുന്നു.

'പ്രഭാതത്തിൽ തന്നെ ഉണരണം. ഉണരുമ്പോൾ കിടക്കയുടെ

അടുത്ത് ഒരു പന്നിത്തോൽപുതപ്പ് ചുരുട്ടി വെച്ചിരിക്കുന്നത് കാണാം. ഒട്ടും സമയം കളയാതെ അതെടുത്തുകൊണ്ട് ഗുഹക്ക് വെളിയിൽ പോകണം. ഗുഹയുടെ വെളിയിൽ കാണുന്ന ഒരു വലിയ പാറക്കല്ല് കൊണ്ട് ഗുഹാദ്വാരം അടയ്ക്കണം. പിന്നീട് ഗുഹക്കുവെളിയിൽ കമ്പുകളും ഇലകളും മറ്റും ശേഖരിച്ച് കൂട്ടിയിട്ട് തീ കൊളുത്തണം. തീ ശക്തിയായി ആളിക്കത്തുമ്പോൾ ആ പുതപ്പ് തീയിലിട്ട് എരിക്കണം. ഈ കാര്യങ്ങളെല്ലാം ഒട്ടും സമയം കളയാതെ വേഗം ചെയ്യണം.'

പ്രഭാതത്തിൽതന്നെ ഉണർന്ന കുമാരി ശ്രദ്ധിച്ചു. പന്നി നല്ല ഉറക്കത്തിലായിരുന്നു. സ്വപ്നത്തിൽ കണ്ടതുപോലെ കിടക്കയുടെ അരികിൽ പന്നിത്തോൽ പുതപ്പും ഉണ്ടായിരുന്നു. അതെല്ലാം കണ്ട് കുമാരി ആലോചിച്ചു. 'സ്വപ്നത്തിൽ കണ്ടതുപോലെ പുതപ്പ് അവിടെയുണ്ടായിരുന്ന സ്ഥിതിക്ക് എന്തുകൊണ്ട് മറ്റെല്ലാകാര്യങ്ങളും അതുപോലെ ചെയ്ത് പരീക്ഷിച്ചുകൂടാ. എന്ത് സംഭവിക്കുമെന്ന് കാണാമല്ലോ. കുമാരി എല്ലാം സ്വപ്നത്തിൽ കണ്ടതുപോലെ ചെയ്തു. പുതപ്പ് തീയിട്ടു കഴിഞ്ഞപ്പോൾ കുമാരന്റെ കരച്ചിൽ കേൾക്കാനായി. പക്ഷേ അപ്പോഴേക്കും ഗുഹാദ്വാരത്തിന്റെ മുമ്പിൽ വെച്ച കല്ല് നല്ലതുപോലെ ചൂടുപിടിച്ചിരുന്നു. കല്ലിന്റെ ചൂട് കുറച്ച് കുറഞ്ഞതിനുശേഷം കുറേ ബുദ്ധിമുട്ടിയാണെങ്കിലും കുമാരി ആ കല്ല് ഉരുട്ടിമാറ്റി. ഗുഹയിൽ പ്രവേശിച്ച കുമാരി കണ്ടത് തികച്ചും അതിശയിപ്പിക്കുന്ന സന്തോഷകരമായ ഒരു കാഴ്ചയാണ്. പന്നികുമാരനുപകരം കുമാരിയെ സഹർഷം സ്വീകരിച്ചത് അതീവ സുന്ദരനും സുമുഖനുമായ ഒരു ചെറുപ്പക്കാരനായിരുന്നു.

"കുമാരീ, നീ എന്നെ ശാപവിമുക്തനാക്കിയിരിക്കുന്നു. നീ എന്റേതാണ്. എന്റേതുമാത്രം. ഞാൻ നിന്റേതും. എന്താ. അങ്ങിനെയല്ലേ?"

അവർ രണ്ടുപേരും അവിടെ നിന്ന് നേരെ പോയത് കുമാരന്റെ കൊട്ടാരത്തിലേക്കാണ്. എല്ലാം കേട്ടരാജാവ് കുമാരിയുടെ മാതാപിതാക്കളെ കൊട്ടാരത്തിലേക്ക് ക്ഷണിച്ചുവരുത്തി വിവരങ്ങളെല്ലാം സന്തോഷത്തോടെ അറിയിച്ചു. കുമാരനും അവരോട് പറഞ്ഞു.

"നിങ്ങൾക്ക് മൂത്തരണ്ടുമക്കളെ ഞാൻ കാരണം നഷ്ടപ്പെട്ടു. പക്ഷേ ഞാനങ്ങനെയൊന്നും ആഗ്രഹിച്ചതല്ല. അവർ രണ്ടുപേരും എന്നോട് ഒരല്പം സ്നേഹം കാണിച്ചിരുന്നുവെങ്കിൽ എന്ന് ഞാനാഗ്രഹിച്ചു പോകുകയാണ്."

"അതേ. ശരിയാണ്. പക്ഷേ എല്ലാം കഴിഞ്ഞുപോയ കാര്യങ്ങളല്ലേ? ഇനി അതൊന്നും ഓർക്കണ്ടാ, മകനെ" അവർ അവനെ ആശ്വസിപ്പിച്ചു. സ്വയം ആശ്വസിച്ചു.

എല്ലാവരും ആലോചിച്ച് തീർച്ചയാക്കി ഒരു നല്ല മുഹൂർത്തത്തിൽ കുമാരന്റെയും കുമാരിയുടെയും വിവാഹം ആർഭാടമായി നടത്തി. അവർ സുഖമായി ജീവിച്ചു. രാജാവിന്റെ മരണത്തിന് ശേഷം രാജാവും രാജ്ഞിയും എന്ന ഔദ്യോഗിക പദവിയിലും വളരെക്കാലം ജീവിച്ചു.

●

ഐറിഷ് നാടോടിക്കഥകൾ

അയർലണ്ട്

യൂറോപ്പിന് വടക്കുപടിഞ്ഞാറായി സ്ഥിതിചെയ്യുന്ന ഒരു ദ്വീപാണ് അയർലണ്ട്. കിഴക്ക് തൊട്ടുരുമ്മി കിടക്കുന്ന ദ്വീപ് ബ്രിട്ടൻ. രണ്ടിനും നടുക്ക് അയർലണ്ടു സമുദ്രം. ഉയരം കുറഞ്ഞ പർവ്വത നിരകളും താഴ്വാരങ്ങളും പ്രകൃതി സൗന്ദര്യവുംകൊണ്ട് സംപുഷ്ടമായ ഈ ദ്വീപിന്റെ മൊത്തം വിസ്തൃതി 84,421, ച.കി മീറ്ററും ഏതാണ്ട് 9000 വർഷങ്ങൾക്കു മുൻപ് ഈ പ്രദേശം മുഴുവനും മഞ്ഞുകൊണ്ട് മൂടപ്പെട്ടിരുന്നിരിക്കണം എന്ന് കരുതുന്നു. യൂറോപ്പിന്റെ പല ഭാഗങ്ങളിൽ നിന്നുമായി 400 ബിസി മുതൽ ഈ ദ്വീപിലേക്ക് മനുഷ്യർ കുടിയേറി പാർക്കുകയും തുടങ്ങിയിരുന്നിരിക്കും.

ധാരാളം വനങ്ങളുള്ള ഈ ദ്വീപിൽ ഇഴജന്തുക്കൾ (പാമ്പ്) ഇല്ല എന്നതാണ് ഒരു പ്രത്യേകത. നിബിഡമായ വനങ്ങൾ ഉണ്ടെങ്കിലും മാരക വിഷമുള്ള പാമ്പുകൾ ഇല്ലാത്ത മറ്റൊരു പ്രദേശമാണ് പണ്ടൊക്കെ മഡഗാസ്കർ എന്ന പേരിൽ അറിയപ്പെട്ടിരുന്ന, ആഫ്രിക്കൻ ഭൂഖണ്ഡത്തിന്റെ കിഴക്ക് ഇന്ത്യൻ മഹാസമുദ്രത്തിൽ സ്ഥിതിചെയ്യുന്ന മലഗാസി ദ്വീപ്. അയർലണ്ടിലെ വന്യമൃഗങ്ങളുടെ കൂട്ടത്തിൽ എടുത്തുപറയേണ്ടത് മറ്റൊന്നാണ് അവിടെ ധാരാളമായി കാണുന്ന ചുവന്ന മാൻ (Red Deer). അയർലണ്ടിലെ പ്രധാന ഊർജസ്രോതസ്സ് പിറ്റ് ആണ്. ലക്ഷക്കണക്കിന് വർഷങ്ങൾക്കു മുൻപ് ചതുപ്പ് നിലങ്ങളിലോ താഴ്ന്ന പ്രദേശങ്ങളിലോ വളർന്നിരുന്ന മരങ്ങളും ചെടികളും ഉയർന്ന മർദ്ദത്തിനും, ഊഷ്മാവിനും വിധേയമായി രൂപാന്തരപ്പെട്ട് ഉണ്ടായതാണ് കൽക്കരി എന്ന് നാം പഠിച്ചിട്ടുണ്ടാകണം. ഇങ്ങനെ സസ്യവസ്തുക്കളിൽ നിന്നും കൽക്കരി രൂപപ്പെടുന്നതിന് ഏതാണ്ട് നാലുകോടി

വർഷങ്ങൾ വേണ്ടിവരും എന്നാണ് കണക്കാക്കപ്പെട്ടിരിക്കുന്നത്. ഈ വിധത്തിൽ കൽക്കരി രൂപപ്പെടുമ്പോൾ, കാലപ്പഴക്കത്തിനനുസരിച്ച് ഉണ്ടാകുന്ന പ്രാഥമിക രൂപങ്ങളാണ് കാണ്ടാമരം, പിറ്റ്, ലിഗ്‌നൈറ്റ് എന്നിവ. തമിഴ്നാട്ടിൽ നെയ്വേലി എന്ന സ്ഥലത്ത് ലിഗ്‌നൈറ്റ് ഖനനം ചെയ്ത് വൈദ്യുതി ഉൽപാദനത്തിന് ഉപയോഗിക്കുന്നു. അയർലണ്ടിൽ പീറ്റ് ധാരാളമായി ഉപയോഗിക്കുന്നു. വീടുകളിൽ പാചകം ചെയ്യാനും, വ്യവസായ ശാലകളിലും, വൈദ്യുതി ഉൽപാദിപ്പിക്കാനും പീറ്റ് ഉപയോഗിക്കുന്നു. മറ്റൊരു പ്രധാന ഊർജ്ജസ്രോതസ്സ് നാച്ചറൽഗ്യാസ് ആണ്. ഏതാണ്ട് എല്ലാ വീടുകളിലും നാച്ചറൽ ഗ്യാസ് കിട്ടുവാനുള്ള സൗകര്യം ഇവിടെയുണ്ട്.

യൂറോപ്പിന്റെ ഭാഗമായിത്തന്നെ കണക്കാക്കപ്പെടുന്ന ഈ ദ്വീപിലും അധികാരത്തിനുവേണ്ടിയുള്ള കരുനീക്കങ്ങളും വിഭിന്നവിഭാഗങ്ങൾ തമ്മിൽ യുദ്ധവും വിരളമായിരുന്നില്ല. 1297 ലാണ് അയർലണ്ടിന് സ്വന്തമായ ഒരു ജനപ്രതിനിധി സഭ (parliament) ഉണ്ടായത്. എന്നിരുന്നാലും പുറമേ നിന്നുള്ള ആക്രമണങ്ങൾ തുടർന്നുകൊണ്ടേയിരുന്നു. തൽഫലമായി 1801-ൽ ബ്രിട്ടന്റെയും അയർലണ്ടിന്റെയും പാർലിമെന്റുകളുടെ തീരുമാനപ്രകാരം ഒന്നുചേർന്ന 'യുണൈറ്റഡ് കിംഗ്ഡം ഓഫ് ഗ്രേറ്റ് ബ്രിട്ടൻ ആൻഡ് അയർലണ്ട് (യു.കെ)' എന്ന് അറിയപ്പെടുന്ന രാഷ്ട്രത്തിന് രൂപം നൽകി.

എന്നാൽ പലകാരണങ്ങൾകൊണ്ടും ആഭ്യന്തര അന്തരീക്ഷം ശാന്തമായിരുന്നില്ല. ബ്രിട്ടണും അയർലണ്ടും തമ്മിൽ സംഘർഷം തുടർന്നു കൂടെത്തന്നെ ക്രിസ്തുമത വിഭാഗങ്ങളായ കത്തോലിക്കരും പ്രൊട്ടസ്റ്റൻന്റുകളും തമ്മിൽ രാഷ്ട്രീയ സാമൂഹിക കാര്യങ്ങളിൽ ഉണ്ടായ അകൽച്ചയും സംഘർഷങ്ങളുടെ തീവ്രത വർദ്ധിപ്പിക്കാൻ കാരണമായി.

1949ൽ അയർലണ്ട് രണ്ടായി വിഭജിക്കപ്പെടുകയും, വിസ്തൃതിയിൽ 83 ശതമാനം അടങ്ങുന്ന തെക്കൻ അയർലണ്ട് റിപ്പബ്ലിക് ഓഫ് അയർലണ്ട് (Republic of Ireland) എന്ന ജനാധിപത്യ രാഷ്ട്രമായി പൂർണമായി അംഗീകരിക്കപ്പെട്ടു. കൂടെത്തന്നെ ബ്രിട്ടീഷ് ചക്രവർത്തിയുടെ കൊടിക്കീഴിൽ പ്രവർത്തിച്ചിരുന്ന കോമൺ വെൽത്തിൽ നിന്ന് വെളിയിൽ വരുകയും ചെയ്തു. 17 ശതമാനം വിസ്തൃതിയുള്ള വടക്കൻ അയർലണ്ട് ബ്രിട്ടനിൽ തുടരുന്നു. എങ്കിലും വടക്കൻ അയർലണ്ട് ഒരു സ്വയം ഭരണാധികാരമുള്ള ഭാഗമായിട്ടാണ് പ്രവർത്തിക്കുന്നത്.

ഒരു കാലത്ത് യൂറോപ്പിലെ സാമ്പത്തികമായി പിന്നോക്കം നിന്നിരുന്ന പ്രദേശങ്ങളിൽ ഒന്നായിരുന്ന അയർലണ്ട് ഇന്ന് ലോകത്തിലെ സമ്പന്നരാഷ്ട്രങ്ങളിൽ ഒന്നായി വളർന്നിരിക്കുന്നു. 50 ലക്ഷത്തിനടുത്ത

ജനസംഖ്യയുള്ള ഈ യൂറോപ്യൻ രാജ്യത്തിൽ 2 ശതമാനം ഏഷ്യക്കാരാണ് ഉള്ളത്. ആളോഹരി വരുമാന പട്ടികയിൽ 2012 ലെ കണക്കനുസരിച്ച് ലോക രാഷ്ട്രങ്ങളിൽ 14-ാമത്തെ സ്ഥാനം അയർലണ്ടിന്റെതാണ്. പ്രതിവർഷം ആളോഹരി വരുമാനം 2012-ൽ, യു.എസ്. ഡോളർ 46,000ന് അടുത്താണ്.

ഐറിഷ് ആണ് രാഷ്ട്രഭാഷയായി അംഗീകരിക്കപ്പെട്ടിരിക്കുന്നത്. എങ്കിലും ഇംഗ്ലീഷാണ് കൂടുതൽ വ്യാപകമായി ഉപയോഗത്തിൽ ഉള്ളത്. എല്ലാ ഔദ്യോഗിക രേഖകളും രണ്ട് ഭാഷകളിലും ലഭ്യമാണ്.

70,273 ച.കി മീറ്റർ വിസ്തൃതി. ജനസംഖ്യയുടെ 84 ശതമാനം റോമൻ കത്തോലിക്കർ തലസ്ഥാന നഗരം ഡബ്ലിൻ. കോർക്ക് ലി മെറിക്, ഗാൽവേ എന്നിവ അയൽണ്ടിലെ മറ്റ് പ്രധാന നഗരങ്ങൾ.

അയർലണ്ടിലെ ഏറ്റവും ധനികനായ പൗരൻ, മുംബയിൽ ജീവിക്കുന്ന ഇന്ത്യൻ വംശജനായ 'പാലോനജി മിസ്തിരി' ആണെന്നു പറഞ്ഞാൽ വിശ്വസിക്കാനാകുമോ (The Journal Le Sunday 15th December 2013)

ബ്രിട്ടന്റെ കീഴിൽ ഒരു സ്വയംഭരണാവകാശമുള്ള പ്രദേശമായി തുടരുന്ന വടക്കൻ അയർലണ്ടിന്റെ തലസ്ഥാനം ബെൽഫാസ്റ്റ് നഗരമാണ്. ഏതാണ്ട് 2,86000 ജനസംഖ്യ വരുന്ന ഈ നഗരം, ലിനൻ എന്നപേരിൽ അറിയപ്പെടുന്ന തുണിക്കും, പുകയില ഉൽപ്പന്നങ്ങൾക്കും പ്രസിദ്ധമാണ്. ബൽഫാസ്റ്റ് കലാസാംസ്കാരിക രംഗത്തും വിദ്യാഭ്യാസ രംഗത്തും ഉയർന്ന നിലവാരം പുലർത്തുന്നു. വടക്കൻ അയർലണ്ടിൽ 18 ലക്ഷം വരുന്ന ജനസംഖ്യയിൽ 42 ശതമാനം റോമൻ കത്തോലിക്കരും 41 ശതമാനം പ്രൊട്ടസ്റ്റന്റുകളും ആണ്. ഈ രണ്ട് മതവിഭാഗങ്ങൾ തമ്മിൽ സംഘർഷം ഒരു തുടർക്കഥയായി തുടരുകയാണ്.

പന്ത്രണ്ട് ചക്രവാകപ്പക്ഷികൾ

പണ്ട് പണ്ട് അയർലണ്ടിലെ ഏതോ ഒരു ചെറിയ പ്രദേശത്ത്, അവരുടെ രാജാവും രാജ്ഞിയും വളരെ സന്തോഷത്തോടെ ജീവിച്ചുവന്നിരുന്ന ഒരു കാലത്ത് നടന്ന ഒരു കഥയാണ് ഇത്. അവർക്ക് പന്ത്രണ്ട് പുത്രന്മാർ ഉണ്ടായിരുന്നു. നല്ല ചുറുചുറുക്കുള്ള സുന്ദരക്കുട്ടന്മാർ. പക്ഷേ, രാജ്ഞിയുടെ മനസ്സിൽ ഒരു സങ്കടം മാത്രം ഉണ്ടായിരുന്നു; തനിക്ക് ഒരു മകൾ ഇല്ലല്ലോ എന്ന സങ്കടം അത് അങ്ങനെയാണല്ലോ, നാം എപ്പോഴും ഉള്ളതിനെ ഓർത്ത് സന്തോഷക്കുന്നതിന് പകരം ഇല്ലാത്തതിനെ ഓർത്ത് ദുഃഖിക്കും.

അന്നൊരു ദിവസം കൊട്ടാരത്തിന് ചുറ്റുമുള്ള പ്രദേശങ്ങളെല്ലാം മഞ്ഞിൽ കുളിച്ചുനിന്നിരുന്നു. സുന്ദരമായ കാഴ്ച രാജ്ഞി ജനാലയിൽക്കൂടി നോക്കി നിൽക്കുകയായിരുന്നു. അപ്പോൾ ഒരു ഇറച്ചിവെട്ടുകാരൻ ഒരു ചെറിയ കാളക്കുട്ടനെ അയാളുടെ കത്തികൊണ്ട് വെട്ടിക്കൊല്ലുന്നത് കാണാൻ ഇടയായി. കാളയുടെ കഴുത്തിൽനിന്നും ഒഴുകിയ ചോരയുടെ ചുവപ്പ് രാജ്ഞിക്ക് ആകർഷകമായി തോന്നി. അവർ സ്വയം പറഞ്ഞു.

"ഓ എനിക്ക് അവിടെ കാണുന്ന മഞ്ഞുപോലെ വെളുത്ത ദേഹവും ആ രക്തം പോലെ ചുവന്നു തുടിക്കുന്ന കവിളുകളും കാക്കയുടേതുപോലെ കറുത്ത മുടിയും ഉള്ള ഒരു മകൾ ഉണ്ടായിരുന്നു എങ്കിൽ - ഉണ്ടായിരുന്നെങ്കിൽ ഞാനവൾക്കുവേണ്ടി എന്റെ പന്ത്രണ്ട് പുത്രന്മാരെയും ത്യജിക്കുവാൻ തയ്യാറായിരുന്നിരിക്കും."

അവർ അങ്ങനെ പറഞ്ഞതും അവരുടെ മനസ്സിൽ എന്തെന്നില്ലാത്ത ഒരു ഭയം ഉണ്ടായി അവരുടെ ദേഹം ആസകലം ഒന്ന് നടുങ്ങി. കൂടാതെ

വളരെ ദുർമുഖിയായ ഒരു കിഴവി അവരുടെ മുന്നിൽ പ്രത്യക്ഷപ്പെട്ടു

ആ കിഴവി പറഞ്ഞു.

"ഹേ! രാജകുമാരി, നീ പറഞ്ഞത് ക്രൂരമായിപ്പോയി എങ്കിലും നിന്റെ ആഗ്രഹം ഞാൻ സാധിച്ചുതരും. നിനക്ക് നീ ആഗ്രഹിക്കുന്നതുപോലെ ഒരു പെൺകുഞ്ഞ് ജനിക്കും. പക്ഷേ നിന്റെ ക്രൂരതക്ക് ശിക്ഷയായി, പെൺകുട്ടി ജനിക്കുന്ന അതേസമയം നിനക്ക് നിന്റെ പന്ത്രണ്ട് പുത്രന്മാരും നഷ്ടപ്പെടും"

അത്രയും പറഞ്ഞുതീർന്നതും ആ കിഴവി മറഞ്ഞുപോകുകയും ചെയ്തു.

രാജ്ഞി ഒട്ടും പ്രതീക്ഷിച്ച ഒന്നായിരുന്നില്ല ആ സംഭവം. എങ്കിലും കിഴവി പറഞ്ഞതുപോലെ രാജ്ഞി വീണ്ടും ഗർഭവതിയായി. പ്രസവ സമയം അടുത്തപ്പോൾ രാജ്ഞി തന്റെ പുത്രന്മാരെയെല്ലാം സുരക്ഷിതമായ ഒരു പ്രത്യേക മുറിയിൽ താമസിപ്പിച്ചു. ആ മുറിയിൽ മറ്റാർക്കും പ്രവേശനം ഇല്ലായിരുന്നു. രാജകുമാരന്മാർക്കും മുറിവിട്ട് പോകാൻ അനുവാദം ഇല്ലായിരുന്നു. കൂടാതെ മുറിക്ക് ചുറ്റിനും എല്ലാവിധ സുരക്ഷാ സംവിധാനങ്ങളും ഏർപ്പെടുത്തിയിരുന്നു.

അന്നൊരു ദിവസം രാജ്ഞി പ്രതീക്ഷിച്ചിരുന്നതുപോലെ അതീവസുന്ദരിയായ ഒരു പെൺകുഞ്ഞിനെ പ്രസവിച്ചു. കുഞ്ഞ് ജനിച്ച സമയത്ത് കൊട്ടാരമാകെ ഒന്ന്കുലുങ്ങിയതുപോലെ എല്ലാവർക്കും അനുഭവപ്പെട്ടു. പ്രതീക്ഷിക്കാത്ത വിധം ഒരു ചുഴലിക്കാറ്റ്,. കൂടാതെ എങ്ങുനിന്നോ വന്ന ഒരു ഭയാനകമായ ശബ്ദവും.

കുമാരന്മാർ തങ്ങിയിരുന്ന മുറിക്ക് കാവൽ നിന്ന ഭടന്മാർ ആ സമയത്ത് കണ്ടത് അവിശ്വസനീയമായ ഒരു കാഴ്ചയാണ്. കുമാരന്മാർ മനുഷ്യരൂപം നഷ്ടപ്പെട്ട് ചക്രവാകപ്പക്ഷികളായി മാറി ജനാലകളിൽ കൂടി വെളിയിലേക്ക്, ദൂരങ്ങളിലേക്ക് പറന്ന് മറയുന്ന കാഴ്ചകണ്ട് അവർ അതിശയിച്ച് അന്തം വിട്ടുനിന്നു. രാജാവും രാജ്ഞിയും പുത്രന്മാർ നഷ്ടപ്പെട്ടതിൽ അതീവ ദുഃഖിതരായിരുന്നു. കാലം കടന്നുപോയി. രാജകുമാരിയെ എല്ലാവർക്കും ഇഷ്ടമായിരുന്നു. രാജകുമാരി സ്നോവൈറ്റ് എന്നും റോസ്റെസ് എന്നും മറ്റുമുള്ള ഓമനപ്പേരുകളിൽ അറിയപ്പെട്ടു. കുമാരിക്ക് ഏതാണ്ട് പന്ത്രണ്ട് വയസ്സ് തികഞ്ഞതും അവൾ ദുഃഖിതയായി കാണപ്പെട്ടു എങ്ങനെയോ കുമാരി തന്റെ ജനനത്തിന് പിന്നിലുണ്ടായിരുന്ന ശോക കഥ അറിയാൻ ഇടയായി. കുമാരി ഒരു ദിവസം അമ്മയോടു പറഞ്ഞു.

"അമ്മേ, ഞാൻ കാരണമല്ലേ എന്റെ നിർദ്ദോഷികളായ സഹോദരന്മാർക്ക് ഇങ്ങനെ ഒരു ദുരവസ്ഥ ഉണ്ടായത്? അതുകൊണ്ട് ഞാൻ

അവരെ അന്വേഷിച്ച് പോകുകയാണ്. അവരെ സാന്ത്വനപ്പെടുത്തേണ്ടത് എന്റെ കടമയാണ്. അവർക്ക് മനുഷ്യരൂപത്തിൽ മാതാപിതാക്കളുടെ അടുത്തേക്ക് മടങ്ങിവരുവാൻ എന്നാൽ കഴിയുന്ന എല്ലാ സഹായങ്ങളും ചെയ്യാൻ ഞാൻ കടമപ്പെട്ടിരിക്കുന്നു. അതുകൊണ്ട് ഞാൻ പോകുന്നു"

രാജാവും രാജ്ഞിയും അവളെ ആ സരംഭത്തിൽ നിന്നും പിൻതിരിപ്പിക്കാൻ ശ്രമിച്ചു എങ്കിലും അവൾ വഴങ്ങിയില്ല. അവൾ അന്നുതന്നെ കൊട്ടാരം വിട്ട് യാത്ര തിരിച്ചു.

കൊട്ടാരത്തിന്റെ പ്രാന്തപ്രദേശങ്ങളിൽ ഉണ്ടായിരുന്ന വനത്തിൽ കൂടി അന്ന് പകൽ മുഴുവനും സഞ്ചരിച്ച് അവൾ സന്ധ്യ ആയപ്പോഴേക്കും എത്തിച്ചേർന്നത് വനത്തിന്റെ നടുവിൽ ഉണ്ടായിരുന്ന ഒരു തുറന്ന സ്ഥലത്തും. അവിടെ ഒരു ചെറിയ ബംഗ്ലാവും ഉണ്ടായിരുന്നു. ബംഗ്ലാവിന്റെ ചുറ്റും പൂത്ത് കുലുങ്ങിനിൽക്കുന്ന ധാരാളം ചെടികളും വിസ്തൃതമായ ഒരു പുൽത്തകിടിയും ഉണ്ടായിരുന്നു. ബംഗ്ലാവിനുള്ളിൽ ആരെങ്കിലും ഉണ്ടോ എന്നറിയാൻ അവൾ കതികിന് തട്ടി വിളിച്ചു. ആരും അകത്തുനിന്നു പ്രതികരിച്ചില്ല. പക്ഷേ, കതക് തുറന്നിരിക്കുകയാണെന്ന് കുമാരിക്ക് മനസ്സിലായി. കതക് മെല്ലെത്തുറന്ന് അകത്തുകയറിയ കുമാരി കണ്ടത് തികച്ചും അപ്രതീക്ഷം ആയിരുന്നു.

ഒരു വിശാലമായ മുറിയിൽ മധ്യത്തിലായി തീൻമേശക്ക് ചുറ്റിനും പന്ത്രണ്ടു കസേരകൾ. മേശപ്പുറത്ത് കഴിക്കാൻ പാകത്തിന് ആഹാരം. പന്ത്രണ്ട് നിരനിരയായി വെച്ചിരിക്കുന്ന തട്ടുകൾ. കൂടാതെ മേശപ്പുറത്ത് കേക്ക്, പലവിധ പഴങ്ങൾ, കുടിക്കാൻ വെള്ളം, അങ്ങനെ എല്ലാം തികഞ്ഞ ഒരു സദ്യവട്ടം. അടുത്തുണ്ടായിരുന്ന മറ്റൊരു വിശാലമായ മുറിയിൽ പന്ത്രണ്ട് കിടക്കകൾ. എല്ലാം നല്ലവണ്ണം അലക്കിതേച്ച വിരിപ്പുകൾ കൊണ്ട് മൂടിയിരിന്നു. കുമാരി വീട് തികഞ്ഞ കൗതുകത്തോടെ ചുറ്റികണ്ടുകൊണ്ടിരിക്കുമ്പോൾ പന്ത്രണ്ട് ചക്രവാകപ്പക്ഷികൾ അകത്തേക്ക് പറന്നുവന്നു. അവ തറയിൽ നിന്നതും ചക്രവാകപ്പക്ഷികളുടെ രൂപം വെടിഞ്ഞ് സുന്ദരന്മാരായ യുവാക്കളായി മാറുന്നത് തികച്ചും അത്ഭുതകരമായ ഒരു കാഴ്ചയായിരുന്നു. അവളെക്കണ്ടപ്പോൾ അവരുടെ പ്രസന്നമായ മുഖങ്ങൾ വാടിപ്പോയതും അവൾ ശ്രദ്ധിച്ചു.

അവരിൽ മൂത്തവൻ പറഞ്ഞു.

"എത്ര ദുഃഖകരമായ ഒരു സന്ദർഭമാണ് ഇത്. ഹേ! സുന്ദരിയായ പെൺകുട്ടീ നിന്നെ ആരാണ് ഇപ്പോൾ ഇവിടേയ്ക്ക് ക്ഷണിച്ചത്? ഇവിടെ വന്നത് നിന്റെ നിർഭാഗ്യം തന്നെയാണ്, സംശയമില്ല."

"എന്ത്? എന്താണ് താങ്കൾ പറയുന്നത്?"

“അതെ, ഞങ്ങൾ പന്ത്രണ്ട് സഹോദരന്മാരും ഒരു ശപഥം എടുത്തിട്ടുണ്ട്. ഞങ്ങൾ ഞങ്ങളുടെ വീട് ഉപേക്ഷിച്ച് പോന്നതിനുശേഷം ആദ്യം കാണുന്ന സ്ത്രീയെ വധിക്കുമെന്ന്. അത് ആരായിരുന്നാലും. ഇത് ഞങ്ങളുടെ വീട്ടുവീഴ്ചയില്ലാത്ത ശപഥമാണ്. ഇപ്പോൾ നിന്നെപ്പോലെ അതീവ സുന്ദരിയായ ഒരു പെൺകുട്ടിയെ ക്രൂരമായി വധിക്കേണ്ടത് ഞങ്ങളുടെ കടമയായിരിക്കുന്നു. വളരെയധികം നിർഭാഗ്യകരമായ ഒരു കടമ.”

“സഹോദരന്മാരെ, നിങ്ങളെന്താണ് ഈ പറയുന്നത്. ഞാൻ നിങ്ങളുടെ ഏക സഹോദരിയാണ്. നിങ്ങൾക്കുണ്ടായ ദുരവസ്ഥയിൽ നിന്ന് നിങ്ങളെ മോചിപ്പിക്കുമെന്ന് ശപഥമെടുത്ത് അച്ഛനേയും അമ്മയേയും വിട്ട്, കൊട്ടാരത്തിലെ സകല സുഖസൗകര്യങ്ങളും ത്യജിച്ച് ഇറങ്ങിത്തിരിച്ചിരിക്കുന്ന എന്നെ നിങ്ങൾ കൊല്ലുമെന്നോ?”

അവളുടെ സംസാരം കേട്ട്, സഹോദരന്മാരിൽ മൂത്തവൻ പറഞ്ഞു.

“ സഹോദരീ, ഞങ്ങൾ തീർത്തും കഷ്ടത്തിലാണ്. ഞങ്ങൾക്കെല്ലാവർക്കും നിഷ്കളങ്കയായ നിന്നോട് വളരെയധികം സ്നേഹം ഉണ്ട്. സത്യം. പക്ഷേ ഞങ്ങളുടെ ശപഥം”

തികച്ചും നിശ്ചലമായ, നിശ്ശബ്ദമായ കുറേ നിമിഷങ്ങൾ കടന്നുപോയി. ആരും ഒന്നും പറഞ്ഞില്ല. കുറച്ചു നേരത്തിനുശേഷം മറ്റൊരു സഹോദരൻ ചോദിച്ചു.

“അതേ ജ്യേഷ്ഠാ. നമുക്കിവളോട് തീർച്ചയായും വാത്സല്യമുണ്ട്. ഇവൾ നിഷ്കളങ്കയുമാണ്. നമ്മുടെ സ്നേഹം മാത്രം പ്രതീക്ഷിച്ചാണ് ഇവൾ ഇവിടെ വന്നിരിക്കുന്നതെന്നും നമുക്കറിയാം. പക്ഷേ നമ്മുടെ ശപഥം നിറവേറേണ്ട കടമ നമുക്കില്ലേ? നമ്മൾ എന്തു ചെയ്യും”

മറ്റൊരു സഹോദരനും ചോദിച്ചു.

“നാം കടമ നിറവേറ്റണ്ടേ?”

“വേണ്ട” ഇടിമുഴക്കം പോലെ കേട്ട ആ ശബ്ദം അപ്രതീക്ഷിതമായി അവരുടെ നടുവിൽ പ്രത്യക്ഷപ്പെട്ട ഒരു പ്രായമായ സ്ത്രീയുടേതായിരുന്നു. എല്ലാവരും അതിശയത്തോടെ അവരെ നോക്കി നിന്നു. അവർ തുടർന്നു.

“നിങ്ങൾ ആ ശപഥം നിറവേറ്റണ്ടതില്ല. പകരം നിങ്ങൾ ചെയ്യേണ്ടത് എന്താണെന്ന് ഞാൻ പറഞ്ഞുതരും”

അവർ രാജകുമാരിയെ അടുത്തുനിർത്തി പറഞ്ഞു.

“ഇവൾ നിങ്ങളുടെ സഹോദരിയാണ്. നിങ്ങൾ അനുഭവിച്ചുകൊണ്ടിരിക്കുന്ന ശാപത്തിൽ നിന്നും ഇവൾ നിങ്ങളെ മോചിപ്പിക്കും. അതുകൊണ്ട് നിങ്ങൾ ഇവൾക്ക് വേണ്ട എല്ലാ സൗകര്യങ്ങളും ചെയ്ത്

കൊടുക്കണം. കൂടാതെ എപ്പോഴും ഇവളുടെ രക്ഷക്കായി അടുത്തുണ്ടാകണം. എന്താ മനസ്സിലായോ?"

അവർ ആ സഹോദരന്മാരോട് അങ്ങനെ പറഞ്ഞതിന് ശേഷം കുമാരിയോട് പറഞ്ഞു.

"ഈ വനത്തിൽ നിന്ന് കിട്ടുന്ന പഞ്ഞികൊണ്ട് നൂൽക്കുന്ന നൂലുകൊണ്ട് നിന്റെ പന്ത്രണ്ട് സഹോദരന്മാർക്കും ഓരോ ഉടുപ്പ് നീ തുന്നണം. ഉടുപ്പുകൾ തുന്നിത്തീരുന്നതുവരെ നീ വാ തുറന്ന് ഒരക്ഷരം പോലും ആരോടും സംസാരിക്കാൻ പാടില്ല. ചിരിക്കാനും പാടില്ല. ഇങ്ങനെ ചെയ്യുകയാണെങ്കിൽ ഉടുപ്പുകൾ തയ്യാറാക്കിക്കഴിഞ്ഞാൽ നീ അവ സഹോദരന്മാർക്ക് കൊടുക്കണം. ഉടുപ്പുകൾ ധരിക്കുമ്പോൾ നിന്റെ സഹോദരന്മാർക്ക് ശാപമോക്ഷം കിട്ടും. പക്ഷേ യാതൊരു കാരണവശാലും ഈ നിബന്ധനകൾ ലംഘിക്കാൻ പാടില്ല. ലംഘിച്ചാൽ ഇവർക്ക് ശാപമോക്ഷം കിട്ടുകയില്ല. എന്നു മാത്രമല്ല, നീയും വലിയ കഷ്ടതകൾ അനുഭവിക്കേണ്ടിവരും. മറ്റൊരു കാര്യം ഇത് നിസ്സാരമായ ജോലിയാണെന്ന് കരുതേണ്ട. ഉടുപ്പുകൾ തുന്നിതീർക്കാൻ അഞ്ച് വർഷങ്ങൾ വേണ്ടിവരും. അതായത്, അഞ്ചുവർഷങ്ങൾ യാതൊരു കാരണവശാലും വാ തുറക്കാൻ പാടില്ല. എന്താ, നല്ലതുപോലെ മനസ്സിലായോ? അവർ കുമാരിയെ സൂക്ഷിച്ചു നോക്കി. തികഞ്ഞ ഗൗരവത്തോടെ കുമാരി പറഞ്ഞു.

"ഞാൻ തയ്യാറാണ്. ഇന്നുതന്നെ ഞാൻ എന്റെ ഈ വ്രതവും ജോലിയും ആരംഭിക്കുന്നതാണ്."

"എങ്കിൽ നിങ്ങൾക്കെല്ലാം നല്ലത് വരും". അത്രയും പറഞ്ഞ് ആ സ്ത്രീ അവിടെനിന്നും അപ്രത്യക്ഷയായി.

കുമാരിയുടെ വാക്കുകൾ കേട്ട സഹോദരന്മാർ അതീവ സന്തുഷ്ടരായി. സന്തോഷം കൊണ്ട് മതിമറന്ന അവർ കൊച്ചനുജത്തിയെ കെട്ടിപ്പിടിക്കുകയും വാരിയെടുത്ത് ഉമ്മ വെയ്ക്കുകയും ചെയ്തു. അങ്ങനെ അത്യധികം സന്തോഷത്തോടെ കുറെ സമയം ചിലവഴിച്ചു. പിന്നീട് എല്ലാവരും കുറച്ചുനേരം ഉറങ്ങി. നേരം വെളുത്തപ്പോൾ സഹോദരന്മാർ പക്ഷികളായി മാറി പുറത്തേക്ക് പറന്നുപോയി. കുമാരി അടുത്തുള്ള വനത്തിൽ പോയി പഞ്ഞി ശേഖരിച്ചു. ആരോടും ഒന്നും സംസാരിക്കാതെ നൂൽ നൂൽക്കാൻ ആരംഭിച്ചു.

അങ്ങനെ ദിവസങ്ങൾ കടന്നുപോയി. കുമാരി മൗന വ്രതയായി തന്റെ ജോലി തുടർന്നു. സന്ധ്യ ആയാൽ മടങ്ങിവരുന്ന സഹോദരന്മാർ അവളുടെ ചുറ്റും സ്നേഹത്തോടെ നടന്ന് അവൾക്ക് വേണ്ട എല്ലാ സൗകര്യങ്ങളും ഒരുക്കി കൊടുത്തു. അങ്ങനെ മൂന്ന് വർഷങ്ങൾ കഴിഞ്ഞു.

അപ്പോഴേക്കും അവൾ എട്ട് ഉടുപ്പുകൾ തയ്യാറാക്കി. ആ സമയത്താണ് അവരുടെ ജീവിതത്തിൽ മറ്റൊരു സംഭവം അരങ്ങേറിയത്.

കുമാരി വീട്ടുമുറ്റത്ത് ഒരു ഷർട്ട് തുന്നിക്കൊണ്ടിരിക്കുകയായിരുന്നു. അപ്പോൾ വളരെ സുന്ദരനായ ഒരു ചെറുപ്പക്കാരൻ കുതിരപ്പുറത്ത് വീട്ടുമുറ്റത്ത് എത്തി. ആ കുമാരൻ കുതിരപ്പുറത്തു നിന്ന് ഇറങ്ങി അവളോട് കുശലം ചോദിച്ചു. അവൾ അയാളെ നോക്കി ഇരുന്നതല്ലാതെ മറുപടി ഒന്നും പറഞ്ഞില്ല. അയാൾക്ക് കണ്ടപ്പോൾ തന്നെ അവളെ വളരെ ഇഷ്ടമായി. അതുകൊണ്ട് അയാൾ താൻ അടുത്തുള്ള ഒരു നാട്ടിലെ രാജകുമാരൻ ആണെന്നും, തനിക്ക് അവളെ ഇഷ്ടപ്പെട്ടു എന്നും, അങ്ങനെ പലതും പറഞ്ഞു മനസ്സിലാക്കാൻ ശ്രമിച്ചു. അവൾ കേട്ടതിനെല്ലാം തലകുലുക്കുകയല്ലാതെ മറുപടി ഒന്നും പറഞ്ഞില്ല.

അന്ന് തിരികെപോയ ആ കുമാരൻ വീണ്ടും പല ദിവസം അവിടെ ചെന്ന് അവളോട് മണിക്കൂറുകൾ സംസാരിച്ചു. എല്ലാം കേട്ട് അവൾ തലകുലുക്കുക മാത്രം ചെയ്തു. ഒരുപക്ഷേ അവൾ മൂകയായിരിക്കും എന്ന് കുമാരൻ സംശയിച്ചു. എന്നാലും കുമാരന് അവളെ സ്നേഹിക്കാതിരിക്കാൻ കഴിഞ്ഞില്ല. അവൾക്ക് ആ സ്നേഹം തിരികെ ഉണ്ടായിരിക്കുമോ എന്ന് കുമാരന് അറിയില്ലായിരുന്നു. എങ്കിലും ഒരു ദിവസം കുമാരൻ ധൈര്യം സമ്പാദിച്ച് അവളോട് പറഞ്ഞു.

“കുമാരി, ഞാൻ നിന്നെ വളരെയധികം സ്നേഹിക്കുന്നു. നിന്നെ വിവാഹം കഴിക്കാൻ ഞാനാഗ്രഹിക്കുന്നു. നീ എന്റെ കൂടെ എന്റെ കൊട്ടാരത്തിലേക്ക് വരില്ലേ?

കുറച്ച് ആലോചിച്ചതിനുശേഷം അവൾ തന്റെ സമ്മതം തലകുലുക്കി പ്രകടിപ്പിച്ചു. കൂടാതെ തനിക്ക് കുമാരനോടുള്ള സ്നേഹം പ്രകടിപ്പിക്കുവാനും, അദ്ദേഹത്തിന്റെ വീട്ടിലേക്ക് പോകാൻ സമ്മതിക്കുന്നു എന്ന് മനസ്സിലാക്കി കൊടുക്കുവാനും, അവൾ കുമാരന്റെ കൈ തന്റെ കൈയിലെടുത്തു രോമാഞ്ചം കൊള്ളിക്കുന്ന വിധം ഒരു ചുംബനം നൽകുകയും ചെയ്തു.

കുമാരന്റെ ക്ഷണം സ്വീകരിച്ച് അവൾ അയാളുടെകൂടെ കുതിരപ്പുറത്ത് കയറി യാത്ര തിരിച്ചു. തന്റെ സഹോദരന്മാരെ വിട്ടുപിരിയുന്നതിൽ കുമാരിക്ക് അതിയായ സങ്കടം ഉണ്ടായിരുന്നു. അവരോട് ഒന്ന് വിടപറയാൻ കഴിഞ്ഞില്ല. പക്ഷേ, അവൾക്ക് നിശ്ചയമുണ്ടായിരുന്നു, സഹോദരന്മാർക്ക് തന്റെ പുതിയ വാസസ്ഥലം നിഷ്പ്രയാസം കണ്ടെത്താൻ കഴിയുമെന്ന്. കുതിരപ്പുറത്ത് കയറിയപ്പോൾ കൂടയിൽ സൂക്ഷിച്ചിരുന്ന പഞ്ഞിയും, നൂലും, തീർന്നതും അല്ലാത്തതുമായ ഉടുപ്പുകളും എടുക്കാനും അവൾ മറന്നില്ല.

കുമാരന്റെ സന്തോഷം പറഞ്ഞറിയിക്കാൻ കഴിയുന്നതിലും കൂടുതലായിരുന്നു. എങ്കിലും ചിറ്റമ്മ തന്റെ ഈ പ്രവൃത്തിയെ എങ്ങനെ സ്വീകരിക്കുമെന്ന ഒരു ശങ്ക കുമാരന്റെ മനസ്സിൽ ഉണ്ടായിരുന്നു. ചിറ്റമ്മ തന്റെ സ്നേഹിതയോട്, വിവാഹം കഴിച്ച് തന്റെ ഭാര്യയാകാൻ പോകുന്ന ഈ കൂട്ടുകാരിയോട്, എങ്ങനെ പെരുമാറും എന്ന സന്ദേഹവും കുമാരന് ഉണ്ടായിരുന്നു. ഏതായാലും കുമാരൻ അതൊന്നും കാര്യമായി കണക്കാക്കിയില്ല. കുറച്ചു നേരത്തെ യാത്രക്കുശേഷം അവർ കുമാരന്റെ കൊട്ടാരത്തിൽ എത്തി.

അവിടെ ചിറ്റമ്മയുടെ സ്വീകരണം സംശയിച്ചിരുന്നതുപോലെ അത്ര സുഖകരം ആയിരുന്നില്ല. എങ്കിലും രാജകുമാരന്റെ അധികാരം ചോദ്യം ചെയ്യാൻ അവർക്ക് കഴിയുമായിരുന്നില്ല. അതുകൊണ്ട് പുറമേ അവർ എല്ലാം സന്തോഷത്തോടെ സ്വീകരിക്കുന്നതായി നടിച്ചു. കുമാരന്റെ ആഗ്രഹപ്രകാരം താമസിയാതെ തന്നെ അവരുടെ വിവാഹം ആർഭാടമായി നടത്തി. അവർ സുഖമായി, സന്തോഷത്തോടെ ജീവിതം നയിച്ചു. ഒരു വർഷം കഴിഞ്ഞപ്പോൾ അവർക്ക് സുന്ദരനായ ഒരു ആൺകുഞ്ഞ് ജനിച്ചു. രാജകുമാരനും കുമാരിയും വളരെ സന്തോഷിച്ച ദിവസങ്ങളായിരുന്നു അതെല്ലാം. തന്റെ പത്നി വാ തുറന്ന് ഒന്നും സംസാരിക്കുന്നില്ല എന്ന ഒരേ ഒരു സങ്കടം മാത്രം കുമാരന്റെ മനസ്സിൽ നിറഞ്ഞുനിന്നു.

രാജ്ഞിയെ കൊട്ടാരത്തിൽ നിന്നും എങ്ങനെയെങ്കിലും പുറത്താക്കാൻ കുമാരന്റെ ചിറ്റമ്മ പല പരിപാടികളും ആവിഷ്കരിച്ചു. കുമാരന്റെ വധു ഒരു താണ ജാതിക്കാരിയാണെന്നും സംസ്കാരശൂന്യയാണെന്നും അവൾ രാജാവിനെ വഞ്ചിക്കുകയാണെന്നും മറ്റും പല കഥകൾ ഉണ്ടാക്കാനും, പ്രചരിപ്പിക്കുവാനും കുമാരന്റെ കാതുകളിൽ എത്തിക്കുവാനും കഴിയുന്നത്ര ശ്രമിച്ചു. പക്ഷേ രാജകുമാരൻ അത്തരം സന്ദേഹങ്ങൾക്കും കിംവദന്തികൾക്കും വില കൊടുത്തില്ല. അദ്ദേഹം തന്റെ ഭാര്യ ഒരു ഉന്നതകുലജാതയാണെന്നും സംസ്കാരമുള്ള ഒരു നല്ല തറവാട്ടിൽ പിറന്ന് വളർന്നവളാണെന്നും വിശ്വസിച്ചു. അവളെ ആത്മാർത്ഥമായി സ്നേഹിച്ചു.

പല കുതന്ത്രങ്ങളും ചിന്തിച്ചുകൊണ്ടിരുന്ന ചിറ്റമ്മ ഒരു ദിവസം ഒരു കൃത്രിമം ഒപ്പിച്ചു. രാജ്ഞി കുട്ടിയെ മടിയിൽ കിടത്തി ലാളിച്ചുകൊണ്ടിരുന്ന സമയം, ചിറ്റമ്മ ഒരു ഗ്ലാസ് പാലിൽ കുറച്ച് ഉറക്കമരുന്ന് കലക്കി അതുമായി വളരെ സ്നേഹഭാവത്തോടെ അവരുടെ അടുത്ത് എത്തി.

“മോളേ, നീ വളരെ ക്ഷീണിച്ചിരിക്കുന്നല്ലോ. ഇതാ. ഈ പാലുകുടിക്ക്. നിന്റെക്ഷീണം ഒന്ന് മാറട്ടെ”

രാജ്ഞി ആ പാൽ വാങ്ങി കുടിച്ചു. അല്പ സമയത്തിനുള്ളിൽ അവർ

മടിയിൽ കുട്ടി കിടക്കുന്നതുപോലും ഓർക്കാതെ ഉറങ്ങിപ്പോയി. കുട്ടിയെ രാജ്ഞിയുടെ പക്കൽ നിന്നും അകറ്റുക എന്നതായിരുന്നു ചിറ്റമ്മയുടെ ഉദ്ദേശ്യം. എങ്ങനെയെന്ന് ആലോചിച്ചുകൊണ്ട് രാജ്ഞിയുടെ കിടക്കയറക്ക് വെളിയിലുള്ള ബാൽക്കണിയിൽ നിൽക്കുമ്പോൾ, ബംഗ്ലാവിനുമുമ്പിൽ, ചെടികൾക്ക് നടുവിൽ ഒരു ചെന്നായ തന്നെയും നോക്കി നിൽക്കുന്നത് കാണാൻ ഇടയായി. ഉടൻതന്നെ അവർ കുട്ടിയെ രാജ്ഞിയുടെ മടിയിൽ നിന്നും എടുത്ത് നിർദ്ദാക്ഷണ്യം ചെന്നായ്ക്ക് നേരെ എറിഞ്ഞുകൊടുത്തു. ചെന്നായ് ഉന്നം തെറ്റിക്കാതെ കുട്ടിയെ ചാടിപിടിക്കുകയും അവിടെ നിന്ന് ഓടി മറയുകയും ചെയ്തു. പിന്നീട് അവർ സ്വന്തം വിരലിൽ ഒരു ചെറിയ മുറിവുണ്ടാക്കി അതിൽനിന്നും വന്ന രക്തം രാജ്ഞിയുടെ ചുണ്ടുകളിൽ പുരട്ടി. അതിന് ശേഷം അവർ രാജ്ഞിയെ വിളിച്ചുണർത്തി.

“മോളേ, മോളേ, എഴുന്നേൽക്ക്, നിന്റെ കൈയിലുണ്ടായിരുന്ന കുഞ്ഞ് എവിടെ?”

രാജ്ഞി ഒന്നും ശബ്ദിക്കാതെ കണ്ണ് തുറക്കുക മാത്രം ചെയ്തു. കൂടാതെ ആംഗ്യഭാഷയിൽ കുഞ്ഞിനെക്കുറിച്ച് അന്വേഷിക്കുകയും ചെയ്തു. പക്ഷേ വാതുറന്ന് ഒന്നും സംസാരിച്ചതേയില്ല. ഒന്നു കരയുകപോലും ചെയ്തില്ല. മാത്രമല്ല വീണ്ടും ഉറങ്ങുകയും ചെയ്തു. എങ്കിലും ചിറ്റമ്മ ശബ്ദമെടുത്ത് തുടർന്നും കരഞ്ഞുകൊണ്ടിരുന്നു. ശബ്ദം കേട്ട് പരിചാരികമാർ അവിടെ ഓടിയെത്തിയ അവസരം നോക്കി ചിറ്റമ്മ പറഞ്ഞു.

“മോളേ, ഇതെന്താ നിന്റെ ചുണ്ടിലും വായിലുമൊക്കെ രക്തം, ഇത് മനുഷ്യരക്തം പോലുണ്ടല്ലോ?”

അവർ പരിചാരികമാർക്കും ആ രക്തം കാണിച്ചുകൊടുത്തു. അവർ ആകപ്പാടെ അമ്പരപ്പോടെ എന്തുചെയ്യണമെന്ന് അറിയാതെ പകച്ചു നിന്നു. ആ തക്കം നോക്കി ചിറ്റമ്മ അവരെ വിളിച്ച് സ്വകാര്യം പറയുന്നതുപോലെ ശബ്ദം താഴ്ത്തി പറഞ്ഞു.

“കുഞ്ഞിനെ കാണാനില്ല. അവളുടെ വായിലും ചുണ്ടിലുമൊക്കെ മനുഷ്യരക്തം. ഞാൻ പറയാറില്ലേ, ഇവൾ ഒരു ഭൂതത്തിന്റെ മറുപിറവി ആണെന്ന്? ദുഷ്ട. അവൾ കുഞ്ഞിനെ തിന്നുകാണും. സംശയമില്ല.”

പരിചാരികമാരിൽ നിന്നും ആ വാർത്ത എല്ലാവരുടെയും കാതുകളിൽ എത്തി. എല്ലാവരും രാജ്ഞിയെ സംശയദൃഷ്ടിയോടെ നോക്കാൻ തുടങ്ങി. പക്ഷേ രാജകുമാരൻ ആ കഥകൾ ഒന്നും വിശ്വസിച്ചില്ല. അദ്ദേഹം തന്റെ പത്നിയോട് സ്നേഹത്തോടെ തന്നെ പെരുമാറുകയും ചെയ്തു. രാജ്ഞി ദുഃഖത്തോടെ, എങ്കിലും ഒന്നും കേൾക്കുന്നില്ല എന്ന

ഭാവത്തിൽ, എപ്പോഴും ഉടുപ്പുകൾ തുന്നുന്ന ജോലി തുടർന്ന് ചെയ്തു. വീണ്ടും ഏതാണ്ട് ഒരു വർഷം പിന്നിട്ടു. രാജ്ഞി രണ്ടാമതും സുന്ദരനായ ഒരാൺ കുഞ്ഞിന് ജന്മം നൽകി. തയ്ച്ചുകൊണ്ടിരുന്ന ഉടുപ്പുകളിൽ പതിനൊന്ന് എണ്ണം തീർന്നു. പന്ത്രണ്ടാമത്തെ ഉടുപ്പിന്റെ അല്പം ജോലികൂടി മാത്രം അവശേഷിച്ചിരുന്നു. ചിറ്റമ്മ എപ്പോഴും രാജ്ഞിയെ ദ്രോഹിക്കുവാനും എങ്ങനെയെങ്കിലും കൊട്ടാരത്തിൽ നിന്ന് നിഷ്കാസനം ചെയ്യാനും വഴികൾ തേടിക്കൊണ്ടിരുന്നു.

അന്നൊരു ദിവസം രാജ്ഞിയുടെ കിടപ്പറയ്ക്കു വെളിയിലെ ബാൽക്കണിയിൽ നിൽക്കുമ്പോൾ പണ്ടത്തേതുപോലെ ഒരു ചെന്നായ് തന്നെത്തന്നെ നോക്കിനിൽക്കുന്നത് കണ്ടു. ഒരു വർഷം മുൻപ് അങ്ങനെ ഒരവസരത്തിൽ നടന്നതെല്ലാം ചിറ്റമ്മ ഓർത്തു. അവർ സ്വയം വിചാരിച്ചു.

പണ്ടത്തെ സംഭവങ്ങൾ വീണ്ടും ആവർത്തിച്ചാൽ രാജ്ഞി ഒരു ഭൂതമാണെന്ന് എല്ലാവരും വിശ്വസിക്കും. സംശയമില്ല. രണ്ടാമതും അങ്ങനെതന്നെ നടന്നാൽ സ്വന്തം കുഞ്ഞിനെ ഭക്ഷിക്കുന്ന ഭാര്യയെ രാജകുമാരനും വെറുക്കും. അവളെ കൊട്ടാരത്തിൽ നിന്ന് ആട്ടി ഓടിക്കുകയും ചെയ്യും.

രാജ്ഞി ഉറച്ച തീരുമാനം എടുക്കുകയും എല്ലാം പണ്ടത്തേതുപോലെ ആവർത്തിക്കുകയും ചെയ്തു. ചിറ്റമ്മയുടെ നിലവിളികേട്ട് ഓടി എത്തിയ പരിചാരകരോട് ആരും ഒന്നും പറയേണ്ടിവന്നില്ല. ചോര പുരണ്ട ചുണ്ടുകളോടെ രാജ്ഞി ഇരിക്കുന്നത് കണ്ട അവർക്ക് എല്ലാം കൃത്യമായി മനസ്സിലായി. വിവരങ്ങളെല്ലാം ഉടനെ അവർ രാജകുമാരനെ അറിയിച്ചു. കേട്ടതും രാജ്ഞിയുടെ മുറിയിലേക്ക് ഓടി എത്തിയ രാജകുമാരനും അടക്കാനാകാത്ത കോപം വന്നു. അദ്ദേഹം തന്റെ പരിചാരകരെ വിളിച്ച് രാജ്ഞിയെ അവിടെ നിന്നും പിടിച്ചു കൊണ്ടുപോകുവാനും കഴിയുന്നത്ര വേഗം അവളെ ഗളച്ഛേദം ചെയ്യുവാനും ഉത്തരവിട്ടു.

എല്ലാം കാണുകയും കേൾക്കുകയും ചെയ്ത രാജ്ഞിമാത്രം ഒന്നും സംസാരിച്ചില്ല. പക്ഷേ അവളുടെ കണ്ണുകളിൽ നിന്ന് കണ്ണുനീർ ധാര ധാരയായി ഒഴുകുന്നുണ്ടായിരുന്നു. പന്ത്രണ്ടാമത്തെ ഉടുപ്പിന്റെ ജോലി തീരാൻ ഒരു ചില തുന്നലുകൾ മാത്രം ബാക്കി ഉണ്ടായിരുന്നു. അവർ ആ ജോലി തുടർന്നു. പരിചാരകർ രാജ്ഞിയെ മരണശിക്ഷക്കായി പ്രത്യേകം ഒരുക്കിയിട്ടുള്ള സ്ഥലത്തേക്ക് കൊണ്ടുപോയി. രാജ്ഞി തീർത്ത് അടുക്കി വെച്ചിരുന്ന ഉടുപ്പുകളും, തീർന്നുകൊണ്ടിരുന്ന പന്ത്രണ്ടാമത്തെ ഉടുപ്പും കൈയിൽ എടുക്കാൻ മറന്നില്ല. നിശ്ചിതസ്ഥലത്ത്

എത്തിയപ്പോഴെക്കും പന്ത്രണ്ടാമത്തെ ഉടുപ്പിന്റെ പണിയും പൂർണമാക്കാൻ രാജ്ഞിക്ക് കഴിഞ്ഞു.

അതുവരെയും ഒന്നും ഉരിയാടാതെ ജീവിച്ച രാജ്ഞി എല്ലാവരേയും അതിശയിപ്പിച്ചുകൊണ്ട് ഉറക്കെ പറഞ്ഞു.

"ഹേ, പരിചാരകരേ, നോക്കൂ, ഞാൻ ഒരു കുറ്റവും ചെയ്തിട്ടില്ല. അതുകൊണ്ട് നിങ്ങൾ ഉടനെ എന്റെ ഭർത്താവിനെ, രാജാവിനെ ഇവിടെ വിളിച്ചുകൊണ്ട് വരണം. ഞാൻ പറഞ്ഞു എന്ന് പറഞ്ഞാൽ അദ്ദേഹം തീർച്ചയായും വരും"

അല്പനേരത്തിനുള്ളിൽ രാജാവ് അവിടെ എത്തി. രാജ്ഞി കരഞ്ഞുകൊണ്ട് എല്ലാ വിവരങ്ങളും രാജാവിനോട് പറഞ്ഞു. കൂടാതെ തന്റെ സഹോദരന്മാരെ വിളിച്ചു. അവരുടെ വിളികേട്ട് പന്ത്രണ്ട് ചക്രവാകപ്പക്ഷികൾ പറന്നുവന്ന് അവർക്കുമുമ്പിൽ നിരയായി നിന്നു. രാജ്ഞി തുന്നിയ കുപ്പായങ്ങൾ ഒന്നൊന്നായ് പക്ഷികളുടെ പുറത്ത് ഇട്ടു. അപ്പോൾ ഓരോ പക്ഷിയും മനുഷ്യരൂപം ധരിച്ചു. അങ്ങനെ അവിടെ വരിയായി നിന്ന പന്ത്രണ്ട് ചെറുപ്പക്കാരും, സുന്ദരന്മാരുമായ രാജകുമാരന്മാർ എല്ലാവരേയും അതിശയിപ്പിച്ചു. അവർ അവരുടെ സഹോദരിയെ കെട്ടിപ്പുണർന്ന് മുത്തം നൽകിയ കാഴ്ച എല്ലാവർക്കും സന്തോഷം നൽകുന്നതായിരുന്നു. രാജ്ഞി തന്റെ ഭർത്താവിനെ അവർക്കെല്ലാം പരിചയപ്പെടുത്തി. കുമാരനും എല്ലാവരേയും സ്നേഹത്തോടെ അഭിവാദ്യം ചെയ്തു.

അപ്പോൾ ചെറുപ്പക്കാരിയായ ഒരു സ്ത്രീ അവിടെ രണ്ട് കുട്ടികളുമായി പ്രത്യക്ഷപ്പെട്ടു. കുട്ടികൾ മറ്റാരും ആയിരുന്നില്ല. രണ്ടും കൊട്ടാരത്തിൽ നിന്നും അപ്രത്യക്ഷരായ രാജകുമാരന്മാർ ആയിരുന്നു എന്ന് നിങ്ങൾ ഊഹിച്ചു കാണുമല്ലോ. എല്ലാവരും തികച്ചും സന്തോഷിച്ച ഒരു സന്ദർഭമായിരുന്നു അത്.

എങ്കിലും നടന്ന കാര്യങ്ങൾ സത്യസന്ധമായി മനസ്സിലാക്കിയ രാജകുമാരൻ തന്റെ ചിറ്റമ്മയോട് ക്ഷമിക്കാൻ തക്ക മനോനിലയിൽ ആയിരുന്നില്ല എന്ന് കരുതേണ്ടിയിരിക്കുന്നു. എന്ത് ശിക്ഷയായിരിക്കും ചിറ്റമ്മക്ക് കിട്ടിയതെന്ന് നിങ്ങൾതന്നെ സ്വയം ആലോചിച്ച് ഉറപ്പിക്കേണ്ടതാണ്.

പുരോഹിതന്റെ അത്താഴം

പണ്ട് അയർലണ്ടിൽ ഒരു വിശ്വാസം ഉണ്ടായിരുന്നു. ഫെയറികൾ (Fairies) എന്ന് ഇപ്പോൾ അറിയപ്പെടുന്ന ഗന്ധർവ്വന്മാരും ദേവയക്ഷികളും ഒരു കാലത്ത് അവർ ചെയ്ത ഏതോ ചെറിയ ചെറിയ കുറ്റങ്ങൾക്ക് ശിക്ഷയായി സ്വർഗ്ഗത്തിൽ നിന്ന് ബഹിഷ്കരിക്കപ്പെട്ടവർ ആണെന്നതായിരുന്നു ആ വിശ്വാസം. ശിക്ഷിക്കപ്പെട്ടവർ താഴേക്ക് ഭൂമിയിൽ വീഴുകയും ഇവിടെ അവർ ഗന്ധർവ്വന്മാരും ദേവയക്ഷികളും ആയി ജീവിതം തുടരുകയും ചെയ്യുന്നു. ആ വിശ്വാസം അങ്ങനെ നിൽക്കട്ടെ.

അങ്ങനെ ഭൂമിയിൽ എത്തിപ്പെട്ട വളരെ അധികം ഗന്ധർവ്വന്മാരും ദേവയക്ഷികളും ഭൂമിയിൽ വസിച്ചിരുന്നു എന്ന വിശ്വാസം സമൂഹത്തിൽ പ്രബലമായിരുന്ന ഒരു കാലഘട്ടത്തിൽ നടന്ന ഒരു കഥയാണ് ഇത്. അത്തരക്കാരെ ഇന്ന് നാം ഫെയറികളെന്നും മറ്റും പറയുമെങ്കിലും ഒരു കാലത്ത് അയർലണ്ടിലും മറ്റ് യൂറോപ്യൻ രാജ്യങ്ങളിലും അവർ 'നല്ലവർ' (good people) എന്ന പേരിലും അറിയപ്പെട്ടിരുന്നു. മനുഷ്യർ അധികം സഞ്ചരിക്കാത്ത, എന്നാൽ അതീവ സുന്ദരങ്ങളായ പ്രകൃതി ദൃശ്യങ്ങൾ ധാരാളമുള്ള സ്ഥലങ്ങൾ അവർ വാസസ്ഥലങ്ങളായി തിരഞ്ഞെടുക്കുക പതിവായിരുന്നു. പകൽ സമയത്ത് അവരെ ആർക്കും കാണാൻ കഴിയുമായിരുന്നില്ല. എന്നാൽ രാത്രിയിൽ, പ്രത്യേകിച്ചും നല്ല നിലാവുള്ള രാത്രികളിൽ അവർ കൂട്ടംകൂട്ടമായി ഒത്തുകൂടി പാട്ടുപാടുകയും, നൃത്തമാടുകയും വിഭവസമൃദ്ധമായ വിരുന്നുകൾ ഒരുക്കുകയും ചെയ്യുമായിരുന്നു. ഈ കഥ നടന്നത് ഇഞ്ചെഗിലാ (inchigleela) എന്ന ഗ്രാമത്തിന് അടുത്തുള്ള കോർക്ക് പ്രദേശത്താണ്. (ഇഞ്ചെഗിലായെക്കുറിച്ചും

അവിടെയുള്ള പ്രസിദ്ധമായ വിശുദ്ധ ഫിൻബർ (St. finbar) പള്ളിയേ ക്കുറിച്ചും കൂടുതൽ അറിയാൻ ഗൂഗിളിൽ (google) നോക്കാവുന്നതാണ്). സാമ്പത്തികമായി ഒരു ദരിദ്രപ്രദേശമായിരുന്നു കോർക്ക് എന്ന് പറഞ്ഞാൽ തെറ്റാവില്ല. പക്ഷേ, എന്തും ആഗ്രഹിച്ചാലുടൻ ലഭ്യമാക്കാൻ മാന്ത്രിക ശക്തി ഉണ്ടായിരുന്ന ഫെയറികൾക്ക് അതൊരു പ്രശ്നമായി രുന്നിരിക്കില്ലല്ലൊ. അതുകൊണ്ട് ആ രമണീയമായ ഭൂപ്രദേശം അവർ ഇഷ്ടവാസസ്ഥലമാക്കിയതിൽ അതിശയിക്കേണ്ടതില്ല.

അന്നൊരു ദിവസം രാത്രിയിൽ ആ നല്ലവർ പതിവുപോലെ ആട്ടവും പാട്ടുമായി ആഘോഷിച്ചുകൊണ്ടിരുന്ന സമയം; പല വിധത്തിലുള്ള നൃത്തങ്ങൾ- നമ്മൾ ഇന്ന് കാണാറുള്ള ബ്രേക്ക് ഡാൻസും, ഐറ്റം ഡാൻസും മറ്റും പോലെയുള്ള നൃത്തങ്ങൾ; നൃത്തം ആടിക്കൊണ്ടിരുന്ന അവരുടെ ചുവന്ന തൊപ്പിവാലുകൾ ആടി ഇളകിക്കൊണ്ടിരുന്നത് ആ നിലാവുനിറഞ്ഞ രാതിയിൽ കൗതുകം തരുന്ന കാഴ്ച തന്നെ ആയിരുന്നു. കൂടെ വേണ്ടത്ര വീഞ്ഞും ഭാരം കുറഞ്ഞ ആകാരത്തിൽ ചെറിയവരായിരു ന്ന അവർ മഞ്ഞുകണങ്ങൾകൊണ്ട് മനോഹരമായി അലങ്കരിക്കപ്പെട്ട താമര ഇലകളുടെ പുറത്തുനിന്ന് നൃത്തം ചവുട്ടുന്നത് കാണാൻ എത്ര സുന്ദരമായിരുന്നു എന്ന് പറഞ്ഞറിയിക്കാൻ വയ്യ. എന്നാൽ അതിശ യമെന്ന് പറയട്ടെ-ആ താമര ഇലകൾ അവരുടെ ചുവടുകൾക്കൊപ്പം ചലിച്ചിരുന്നു എങ്കിലും ഇലകളിൽ നിന്നും ജലമുത്തുകൾ വീണുപോകാ ത്തത്ര ലോലമായിരുന്നു അവരുടെ ചുവടുകൾ. അങ്ങനെ സന്തോഷ മായി സമയം ചിലവഴിച്ചുകൊണ്ടിരുന്നതിനിടയിൽ, അവരിൽ ഒരാൾ വിളിച്ചുപറഞ്ഞു.

"കൂട്ടരേ കൂട്ടരേ
ചെണ്ടകൊട്ട് നിർത്തു
കൂട്ടരേ.
വരുന്നുണ്ട് പുരോഹിതനാരോ
ഈ വഴിയേയെന്ന്
പറയുന്നെന്റെ മൂക്കെന്ന്
അറിയുക നിങ്ങളീക്ഷണം"

അതു കേട്ടതും ഒന്നില്ലാതെ എല്ലാവരും ധൃതിയിൽ എവിടെയ ല്ലാമോ ഓടി ഒളിച്ചു. ചിലർ വൃക്ഷങ്ങളുടെ സമൃദ്ധിയായി വളർന്ന് നിന്ന ഇലകൾക്കിടയിൽ; ചിലർ വലിയ മരങ്ങൾക്കു പുറകിൽ, മറ്റു ചിലർ അവിടവിടെയായി കിടന്നിരുന്ന വലിയ ഉണ്ടക്കല്ലുകൾക്ക് പിന്നിൽ, അങ്ങനെ സൗകര്യം കിട്ടിയ ഇടങ്ങളിൽ എല്ലാം. ചിലരുടെ ചുവന്ന തൊപ്പിവാലുകൾ ഇലകൾക്കിടയിൽക്കൂടി കാറ്റത്ത് ആടുന്നത് കാണാൻ രസമായിരുന്നു.

പുരോഹിതന്റെ വരവിനെക്കുറിച്ച് ഗന്ധർവന്മാർക്കു നൽകിയ മുന്നറിയിപ്പ് തെറ്റായിരുന്നില്ല. അടുത്തുള്ള ഒറ്റയടി പാതയിൽക്കൂടി അവിടേക്ക് വന്നിരുന്നത് ഹൊറിഗൻ അച്ചൻ തന്നെയായിരുന്നു. അടുത്തു കാണുന്ന വീട്ടിൽ ആ രാത്രി തനിക്ക് താമസിക്കാൻ സൗകര്യം പ്രതീക്ഷിച്ച് വന്നിരുന്ന അച്ചൻ ഡെർമോണ്ടു ലീറിയുടെ ചെറിയ വീട്ടിലേക്കാണ് കയറിയത്. എപ്പോഴും തന്റെ പെൺകുതിരയുടെ പുറത്ത് സവാരി ചെയ്തിരുന്ന അച്ചൻ എല്ലാവർക്കും ആദരണീയൻ ആയിരുന്നു. എല്ലാവർക്കും നന്മമാത്രം ആഗ്രഹിച്ചിരുന്ന അച്ചൻ ലീറിയുടെ വീട്ടിലേക്ക് ചെന്നത്, 'ഇവിടെയുള്ള എല്ലാവരും അനുഗ്രഹീതർ ആയിരിക്കട്ടെ' എന്ന പ്രാർത്ഥനയുമായിട്ടാണ്. അദ്ദേഹത്തെ ലീറിയും ഭാര്യയും സന്തോഷത്തോടെ സ്വീകരിച്ചു എങ്കിലും ഡെർമോണ്ട് ലീറി അല്പം ആകുലൻ ആയിരുന്നു. 'എങ്ങനെയാണ് അച്ചന് മാന്യമായ രീതിയിൽ അത്താഴം നൽകുന്നത്? വീട്ടിലാണെങ്കിൽ, രണ്ടോ മൂന്നോ പഴകിയ ഉരുളക്കിഴങ്ങ് മാത്രമാണ് ഉണ്ടായിരുന്നത്. ലീറി ആലോചിച്ചു. 'ഛെ, അത് മോശമാണ്. ശരി, അടുത്തുള്ള നദിയിൽനിന്ന് ഒരു മീനെങ്കിലും പിടിക്കാനാകുമോ എന്ന് ശ്രമിക്കാം.' അങ്ങനെ വിചാരിച്ച് ലീറി അച്ചനോട് അല്പം വിശ്രമിക്കാൻ പറഞ്ഞിട്ടു വലയുമെടുത്ത് നദിക്കരയിലേക്ക് നടന്നു.

'അത്രവേഗം ഒരു മീൻ വലയിൽ കുടുങ്ങുക ബുദ്ധിമുട്ടാണ്. എങ്കിലും ഒന്ന് ശ്രമിക്കുന്നതിൽ തെറ്റില്ലല്ലോ. ഒരു നല്ല സാൽമൺ വലയിൽ പെട്ടാൽ അച്ചന് സുഭിക്ഷമായ അത്താഴം നൽകാനാകും' അങ്ങനെ ആലോചിച്ച് നദീതീരത്ത് എത്തിയ ലീറി തന്റെവല നദിയിലേക്ക് വീശി എറിഞ്ഞു. പ്രതീക്ഷിക്കാത്തവിധം വേഗം തന്നെ സാമാന്യം വലിയ ഒരു സാൽമൺ വലയിൽ കുടുങ്ങി. അത് മനസ്സിലാക്കിയ ലീറി ഉടൻ തന്നെ സന്തോഷത്തോടെ വല കരയിലേക്ക് വലിച്ചു പക്ഷേ ആരോ വല പിന്നിലേക്ക് വലിക്കുന്നു എന്ന് ലീറിക്ക് തോന്നി. അതെ, ആരോ ശക്തിയോടെ പിന്നിലേക്ക് വലിച്ചതുകാരണം വല ലീറിയുടെ പിടിവിട്ട് നദിയിലേയ്ക്ക് വീഴുകയും ചെയ്തു. മീൻ കിട്ടിയില്ലെന്ന് മാത്രമല്ല വല നഷ്ടപ്പെടുകയും ചെയ്തു. 'ഛെ. ഇതെങ്ങനെ സംഭവിച്ചു. ആ സാൽമൺ തന്നെയാണോ വല പിന്നിലേക്ക് വലിച്ചത്?' ലീറി ആലോചിച്ചു. അയാൾ ഉച്ചത്തിൽ ആ മീനിനെ ശപിക്കുകയും ചെയ്തു.

"നിനക്ക് ഗുണം പിടിക്കത്തില്ല. ദേവതുല്യനായ ഹൊറിഗൺ അച്ചന് ഭക്ഷണം ആകുവാനുള്ള നല്ലൊരവസരം നഷ്ടപ്പെടുത്തിയ നിനക്ക് എവിടെ പോയാലും നല്ലത് വരത്തില്ല. തീർച്ച. എത്ര ശക്തിയായിരുന്നു നിനക്ക്? വല എന്റെ കയ്യിൽ നിന്നും വലിച്ചെടുക്കണമെങ്കിൽ നിനക്ക്

പിശാചിന്റെ ശക്തിതന്നെ ഉണ്ടാകണം" അപ്പോഴാണ് അശരീരി പോലെ ആ ശബ്ദം കേട്ടത്.

"താങ്കൾ പറഞ്ഞത് ശരിയല്ല. പിശാചൊന്നുമല്ല വല പിന്നോട്ട് വലിച്ചത്. ഞങ്ങളാണ്." ശബ്ദം കേട്ട സ്ഥലത്തേക്ക് നോക്കിയ ലീറിക ണ്ടത് അവിടെ നിൽക്കുന്ന ഒരു കുള്ള മനുഷ്യനെയാണ്.

"ഹൊ, അമ്പട കേമാ, അപ്പോൾ നീ ആള് കാണുന്നതുപോലെ അല്ലല്ലൊ? നിനക്ക് നല്ല ശക്തിയാ. സമ്മതിക്കാതിരിക്കാൻ തരമില്ല."

അപ്പോൾ ഒളിച്ചിരുന്ന ഗന്ധർവ്വന്മാർ ഓരോരുത്തരായി വെളിയിൽ വരാൻ തുടങ്ങി.

"ഏ, അങ്ങനെയല്ല. ഞങ്ങൾ പതിനെട്ട് പേർ ചേർന്നാണ് വല പിന്നിലേക്ക് വലിച്ചത്"

അപ്പോഴേക്കും ആ നല്ലവർ കൂട്ടംകൂട്ടമായി ലീറിക്ക് ചുറ്റും എത്തി. അതിൽ ഒരാൾ വീണ്ടും പറഞ്ഞു.

"താങ്കൾ ഇപ്പോൾ ചിന്തിക്കുന്നത് അച്ചന്റെ അത്താഴത്തെക്കുറിച്ച ല്ലേ? വിഷമിക്കേണ്ട. ഞങ്ങൾ തരുന്ന ഒരു ചോദ്യം താങ്കൾ അദ്ദേഹ ത്തോട് ചോദിക്കുക. അതിന് അദ്ദേഹം നൽകുന്ന മറുപടി ഞങ്ങളെ അറിയിക്കുക. അത്രമാത്രം. നിമിഷങ്ങൾക്കുള്ളിൽ അദ്ദേഹത്തിന് നൽകാൻ സ്വാദിഷ്ടമായ ഭക്ഷണങ്ങൾ താങ്കളുടെ തീൻമേശപ്പുറത്ത് എത്തുന്നതാണ്. എന്താ സമ്മതമല്ലേ?"

"അല്ല, സമ്മതമല്ല. എനിക്ക് നിങ്ങളോട് ചങ്ങാത്തംവേണ്ട. മനസ്സി ലായോ?"

"ഛെ. എന്താ ലീറി ഇങ്ങനെ പറയുന്നത്? ഞങ്ങൾ തെറ്റായി ഒന്നും പറഞ്ഞില്ലല്ലൊ? ദാ നോക്ക്, ഞങ്ങൾക്ക് അച്ചനോട് ചോദിക്കാനുള്ളത് വളരെ ന്യായമായ സദുദ്ദേശ്യത്തോടുകൂടിയ ഒരേ ഒരു ചോദ്യമാണ്."

ലീറി അതിനെക്കുറിച്ച് ആലോചിച്ചു. 'അവർക്ക് അച്ചനോട് ചോദി ക്കാനുള്ളത് സദുദ്ദേശ്യപരമാണെങ്കിൽ എന്തുകൊണ്ട് ആ ഒരു ദൗത്യം സ്വീകരിച്ചുകൂടാ?

"ശരി, അങ്ങനെയാകട്ടെ. നിങ്ങളുടെ ചോദ്യം കേൾക്കട്ടെ. പക്ഷേ ഒരു കാര്യം. ഞാനീ ചെയ്യുന്നത് നിങ്ങളുടെ ഭക്ഷണവും സൽക്കാരവും ഒന്നും മനസ്സിൽ കണ്ടുകൊണ്ടല്ല എന്ന ഓർമയിരിക്കണം. കേട്ടോ"

"ശരി, അങ്ങ് ഹൊറിഗൺ അച്ചനോട് ചോദിക്കേണ്ടത് ഇതുമാത്ര മാണ്. മറ്റ് നല്ല ക്രിസ്ത്യാനികളുടെ ആത്മാക്കൾക്ക് കിട്ടുന്നതുപോലെ എല്ലാ പാപങ്ങളിൽ നിന്നുള്ള മോചനവും നിത്യശാന്തിയും ഞങ്ങൾക്കും ലഭിക്കുമോ? ലഭിക്കുമെങ്കിൽ എപ്പോൾ, എങ്ങനെ?" അങ്ങ് ഈ ചോദ്യം

മാത്രം വിശിഷ്ട പുരോഹിതനോട് ചോദിച്ചാൽ മതിയാകും. മറുപടി എന്തായാലും ഞങ്ങളെ ഉടനെ അറിയിക്കണം"

"ശരി. ഞാനങ്ങനെ ചെയ്യാം." ലീറി തന്റെ വീട്ടിലേക്ക് മടങ്ങി. വീട്ടിലെത്തിയപ്പോൾ തന്റെ ഭാര്യ വീട്ടിലുണ്ടായിരുന്ന ഉരുളക്കിഴങ്ങുകൾ പുഴുങ്ങി അച്ചന് അത്താഴം നൽകുന്നതാണ് കണ്ടത്. ലീറിയും അച്ചനോടൊപ്പം ഭവ്യതയോടെ തീൻമേശക്ക് അരുകിൽ ഇരുന്നു. പിന്നീട് അല്പം തയങ്ങി തയങ്ങി അച്ചനോട് നടന്ന വിവരങ്ങൾ എല്ലാം പറഞ്ഞു. പിന്നീട് അച്ചനോട് ചോദിച്ചു.

"അച്ചനോട് ഞാനൊരു കാര്യം ചോദിച്ചാൽ അച്ചൻ എന്നോട് ദേഷ്യപ്പെടരുത്"

"എന്താ കേൾക്കട്ടെ."

"അച്ചോ. ഈ ഫെയറികളെന്ന് അറിയപ്പെടുന്ന നല്ലവരുടെ ആത്മാവിന് എന്നാണ് ശാന്തികിട്ടുക എങ്ങനെയാണ് ശാന്തികിട്ടുക?"

"നീ എന്തിനാണ് ഈ ചോദ്യം എന്നോട് ചോദിക്കുന്നത്?"

"അച്ചോ ഞാനൊന്നും മറച്ചു വെയ്ക്കുന്നില്ല. എല്ലാം അച്ചനോട് പറഞ്ഞല്ലോ. ഈ രാത്രി ഞാൻ കാണാനിടയായ അതേ നല്ലവരാണ് ഇത് അച്ചനോട് ചോദിക്കണമെന്ന് പറഞ്ഞത്."

"ഓ അങ്ങനെയോ. എങ്കിൽ നീ ഉടനേതന്നെ തിരികെപ്പോയി അവരോട് അവരുടെ സംശയങ്ങളെല്ലാം എന്നെ നേരിട്ട് കണ്ട് ചോദിക്കാൻ പറയണം. അപ്പോൾ ഞാൻ അവരുടെ എല്ലാ ചോദ്യങ്ങൾക്കും ഉത്തരം നൽകാം. ഉം പോയി പറഞ്ഞിട്ടു വാ."

ഉടൻ തന്നെ ലീറി നദീതീരത്തേക്ക് ഓടി അവിടെ തന്റെ ചുറ്റും വട്ടം കൂടിയ നല്ലവരോട് ലീറി, അച്ചൻ പറഞ്ഞത് അതേപോലെ പറഞ്ഞു. അതുകേട്ടതും അവരെല്ലാവരും എവിടെയെല്ലാമോ ഓടി ഒളിച്ചു. എല്ലാവരും നിമിഷനേരത്തിനുള്ളിൽ അപ്രത്യക്ഷരായി. അവരുടെ ഓട്ടം കണ്ട് അന്ധാളിച്ചുപോയ ലീറി തന്റെ സമനില വീണ്ടു കിട്ടിയപ്പോൾ സാവധാനം വീട്ടിലേക്ക് മടങ്ങി. ലീറിക്ക് അച്ചന്റെ മഹത്വത്തേക്കുറിച്ച് പറഞ്ഞറിയിക്കാൻ കഴിയാത്ത ബഹുമാനവും വിശ്വാസവും തോന്നി. ഇത്തരം കഥകൾ യൂറോപ്പിൽ പലയിടത്തും പ്രചാരത്തിലുണ്ട്, ഡെൻമാർക്കിലും, സ്പെയിനിലും അങ്ങനെ പലയിടത്തും അന്ധവിശ്വാസങ്ങളിൽ നിമഗ്നമായ ഇത്തരം കഥകളുടെ പ്രധാന ഉദ്ദേശം മതവിശ്വാസങ്ങളെ ശക്തമാക്കുകയും പുരോഹിതന്മാരുടെ ആത്മീയ ശക്തിക്ക് ഊക്കം കൊടുക്കുകയും ആണെന്ന് പറയേണ്ടിയിരിക്കുന്നു.

അച്ഛൻ നൽകിയ വിലപ്പെട്ട ഉപദേശങ്ങൾ

പണ്ടു കാലത്ത് അയർലണ്ടിലെ ഒരു ഗ്രാമമായിരുന്നു ബൊണ്ണഡേറിഗ. അവിടുത്തെ ഗ്രാമത്തലവൻ വാർദ്ധക്യംകൊണ്ട് അവശനായി മരണശയ്യയിൽ ആയിരുന്ന സമയത്ത് അദ്ദേഹം ഡോൺ എന്നപേരിൽ അറിയപ്പെട്ടിരുന്ന തന്റെ ഏകമകൻ ഇല്ലാനെ അടുത്തുവിളിച്ച് പറഞ്ഞു.

“ മകനേ, ഞാൻ നിനക്ക് മൂന്ന് ഉപദേശങ്ങൾ നൽകാൻ ആഗ്രഹിക്കുന്നു. നീ എന്റെ ഈ ഉപദേശങ്ങൾ സ്വീകരിച്ച് അതിനനുസരണം പ്രവർത്തിച്ചില്ലെങ്കിൽ നിനക്ക് വലിയ നഷ്ടവും ദുഃഖവും ഉണ്ടാകും.”

“ശരി. കേൾക്കട്ടെ” ഡോൺ പറഞ്ഞു. വളരെ താമസിയാതെ ഗ്രാമത്തലവൻ മരിച്ചു. ഡോൺ അച്ഛന്റെ ശവസംസ്കാരം നല്ല രീതിയിൽ എല്ലാ സമ്പ്രദായച്ചടങ്ങുകളോടെയും നടത്തി. ചടങ്ങുകൾക്ക് ശേഷം ഡോൺ അച്ഛന്റെ ഉപദേശങ്ങൾക്ക് എത്രമാത്രം കഴമ്പുണ്ടെന്ന് പരിശോധിച്ച് മനസ്സിലാക്കാൻ തീർച്ചയാക്കി.

അച്ഛന്റെ ആദ്യത്തെ ഉപദേശം ഇങ്ങനെ ആയിരുന്നു.

“മോനേ, ഒരു മൃഗത്തിനെ വിൽക്കുവാൻ ചന്തയിൽ കൊണ്ടുപോകുമ്പോൾ, നീ പ്രതീക്ഷിക്കുന്ന ന്യായമായ വിലയ്ക്കടുത്ത ഒരു തുക ആരെങ്കിലും തരാൻ സന്നദ്ധമായാൽ അത്തരം ഒരു സാഹചര്യത്തിൽ ആ മൃഗത്തിനെ തിരികെ കൊണ്ടുവരരുത്”

ഡോൺ അച്ഛന്റെ ആ ഉപദേശം എത്രത്തോളം ശരിയാണെന്ന് ഒന്ന് പരീക്ഷിച്ച് നോക്കാൻ തീരുമാനിച്ചു. തന്റെ ലായത്തിൽ

ഉണ്ടായിരുന്ന ഒരു നല്ല പെൺകുതിരയെ തിരഞ്ഞെടുത്ത് അതിനെയും കൊണ്ട് ടെൻടീൻ (ഇപ്പോൾ മീത്തിൽ ഉള്ള ടെൽ പട്ടണം) എന്ന പേരിൽ അറിയപ്പെട്ടിരുന്ന ചന്തയിലേക്ക് പോയി. ചന്തയിൽ പലർക്കും ഡോണിന്റെ കുതിരയെ ഇഷ്ടപ്പെട്ടു. പക്ഷേ ഡോൺ ആവശ്യപ്പെട്ട വില കൊടുക്കാൻ ആരും തയ്യാറായില്ല. ഡോൺ ആവശ്യപ്പെട്ടത് 20 പൗണ്ട്. കുതിരയെ വാങ്ങാൻ താല്പര്യം കാണിച്ചവർ നൽകാൻ തയ്യാറായത് 19 പൗണ്ട്. അത് താൻ പ്രതീക്ഷിച്ചതിനടുത്ത് ഒരു ന്യായമായ വിലതന്നെ ആയിരുന്നു എന്ന് ഡോണിന് മനസ്സിലാകുകയും ചെയ്തു. എന്നാലും കുതിരയെ വിൽക്കാതെ ഡോൺ വീട്ടിലേക്ക് മടങ്ങി.

വഴിയിൽ ഉണ്ടായിരുന്ന ഒരു ചെറിയ അരുവി സാവാധാനം നടന്ന് കടക്കാമായിരുന്നതേ ഉണ്ടായിരുന്നുള്ളു. കഷ്ടിച്ച് ഒന്നോ ഒന്നരയൊ മീറ്റർ മാത്രം അകലം ഉണ്ടായിരുന്ന, അധികം വെള്ളമില്ലാത്ത ആ അരുവിയിൽ കൂടി നടന്നാണ് രാവിലെ ചന്തയിലേക്ക് പോയത്. എന്നാൽ ഇപ്പോൾ ഒരു രസത്തിന് കുതിരപ്പുറത്തിരുന്ന ഡോൺ അരുവിക്ക് കുറകെ ചാടാൻകുതിരയെ പ്രേരിപ്പിച്ചു. യജമാനന്റെ നിർദേശം മനസ്സിലാക്കിയ കുതിര കുതിച്ചുചാടി. പക്ഷേ, കഷ്ടമെന്ന് പറയട്ടെ, കുതിര പ്രതീക്ഷിക്കാത്ത രീതിയിൽ ചാട്ടം പിഴച്ച് താഴെവീണു. പാവം കുതിര. അതിന്റെ മുൻകാലുകൾ ഒടിഞ്ഞു. വേദന സഹിക്കാനാകാതെ അമറി. അല്പസമയത്തിന് ശേഷം കുതിര ചത്തു. ചത്ത കുതിരക്ക് വിലയില്ലല്ലൊ. അതുകൊണ്ട് ഡോൺ അതിന്റെ മുൻകാലുകൾ രണ്ടും വെട്ടിയെടുത്ത് വീട്ടിലേക്ക് കൊണ്ടുപോയി. വേണ്ട രീതിയിൽ അവ ശുദ്ധം ചെയ്ത് ഉണക്കി തന്റെ സ്വീകരണമുറിയിൽ ഭിത്തിയിൽ തൂക്കിയിട്ടു; ഒരു നല്ല പ്രദർശന വസ്തു എന്ന മാതിരി.

അച്ഛന്റെ ആദ്യത്തെ ഉപദേശം എത്രയധികം വിലപ്പെട്ടതായിരുന്നു എന്ന് സ്വന്തം അനുഭവത്തിൽ നിന്നുതന്നെ മനസ്സിലാക്കിയ ഡോൺ അച്ഛന്റെ മറ്റ് രണ്ട് ഉപദേശങ്ങളെക്കുറിച്ച് ഇടയ്ക്കിടക്ക് ഓർക്കുമായിരുന്നു. അവ എന്തെന്നല്ലേ?

"മകനേ, നിനക്ക് നന്നായി അറിയാവുന്ന ഒരു കുടുംബത്തിൽ നിന്ന് മാത്രമേ വിവാഹം കഴിക്കാവൂ, അല്ലെങ്കിൽ വിവാഹം സന്തോഷമുള്ളത് ആകുകയില്ല." അതായിരുന്നു അച്ഛന്റെ രണ്ടാമത്തെ ഉപദേശം. മൂന്നാമത്തേത് ഇങ്ങനെയും.

"മറ്റൊരാളിനോട്, നിന്റെ സ്നേഹിതനോ സ്വന്തക്കാരനോ ആയാൽപോലും ഒരു സഹായം ആവശ്യപ്പെടുമ്പോൾ ഒരിക്കലും മുഷിഞ്ഞ് കീറിയ വസ്തങ്ങൾ ധരിച്ചുകൊണ്ടായിരിക്കരുത് സഹായം ചോദിക്കുക. അദ്ദേഹം പറഞ്ഞത് മറ്റൊരു രീതിയിൽ പറഞ്ഞാൽ

'ഇല്ലാത്തവന് സഹായവും നിഷേധിക്കപ്പെട്ടും' എന്നായിരുന്നു

കുറേ ദിവസങ്ങൾക്ക് ശേഷം ഡോൺ ചന്തയിലേക്ക് വെറുതേ ഒന്നുപോയി. അന്ന് ഓറീൽ എന്ന മറ്റൊരു ഗ്രാമമുഖ്യനെ കാണാനും പരിചയപ്പെടാനും ഇടയായി; കൂടെ ഓറീലിന്റെ സുന്ദരിയായ മകളെയും. അവർ ഡോണിനെ അന്ന് വൈകിട്ട് തങ്ങളുടെ വീടിനടുത്തുള്ള ചെറിയ തടാകത്തിൽ ചൂണ്ടയിടാൻ ക്ഷണിച്ചു. ചൂണ്ടയിടുന്നത് അയർലണ്ടിൽ നല്ല ഒരു വിനോദമായിരുന്നു. അതുകൊണ്ട് ഡോൺ ക്ഷണം സ്വീകരിച്ചു. ആ സൗഹൃദം നാൾ തോറും കൂടുതൽ ശക്തമായി. ഡോണിന് ഓറീലിന്റെ മകളെ വളരെയധികം ഇഷ്ടമായി. അതേപോലെ ആ പെൺകുട്ടിക്കും ഡോണിനോട് എന്തെന്നില്ലാത്ത ഒരടുപ്പവും സ്നേഹവും തോന്നി.

അങ്ങനെയിരിക്കെ ഒരുനാൾ ഡോണിന്റെ മറ്റൊരു സ്നേഹിത അദ്ദേഹത്തെ കാണുകയും ഒരു വിവരം അറിയിക്കുകയും ചെയ്തു.

'ഒറീലിന്റെ മകൾ സ്വഭാവശുദ്ധി ഉള്ളവൾ അല്ല. അവൾക്ക് മറ്റൊരാളുമായി ബന്ധമുണ്ട്. ഡോൺ അവളെ വിവാഹം കഴിക്കുകയാണെങ്കിൽ അവൾ ഡോണിനെ ചതിക്കും. ഡോണിന് ഓറീലിന്റെ കുടുംബത്തെക്കുറിച്ച് ശരിയായി അറിയാൻ പാടില്ലാത്തതുകൊണ്ട് അവളുമായി ഒരു വിവാഹബന്ധം ശരിയായിരിക്കുകയില്ല.' അതായിരുന്നു ആ സ്നേഹിത നൽകിയ വിവരങ്ങൾ. കൂടാതെ അവൾ പറഞ്ഞു.

"നാളെ വെളുപ്പിന് ഓറീലിന്റെ വീടിന് മുൻപിൽ പോയാൽ നിനക്ക് ഞാൻ പറയുന്നതിന്റെ സത്യാവസ്ഥ മനസ്സിലാക്കാൻ കഴിയും. ഇല്ലാൻ, ഞാൻ നിന്റെ നല്ലതിനുവേണ്ടിയാണ് ഇത്രയും പറഞ്ഞതെന്ന് മനസ്സിലാക്കിക്കൊ" അത്രയും പറഞ്ഞിട്ട് അവൾ പോയി.

എന്തുചെയ്യണമെന്ന് അറിയാതെ ഡോൺ കുറച്ചുനേരം ആലോചിച്ചുനിന്നു. പിന്നീട് ചില കാര്യങ്ങൾ ചെയ്യാൻ തീരുമാനിച്ചു.

അടുത്തദിവസം വെളുപ്പിന് ഡോൺ ഓറീലിന്റെ വീട്ടുമുമ്പിലുള്ള നടപ്പായിൽ ഓരത്തായി ആരും ശ്രദ്ധിക്കാത്തവിധം നിന്നു. അവിടെ നടക്കുന്ന കാര്യങ്ങൾ ശ്രദ്ധിച്ചു. സ്നേഹിത പറഞ്ഞതുപോലെ ഓറീലിന്റെ മകളുടെ സ്നേഹിതനായിരുന്ന അപരനെ കാണാനും, അയാളോട് സംസാരിക്കാനും, അയാളും ഓറീലിന്റെ മകളുമായും ഉണ്ടായിരുന്ന അടുപ്പം മനസ്സിലാക്കുവാനും ഡോണിന് കഴിഞ്ഞു. മനസ്സിൽ വളർന്നു വന്ന കോപം അടക്കിപ്പിടിച്ച് ഡോൺ അവിടെനിന്നും യാത്രയായി. പക്ഷേ തിരികെ പോകുന്നതിനു മുൻപ് ഡോൺ ഓറീലിന്റെ വീട്ടുകാവൽക്കാരനെ വിളിച്ചു പറഞ്ഞു.

“ഞാൻ രണ്ടാഴ്ചത്തേക്ക് ഒരു വിദേശയാത്രക്ക് പോകുകയാണ്, തിരികെ വരുന്ന ദിവസം, അതായത് ഈ മാസം 12-ാം തീയതി വൈകിട്ട് എന്റെ ബംഗ്ലാവിൽ ഒരു വിരുന്ന് ഒരുക്കുന്നുണ്ട്. നിന്റെ യജമാനനും അദ്ദേഹത്തിന്റെ പുത്രിയും വിരുന്നിൽ പങ്കെടുക്കണമെന്ന് ഞാൻ, ഇല്ലാൻ, അഭ്യർത്ഥിച്ചതായി അവരെ അറിയിക്കണം. മറക്കരുത്. കേട്ടോ.”

അത്രയും പറഞ്ഞിട്ട് ഡോൺ അവിടെ നിന്നും പുറപ്പെട്ടു.

ഡോണിന് ഒരു മൂത്തസഹോദരി ഉണ്ടായിരുന്നു. അവർ വിവാഹം കഴിച്ചത് വളരെ സമ്പത്തുള്ള ഒരാളെയായിരുന്നു. സഹോദരിയും ഭർത്താവും താമസിച്ചിരുന്നത് ഡോണിന്റെ വീട്ടിൽ നിന്ന് ഏതാണ്ട്, പത്തുപതിനാറ് കിലോമീറ്റർ ദൂരെ ഒരു സ്ഥലത്തായിരുന്നു. ഡോൺ ഓറീലിന്റെ ബംഗ്ലാവിൽ നിന്ന് പോയത് സഹോദരിയുടെ വീട്ടിലേക്കാണ്. പക്ഷേ വഴിയിൽ ഒരു തുന്നൽക്കാരന്റെ പീടികയിൽ കയറി. ഒരു ചെറിയ പീടിക. വിലപിടുപ്പുള്ള ഒരു വസ്ത്രവും അവിടെ ഇല്ലായിരുന്നു. തയ്യൽക്കാരനോട് ഡോൺ തിരക്കി.

“എനിക്ക് പാകത്തിനുള്ള എന്തെങ്കിലും വസ്ത്രം നിന്റെ പക്കൽ ഉണ്ടോ.

“ഏയ്. ഇല്ല അങ്ങയ്ക്ക് ചേരുന്ന രീതിയിൽ നല്ല തുണികളൊന്നും തന്നെ എന്റെ പക്കൽ ഇല്ല.” അയാൾ വിനയത്തോടെ മറുപടി പറഞ്ഞു.

“എനിക്ക് നല്ല തുണികളല്ല വേണ്ടത്. എന്റെ ദേഹത്തിന് ചേരുന്ന കീറിത്തുടങ്ങിയ ഏതെങ്കിലും പഴയ വസ്ത്രങ്ങളാണ് എനിക്കാവശ്യം. പകരം ഞാൻ ധരിച്ചിരിക്കുന്ന ഈ വിലകൂടിയ വസ്ത്രങ്ങളും പുറമെ കുറച്ച് പണവും നൽകാം.” അയാൾ അല്പം നിർത്തിയിട്ട് വീണ്ടും അല്പം കർക്കശ സ്വരത്തിൽ പറഞ്ഞു.

“എന്താ, മനസ്സിലായോ?”

“മനസ്സിലായി. ദാ ഈ കാണുന്ന പഴഞ്ചൻ വസ്ത്രങ്ങൾ ഒന്ന് ധരിച്ചുനോക്കിയാലും. ഇഷ്ടപ്പെട്ടാൽ ഞാൻ ഇവ അങ്ങേയ്ക്ക് തരാം.” ഡോണിന്റെ സംസാരം കേട്ട് അന്ധാളിച്ചുപോയ ആ തയ്യൽക്കാരൻ വിനീതനായി മറുപടി പറഞ്ഞു.

ഡോൺ ആ പഴയ വസ്ത്രങ്ങൾ ധരിച്ചു.

“ശരി. ഇവ എനിക്ക് പാകമാണ്.” അത്രയും പറഞ്ഞിട്ട് തന്റെ വിലകൂടിയ വസ്ത്രങ്ങളും കുറച്ച് പണവും കടക്കാരന് നൽകിയിട്ട് ഡോൺ അവിടെനിന്നും പോയി.

ഡോൺ നേരെ പോയത് സഹോദരിയുടെ വീട്ടിലേക്കാണ്. അവിടെ എത്തിയിട്ട് ഡോൺ കാവൽക്കാരനോട് പറഞ്ഞു.

"എന്റെ ചേച്ചിയോട് പറയൂ, എനിക്ക് ചേച്ചിയെ ഉടനെ കാണണ മെന്ന്. ഞാൻ വന്നിട്ടുണ്ടെന്ന് പറഞ്ഞാൽ മതി."

കാവൽക്കാരൻ അല്പം അലക്ഷ്യഭാവത്തിൽ മറുപടി പറഞ്ഞു.

"ആരാണാവോ താങ്കളുടെ ചേച്ചി?"

"നിന്റെ യജമാനത്തി തന്നെ. എന്താ സംശയമുണ്ടോ, ധിക്കാരി." ഡോണിന്റെ മറുപടികേട്ട കാവൽക്കാരൻ ഉച്ചത്തിൽ ചിരിക്കാൻ തുടങ്ങി.

ആ സംസാരം കേട്ട് ഡോണിന്റെ ചേച്ചി അവിടെ എത്തി. കീറി മുഷിഞ്ഞ വസ്ത്രങ്ങൾ ധരിച്ച് അവിടെയെത്തിയ ഡോണിനോട് അവർക്ക് അമർഷവും വെറുപ്പും തോന്നി. അവർ ഡോണിനോട് ചോദിച്ചു.

"എന്താ ഡോൺ ഇങ്ങനെ? നിനക്കെന്തു പറ്റി? ഇതെന്ത് വേഷമാ?"

"ഞാനകത്തേക്ക് വരാം. എനിക്ക് നല്ല വിശപ്പുണ്ട്."

"ഡോൺ. ഈ വേഷത്തിൽ ഇപ്പോൾ നീ അകത്തേക്ക് വരുന്നത് ശരിയല്ല. എനിക്ക് അത്താഴഭക്ഷണത്തിന് ചില പ്രധാനപ്പെട്ട അതിഥികൾ ഉണ്ട്. അവരുടെ മുമ്പിൽ, ഈ വേഷത്തിൽ വരുന്നത് എനിക്ക് മാനക്കേടാണ്" അൽപ്പം നിർത്തിയിട്ട് അവർ വീണ്ടും പറഞ്ഞു.

"നീ ഇവിടെ നിൽക്ക്. നിനക്ക് ഞാൻ കുറച്ച് ഭക്ഷണം ഇങ്ങോട്ട് കൊടുത്തയക്കാം." ഇത്രയും പറഞ്ഞ് അവർ കതകടച്ചിട്ട് അകത്തേക്ക് പോയി. അല്പ നിമിഷങ്ങൾക്ക് ശേഷം ഒരു വേലക്കാരൻ കുറച്ച് റൊട്ടി ക്കഷ്ണങ്ങളും ഒരു കുപ്പി ബീയറും കൊണ്ടു വന്ന് ഡോണിന് കൊടുത്തു. ഡോൺ ആ ഭക്ഷണം വാങ്ങി അവിടെ നിന്നും തിരികെ പോന്നു. നേരെ പോയത് തന്റെ വസ്ത്രങ്ങൾ മാറ്റിക്കൊടുത്ത തുന്നൽക്കാരന്റെ അടുത്തേക്കാണ്.

ഡോൺ തന്റെ കയ്യിലുണ്ടായിരുന്ന ഭക്ഷണവും കുറച്ച് പണവും ആ തുന്നൽക്കാരന് കൊടുത്തു. പഴയ വസ്ത്രങ്ങൾക്ക് പകരം, നേരത്തെ അവിടെ കൊടുത്തിരുന്ന സ്വന്തം വസ്ത്രങ്ങൾ മടക്കിവാങ്ങി അവ ധരിച്ചു. പിന്നീട് അവിടെ നിന്നും സ്വവസതിയിലേക്ക് മടങ്ങി.

വീട്ടിലെത്തിയ ഡോൺ തന്റെ ബന്ധുക്കളെയും സ്നേഹിതരെ യും അടുത്ത ഒരു ദിവസം അത്താഴവിരുന്നിന് ക്ഷണിച്ചു. ക്ഷണം കിട്ടിയ എല്ലാവരും ആ ദിവസം വൈകിട്ട് ഡോണിന്റെ ബംഗ്ലാവിൽ എത്തി. അങ്ങനെ വന്ന അതിഥികളുടെ കൂട്ടത്തിൽ ഡോണിന്റെ

ചേച്ചിയുംചേച്ചിയുടെ ധനികനായ ഭർത്താവും ഒറീലും മകളും ഉണ്ടായിരുന്നു എന്ന് എടുത്തു പറയേണ്ടതില്ലല്ലൊ.

അത്താഴവിരുന്നിനിടയിൽ, എല്ലാവരും ഭക്ഷണം കഴിച്ച് പരസ്പരം സംസാരിച്ച് ഇരുന്നിരുന്ന ഒരു സന്ദർഭത്തിൽ ഡോൺ എല്ലാവരോടുമായി പറഞ്ഞു.

"എന്റെ പ്രിയപ്പെട്ട അതിഥികളെ ബന്ധുക്കളെ, സ്നേഹിതരെ, ഞാൻ ഈ നല്ല വേളയിൽ നിങ്ങളോടെല്ലാവരോടുമായി ചില കാര്യങ്ങൾ പറയുവാൻ ആഗ്രഹിക്കുന്നു. പ്രധാനമായും എനിക്ക് പറ്റിയ ചില തെറ്റുകളെക്കുറിച്ചാണ് പറയാനുള്ളത്. എന്റെ അച്ഛൻ അദ്ദേഹത്തിന്റെ മരണശയ്യയിൽ കിടന്നുകൊണ്ട് എനിക്ക് ചില ഉപദേശങ്ങൾ നൽകിയിരുന്നു. അവയൊന്നും ഞാൻ വേണ്ടതുപോലെ പാലിച്ചില്ല. അതിൽ ഞാനിന്ന് ഖേദിക്കുന്നു. എന്റെ തെറ്റുകൾ നിങ്ങളുടെ മുമ്പിൽ ഏറ്റുപറയുവാനും ഇനിമുതൽ തിരുത്താൻ കഴിയുന്നവ തിരുത്താൻ ഒരവസരമായും ഞാൻ ഈ സന്ദർഭം ഉപയോഗപ്പെടുത്തുകയാണ്.

ആദ്യമായി അദ്ദേഹം തന്ന ഉപദേശം വിൽക്കാൻ കൊണ്ടുപോകുന്ന മൃഗങ്ങൾക്ക് ഉദ്ദേശിക്കുന്ന വിലക്കടുത്ത് ന്യായമായ ഒരു തുക കിട്ടുമെങ്കിൽ, ആ മൃഗത്തിനെ തിരികെ വീട്ടിലേക്ക് കൊണ്ടുവരാൻ പാടില്ല എന്നതായിരുന്നു. ഞാൻ ആ ഉപദേശം കൈകൊണ്ടില്ല. ഫലം? ഇന്നെന്റെ കുതിര എനിക്ക് നഷ്ടമായിരിക്കുന്നു. ഒരപകടം സംഭവിച്ച് അത് മരിച്ചുപോയി. മിച്ചമായി എനിക്കുള്ളത്, അതാ നോക്കൂ, ആ ഭിത്തിയിൽ തൂങ്ങുന്ന കുതിരക്കാലുകൾ മാത്രമാണ്."

ഡോൺ അല്പം നിർത്തിയിട്ട് വീണ്ടും തുടർന്നു.

"എന്റെ അച്ഛന്റെ ഉപദേശങ്ങളുടെ മാറ്റ് ഒന്നുരച്ചുനോക്കാൻ ഞാൻ വീണ്ടും തീരുമാനിച്ചു. കീറിപ്പറിഞ്ഞ പഴഞ്ചൻ വേഷത്തിൽ ഞാനെന്റെ ധനാഢ്യയായ മൂത്ത സഹോദരിയുടെ അടുത്ത് ഒരു ദിവസം വൈകിട്ട് പോയി. എന്റെ ചേച്ചി എന്നെ തന്റെ വീട്ടിനുള്ളിലേക്ക് ക്ഷണിച്ചില്ലെന്ന് മാത്രമല്ല, വിശപ്പിന് ആഹാരം ചോദിച്ച എനിക്ക് കിട്ടിയത് വേലക്കാരൻ മുഖേന നൽകിയ ഉണക്കറൊട്ടിത്തുണ്ടുകളും ഒരു കുപ്പി വിലകുറഞ്ഞ ബീയറും മാത്രമാണ്. എന്റെ അച്ഛൻ പറഞ്ഞത് എത്ര ശരിയായിരുന്നു എന്ന് ഞാനിന്ന് മനസ്സിലാക്കുന്നു. പിച്ചച്ചട്ടിയിൽ വീഴുന്നത് പിച്ചക്കാശുകൾ മാത്രമായിരിക്കും എന്ന് എന്നെ ഉപദേശിച്ച എന്റെ അച്ഛനെ ഞാനിപ്പോൾ ആദരവോടെ ഓർക്കുകയാണ്."

ഡോൺ എല്ലാവരെയും നോക്കി അല്പനേരം നിന്നു. എല്ലാവരും താൻ തുടർന്ന് എന്താണ് സംസാരിക്കുക എന്ന ആകാംക്ഷയുള്ളവരാണ് എന്ന് മനസ്സിലാക്കിയ ഡോൺ തുടർന്നു.

"ഞാനടുത്തകാലത്ത് ഒരു പെൺകുട്ടിയ പരിചയപ്പെടാൻ ഇടയായി. അവളുടെ കുടുംബത്തെക്കുറിച്ചോ, പാരമ്പര്യത്തെക്കുറിച്ചോ ഒന്നും അറിയാൻ ശ്രമിക്കാതെതന്നെ അവളെ ഇഷ്ടപ്പെടാനും സ്നേഹിക്കുവാനും തുടങ്ങി. ഒടുവിൽ കല്യാണം കഴിക്കാമെന്നും ഏതാണ്ട് തീർച്ചയാക്കി. അപ്പോഴാണ് അവൾ മറ്റൊരാളുമായി ബന്ധം തുടരുന്നു എന്നും അവളുടെ കുടുംബ പശ്ചാത്തലം അത്ര സുഖമുള്ളതല്ലെന്നും മനസ്സിലാക്കുവാൻ കഴിഞ്ഞത്. മറ്റൊരുതരത്തിൽ പറഞ്ഞാൽ അവൾ എന്നെ വഞ്ചിക്കുകയായിരുന്നു എന്ന് സംശയിക്കേണ്ടിയിരിക്കുന്നു. എന്റെ അച്ഛൻ നൽകിയ ഉപദേശങ്ങളിൽ ഒന്ന് അതായിരുന്നു. നന്നായി മനസ്സിലാക്കിയതിനുശേഷം മാത്രമേ ഒരു പെൺകുട്ടിയെ സ്നേഹിക്കാനും വിവാഹം കഴിക്കാനും തീരുമാനിക്കാവൂ എന്ന അച്ഛന്റെ ഉപദേശം വളരെ ശരിയാണെന്ന് ഞാൻ തികച്ചും ബോധവാനായിരിക്കുന്നു. അപക്വമായ എന്റെ സ്നേഹവും വിവാഹാലോചനയും ഞാനിന്ന് അവസാനിപ്പിക്കുന്നു. ഞാൻ എന്നെ നേർവഴിയിലേക്ക് തിരിച്ച് കൊണ്ടുവന്ന എന്റെ അച്ഛനോടും ദൈവത്തോടും എന്നും കടപ്പെട്ടവനായിരിക്കും. എനിക്ക് സ്നേഹവും മര്യാദയും നൽകിയ, നൽകുന്ന എന്റെ എല്ലാ സുഹൃത്തുക്കൾക്കും ഏറെ നന്ദി."

ഡോൺ അയാളുടെ വാക്കുകൾ ഉപസംഹരിച്ചു അയാളുടെ സ്നേഹിതരും അഭ്യുദയകാംക്ഷികളും അവിടം വിട്ട് പോകുന്നതിന് മുൻപ് അയാളെ അഭിനന്ദിക്കാൻ മറന്നില്ല. ഡോണിന്റെ ചേച്ചിയും ഭർത്താവും ഒരിളിഭ്യചിരിയുമായി നടന്നു പോകുന്നത് പലരും ശ്രദ്ധിക്കാതിരുന്നില്ല. ഓറീലും മകളും അല്പം ദേഷ്യത്തോടെ എന്തൊക്കെയോ സംസാരിച്ചു കൊണ്ടാണ് നടന്ന് മറഞ്ഞത്.

ദിവസങ്ങളും മാസങ്ങളും കടന്നുപോയി. ഡോണിന്റെ ബംഗ്ലാവിൽ സന്ദർശകരുടെ സംഖ്യ വളരെ കുറഞ്ഞു. എങ്കിലും അത്രവലിയ സുന്ദരിയൊന്നുമല്ലാത്ത അടുത്തവീട്ടിലെ ഡ്യൂവിൽ എന്ന പെൺകുട്ടി ചിലപ്പോഴെല്ലാം അവിടെ വരുകയും ഡോണുമായി സംസാരിക്കുകയും ചെയ്യുമായിരുന്നു. ആ കുട്ടിയെ ഡോണിന് ചെറുപ്പം മുതൽക്കെ പരിചയമുണ്ടായിരുന്നു. അവൾ സൽസ്വഭാവിയായിരുന്നു എന്ന് ഡോണിന് നന്നായി അറിയാമായിരുന്നു. അതുകൊണ്ട് അവർ കൂടുതൽ കാണുവാനും അറിയുവാനും സന്ദർശകരുടെ കുറവ് പ്രയോജനമായി. ക്രമേണ അവർ സ്നേഹിതരായി; പരസ്പരം ഇഷ്ടപ്പെട്ടു. വിവാഹം കഴിച്ചു. ഡോണും ഡ്യൂവും വളരെ നാൾ സന്തോഷത്തോടെ സ്നേഹമുള്ള ഭാര്യാഭർത്താക്കന്മാരായി മക്കളോടൊപ്പം ജീവിച്ചു പോന്നു.

ലോകാവസാനം

ആ പിടക്കോഴി ഒരു ഓക്ക് മരത്തണലിൽ ഉലാത്തുകയായിരുന്നു. അപ്പോഴാണ് അത് സംഭവിച്ചത്; തികച്ചും അപ്രതീക്ഷിതമായി ഓക്കു മരത്തിൽനിന്ന് ഒരു കായ അതിന്റെ വാലിൽ വീണു. എന്താണ് സംഭവിച്ചതെന്ന് അറിയാതെ അവൾ ആകെ പരിഭ്രമിച്ചു; ഭയപ്പെട്ടുപോയി. എന്തായിരിക്കും സംഭവിച്ചത്? എന്താണ് മുകളിൽനിന്ന് അവളുടെ വാലിൽ വന്ന് വീണത്? ഒരു പിടിയും കിട്ടിയില്ല.

അവൾ പരിഭ്രമിച്ച് ഓടിയത് അവളുടെ സ്നേഹിതൻ പൂവൻകോഴിയുടെ അടുത്തേക്കാണ്.

"കോക്കി, കോക്കി, ലോകം അവസാനിക്കാൻ പോകുന്നു കോക്കീ."

അവൾ ഉച്ചത്തിൽ വിളിച്ചുകൊണ്ട് പൂവൻകോഴിയുടെ അടുത്തെത്തി. അവൻ ചോദിച്ചു,

"ഏ, ഹെന്നീ, നിയെന്താ പറയുന്നത്? ലോകം അവസാനിക്കാൻ പോകുകയാണെന്നോ, അത് നിനക്കെങ്ങനെ അറിയാം?"

"ആകാശത്തുനിന്ന് ഒരു അണ്ടി എന്റെ വാലിൽ വീണു."

"അങ്ങനെയോ? എങ്കിൽ നീ പറഞ്ഞത് നേരുതന്നെയാകണം. വാ നമുക്ക് ഇവിടെനിന്നും എങ്ങോട്ടെങ്കിലും ഓടിപ്പോകാം."

അവർ രണ്ടുപേരും ഒന്നിച്ച് ഓടാൻ തുടങ്ങി. കുറച്ചു ദൂരം പോയപ്പോൾ വഴിയിൽ ഒരു വാത്തിനെ കണ്ടു. അവർ ശബ്ദമെടുത്ത് വിളിച്ചുപറഞ്ഞു.

"ഡക്കീ, ഡക്കീ, നീ അറിഞ്ഞില്ലേ? ലോകം അവസാനിക്കാൻ പോകുന്നു."

"അത് നിനക്ക് എങ്ങനെ അറിയാം കോക്കി?"

“ഇപ്പോഴാണ് അകാശത്തുനിന്ന് ഒരു വലിയ അണ്ടി ഹെന്നിയുടെ വാലിൽ വന്നുവീണത്.”

“ഓ. അങ്ങനെയോ? എങ്കിൽ നീ പറഞ്ഞത് സത്യം തന്നെ. എങ്ങോട്ടെങ്കിലും ഓടിപ്പോകുകയേ രക്ഷയുള്ളൂ.”

ഡക്കിയും അവരോടൊപ്പം ഓടാൻ തുടങ്ങി. പിന്നീട് അവർ കണ്ടുമുട്ടിയത്, ഒരു കീരിയെ ആയിരുന്നു. അവർ മൂന്നുപേരും ശബ്ദമെടുത്തു കീരിയോട് വിളിച്ചു പറഞ്ഞു.

“ഗൂഡി, ഗൂഡി, നിനക്കറിയാമോ? ലോകം അവസാനിക്കാൻ പോകുകയാണ്.'

“എന്ത്? ലോകം അവസാനിക്കാൻ പോകുന്നെന്നോ? അത് നിങ്ങൾക്കെങ്ങനെ മനസ്സിലായി?”

“അല്പ നിമിഷങ്ങൾക്ക് മുൻപാണ് ഈ ഹെന്നിയുടെ വാലിൽ ഒരു വലിയ അണ്ടി ആകാശത്തിൽ നിന്ന് വീണത്.”

“എന്ത്? ആകാശത്തുനിന്ന് അണ്ടി വീണെന്നോ? എങ്കിൽ നിങ്ങൾ പറഞ്ഞത് ശരിതന്നെ. എന്റെ ദൈവമേ, ഇനിയിപ്പോ എന്തുചെയ്യും? ഓടി രക്ഷപ്പെടാൻ ശ്രമിക്കാം.”

കീരിയും അവരോടൊപ്പം ഓടാൻ തുടങ്ങി. വഴിയരികിൽ ഒരു കുറുനരി വെയിലും കൊണ്ടു കിടക്കുന്നുണ്ടായിരുന്നു. എല്ലാവരും വേഗത്തിൽ ഓടിവരുന്നത് കണ്ട കുറുക്കൻ ചോദിച്ചു.

“കൂട്ടുകാരെ, നിങ്ങളൊക്കെ എങ്ങോട്ടാ വേവലാതിപ്പെട്ട് ഓടുന്നത്. എന്താ ആകാശം ഇടിഞ്ഞുവീഴുമെന്ന് ഭയന്നിട്ടാണോ?”

“അതേ ഫോക്സേട്ടാ, ചേട്ടനിത് എങ്ങനെ അറിഞ്ഞു?”

“എന്ത്? അറിഞ്ഞെന്നോ?”

“അല്ല ആകാശം ഇടിഞ്ഞുവീഴാൻ പോകുന്നെന്ന് ചേട്ടനെങ്ങനെ അറിഞ്ഞു?”

“ഞാൻ വെറുതെ പറഞ്ഞതല്ലേ?”

“അല്ല. അങ്ങനെയല്ല. ഫോക്സേട്ടൻ പറഞ്ഞതുതന്നെയാ സത്യം.” അവരെല്ലാം ഒറ്റ ശ്വാസത്തിന് ഒന്നിച്ച് പറഞ്ഞു.

“ചേട്ടാ, അല്പ നിമിഷങ്ങൾക്ക് മുൻപാണ് ഹെന്നിയുടെ വാലേൽ ഒരു വലിയ അണ്ടി ആകാശത്തുനിന്ന് വീണത്. ചേട്ടൻ പറഞ്ഞതുപോലെ ആകാശം ഇടിഞ്ഞുവീഴാൻ പോകുകയാ. സംശയമില്ല. ഒപ്പം ലോകം അവസാനിക്കും”

“അതെയോ, നിങ്ങൾ പറഞ്ഞത് സത്യമാണെങ്കിൽ ഓടി രക്ഷപ്പെടുകയേ നിവൃത്തിയുള്ളൂ. ഞാൻ ഓടുന്നവഴിയേ നിങ്ങളും വന്നോ, ലോകാവസാനസമയത്ത് ഒളിച്ചിരിക്കാൻ പറ്റിയ ഒരു സ്ഥലം എനിക്കറിയാം.”

“ഓ ഫോക്സ്ലേട്ടനെ കണ്ടത് എത്ര വലിയ ഭാഗ്യമായി”

അവരെല്ലാവരും കുറുക്കന്റെ പിന്നാലെ ഓടാൻ തുടങ്ങി. കുറേനേരം ഓടി അവരെത്തിയത് ഒരു വലിയ കാട്ടിലാണ്. കുറുക്കൻ ധാരാളം മരങ്ങളും കുറ്റിച്ചെടികളും കൊണ്ട് സമൃദ്ധമായ കാട്ടിൽ ഒരല്പം തുറസ്സായ ഒരിടത്ത് നിന്നു. ഓട്ടത്തിന്റെ അണപ്പ് തീരാൻ ഒരു മിനിറ്റ് മിണ്ടാതെ നിന്നതിനുശേഷം കുറുക്കൻ പറഞ്ഞു.

“കൂട്ടുകാരെ, ഞാൻ പറഞ്ഞ സുരക്ഷാ സങ്കേതം ഇതിനടുത്താണ്. നിങ്ങളെല്ലാം ഇവിടെ നിൽക്കുക. ഞാൻ ഓരോരുത്തരെയായി അടുത്തുള്ള സുരക്ഷിതതാവളത്തിൽ എത്തിക്കാം. എന്താ നിങ്ങൾക്കെല്ലാം സമ്മതമല്ലെ?”

“അതെയതെ”

“അപ്പോൾ നമ്മൾ ആരൊക്കെയാണെന്ന് ഞാനൊന്ന് ഉറപ്പ് വരുത്തട്ടെ. നിങ്ങൾ എല്ലാവരും ഒരു വരിയായി ഒന്ന് നില്ക്കൂ... ങ്ങാ, ശരി... അങ്ങനെ.”

കുറുക്കൻ പറഞ്ഞു.

“ഞാനൊന്ന് തിട്ടം വരുത്തട്ടെ നമ്മൾ എത്ര പേരുണ്ട്...

ആദ്യം ഞാൻ, ഫോക്സി. പിന്നെ ഗൂഡി; അടുത്ത് ഡക്കി; നാലാമത് ഹെന്നി; അഞ്ചാമത് കോക്കി. അങ്ങനെ നമ്മൾ അഞ്ചുപേർ. എന്താ ശരിയല്ലെ?

“ശരിയാ”

“അപ്പോൾ കോക്കി. നീ ആദ്യം എന്റെ കൂടെ വാ. ഞാൻ നിന്നെ നമ്മുടെ സുരക്ഷാ താവളത്തിൽ എത്തിക്കാം. കുറുക്കനും പൂവൻ കോഴിയും ഒന്നിച്ച് അവിടെനിന്ന് നടന്നുമറഞ്ഞു. കുറുക്കൻ കാട്ടിൽ ആർക്കും കാണാൻ കഴിയാത്ത ഒരിടത്ത് പൂവൻ കോഴിയെ കൊണ്ടുപോയി കൊന്നുതിന്നു.

‘ഹാ. നല്ല കോഴിയിറച്ചി. അങ്ങനെ ഇന്ന് അധികം ബുദ്ധിമുട്ടാതെതന്നെ നല്ല ഒരു സദ്യതരമായി’ അവൻ സ്വയം പറഞ്ഞു. പിന്നീട് കുറുക്കൻ തിരികെ വന്നു. മറ്റുള്ളവരോടായി പറഞ്ഞു.

“ കൂട്ടരെ, അങ്ങനെ നമ്മുടെ കോക്കി രക്ഷപ്പെട്ടു. ഇനി അവന് ലോകാവസാനത്തെക്കുറിച്ച് പേടിക്കേണ്ട ആവശ്യമില്ല.” കുറുക്കൻ

ഒരേമ്പക്കം വിട്ടിട്ട് വീണ്ടും പറഞ്ഞു.

"ശരി, ശരി. സമയം കളയണ്ട. ഇനി ആരാ എന്റെ കൂടെ വരുന്നത്?" കുറുക്കൻ എല്ലാവരെയും നോക്കിയിട്ട് ചോദിച്ചു.

"ശരി, അടുത്തത് ഗ്രഡിയാവട്ടെ." കുറുക്കൻ ഗ്രഡിയേയും കൂട്ടി കാട്ടിനുള്ളിലേക്ക് പോയി. പിന്നീട് നടന്നത് എന്താണെന്ന് പറയേണ്ടതില്ലല്ലൊ. എല്ലാം വേണ്ടതുപോലെ ചെയ്തു തീർത്ത് തിരികെ എത്തിയ കുറുക്കൻ പറഞ്ഞു.

"അങ്ങനെ നമ്മുടെ ഗ്രഡിയും സുരക്ഷാസങ്കേതത്തിൽ എത്തി. ഇനി ആരൊക്കെയാണ് നോക്കാം."

കുറുക്കൻ മുൻപ് ചെയ്തതുപോലെ കണക്കെടുത്തു.

"ഞാൻ ഫോക്സി; രണ്ട്-ഡക്കി; മൂന്ന് ഹെന്നി; ഇനി ഞാനും ഡക്കിയും പോകാം."

അവർ അവിടെ നിന്ന് പോയി. കുറച്ചു സമയത്തിന് ശേഷം തിരികെ വന്ന കുറുക്കൻ അടുത്തയാളെയും, അങ്ങനെ എല്ലാവരെയും കൊന്ന് തിന്നു.

വയറ് നല്ലതുപോലെ നിറഞ്ഞ കുറുക്കൻ ഒരു മരത്തിൽ ചാരിയിരുന്ന് വിശ്രമിച്ചു. വിശ്രമിക്കുന്നതിനിടയിൽ അവൻ സ്വയം, ഒരു പുഞ്ചിരിയോടെ ഉറക്കെ പറഞ്ഞു.

"അങ്ങനെ ലോകവസാനത്തെക്കുറിച്ച് ഉള്ള ഭയത്തിൽ നിന്ന് അവരെയെല്ലാം നാം മുക്തരാക്കിയിരിക്കുന്നു."

യജമാനൻ നൽകിയ മൂന്ന് നല്ല ഉപദേശങ്ങൾ

അയർലണ്ടിൽ പ്രചാരത്തിലുള്ള നാടോടിക്കഥകളിൽ ഭൂരിഭാഗവും പ്രേത-യക്ഷികഥകളാണെന്ന് പറയാം. നമ്മുടെ പഞ്ചതന്ത്രകഥകളിലേതുപോലെ ഗുണ പാഠങ്ങൾ നൽകുന്ന കഥകൾ കുറവാണ്. ഇല്ലെന്നല്ല. നിങ്ങൾ നേരത്തെ വായിച്ച 'അച്ഛൻ നൽകിയ ഉപദേശങ്ങളും, ലോകാവസാനവും' ഇങ്ങനെ ഗുണപാഠങ്ങളിൽ ഊന്നിക്കൊണ്ടുള്ള കഥകൾ ആയിരുന്നുവല്ലോ. ഇതും അതുപോലെ ഒന്നാണ്. ഇത് സ്കോട്ട് ലാണ്ടിൽ പ്രചാരത്തിലുണ്ടായിരുന്നതാണെന്നും അവിടെ നിന്നുമാണ് അയർലണ്ടിലേക്ക് പ്രചരിച്ചതെന്നും പറയപ്പെടുന്നു.

ഇതും വളരെ പണ്ട് നടന്ന ഒരു കഥയാണ്. ആ കാലങ്ങളിൽ കൃഷിനാശവും, ഭക്ഷണക്ഷാമവും അയർലണ്ടിൽ പതിവായിരുന്നു. ആ കൊല്ലവും അതുതന്നെ സംഭവിച്ചു. കൃഷി നശിച്ച് ഭക്ഷണസാധനങ്ങൾ കിട്ടാതെയായി. ജീവിക്കാൻ മാർഗമില്ലെന്ന നില കുറേ നാളത്തേക്ക് തുടർന്നപ്പോൾ പലരും ജോലിയും ജീവിതമാർഗവും തേടി ഇംഗ്ലണ്ടിലേക്ക് പോയി. അക്കൊല്ലം അങ്ങനെ ഇംഗ്ലണ്ടിലേക്ക് പോയവരുടെ കൂട്ടത്തിൽ ജോൺ കാർഡനും ഉണ്ടായിരുന്നു. ജോൺ അദ്ദേഹത്തിന്റെ ഭാര്യയേയും രണ്ട് മക്കളെയും അയർലണ്ടിൽതന്നെ വിട്ടിട്ടാണ് ഇംഗ്ലണ്ടിലേക്ക് യാത്രതിരിച്ചത്.

ജോൺ ചുറുചുറുക്കുള്ള ഒരു ചെറുപ്പക്കാരനായിരുന്നു. കൂടാതെ അക്കാലത്ത് ഒരു ഗ്രാമത്തിൽ അറിഞ്ഞിരിക്കേണ്ട എല്ലാ ജോലികളും ജോണിന് വശമായിരുന്നു. അതുകൊണ്ട് ഇംഗ്ലണ്ടിൽ എത്തി രണ്ട് മൂന്ന്

ദിവസങ്ങൾക്കുള്ളിൽതന്നെ ജോണിന് ഒരു വീട്ടിൽ തോട്ടപ്പണികൾ നോക്കുന്ന ജോലികിട്ടി. ഒരു വർഷത്തേക്ക് പന്ത്രണ്ട് പൊൻപണം. അതായിരുന്നു നിശ്ചയിച്ച വേതനം. കൂടാതെ താമസിക്കാൻ സൗകര്യവും ഭക്ഷണവും. നല്ല സ്നേഹത്തോടെ പെരുമാറുന്ന യജമാനൻ. ദിവസങ്ങൾക്കകം ജോൺ യജമാനന്റെ വിശ്വസ്തനുമായി. ദിവസങ്ങൾ വളരെവേഗം കടന്നുപോയി. പറഞ്ഞുറപ്പിച്ച ഒരു വർഷം കഴിഞ്ഞപ്പോൾ ജോൺ തിരികെ സ്വന്തം വീട്ടിലേക്ക് മടങ്ങാൻ തീരുമാനിച്ചു. വിവരം യജമാനനോട് പറഞ്ഞു.

"എന്താ ജോൺ, നിനക്ക് ഇത്രവേഗം തിരികെ പോകണമെന്നായോ? എന്റെ കൂടെയുള്ള ജോലി തൃപ്തികരമായിരുന്നില്ലേ, അതോ നിനക്ക് എന്റെ പെരുമാറ്റം ഇഷ്ടപ്പെട്ടില്ലെന്നുണ്ടോ?

"ഇല്ല യജമാനനെ. ഒരിക്കലുമില്ല. അങ്ങ് എനിക്ക് കഴിയുന്ന എല്ലാ സൗകര്യങ്ങളും ചെയ്തുതന്നു. ഞാൻ അങ്ങയോട് ഒരു വർഷം ജോലി ചെയ്യാമെന്നല്ലെ പറഞ്ഞിരുന്നത്. ഒരു വർഷം തികഞ്ഞസ്ഥിതിക്ക് ഇനി തിരികെ പോകാമെന്ന് വിചാരിച്ചു, അത്രതന്നെ" ഒന്ന് നിർത്തിയിട്ട് ജോൺ വീണ്ടും പറഞ്ഞു.

"ഞാൻ എന്റെ ഭാര്യയേയും രണ്ടു കുട്ടികളേയും അയർലണ്ടിൽ വിട്ടിട്ടാണ് ഇവിടെ വന്നത്. വരൾച്ച കാരണം ജീവിത മാർഗ്ഗം എല്ലാം അടഞ്ഞതുകൊണ്ടാണ് ഇവിടേക്കു വന്നത്. ഇപ്പോൾ അങ്ങ് തരുന്ന വേതനവും വാങ്ങി തിരികെപോയി അവർക്ക് ഒരാശ്വസമാകേണ്ടത് എന്റെ കടമയല്ലേ? അവർ ഇത്രയും കാലം എങ്ങനെ കഴിഞ്ഞു എന്നുപോലും എനിക്ക് അറിയുകയില്ലല്ലൊ?"

"ശരിയാണ്, നിന്റെ ആഗ്രഹം തികച്ചും ന്യായമാണ്." അല്പനേരത്തെ മൗനത്തിനു ശേഷം യജമാനൻ തുടർന്നു.

"നീ എനിക്ക് വിശ്വസ്തനും പ്രിയപ്പെട്ടവനും ആണ്. നിനക്ക് ഞാൻ നൽകാമെന്നേറ്റിരുന്ന പന്ത്രണ്ടു പൊൻപണം നിനക്ക് അവകാശപ്പെട്ടതാണ്. സംശയമില്ല. മാത്രമല്ല എന്റെ സ്നേഹവും വിശ്വാസവും പിടിച്ചുപറ്റിയ നിനക്ക് അതിന്റെ പത്തുമടങ്ങ് തരാനാണ് എന്റെ തീരുമാനം. പക്ഷേ അത് നിനക്ക് വേണമെങ്കിൽ, സ്വീകാര്യമാണെങ്കിൽ ഞാൻ പറയുന്ന കാര്യങ്ങൾ യാതൊരു നിബന്ധനയുമില്ലാതെ നീ അംഗീകരിക്കണം. പറയൂ, നിനക്ക് ഏതാണ് വേണ്ടത്? പന്ത്രണ്ട് പൊൻപണമോ അതോ ഞാൻ നൽകുന്ന നിബന്ധകളോട്ടുകൂടിയ പാരിതോഷികമോ?"

ജോൺ അല്പനേരം ആലോചിച്ചു. 'തന്റെ യജമാനന് തന്നോട് മമതയും വിശ്വാസവും ആണ്. അദ്ദേഹം ഒരിക്കലും തന്നോട് തെറ്റായി

പെരുമാറുകയില്ല. തന്നെ വഞ്ചിച്ചിട്ട് അദ്ദേഹത്തിന് ഒന്നും നേടാൻ ഇല്ല. പിന്നെന്തുകൊണ്ട് അദ്ദേഹത്തിന്റെ നിബന്ധനകൾ അംഗീകരിച്ചുകൂടാ?'

പിന്നീട് ജോൺ പറഞ്ഞു.

"യജമാനനെ, ഞാൻ അങ്ങയുടെ നിബന്ധനകളോട്ടുകൂടിയ പാരിതോഷികം സ്വീകരിക്കുന്നു. അതെന്തായാലും എനിക്ക് സന്തോഷമാണ്"

"ശരി അങ്ങനെയെങ്കിൽ ഞാൻ പറയുന്നത് ശ്രദ്ധയോടെ കേൾക്കുക."

"ശരി" ജോൺ സമ്മതിച്ചു.

"ആദ്യമായി ഞാൻ നിനക്ക് മൂന്നു ഉപദേശങ്ങൾ തരും. ഈ ഉപദേശങ്ങൾ നീ എന്നും പാലിക്കുമെന്ന് എനിക്ക് ഉറപ്പു നൽകണം."

"ശരി. ഞാൻ തീർച്ചയായും പാലിക്കും."

"എങ്കിൽ ആദ്യത്തെ ഉപദേശം ഇതാ. നീ വീട്ടിലേക്കുള്ള മടക്കയാത്രയിലും പിന്നീട് എപ്പോൾ യാത്രചെയ്യുമ്പോഴും ഒരിക്കലും കുറുക്കുവഴികളിൽക്കൂടി സഞ്ചരിക്കാൻ പാടില്ല. എപ്പോഴും പ്രധാന നേർവഴികൾ, അവ അല്പം ദൂരക്കൂടുതൽ ഉള്ളവ ആയാൽപോലും എന്താ, സമ്മതമാണോ?"

"അതെ."

"രണ്ടാമത്തെ ഉപദേശം ഇതാ. നീ യാത്രചെയ്യുമ്പോൾ രാത്രിയിൽ വിശ്രമം ആവശ്യമാകുമ്പോൾ താമസിക്കാൻ തിരഞ്ഞെടുക്കുന്ന വിടുതികളെക്കുറിച്ച് ശരിയായി അന്വേഷിക്കണം. ദുർബലനായ ഭർത്താവും അധിക സ്വാതന്ത്ര്യം കാണിക്കുന്ന ചെറുപ്പക്കാരിയായ ഭാര്യയും ചേർന്ന് നടത്തുന്ന വിടുതികളിൽ ഒരു കാരണവശാലും വിശ്രമിക്കരുത്. (ആ കാലങ്ങളിൽ യാത്രക്കാർക്കു വേണ്ടിയുള്ള വിടുതികൾ നടത്തിയിരുന്നത് പലപ്പോഴും വീടുകളോട് ചേർന്ന ഉപരിവീടുകളിലോ അല്ലെങ്കിൽ പ്രധാന വീട്ടിൽതന്നെയുള്ള ഒഴിഞ്ഞമുറികളോ ഉപയോഗപ്പെടുത്തിക്കൊണ്ടായിരുന്നു.)

"അങ്ങനെയാകട്ടെ യജമാനനെ, ഞാൻ തീർച്ചയായും അങ്ങനെ ശ്രദ്ധിച്ചുകൊള്ളാം"

"എന്നും ഓർക്കുക. സത്യസന്ധതയാണ് ഏറ്റവും വിലപ്പെട്ട ധനം. ഇത് മറന്ന് പ്രവർത്തിക്കരുത്."

"എനിക്ക് ഈ ഉപദേശവും സ്വീകാര്യമാണ്."

"എങ്കിൽ നീ സമ്പാദിച്ച വേതനത്തിന് പകരം ഞാൻ നിനക്ക്

നൽകുന്നത് ഈ മൂന്ന് ഉപദേശങ്ങളാണ്. ഇവയുടെ മൂല്യം നീ സമ്പാദിച്ച വേതനത്തേക്കാൾ പതിൻമടങ്ങ് വിലപ്പെട്ടതാണ്. ഇതു കൂടാതെ നിനക്ക് ഒരു പൊൻ പണം യാത്രച്ചിലവിനായി തരും. അതൊടൊപ്പം രണ്ടുകഷ്ണം കേക്കും. ഒരു കഷ്ണം നിന്റെ ഭാര്യയ്ക്ക്, മറ്റേ കഷ്ണം, ആദ്യത്തേതു നിന്റെ ഭാര്യയ്ക്കു നൽകിയതിനുശേഷം നിനക്കു തിന്നാം."

ആ വാക്കുകൾ കേട്ട ജോൺ അല്പനേരം അമ്പരന്ന് നിന്നുപോയി. അവൻ ആലോചിച്ചു. 'എന്ത്? എനിക്ക് കൂലിയായി ഒന്നും തരില്ലെന്നോ? എങ്കിലും യജമാനൻ ഇങ്ങനെ ചതിക്കേണ്ട കാര്യമൊന്നും ഇല്ലല്ലൊ. കുറച്ചുനേരം ആലോചിച്ചതിനുശേഷം തന്റെ യജമാനനൻ തന്നെ ചതിക്കില്ലെന്നും, ഇതെല്ലാം തന്റെ നന്മയെ ഉദ്ദേശിച്ച് മാത്രം ചെയ്യുന്നതായിരിക്കും എന്ന് ആശ്വസിക്കാം'.

അന്നുതന്നെ ജോൺ അയൽണ്ടിലേക്ക് യാത്ര തിരിച്ചു. വഴിയിൽ മറ്റ് രണ്ട് ചെറുപ്പക്കാരെ പരിചയപ്പെട്ടു. അവർ നന്നായി, സരസമായി സംസാരിക്കുന്നവരും അയർലണ്ടിലേക്കുതന്നെ യാത്ര ചെയ്യുന്നവരും ആയിരുന്നു. അതുകൊണ്ട് അവർ മൂവരും ഒന്നിച്ച് വർത്തമാനം പറഞ്ഞ് നടന്നു. നേരം ഏതാണ്ട് സന്ധ്യയാകാറായപ്പോൾ അവർ ഒരു കാട്ടുപ്രദേശത്ത് എത്തിയിരുന്നു. കൂട്ടുകാർ ജോണിനോട് പറഞ്ഞു.

"ജോൺ. ദാ. നോക്ക്. നമുക്ക് കാടിനകത്തുകൂടിയുള്ള ഈ വഴിയിൽ പോകാം, ഇതുവഴി പോയാൽ പ്രധാനറോഡിൽക്കൂടി പോകുന്നതിനേക്കാൾ ഏതാണ്ട് മൂന്നു മൈൽ നടപ്പ് ലാഭിക്കാം."

കൂട്ടുകാർ പറഞ്ഞത് കേട്ടപ്പോൾ ജോൺ തന്റെ ജയമാനന്റെ ഉപദേശം ഓർത്തു.

"ഇല്ല കൂട്ടുകാരെ. ഞാൻ ഈ മെയിൻ റോഡിൽക്കൂടിതന്നെ നടക്കുന്നു. നിങ്ങൾ വേണമെങ്കിൽ ആ വഴിയിൽ വന്നുകൊള്ളുക. ഇവിടെ നിന്ന് പത്തുമൈൽ താണ്ടിയാൽ വെൽകം ലോഡ്ജ് എന്ന പേരിൽ ഒരു വിടുതിയുണ്ട്. നമുക്ക് അവിടെ കണ്ടുമുട്ടാം."

"അങ്ങനെയാകട്ടെ" അത്രയും പറഞ്ഞ് അവർ നടപ്പാതയിൽക്കൂടി നടന്നു. ജോൺ പ്രധാന നിരത്തിൽക്കൂടിയും. രാത്രി ഏതാണ്ട് എട്ടുമണിയോടുകൂടി വെൽകം ലോഡ്ജിൽ എത്തിച്ചേർന്ന ജോൺ തന്റെ കൂട്ടുകാർ അവിടെ എത്തിയിട്ടുണ്ടോ എന്ന് അന്വേഷിച്ചു. അവർ എത്തിയിട്ടില്ല എന്ന് മനസ്സിലാക്കിയ ജോൺ അവർക്കുവേണ്ടി കാത്തിരിക്കുന്നതിനിടയിൽ ആലോചിച്ചു. 'എന്തായിരിക്കും സംഭവിച്ചിരിക്കുക? അവർ എന്നേക്കാൾ നേരത്തെ ഇവിടെ എത്തേണ്ടതായിരുന്നു.' അങ്ങനെ ആലോചിക്കുമ്പോൾ അവർ തികച്ചും അവശനിലയിൽ അവിടെ എത്തി. ദേഹത്ത് അടികൊണ്ട പാടുകളും രക്തക്കറയും

ഉണ്ടായിരുന്നു. വസ്ത്രങ്ങൾ കീറിയിരുന്നു. വിവരം അന്വേഷിച്ചപ്പോൾ മനസ്സിലായത് വഴിയിൽ ആരോ അക്രമികൾ അവരെ ഭീഷണിപ്പെടുത്തി, ദേഹോപദ്രവം ഏല്പിച്ച് അവരുടെ കൈയിലുണ്ടായിരുന്ന വിലപ്പെട്ട സാധനങ്ങൾ എല്ലാം പിടിച്ചുപറിച്ചുകൊണ്ട് പോയി എന്നാണ്. പ്രത്യേകമായി ഒളിച്ചുവെച്ചിരുന്ന കുറച്ച് സ്വർണ നാണയങ്ങൾ മാത്രം അക്രമികളുടെ കൈയിൽ പെട്ടില്ല. ജോൺ അവരെ ആശ്വസിപ്പിച്ചു.

"പോയത് പോയി. ആശ്വസിക്ക്. നമുക്ക് ഓരോ കോപ്പ ബീയർ കുടിച്ചിട്ടാകാം ഇവിടെ രാത്രി താമസിക്കുന്നതിന് വേണ്ട ഏർപ്പാട് ചെയ്യാൻ. വാ."

അവർ മൂന്നുപേരും ബിയർ കുടിച്ചുകൊണ്ട് ഇരിക്കുമ്പോൾ ചെറുപ്പക്കാരിയായ ഒരു സ്ത്രീ ബാറിൽ വന്ന് പരിചാരകന്മാരോട് വളരെ കർക്കശമായും അശ്ലീലമായ ഭാഷ ഉപയോഗിച്ചും സംസാരിക്കുന്നത് അവർ ശ്രദ്ധിച്ചു. അവരുടെ കൂടെ മദ്ധ്യവയസ്കനായ ഒരാളും ഉണ്ടായിരുന്നു. അവർ അവിടെ നിന്നും പോയതിനുശേഷം ജോൺ പരിചാരകിൽ ഒരാളോട് ചോദിച്ചു.

"സ്നേഹിതാ, ആ ശബ്ദമെടുത്ത് സംസാരിച്ച സ്ത്രീ ആരാണ്?"

"ഓ, അതോ? അവരാണ് ഈ ലോഡ്ജിന്റെ ഉടമസ്ഥ."

"ഓ അതേയോ? അപ്പോൾ കൂടെയുണ്ടായിരുന്ന ആ മദ്ധ്യവയസ്കനോ?"

"ഓ അത് അവരുടെ ഭർത്താവാണ്. പക്ഷേ കാര്യങ്ങളെല്ലാം നടത്തുന്നത് അവരാണ്." അയാൾ കൂട്ടിചേർത്തു.

"അത് അയാളുടെ രണ്ടാം ഭാര്യയാണ്. ഭയങ്കരി." അതുകേട്ടപ്പോൾ ജോൺ തന്റെ യജമാനൻ നൽകിയ ഉപദേശങ്ങൾ ഓർത്തു. അവൻ കൂട്ടുകാരോട് പറഞ്ഞു.

"സ്നേഹിതരെ. നമുക്ക് ഈ ലോഡ്ജിൽ താമസിക്കണ്ട. അല്പം ദൂരെ വഴിയരികിൽ മറ്റൊരു വിശ്രമസ്ഥലം ഉണ്ട്. ഇവിടുത്തെപ്പോലെ സൗകര്യങ്ങൾ ഇല്ലെങ്കിലും ഞാനവിടെ പോകുകയാണ്. പക്ഷേ കൂട്ടുകാർ പറഞ്ഞു.

"ഞങ്ങളിനി എങ്ങോട്ടും വരുന്നില്ല. ഇവിടെത്തന്നെ കൂടുകയാ."

"അതെയതെ. ഇവിടെത്തന്നെ കൂടാം. ഈ വിടുതിയുടെ ഉടമ നല്ല സുന്ദരിയായ ചെറുപ്പക്കാരിയാണ്. നല്ല തന്റേടിയും. സൗകര്യം കിട്ടിയാൽ അവരെ പരിചയപ്പെടുകയും ചെയ്യാം."

"ശരി. എങ്കിൽ നമുക്ക് നാളെ പ്രഭാതത്തിൽ വീണ്ടും കാണാം. ഒന്നിച്ചു തന്നെ യാത്ര തുടരാം." അത്രയും പറഞ്ഞ് ജോൺ നടന്നു.

അടുത്തദിവസം രാവിലെ യാത്രയ്ക്ക് തയ്യാറായി. ജോൺ കുറേ നേരം കൂട്ടുകാർക്കുവേണ്ടി കാത്തിരുന്നു. അതുവഴി ആ സമയത്ത് വന്ന ഒരാളോട് വഴിയിൽ മറ്റാരെയെങ്കിലും കണ്ടുവോ എന്ന് അന്വേഷിച്ചു. ആയാളിൽ നിന്ന് കേട്ടത് ഞെട്ടിപ്പിക്കുന്ന ഒരു വാർത്തയായിരുന്നു. അയാൾ തന്റെ സ്നേഹിതർ തങ്ങിയിരുന്ന ലോഡ്ജിൽ നിന്നാണ് വരുന്നത് എന്നും, ജോണിന്റെ സ്നേഹിതർ രാത്രിയിൽ എങ്ങനെയോ കൊല്ലപ്പെട്ടു എന്നുമായിരുന്നു വാർത്ത. എന്തിന്, എങ്ങനെ കൊല്ലപ്പെട്ടു എന്ന് അയാൾക്കും അറിയാമായിരുന്നില്ല. വിവരം കേട്ട ജോൺ ദുഃഖത്തോടെ തന്നെ യാത്ര തുടർന്നു. ഏതാണ്ട് സന്ധ്യയടുത്തപ്പോഴേക്കും സ്വഗൃഹത്തിൽ എത്തിച്ചേർന്നു അവനേ കണ്ടതിൽ ഭാര്യയ്ക്കും മക്കൾക്കും ഉണ്ടായ സന്തോഷം പറഞ്ഞറിയിക്കാവുന്നതിലും അധികം ആയിരുന്നു. മക്കൾ അച്ഛനെ കെട്ടിപ്പിടിച്ച് ഉമ്മവെച്ചു. ജോൺ ചോദിച്ചു.

“കഴിഞ്ഞ ഒരു വർഷം നിങ്ങളെങ്ങനെ തള്ളിനീക്കി എന്നറിയത്തില്ല. നീയും മക്കളും വളരെ കഷ്ടപ്പെട്ടു അല്ലേ.”

ജോണിന്റെ ഭാര്യ പറഞ്ഞു. “കഴിഞ്ഞ ഒരു വർഷം ഞങ്ങൾ വളരെ കഷ്ടപ്പെട്ടു. പലപ്പോഴും ആഹാരത്തിനുവേണ്ടി പിച്ചയെടുക്കേണ്ടിവന്നു.” അവൾ തുടർന്ന് പറഞ്ഞു.

“എങ്കിലും ഇന്ന് നല്ല ദിവസമാ. നിങ്ങൾ വന്നല്ലോ. സമാധാനമായി. എന്നു മാത്രമല്ല അല്പം മുമ്പ് ദൈവം തന്ന ഒരു ചെറിയ നിധിയും കിട്ടി.”

“എന്താ അത്?” ജോൺ ആശ്ചര്യത്തോട തിരക്കി.

“കുറച്ചുമുമ്പ് നമ്മുടെ മോൻ മിക്കിക്ക് റോഡരികിൽ നിന്ന് കിട്ടിയതാണ് ഈ സഞ്ചി ഇതുമുഴുവൻ സ്വർണ്ണ നാണയങ്ങളാ. നോക്കിയാട്ടെ.” അവർ ആ സഞ്ചി ജോണിന് കാണിച്ചുകൊടുത്തു.

“എന്ത്? റോഡരികിൽനിന്ന് ഈ സഞ്ചി കിട്ടിയെന്നോ? എങ്കിൽ അത് ഏതെങ്കിലും പാവം വഴിപോക്കന്റെ കയ്യിൽനിന്ന് വീണുപോയതായിരിക്കും. സംശയമില്ല.”

“അതേന്നേ, ഇത് ഇവിടെയടുത്തുള്ള ആ പ്രഭുവില്ലേ. അയാളുടേതാ. അയാൾ കാലത്ത് കുതിരപ്പുറത്ത് ആ വഴിയെപോയപ്പോൾ താഴെ വീണതാ. മിക്കി കണ്ടന്നേ.” ഭാര്യ വിശദീകരിച്ചു.

“ഓ അങ്ങനെയാണോ? എങ്കിൽ നാം അത് അദ്ദേഹത്തിന് തിരികെ നൽകണം.”

“ഛെ. അതെങ്ങനെ ശരിയാകും? അയാൾക്കാണെങ്കിൽ ഈ പണം വെറും നിസ്സാരതുകയാണ്. നമുക്കാണെങ്കിൽ കുറച്ചു ദിവസം പട്ടിണികൂട്ടാതെ എന്തെങ്കിലും ആഹാരം കഴിക്കാനുള്ള വകയാകും.”

"അതൊക്കെ ശരിയാണ്. പക്ഷേ, നാം ഒരിക്കലും സത്യസന്ധമല്ലാത്ത ഒന്നും ചെയ്യാൻ പാടില്ല. നീ ഞാൻ പറയുന്നത് അനുസരിക്കണം. ഉടനേതന്നെ നീ ആ പ്രഭുകുമാരന്റെ വീട്ടിൽ പോയി ആ സഞ്ചി തിരികെ കൊടുത്തിട്ട് വരണം"

"നിങ്ങൾ പറയുന്നതൊന്നും ശരിയായി എനിക്ക് തോന്നുന്നില്ല. എന്നാലും ഞാൻ അങ്ങയുടെ വാക്കുകൾ അനുസരിക്കാം."

അവൾ സഞ്ചിയുമായി പ്രഭുവിന്റെ വീട്ടിലേക്ക് നടന്നു. വീട്ടുമുറ്റത്ത് എത്തിയ അവളോട് കാവൽക്കാരൻ ചോദിച്ചു.

"ഉം. നിനക്കിവിടെ എന്താ കാര്യം."

"എനിക്ക് ഇവിടുത്തെ യജമാനനെ ഒന്നു കാണണം. ഒരു സംഗതി അറിയിക്കുവാനുണ്ട്."

"ഇപ്പോൾ അദ്ദേഹത്തെ കാണാൻ സാധ്യമല്ല. വിവരം എന്താണെങ്കിലും എന്നെ ധരിപ്പിച്ചാൽ മതി. ഞാൻ സൗകര്യമായി അദ്ദേഹത്തോട് പറഞ്ഞുകൊള്ളാം."

"ഈ സഞ്ചിയും അദ്ദേഹത്തിന് തിരികെ നൽകേണ്ടതുണ്ട്."

"ഓ അങ്ങനെയോ. എങ്കിൽ അത് എന്റെ കൈയ്യിൽ തന്നാൽ മതി. ഞാൻ യജമാനന് കൊടുത്തുകൊള്ളാം."

നാൻസി സഞ്ചി അയാളുടെ കയ്യിൽ കൊടുത്തിട്ട് തിരികെ വീട്ടിലേക്ക് പോന്നു.

തിരികെ വീട്ടിലെത്തിയതും നാൻസി ജോണിനോട് വിവരങ്ങൾ എല്ലാം പറഞ്ഞു.

"ശരി. സാരമില്ല. നമ്മൾ നമ്മുടെ കടമ സത്യസന്ധമായി ചെയ്തു. അതുമതി. പിന്നീട് ജോൺ തന്റെ സഞ്ചിയിൽ നിന്നും യജമാനൻ തന്ന കേയ്ക്ക് കഷ്ണങ്ങൾ വെളിയിലെടുത്തു. യജമാനൻ നിർദ്ദേശിച്ചതുപോലെ ആദ്യത്തെക്കഷ്ണം ഭാര്യയ്ക്കു നൽകി.

"നീയും മക്കളും ഇത് വീതിച്ച് തിന്ന്." ജോൺ പറഞ്ഞു.

ഭാര്യ കേയ്ക്കു കഷ്ണം രണ്ടായി മുറിച്ചപ്പോൾ അതിനകത്ത് പത്ത് സ്വർണ നാണയങ്ങൾ.

"എന്ത്? കേയ്ക്കിനകത്ത് സ്വർണ നാണയങ്ങളോ?" അതിശയത്തോടെ അല്പം ആലോചിച്ചതിന് ശേഷം ജോൺ പറഞ്ഞു.

"എന്റെ കയ്യിൽനിന്നും പണം യാത്രക്കിടയിൽ നഷ്ടപ്പെടാതിരിക്കാൻ യജമാനൻ ചെയ്ത സൂത്രമാണ് ഇത്. സംശയമില്ല."

ജോൺ മറ്റേ കേയ്ക്ക് കഷ്ണവും എടുത്ത് പരിശോധിച്ചു. അതിനകത്തും

ഉണ്ടായിരുന്നു, പത്ത് സ്വർണ്ണ നാണയങ്ങൾ. അവർക്കെല്ലാം വളരെ സന്തോഷമായി എന്നു മാത്രമല്ല ജോണിന് തന്റെ യജമാനനോട് കൂടുതൽ സ്നേഹവും വിശ്വാസവും തോന്നി.

രണ്ടു ദിവസങ്ങൾക്കു ശേഷം വഴിയോരത്ത് നടക്കുമ്പോൾ ആ പ്രഭുകുമാരൻ കുതിരപ്പുറത്ത് വരുന്നത് ജോൺ കണ്ടു. ജോൺ കൈകൾ ഉയർത്തിക്കാണിച്ച് അദ്ദേഹത്തോട് നിൽക്കാൻ അഭ്യർത്ഥിച്ചു. പ്രഭു കുതിരയുടെ കടിഞ്ഞാൺ പിടിച്ച് നിർത്തി. ജോണിനോട് മര്യാദയോടെ ചോദിച്ചു.

"നിങ്ങൾക്ക് എന്താണ് ആവശ്യം?"

"എന്റെ പേര് ജോൺ, ഞാൻ ഇവിടെ അതാ ആ കാണുന്ന ചെറിയ കുടിലിലാണ് താമസം. എനിക്ക് പ്രത്യേകിച്ച് ആവശ്യങ്ങൾ ഒന്നുമില്ല. എങ്കിലും രണ്ട് ദിവസം മുൻപ് താങ്കൾക്ക് സ്വർണ്ണ നാണയങ്ങളോടു കൂടിയ ഒരു പണസഞ്ചി നഷ്ടപ്പെട്ടോ എന്നറിയാൻ താല്പര്യമുണ്ട്." ജോൺ പറഞ്ഞു.

"അതെ. നഷ്ടപ്പെട്ടു. പക്ഷേ അത് നിനക്ക് എങ്ങനെ അറിയാം."

"കുതിരപ്പുറത്ത് സവാരി ചെയ്തു കൊണ്ടിരുന്ന താങ്കളുടെ സഞ്ചി താഴെ വീഴുന്നത് എന്റെ മകൻ കാണാൻ ഇടയായി. അവൻ അത് എന്റെ കയ്യിൽ തരികയും ചെയ്തു."

"എന്നിട്ട് ആ സഞ്ചി ഇപ്പോൾ എവിടെ?" പ്രഭുതിരക്കി.

"അത് അന്നുതന്നെ എന്റെ ഭാര്യ താങ്കളുടെ പരിചാരകന്റെ പക്കൽ നൽകുകയുണ്ടായി. അത് അങ്ങയ്ക്ക് കിട്ടിയില്ലെ?".

"എന്ത്? എന്റെ പരിചാരകന്റെ കയ്യിൽ കൊടുത്തുവെന്നോ?"

"അതെ."

"എനിക്ക് വളരെയധികം പരിചാരകരും സിൽബന്ധികളും ഉണ്ട്. ആരുടെ പക്കലാണ് കൊടുത്തത്? വാങ്ങിയ ആളിന്റെ പേരറിയാമോ?"

"ഇല്ല. എന്റെ ഭാര്യക്ക് അയാളുടെ പേര് അറിഞ്ഞുകൂടാ. പക്ഷേ അയാളെ കണ്ടാൽ അവൾക്ക് നിശ്ചയമായും തിരിച്ചറിയാൻ കഴിയും."

പ്രഭു അല്പം ആലോചിച്ചു. ജോൺ പറഞ്ഞത് അവിശ്വസിക്കേണ്ട കാര്യമില്ലെന്ന് ബോദ്ധ്യമായി.

"ശരി, എനിക്ക് എല്ലാം മനസ്സിലാകുന്നുണ്ട്. ജോൺ, നീ നാളെ വൈകിട്ട് ഭാര്യയേയും കൂട്ടി എന്റെ ഭവനത്തിൽ ഒന്ന് വരാമോ?"

"വരാം സർ, ഞാനും നാൻസിയും നാളെ വൈകിട്ട് അവിടെ എത്തും"

അടുത്തദിവസം വൈകിട്ട് ജോണും ഭാര്യയും പ്രഭുവിന്റെ ഭവനത്തിൽ

എത്തി. പക്ഷേ വീട്ടുകാവൽക്കാരൻ അവരെ അകത്തേക്കു കടത്തിവിട്ടില്ല. എന്നു മാത്രമല്ല അവരോടു തട്ടിക്കയറുകയും ചെയ്തു.

"ഇവിടെ ആർക്കും ഇപ്പോൾ പ്രവേശനമില്ല. അതുകൊണ്ട് എത്രയും വേഗം ഇവിടെനിന്നു പോയ്ക്കോ."

"കണ്ടോ. ഞാൻ പറഞ്ഞില്ലേ ഇവിടെ വന്നിട്ട് ഒരു കാര്യവുമില്ലെന്ന്. കഴിഞ്ഞ ദിവസവും ഇതുതന്നെയാ നടന്നത്. അങ്ങേരെ കാണാൻ ഇവരാരും സമ്മതിക്കത്തില്ല. വാ, നമുക്ക് പോകാം." നാൻസി ജോണിനോട് പറഞ്ഞു.

പക്ഷേ ജോൺ അത് കൂട്ടാക്കാതെ അവിടെ ഇരുന്നു.

"ഇന്ന് അദ്ദേഹത്തെ കണ്ടിട്ടേ നമ്മൾ വീട്ടിലേക്ക് മടങ്ങൂ" ജോൺ പറഞ്ഞു.

കുറച്ചു സമയത്തിനുശേഷം വീട്ടിൽ നിന്ന് വെളിയിലേക്ക് വന്ന പ്രഭു അവരെ കണ്ടു.

"ദാ, കുറച്ചുസമയമായി ഞാൻ നിങ്ങളെ പ്രതീക്ഷിച്ചിരിക്കുകയായിരുന്നു"

"ഞങ്ങൾ വന്നിട്ട് കുറെ നേരമായി." ജോൺ പറഞ്ഞു.

"വരൂ. അകത്തേക്ക് വരൂ." പ്രഭു അവരെ വീട്ടിനകത്തേക്ക് ക്ഷണിച്ചു. ഇരിക്കാൻ പറഞ്ഞു.

പിന്നീട് അദ്ദേഹം തന്റെ പ്രധാന പരിചാരകനെ വിളിച്ച് എല്ലാ പരിചാരകരും സിൽബന്ധികളും ഉടനെ അവിടെ വരാൻ പറഞ്ഞു. അല്പ നിമിഷങ്ങൾക്കകം അവരെല്ലാം അവിടെ എത്തി. പ്രഭു എല്ലാവരോടുമായി ചോദിച്ചു.

"ഈ സ്ത്രീ എന്റെ കളഞ്ഞുപോയ പണസഞ്ചി നിങ്ങളിൽ ഒരാളുടെ കൈയിൽ ഏൽപിക്കുകയുണ്ടായി. ആരാണ് അത് വാങ്ങിയത്?"

ആരും ഉത്തരം പറയുന്നില്ല എന്ന് കണ്ടപ്പോൾ നാൻസി ഒരാളുടെ നേർക്ക് വിരൽചൂണ്ടി പറഞ്ഞു.

"സാർ, ഞാൻ ഈ ആളിന്റെ കയ്യിലാണ് ആ പണസഞ്ചി കൊടുത്തത്

"വില്യം, എന്താണ് ഞാനീകേൾക്കുന്നത്. നീ പണസഞ്ചി കിട്ടിയ വിവരം എന്തുകൊണ്ടാണ് എന്നോട് പറയാതിരുന്നത്?" വില്യം ഒന്നും പറയാതെ തലകുനിച്ച് നിന്നു.

പിന്നീട് അദ്ദേഹം ജോണിനോട് പറഞ്ഞു.

“ജോൺ, നിങ്ങളുടെ സത്യസന്ധതയെ ഞാൻ മാനിക്കുന്നു. താങ്കൾ വീട്ടിലേക്ക് മടങ്ങിക്കൊള്ളുക. ഇന്നലെ നാം കണ്ടപ്പോൾ അതിനടുത്തുണ്ടായിരുന്ന ആ ചെറിയ കുടിലിലാണ് താങ്കൾ താമസിക്കുന്നത് എന്നല്ലെ പറഞ്ഞത്?”

“അതെ”

പ്രഭു ഇരുപത് സ്വർണ്ണനാണയങ്ങൾ ജോണിന്റെ കയ്യിൽ കൊടുത്തിട്ട് പറഞ്ഞു.

“ഇത് എന്റെ ഒരു ചെറിയ പാരിതോഷികം മാത്രം. ഇത് സ്വീകരിക്കണം.” ജോൺ അല്പം മടിച്ചിട്ടാണെങ്കിലും ആ പാരിതോഷികം വാങ്ങി ഭാര്യയോടൊപ്പം വീട്ടിലേക്ക് മടങ്ങി. ഏതാണ്ട് ഒരു മാസത്തിനുശേഷം പ്രഭു ഒരു ചെറിയ നല്ല സൗകര്യങ്ങളുള്ള വീട് ജോണിന്റെ കുടിലിനടുത്ത് പണിയിക്കുകയും അത് അവർക്ക് അദ്ദേഹത്തിന്റെ സമ്മാനമായി നൽകുകയും ചെയ്തു. ജോണും കുടുംബവും പിന്നീട് ആ വീട്ടിലാണ് സുഖമായി ജീവിച്ചത്.

ജോൺ തന്റെ ഇംഗ്ലണ്ടിലെ യജമാനനെ എപ്പോഴും ഓർക്കുമായിരുന്നു. അദ്ദേഹം തനിക്ക് വേതനമായി തന്നത് കേവലം സ്വർണ്ണനാണയങ്ങൾ മാത്രം ആയിരുന്നില്ലെന്നും മറിച്ച് വളരെ വിലപ്പെട്ട ഉപദേശങ്ങളും കൂടി ആയിരുന്നു എന്നും ജോൺ എന്നും സ്നേഹത്തോടെയും ബഹുമാനത്തോടെയും ഓർത്തു.

എത്താ എന്ന വധു

നമ്മുടെ നാട്ടിൽ ഗന്ധർവ്വന്മാരെയും ദേവയക്ഷികളെയും (Fairies) ബന്ധപ്പെടുത്തിയുള്ള ധാരാളം കഥകൾ പ്രചാരത്തിൽ ഉള്ളതുപോലെ പല യൂറോപ്യൻ നാടുകളിലും അത്തരം കഥകൾ സർവ്വസാധാരണമാണ്. അക്കൂട്ടത്തിൽ അയർലണ്ടിൽ പ്രചാരത്തിലുള്ള ഒരു കഥയാണ് ഇത്. ഗന്ധർവ്വന്മാർക്ക് മനുഷ്യ സ്ത്രീകളുടെ സൗന്ദര്യം ആകർഷകമായി തോന്നിയിരുന്നു. അതിനാൽ മനുഷ്യസ്ത്രീകളുടെ സൗന്ദര്യത്തിൽ ആകൃഷ്ടരായ ഗന്ധർവ്വന്മാർ അവരെ സ്നേഹിക്കുകയും, അവരോട് നയപരമായി പെരുമാറുകയും തങ്ങളുടെ കൂടെകൂട്ടിക്കൊണ്ട് പോകുകയും ചെയ്യുന്ന സന്ദർഭങ്ങൾ വിരളമായിരുന്നില്ല. അതുപോലെ തങ്ങളുടെ ആഗ്രഹമനുസരിച്ച് കൂടെ ചെല്ലാൻ വിസമ്മതിക്കുന്ന ഇഷ്ടപ്പെട്ടവരെ വേണ്ടിവന്നാൽ ബലം പ്രയോഗിച്ചും ചിലപ്പോൾ തന്ത്രപൂർവ്വം പ്രലോഭിപ്പിച്ചും കൂട്ടിക്കൊണ്ട് പോകുന്നതും പതിവായിരുന്നു. അങ്ങനെ ഒരു സംഭവമാണ് ഈ കഥയിൽ ഉള്ളത്.

ഫിൻവാര എന്ന ഗന്ധർവ്വ രാജകുമാരൻ അങ്ങനെ മനുഷ്യസ്ത്രീകളെ പ്രലോഭിപ്പിച്ച് തന്റെ കൂടെക്കൂട്ടിക്കൊണ്ടുപോകുന്നതിൽ വളരെ സമർത്ഥൻ ആയിരുന്നു. പല സുന്ദരികളെയും ആ ഗന്ധർവ്വകുമാരൻ കൂട്ടിക്കൊണ്ട് പോയിട്ടുണ്ട്. ഗന്ധർവ്വന്മാർ വശമുള്ള ചില പ്രത്യേക ശക്തികൾ ഉപയോഗിച്ച് അവർ നിർമ്മിക്കുന്ന മായാലോകം ഏവരെയും ഭ്രമിപ്പിക്കുന്നവ ആയിരുന്നു.

'ത്വാ' മിലെ 'നോക്മ' യിലുണ്ടായിരുന്ന ആരെയും അതിശയിപ്പിക്കുന്ന കൊട്ടാരവും അത്തരത്തിലുള്ള ഒന്നായിരുന്നു. ആ കൊട്ടാരത്തിൽ പ്രവേശിക്കുന്ന ഏവരും അവിടുത്തെ മാസ്മര ശക്തിയുള്ള അന്തരീക്ഷത്തിൽ,

അതീവ സുന്ദരങ്ങളായ കാഴ്ചകൾ കണ്ട്, മനസ്സിനെയാകെ കവരുന്ന സംഗീതത്തിൽ ലയിച്ച് മറ്റെല്ലാം മറന്ന് പോകുമായിരുന്നു. ആ നിമിഷങ്ങളിൽ ഭൂതകാല ഓർമകൾ എല്ലാം മനസ്സിൽ നിന്ന് മാഞ്ഞുപോകും. ആരും അവിടുത്തെ ശാന്തസുന്ദരമായ അലൗകിക പ്രപഞ്ചത്തിൽ അലിഞ്ഞുചേരും. നിമിഷങ്ങൾ മണിക്കൂറുകളും, ദിവസങ്ങളും വർഷങ്ങളുമായി കടന്നുപോകുന്നത് അറിയുകയില്ല.

നാട്ടിലെ പ്രസിദ്ധനായ ഒരു രാജാവിന്റെ അതീവ സുന്ദരിയും ചെറുപ്പക്കാരിയും ആയ ഭാര്യയായിരുന്നു എത്താ. രാജാവിന്റെ അഭിമാനമായിരുന്നു എത്താ. അതുകൊണ്ടു തന്നെ മിക്കവാറും എല്ലാദിവസവും എത്തായുടെ പേരിൽ ആർഭാടമായ വിരുന്നുകൾ ഒരുക്കുമായിരുന്നു. പലർക്കും തന്റെ സുന്ദരിയായ ഭാര്യയെ കാണാനും തന്നെ അഭിനന്ദിക്കാനും (ചിലപ്പോൾ ചിലർക്കെങ്കിലും അസൂയപ്പെടുവാനും) ഉള്ള സന്ദർഭങ്ങളായിരുന്നു അത്തരം വിരുന്നുകൾ. എന്നും അനവധി പ്രഭുക്കന്മാരുടെയും പ്രഭുവികളുടെയും സന്ദർശനം ഉണ്ടാകും എപ്പോഴും നിറഞ്ഞുനിന്ന ശ്രവണസുന്ദരമായ സംഗീതം; നൃത്തം ചെയ്യുന്ന സുന്ദരികളുടെ ചിലങ്കശബ്ദം; സ്വാദേറിയ ഭക്ഷണവും ഉന്മാദവും ഉത്തേജനവും നൽകുന്ന വിവിധതരം വീഞ്ഞും.

അന്നൊരു ദിവസം കൊട്ടാരത്തിൽ നടന്ന അത്താഴവിരുന്നിൽ സന്തോഷവതിയായി നൃത്തം ചെയ്തുകൊണ്ടിരുന്ന എത്താ പെട്ടെന്ന് തന്റെ ഭർത്താവിന്റെ കൈവിട്ട് അവശയായി നിലത്ത് ഇരുന്നു. എല്ലാവരും പരിഭ്രമിച്ചു. എത്തായ്ക്ക് എന്തുപറ്റി? എത്താ തികച്ചും അവശയായി കാണപ്പെട്ടു. ക്രമേണ ബോധം നഷ്ടപ്പെട്ടു. പരിചാരികമാർ എത്തായെ കിടക്കമുറിയിലെ മെത്തയിൽ കിടത്തി. അടുത്ത പ്രഭാതത്തിൽ മാത്രമാണ് എത്തായ്ക്ക് ബോധം വീണ്ടുകിട്ടിയത്. ഒരു നീണ്ട ഉറക്കത്തിൽ നിന്ന് ഉണർന്നതുപോലെയാണ് അവർ ഉണർന്നത്. ക്രമേണ അബോധാവസ്ഥയിൽ നിന്ന് പൂർണമായും മുക്തയായി. പിന്നീട് എത്താ പറഞ്ഞ കഥ ഒരു സ്വപ്ന ലോകത്തെക്കുറിച്ച് ആയിരുന്നു. തലേദിവസം രാത്രി താൻ ചിലവഴിച്ച സ്വപ്നസുന്ദരങ്ങളായ നിമിഷങ്ങളെക്കുറിച്ച് എത്താ വാതോരാതെ സംസാരിച്ചു. തനിക്ക് വീണ്ടും അവിടെ പോകണമെന്ന ആഗ്രഹം വീണ്ടും വീണ്ടും പ്രകടിപ്പിച്ചു. ആ സുന്ദരലോകം എത്താ-യെ തികച്ചും വശ്യപ്പെടുത്തിയിരുന്നു.

അന്നു മുഴുവൻ പരിചാരികമാർ എത്തായെ ശ്രദ്ധിച്ചു. ശുശ്രൂഷിച്ചു. പക്ഷേ സന്ധ്യ ആയപ്പോൾ എങ്ങുനിന്നോ മനം കവരുന്ന ഒരു നേരിയ സംഗീതം അവിടെയെങ്ങും കേൾക്കാൻ തുടങ്ങി. ക്രമേണ എത്താ തലേ ദിവസത്തെപ്പോലെ അബോധാവസ്ഥയിലേക്ക് വഴുതി വീണു.

എത്തായുടെ മുഖ്യ പരിചാരിക കൂട്ടിനായി കിടപ്പുമുറിയിൽ എത്തായോടൊപ്പം ആ രാത്രി കഴിക്കാൻ തീർച്ചയാക്കി. പക്ഷേ കുറച്ച് സമയത്തിനുള്ളിൽ അവരും ഗാഢനിദ്രയിലായി

അടുത്ത പ്രഭാതത്തിൽ, ഉണർന്ന പരിചാരിക തന്റെ യജമാനിയെ മുറിയിലെങ്ങും കാണാതെ പരിഭ്രമിച്ചു. ഉടൻ തന്നെ വിവരം രാജാവിനെ അറിയിച്ചു. എല്ലാവരും എല്ലായിടത്തും തിരഞ്ഞു. പക്ഷേ എങ്ങും രാജ്ഞിയെ കണ്ടെത്താൻ കഴിഞ്ഞില്ല. രാജാവ് തന്റെ ഭൃത്യന്മാരെ എല്ലാ ദിക്കിലേക്കും അയച്ചു. പക്ഷേ ഒരു വിവരവും കിട്ടിയില്ല. എത്താ എങ്ങനെ അപ്രത്യക്ഷപ്പെട്ടു? രാജാവ് ചിന്താധീനനായി. അസ്വസ്ഥനായി. പെട്ടെന്ന് ഒരു ദിവസം അദ്ദേഹം തന്റെ കുതിരപ്പുറത്ത് ആരോടും ഒന്നും പറയാതെ യാത്രയായി. എങ്ങോട്ടായിരുന്നു എന്നല്ലേ. ഫിൻവാര എന്ന ഗന്ധർവ്വ രാജകുമാരൻ രാജാവിന്റെ സ്നേഹിതനായിരുന്നു. അതുകൊണ്ട് അദ്ദേഹത്തോട് അന്വേഷിച്ചാൽ എത്തായെ കണ്ടെത്താൻ എന്തെങ്കിലും വഴി ഉപദേശിക്കും എന്ന വിചാരത്തിലാണ് അദ്ദേഹം യാത്ര തിരിച്ചത്-നോക്മയിലേക്ക്. പക്ഷേ പാവം രാജാവ്, അദ്ദേഹത്തിന് സ്നേഹിതൻ ഫിൻവാര തന്നെയാണ് തന്റെ എതിരിയെന്ന് അശേഷം സംശയമില്ലായിരുന്നു. നോക്മയിലെ ഗന്ധർവ്വ നഗരത്തിന് വെളിയിൽ അല്പം വിശ്രമിക്കാനായി ഇരുന്ന രാജാവിന് യക്ഷികൾ തമ്മിലുള്ള സംസാരം ഒരശരീരിപോലെ കേൾക്കാൻ കഴിഞ്ഞു.

“ഫിൻവാര ഇപ്പോൾ വളരെയധികം സന്തോഷത്തിലാണ്. അദ്ദേഹത്തിന് ആഗ്രഹിച്ചതുപോലെ ലോകസുന്ദരിയെത്തന്നെ തന്റെ കൊട്ടാരത്തിലേക്ക് കൂട്ടിക്കൊണ്ടുവരാൻ കഴിഞ്ഞല്ലോ?”

“അതെയതെ. എത്തായുടെ ഭർത്താവ് ഇപ്പോൾ അവളെ അന്വേഷിച്ച് നടക്കുകയായിരിക്കും.”

“അന്വേഷിച്ചിട്ടെന്താ ഫലം? ഫിൻവാരയുടെ കൊട്ടാരത്തിൽ എത്തണമെങ്കിൽ ഈ കുന്നിന്റെ നടുവിൽനിന്ന് ഭൂമിയുടെ ഉള്ളിലേക്ക് വളരെ ആഴത്തിൽ കുഴിതോണ്ടണം. അതിന് അവളുടെ ഭർത്താവിന് കഴിയുമോ? എന്നുതന്നെയല്ല ഫിൻവാരക്ക് മനുഷ്യരെക്കാൾ കൂടിയ ശക്തിയും വക്രബുദ്ധിയും ഉണ്ടെന്നതും മറക്കണ്ട.”

ആ സംഭാഷണം കേട്ടപ്പോൾ മാത്രമാണ് ഫിൻവാര തന്നെ വഞ്ചിച്ചിരിക്കുന്നുവെന്ന് രാജാവിന് മനസ്സിലായത്. അദ്ദേഹം ഉടൻ തന്നെ സ്വന്തം കൊട്ടാരത്തിലേക്ക് മടങ്ങി. അദ്ദേഹം ഉടൻ തന്റെ നാട്ടിലെ എല്ലാ തൊഴിലാളികളെയും വിളിച്ചുവരുത്തി വിവരം പറഞ്ഞു. രാജാവിനോടും രാജ്ഞിയോടും സ്നേഹവും ബഹുമാനവും ഉണ്ടായിരുന്ന

നാട്ടുകാർ കുന്നിന്റെ നടുവിൽ കുഴിയെടുക്കാൻ എല്ലാ സഹകരണവും നൽകാൻ തയ്യാറാകുകയും ഉടനെ തന്നെ ആ സ്ഥലത്ത് പോയി ജോലി ആരംഭിക്കുകയും ചെയ്തു. പക്ഷേ ഒരു പകൽ മുഴുവൻ ജോലി ചെയ്ത് രാത്രിയിൽ വിശ്രമിച്ചിട്ട് വീണ്ടും ജോലി തുടരാൻ അടുത്തദിവസം കാലത്ത് എത്തിയ അവർ കണ്ടത് ഒട്ടും പ്രതീക്ഷിക്കാത്ത കാഴ്ചയാണ്. തലേദിവസം തോണ്ടിയ കുഴി മുഴുവൻ മണ്ണു നിറച്ച് ഒന്നും സംഭവിച്ചിട്ടില്ലാത്തതുപോലെ ഭദ്രമാക്കിയിരുന്നു. അത് എങ്ങനെ സംഭവിച്ചു എന്ന് അവർക്ക് മനസ്സിലായില്ല. എങ്കിലും നിരാശരാകാതെ അവർ അന്നും കുഴി തോണ്ടി. പക്ഷേ അടുത്ത പ്രഭാതത്തിലും തലേന്ന് സംഭവിച്ചത് തന്നെ ആവർത്തിച്ചു. ഏതായാലും നിരാശരാകാതെ അന്നും അവർ പണിയെടുത്തു. കൂടുതൽ ആളുകൾ ചേർന്ന് തലേന്ന് എടുത്തതിലും കൂടുതൽ ആഴത്തിലേക്ക് അന്ന് അവർ കുഴിച്ചു. അതിനിടയിൽ അശരീരിപോലെ ആ വാക്കുകൾ രാജാവ് കേട്ടു.

"ആ കുഴിയിൽ കുറെ ഉപ്പ് വിതറിയാൽ പിന്നെ ഫിൻവാരക്ക് കുഴി മൂടാൻ കഴിയുകയില്ല."

അതു കേട്ട രാജാവ്, തന്റെ തൊഴിലാളികളുമായി ആലോചിച്ചു. പണിനിർത്തി വിശ്രമത്തിനായി പോകുന്നതിന് മുൻപ് നാടിന്റെ പലഭാഗങ്ങളിൽ നിന്നും ശേഖരിച്ച ഉപ്പ് കുഴിയിൽ വിതറി. അടുത്ത ദിവസം രാവിലെ ജോലിക്കുവന്ന തൊഴിലാളികൾക്ക് ആശ്വാസമായി. അവർ കുഴിച്ചകുഴി അതുപോലെയുണ്ട്. അവർ അന്നും അങ്ങനെ പല ദിവസങ്ങളും ജോലി തുടർന്നു. കുറച്ചു ദിവസങ്ങൾക്കുള്ളിൽ അവരുടെ കുഴിയിൽ നിന്നും തൊട്ടടുത്ത് ഫിൻവാരയുടെ കൊട്ടാരം കാണാനായി. അതുപോലെ കൊട്ടാരത്തിനുള്ളിലെ സംഭാഷണവും കേൾക്കാമെന്നായി.

ഒരു ഗന്ധർവ്വൻ മറ്റൊരാളോട് ചോദിച്ചു.

"സ്നേഹിതാ, ഇന്ന് ഫിൻവാര വളരെ ആശങ്കാകുലനായിട്ടുണ്ടല്ലോ?"

"അതെ ചങ്ങാതി, നീ കേട്ടില്ലേ? മനുഷ്യരാജാവും കൂട്ടരും ഈ കൊട്ടാരത്തിന് തൊട്ടടുത്ത് എത്തിയിരിക്കുന്നു. അവർ മൺവെട്ടി കൊണ്ട് പ്രഹരിച്ചാൽ ഈ കൊട്ടാരം ഗ്ലാസുടയുന്നതുപോലെ ഉടഞ്ഞ് ഇല്ലാതാകും."

"ഓ. അങ്ങനെയൊ?"

"അതെ ഫിൽ വാരക്ക് എന്തായെ വിട്ടയക്കുകയല്ലാതെ ഇനി ഒന്നും ചെയ്യാൻ കഴിയുകയില്ല."

അപ്പോഴാണ് തികച്ചും അപ്രതീക്ഷിതമായി ഫിൻവാരയുടെ ശബ്ദം

കേട്ടത്. ഫിൻവാര പറഞ്ഞത് രാജാവും കേട്ടു.

"ഹേ, മനുഷ്യരെ, ഞാൻ നിങ്ങളുടെ രാജ്ഞി എത്താ-യെ ഇവിടെ കൂട്ടിക്കൊണ്ടുവന്നു എന്ന് സമ്മതിക്കുന്നു. തെറ്റായിപ്പോയി. പക്ഷേ ഞാനിതാ പറയുന്നു. നിങ്ങൾ ആയുധങ്ങൾ ഉപേക്ഷിക്കുക. പണി നിർത്തു. ഇന്ന് സന്ധ്യയോടെ നിങ്ങളുടെ രാജ്ഞി നിങ്ങൾക്കൊപ്പം എത്തുന്നതാണ്. സംശയിക്കേണ്ട."

അതുകേട്ട രാജാവ് തന്റെ ആൾക്കാരോട് ആലോചിച്ച് കൂടുതൽ പണിവേണ്ടെന്നും സന്ധ്യവരെ കാത്തിരിക്കാമെന്നും തീരുമാനിച്ചു.

കുറേശ്ശക്കുറേശ്ശ വെളിച്ചം മങ്ങിത്തുടങ്ങിയപ്പോൾ, ചെമ്മാനം കൂടുതൽ കൂടുതൽ ചുവന്നപ്പോൾ, ആ കൊട്ടാരത്തിൽ നിന്നും ഒരു വെള്ളിനക്ഷത്രം പോലെ എത്താ സാവധാനം നടന്നിറങ്ങി വന്നു. ക്ഷീണിതയായിരുന്ന എത്തായെ രാജാവ് സ്വീകരിച്ച് കുതിരപ്പുറത്ത് ഇരുത്തി സ്വന്തം കൊട്ടാരത്തിലേക്ക് യാത്രയായി. അദ്ദേഹത്തിന്റെ ആളുകളും സന്തോഷത്തോടെ മടങ്ങി.

പക്ഷേ, തിരികെ കൊട്ടാരത്തിൽ എത്തിയ രാജാവും അദ്ദേഹത്തിന്റെ സ്നേഹിതരും മറ്റൊരു പ്രതിസന്ധിയാണ് അഭിമുഖീകരിക്കേണ്ടി വന്നത്. കൊട്ടാരത്തിലെ കിടക്കയിൽ എത്താ ഗാഢനിദ്രയിൽ ആണ്ടു. വെറും നിദ്രയിൽ എന്ന് പറഞ്ഞാൽ ശരിയായിരിക്കുകയില്ല എത്താ തികച്ചും അബോധാവസ്ഥയിൽ ആയിരുന്നു. ഏതാണ്ട് മരിച്ചതിന് തുല്യമായി. ആ അവസ്ഥ ദിവസങ്ങളോളം തുടർന്നു രാജാവ് തികച്ചും ദുഃഖിതനായി.

ഒരു രാത്രിയിൽ രാജാവ് വ്യാകുലചിത്തനായി തന്റെ കൊട്ടാര വാതിൽക്കൽ ഉലാത്തിക്കൊണ്ടിരുന്ന സമയം സന്തോഷം നൽകിയ ഒരശരീരി കേട്ടു. അത് രണ്ട് ഗന്ധർവ്വന്മാർ തമ്മിലുണ്ടായ ഒരു സംഭാഷണം ആയിരുന്നു.

"കണ്ടില്ലേ? ഫിൻവാരയിൽ നിന്ന് രാജ്ഞിയെ രക്ഷിച്ചുകൊണ്ടുവന്ന രാജാവിന്റെ അവസ്ഥ?"

"ഏ. എന്താ, എന്തു സംഭവിച്ചു?"

"അദ്ദേഹം വളരെ ദുഃഖിതനാണ്. അദ്ദേഹത്തിന്റെ ഭാര്യ ഇപ്പോഴും ജീവച്ഛവമായി കിടക്കുകയല്ലേ?"

"ഓ. എന്താണാവോ ആ പാവത്തിന് സംഭവിച്ചത്?"

"താങ്കൾക്കറിയില്ലേ? എത്താ ഫിൻവാരയുടെ കൊട്ടാരത്തിൽ നമ്മുടെയൊപ്പം നമ്മുടെ ഭക്ഷണം കഴിച്ചു. ആ ഭക്ഷണം കഴിച്ചതുകൊണ്ട്

അവർ മയക്കത്തിലാണ്. ഇനി ആ മയക്കത്തിൽ നിന്ന് മോചനം കിട്ടിയാൽ മാത്രമെ അവർക്ക് ഉണരാൻ കഴിയൂ."

"കഷ്ടം. എത്താ"

"അതെ. അവരുടെ പാവം ഭർത്താവും."

"അപ്പോൾ അവർക്ക് ഇനിയും ഈ കഷ്ടപ്പാടിൽ നിന്ന് മോചനം കിട്ടുകയില്ലേ"

"ഇല്ലെന്ന് പറയാൻ കഴിയുകയില്ല. പക്ഷേ, എത്താ-യെ ബന്ധിച്ചിരിക്കുന്ന, മാന്ത്രിക കവചം എടുത്തുമാറ്റണം"

"എങ്ങനെ?"

" അവരുടെ വസ്ത്രത്തിന്റെ മേൽഭാഗം മാന്ത്രിക ശക്തിയുള്ള ഒരു നാടകൊണ്ട് ബന്ധിപ്പിച്ചിട്ടുണ്ട്. ഒരു നീണ്ട കൂർത്ത മുള്ള് ഉപയോഗിച്ചാണ് നാഡ ബന്ധിപ്പിച്ചിരിക്കുന്നത്. ആരെങ്കിലും ആ നാട എടുത്ത് എരിച്ചുകളയണം. കൂടാതെ ആ മുള്ള് ഭൂമിയിൽ കുഴിച്ചിടണം അങ്ങനെ ചെയ്താൽ എത്താ യ്ക്ക് മാന്ത്രിക ബന്ധനത്തിൽ നിന്ന് മോചനം കിട്ടും."

അത്രയും കേട്ടതും രാജാവ് കിടപ്പുമുറിയിലേക്ക് ഓടി. താൻ കേട്ടതുപോലെ എത്താ-യുടെ വസ്ത്രത്തിൽ ഒരു നാടയും മുള്ളും ഉണ്ടായിരുന്നു. അവ രണ്ടും രാജാവ് ശ്രദ്ധാപൂർവ്വം വേർപെടുത്തി. നാട തീവെച്ചു. മുള്ള് കൊട്ടാരത്തിന്റെ പിൻവശത്തെ ഉദ്യാനത്തിൽ കുഴിച്ചിട്ടു. തിരികെ കിടപ്പുമുറിയിൽ എത്തിയ അദ്ദേഹം കണ്ടത് സാവധാനം കണ്ണു തുറന്ന് എഴുനേൽക്കാൻ ശ്രമിക്കുന്ന എത്താ-യെയാണ്. കുറേശ്ശക്കുറേശ്ശ എത്താ പൂർവ്വസ്ഥിതിയിലേക്ക്, തികച്ചും ഉന്മേഷവും ഉണർവ്വുമുള്ള രാജ്ഞിയായി മാറി. പിന്നീട് അവർ രണ്ടുപേരും സന്തോഷത്തോടെ വളരെ നാളുകൾ ജീവിച്ചു.

ജാമി ഫ്രീലും സുന്ദരിപ്പെണ്ണും

ഇതും അയർലണ്ടിൽ നിന്നുമുള്ള ഒരു യക്ഷിക്കഥയാണ്. പണ്ട് പണ്ട് നടന്ന ഒരു കഥ. ഫാനേ എന്ന ഗ്രാമത്തിലാണ് ജാമി ഫ്രീലും അയാളുടെ വിധവയായ അമ്മയും താമസിച്ചിരുന്നത്. ആ അമ്മയുടെ ഏക ആശ്രയം ജാമി മാത്രമായിരുന്നു. അവൻ കഷ്ടപ്പെട്ട് ജോലിചെയ്ത് അവർക്ക് രണ്ടു പേർക്കും സുഖമായി ജീവിക്കാനുള്ളത് ഉണ്ടാക്കി. വേതനം കിട്ടുമ്പോഴൊക്കെ അത് അമ്മയുടെ കൈയിൽ സന്തോഷത്തോടെ കൊടുക്കുമായിരുന്നു. അയൽപക്കക്കാർ പറയുമായിരുന്നു.

"ജാമി എത്ര നല്ല പയ്യനാണ്. കഠിനാദ്ധ്വാനി. പോരാത്തതിന് അവന് അവന്റെ അമ്മയോട് എത്ര സ്നേഹവും മര്യാദയുമാണ്."

അവർ താമസിച്ചിരുന്ന ഗ്രാമത്തിനടുത്ത് ഒരു വലിയ കൊട്ടാരം ഉണ്ടായിരുന്നു. വളരെയേറെ പഴക്കം ചെന്ന ആ കൊട്ടാരത്തിൽ താമസിച്ചിരുന്നവരെ ആ ഗ്രാമവാസികൾക്ക് കാണാൻ അധികം അവസരങ്ങൾ ഇല്ലായിരുന്നു. അതുകൊണ്ടു തന്നെ അവരെ അദൃശ്യ മനുഷ്യർ എന്നോ ദേവയക്ഷികളെന്നോ ഗന്ധർവ്വന്മാരെന്നോ ഒക്കെ അവർ വിളിച്ചിരുന്നു. എങ്കിലും അപൂർവ്വം ചില ദിവസങ്ങളിൽ, ഉദാഹരണത്തിന് മേളൗവ്, ഹാലോ വീൻ മുതലായ ദിവസങ്ങളിൽ, ആ കൊട്ടാരത്തിൽ ധാരാളം വിളക്കുകൾ പ്രകാശിക്കുന്നത് കാണാമായിരുന്നു. കൂടാതെ ഒരു ഉത്സവത്തിലെന്നതുപോലെ ഉറക്കെയുള്ള സംഗീതവും മറ്റും കേൾക്കുകയും ചെയ്യുമായിരുന്നു. എന്നിരുന്നാലും ഗ്രാമത്തിലുള്ള മനുഷ്യരാരുംതന്നെ ആ കൊട്ടാരത്തിലേക്ക് പോകുകയൊ അവിടെ ജീവിക്കുന്നവരുമായി സമ്പർക്കം പുലർത്തുകയോ ചെയ്യുമായിരുന്നില്ല. എന്തുകൊണ്ടോ ഗ്രാമവാസികൾക്ക് ആ കൊട്ടാരത്തെക്കുറിച്ച് ഭയത്തോടുകൂടി മാത്രമേ ചിന്തിക്കാൻ കഴിഞ്ഞുള്ളൂ. ജാമിക്കും ആ

കൊട്ടാരത്തെക്കുറിച്ച് അറിയാമായിരുന്നു. എങ്കിലും മനസ്സിൽ എന്നും നിറഞ്ഞിരുന്ന ഒരു ജിജ്ഞാസ. അവിടെ വസിക്കുന്നവർ എന്തു പ്രകൃതിക്കാരാണ്, അവർ അവിടെ എന്തുചെയ്യുന്നു? അറിയുവാനുള്ള അടങ്ങാത്ത മോഹം എന്നും ജാമിയുടെ മനസ്സിൽ ഉണ്ടായിരുന്നു.

ആ വർഷവും ഹാലോവിൻനാളിൽ രാത്രിയിൽ ആ കൊട്ടാരത്തിൽ നിന്ന് ശബ്ദമധുരമായ സംഗീതവും ഉത്സാഹത്തിമിർപ്പിന്റെ ഒച്ചയും കേൾക്കാൻ ഇടയായി. ജനാലകളിൽക്കൂടി അകത്തെ പ്രകാശവും കാണാനായി. ജാമി അവന്റെ അമ്മയോട് പറഞ്ഞു.

"അമ്മേ, ഞാനാ കൊട്ടാരത്തിലേക്ക് പോകുന്നു. അവിടെ നടക്കുന്ന വിശേഷങ്ങൾ എന്തൊക്കെയാണെന്ന് ഒന്നറിയണമെല്ലോ"

"മോനേ, വേണ്ട. അവിടെ യക്ഷികളാണെന്ന് കേട്ടിട്ടുണ്ട്. അവിടെ പോകണ്ട. മോനെ. ഈ പാവപ്പെട്ട അമ്മയുടെ ഒറ്റ മോനല്ലേ നീ. നിന്നെ അവരെങ്ങാനും അപകടപ്പെടുത്തിയാൽ....". ആ അമ്മ കരയാൻ തുടങ്ങി.

"ഒന്നും സംഭവിക്കുകയില്ലമ്മേ. ഞാൻ ഇതുപോലെതന്നെ തിരിച്ചുവരാം." ജാമി മറ്റൊന്നും കേൾക്കാൻ നിൽക്കാതെ കൊട്ടാരത്തിലേക്ക് നടന്നു. അവൻ അവിടെ എത്തിയതും ഒരു ജന്നാലക്കരുകിൽ ചേർന്നുനിന്ന് അകത്തുനടക്കുന്നതു ശ്രദ്ധിച്ചു. ആ ഉത്സവം കാണേണ്ടതു തന്നെ ആയിരുന്നു. പ്രായമായവരും ചെറുപ്പക്കാരും കുട്ടികളും എല്ലാം ചേർന്ന് നൃത്തമാടുന്നു. പാട്ടുപാടുന്നു. അങ്ങനെ ആ കാഴ്ചകൾ നോക്കി നിന്ന അവൻ അകത്തുള്ളവർ അവനെ ശ്രദ്ധിക്കുന്നത് അറിഞ്ഞില്ല. അതുകൊണ്ട് പെട്ടന്നായിരുന്നു അതു സംഭവിച്ചത്. ആരോ ഒരാൾ അകത്തുനിന്ന് ജനാലയുടെ കതക് തുറന്ന് ശബ്ദത്തിൽ പറഞ്ഞു.

"ജാമി, സ്നേഹിതാ, എന്തിനാ നീ അവിടെ നിൽക്കുന്നത്? അകത്തുവാ. നിനക്ക് ഞങ്ങളുടെ സ്വാഗതം"

"സ്വാഗതം, സ്വാഗതം...." എല്ലാവരും ഏറ്റുപറഞ്ഞു.

മറ്റൊന്നും പറയുവാനോ അവരുടെ ക്ഷണം നിരസിക്കുവാനോ കഴിയാത്ത ആ അവസ്ഥയിൽ ജാമി അകത്തേക്ക് കയറി. അവനും മറ്റെല്ലാവരോടും ചേർന്ന് നൃത്തം ചവുട്ടുകയും പാട്ട് പാടുകയും ചെയ്തു. പെട്ടെന്നാണ് ആരോ പറഞ്ഞത്.

"ജാമി, സ്നേഹിതാ, ഞങ്ങൾ ഡബ്ലിൻ വരെ പോകുകയാണ്. നീയും ഞങ്ങളുടെ കൂടെ വരണം."

"വരാം. പക്ഷേ എന്തിനാ? ഡബ്ലിൻ വളരെ ദൂരെയാണല്ലോ."

"ദൂരെയാണ്. പക്ഷേ ഞങ്ങൾക്ക് വളരെ വേഗം സഞ്ചരിക്കാൻ കഴിയുന്ന കുതിരകളുണ്ട്. അതുകൊണ്ട് നീയും ഞങ്ങളുടെ കൂടെവാ. നല്ല രസമായിരിക്കും."

"ശരി. ഞാൻ വരാം. എങ്കിലും നിങ്ങളെന്തിനാ ഇപ്പോൾ ഡബ്ളിനിലേക്ക് പോകുന്നത്.?"

"അത് ഒരു രഹസ്യമാ."

"എന്തു രഹസ്യമാ. അവനും നമ്മുടെ കൂടെ വരാമെന്ന് സമ്മതിച്ചല്ലോ. പിന്നെന്തു രഹസ്യമാ."

"അതെയതെ. അപ്പോൾ ജാമി. ഞങ്ങൾ പോകുന്നത് ഡബ്ളിനിൽ നിന്ന് സുന്ദരിയായ ഒരു പെൺകുട്ടിയെ തട്ടിക്കൊണ്ടുവരാനാ."

"അതെ. നീയും കൂടി വന്നാൽ കാര്യങ്ങൾ കുറെക്കൂടി പ്രയാസമില്ലാതെ നടക്കും."

"കൂട്ടരെ, കുതിരകൾ തയ്യാറായിരിക്കുന്നു വേഗം വാ. ജാമി നീയും വാ."

എല്ലാരും കൊട്ടാരത്തിന്റെ മുൻവശത്ത് തയ്യാറായി നിന്നിരുന്ന കുതിരകളുടെ പുറത്ത് കയറി ജാമിയും. കുതിരകൾ ഓടുകയായിരുന്നില്ല. അവ ആകാശത്തേക്ക് ഉയർന്ന് അതിവേഗം പറക്കുകയായിരുന്നു. നിമിഷങ്ങൾക്കുള്ളിൽ അവർ ഡബ്ളിനിൽ എത്തി. ഡബ്ളിനിലെ സ്റ്റീഫൻ ഗ്രീൻ എന്ന സ്ഥലത്ത് ഒന്നാന്തരം ഒരു വീടിന് മുമ്പിലാണ് അവരെല്ലാം എത്തിച്ചേർന്നതെന്ന് അവരുടെ സംഭാഷണത്തിൽ നിന്ന് ജാമിക്ക് മനസ്സിലായി.

അവരെല്ലാവരും വീടിന്റെ പിൻഭാഗത്ത് ഒരു ജനാലക്കരികിൽ എത്തി. ശബ്ദമുണ്ടാക്കാതെ ജനാല തുറന്നു. മുറിക്കകത്തു കിടക്കയിൽ സുന്ദരിയായ ഒരു പെൺകുട്ടി ഉറങ്ങുന്നുണ്ടായിരുന്നു. അവരിൽ ഒരാൾ പെൺകുട്ടിയെ ലാഘവത്തോടെ തന്റെ കൈകളിൽ എടുത്തു. മറ്റൊരാൾ ഒരു വടി അവൾ കിടന്ന സ്ഥാനത്ത് വെച്ചു. അതിശയമെന്ന് പറയട്ടെ! വടി ആ പെൺ കുട്ടിയുടെ രൂപം കൈകൊണ്ടു. എല്ലാവരും മുറിക്ക് വെളിയിൽ വന്ന് കുതിരപ്പുറത്ത് കയറി മടക്കയാത്ര തിരിച്ചു. വഴിയിൽ ഓരോ ചെറിയ നഗരത്തിന്റെയോ ഗ്രാമത്തിന്റെയോ മുകളിൽ കൂടി പറക്കുമ്പോൾ അവർ ഉച്ചത്തിൽ പറയുമായിരുന്നു, 'നമ്മൾ ഇപ്പോൾ രത്തല്ലാൻ ഗ്രാമത്തിന് മുകളിൽ; ഇപ്പോൾ മിൽഫോർഡിന് മുകളിൽ; താംകേകയ്ക്കു മുകളിൽ' കൂടാതെ ഇടക്കിടക്ക് പെൺകുട്ടിയെ ഒരാൾ മറ്റൊരാളുടെ കൈകളിലേക്ക് മാറ്റിക്കൊണ്ടും ഇരുന്നു.

അതെല്ലാം കണ്ട ജാമി തങ്ങൾ ഫാനോയ്ക്കു അടുത്താണെന്ന് മനസ്സിലാക്കിയപ്പോൾ മറ്റുള്ളവരോടായി പറഞ്ഞു.

"കൂട്ടരെ, നിങ്ങളെല്ലാവരും ഈ സുന്ദരിപ്പെണ്ണിനെ നിങ്ങളുടെ കൈകളിൽ മാറിമാറി എടുത്തു. ഇനി എനിക്കും ഒരവസരം തന്നുകൂടെ."

"ശരിയാണ് ജാമി. ഇതാ നീയും ഈ സുന്ദരിയെ കുറച്ചുനേരം നിന്റെ കൈകളിൽ പിടിച്ചോ." ഒരാൾ അവളെ ജാമിയുടെ നേർക്ക്

നീട്ടിക്കൊണ്ട് പറഞ്ഞു."

വളരെ പ്രയാസപ്പെട്ട് പറക്കുന്ന കുതിരയുടെ മുകളിൽ ഇരുന്നുകൊണ്ടുതന്നെ ജാമി ആ സുന്ദരിയെ തന്റെ കൈകളിൽ ഏറ്റുവാങ്ങി. അവളെ ബലമായി തന്നോട് ചേർത്ത് പിടിച്ചു. കുതിരകൾ ഫാനെ ഗ്രാമത്തിന് മുകളിലെത്തി താഴേക്ക് ഇറങ്ങുന്നതിനിടയിൽ മറ്റാരും ശ്രദ്ധിക്കാതിരുന്ന ഒരു സന്ദർഭം നോക്കി ആ സുന്ദരിയെ ഇറുക്കി പിടിച്ചുകൊണ്ട് ജാമി കുതിരപ്പുറത്തുനിന്നും കുതിച്ചുചാടി അത് കണ്ടവർ,

"ജാമി, ജാമി, എന്ത് സംഭവിച്ചു?" എന്ന് പരിഭ്രമത്തോടെ വിളിച്ചു ചോദിച്ചു. എന്നു മാത്രമല്ല, ജാമിയുടെ കൈകളിലുണ്ടായിരുന്ന ആ സുന്ദരി മനുഷ്യരൂപം വെടിഞ്ഞ് മറ്റ് മൃഗങ്ങളുടെ രൂപം കൈക്കൊണ്ടു. ഒന്നിനു പിറകെ മറ്റൊന്നായി അവൾ മാറി. ആദ്യം പട്ടി, പിന്നെ പൂച്ച, പിന്നെ ആട്, അങ്ങനെ പലതും. പക്ഷേ ജാമി യാതൊരു കാരണവശാലും പിടിവിടാതെ അവളേയും കൊണ്ട് ഓടി. കഴിയുന്നത്രവേഗം ഓടി. അല്പസമയത്തിന് ശേഷം അവൾ വീണ്ടും മനുഷ്യരൂപം കൈക്കൊണ്ടു. രണ്ടുപേരും ഒന്നിച്ച് ഓടാനും തുടങ്ങി.

കുതിരകൾ ഫാനേയിലുള്ള അവരുടെ കൊട്ടാരത്തിന്റെ മുമ്പിൽ ഇറങ്ങിയപ്പോഴേക്കും ജാമി തന്റെ വീട് ലക്ഷ്യമാക്കി ഓടുകയായിരുന്നു. അവൾ ഗന്ധർവ്വന്മാരുടെ കൊട്ടാരത്തിൽനിന്നും വളരെ ദൂരം പോയിക്കഴിഞ്ഞിരുന്നു. ജാമിയെ പിൻതുടരുന്നതിൽ കാര്യമില്ലെന്ന് അവർക്ക് മനസ്സിലായി. അവരെല്ലാവരും പുറകിൽനിന്ന് വിളിച്ച് ചോദിച്ചു.

"ജാമി, നീയെന്തിനാണ് ഞങ്ങളെ ഇങ്ങനെ പറ്റിച്ചത്? അത് ചതിയല്ലെ?" അവരിൽ ഒരുവൾ പറഞ്ഞു.

"അവൻ, ജാമി. പോകട്ടെ. അവൻ നമ്മളെ കബളിപ്പിച്ചു എന്നല്ലെ അവന്റെ വിചാരം. അവന് ആ സുന്ദരിയെ കിട്ടി. പക്ഷേ അതുകൊണ്ട് അവന് യാതൊരു ഗുണവും ഉണ്ടാവുകയില്ല."

"അതെന്തുകൊണ്ട്?" മറ്റൊരാൾ ചോദിച്ചു.

അപ്പോൾ ആ അദൃശ്യരുടെ കൂട്ടത്തിൽ ഒരാൾ ആക്രോശിച്ചു.

"ഇതാ നോക്കിക്കൊ. ഞാനിതാ അവളെ എന്റെ ശാപം കൊണ്ട് മൂകയും ബധിരയും ആക്കുന്നു."

അതിനുശേഷം അവരെല്ലാം ആ കൊട്ടാരത്തിലേക്ക് പോയി. കുതിരകൾ അപ്രത്യക്ഷമാകുകയും ചെയ്തു.

ജാമി ആ സുന്ദരിപ്പെണ്ണിനേയും പിടിച്ചു കൊണ്ട് കഴിയുന്നത്ര വേഗത്തിൽ ഓടി സ്വന്തം വീട്ടിലെത്തി കതകിന് മുട്ടി വിളിച്ചു.

"അമ്മേ, അമ്മേ." കതകു തുറന്ന അമ്മ ആകാംക്ഷയോടെ ചോദിച്ചു.

"എന്താ മകനെ? എന്തു സംഭവിച്ചു. ആ പ്രേതപിശാചുകൾ നിന്നെ വല്ലാതെ ഉപദ്രവിച്ചോ?"

"ഇല്ലമ്മേ, ഒന്നും സംഭവിച്ചില്ല. എന്നെ ആരും ഉപദ്രവിച്ചില്ല. മറിച്ച് ഞാനമ്മക്ക് ഒരൊന്നാന്തരം സമ്മാനം കൊണ്ടു വന്നിട്ടുണ്ട്."

ജാമി ആ സുന്ദരിയെ അമ്മയുടെ മുന്നിലേക്ക് വലിച്ച് നിർത്തിയിട്ട് പറഞ്ഞു.

"ദാ. അമ്മക്ക് കൂട്ടിനായി ഞാനിവളെ കൊണ്ടുവന്നിരിക്കുന്നു."

ആ അമ്മ അവളെ സൂക്ഷിച്ച് നോക്കി.

"മകളെ നിന്റെ പേരെന്താ?"

ഭയന്നുവിറച്ചുനിന്ന അവൾക്ക് ഒന്നും കേൾക്കാൻ കഴിഞ്ഞില്ല. അവൾ എന്തോ പറയാൻ ശ്രമിച്ചു. പക്ഷേ അതിനും കഴിഞ്ഞില്ല. അപ്പോഴാണ് ജാമിക്കും അവന്റെ അമ്മയ്ക്കും അവൾ മൂകയും ബധിരയും ആണെന്ന സത്യം മനസ്സിലായത്. അവൾക്കും.

അമ്മ ജാമിയോട് പറഞ്ഞു.

"മോനേ, ഈ പാവം കുട്ടി ആകപ്പാടെ ഭയന്നിരിക്കുന്നു. നീ ഇവളെ എവിടെ നിന്ന് കൂട്ടിക്കൊണ്ടുവന്നു? കാഴ്ചയിൽ ഇവൾ ഒരു വലിയ വീട്ടിലെ, ധാരാളം സമ്പത്തുള്ള വീട്ടിലെ കുട്ടിയേപ്പോലുണ്ടല്ലോ?"

ജാമി നടന്നതെല്ലാം അമ്മയോട് വിശദമായി പറഞ്ഞു മനസ്സിലാക്കി. എല്ലാം കേട്ടതിനുശേഷം അമ്മ പറഞ്ഞു.

"മകനേ, ഒരു വലിയ വീട്ടിലെ സൗകര്യങ്ങളോടുകൂടി വളർന്ന ഈ പെൺകുട്ടിയെ നമ്മൾ എങ്ങനെ സംരക്ഷിക്കും?"

അവർ തുടർന്നു.

"ഇവൾക്ക് ഇഷ്ടപ്പെടുന്ന ആഹാരം, ചേരുന്ന വസ്ത്രങ്ങൾ, ഇവൾ പരിചയിച്ച ജീവിത സൗകര്യങ്ങൾ- ഇതെല്ലാം നമ്മൾ എങ്ങനെ കൊടുക്കും മകനേ?"

"അമ്മ വിഷമിക്കണ്ട. ഞാൻ നമുക്കുവേണ്ടി ജോലി ചെയ്യുന്നില്ലേ? അതുപോലെ നാളെ മുതൽ ഇവൾക്കുവേണ്ടിയും ജോലി ചെയ്യും."

അമ്മ അവളെ സ്നേഹത്തോടെ സ്വന്തം മകളെന്നതുപോലെ സംരക്ഷിച്ചു. തന്റെ നല്ല വസ്ത്രങ്ങൾ അവൾക്ക് നൽകി. തന്നാൽ കഴിയുന്നത്ര നല്ല സ്വാദുള്ള ആഹാരം നൽകാൻ അവർ ശ്രമിച്ചു. അവളും ആ സാഹചര്യങ്ങളോട് കഴിയുന്നത്ര ഇണങ്ങിച്ചേരാൻ ശ്രമിച്ചു. വീട്ടുജോലികൾ പരിചയിച്ചു. അമ്മയെ കഴിയുന്നത്ര സഹായിച്ചു. അങ്ങനെ ഏതാണ്ട് സന്തോഷമായിത്തന്നെ ദിവസങ്ങൾ കടന്നുപോയി.

അടുത്ത ഹാലോവിൻ ദിവസവും വന്നു. ആ അദൃശ്യരുടെ കൊട്ടാരത്തിൽ എല്ലാവർഷത്തെയും പോലെ ഉത്സവമേള തുടങ്ങി. അത് കണ്ട ജാമി പറഞ്ഞു.

"അമ്മേ, ഞാനവിടെ വരെ ഒന്ന് പോയിട്ടുവരാം."

"വേണ്ട, മോനേ, അവർ നിന്നെ ഉപദ്രവിക്കും."

“ഇല്ലമ്മേ. ഞാൻ സൂക്ഷിച്ചു കൊള്ളാം. അമ്മയുടെ മറുപടിക്ക് കാത്തുനിൽക്കാതെ അവൻ യാത്രയായി. അവൻ അല്പം തുറന്നിരുന്ന ഒരു ജനാലക്കടുത്തുനിന്ന് അകത്തേക്ക് നോക്കി. അവിടെ നടക്കുന്ന കാര്യങ്ങൾ ശ്രദ്ധിച്ചു. അപ്പോഴാണ് ആ സംഭാഷണം കേൾക്കാൻ ഇടയായത്.

“കഴിഞ്ഞവർഷം ഇതേദിവസമല്ലെ ജാമി ഫ്രീൽ നമ്മെ കബളിപ്പിച്ച് കടന്നുകളഞ്ഞത്?”

“അതേ.”

“എന്നിട്ട് അവനെന്താ പ്രത്യേകിച്ച് ഗുണം കിട്ടിയത്.?”

“ബധിരയും മൂകയുമായ ഒരു മണ്ടിപെണ്ണിനെ” അതുകേട്ട് എല്ലാവരും ശബ്ദമെടുത്ത് ചിരിച്ചു.

“എങ്കിലും അവൾ സുന്ദരിയായിരുന്നു.”

“ഞാനല്ലെ അവളെ മൂകയും ബധിരയും ആക്കിയത്? പക്ഷേ ഒരു കാര്യം. എന്റെ കൈയിലുള്ള ഈ കുപ്പിയിലെ ദ്രാവകം മൂന്ന് തുള്ളി അവളുടെ മുഖത്ത് തളിച്ചാൽ അവൾക്ക് നഷ്ടപ്പെട്ട കേൾവിയും, സംസാരശേഷിയും തിരിച്ചുകിട്ടുമെന്ന രഹസ്യം യാതൊരു കാരണവശാലും ആ ജാമി അറിയാൻ പാടില്ല.”

അത് ജാമിക്ക് അധികം സന്തോഷം നൽകിയ ഒരറിവായിരുന്നു. എങ്കിലും ആ കുപ്പി എങ്ങനെ കൈക്കലാക്കും? അവൻ ആലോചിച്ചു. കുറേനേരം ക്ഷമയോടെ കാത്തിരുന്ന അവൻ നല്ല സന്ദർഭം എന്ന് തോന്നിയ ഒരു മുഹൂർത്തത്തിൽ ജനാല തുറന്ന് മുറിയിലേക്ക് ഓടിക്കയറി ആ കുപ്പി തട്ടിയെടുത്തുകൊണ്ട് വെളിയിലേക്ക് ജീവനും കൊണ്ട് ഓടി. ഓടി ഓടി ക്ഷീണിച്ച് അവൻ വീട്ടിലെത്തി. പിൻതുടർന്നവർ കുറേ ദൂരം അവരെ തുരത്തിയെങ്കിലും പിടിക്കാനാകാതെ തിരിച്ചു പോയി.

ഓടിക്കിതച്ച് വീട്ടിലെത്തിയ ജാമിയോട് അമ്മ ആകാംക്ഷയോടെ ചോദിച്ചു.

“ജാമി, മോനേ, നിനക്കെന്തുസംഭവിച്ചു. നീ വല്ലാതെ അണയ്ക്കുന്നുണ്ടല്ലോ. നിനക്ക് വല്ല അപകടവും...”

അവളും ആകാംക്ഷയോടെ അമ്മയുടെ അടുത്തുതന്നെ ഉണ്ടായിരുന്നു.

“ഇല്ലമ്മേ, ഒന്നുമില്ല. മറിച്ച് നമുക്ക് സന്തോഷിക്കാനുള്ള വകയും ഉണ്ട്.”

അതുപറഞ്ഞ് അവൻ തന്റെ കയ്യിലുണ്ടായിരുന്ന കുപ്പി എടുത്തു. കുപ്പിയിലെ ദ്രവം കൂടുതലും തുളുമ്പിപ്പോയിരുന്നു. എന്നാലും മൂന്ന് തുള്ളികൾ വേണ്ടത് ഉണ്ടായിരുന്നു. അവൻ ആ ദ്രവം അവളുടെ മുഖത്തേക്ക് തളിച്ചുകൊണ്ട് പറഞ്ഞു.

"അമ്മേ, അമ്മ നോക്കിക്കൊ. ഇപ്പോൾ ഈ സുന്ദരി സംസാരിച്ച് തുടങ്ങും. അവൾക്ക് ഇനി കേൾക്കാനും കഴിയും." പ്രതീക്ഷിച്ചതുപോലെ അവൾക്ക് സംസാരിക്കാൻ കഴിഞ്ഞു.

"അമ്മേ....."

"മോളെ. നിനക്ക് സംസാരിക്കാൻ കഴിഞ്ഞല്ലൊ?"

"അതെയമ്മേ. എന്നോട് നിങ്ങൾ രണ്ടുപേരും കാണിച്ച സ്നേഹത്തിന് ഞാൻ എങ്ങനെ നന്ദിപറയും.?"

"ഒന്നും വേണ്ട. എനിക്ക് സന്തോഷമായി. എന്റെ മോനും. അല്ലേ മോനേ?"

"അതെയമ്മേ. എനിക്ക് വളരെ വളരെ സന്തോഷമായി."

അവർ ആ രാത്രി മുഴുവനും സംസാരിച്ച് ഇരുന്നു.

അവൾ ജാമിയോട് ഒരു കടലാസും പേനയും ആവശ്യപ്പെട്ടു. അവൾ ഡബ്ളിനിലുള്ള തന്റെ അച്ഛന് ഒരു കത്തെഴുതി. അന്നുതന്നെ ജാമി അത് തപാലിൽ അയക്കുകയും ചെയ്തു. പക്ഷേ ഒരാഴ്ച കഴിഞ്ഞിട്ടും മറുപടി കിട്ടിയില്ല. അവൾ വീണ്ടും ഒരു കത്തെഴുതി. അതിനും മറുപടി ലഭിച്ചില്ല. അതിനുശേഷം അവൾ ജാമിയോട് പറഞ്ഞു.

"എനിക്ക് ഡബ്ലിൻ വരെ പോകണം കഴിയുന്നത്ര വേഗം എനിക്ക് എന്റെ അച്ഛനേയും അമ്മയേയും കാണണം. നീ എന്റെ കൂടെ വരണം"

"ശരി. ഞാൻ വരാം. പക്ഷേ ഡബ്ലിൻ വളരെ ദൂരെയല്ലെ. അവിടെവരെ പോകാൻ ഒരു വണ്ടി എടുക്കാൻ പോലും എന്റെ കയ്യിൽ പണമില്ലല്ലൊ?"

"അതൊന്നും സാരമില്ല. നീ എന്റെ കൂടെ വരികയാണെങ്കിൽ നമുക്ക് നടന്നും പോകാം."

"അത് വലിയ ബുദ്ധിമുട്ടല്ലെ?"

"സാരമില്ല. ഞാൻ നടന്നുകൊള്ളാം."

അങ്ങനെ അവർ ഡബ്ളിനിലേക്ക് യാത്ര തിരിച്ചു. ഇന്നുള്ളതുപോലെ നല്ല റോഡുകൾ ഉണ്ടായിരുന്നില്ല. യാത്ര ക്ലേശം നിറഞ്ഞതായിരുന്നു. എങ്കിലും ചില ദിവസങ്ങൾക്കുള്ളിൽ അവർ സ്റ്റേഫൻ ഗ്രീനിലുള്ള അവളുടെ വീട്ടുമുറ്റത്ത് എത്തി. അവൾ കതകിന് തട്ടി. വീട്ടിലെ വേലക്കാരനാണ് കതക് തുറന്നത്. അയാളോട് അവൾ പറഞ്ഞു.

"എന്റെ അച്ഛനോട് പറ, ഞാൻ വന്നിരിക്കുന്നുവെന്ന്."

"ഇവിടുത്തെ യജമാനന് മക്കളാരും ഇല്ലല്ലൊ. ഒരു മകളുണ്ടായിരുന്നത് ഒരു വർഷം മുമ്പ് മരിച്ചുപോയി പിന്നെ...." അയാൾ സംശയദൃഷ്ടിയോടെ നോക്കി.

"സള്ളിവൻ, നിനക്ക് എന്നെ മനസ്സിലായില്ലേ?"

"ഇല്ല."

"ശരി. വീട്ടിലെ യജമാനനെ എനിക്കൊന്നു കാണണം. അദ്ദേഹത്തെ വിവരം അറിയിക്കുക."

"ശരി"

രണ്ടു മൂന്ന് നിമിഷങ്ങൾക്കു ശേഷം അവളുടെ അച്ഛൻ കതക് തുറന്നു.

"അച്ഛാ" അവൾ ചോദിച്ചു "അച്ഛന് എന്നെ മനസ്സിലായില്ലേ?"

"നിനക്ക് എങ്ങനെ എന്നെ അച്ഛാ എന്ന് വിളിക്കാൻ കഴിയും? എന്റെ ഏക മകൾ മരിച്ചിട്ട് ഒരു വർഷം കഴിഞ്ഞു. പിന്നെ നീ എങ്ങനെ എന്റെ മകളാകും.

"അച്ഛാ, എന്റെ മുഖത്ത് സൂക്ഷിച്ചു നോക്കിയാലും. അച്ഛന് ഈ മകളെ തിരിച്ചറിയാൻ കഴിയും."

"ഇല്ല. എന്റെ മകൾ മരിച്ചുപോയി" അദ്ദേഹം സങ്കടത്തോടെ ആവർത്തിച്ചു..

"അച്ഛൻ എന്റെ വിരലിൽ കിടക്കുന്ന ഈ മോതിരം നോക്കൂ. ഇതിൽ അച്ഛന്റെ പേരും കൊത്തിയിട്ടുണ്ടല്ലോ."

അദ്ദേഹം മോതിരം നോക്കിയിട്ട് പറഞ്ഞു.

"ശരിയാണ്. ഈ മോതിരം ഞാനോർക്കുന്നു. ഇതെങ്ങനെ നിന്റെ കയ്യിൽവന്നു? എന്റെ മകൾ മരിച്ചു പോയല്ലോ?"

അവൾ കൂടുതൽ നിർബന്ധിച്ച് പറഞ്ഞു.

"എന്റെ അമ്മയെ വിളിക്കൂ. അമ്മക്ക് എന്നെ മറക്കാനാകില്ല. തീർച്ച"

സംസാരം കേട്ട് അവളുടെ അമ്മയും അവിടെ എത്തി.

"അമ്മേ. നോക്കൂ. അമ്മേ. അമ്മക്ക് എന്നെ മനസ്സിലാക്കാൻ കഴിയുന്നില്ലേ? ഇതാ നോക്കൂ. എന്റെ കഴുത്തിലുള്ള ഈ മറുക് നോക്കൂ."

"ശരിയാണ്. ഇതെന്റെ ഗ്രേസ് മകളുടെ കഴുത്തിലെ മറുകുപോലെ തന്നെ. അതേ. ഇവൾ എന്റെ ഗ്രേസുതന്നെ. സംശയമില്ല... പക്ഷേ എന്റെ മകളുടെ ശരീരം ശവപ്പെട്ടിയിൽ കിടത്തി അടക്കം ചെയ്യുന്നത് ഞാൻ കണ്ടതല്ലോ."

ആ അമ്മ ദുഃഖം അടക്കാനാവാതെ വിതുമ്പി.

ആ സമയത്ത്, നടന്ന കാര്യങ്ങളെല്ലാം ജാമി വിശദമായി അച്ഛനോടും അമ്മയോടും പറഞ്ഞു. ആ കഥകൾ അവർക്ക് തൃപ്തികരമായി. അവർ സ്വന്തം മകളെ തിരികെ കിട്ടിയതിൽ അതീവ സന്തുഷ്ടരായി. അവർ ജാമിയേയും മകളോടൊപ്പം സ്നേഹത്തോടെ വീട്ടിലേക്ക് കൂട്ടിക്കൊണ്ടുപോയി.

രണ്ടു മൂന്ന് ദിവസത്തെ താമസത്തിനു ശേഷം ജാമി പറഞ്ഞു.

"ഇനി ഞാൻ മടങ്ങിപോകട്ടെ. എന്റെ അമ്മ തനിച്ചാണ്." അമ്മയും അച്ഛനും ജാമിയെ തിരികെ അയക്കാനുള്ള ഒരുക്കങ്ങൾ ആരംഭിച്ചു. അവനും അവന്റെ അമ്മയ്ക്കും കൊടുക്കേണ്ട സ്നേഹോപഹാരങ്ങൾ;

സുഖമായ മടക്കയാത്രക്കുള്ള ഏർപ്പാടുകൾ; എല്ലാം ഒരുക്കാനുള്ള ബന്ധപ്പാടിലായിരുന്നു അവർ.

അപ്പോഴാണ് ഗ്രേസ് അവരോട് പറഞ്ഞത്.

“അച്ഛാ. അമ്മേ, ജാമിയും അമ്മയും എത്ര സ്നേഹത്തോടെയാണ് എന്നെ നോക്കിയത്. ജാമിയാണ് ജീവൻ പണയപ്പെടുത്തി എന്നെ ആ യക്ഷികളിൽ നിന്നും രക്ഷപ്പെടുത്തിയത്. എനിക്ക് ജാമിയെ വളരെ ഇഷ്ടമാണ്. ജാമി തിരികെ പോകുകയാണെങ്കിൽ ഞാനും അവനോടൊപ്പം ഘാനയിലേക്ക് തിരികെ പോകും.” മകളെ തിരികെ അയക്കാൻ അവർക്ക് അശേഷം ഇഷ്ടമില്ലായിരുന്നു. അവർ ജാമിയുമായി സംസാരിച്ചു. ജാമിയോട് ചോദിച്ചു.

“ജാമീ. എന്തുകൊണ്ട് നീയും ഇവിടെ ഞങ്ങളോടൊപ്പം താമസിച്ചു കൂടാ; ഞങ്ങളുടെ ഇഷ്ടപ്പെട്ട മരുമകനായി?”

ജാമിക്കും ആ അഭിപ്രായം സ്വീകാര്യമായിരുന്നു. പക്ഷേ അവൻ അമ്മയെ ഓർത്തു. ഗ്രേസിന്റെ മാതാപിതാക്കൾ ഉടൻ തന്നെ ജാമിയുടെ അമ്മയെ കൂട്ടിക്കൊണ്ടുവരാൻ ഒരു കുതിര വണ്ടി ഡബ്ളിനിലേക്ക് അയച്ചു.

പിന്നീട് വളരെക്കാലം അവരഞ്ചുപേരും വളരെ സന്തോഷത്തോടെ അവിടെ താമസിച്ചു.

ആഷേ പെൽറ്റ്

എന്റെ അമ്മൂമ്മ പറയാറുണ്ടായിരുന്നു, 'പണ്ടു പണ്ട്, അവരുടെ ചെറുപ്പകാലത്ത് പെണ്ണാടുകൾ അമ്മമാരായി ജന്മം എടുക്കാറുണ്ടായിരുന്നു എന്ന്; മാത്രമല്ല അങ്ങനെ ആരുടെയെങ്കിലും അമ്മയായി പുനർജനിക്കുന്നത് കറുത്ത പെണ്ണാടാണെങ്കിൽ അത് മക്കൾക്ക് വളരെ ഭാഗ്യം നൽകുന്നതായിരിക്കുമെന്നും? ആ കാലത്ത് ഐറിഷ് ജനതയുടെ ഇടയിൽ പ്രചാരത്തിലുണ്ടായിരുന്ന ഒരു വിശ്വാസമായിരുന്നു അത്. ആഷേപെൽറ്റ് എന്ന പെൺകുട്ടി ആ വിശ്വാസം ശരിയാണെന്ന് മടികൂടാതെ ഈ കഥയിൽക്കൂടി നിങ്ങളോട് പറയുന്നു.

പെൽറ്റിന്റെ അച്ഛൻ അമ്മയുടെ മരണത്തിനുശേഷം വീണ്ടും വിവാഹം കഴിച്ചു. പെൽറ്റിന് അത് വളരെയധികം സങ്കടവും ദുഃഖവും പകർന്നു. പലപ്പോഴും പെൽറ്റ് ഒറ്റയ്ക്കിരുന്ന് തന്റെ ദുർഗതിയോർത്ത് കരയുമായിരുന്നു.

ചിറ്റമ്മയ്ക്ക് അവളെ അശേഷം ഇഷ്ടമല്ലായിരുന്നു. അച്ഛനും യാതൊരു വിധ ആശ്വാസവും നൽകിയില്ല. എന്നുമാത്രമല്ല അച്ഛന് ചിറ്റമ്മയിൽ ജനിച്ച തന്റെ രണ്ട് സഹോദരിമാരും പെൽറ്റിനോടു വളരെ ക്രൂരമായി പെരുമാറുന്നത് പതിവായിരുന്നു.

അങ്ങനെ അവൾ ദുഃഖിതയായി കരഞ്ഞുകൊണ്ടിരുന്നു. ആ ദിവസം ആ അത്ഭുതം സംഭവിച്ചു. മുമ്പിലുണ്ടായിരുന്ന കൃഷിഭൂമിയുടെ ഒരു കോണിൽ കിടന്നിരുന്ന പാറക്കല്ലിനടുത്തുനിന്ന് ഒരു കറുത്ത പെണ്ണാട് അവൾക്ക് പ്രത്യക്ഷപ്പെട്ടു. പെണ്ണാട് പെൽറ്റിന്റെ അടുക്കൽ വന്നു പറഞ്ഞു.

“മോള് വിഷമിക്കേണ്ട. മോളുടെ ആഗ്രഹം പോലെ എല്ലാം നടക്കും.”

പെൽറ്റ് ആ പെണ്ണാട് പറഞ്ഞതെല്ലാം ശ്രദ്ധിച്ച് കേട്ടു.

“മോള് ആ കല്ല് കിടക്കുന്നയിടത്ത് നോക്കിയാൽ അതിനടുത്ത് ഒരു തുണ്ടുകമ്പി കാണും. അതെടുത്ത് ആ പാറക്കല്ലിൽ മൂന്നുപ്രാവശ്യം അടിക്കണം. അപ്പോൾ മോളുടെ മനസ്സിൽ എന്താഗ്രഹമാണോ ഉള്ളത്, അത് സാധ്യമാകും”

പെൽറ്റ് സാവധാനം നടന്ന് ആ കല്ലിനരികിൽ ചെന്ന് അവിടെക്കിടന്ന കമ്പിത്തുണ്ട് എടുത്ത് കല്ലിൽ മൂന്നുപ്രാവശ്യം അടിച്ചു. അങ്ങനെ അടിക്കുമ്പോൾ അവളുടെ മനസ്സിലെ ആഗ്രഹങ്ങൾ എന്തൊക്കെയായിരുന്നു?

തന്റെ സഹോദരിമാർ അവളെ എപ്പോഴും മൂശേട്ട, വർക്കത്തില്ലാത്തവൾ, മൂധേവി, വിരൂപി, ശകുനം കെട്ടവൾ എന്നെല്ലാം ഭർത്സിക്കാറുണ്ടായിരുന്നു. പക്ഷേ, ചിലപ്പോളെങ്കിലും കണ്ണാടിയിൽ മുഖം നോക്കാൻ സൗകര്യം കിട്ടിയപ്പോൾ അവൾക്ക് മനസ്സിലായ ഒരു സത്യം, അവൾ, അവർ പറയാറുള്ളതുപോലെ അത്ര വിരൂപി ആയിരുന്നില്ല എന്നതാണ്. ശരിക്കും അവൾ ഒരു സുന്ദരിയായിരുന്നു.

അന്ന് അടുത്ത പള്ളിയിൽ ഒരു പ്രധാനപ്പെട്ട വിരുന്നുസൽക്കാരം നടക്കുന്നുണ്ടായിരുന്നു. ആ ചെറിയ രാജ്യത്തിലെ രാജകുമാരൻ പങ്കെടുക്കുന്ന വിരുന്ന് സൽക്കാരസമയത്തു രാജകുമാരൻ തനിക്ക് അനുയോജ്യയായ ഒരു വധുവിനെ തിരഞ്ഞെടുക്കുമെന്ന അറിയിപ്പും ഉണ്ടായിരുന്നു. അതുകൊണ്ട് രാജ്യത്തെ പ്രായപൂർത്തിയായ എല്ലാ യുവതികളേയും വിരുന്നിന് ക്ഷണിച്ചിരുന്നു. എങ്കിലും തനിക്ക് അതിന് അവസരം ലഭിച്ചില്ല. സഹോദരിമാർ അവളെ അടുക്കളയിൽ തള്ളിവിട്ട്, ‘ഞങ്ങൾ തിരികെ വരുമ്പോൾ ഭക്ഷണം തയ്യാറായിരിക്കണം’ എന്നു പറഞ്ഞ് യാത്രയായി. അതെല്ലാം ഓർത്ത് അവൾ തികച്ചും ദുഃഖിതയായി ഇരിക്കുമ്പോളാണ് ആ പെണ്ണാട് അവളുടെ മുമ്പിൽ പ്രത്യക്ഷമായത്.

ന്യായമായും അവളുടെ ആഗ്രഹങ്ങളിൽ ഏറ്റവും പ്രധാനപ്പെട്ടത് അന്നത്തെ വിരുന്നു സൽക്കാരത്തിൽ പങ്കെടുക്കണം എന്നതായിരുന്നു. അതിന് യോജിച്ച വസ്ത്രങ്ങൾ വേണം; ചെരിപ്പുകൾ വേണം; അവിടെ സമയത്ത് എത്തിച്ചേരാൻ കഴിയണം; അങ്ങനെ പലതും. തികച്ചും അതിശയം എന്ന് പറയട്ടെ, അവൾ ആ കല്ലിൽ അടിച്ചതും അവളുടെ മുമ്പിൽ പ്രത്യക്ഷപ്പെട്ടത് അവൾക്ക് പാകമാകുന്ന വിശേഷപ്പെട്ട വസ്ത്രങ്ങളും, കാലിൽ അണിയാൻ പട്ടുകൊണ്ട് തയ്യാറാക്കിയ ചെരുപ്പുകളും, യാത്ര ചെയ്യാൻ ഭംഗിയുള്ള കുതിരയും, അങ്ങനെ അവൾ

ആഗ്രഹിച്ചതെല്ലാം. അവൾ ഉടൻ തന്നെ, വസ്ത്രങ്ങളും ആഭരണങ്ങളുമെല്ലാം ധരിച്ചു. കുതിരപ്പുറത്ത് കയറി. അപ്പോൾ പെണ്ണാട് പറഞ്ഞു.

"ഒരു കാര്യമാത്രം നീ ശ്രദ്ധിക്കണം പന്ത്രണ്ടു മണിക്ക് മുൻപ് നീ തിരികെ പോരണം. അല്ലെങ്കിൽ ആപത്ത് ഉണ്ടാകും."

"ശരി. അങ്ങനെയാകട്ടെ."

നിമിഷനേരം കൊണ്ട് കുതിര അവളെ വിരുന്ന് നടക്കുന്ന പള്ളിയിൽ എത്തിച്ചു. അവിടെ കൂടിയിരുന്നവരെല്ലാം അവളെ ശ്രദ്ധിച്ചു. അവരുടെ മധ്യത്തിൽ അവളായിരുന്നു എല്ലാവരേയും ഒരുപോലെ ആകർഷിച്ച ഏറ്റവും സുന്ദരിയായ കന്യക. രാജകുമാരനും അവളെ വളരെയധികം ഇഷ്ടപ്പെട്ടു.

പക്ഷേ സമയം ഏതാണ്ട് പന്ത്രണ്ടിനടുത്തെത്തിയപ്പോൾ അവൾ ധൃതിയിൽ കുതിരപ്പുറത്ത് ചാടിക്കയറി സ്ഥലം വിട്ടു. ആരോടും യാത്ര പറയാൻ പോലും അവൾ ശ്രദ്ധിച്ചില്ല. ആ പരിഭ്രമത്തിനിടയിൽ അവളുടെ ഒരു കാലിലെ ചെരുപ്പ് താഴെവീണുപോയത് രാജകുമാരൻ ശ്രദ്ധിച്ചു. അദ്ദേഹം അത് കൈയിലെടുത്തുകൊണ്ട് എല്ലാവരും കേൾക്കാനായി പറഞ്ഞു.

"ഈ ചെരുപ്പിന്റെ ഉടമസ്ഥ എനിക്ക് ഏറ്റവും പ്രിയപ്പെട്ടവളാണ്. അവളെയായിരിക്കും ഞാൻ വിവാഹം കഴിക്കുന്നത്. അതുകൊണ്ട് നാളെ മുതൽ ഈ പെൺകുട്ടിയെ തേടിപ്പിടിക്കുവാൻ ഞാൻ ശ്രമിക്കുന്നതാണ്. നിങ്ങളുടെയെല്ലാവരുടേയും സഹകരണം ഞാൻ അഭ്യർത്ഥിക്കുന്നു. രാജകുമാരൻ അടുത്ത ദിവസം മുതൽ വീട്ടുവീടായി അന്വേഷിക്കാൻ തുടങ്ങി. ഓരോ വീട്ടിലുമുള്ള ചെറുപ്പക്കാരികളെ വിളിച്ച് ആ ചെരുപ്പ് അവരുടെ ആരുടെയെങ്കിലുമാണോ എന്ന് തിരക്കി. ആണെന്ന് അവകാശപ്പെട്ടവരോട് അത് കാലിൽ ധരിച്ച് കാണിക്കാൻ ആവശ്യപ്പെട്ടു.

അങ്ങനെ ഒരു ദിവസം രാജകുമാരൻ ആഷേ പെൽറ്റിന്റെ വീടും സന്ദർശിച്ചു. പെൽറ്റിന്റെ രണ്ട് സഹോദരിമാരും ചെരുപ്പ കാലിൽ ഇടാൻ ശ്രമിച്ചുവെങ്കിലും കഴിഞ്ഞില്ല രാജകുമാരൻ ചോദിച്ചു.

"ഈ വീട്ടിൽ മറ്റ് ചെറുപ്പക്കാർ ആരെങ്കിലുമുണ്ടോ?"

"ഇല്ല"

ഈ സമയം അവർ പെൽറ്റിനെ അവരുടെ ഗോശാലയിൽ പൂട്ടിയിട്ടിരിക്കുകയായിരുന്നു. രാജകുമാരനും ഭൃത്യരും നിരാശരായി മടങ്ങും സമയത്ത് അടുത്തുള്ള വയലിൽ നിന്നു കൊണ്ട് ആ പെണ്ണാട് പറഞ്ഞു.

“രാജകുമാരാ. താങ്കൾ തേടുന്ന കനി ഇവിടുത്തെ ഗോശാലയിൽ ബന്ധനസ്ഥ ആണെന്നറിഞ്ഞാലും.”

അതുകേട്ട രാജകുമാരൻ ഉടൻ തന്നെ അടുത്തുള്ള പശുത്തൊഴുത്തിൽ എത്തി. അവിടെ പെൽറ്റ് പശുക്കളെ ശുശ്രൂഷിച്ചുകൊണ്ട് നിൽക്കുന്നുണ്ടായിരുന്നു. അവളെ കണ്ട ഉടൻതന്നെ അവളായിരുന്നു വിരുന്നിന് പങ്കെടുത്ത, താൻ അന്വേഷിക്കുന്ന പെൺകുട്ടി എന്ന് കുമാരന് മനസ്സിലായി. അവൾക്ക് കുമാരന്റെ കയ്യിലുണ്ടായിരുന്ന ചെരുപ്പ് കൃത്യമായി ചേരുകയും ചെയ്തു. രാജകുമാരൻ അവളെ സ്വന്തം കൊട്ടാരത്തിലേക്ക് കൂട്ടിക്കൊണ്ടു പോരുകയും അധികം താമസിയാതെ വിവാഹം കഴിക്കുകയും ചെയ്തു. അവർ രണ്ടുപേരും വളരെക്കാലം സന്തോഷത്തോടെ ജീവിച്ചു.

ഈ കഥ വായിച്ചപ്പോൾ നിങ്ങൾക്ക് സുപരിചിതമായ മറ്റൊരു കഥ ഓർമ്മ വന്നില്ലേ? സിൻഡ്രലയുടെ കഥ. ലോകമൊട്ടുക്കം പ്രചാരത്തിലുള്ള നാടോടിക്കഥയാണ് സിൻഡ്രലയുടേത്. പക്ഷേ ഓരോ സ്ഥലത്തും ചില പാഠഭേദങ്ങളോടെയാവും കഥ പ്രചാരത്തിലുള്ളത് എന്നു മാത്രം. ചിലപ്പോൾ ഒരേ സ്ഥലത്ത്, ഒരേ ഭാഷയിൽ ഒന്നിൽകൂടുതൽ പാഠഭേദങ്ങളോടെ ഈ കഥ കേൾക്കാൻ കഴിഞ്ഞു എന്നും വരാം. പക്ഷേ എല്ലാ പാഠഭേദങ്ങളിലും കഥാതന്തു ഒന്നുതന്നെ ആയിരിക്കും. ക്രൂരതകൾ അനുഭവിക്കേണ്ടിവന്ന ഒരു പെൺകുട്ടിയും ആകസ്മികമായി അവൾക്ക് കിട്ടിയ ഭാഗ്യവും ആണ് കഥയുടെ ബീജം. ഈ കഥയുടെ പല പാഠഭേദങ്ങളും അയർലണ്ടിൽ തന്നെ ആഷാ പെൽറ്റ് എന്ന പേരിൽ പ്രചാരത്തിൽ ഉണ്ട്.

കരിമ്പൂച്ച

കരിമ്പൂച്ച എവിടെയും മനസ്സിൽ ഭീതി നൽകുന്ന ഒരു ജന്തുവായിട്ടാണ് ചിത്രീകരിക്കപ്പെടുന്നത്. നാം യാത്രചെയ്യുന്ന പാതയിൽ കുറുകെ പോകുന്ന കരിമ്പൂച്ച ഭീതിയുളവാക്കുന്ന ഒരു ശകുനമാണ് ഇതൊക്കെ ശരിയാണോ എന്ന് ചോദിച്ചാൽ മറ്റ് പല അന്ധവിശ്വാസങ്ങളേയും പോലെ ഇതും യാതൊരു ന്യായീകരണങ്ങളും ഇല്ലാത്ത ഒരന്ധവിശ്വാസമാണെന്ന് സമ്മതിക്കേണ്ടിവരും. എങ്കിലും അത്തരം പല വിശ്വാസങ്ങളെയും ആധാരമാക്കിക്കൊണ്ടുള്ള അനേകം കഥകളും കിംവദന്തികളും ലോകമൊട്ടുക്കും പ്രചാരത്തിലുണ്ട്. അക്കൂട്ടത്തിൽ കരിമ്പൂച്ചകളെ കേന്ദ്രീകരിച്ചുകൊണ്ടുള്ള കഥകളും വിരളമല്ല. അയർലണ്ടിലും കരിമ്പൂച്ചകൾ പണ്ടുമുതൽക്കെ അത്തരം കഥകളിൽ സ്ഥാനം പിടിച്ചിരുന്നു.

ഇങ്ങനെയൊക്കെ ആണെങ്കിലും പൂച്ചകളുടെ രാജാവിന് മൃഗങ്ങളുടെ സമൂഹത്തിൽ ഒരു വലിയ സ്ഥാനംതന്നെയുണ്ട്. നമ്മുടെ വീടുകളിൽ അത് അത്രവലിയ പ്രാധാന്യമൊന്നും കിട്ടാത്ത, വലിയ പദവികൾക്ക് അർഹനായ ഒന്ന് എന്ന അംഗീകാരം കിട്ടാത്ത, ഏതോ മൂലയിൽ ഒളിച്ചും പതുങ്ങിയും ജീവിക്കുന്ന ഒരു ജന്തു എന്നാണ് പലപ്പോഴും കരുതുന്നത്. അല്ലേ? പക്ഷേ അതിനെ അല്പം വേദനിപ്പിച്ച് നോക്കൂ; പ്രത്യേകിച്ചും അതിന്റെ ചെവിയിൽ ഒന്ന് നുള്ളി നോക്കൂ .അപ്പോൾ കാണാം അതിന്റെ രാജകീയമായ ചീറ്റലും, ശൗര്യവും, ആക്രോശവും എല്ലാം. എന്താ, പരീക്ഷിച്ച് നോക്കണമെന്നുണ്ടോ? സൂക്ഷിച്ചു മതി. കേട്ടോ.

പണ്ടൊരിക്കൽ ഒരു മനുഷ്യൻ തന്റെ വീട്ടിലുണ്ടായിരുന്ന ഒരു പൂച്ചകാണിച്ച ചില അക്രമങ്ങൾ കാരണം (വറുത്തുവെച്ചിരുന്ന

മീൻ കഷ്ണങ്ങളെല്ലാം ആരും കാണാതെ ഒന്നില്ലാതെ എല്ലാം തിന്ന് തീർത്തതോ അല്ലെങ്കിൽ അതുപോലെ മറ്റെന്തെങ്കിലുമോ കാരണമാകാം) അതീവ കോപിഷ്ടനായി ആ പൂച്ചയുടെ കഴുത്തറുത്ത് തീയിലിട്ടു. തീയിൽ വീണ തല ശബ്ദമെടുത്ത് ആക്രോശിച്ചു.

"ശരി, തന്റെ ഭാര്യ പറഞ്ഞതുകേട്ട് താനെന്റെ കഴുത്തുവെട്ടി. താൻ വെട്ടിയത് പൂച്ചകളുടെ രാജാവിന്റെ കഴുത്താണെന്ന് തനിക്കറിയാമോ? കേട്ടോളൂ തന്റെ ഈ സാഹസം തക്ക രീതിയിൽ ശിക്ഷിക്കപ്പെടും"

അതുപറയുമ്പോൾ ആ പൂച്ചയുടെ കണ്ണുകൾ തിളങ്ങുന്നുണ്ടായിരുന്നു.

വർഷം ഒന്ന് കടന്നുപോയി. അയാൾ ഒരു പൂച്ചക്കുട്ടിയെ സ്നേഹിച്ച് വളർത്തുന്നുണ്ടായിരുന്നു. നേരത്തെ പറഞ്ഞ ആ സംഭവം നടന്ന് കൃത്യം ഒരുവർഷം തികഞ്ഞ ആ ദിവസം, അയാൾ തന്റെ പൂച്ചക്കുട്ടിയോട് സന്തോഷത്തോടെ കളിച്ചുകൊണ്ടിരിക്കുകയായിരുന്നു. എന്നാൽ തികച്ചും അപ്രതീക്ഷിതമായി ആ പൂച്ചക്കുട്ടി അയാളുടെ കഴുത്തിന് നേരെ ചാടി ശക്തമായി കടിച്ചു. കഴുത്തിൽ പൂച്ചയുടെ പല്ലുകൾ ആഴത്തിൽ പതിയുകയും അതുകാരണം അയാൾ കുറച്ച് സമയത്തിനുശേഷം മരിക്കുകയും ചെയ്തു.

എന്തുകൊണ്ട് ആ പൂച്ചക്കുട്ടി അങ്ങനെ ചെയ്തു. വേണമെങ്കിൽ, പൂച്ചരാജാവിന്റെ ആത്മാവ് ആ പൂച്ചക്കുട്ടിയിൽ അധിനിവേശിച്ചിരുന്നു എന്നും അങ്ങനെ മുൻപ് തനിക്കുണ്ടായ അപമാനത്തിനും, ജീവഹാനിക്കും, നേരിടേണ്ടി വന്ന ക്രൂരതക്കും പ്രതികാരം ചെയ്തതാണെന്നും നമുക്ക് പറയാം.

ഇത്തരം കഥകൾ അയർലണ്ടിലും, സ്കോർട് ലണ്ടിലും മറ്റ് യുറോപ്യൻ രാജ്യങ്ങളിലും ധാരാളം പ്രചാരത്തിലുണ്ട്. നാടോടിക്കഥകളായി.

മറ്റൊരു കഥ ഇങ്ങനെയാണ്.

വൃദ്ധയായ ഒരു സ്ത്രീ അർദ്ധരാത്രി സമയത്ത് തന്റെ വീട്ടിൽ എന്തോ തുന്നിക്കൊണ്ടിരിക്കുകയായിരുന്നു. വെളിയിലേക്കുള്ള വാതിൽ അകത്തുനിന്ന് ബന്ധിച്ചിരുന്നു.

അപ്പോഴാണ് കതകിന് ആരോ മുട്ടുന്ന ശബ്ദം കേട്ടത്. അല്പനേരത്തെ നിശ്ശബ്ദതക്കു ശേഷം വീണ്ടും കതകിൽ കൂടുതൽ ശക്തിയായി മുട്ടുന്ന ശബ്ദം. വൃദ്ധ എഴുന്നേറ്റ് സാക്ഷ മാറ്റി കതക് തുറന്ന് തിരക്കി.

"ഈ അർദ്ധരാത്രി സമയത്ത് ആരാ കതകിന് മുട്ടുന്നത്?"

അപ്പോൾ വെളിയിൽ നിന്ന് ആരോ പറഞ്ഞു.

"ങ്ങാ. ജൂഡി, ഞാനൊന്ന് അകത്തേക്ക് വന്നോട്ടെ. ഇവിടെ വെളിയിൽ സഹിക്കാനാകാത്ത തണുപ്പാ. കൂടാതെ എനിക്ക് നന്നായി

വിശക്കുന്നുമുണ്ട്."

"നിങ്ങൾ ആരാണ്?"

"ങ്ാ, അതൊക്കെ പിന്നെ പറയാം. നീ കതകൊന്ന് നല്ലപോലെ തുറക്ക്. അകത്തുവന്നിട്ട് ഞാനെല്ലാം പറയാം"

ജൂഡിക്ക് സഹതാപം തോന്നി. പാവം സ്ത്രീ. ശരിയായിരിക്കും. വിശന്നിട്ടല്ലെ പോരാത്തതിന് നല്ല തണുപ്പും. അങ്ങനെ വിചാരിച്ചുകൊണ്ട് ജൂഡി കതക് നല്ലതുപോലെ തുറന്നു.

പ്രത്യേകിച്ച് അനുവാദത്തിനൊന്നും കാത്തു നിൽക്കാതെ ഒരു വലിയ കറുത്ത പൂച്ച, നല്ല കറുത്ത നിറം; ജ്വലിക്കുന്ന കണ്ണുകളും, കഴുത്തിന് താഴെ നെഞ്ചിന് നല്ല വെള്ളനിറം; ഒപ്പം കൊഴുത്ത്, വെളുത്ത രണ്ട് പൂച്ചക്കുട്ടികളും അകത്തേക്ക് നിസ്സങ്കോചം കയറി. മൂന്നു പേരും നേരെ സ്വീകരണ മുറിയിലെ നെരുപ്പകത്തിനടുത്ത് ചെന്ന് ഇരിക്കുകയും ചെയ്തു. അവിടെയിരുന്ന് അവർ ഉച്ചത്തിൽ കോട്ടുവാ ഇടുകയും, തണുപ്പ് മാറിക്കിട്ടുന്നതിന്റെ സന്തോഷം പ്രകടിപ്പിക്കുകയും ചെയ്തുകൊണ്ടിരുന്നു.

ആ സമയമെല്ലാം ജൂഡി തന്റെ തുന്നൽ വേല തുടർന്നും ചെയ്യുകയായിരുന്നു. അതിഥികളോട് ഒന്നും ചോദിക്കുവാൻ മിനക്കെട്ടതുമില്ല. കുറേ നേരത്തിന് ശേഷം ആ കരിം പൂച്ച പറഞ്ഞു.

"ജൂഡി, ഇനിമേൽ നീ ഇങ്ങിനെ രാത്രി സമയങ്ങളിൽ വളരെനേരം ഉറക്കമിളച്ച് ജോലി ചെയ്യാൻ പാടില്ല. അർദ്ധരാത്രിയോടടുത്ത സമയം എപ്പോഴും യക്ഷികൾക്കും, പ്രേതങ്ങൾക്കും അവകാശപ്പെട്ടതാണ്. ആ സമയത്ത് നീ ഉണർന്നിരുന്നാൽ അവർക്ക് ശല്യമാകും. എന്താ മനസ്സിലായോ?"

ജൂഡി ഒന്നും പറയാതെ ആ കരിമ്പൂച്ചകളെ ശ്രദ്ധിച്ചുകൊണ്ടിരുന്നു. 'ഇത് എന്തിനുള്ള ഭാവമാണ്. അത് എന്നെ ഉപദ്രവിക്കുമോ? അവർ സംശയിക്കാതിരുന്നില്ല.

കരിം പൂച്ച തുടർന്നു.

"ഇന്നുതന്നെ അവരിൽ ചിലർക്ക് ഇവിടെ ഒത്തുകൂടാൻ താൽപര്യമുണ്ടായിരുന്നു. അത് നടക്കാതെപോയതിൽ അവർക്ക് ദേഷ്യവുമുണ്ട്. ഞാനും എന്റെ മക്കളും ഈ സമയത്ത് ഇവിടെ ഉണ്ടായത് നിന്റെ ഭാഗ്യം. ഇല്ലെങ്കിൽ അവർ നിന്നെ വകവരുത്തുമായിരുന്നു എന്നതിന് സന്ദേഹമില്ല. അതുകൊണ്ട് ഇനി ഒരിക്കലും രാത്രികാലങ്ങളിൽ ഇങ്ങനെ ഉണർന്നിരിക്കാൻ പാടില്ല. രാത്രി യക്ഷികൾക്കും ഗന്ധർവ്വന്മാർക്കും മറ്റ് പരേതാത്മാക്കൾക്കും മാത്രമുള്ളതാണ്. ഓർമ്മയിരിക്കട്ടെ."

കരിമ്പൂച്ച പറഞ്ഞുനിർത്തിയത് ഒരു താക്കീതിന്റെ സ്വരത്തിലായിരുന്നു.

“കേട്ടല്ലോ. ഈ പ്രാവശ്യം ഞാൻ നിന്നെ രക്ഷിച്ചു. ഇനി നീ തന്നെ സൂക്ഷിച്ചോണം. ശരി. എനിക്ക് നല്ല ക്ഷീണമുണ്ട് എനിക്കും എന്റെ മക്കൾക്കും ഓരോ കപ്പ നല്ല തണുത്ത പാല് തന്നാൽ നല്ലത്”.

ജൂഡി മറുപടി ഒന്നും പറഞ്ഞില്ലെങ്കിലും അടുക്കളയിൽ നിന്ന് പാലെടുത്ത് അവർക്ക് കൊടുത്തു. മൂന്നുപേരും പാല് ആസ്വദിച്ച് കുടിച്ചു. അതിനുശേഷം നടന്ന് മറയുകയും ചെയ്തു. പോകുന്നതിന് മുൻപ് പാല് നൽകിയതിന് നന്ദി പറയുകയും ചെയ്തു.

“ഞങ്ങളോട് നല്ല രീതിയിൽ പെരുമാറിയതിനും പാല് തന്നതിനും നന്ദി. ഞങ്ങളോട് കാണിച്ച നല്ല പെരുമാറ്റത്തിന് വേണ്ട പാരിതോഷികം നിനക്ക് കിട്ടിയിരിക്കും.”

ആ പൂച്ചകൾ നടന്നുമറഞ്ഞതിന് ശേഷം കതക് അടക്കാൻ തുടങ്ങിയ ജൂഡി മുറ്റത്ത് എന്തോ തിളങ്ങുന്ന ഒരു സാധനം കിടക്കുന്നത് കണ്ടു. എടുത്ത് നോക്കിയപ്പോൾ അവർ അതിശയിച്ചു പോയി. സാമാന്യം വലിപ്പമുള്ള ഒരു വെള്ളിക്കട്ടി. താൻ പല വർഷങ്ങൾ ജോലി ചെയ്താൽ പോലും അത്തരം ഒരു വെള്ളിക്കട്ടി സ്വന്തമാക്കാൻ കഴിയുമായിരുന്നില്ല. സന്തോഷത്തോടെ ജൂഡി വീട്ടിനുള്ളിലേക്ക് നടന്നുകയറി.

അതിനുശേഷം ജൂഡി ഒരിക്കലും അർദ്ധരാത്രിയോടടുത്ത സമയങ്ങളിൽ ഉണർന്നിരുന്ന് ജോലി ചെയ്യാൻ മിനക്കെട്ടിട്ടില്ല.

കരിമ്പൂച്ചകളെക്കുറിച്ചുള്ള കഥകൾ വളരെ വൈവിധ്യം നിറഞ്ഞതും രസകരങ്ങളും ആണ്. നമുക്ക് അത്തരത്തിലുള്ള മറ്റൊരു കഥകൂടി വായിക്കാം.

ഈ സംഭവം നടന്നത് അയർലണ്ടിലെ ലുക്ബിർണെ എന്ന സ്ഥലത്തെ ഫ്രാൻസിസ് റോഡിൽ വെച്ചാണ്. ആ കാലത്ത് കുതിരവണ്ടികൾ ധാരാളമായി ദീർഘദൂര സവാരികൾക്ക് ഉപയോഗപ്പെടുത്തിയിരുന്നു. ഇന്ന് നമ്മുടെ റോഡുകളിൽ ഓടുന്ന ഷെയർ ആട്ടോകളില്ലേ? അതുപോലെ. ഒരു പട്ടണത്തിൽ നിന്ന് മറ്റൊരു പട്ടണത്തിലേക്കു അത്തരം കുതിരവണ്ടികൾ യാത്രക്കാരുടെ സൗകര്യത്തിന് സഞ്ചരിക്കുന്നത് പതിവായിരുന്നു.

ഈ കഥയിൽ അത്തരം ഒരു കുതിരവണ്ടി ബങ്കോളയിൽ നിന്നും ഡബ്ളിനിലേക്ക് യാത്രചെയ്യുകയായിരുന്നു. ഒരു കറുത്ത പൂച്ച തന്റെ വണ്ടിക്കൊപ്പം ഓടിക്കൊണ്ട് എന്തൊക്കെയോ ഉച്ചത്തിൽ പുലമ്പുന്നത് വണ്ടിക്കാരന്റെ ശ്രദ്ധയിൽ പെട്ടു. അയാൾ വണ്ടിയുടെ വേഗം കുറച്ച് പൂച്ച പുലമ്പുന്നത് എന്താണെന്ന് ശ്രദ്ധിച്ചു.

“മോളി ബ്രൗണിനോട് ദയവു ചെയ്തു പറയണേ, അവളുടെ ടോംജോൺ ഇന്നുകാലത്ത് മരിച്ചുപോയി എന്ന്. മറക്കാതെ പറയണേ.” അതായിരുന്നു ആ പൂച്ച വീണ്ടും വീണ്ടും ശബ്ദമെടുത്തു വിളിച്ചുപറഞ്ഞുകൊണ്ടിരുന്നത്.

പൂച്ച വണ്ടിക്കൊപ്പം റോഡരുകിൽക്കൂടി ഓടിക്കൊണ്ടേയിരിക്കുന്നത് കണ്ടപ്പോൾ അയാൾക്ക് അതൊരു ശല്യമായി തോന്നി. തന്റെ വണ്ടിയിലുണ്ടായിരുന്ന ഒരു ചെറിയ കല്ല് പൂച്ചയെ നോക്കി എറിഞ്ഞു.

“ഛെ. ഇതെന്തൊരു ശല്യമാ. എവിടെയെങ്കിലും പോയി ചത്തൂടെ” അയാൾ കോപത്തോടെ പറഞ്ഞു.

പിന്നീട് ആ പൂച്ചയെ കണ്ടില്ല. വണ്ടികുറച്ച് സമയത്തിനുശേഷം പതിവായി എല്ലാ വണ്ടിക്കാരും വിശ്രമിക്കാനായി നിർത്താറുള്ള ഫ്രാൻസിസു റോഡിൽ നിർത്തി അടുത്തുള്ള ബാറിൽക്കയറി ഒരു കുപ്പി ബീയർ വാങ്ങി. സാധാരണ കാണാറുള്ള മറ്റ് വണ്ടിക്കാരോടൊപ്പം കുശലം പറഞ്ഞ്. ബീയറും കുടിച്ച് ഇരുന്നു. പലതും പറയുന്നതിനിടയിൽ അയാൾ രാവിലെ തനിക്കുണ്ടായ അനുഭവം പറഞ്ഞു.

“ആ പൂച്ച വിളിച്ചു പറഞ്ഞത് എന്താണെന്ന് കേൾക്കണ്ടേ?”

ടോം ജോൺ മരിച്ചുപോയി പോലും! എനിക്ക് തികച്ചും വ്യക്തമായി മനസ്സിലാക്കാൻ കഴിഞ്ഞു. ആ പൂച്ച ടോം ജോൺ മരിച്ചു എന്നാണ് വിളിച്ചു പറഞ്ഞത്”

അപ്പോഴാണ് അവർ ശ്രദ്ധിച്ചത്. ബിയർ കുപ്പികൾ അടുക്കിവെച്ചിരുന്ന അലമാരയുടെ മുകളിലിരുന്ന തവിട്ടുനിറത്തിലുള്ള പൂച്ച പെട്ടെന്ന് താഴേക്ക് ചാടി. ചാടിയതും, “അതെന്റെ ഭർത്താവാണ്, ഭർത്താവാണ്” എന്ന് ഉച്ചത്തിൽ പറഞ്ഞു കരഞ്ഞുകൊണ്ട് ഓടാൻ തുടങ്ങി. ബങ്കോളിയിലേക്കുള്ള നിരത്തിൽക്കൂടി ആ പൂച്ച ഓടി മറഞ്ഞു.

ബാറിന്റെ ഉടമസ്ഥനിൽ നിന്നും പിന്നീട് മനസ്സിലായത് ആ ചാരനിറത്തിലുള്ള പൂച്ചയുടെ പേര്. ‘മോളി ബ്രൗൺ’ എന്ന് ആയിരുന്നുവെന്നും ആ സംഭവത്തിനു ശേഷം മോളിബ്രൗണിനെ ഫ്രാൻസിസ് റോഡിലെങ്ങും കണ്ടിട്ടില്ലെന്നും ആണ്.

സ്വപ്നം കണ്ടുകൊണ്ടേയിരിക്കുന്ന ടിം

കോർക്കിന് പടിഞ്ഞാറ് ഏതാണ്ട് അറുപത് കിലോമീറ്റർ ദൂരത്തിലുള്ള ഒരു ചെറിയ ഗ്രാമമാണ് ബല്ലേദോബ്. ഒരു കുന്നിൻ മുകളിലെ താഴ്വര എന്ന് വേണമെങ്കിൽ പറയാം. കാരണം ബല്ലേദോബ് കുന്നിന്റെ മുകളിലാണെങ്കിലും ആ സ്ഥലത്തിന് ചുറ്റിലും തലയെടുപ്പുള്ള ധാരാളം കുന്നുകളും, ഉയർന്ന് വളർന്നു നിൽക്കുന്ന മരങ്ങളും ഉണ്ടായിരുന്നു എന്നതുതന്നെ. ആ താഴ്വരയുടെ ചുറ്റും ഉയർന്നുനിന്ന കുന്നുകൾക്കും ഉയരത്തിൽ പറക്കുന്ന കഴുകന്മാർ ഓർമ്മയിൽ നിന്ന് മാഞ്ഞുപോകാത്ത ഒരു ദൃശ്യമാണ്. ആ കുന്നുകളിൽ ഒന്നിന്റെ മുകളിൽ ഒരു ചെറിയ തടാകവും ഉണ്ടായിരുന്നു. ആ തടാകത്തിന്റെ ആഴം എത്രയെന്ന് ആർക്കും ഊഹിക്കുവാൻ കൂടി കഴിഞ്ഞിട്ടില്ല. അത്ര ആഴമുള്ള ആ തടാകത്തിലെ ഏക ജീവി ഒരു വലിയ സർപ്പം ആയിരുന്നു. ചിലപ്പോഴൊക്കെ ആ വലിയ സർപ്പം അതിന്റെ ഭീമാകാരമായ തല ജലനിരപ്പിന് മുകളിൽ ഉയർത്തിപ്പിടിച്ച് നിൽക്കുമായിരുന്നു. ആ സമയത്ത് അതുണ്ടാക്കുന്ന സീൽക്കാരം ആരെയും ഭയപ്പെടുത്തുന്നതായിരുന്നു.

ആ ഗ്രാമത്തിൽ എല്ലാവർക്കും ടിം-നെ അറിയാമായിരുന്നു. എല്ലാവർക്കും അയാളെക്കുറിച്ച് നല്ല അഭിപ്രായവും ആയിരുന്നു. സത്യസന്ധനായ, അന്തസ്സുള്ള, അധ്വാനശീലനായ, ആവശ്യങ്ങൾക്ക് വേണ്ടത്ര സമ്പാദിക്കുന്ന ഒരാൾ; അതായിരുന്നു ടിം നേക്കുറിച്ച് എല്ലാവരുടേയും അഭിപ്രായം.

ഒരിക്കലും അയാൾ വീട്ടുവാടക കുടിശ്ശിക വെച്ചിട്ടില്ല. ടിം, തന്റെ വീട്ടുവാടക പശുവിന്റെ വാലുപോലെ എപ്പോഴും പുറകിലാണല്ലോ എന്ന്

വീട്ടുടമസ്ഥനേക്കൊണ്ട് പറയിപ്പിക്കേണ്ട സന്ദർഭങ്ങൾ ഉണ്ടായിട്ടേ ഇല്ല എന്ന് പറഞ്ഞാൽ തെറ്റും. രണ്ടു പ്രാവശ്യം മാത്രം അങ്ങനെ പറയിപ്പിക്കാൻ അവസരം ഉണ്ടായി എന്നതാണ് സത്യം. ടിം-ന് പറ്റിയ ഒരു തെറ്റ് എന്നും പറയാം.

അത്രയൊക്കെ നല്ലവനായിരുന്ന ടിം ഏതോ കാരണവശാൽ കുറേ കൂടുതലായി കുടിക്കാൻ ആരംഭിച്ചു. കുടിച്ചു കഴിഞ്ഞാൽ അയാൾ നന്നായി ഉറങ്ങും. ഉറക്കത്തിൽ സ്വപ്നം കാണുന്നതും പതിവായിരുന്നു. നീണ്ട നീണ്ട സ്വപ്നങ്ങൾ; ഓരോ രാത്രിയിലും, എല്ലാ രാത്രികളിലും അത് ഒരു പതിവായി. ഞാൻ താമസിച്ചിരുന്ന പുരയിടത്തിൽ എവിടെയൊക്കെയോ ഭൂമിക്കടിയിൽ കിടക്കുന്ന സ്വർണവും, വെള്ളിയും, രത്നങ്ങളും അയാളുടെ സ്വപ്നങ്ങളിൽ സ്ഥാനം പിടിച്ചു. രാത്രികളിൽ സ്വപ്നം കണ്ട് ഉണർന്ന് പുരയിടത്തിൽ അവിടെയുമിവിടെയുമെല്ലാം മൺവെട്ടിയെടുത്ത് കുഴിതോണ്ടും. പകലായാൽ കിടന്ന് ഉറങ്ങും. ഈ പതിവ് ടിം-ന്റെ ഭാര്യയേയും ആകുലചിത്തയാക്കി.

അങ്ങനെ ദിവസങ്ങൾ കടന്നുപോയി. അടുത്തടുത്ത് രണ്ടുദിവസം ടിം സ്വപ്നം കണ്ടു. തനിക്ക് ഒരു കുഴിയിൽ നിന്നും ധാരാളം വിലപിടിപ്പുള്ള പണ്ടങ്ങൾ കിട്ടി എന്നാണ്, പക്ഷേ സ്വന്തം പുരയിടത്തിൽനിന്ന് ആയിരുന്നില്ല. മറിച്ച് പേരുകേട്ട ലണ്ടൻ പാലത്തിന് അടുത്തു നിന്ന് കിട്ടി എന്നായിരുന്നു സ്വപ്നം.

അടുത്തടുത്ത ദിവസങ്ങളിൽ കണ്ട സ്വപ്നം അവഗണിക്കാൻ മാത്രം മണ്ടനായിരുന്നില്ല ടിം. അതുകൊണ്ടുതന്നെ അയാൾ സ്നേഹിതനായ പാറ്റിന്റെ കുതിരവണ്ടിയിൽ ലണ്ടനിലേക്ക് യാത്രയായി. അധികം താമസിയതെ ലണ്ടനിലെത്തിയ ടിം പ്രയാസമില്ലാതെ ലണ്ടൻ പാലവും കണ്ടെത്തി. ലണ്ടൻ പാലത്തിനടുത്ത പരിസരങ്ങളിലെല്ലാം ചുറ്റിക്കറങ്ങി, മുക്കിലും മൂലയിലുമെല്ലാം തിരച്ചിൽ തുടങ്ങുകയും ചെയ്തു. അങ്ങനെ ഒരു ദിവസം ടിം പാലത്തിൽനിന്നുകൊണ്ട് കുനിഞ്ഞു താഴേക്ക് നോക്കുന്ന സമയം അയാളുടെ അടുത്ത് അതികായനായ ഒരു മനുഷ്യൻ എത്തി. കറുത്ത വലിയ മീശ; കഴുത്തു മുതൽ പാദങ്ങൾ വരെ നീണ്ടുകിടന്ന കറുത്ത കുപ്പായം; നല്ല കറുത്ത മുഖം.

“ടിം. നീ എന്നെ കാണുന്നുണ്ടോ?” ഗംഭീരമായ ശബ്ദത്തിലുള്ള ആ ചോദ്യംകേട്ട്, ടിം തലയുയർത്തി നോക്കിയപ്പോളാണ് ആ മനുഷ്യനെ കണ്ടത്. ടിം അയാളെ കണ്ടതും ഒന്ന് പരിഭ്രമിച്ചു. എങ്കിലും നിദാനമായി മറുപടി പറഞ്ഞു.

“ഉണ്ട്, സർ, കാണുന്നുണ്ട്.”

“ടിം. നീ എന്തിനാണ് ഇവിടെ വന്നിരിക്കുന്നത്? നിന്റെ വീട്ടിൽ നിന്നും ഇവിടെവരെ വരണമെങ്കിൽ എന്തെങ്കിലും പ്രത്യേകിച്ച് ഉദ്ദേശ്യം കാണുമല്ലൊ.”

തന്റെ പേരും, തന്റെ വീട് ഇവിടെനിന്നും വളരെ ദൂരെയാണെന്നും ഇയാളെങ്ങനെ അറിഞ്ഞു. അതായിരുന്നു ടിം-ന്റെ സംശയം, എങ്കിലും വിനയപൂർവ്വം പറഞ്ഞു.

“സർ. ഞാൻ എന്റെ ഭാഗ്യം പരീക്ഷിക്കാനെത്തിയതാണ്”

“ഭാഗ്യം പരീക്ഷിക്കാനോ?”

“അതേ സർ. ഇതാണ് സത്യം.”

“നീ ഒരു വിഡ്ഢിയാണെന്നതിൽ സംശയമില്ല” അയാൾ പറഞ്ഞു.

“ടിം. നോക്ക്, ഭാഗ്യം പരീക്ഷിക്കാൻ പറ്റിയ നഗരമാണ്, ലണ്ടൻ എന്നതിൽ സന്ദേഹമില്ല. പക്ഷേ ഭാഗ്യപരീക്ഷണം നിസ്സാരമല്ല അത് കഠിനമേറിയ ജോലിയാണെന്ന് ഓർമ്മ വേണം. എന്നാൽ ഭാഗ്യം കിട്ടിക്കൂടാ എന്നും പറയാനാവില്ല.”

ടിം. അല്പം ആലോചിച്ചതിനുശേഷം., ‘ഈ മനുഷ്യന് എന്നെക്കുറിച്ച് എല്ലാം അറിയാമെന്ന് തോന്നുന്നു. ഇയാളോട് എല്ലാം സത്യങ്ങളും തുറന്ന് പറയുന്നതിൽ തെറ്റില്ല എന്ന് തീരുമാനിച്ചു. അയാളോട് തന്റെ സ്വപ്നങ്ങളെക്കുറിച്ച് ടിം വിശദമായി പറഞ്ഞു. ഒടുവിൽ ഇത്രയും കൂടികൂട്ടിച്ചേർത്തു.

“സർ, എന്നെപ്പോലെ ഭാഗ്യം തേടി ഇവിടേക്കുവരുന്ന മറ്റ് പലരും ഉണ്ടാകും ഇല്ലേ?”

“ശരിയാണ്. അങ്ങനെ ധാരാളം പേരുണ്ട്.”

“പക്ഷേ, സാർ ഞാനിറങ്ങി തിരിച്ചത് സ്വപ്നത്തിൽ കണ്ട സ്വർണ പുതയൽ കിട്ടുകയാണെങ്കിൽ എന്റെ ഭാര്യക്കും മക്കൾക്കും പ്രയോജനപ്പെട്ടുമെല്ലോ എന്ന ആഗ്രഹം ഒന്നുകൊണ്ടുമാത്രമാണ്.”

“ടിം. പുതയൽ എവിടെയാണെന്നാണ് നീ സ്വപ്നത്തിൽ കണ്ടത്?”

“അത് കൃത്യമായി എനിക്കറിയില്ല, സാർ. ഈ പാലത്തിനടുത്ത് എവിടെയോ ഉണ്ടെന്നാണ് സ്വപ്നം കണ്ടത്.”

“ഹൊ!ഹൊ! അങ്ങനെയോ?” അയാൾ ഉറക്കെ ചിരിച്ചുകൊണ്ട് ചോദിച്ചു. വീണ്ടും തുടർന്ന് അയാൾ പറഞ്ഞു.

“ഞാനും അങ്ങനെ ചില സ്വപ്നങ്ങളൊക്കെ കാണാറുണ്ട്. ഈയിടെ കണ്ട ഒരു സ്വപ്നത്തിൽ ഞാനും ഒരു സ്വർണ പുതയൽ കണ്ടു. എവിടെയാണെന്നല്ലേ? നിനക്കറിയാമോ, നിന്റെ ബല്ലേദോബ് ഗ്രാമത്തിലെ

ജെറിഡ്രിസ്കോ മൈതാനം? ആ മൈതാനത്തിൽ നിറയെ മഞ്ഞപ്പൂക്കൾ വിടർന്നു നിൽക്കുന്ന ഫൂർസ് ചെടിയുടെ അടുത്താണ് ഞാൻ കണ്ട പുതയൽ"

അത്രയും പറഞ്ഞു തീർത്തതും ആ വിചിത്ര വേഷധാരിയായ മനുഷ്യൻ അപ്രത്യക്ഷനായി

ടിം നടന്നതെല്ലാം ഓർത്തുനോക്കി. ആ മനുഷ്യൻ പറഞ്ഞ മൈതാനം ടിം-ന് നന്നായി അറിയാമായിരുന്നു. അവിടെ പൂത്തുലഞ്ഞു നിൽക്കുന്ന ഫൂർസ് മരവും കണ്ടതായി ടിം ഓർത്തു. അതുകൊണ്ട് തന്നെ ടിം സ്വയം പറഞ്ഞു. 'അതെതെ ജെറി ഡ്രിസ്കോ മൈതാനത്തിൽ പുതയൽ തീർച്ചയായും കാണും."

ടിം അന്നുതന്നെ സ്വന്തം ബല്ലെദോബിലേക്ക് യാത്രതിരിച്ചു. തിരികെ വീട്ടിലെത്തിയ ടിം- ന് ഭാര്യ നോറയുടെ പക്കൽ നിന്നും അത്ര നല്ല സ്വീകരണമല്ല കിട്ടിയത്. അയാളെകണ്ടപ്പോൾ അവൾക്ക് വന്ന ദേഷ്യ ത്തിന് അതിരില്ലായിരുന്നു.

"ഒരു മനുഷ്യൻ വന്നിരിക്കുന്നു. സദാ സമയവും ജോലിയൊന്നും ചെയ്യാതെ സ്വപ്നം കണ്ടുകൊണ്ട് നടക്കുന്നു."

എന്നാൽ ടിം വളരെ സന്തോഷത്തിലായിരുന്നു. അയാളുടെ പതിവിൽ കൂടുതലായ സന്തോഷത്തിനുള്ള കാരണം നോറയ്ക്ക് പിടികിട്ടി യില്ല. എന്നിരുന്നാലും ടിം തന്റെ ചാതുര്യമുള്ള സംഭാഷണം കൊണ്ട് അവളെ ഒരളവ് സമാധാനിപ്പിച്ചു.

"ഞാൻ ലണ്ടനിലേക്ക് പോയത് വെറുതെയാണെന്ന് നിങ്ങൾ കരുതുന്നുണ്ടോ?" ടിം ഭാര്യയോടും മക്കളോടും ചോദിച്ചു.

"ദാ നോക്ക്. ഞാൻ നിങ്ങൾക്ക് എന്തൊക്കെ വാങ്ങിക്കൊണ്ടുവ ന്നിട്ടുണ്ട്. നോക്ക്."

നടക്കുമ്പോൾ ശബ്ദം വെച്ച ജ്വലിക്കുന്ന ചെരുപ്പുകൾ മക്കൾക്ക് ഇഷ്ടപ്പെട്ടു. അതവർക്ക് കൊടുത്തിട്ട് അയാൾ പറഞ്ഞു.

"നോറാ, നിനക്ക് പള്ളിയിലും മറ്റും പോകാൻ നല്ല കുപ്പായം ഇല്ലെന്ന് പറയാറില്ലേ? ദാ, ഈ കുപ്പായം നിനക്ക് നല്ല ചേർച്ചയായി രിക്കും. ഇല്ലേ? ഒന്നിട്ടുനോക്ക്. അതുപോലെ ഈ ചെരുപ്പുകളും."

നോറയ്ക്ക് അവ ഇഷ്ടമായി. എല്ലാവരും സുഖമായി സന്തോഷമായി അടുത്ത രണ്ടു മൂന്ന് ദിവസങ്ങൾ കഴിഞ്ഞു. എങ്കിലും ടിം ഇടക്കിടെ പറയാറുണ്ടായിരുന്നു.

"ഞാൻ ലണ്ടനിൽ പോയതുകൊണ്ട് നല്ല പ്രയോജനം ഉണ്ടാകുമോ യെന്ന് ഞാനൊന്നു നോക്കട്ടെ."

ടിം അങ്ങനെ പറഞ്ഞുകൊണ്ടിരുന്നതിന്റെ അർത്ഥം അവർക്കാർക്കും പിടികിട്ടിയില്ല. രണ്ടു മൂന്ന് ദിവസങ്ങൾക്കുശേഷം ടിം തന്റെ ചെറിയ പുരയിടം ഒരു പരിചയക്കാരന് വിറ്റു കിട്ടിയ പണം കൊണ്ട് അടുത്തുള്ള തരിശായിക്കിടന്ന ഡ്രിസ്കോ മൈതാനം അതിന്റെ ഉടമസ്ഥന്റെ കയ്യിൽ നിന്നും വിലയ്ക്ക് വാങ്ങി. ആ വിവരം കേട്ടവർ കേട്ടവർ പറഞ്ഞു.

“ഈ ടിം എന്ത് മണ്ടത്തരമാ കാണിച്ചത്? അവന്റെ നല്ല വസ്തു വിറ്റിട്ട് ഒന്നിനും കൊള്ളാത്ത ആ മൈതനം ബുദ്ധിയുള്ള ആരെങ്കിലും വാങ്ങിക്കുമോ?”

“ അതെയതെ. തികച്ചും മണ്ടത്തരമാ അവൻ കാണിച്ചത്.”

നോറയ്ക്കും അതേ അഭിപ്രായമായിരുന്നു. അവൾ തന്നാൽ കഴിയുന്നത്ര ഭർത്താവിനെ ശകാരിച്ചു. പക്ഷേ ടിം അതൊന്നും കേട്ടഭാവം കാണിക്കാതെ താൻ മനസ്സിൽ കരുതിയിരുന്ന പദ്ധതിയുമായി മുന്നോട്ട് പോയി. അയാൾ ഒരു നല്ല മമ്മട്ടിയും പിക്കാസും വാങ്ങി. രാത്രി അയൽവാസികളെല്ലാം ഉറക്കമായ സമയം നോക്കി ടിം തന്റെ പുതിയഭൂമിയിലുണ്ടായിരുന്ന ഫർസ് ചെടിയുടെ ചുവട്ടിൽ തോണ്ടാൻ തുടങ്ങി. രാത്രി വളരെ അധികനേരം ടിം തന്റെ പണി തുടർന്നു. നേരം വെളുക്കാറായപ്പോൾ മമ്മട്ടിയും പിക്കാസും തന്റെ കുടിലിൽ വെച്ചിട്ട് ഉറങ്ങാൻ തുടങ്ങി. താൻ പുതയൽ തേടുന്നത് മറ്റാരും അറിയരുതെന്ന് ടിം-ന് നിർബന്ധമായിരുന്നു.

ടിം തന്റെ ജോലി എല്ലാ രാത്രികളിലും തുടർന്നു പക്ഷേ ഫലമൊന്നും ഉണ്ടായില്ല. നോറെ അയാളെ ശകാരിച്ചുകൊണ്ടേയിരുന്നു. നാലഞ്ച് രാത്രികളിൽ ബദ്ധപ്പെട്ട് ആഴത്തിൽ കുഴി തോണ്ടിയിട്ടും പ്രയോജനപ്പെട്ടില്ല. എങ്കിലും അന്നരാത്രി തോണ്ടുമ്പോൾ ഏതോ ഒരു കുടത്തിൽ പിക്കാസ് തട്ടിയതുപോലെ ഒരു ശബ്ദം കേൾക്കാനിടയായി. ടിം ശ്രദ്ധയോടുകൂടി കുഴിയിലിറങ്ങി ശബ്ദം എങ്ങനെ, എവിടെ നിന്ന് വന്നു എന്ന് പരിശോധിച്ചപ്പോൾ വിശ്വസനീയമല്ലാത്ത ഒരു സംഭാഷണം കേട്ടു.

“ഈ ടിം-നെ ഒന്നു പറ്റിക്കാൻ എന്താ ഒരു മാർഗ്ഗം?”

“നമുക്കവനെ പിടിച്ച് അടുത്തുള്ള മലമുകളിൽ കൊണ്ടുപോയി അവിടെ വസിക്കുന്ന പെരുമ്പാമ്പിന് ഭക്ഷണമായി കൊടുക്കാം.”

“ഏയ് അതുവേണ്ട. നമുക്ക് അവനെ അടുത്തുള്ള ചതുപ്പനിലത്തിൽ ചവുട്ടി താഴ്ത്തിയാലോ?”

അതെല്ലാം കേട്ട് ടിം ഭയന്ന് വിറച്ച് ഒരു ജിവശ്ശവമായി എന്നു പറഞ്ഞാൽ തെറ്റാവില്ല.”

“ച്ഛേ. അതുവേണ്ട. അവൻ നമ്മളോട് തെറ്റൊന്നും പ്രവർത്തിച്ചി ട്ടില്ലല്ലൊ.”

ഏതാണ്ട് ബോധം കെട്ടുപോയിരുന്ന ടിം കുറച്ചു സമയം കഴിഞ്ഞാണ് ആ അബോധാവസ്ഥയിൽ നിന്ന് ഉണർന്നത്. ഉണർന്ന ഉടനേ തന്റെ മമ്മട്ടിയും പിക്കാസും എടുത്തുകൊണ്ട് കുടിലിലേക്ക് തിരികെ പോരുക യുംചെയ്തു. എങ്കിലും അടുത്ത ദിവസം രാത്രിയിലും ധൈര്യം സമ്പാദിച്ച് ടിം ആ കുഴിയുടെ പണി തുടരാനായി പോയി. കുഴിയിലിറങ്ങിയതും തലേദിവസം പിക്കാസ് തട്ടി ശബ്ദം ഉണ്ടായത് എങ്ങനെയെന്ന് മനസ്സി ലാക്കാൻ ശ്രമിച്ചു.

കുഴിയുടെ അടിയിലായി ഒരു വലിയ ഉരുണ്ട കല്ല് ഉണ്ടായിരുന്നു. അതിന്റെ അടിയിൽ നിന്നാണ് തലേന്ന് സംഭാഷണം കേട്ടതെന്ന് ടിം സംശയിച്ചു. ഏതായാലും ആ കല്ല് ഒന്നുമാറ്റി നോക്കുക എന്ന് ടീം തീർ ച്ചയാക്കി. അല്പം ശക്തി ഉപയോഗിച്ച് കല്ല് എടുത്തുമാറ്റാൻ ടിം ശ്രമിച്ചു. ശ്രമം വിഫലമായില്ല. കല്ല് മാറ്റാൻ കഴിഞ്ഞു. എങ്കിലും കല്ല് അവിടെ നിന്നും ഇളക്കി എടുത്തപ്പോൾ സംഭവിച്ചത് തികച്ചും അപ്രതീക്ഷിതവും ഭയാനകവും ആയിരുന്നു. കല്ലിനടിയിൽ ആഴത്തിൽ, കണ്ണെത്താത്ത അത്ര ആഴത്തിൽ ഒരു കുഴി. ടിം ആ കുഴിയിലേക്ക് കാലിടറി വീണു. വീണു എന്നു പറഞ്ഞാൽ ഒരു ചെറിയ വീഴ്ചയല്ല. അങ്ങ് താഴേക്ക്, വിശ്വ സിക്കാനാകാത്തത്ര ആഴത്തിലേക്ക് വീണ ഒരു പ്രതീതിയാണ് ടിം-ന് ഉണ്ടായത് എന്നു മാത്രമല്ല ചുറ്റിനും അനേകം ആളുകൾ; എല്ലാവരും കുശഗാത്രർ, ഏതാണ്ട് തന്റെ പകുതി മാത്രം ഉയരമുള്ളവർ. അവർ ടിം- നേ നോക്കി ഉറക്കെയുറക്കെ അട്ടഹസിച്ച് ചിരിച്ചു എന്നുമാത്രമല്ല ആരൊക്കെയോ ചേർന്നു ടിം നേ മുടിക്ക് പിടിച്ച് വലിച്ചുകൊണ്ട് കുറേ ദൂരം പോയി. ഒപ്പം തന്റെ കാഴ്ച നഷ്ടപ്പെട്ട ഒരനുഭവവും.

“വരു വരു. പ്രിയപ്പെട്ട ടിം ജാർ വിൻ, വന്നാലും” എല്ലാവരും ഏറ്റു പറഞ്ഞു.

ആ സമയമെല്ലാം ടിം ഭയം കൊണ്ട് വിറയ്ക്കുകയായിരുന്നു. അയാളുടെ പല്ലുകൾ കൂട്ടിയിടിച്ചുകൊണ്ടിരുന്നു. എങ്കിലും അയാൾ ബദ്ധപ്പെട്ട് പറഞ്ഞു.

“മാന്യന്മാരെ, സ്നേഹമുള്ളവരെ. ഞാൻ നിങ്ങളോട് അപേക്ഷിക്കു ന്നു. എന്നെ ദയവുചെയ്ത് ഒന്നും ചെയ്യരുതേ. ഞാനെന്തെങ്കിലും തെറ്റ് ചെയ്തെങ്കിൽ എന്നോട് ക്ഷമിക്കണം.”

ആരെല്ലാമോ ചുറ്റിനും നിന്ന് ചോദിക്കുന്നുണ്ടായിരുന്നു.

“എങ്ങനെയുണ്ടായിരുന്നു ടിം നിന്റെ ഇങ്ങോട്ടുള്ള യാത്ര?”

ബുദ്ധിമുട്ടിയാണെങ്കിലും അല്പം നർമ്മസരത്തോടുകൂടിത്തന്നെ ടിം മറുപടി പറഞ്ഞു.

"നന്നായിരുന്നു. ഒരു നല്ല കുതിര സവാരി പോലെ"

ചുറ്റിനും ധാരാളം ആളുകൾ ചിരിക്കുന്നത് കേട്ടു.

"ശരി. ടിം നീ നിന്റെ കണ്ണുകൾ ഇറുക്കി അടയ്ക്ക്. അപ്പോൾ നിനക്ക് ഞങ്ങളെ കാണാൻ കഴിയും." ആരോ പറഞ്ഞു.

"ദൈവമേ. കണ്ണടച്ചാൽ കാണാൻ കഴിയുമെന്നോ. ശരി. നിങ്ങൾ പറയുന്നത് ഞാനനുസരിക്കാം. അനുസരിക്കാതെ നിവൃത്തിയില്ലല്ലോ. ഞാനിതാ കണ്ണടയ്ക്കുന്നു." അപ്പോൾ ആരോ തന്റെ കൺപോളകളിൽ ഏതോ ലേപനം പുരട്ടുന്നതുപോലെ ടിംന് അനുഭവപ്പെട്ടു.

"ടിം. ഇനി കണ്ണുതുറക്ക്"

കണ്ണു തുറന്ന ടിം കണ്ടത് അല്പം ദൂരത്തായി ഒരു കൂട്ടം സ്ത്രീകളും വൃദ്ധന്മാരും ചെറിയ കല്ലുകളും തകിടുകളും പരസ്പരം എറിഞ്ഞു കളിച്ച് രസിക്കുന്നതാണ്. ടിം അല്പം ധൈര്യം സമ്പാദിച്ച് അവരുടെ അടുത്തേക്ക് നടന്നു. അവർ എറിയുന്നത് എന്താണെന്ന് ശ്രദ്ധിച്ചു. അവ കല്ലുകളോ വെറും തകിടുകളോ ഒന്നുമായിരുന്നില്ല. മറിച്ച് എല്ലാം നല്ല ഒന്നാന്തരം സ്വർണ നാണയങ്ങളും മരതകക്കല്ലുകളും മറ്റുമായിരുന്നു.

'ഹൊ, എന്താ ഞാനീ കാണുന്നത്. ഇത്രയും സ്വർണമോ. എന്റെ കർത്താവേ', ടിം. മനസ്സിൽ വിചാരിച്ചു. 'ഇതിൽ ഒരു പിടി എനിക്കും കിട്ടിയിരുന്നെങ്കിൽ, എങ്കിൽ ഞാനെന്റെ നോറയ്ക്കും കുട്ടികൾക്കും നല്ല ഭക്ഷണം നൽകുമായിരുന്നു; നല്ല നല്ല വസ്ത്രങ്ങൾ വാങ്ങി കൊടുക്കുമായിരുന്നു' അങ്ങനെ വിചാരിച്ച നിൽക്കുമ്പോൾ അപരിചിതനായ ഒരാൾ വന്ന് ടിം-നോട് പറഞ്ഞു.

"ടിം. നീ മര്യാദയായി പെരുമാറിയതു കൊണ്ട് തല്ക്കാലം ഞങ്ങൾ നിന്നെ പാമ്പിന്റെ ഇരയാക്കുന്നില്ല. മറിച്ച് ഞങ്ങൾ നിന്നെ സ്വതന്ത്ര്യനാക്കി തിരികെ പോകാൻ അനുവദിക്കുന്നു."

"നിങ്ങൾക്ക് ദീർഘായുസ്സുണ്ടാകട്ടെ. എനിക്ക് വളരെ സന്തോഷമായി. നിങ്ങൾക്കെല്ലാം നല്ലതു വരുത്താൻ ഞാൻ കർത്താവിനോട് പ്രാർത്ഥിക്കുന്നു."

"ശരി. ടിം. നീ തിരികെ പോകുമ്പോൾ നിന്റെ പോക്കറ്റുകൾ നിറയെ ഈ സ്വർണക്കല്ലുകളും, നാണയങ്ങളും തന്നാൽ നീ അതുകൊണ്ട് എന്തുചെയ്യും?"

അതുകേട്ടതും ടിം-ന്റെ മനസ്സ് സന്തോഷം കൊണ്ട് പതച്ചപൊങ്ങി. അവൻ പറഞ്ഞു.

“ഞാൻ. ഞാനതുകൊണ്ട് എന്റെ നോറയ്ക്ക് നല്ല വസ്ത്രങ്ങൾ വാങ്ങും. ആഭരണങ്ങൾ വാങ്ങും. അവൾ മറ്റ് കുലീന സ്ത്രീകളെപ്പോലെ അന്ത സ്സായി പള്ളിയിൽ പോകുന്നത് നോക്കിനിന്ന് സന്തോഷിക്കും.” അല്പം നിർത്തിയിട്ട് അവൻ തുടർന്നു.

“എന്റെ കുട്ടികൾക്ക് വയറുനിറയെ നല്ല ആഹാരം വാങ്ങിക്കൊടു ക്കും. കോഴിയിറച്ചിയും, മുട്ടയും, മീനും, ചോക്കലേറ്റും, ലഡ്ഡുവും, അങ്ങനെ എല്ലാം എല്ലാം, പിന്നെ ഞാൻ ഞങ്ങൾക്ക് താമസിക്കാനായി ഒരു നല്ല ചെറിയ വീട് വാങ്ങിക്കും. പിന്നെ, ഹസൂർ, ഞാനെന്റെ പെങ്ങൾക്ക് കുറച്ച പണം കൊടുത്ത് സഹായിക്കും. അവളും വളരെ കഷ്ടപ്പെട്ടാണ് ജീവിക്കുന്നത്. പിന്നെ ഞാനും ഒരു കുപ്പി വിലകൂടിയ നല്ല വിസ്കി വാങ്ങിക്കും, അത് എനിക്കാണ് കേട്ടോ”

“ശരി. പറഞ്ഞതൊക്കെ മതി. ഇനി നീ തിരികെ പോകാൻ തയ്യാ റായിക്കൊ. അതിനുമുൻപ് ഈ സ്വർണനാണയങ്ങൾ നിനക്ക് കഴിയു ന്നത്ര നിന്റെ പോക്കറ്റുകളിൽ വാരി നിറച്ചൊ”

അല്പനേരം കഴിഞ്ഞ് അയാൾ ടിം- നോട് വീണ്ടും പറഞ്ഞു.

“പോകാൻ സമയമായി ടിം. നീ നിന്റെ കണ്ണുകൾ ഇറുക്കി അടച്ച് പിടിക്ക്. പിന്നെ ഇങ്ങോട്ടുവന്നതുപോലെ തിരിച്ച ഒരു കുതിര സവാരിക്ക് തയ്യാറായിക്കൊ.” നിമിഷത്തിനുള്ളിൽ ടിം, താൻ കുഴിച്ച കൊണ്ടിരുന്ന കുഴിയിൽ താനിളക്കിയിട്ടിരുന്ന കല്ലിന് മുകളിൽ എത്തി.

സാവധാനം ബോധം തെളിഞ്ഞപ്പോൾ, കണ്ണുകൾ തുറന്നുനോക്കിയ പ്പോൾ ടിം-ന് ആകെ പരിഭ്രമമായി. എങ്ങനെയെങ്കിലും അവിടെനിന്ന് രക്ഷപ്പെട്ടാൽ മതി എന്നതോന്നലായിരുന്നു മനസ്സുനിറയെ. അടുത്തു കിടന്ന പിക്കാസും മമ്മട്ടിയും കയ്യിലെടുത്തു ബദ്ധപ്പെട്ട് ധൃതിയിൽ ആ കുഴിയിൽ നിന്നും വെളിയിലിറങ്ങിയ ടിം വീട്ടിലേക്ക് കഴിയുന്നത്ര വേഗത്തിൽ ഓടി.

നോറ രാത്രിമുഴുവൻ ടിം. നെ കണ്ടില്ലല്ലൊ എന്നതുകൊണ്ട് അയാൾ എവിടെപ്പോയി എന്ന് അന്വേഷിച്ച് നടക്കുകയായിരുന്നു. അപ്പോൾ ആ കുഴിയിൽ നിന്ന് കയറി അവരുടെ കുടിലിനെ ലക്ഷ്യം വെച്ച് ഓടുന്ന ടിംനെയാണ് അവൾ കണ്ടത്.

ടിം-ന് നോറയുടെ പക്കൽ നിന്നും കിട്ടിയത് അത്ര നല്ല സ്വാഗത മായിരുന്നില്ല. നോറ വായിൽ വന്ന ഭാഷയിലെല്ലാം ഭർത്താവിനെ ശകാരിച്ചു. അതെല്ലാം ടിം പ്രതീക്ഷിച്ചിരുന്നതുമായിരുന്നു. ടിം ഭാര്യയെ തന്റെ കയ്യിലുള്ള സ്വർണ്ണ നാണയങ്ങൾ കാണിച്ച് സാന്ത്വനപ്പെടുത്താ മെന്ന് കരുതി പോക്കറ്റിൽ ഉണ്ടായിരുന്ന നാണയങ്ങൾ വാരിയെടുത്തു.

പക്ഷേ, തന്റെ കയ്യിൽ കിട്ടിയത് വെറും കല്ലുകളും. ഫർസ് ചെടിയുടെ ഉണങ്ങിയ പൂക്കളും മറ്റുമായിരുന്നു.ടിം അന്തംവിട്ട് നിന്നുപോയി.

'എന്താണ് തനിക്ക് സംഭവിച്ചത്? തനിക്ക് കിട്ടിയ സ്വർണ്ണകട്ടികളും നാണയങ്ങളുമെല്ലാം എവിടെപ്പോയി? അയാൾ ചിന്തിച്ചു. കൂടുതൽ ശ്രദ്ധിച്ചപ്പോൾ തലേരാത്രിയിൽ കയ്യിലുണ്ടായിരുന്ന വിസ്കി കുപ്പി കാലിയിരുന്നതു മനസ്സിലായി.

ഒരുവേള താൻ കുടിബോധയിൽ കണ്ട ഭ്രമം മാത്രമായിരുന്നുവോ തലേരാത്രിയിൽ കണ്ട കാഴ്ചകൾ? ടിം അങ്ങനെ ചിന്തിക്കാൻ തുടങ്ങി.

ടിം തികച്ചും നിരാശനായി. എല്ലാം നഷ്ടപ്പെട്ടവൻ എന്ന ഒരു തോന്നൽ അയാൾക്ക് ഉണ്ടായി. ഏതായാലും അന്നുമുതൽ ടിം പുതിയ മനുഷ്യനായി എന്ന് നമുക്ക് സന്തോഷിക്കാം. കാരണം അയാൾ സ്വപ്നം കാണുന്ന പതിവ് തീരെ ഉപേക്ഷിച്ചു. എന്നും തന്റെ പുരയിടത്തിൽ അധ്വാനിക്കാനും നല്ല രീതിയൽ കൃഷി ചെയ്യാനും തുടങ്ങി. കുടി പാടെ നിർത്തി. ഭാര്യയോടും കുട്ടികളോടും കൂടുതൽ സ്നേഹത്തോടെ പെരുമാറാൻ തുടങ്ങി. ഫലമോ? ഏതാണ്ട് ആറുമാസത്തിനുള്ളിൽ ത്തന്നെ കൃഷിയിൽ നിന്നും സാമാന്യം നല്ല വരുമാനം കിട്ടിത്തുടങ്ങി. ഒന്നുരണ്ട് വർഷങ്ങൾക്കുള്ളിൽ കുടിലിനു പകരം ഒരു ചെറിയ നല്ല വീട് ഉണ്ടാക്കുവാനും കഴിഞ്ഞു. നോറയ്ക്കും കുട്ടിക്കൾക്കും നല്ല വസ്ത്രങ്ങൾ വാങ്ങി. അങ്ങനെ ടിം-ന്റേത് സന്തോഷമുള്ള ഒരു കുടുംബമായി. അയൽ വാസികൾ അവരെ സ്നേഹിക്കുവാനും അവരോട് സഹകരിക്കുവാനും തുടങ്ങി. ബൈല്ലെദോബ് ഗ്രാമവാസികൾ എല്ലാം ടിം- നെ ബഹുമാനിച്ചു.

ടിം- തന്റെ പഴയ കാലകഥകൾ, തന്റെ മടിപിടിച്ചിരുന്ന കാലത്തെ ദിവാസ്വപ്നങ്ങളുടെ കഥകൾ പലപ്പോഴും സ്നേഹിതരോട് പറയുമായിരുന്നു.

ലണ്ടൻ പാലത്തെയും അതുപോലെ ലിമെറിക് പ്രദേശത്തെയും ചുറ്റിപറ്റിയുള്ള ഇത്തരം ധാരാളം കഥകൾ അയർലണ്ടിലും ഇംഗ്ലണ്ടിലുമെല്ലാം പ്രചാരത്തിൽ ഉണ്ട്.

സ്കോട്ടിഷ് നാടോടിക്കഥകൾ

സ്കോട്ട്ലാൻഡ്

നമുക്ക് സുപരിചിതമായ ഒരു കാലത്ത് നമ്മെ ഭരിച്ചിരുന്ന ബ്രിട്ടന്റെ (യുണൈറ്റഡ് കിങ്ഡം) ഒരു ഭാഗമാണ് സ്കോട്ട്ലാൻഡ്. ബ്രിട്ടൻ എന്നറിയപ്പെടുന്ന ദ്വീപിന്റെ വടക്കുഭാഗത്തെ മൂന്നിലൊന്ന് ഭാഗവും ചുറ്റിനുമായി അറ്റ്ലാന്റിക്ക് സമുദ്രത്തിൽ ചിതറിക്കിടക്കുന്ന ഏതാണ്ട് 790 ചെറിയ ചെറിയ ദ്വീപുകളും ചേർന്ന പ്രദേശമാണ് സ്കോട്ട്ലാൻഡ്. ഏതാണ്ട് ഒന്നെന്ന് കരുതപ്പെടാവുന്ന രണ്ട് ചെറിയ ഭൂവിഭാഗങ്ങളാണ് ബ്രിട്ടനും സ്കോട്ട്ലാൻഡും എന്നിരുന്നാലും അവ തമ്മിൽ വളരെക്കാലം നീണ്ടുനിന്ന യുദ്ധങ്ങളുടെ ചരിത്രമാണ് ഉള്ളത്. അത്തരം യുദ്ധങ്ങളെ കുറിച്ചുള്ള ഒരു സൂചന ഇതിലുള്ള 'റോബർട്ട് എന്ന ബ്രൂസ്' എന്ന കഥയിലുണ്ട്. അതുപോലെ തൊട്ടുകിടക്കുന്ന പ്രദേശങ്ങളാണെങ്കിലും അവ സാംസ്കാരികമായി ഭിന്നങ്ങളാണെന്നും പറയേണ്ടിരിക്കുന്നു.

ഇപ്പോൾ സ്കോട്ട്ലാൻഡും, ഐർലാണ്ടിന്റെ ഒരു ഭാഗവും ബ്രിട്ടനും ചേർന്നുള്ള രാജ്യമാണ് നാം അറിയുന്ന യുണൈറ്റഡ് കിങ്ഡം. (U.K.)

ഒരു താരതമ്യപഠനത്തിനായി

	വിസ്താരം. ച. കിലോമീറ്റർ	ജനസംഖ്യ ലക്ഷം. (2020-ൽ)
കേരളം	38863	348
തിരുവനന്തപുരം	214	10
സ്കോട്ട്ലാൻഡ്	78770	55

വളരെ കുറഞ്ഞ ജനസംഖ്യമാത്രമുള്ള സ്കോട്ടുലാൻഡുകാർ 170 ഭാഷകൾ ഉപയോഗിക്കുന്നുവെന്ന് അവകാശപ്പെടുന്നു. പ്രധാന

ഔദ്യോഗികഭാഷയായ ഇംഗ്ലീഷിനുപുറമെ ഓരോ സ്കോട്ടിഷ് പൗരനും തന്റെ വാസസ്ഥലത്തിന് സ്വന്തമായ ഒരു ഭാഷയും, സ്കോട്ടിഷ് ഗാലിക് ഭാഷയും ഉപയോഗിക്കുന്ന (അറിയാവുന്ന) ഒരു വ്യക്തിയാണ് താനെന്ന് അഭിമാനത്തോടെ പറയും. മേൽപ്പറഞ്ഞ 170 ഭാഷകളിൽ ഹിന്ദിയും ബംഗാളിയും മറ്റുചില ഇന്ത്യൻ ഭാഷകളും ഉണ്ടെന്നതും ശ്രദ്ധേയമാണ്.

വളരെയേറെ പ്രകൃതിഭംഗിയുള്ള ഒരു പ്രദേശമാണ് സ്കോട്ട്ലാൻഡ് എന്നും എടുത്ത് പറയേണ്ടതുണ്ട്.

മത്സ്യകന്യക ഭാര്യയായപ്പോൾ

സ്കോട്ലാൻഡിന്റെ പ്രധാന ഭൂപ്രദേശങ്ങൾക്ക് വടക്ക് ഏതാണ്ട് 50 കിലോമീറ്റർ വടക്ക് സ്ഥിതിചെയ്യുന്ന ഒരു ദ്വീപസമൂഹമാണ് 'ഷെറ്റ്ലാൻഡ്-Shetland' എന്ന പേരിൽ അറിയപ്പെടുന്നത്. ഈ ദ്വീപസമൂഹത്തിൽ പെടുന്ന ഒന്നാണ് 'ഉൺസ്റ്റ് -Unst ദ്വീപ്. ഈ കഥ ഉൺസ്റ്റ് ദ്വീപിൽ നടന്നതാണ്. ദ്വീപിനോട് ചേർന്നുള്ള 'വേ-voe' എന്ന ഉൾക്കടലിന്റെ തീരത്ത് നടന്ന കഥ.

അന്നൊരു ദിവസം ഷെറ്റ്ലാൻഡിൽ (ഉൺസ്റ്റിൽ) ജീവിച്ചിരുന്ന ഒരു മനുഷ്യൻ വേ കടലിടുക്കിനരികേ അൽപം ഇരുട്ടിയതിനുശേഷം നിലാവത്ത് വെറുതെ നടന്നുകൊണ്ടിരിക്കുകയായിരുന്നു. പെട്ടെന്നാണ് ഉൾക്കടലിൽ സന്തോഷത്തോടെ പാട്ടുപാടി, നൃത്തം ചെയ്തുകൊണ്ടിരുന്ന ഒരു കൂട്ടം മത്സ്യകന്യകമാരെയും (മത്സ്യ നാരിമാരെന്നും പറയാം) മത്സ്യ നരന്മാരേയും കാണാനിടയായത്. മാത്രമല്ല അവരുടെ വസ്ത്രങ്ങൾപോലെ തോന്നിച്ച ഒരു കൂട്ടം കടൽജന്തുചർമ്മങ്ങൾ കടലോരത്ത് കിടക്കുന്നതും കണ്ടു. അയാൾ അവരെ കണ്ടപ്പോൾത്തന്നെ അവരും അയാളെ കണ്ടു. അവർ ഉടൻതന്നെ ധൃതിയിൽ കരയിൽനിന്നും തങ്ങളുടെ ചർമ്മങ്ങൾ വാരിയെടുത്തുകൊണ്ട് കടലിൽ ഊളിയിട്ട് മറഞ്ഞു. പക്ഷേ, അതിനിടയിൽ അയാൾ ഒരു ജോടി ചർമ്മങ്ങൾ (ആടകൾ) എടുത്ത് അൽപം ദൂരെയായി ഒരു കുറ്റിച്ചെടിയുടെ പുറകിൽ ഒളിപ്പിച്ചു.

പിന്നീട് ആദ്യം അവരെക്കണ്ട സ്ഥലത്തേയ്ക്ക് വന്ന അയാൾക്ക് കാണാൻകഴിഞ്ഞത് അതീവസുന്ദരിയായ, അയാൾ അതിന്

മുമ്പൊരിക്കലും കണ്ടിട്ടില്ലാത്തത്ര, ആകർഷണശക്തിയുള്ള ഒരു സ്ത്രീയെയാ ണ്. തന്റെ വസ്ത്രം നഷ്ടപ്പെട്ട ദുഃഖത്തിൽ സങ്കടപ്പെട്ട് കൂട്ടുകാരാൽ തിരസ്കരിക്കപ്പെട്ട് മനുഷ്യരൂപത്തിലേക്ക് മാറുകയും ചെയ്തതിൽ ദുഃഖിതയായിരുന്നു ആ സ്ത്രീ. അവൾ അയാളോട് താണുകേണപേക്ഷിച്ചു, 'നിങ്ങൾക്ക് എന്റെ വസ്ത്രം എവിടെയാണെന്നറിയാമെങ്കിൽ അത് ദയവായി തിരിച്ചുതരൂ', എന്ന്. പക്ഷേ, അയാളുടെ മറുപടി മറ്റൊരു രൂപത്തിലായിരുന്നു. അയാൾ പറഞ്ഞു:

"ഹേ, സുന്ദരീ, നീ വിഷമിക്കേണ്ട. ഞാൻ നിന്നെ വളരെയേറെ ഇഷ്ടപ്പെടുന്നു. നീ എന്റെ ഭാര്യയാകൂ. ഞാൻ നിനക്കുവേണ്ട എല്ലാ സുഖസൗകര്യങ്ങളും ഒരുക്കിത്തരാം. എന്താ, നീ സമ്മതിക്കുകയില്ലേ?"

അവൾ ആലോചിച്ചു. 'തന്റെ വസ്ത്രം തിരികെ കിട്ടാത്തസ്ഥിതിക്ക് താൻ മനുഷ്യരൂപം അംഗീകരിച്ചേ മതിയാകൂ. ആ വസ്ത്രമില്ലാതെ കടലിലേക്ക് പോവുക സാധ്യമല്ലല്ലോ. അങ്ങനെയെങ്കിൽ പിന്നെ എന്തുകൊണ്ട് അയാളുടെ ആതിഥേയത്വം സ്വീകരിച്ച് അയാളുടെ ഭാര്യയായി ജീവിച്ചുകൂടാ' എന്ന്. അവൾ സമ്മതം മൂളി.

അങ്ങനെ ആ ഷെറ്റ്ലാൻഡ് കാരനും മനുഷ്യരൂപം സ്വീകരിച്ച ആ മത്സ്യസുന്ദരിയും ഒന്നിച്ച് ഭാര്യാഭർത്താക്കന്മാരായി ആ കടൽക്കരയിൽ ജീവിച്ചു. അവർക്ക് രണ്ട് മക്കളുമുണ്ടായി. അവർ സ്നേഹത്തോടെയാണ് ജീവിച്ചിരുന്നതെങ്കിലും മത്സ്യനാരിയുടെ മനസ്സിൽ തന്റെ ഭൂതകാല ഓർമകൾ എന്നും നിറഞ്ഞുനിന്നിരുന്നു. ചിലപ്പോഴൊക്കെ അവർ ഒറ്റയ്ക്കിരുന്ന് അതിനേക്കുറിച്ച് ഓർക്കുമായിരുന്നു. ഇടയ്ക്കിടയ്ക്ക് കടലോരത്ത് ഒറ്റയ്ക്ക് പഴയകാലങ്ങളെക്കുറിച്ച് ആലോചിച്ചിരിക്കുമ്പോൾ കടലിലെ വെള്ളത്തിൽ തല ഉയർത്തി ചില മത്സ്യകന്യകകൾ അവളെ നോക്കി അവരുടെ സ്നേഹം പ്രകടിപ്പിച്ചു പോകുന്നതും അവൾ കാണാറുണ്ടായിരുന്നു. അങ്ങനെ കുറേ വർഷങ്ങൾ കടന്നുപോയി.

അങ്ങനെയിരിക്കുമ്പോൾ ഒരു ദിവസം മത്സ്യനാരിയുടെ ഒരു മകൾ മറ്റേ സഹോദരിയുമൊത്ത് ഒളിച്ചുകളിക്കുമ്പോൾ (കള്ളനും പോലീസും പോലെ ഒരു കളി എന്ന് കരുതണം) ധാന്യപ്പെട്ടിയുടെ പുറകിലായി സൂക്ഷിച്ചുവെച്ചിരുന്ന ഒരു പൊതി കാണാനിടയായി. കുട്ടി അതുമെടുത്തുകൊണ്ട് അമ്മയുടെ അടുത്തുചെന്ന് പറഞ്ഞു:

"അമ്മേ, അമ്മേ. ഇതാ ഒരു പൊതി. ഇതിനകത്ത് എന്താണെന്ന് നോക്കമ്മേ."

മത്സ്യനാരി പൊതിവാങ്ങി തുറന്നുനോക്കിയപ്പോൾ കണ്ടകാഴ്ച അവർക്ക് അതിശയവും സന്തോഷവും നൽകി. അത് പണ്ട് തനിക്ക്

നഷ്ടപ്പെട്ടുപോയ തന്റെ വസ്ത്രം തന്നെയായിരുന്നു. അവർ സന്തോഷ ത്തോടെ മകളെ കെട്ടിപ്പിടിച്ചുകൊണ്ട് പറഞ്ഞു:

"മകളേ, ഇത് അമ്മയുടെ സ്വന്തം വസ്ത്രമാണ്. നിനക്കുതന്നെ ഇത് കിട്ടിയല്ലോ. അമ്മയ്ക്ക് ഒരുപാടൊരുപാട് സന്തോഷം." പക്ഷേ, അടു ത്തനിമിഷംതന്നെ അവർ ദുഃഖിതയായി. തന്റെ മക്കളെ രണ്ടുപേരെയും അടുത്തുവിളിച്ചു. ഓരോരുത്തരേയും പിന്നേയും പിന്നേയും കെട്ടിപ്പിടിച്ചു കൊണ്ട് കരഞ്ഞുപറഞ്ഞു:

"മക്കളേ, ഈ അമ്മ നിങ്ങളെ വിട്ടുപോകുകയാണ്. നിങ്ങളെ ഇഷ്ട മല്ലാത്തതുകൊണ്ടല്ല. നിങ്ങളെ അമ്മയ്ക്ക് വളരെവളരെ ഇഷ്ടമാണ്. എങ്കിലും അമ്മയ്ക്ക് അമ്മയുടേതായ കടമകളും ഒരു ജീവിതവുമുണ്ടല്ലോ. മക്കളെ അച്ഛൻ സ്നേഹത്തോടെ വളർത്തും. എനിക്ക് ഉറപ്പുണ്ട്. മക്കൾ അമ്മയോട് പൊറുക്കണം."

അങ്ങനെ പറഞ്ഞിട്ട് ആ പഴയവസ്ത്രം ധരിച്ചു. അപ്പോഴേക്കും അവരുടെ ഭർത്താവായ ഷെറ്റ്ലാൻഡുകാരൻ അവിടെ ഓടിയെത്തി. ഭാര്യയോട് തന്നേയും കുഞ്ഞുങ്ങളേയും വിട്ടു പോകരുതെന്ന് അഭ്യർഥിച്ചു.

"എനിക്ക് പോയേ മതിയാകൂ. എന്തുകൊണ്ടെന്ന് താങ്കൾക്ക് അറിയാമല്ലോ." അത്രയും പറഞ്ഞുകൊണ്ട് അവർ ഓടിച്ചെന്ന് കടലി ലേക്ക് ചാടി. അന്ധാളിച്ചുനിന്ന ഷെറ്റ്ലാൻഡുകാരനും മക്കളും കണ്ടത് ഒരു മത്സ്യസ്ത്രീയായി മാറിക്കഴിഞ്ഞ അവരുടെ സ്നേഹനിധിയായ അമ്മയേയും അവരോടൊപ്പം ചുറ്റിലും നിന്നിരുന്ന മറ്റ് മത്സ്യസ്ത്രീകളേയും മറ്റുമാണ്. നമ്മുടെ കഥാനായകിയായ മത്സ്യസത്രീ ആ സ്ഥലം വിട്ടുപോ കുന്നതിനു മുമ്പായി തീരത്തിനടുത്തേക്ക് ചെന്ന് ഉച്ചത്തിൽ, ഇടറുന്ന ശബ്ദത്തിൽ വിളിച്ചുപറഞ്ഞു.

"കുഞ്ഞുങ്ങളേ, എന്നോട് ക്ഷമിക്കണം. എന്നോട് ക്ഷമിക്കണം. ഞാൻ നിങ്ങളെ വിട്ടുപോയേമതിയാകൂ. അത് നിങ്ങളോട് സ്നേഹമി ല്ലാത്തതുകൊണ്ടല്ല. എന്റെ കുട്ടികൾ നന്നായി വളരുകയും നല്ല സ്വഭാ വങ്ങൾ പഠിക്കുകയും ചെയ്യണെ. എല്ലാ മനുഷ്യരുടെ ഇടയിലും നല്ല പേരുവാങ്ങണം. എന്റെ കുട്ടികൾ എല്ലാവരോടും സ്നേഹമുള്ളവരായി വളരണം. ഞാൻ നിങ്ങളെ കാണാൻ എല്ലാ വർഷവും ഈ ദിവസം, ഈ കടലോരത്ത് വരും. മക്കൾ എന്നെ വന്നു കാണുകയില്ലേ?. കാണണം."

"ഞങ്ങൾ വരാം അമ്മേ, തീർച്ചയായും വരും." കുട്ടികൾ കരഞ്ഞു കൊണ്ട് പറഞ്ഞു.

മത്സ്യസ്ത്രീ വീണ്ടും തുടർന്നു. "സ്നേഹമുള്ള ഭർത്താവേ, ഞാൻ വിട്ടുപോ കുന്നതിൽ നിങ്ങൾക്ക് വളരെയേറെ സങ്കടമുണ്ടെന്നെനിക്കറിയാം.

നിങ്ങൾക്ക് എന്നെ അത്രയധികം സ്നേഹമാണ് - ഇഷ്ടമാണ് പക്ഷേ, എന്തുചെയ്യാം എനിക്ക് പോകേണ്ടതായുണ്ട്. അങ്ങ് നമ്മുടെ കുട്ടികളെ സ്നേഹത്തോടെ വളർത്തുമെന്നും എനിക്കുറപ്പുണ്ട്. പക്ഷേ, ഒരു സത്യം ഞാൻ പറയട്ടെ. എനിക്ക് നിങ്ങളെ ഇഷ്ടമാണെന്ന സത്യം മറച്ചുവയ്ക്കാതെതന്നെ പറയുകയാണ്, എനിക്ക് മനുഷ്യസ്ത്രീയായി രൂപമാറ്റമുണ്ടാകുന്നതിനു മുമ്പുണ്ടായിരുന്ന എന്റെ ഭർത്താവിനോടാണ് കൂടുതൽ ഇഷ്ടവും കടപ്പാടും. അതുകൊണ്ട് ഞാൻ പോകുന്നു. ദയവായി എന്നോട് ക്ഷമിക്കണം. നിങ്ങളെല്ലാം നന്നായിരിക്കണമേ എന്ന് ഞാനെന്നും പ്രാർഥിക്കും. ഇത്രയും പറഞ്ഞിട്ട് അവർ കൂട്ടുകാരുമൊത്ത് പോയി. എങ്കിലും അവർ മാത്രം തിരിഞ്ഞുനിന്ന് വീണ്ടും പറഞ്ഞു:

"എന്റെ സ്നേഹമുള്ള ഭർത്താവേ, ഞാൻ നമ്മുടെ മക്കളെ കാണാൻ ഇവിടെവരുന്ന സമയങ്ങളിൽ താങ്കളും അവരോടൊപ്പം എന്നെ കാണാൻ വരില്ലേ? വരും അല്ലേ.''

കുറിപ്പ്:- ഇത് ഒരു സചിത്രകഥയായി വായിക്കണമെങ്കിൽ, Mermaid Tales; Illustrated Mermaid Stories ഉപയോഗിക്കാം Amazone Kindle ൽ ലഭ്യമാണ്.

പക്ഷികളുടെ യുദ്ധം

ഒരു ലോകമഹായുദ്ധം ആരംഭിക്കുകയായിരുന്നു. പക്ഷേ, ആ യുദ്ധത്തിന് ഒരു പ്രത്യേകതയുണ്ടായിരുന്നു. അത് മനുഷ്യരും മനുഷ്യരും തമ്മിലുള്ള ഒരു യുദ്ധമായിരുന്നില്ല. യുദ്ധം ഭൂമിയിൽ ജീവിക്കുന്നവരും ആകാശത്ത് ജീവിക്കുന്ന പക്ഷികളും തമ്മിലായിരുന്നു. യുദ്ധത്തിന്റെ വിവരങ്ങൾ അപ്പപ്പോൾ അറിയാൻ എല്ലാവർക്കും ആകാംക്ഷയുണ്ടായിരുന്നു. ടെത്തർടോൺ നാട്ടിലെ രാജാവിന്റെ മകൻ താൻ നേരിട്ട് യുദ്ധസ്ഥലത്തുപോയി വിവരങ്ങൾ ഉടനുടൻ അറിയിക്കാമെന്ന് അച്ഛനോട് പറഞ്ഞു. രാജാവും അതിന് സമ്മതം നൽകി. പക്ഷേ, പലപ്പോഴും സംഭവിക്കാറുണ്ടായിരുന്നതുപോലെ അന്നും രാജകുമാരൻ പോകാൻ താമസിച്ചു. അതുകൊണ്ട് യുദ്ധസ്ഥലത്ത് കുമാരൻ എത്തിയത് യുദ്ധം ഏതാണ്ട് അവസാനിക്കാറായ സമയത്തായിരുന്നു. അവസാനയുദ്ധം ഒരു പാമ്പും ഒരു കുറ്റൻ കഴുകനും തമ്മിലായിരുന്നു. രണ്ടുപേരും വീറോടെ പൊരുതിക്കൊണ്ടിരുന്നു. എങ്കിലും പാമ്പായിരുന്നു ഒരൽപം മുമ്പിൽ എന്ന് പറയാവുന്ന രീതിയിൽ യുദ്ധം പുരോഗമിച്ചുകൊണ്ടിരിക്കുകയായിരുന്നു. പാമ്പ് വാല് കഴുകന്റെ കഴുത്തിൽ ചുറ്റിവരിഞ്ഞ് അതിനെ ഞെക്കിക്കൊല്ലും എന്ന നിലയിൽ എത്തിയപ്പോൾ രാജകുമാരൻ തന്റെ വാളുകൊണ്ട് ഒറ്റ വീശിൽതന്നെ പാമ്പിന്റെ തല വെട്ടിമാറ്റി. അങ്ങനെ രാജകുമാരൻ ചെയ്തില്ലായിരുന്നുവെങ്കിൽ കഴുകൻ കൊല്ലപ്പെട്ടുമായിരുന്നു. അതു കണ്ട കഴുകൻ സന്തോഷത്തോടെ കുമാരനോട് പറഞ്ഞു:

“ഹേ, കുമാരാ. അങ്ങയുടെ ദയകൊണ്ട് ഞാൻ വിജയിച്ചു. ഞാൻ ഇപ്പോൾ ജീവിച്ചിരിക്കുന്നു. എന്ത് പ്രത്യുപകാരമാണ് ഞാൻ അങ്ങേയ്ക്ക് ചെയ്യേണ്ടത്?. ദയവുചെയ്ത് അങ്ങ് എന്റെ കൂടെ ഒരു സ്ഥലംവരെ

വരണം. അങ്ങ് എന്റെ കാലുകളിൽ ബലമായി പിടിച്ചാൽ മാത്രം മതി. ഞാൻ അങ്ങയെ ദൂരെ മനോഹരമായ ഒരു സ്ഥലം, ഒരു സന്തോഷം നൽകുന്ന കാഴ്ച കാണിക്കാം. വന്നാലും.''

കുമാരൻ കഴുകൻ പറഞ്ഞതുപോലെ ചെയ്തു. ഉയരത്തിലേക്ക് പറന്ന് ഏഴ് പർവ്വതനിരകളും കടന്ന്, ഏഴ് മലയടിവാരങ്ങളും കടന്ന, പല കൃഷിഭൂമികളും കടന്ന് ഒരു സ്ഥലത്തെത്തിയപ്പോൾ കഴുകൻ പറഞ്ഞു:

"കുമാരാ, അങ്ങ് ദൂരെക്കാണുന്ന ആ പ്രദേശത്തേക്ക് നോക്കൂ. അവിടെ ഒരു വീട് കാണുന്നില്ലേ. അങ്ങ് ആ വീട്ടിൽ പോകണം. അവിടെ എന്റെ സഹോദരി താമസിക്കുന്നുണ്ട്. അങ്ങയെ സ്നേഹത്തോടെ സ്വീകരിക്കും. അവൾ അങ്ങയോട് ചോദിക്കുന്ന ചോദ്യങ്ങൾക്ക് സത്യസന്ധമായി ഉത്തരം പറയണം. പക്ഷേ, ഒരു കാര്യം, നാളെ രാവിലെ ഈ സമയത്ത്, ഈ സ്ഥലത്ത് വന്നുകാണണം. മറക്കരുത്. ഇപ്പോൾ പോയാലും.'' അത്രയും പറഞ്ഞിട്ട് കഴുകൻ കുമാരനെ അവിടെ വിട്ടിട്ട് പറന്നുപോയി.

കുമാരൻ കഴുകൻ പറഞ്ഞതുപോലെ ചെയ്തു. കഴുകൻ പറഞ്ഞ വീട്ടിൽ കുമാരൻ എത്തിയപ്പോൾ മറ്റൊരു കഴുകൻ കുമാരനെ സ്വീകരിച്ചു. ആ കഴുകൻ കുമാരനോട് ചോദിച്ചു.

"താങ്കൾ ഭൂവാസികളും പക്ഷികളും തമ്മിൽ യുദ്ധം നടന്നപ്പോൾ അവിടെ ഉണ്ടായിരുന്നോ?''

"ഉണ്ടായിരുന്നു."

"അവിടെ താങ്കൾ എന്നെപ്പോലെ മറ്റൊരാളെ കണ്ടോ?''

"കണ്ടു.'' കുമാരൻ പറഞ്ഞു.

പിന്നീട് അന്നുരാത്രി തങ്ങാനുള്ള ശയനമുറി കഴുകൻ കാണിച്ചുകൊടുത്തു. കുമാരന് ഇഷ്ടപ്പെട്ട രീതിയിൽ വിഭവസമൃദ്ധമായ ഭക്ഷണവും കഴിച്ച്, സുഖസൗകര്യങ്ങളോടുകൂടിയ കിടപ്പുമുറിയിൽ അന്ന് രാത്രി കുമാരൻ അവിടെ കഴിച്ചു. കുമാരൻ രാവിലെ തന്നെ ആദ്യത്തെ കഴുകൻ നിർദേശിച്ചിരുന്നതുപോലെ പറഞ്ഞസ്ഥലത്ത് എത്തി. കഴുകനെ പ്രതീക്ഷിച്ച് നിന്നു. അന്ന് കഴുകൻ മറ്റൊരു വീട് ചൂണ്ടിക്കാണിച്ചിട്ട് കുമാരനോട് പറഞ്ഞു:

"കുമാരൻ ഇന്ന് ആ വീട്ടിൽ പോകണം''

"ശരി.''

അങ്ങനെ മൂന്ന് ദിവസങ്ങൾ കടന്നുപോയി. നാലാമത്തെ ദിവസം കഴുകൻ പറഞ്ഞവീട്ടിൽ എത്തിയപ്പോൾ കുമാരനെ സ്വീകരിച്ചത്

സുമുഖനായ ഒരു ചെറുപ്പക്കാരനായിരുന്നു. കുമാരൻ ആ ചെറുപ്പക്കാരനോട് ചോദിച്ചു.

“ഈ വീട്ടിൽ ഒരു കഴുകൻ താമസമില്ലേ?”

“ഉണ്ട്. ആ കഴുകൻ ഞാൻതന്നെയാണെന്ന് മാത്രം. ഒരു ശാപം കിട്ടിയതുകൊണ്ട് ഞാൻ കഴുകനായതാണ്. ഇപ്പോൾ താങ്കൾ ഇവിടെ വന്നതുകൊണ്ട് ഞാൻ ശാപമോചിതനായിരിക്കുന്നു. ഈ ഉപകാരത്തിന് പ്രത്യേകമായ ഒരു ചെറിയ പ്രതിഫലമായി അങ്ങ് ഈ പൊതി സ്വീകരിച്ചാലും.” അത്രയും പറഞ്ഞ് ആ ചെറുപ്പക്കാരൻ തന്റെ കയ്യിലുണ്ടായിരുന്ന പൊതി കുമാരന് നൽകി. കുമാരൻ അത് സന്തോഷത്തോടെ സ്വീകരിച്ചു. ആ ചെറുപ്പക്കാരൻ തുടർന്നുപറഞ്ഞു:

“കുമാരൻ ഇപ്പോൾ വന്നതുപോലെ തിരികെ പോകുക. പോകുമ്പോൾ ഇങ്ങോട്ട് വന്നപ്പോൾ താമസിച്ചതുപോലെ ഓരോ വീട്ടിലും (മൂന്ന് വീടുകളിലും) ഓരോ രാത്രി താമസിക്കണം. പോകുമ്പോൾ അങ്ങയ്ക്ക് ഭാവി ജീവിതം നയിക്കാൻ ഏറ്റവും ഇഷ്ടപ്പെടുന്ന ഒരു സ്ഥലം കാണാനിടയാകും. അങ്ങനെ ഒരിടം കാണുന്നതുവരെ യാതൊരു കാരണവശാലും ഈ പൊതി തുറക്കാൻ പാടില്ല. എന്താ, ഞാൻ പറഞ്ഞതൊക്കെ മനസ്സിലായല്ലോ. അല്ലേ?”

“മനസ്സിലായി.”

“ശരി, അപ്പോൾ പോയ്ക്കൊള്ളൂ. എല്ലാം ശുഭമായിവരട്ടെ!”

കുമാരൻ ചെറുപ്പക്കാരന്റെ നിർദേശപ്രകാരം യാത്രതിരിച്ചു. മൂന്ന് വീടുകളിലെ താമസം കഴിഞ്ഞ് നാലാംനാൾ കുമാരൻ എത്തിച്ചേർന്നത് വൃക്ഷനിബിഡമായ ഒരു പ്രദേശത്തായിരുന്നു. ആ സ്ഥലം തന്റെ അച്ഛന്റെ ടെത്തർടോൺ നാടിനടുത്താണെന്ന് കുമാരന് മനസിലായി. കുമാരൻ കുറേ ദൂരംകൂടി മുന്നോട്ട് നടന്നു. അപ്പോൾ തന്റെ കൈയിലെ പൊതിയുടെ ഭാരം ക്രമേണ കൂടുന്നതായി കുമാരന് അനുഭവപ്പെട്ടു. കുമാരൻ പൊതി നിലത്തുവച്ചിട്ട് അതിനരികിൽ ഇരുന്നു. പൊതിക്കകത്ത് എന്താണെന്ന് ഒന്ന് തുറന്ന് നോക്കിയാലോ എന്ന് കുമാരൻ ചിന്തിച്ചു. കുമാരൻ പൊതി സാവധാനം തുറന്നു. തുറന്നപ്പോൾ കുമാരൻ അതിശയിച്ചുപോയി. അതിനകത്ത് നിറഞ്ഞുനിന്നിരുന്നത് ഒരു വലിയ കൊട്ടാരവും കൊട്ടാരത്തിന് ചുറ്റും ഒരു വലിയ ഉദ്യാനവും ഉദ്യാനത്തിൽ ധാരാളം കായ്കനികൾ തൂങ്ങിക്കിടക്കുന്ന മരങ്ങളുമായിരുന്നു. എല്ലാവിധത്തിലും സുന്ദരമായതും, ഉടനെ താമസിക്കാൻ വേണ്ട എല്ലാ സൗകര്യങ്ങളും ഒരുക്കിയിരുന്നതുമായ ആ കെട്ടിടം കുമാരന് വളരെ ഇഷ്ടപ്പെട്ടു. എങ്കിലും ആ വനപ്രദേശത്തിനപ്പുറം അച്ഛന്റെ കൊട്ടാരത്തിന് കുറേക്കൂടി അടുത്ത് അതുപോലെ ഒന്നായിരുന്നുവെങ്കിൽ കുറേക്കൂടി

നന്നായിരിക്കുമെന്ന് കുമാരൻ ചിന്തിച്ചു. അങ്ങനെ ചിന്തിച്ചിരിക്കുമ്പോൾ ആജാനുബാഹുവായ ഒരു മനുഷ്യൻ (ഒരു രാക്ഷസൻ) തന്റെയടുത്തേക്ക് നടന്നുചെല്ലുന്നത് കുമാരൻ കണ്ടു. മാത്രമല്ല, അയാൾ അടുത്തുചെന്ന് കുമാരനോട് ചോദിച്ചു:

“കുമാരാ, ഇതാണോ കുമാരൻ ഭാവിജീവിതത്തിനായി തിരഞ്ഞെടുത്ത സ്ഥലം.? എന്റെ അഭിപ്രായത്തിൽ ഇത് അത്രനല്ല സ്ഥലമല്ല.”

“ശരിയാണ്. എനിക്കും ഇത് മുഴുവനായും ഇഷ്ടപ്പെട്ടിട്ടില്ല.”

“ഞാൻ ഇത് തിരികെ ഈ പൊതിക്കുള്ളിലാക്കിത്തന്നാൽ കുമാരൻ എനിക്കെന്ത് പ്രതിഫലം തരും?”

“നിങ്ങൾ ചോദിക്കുന്നതെന്തും.”

“നിങ്ങൾക്ക് ജനിക്കുന്ന മകനെ അവന് ഏഴ് വയസ്സ് തികയുന്ന ദിവസം എനിക്ക് തരണം. എന്താ സമ്മതമാണോ?”

“എനിക്ക് ഒരു പുത്രനുണ്ടായാൽ തീർച്ച.”

കുമാരൻ അത്രയും പറഞ്ഞു തീർന്നപ്പോഴേക്കും നേരത്തെ കണ്ട കൊട്ടാരവും മറ്റുസൗകര്യങ്ങളും പൊതിക്കുള്ളിലേക്ക് വലിയുകയും പൊതി പഴയനിലയിലാകുകയും ചെയ്തു.

“ഇനി ഈ പൊതിയെടുത്തുകൊണ്ട് കുമാരൻ പോയ്ക്കൊള്ളുക. കുമാരന് പൂർണ്ണമായും ഇഷ്ടപ്പെട്ട ഒരിടത്തുമാത്രമേ പൊതിനിവർത്തി നോക്കാവൂ. ശരി, അപ്പോൾ ഇനി ഞാനെന്റെവഴിയെ” അയാൾ തിരിച്ചുനടക്കാൻ തുടങ്ങി. കുമാരൻ പൊതി കൈയിലെടുത്തു. ആ സമയത്ത് തിരിഞ്ഞുനിന്ന് കുമാരനോട് വിളിച്ചുറഞ്ഞു:

“നമ്മുടെ കരാറ് ഓർമയിലിരിക്കണം. നിങ്ങൾ മറന്നുപോയാലും ഞാനോർക്കും. വാക്കുപാലിച്ചില്ലെങ്കിൽ അനുഭവം നല്ലതായിരിക്കില്ല. ഓർമവേണം.” അത്രയും പറഞ്ഞിട്ട് അയാൾ നടന്ന് മറഞ്ഞു.

കുമാരനും യാത്ര തുടർന്നു. കുറേദൂരം നടന്ന് കുമാരൻ അച്ഛന്റെ കൊട്ടാരത്തിനുസമീപം നല്ല ഉദ്യാനസമാനമായ ഒരു സ്ഥലത്ത് എത്തിച്ചേർന്നു. ഈ സ്ഥലം നന്നായിരുക്കുന്നു എന്ന് സ്വയം പറഞ്ഞുകൊണ്ട് കുമാരൻ പൊതി തുറന്നു. നേരത്തെ കണ്ടതുപോലെ സുന്ദരമായ ഒരു കൊട്ടാരവും മുമ്പിൽ ഉദ്യാനവും എല്ലാം. അൽപം ശങ്കയോടെ കുമാരൻ കൊട്ടാരത്തിന്റെ വാതിൽ തുറന്നു. കണ്ടകാഴ്ച അദ്ഭുതകരമായിരുന്നു. അതീവ സുന്ദരിയായ ഒരു കന്യകയാണ് കുമാരനെ സ്വാഗതം ചെയ്തത്.

“വരു, രാജകുമാരാ വരു. ഞാനും എന്റെ ആൾക്കാരും താങ്കളുടെ വരവ് പ്രതീക്ഷിച്ചിരിക്കുകയായിരുന്നു. നമ്മുടെ വിവാഹം ഉടനെ നടത്തുവാൻ ഞാനും എന്റെ ആൾക്കാരും ആഗ്രഹിക്കുന്നു. എന്താ, എന്നെ

വിവാഹം കഴിക്കാൻ കുമാരന് സമ്മതമല്ലേ - ഇഷ്ടമല്ലേ?''

കുമാരന്റെ സമ്മതത്തോടെ വിവാഹം നടന്നു. ആ കന്യക കുമാരന് ഇഷ്ടപ്പെട്ട ഒരു ഭാര്യയായിരുന്നു. അവർ വളരെ സന്തോഷത്തോടെ ജീവിച്ചു. അവർക്ക് ഒരു മകനും ജനിച്ചു. സന്തോഷകരമായ ആ ജീവിതത്തിനിടയിൽ കുമാരൻ രാക്ഷസനെക്കുറിച്ചും അയാൾക്ക് കൊടുത്തിരുന്ന വാഗ്ദാനത്തെക്കുറിച്ചുമെല്ലാം മറന്നുപോയിരുന്നു.

വാഗ്ദാനം കൊടുത്ത് ഏഴുവർഷം പൂർത്തിയായ ദിവസം കുമാരൻ കൊട്ടാരത്തിന്റെ പൂമുഖത്ത് ഉലാത്തുകയായിരുന്നു. അപ്പോൾ ആ രാക്ഷസൻ തന്റെയടുത്തേക്ക് നടന്നുവരുന്നത് കുമാരൻ കണ്ടു. അയാളെ കണ്ടപ്പോൾ കുമാരന് പഴയകാര്യങ്ങൾ ഓർമ്മവന്നു. എല്ലാം ഭാര്യയോട് പറയാൻ അദ്ദേഹം തീർച്ചപ്പെടുത്തി. ഭാര്യയെവിളിച്ച് ക്ഷമാപണസമേതം മുമ്പ് നടന്ന എല്ലാകാര്യങ്ങളും വിശദമായി പറഞ്ഞു.

"ശരി, അങ്ങ് എന്നോട് എല്ലാം പറഞ്ഞല്ലോ. ഇനി ഞാൻ വേണ്ടത് ചെയ്തുകൊള്ളാം.'' ഭാര്യ പറഞ്ഞു. അപ്പോഴേക്കും രാക്ഷസൻ അവിടെയെത്തി ഉച്ചത്തിൽ അധികാരസ്വരത്തിൽ പറഞ്ഞു:

"എവിടെ എനിക്ക് തരാമെന്ന് പറഞ്ഞിരുന്ന നിന്റെ മകൻ എവിടെ?. ഉടനെ അവനെ എന്റെ മുമ്പിൽ കൊണ്ടുവാ.''

"കൊണ്ടുവരാം. ആദ്യം അവനെ ഒന്ന് നന്നായി ഒരുക്കട്ടെ. അവന്റെ അമ്മതന്നെ അവനെ നിങ്ങളുടെ മുമ്പിൽ കൊണ്ടുവരും.''

"ശരി. അങ്ങനെയാകട്ടെ.''

അതിനിടയിൽ കുമാരന്റെ ഭാര്യ അവരുടെ അടുക്കളവേലക്കാരിയുടെ (പാചകക്കാരിയുടെ) മകനെ തന്റെ മകന്റെ വസ്ത്രങ്ങൾ അണിയിച്ച് രാക്ഷസന്റെ മുന്നിൽ കൊണ്ടുചെന്നു.

"ഇവനാണ് എനിക്കുള്ള സമ്മാനം, അല്ലേ?''

"അതേ.'' കുമാരന്റെ ഭാര്യ ശരിവെച്ചു. രാക്ഷസൻ ആ കുട്ടിയേയും കൂട്ടിക്കൊണ്ട് യാത്രതിരിച്ചു. അൽപദൂരം പോയതിനുശേഷം രാക്ഷസൻ കുട്ടിയുടെ കൈയിൽ ഒരു നീണ്ട വടി കൊടുത്തിട്ട് ചോദിച്ചു.

"നിന്റെ അച്ഛന്റെ കയ്യിൽ ഇത്തരം ഒരു വടി കിട്ടിയാൽ അയാൾ അതുകൊണ്ട് എന്തു ചെയ്യും?''

"അച്ഛന് ഇത്തരം ഒരു വടി കിട്ടിയാൽ അച്ഛൻ അതുകൊണ്ട് രാജാവിനുണ്ടാക്കുന്ന ഇറച്ചിയും മീനും കട്ടുതിന്നാൻ ചെല്ലുന്ന പട്ടിയേയും പൂച്ചയേയും തല്ലി ഓടിക്കും.'' അത് കേട്ട് രാക്ഷസൻ പറഞ്ഞു:

"അപ്പോൾ നീ പാചകക്കാരന്റെ മകനാണ് അല്ലേ?''

കുട്ടിയേയും കൂട്ടിക്കൊണ്ട് അയാൾ തിരികെ കൊട്ടാരത്തിൽ ചെന്നു.

“നിങ്ങൾ എന്നെ കബളിപ്പിക്കുകയായിരുന്നു. ഇത് നിങ്ങളുടെ മകനല്ല.”

അതുകണ്ട് രാജാവും രാജ്ഞിയും പേടിച്ചുവിറച്ചു; എങ്കിലും സ്വന്തം മകനെ രാക്ഷസന് കൊടുക്കാൻ അവർക്കിഷ്ടമില്ലായിരുന്നു. അതുകൊണ്ട് രാജ്ഞി വേഗംതന്നെ അകത്തുപോയി അവരുടെ മകന്റെ സമപ്രായക്കാരനായിരുന്ന ബട്ലറുടെ (പ്രധാന പരിചാരകൻ, തീൻമേശക്കടുത്തുനിന്ന് പാനീയങ്ങൾ ഊറ്റിക്കൊടുക്കുന്നയാൾ) മകനെ രാജകീയ വസ്ത്രങ്ങളണിയിച്ച് രാക്ഷസന്റെ മുമ്പിൽ കൊണ്ടുനിർത്തി.

“ക്ഷമിക്കണം, ഒരു തെറ്റുചെയ്തുപോയി. ഇത് ഞങ്ങളുടെ മകൻ തന്നെയാണ്. ഇവനെ സ്വീകരിച്ചുകൊള്ളുക.” രാജ്ഞി പറഞ്ഞു.

“ശരി, ഈ പ്രാവശ്യവും എന്നെ കബളിപ്പിക്കാനാണ് ഭാവമെങ്കിൽ ഈ കൊട്ടാരം ഞാൻ തരിശാക്കും. ഓർത്തോ.”

രാക്ഷസൻ കുട്ടിയുമായി യാത്രതിരിച്ചു. അൽപദൂരം പോയതിനു ശേഷം ആദ്യത്തെപോലെ രാക്ഷസൻ കുട്ടിയോട് ചോദിച്ചു.

“ഈ കമ്പ് നിന്റെ അച്ഛന് കിട്ടിയാൽ അയാൾ ഇത് എങ്ങനെ ഉപയോഗിക്കും?”

“രാജാവിന്റെ പാനീയങ്ങൾ വയ്ക്കുന്ന ഗ്ലാസുകളും മറ്റും തട്ടിയുടക്കുന്ന പട്ടിയേയും പൂച്ചയേയുമൊക്കെ അതുകൊണ്ട് തല്ലിയോടിക്കും.”

പിന്നീട് എല്ലാം പഴയതുപോലെ തന്നെ നടന്നു. രാക്ഷസന്റെ കോപം കണ്ട് രാജാവും രാജ്ഞിയും തികച്ചും ഭയന്നുപോയി. വീണ്ടും ഒരു പരീക്ഷണത്തിന് ശ്രമിക്കാതെ സ്വന്തം മകനെത്തന്നെ അവർ രാക്ഷസന്റെ മുമ്പിൽ ഹാജരാക്കി.

“ഇപ്പോൾ മനസ്സിലായല്ലോ ഈയുള്ളവനെ കബളിപ്പിക്കാൻ കഴിയുകയില്ലെന്ന്.” അത്രയും പറഞ്ഞ് അയാൾ കുട്ടിയേയുംകൊണ്ട് യാത്രതിരിച്ചു.

കുട്ടിയുടെ മാതാപിതാക്കൾ രാക്ഷസൻ അവനെ ഉപദ്രവിക്കുമെന്നും കൊല്ലുമെന്നുമൊക്കെ വിചാരിച്ച് കരഞ്ഞുകൊണ്ടേ ജീവിച്ചു. പക്ഷേ, രാക്ഷസൻ കുട്ടിയോട് വളരെ സ്നേഹത്തോടെയാണ് പെരുമാറിയത്. സ്വന്തം മകനെയെന്നതുപോലെ വളർത്തി. രാക്ഷസന്റെ വീട്ടിൽ അവന് എല്ലാ സ്വാതന്ത്ര്യവുമുണ്ടായിരുന്നു; ഒരേഒരു നിബന്ധനയൊഴിച്ച്. രാക്ഷസന് മൂന്ന് പെൺമക്കളുണ്ടായിരുന്നു. അവർ താമസിച്ചിരുന്നത് രാക്ഷസഗൃഹത്തിന്റെ മുകളിലത്തെ മാടിയിലും രാജകുമാരനും

രാക്ഷസനും താഴത്തെ നിലയിലുമായിരുന്നു. രാജകുമാരന് മുകളിലത്തെ നിലയിൽ പോകാൻ അനുവാദമില്ലായിരുന്നു. അതുകൊണ്ട് കുമാരൻ അവിടെ താമസിക്കാൻ തുടങ്ങിയിട്ട് വർഷങ്ങൾ പലത് കഴിഞ്ഞുവെങ്കിലും ഒരിക്കൽപോലും രാക്ഷസന്റെ മക്കളെ കുമാരൻ കണ്ടതേയില്ല. കുമാരൻ വളർന്ന് സുമുഖനായ ഒരു ചെറുപ്പക്കാരനായി; അതുപോലെ രാക്ഷസന്റെ മക്കൾ സുന്ദരികളായ കന്യകമാരും.

അന്നൊരുനാൾ രാക്ഷസൻ കുമാരനോട് പറഞ്ഞു: "ഞാൻ കുറച്ചുദൂരെ ഒരു സ്ഥലത്തേക്ക് പോകുന്നു. തിരിച്ചുവരാൻ ഇരുട്ടും. എല്ലാം സൂക്ഷിച്ച് നോക്കിക്കോണം."

"ശരി."

രാക്ഷസൻ പോയിക്കഴിഞ്ഞപ്പോൾ കുമാരൻ വീട്ടിലെല്ലാം ചുറ്റിനടന്നതിനിടയിൽ മുകളിലത്തെ നിലയിലും പോയി. ഒരു മുറിയിൽനിന്ന് സംഗീതം കേട്ടപ്പോൾ കുമാരൻ ആ മുറിയുടെ വാതിൽ മെല്ലെ തള്ളിത്തുറന്ന് അകത്തേക്ക് നോക്കി. അവിടെ സുന്ദരിയായ ഒരു ചെറുപ്പക്കാരിയേയാണ് കണ്ടത്. അവർ പരസ്പരം അൽപനേരം നോക്കിനിന്നു. പെട്ടെന്ന് ആ സുന്ദരി പറഞ്ഞു:

"താങ്കൾ ഉടനെ പോയ്ക്കൊള്ളുക. എന്റെ അച്ഛൻ വരുന്നുണ്ടെന്ന് തോന്നുന്നു. ദൂരെ അച്ഛന്റെ കാലടിശബ്ദം കേൾക്കുന്നു. പക്ഷേ, അച്ഛൻ ഉറങ്ങിക്കഴിഞ്ഞാൽ, രാത്രിയിൽ ശബ്ദമുണ്ടാക്കാതെ ഇവിടെ വരണം. നമുക്ക് ഒന്നിച്ച് അപ്പോൾ സംസാരിക്കാം. എന്താ, വരില്ലേ?"

"വരാം."

കുമാരൻ ഉടൻതന്നെ താഴേയ്ക്ക് പോയി, പിന്നീട് അർധരാത്രിയോടടുത്ത്, രാക്ഷസൻ നല്ല ഉറക്കമായതിനുശേഷം കുമാരൻ അവളുടെ മുറിയിൽ ചെന്നു. അവർ രണ്ടുപേരും കുറേനേരം സംസാരിച്ചു സമയം ചിലവഴിച്ചു. പിന്നീട് അവൾ പറഞ്ഞു:

"അച്ഛൻ ഉണരുന്ന സമയമായി. ഇനി താങ്കൾ പോയ്ക്കോളൂ. എന്നെ ഇഷ്ടമായില്ലേ! "

"ഇഷ്ടമായി, വളരെയേറെ ഇഷ്ടം."

"എങ്കിൽ ഞാനൊരു കാര്യം പറയാം."

"കേൾക്കട്ടെ."

"നാളെ അച്ഛൻ നിങ്ങൾക്ക് ഒരു വിവാഹാലോചന തരും. എന്റെ മൂത്ത രണ്ട് സഹോദരിമാരിൽ ഒരാളെ താങ്കൾ വിവാഹം കഴിക്കണമെന്ന് അച്ഛൻ ആവശ്യപ്പെടും. അപ്പോൾ താങ്കൾ ഇളയപുത്രിയെ

മാത്രമേ വിവാഹം കഴിക്കാൻ ഇഷ്ടപ്പെടുന്നുള്ളൂ എന്ന് തറപ്പിച്ച് പറയണം. കാരണം അച്ഛൻ എന്നെ മറ്റൊരു രാജകുമാരനെക്കൊണ്ട് വിവാഹം കഴിപ്പിക്കാൻ തീർച്ചയാക്കിയിരിക്കുകയാണ്. എന്നാൽ എനിക്ക് ആ വിവാഹം ഒട്ടുംതന്നെ ഇഷ്ടമല്ല. എന്താ, അങ്ങ് തറപ്പിച്ച് പറയുകയില്ലേ?''

“തീർച്ചയായും.''

“എങ്കിൽ വേഗം പോയ്ക്കോളൂ.''

പ്രതീക്ഷിച്ചതുപോലെ അടുത്തദിവസം രാക്ഷസൻ തന്റെ മൂന്ന് മക്കളേയും കുമാരനേയും തന്റെയടുക്കലേക്ക് ഒരേസമയം വിളിച്ചു. അവരെല്ലാം എത്തിക്കഴിഞ്ഞപ്പോൾ അയാൾ പറഞ്ഞു:

“ഞാൻ നിങ്ങളെയെല്ലാം വിളിച്ചുവരുത്തിയത് ചില കാര്യങ്ങൾ എല്ലാവരോടുമായി പറയാനാണ്. - പ്രത്യേകിച്ചും കുമാരനോട്. ഈ നിൽക്കുന്ന മൂന്ന് പെൺകുട്ടികളും എന്റെ മക്കളാണ്.'' രാക്ഷസൻ തന്റെ മക്കളെ കുമാരന് പരിചയപ്പെടുത്തിയതിനുശേഷം തുടർന്നു.

“കുമാരൻ എന്നെ വിട്ട് പോകേണ്ട സമയമായിരിക്കുന്നു; വിവാഹം കഴിച്ച് സ്വന്തമായ ഒരു കുടുംബജീവിതം തുടങ്ങേണ്ട സമയവും. കുമാരന് നാളെത്തന്നെ എന്റെ രണ്ട് മൂത്ത മക്കളിൽ ആരെയെങ്കിലും ഒരാളെ - ആരെന്ന് കുമാരന് തീർച്ചപ്പെടുത്താം - വിവാഹം കഴിച്ച് അവളേയുംകൊണ്ട് അച്ഛന്റെ കൊട്ടാരത്തിലേക്ക് പോകാം.'' രാക്ഷസൻ പറഞ്ഞതിന് മറുപടിയായി കുമാരൻ പറഞ്ഞു:

“ഞാൻ താങ്കളുടെ മക്കളിൽ ഒരാളെ വിവാഹം കഴിക്കാൻ തയാറാണ്. പക്ഷേ, അത് താങ്കളുടെ ഇളയ മകളായിരിക്കണം.'' അത് കേട്ട് രാക്ഷസൻ കോപിഷ്ടനായി. അയാൾ പറഞ്ഞു:

“എന്റെ ഇളയമകളെ നിനക്ക് കിട്ടണമെങ്കിൽ നീ വളരെ കഠിനങ്ങളായ മൂന്ന് പരീക്ഷണങ്ങൾ നേരിടണം. അവയിൽ ജയിക്കുകയും വേണം. മാത്രമല്ല, ഏതെങ്കിലും ഒന്നിൽ തോറ്റുപോയാൽ മരണശിക്ഷ സ്വീകരിക്കാനും തയാറാകണം. എന്താ, തയാറാണോ?''

“അതേ, പരീക്ഷണങ്ങളെ അഭിമുഖീകരിക്കാൻ തയാറാണ്. എന്തൊക്കെയാണ് പരീക്ഷകൾ എന്ന് കേൾക്കട്ടെ.''

“ശരി, ഞാൻ ഓരോന്നായി പറയാം. ആദ്യത്തെ പരീക്ഷ എന്താണെന്നറിയാൻ എന്റെ കൂടെ വാ.'' അതും പറഞ്ഞ് രാക്ഷസൻ തന്റെ പശുത്തൊഴുത്തിലേക്ക് നടന്നു. അവിടെ എത്തിയതും അയാൾ കുമാരനോട് പറഞ്ഞു:

“ആ തൊഴുത്ത് കണ്ടോ, ഏതാണ്ട് ആറ് വർഷങ്ങളായി ഈ തൊഴുത്ത് ആരും കഴുകി ശുദ്ധിയാക്കിയിട്ടില്ല. ഞാനിപ്പോൾ ഒരു

ജോലിയായി വെളിയിൽ പോകുന്നു. സന്ധ്യയോടടുത്ത് ഞാൻ തിരികെ വരുന്നതിന് മുമ്പ് തൊഴുത്ത് വൃത്തിയാക്കി വെയ്ക്കണം. ഒരു ചെറിയ പന്ത് ഒരരുകിൽനിന്ന് ഉരുട്ടിയാൽ ഒരു തടസ്സവുമില്ലാതെ അത് മറ്റേ അറ്റത്ത് എത്തുന്നരീതിയിൽ ഇതിന്റെ തറ ശുദ്ധമായിരിയ്ക്കണം. ഇല്ലെങ്കിൽ നിന്റെ രക്തം ഇവിടെ വീഴും തീർച്ച.'' ഇത്രയും പറഞ്ഞ് രാക്ഷസൻ യാത്രയായി; അയാളുടെ പുത്രിമാരും അവരവരുടെ മുറികളിലേക്ക് മടങ്ങി.

പാവം കുമാരൻ, മറ്റുമാർഗങ്ങളൊന്നുമില്ലാതെ തൊഴുത്ത് ശുദ്ധീകരിക്കുന്ന ജോലി തുടങ്ങി. എതാണ്ട് സായന്തനമായപ്പോഴേക്കും കുമാരൻ ക്ഷീണിച്ച് അവശനായി. പക്ഷേ തൊഴുത്ത് ഒട്ടുംതന്നെ ശുദ്ധമായതുമില്ല. ആ സമയത്ത് തികച്ചും അപ്രതീക്ഷിതമായി തൊഴുത്തിന്റെ വാതിൽക്കൽ രാക്ഷസന്റെ ഇളയമകൾ പ്രത്യക്ഷപ്പെട്ടു.

"താങ്കൾ തികച്ചും ക്ഷീണിതനായിരിക്കുന്നു. ഇനി കുറച്ചുനേരം വിശ്രമിക്കുക.''

കുമാരൻ അവശനായി അവളെ നോക്കിയിരിക്കുമ്പോൾ ഉറങ്ങിപ്പോയി. കുറച്ചുകഴിഞ്ഞ് ഏതോ സ്വപ്നം കണ്ട് ഞെട്ടിയുണർന്നപ്പോൾ അവൾ അവിടെ ഇല്ലായിരുന്നു. പക്ഷേ, അതിശയംപോലെ തൊഴുത്ത് പറയാനാകാത്തത്ര ശുദ്ധവുമായിരുന്നു.

ഒട്ടും താമസിയാതെ രാക്ഷസൻ അവിടെ എത്തി.

"ഹേ, ചെറുപ്പക്കാരാ. എന്താ, തൊഴുത്തു വൃത്തിയാക്കൽ കഴിഞ്ഞോ.''

"എന്നാൽ കഴിയുന്നത്ര.''

"ഞാൻ നോക്കട്ടെ.'' കണ്ട കാഴ്ച രാക്ഷസനെ അദ്ഭുതപ്പെടുത്തി.

"ഓ, നീ ഈ പരീക്ഷയിൽ വിജയിച്ചിരിക്കുന്നു. ഇനി അടുത്ത പരീക്ഷ എന്താണെന്ന് കേട്ടോ. നാളെ ഈ സമയമാകുമ്പോഴേയ്ക്കും ഈ തൊഴുത്തിന്റെ കൂര പലതരം പക്ഷികളുടെ തൂവലുകൾകൊണ്ട് മേഞ്ഞിരിക്കണം. ഒരുവക പക്ഷിയുടെ തൂവൽ ഒന്നിനുമേലെ ഉപയോഗിക്കരുത്. എന്താ, മനസ്സിലായോ. മനസ്സിലായെങ്കിൽ ജോലി തുടങ്ങിക്കോ.'' ഇത്രയും പറഞ്ഞിട്ട് രാക്ഷസൻ അവിടെനിന്നും പോയി.

കുമാരൻ എന്തുചെയ്യണമെന്നറിയാതെ കുറേനേരം ചിലവഴിച്ചതിനുശേഷം, വരുന്നതുവരട്ടെ, ഏതായാലും ഒരിക്കലല്ലെ മരിക്കുകയുള്ളൂ എന്ന് കരുതി അതിനുമുമ്പ് ലക്ഷ്യപ്രാപ്തിക്കായി തന്നാൽ കഴിയുന്നത്ര പരിശ്രമിക്കാം എന്ന തീരുമാനത്തിൽ എത്തി. ഒരമ്പും വില്ലും സംഘടിപ്പിച്ച് അതുമായി കുമാരൻ പക്ഷികളെ വേട്ടയാടാൻ പുറപ്പെട്ടു. അടുത്ത ദിവസം മധ്യാഹ്നമായപ്പോഴേക്കും കുമാരൻ തികച്ചും അവശനായി. പക്ഷേ, തൂവലുകൾ ഒന്നും തന്നെ ശേഖരിക്കാൻ കഴിഞ്ഞതുമില്ല.

തികഞ്ഞ നികാശയോടെ കുമാരൻ തൊഴത്തിൽ എത്തി. ആ സമയത്ത് രാക്ഷസന്റെ ഇളയമകൾ അവിടെയെത്തി.

"കുമാരൻ വളരെ ക്ഷീണിച്ചുവല്ലോ. ഇനി കുറച്ചു വിശ്രമിക്കൂ."

"ശരി, അങ്ങനെയാകട്ടെ."

കുറച്ചുസമയം കഴിഞ്ഞ് കുമാരൻ ഉണർന്നപ്പോൾ കണ്ട കാഴ്ച വീണ്ടും അദ്ഭുതകരമായിരുന്നു. കന്യക പോയിക്കഴിഞ്ഞിരുന്നു. തൊഴുത്തിന്റെ കൂര രാക്ഷസൻ പറഞ്ഞിരുന്നതുപോലെ വിവിധതരം പക്ഷികളുടെ തൂവലുകൾകൊണ്ട് കമനീയകരമാം വിധം മേഞ്ഞിരുന്നു. അൽപസമയം കഴിഞ്ഞപ്പോൾ രാക്ഷസൻ അവിടെയെത്തി.

"എന്താ, കൂര മേയാൻ കഴിഞ്ഞോ, അതോ നീ പരീക്ഷയിൽ തോറ്റോ?"

"നോക്കൂ, ഒരളവുവരെ കഴിഞ്ഞുവെന്ന് വിചാരിക്കുന്നു."

"കൂര ഞാൻ നിർദേശിച്ചതുപോലെ തന്നെ മേഞ്ഞിരിക്കുന്നു. അതിശയമായിരിക്കുന്നു. പറയാതെ തരമില്ല. നീ ഈ പരീക്ഷയിലും വിജയിച്ചിരിക്കുന്നു." രാക്ഷസൻ മനസിൽപൊങ്ങിയ കോപം അടക്കിപ്പിടിച്ച് പറഞ്ഞു.

"അടുത്ത പരീക്ഷ എന്താണെന്ന് കേട്ടുകൊള്ളുക. ദാ നോക്ക്. അവിടെ നിൽക്കുന്ന ദേവതാരു മരം നീ കാണുന്നുണ്ടോ? ആ മരത്തിന്റെ മുകളിൽ ഒരു മാഗ്പെ പക്ഷി കൂടുകെട്ടിയിട്ടുണ്ട്. കൂട്ടിൽ അഞ്ചുമുട്ടകളുണ്ട്. നാളെ എന്റെ രാവിലത്തെ പ്രഭാതഭക്ഷണത്തിന് ആ അഞ്ചുമുട്ടകളും ഇവിടെ എത്തിച്ചിരിക്കണം. ഒന്നുപോലും ഉടയാൻ പാടില്ല. എന്താ കേട്ടോ, പറഞ്ഞതുപോലെ നിന്നെക്കൊണ്ട് കഴിഞ്ഞില്ലെങ്കിൽ എനിക്ക് നിന്റെ ചോരകൊണ്ട് തൃപ്തിപ്പെടേണ്ടിവരും. കേട്ടല്ലോ?"

അടുത്തദിവസം സൂര്യൻ ഉദിക്കുന്നതിനുമുമ്പുതന്നെ കുമാരൻ രാക്ഷസൻ കാണിച്ച ദേവതാരുമരത്തിന്റെ ചുവട്ടിൽ എത്തി. വളരെ ഉയരത്തിൽ വളർന്നുനിന്ന ആ മരത്തിന്റെ മുകളിൽ എങ്ങനെ കയറുമെന്ന് കുമാരന് നിശ്ചയമില്ലായിരുന്നു. മരത്തിന്റെ തൊലി നല്ല മിനുസമുള്ളതായിരുന്നു; കാലുവെയ്ക്കാൻ മരത്തിൽ ഒരു പഴുതും കണ്ടില്ല. അള്ളിപ്പിടിച്ച് കയറാൻ ശ്രമിച്ചപ്പോഴൊക്കെ കാലുവഴുതി കീഴോട്ടുതന്നെ വീഴുകയാണുണ്ടായത്. അങ്ങനെ കുമാരൻ നിസ്സഹായനായി നിൽക്കുമ്പോൾ രാക്ഷസന്റെ ഇളയമകൾ അവിടെയെത്തി.

"എന്താ കുമാരാ, കുമാരൻ മുട്ടകൾ എടുക്കാൻ ശ്രമിക്കുന്നില്ലേ?"

"ഞാൻ ശ്രമിക്കുന്നു. പക്ഷേ, ഈ മരത്തിൽ കയറാൻ കഴിയുന്നില്ല.

ഓരോ ചുവടുവയ്ക്കുമ്പോഴും കാല് താഴേക്കുതന്നെ വഴുതിപ്പോകുന്നു. എന്തു ചെയ്യണമെന്ന് അറിയുന്നില്ല.''

അവൾ തന്റെ ഒരു വിരൽ മരത്തോട് ചേർത്തുവച്ചുകൊണ്ട് പറഞ്ഞു: "കുമാരൻ ഈ വിരലിൽ ചവിട്ടിക്കൊണ്ട് ശ്രമിക്കൂ'' കുമാരൻ അങ്ങനെ ശ്രമിച്ചപ്പോൾ അടുത്തകാൽ വെയ്ക്കാൻ സൗകര്യത്തിന് അവൾ ആദ്യത്തേതിൽ അൽപം മുകളിലായി അവളുടെ മറ്റേക്കയ്യിലെ ഒരു വിരൽ വെച്ചുകൊടുത്തു. വിരലുകൾ മുകളിലേക്ക് മാറ്റി മാറ്റി വയ്ക്കാൻ കഴിയുന്നത്ര നീളത്തിൽ അവളുടെ കൈകളുടെ നീളം കൂടിക്കൊണ്ടേയിരുന്നു എന്നത് ഒരതിശയംതന്നെയായിരുന്നു. പക്ഷേ, കുമാരൻ അതൊന്നും ശ്രദ്ധിച്ചില്ല. അവൾ വെച്ചുകൊടുത്ത വിരലുകളിൽ ചവിട്ടി കുറേശ്ശക്കുറേശ്ശ കുമാരൻ മരത്തിന്റെ മുകളിൽ എത്തി.

"കുമാരാ, വേഗം വേണം. മുട്ടകൾ വേഗം ശേഖരിക്കുക. സമയം കളയരുത്.''

"ശരി.''

"അച്ഛൻ വരുന്ന ശബ്ദം കേൾക്കുന്നു. വേഗമാകട്ടെ കുമാരാ.''

കുമാരൻ മുട്ടകൾ ശേഖരിക്കാൻ നിൽക്കാതെ പക്ഷിക്കൂട് അങ്ങനെ തന്നെ എടുത്തുകൊണ്ട് വേഗം താഴേക്കിറങ്ങി. പക്ഷേ, ആ സമയത്ത് അവളുടെ ഒരു വിരൽ ഒരു ഉടഞ്ഞ മരക്കൊമ്പിൽ തട്ടി അൽപം മുറിഞ്ഞു. വേഗംതന്നെ അവൾ സ്വന്തം വസ്ത്രത്തിന്റെ അറ്റം കീറിയെടുത്ത് വിരലിൽ വരിഞ്ഞുകെട്ടി - അങ്ങനെ ചെയ്താൽ ചോര ഓലിക്കുന്നത് നിൽക്കുമല്ലോ.

"കുമാരാ, ഇപ്പോൾ കുമാരൻ എല്ലാ പരീക്ഷകളിലും ജയിച്ചിരിക്കുന്നു. ഇന്ന് രാത്രി അച്ഛൻ കുമാരന്റേയും എന്റേയും വിവാഹം നടത്തും. വിവാഹച്ചടങ്ങിന് വിളിക്കുമ്പോൾ അച്ഛൻ ഞങ്ങൾ സഹോദരിമാരെ ഒന്നിച്ച് ഒരേതരത്തിൽ വസ്ത്രം ധരിപ്പിച്ച് കുമാരന്റെ മുമ്പിൽ നിർത്തും. കുമാരനോട് സ്വയം കുമാരന്റെ പ്രതിശ്രുതവധുവിനെ ഞങ്ങളിൽനിന്ന് തിരഞ്ഞെടുക്കാൻ പറയും. ഒറ്റ നോട്ടത്തിൽ ഞങ്ങളെ തിരിച്ചറിയാൻ കുമാരൻ ബുദ്ധിമുട്ടും. അതുകൊണ്ട് എന്റെ വിരലിൽ കാണുന്ന ഈ കെട്ട് കുമാരൻ ശ്രദ്ധിച്ചുകൊള്ളുക - ഈ ശ്രദ്ധ മനസ്സിൽ കരുതിക്കൊണ്ടുവേണം കുമാരൻ ഭാവി ഭാര്യയെ തിരഞ്ഞെടുക്കുന്നത്. മറക്കരുത്. ഞാൻ പോകുന്നു.''

അൽപനിമിഷങ്ങൾക്കകം രാക്ഷസൻ അവിടെയെത്തി. കുമാരൻ മുട്ടകളോടുകൂടി പക്ഷിക്കൂട് രാക്ഷസന് നൽകി.

"അപ്പോൾ നീ മൂന്നാമത്തെ പരീക്ഷയിലും വിജയിച്ചിരിക്കുന്നു. മിടുക്കൻ. ഇന്നു വൈകിട്ടുതന്നെ നിന്റെ കല്യാണം നടക്കും.''

നേരം വൈകിയപ്പോൾ ഏതാണ്ട് സന്ധ്യയോടടുത്ത് രാക്ഷസൻ കുമാരനേയും തന്റെ മക്കളേയും വിളിച്ച് പറഞ്ഞു:

“മക്കളേ, പറഞ്ഞിരുന്നതുപോലെ കുമാരന്റെ വിവാഹം അടുത്ത ഒന്നരണ്ട മണിക്കൂറുകൾക്കുള്ളിൽ ഇവിടെവച്ച് നടക്കും. ഞാൻ നമ്മുടെ സ്നേഹിതരേയും അഭ്യുദയകാംക്ഷികളേയുമെല്ലാം ക്ഷണിച്ചിട്ടുണ്ട്. അവരെല്ലാം താമസിയാതെ ഇവിടെ എത്തും. നിങ്ങളെല്ലാം നമ്മുടെ പൂമുഖത്ത് ഉടനെ എത്തണം.”

എല്ലാവരും സമയത്തിന് പൂമുഖത്തെത്തി. രാക്ഷസന്റെ മക്കൾ മൂന്ന്പേരും ഒരേതരത്തിലുള്ള വസ്ത്രങ്ങളാണ് ധരിച്ചിരുന്നത്. ഒരാളെ മറ്റൊരാളിൽനിന്ന് തിരിച്ചറിയുക വിഷമമായിരുന്നു. അതിഥികൾ എത്തിക്കഴിഞ്ഞപ്പോൾ രാക്ഷസൻ കുമാരനെ എല്ലാവർക്കും പരിചയപ്പെടുത്തി. പിന്നീട് കുമാരനോട് പറഞ്ഞു:

“കുമാരാ, എന്റെ മൂന്ന് പെൺമക്കളും ഇതാ നിൽക്കുന്നു. ഇവരിൽ ആരെവേണമെങ്കിലും കുമാരന്റെ ഇഷ്ടപ്രകാരം ഭാര്യയാകാൻ യോഗ്യയായി കുമാരന് തിരഞ്ഞെടുക്കാം. കുമാരൻ തിരഞ്ഞെടുത്തുകഴിഞ്ഞാൽ ഉടൻതന്നെ എന്റെ ആ മകളെ ഇവിടെ സന്നിഹിതരായിരിക്കുന്ന എല്ലാവരുടേയും സമക്ഷം കുമാരന് വിവാഹം കഴിച്ചുനൽകുന്നതായിരിക്കും.”

കുമാരൻ മൂന്നുപേരെയും നോക്കി. അവരെ തിരിച്ചറിയുക പ്രയാസമായിരുന്നു. എങ്കിലും ഇളയമകളുടെ വിരലിൽ ഉണ്ടായിരുന്ന കെട്ട് നോക്കി കുമാരൻ മുമ്പോട്ട് നടന്ന് അവളുടെ തോളിൽ കൈവച്ചു. അപ്പോൾ രാക്ഷസൻ പറഞ്ഞു:

“കുമാരൻ ഈ പ്രാവശ്യവും തോറ്റില്ല. കുമാരന് എന്റെ ഇളയമകളെ ഇതാ വിവാഹംകഴിച്ചുതരുന്നു.”

വിവാഹച്ചടങ്ങുകൾ കഴിഞ്ഞ്, സദ്യ ഊണും കഴിഞ്ഞ് അതിഥികൾ മടങ്ങി. പിന്നീട് അവൾ കുമാരനോട് സ്വകാര്യമായി പറഞ്ഞു:

“കുമാരാ, നമ്മൾ ഈ രാത്രി ഇവിടെ താമസിച്ചാൽ എന്റെ അച്ഛൻ താങ്കളെ കൊല്ലുമെന്നത് തീർച്ച. അതുകൊണ്ട് കഴിയുന്നതും വേഗം നമ്മൾ ഇവിടെനിന്ന് രക്ഷപ്പെടണം.”

“എങ്ങനെ?”

“വഴിയുണ്ടാക്കാം.”

അൽപസമയം കഴിഞ്ഞ് എല്ലാവരും അവരവരുടെ ശയനമുറികളിലേക്ക് പോയി. കുമാരനും ഭാര്യയും അവരുടെ മുറിയിലേക്കും. പിന്നീട് അവൾ കുമാരനോട് പറഞ്ഞു: “കുമാരൻ ഇപ്പോൾ എന്റെ ഭർത്താവാണ്.

കുമാരനെ രക്ഷിക്കേണ്ടത് എന്റെ ചുമതലയും ആവശ്യവുമാണ്.''

"ശരി.''

അവൾ ഒരു ആപ്പിളെടുത്ത് ഒമ്പതു കഷ്ണങ്ങളായി മുറിച്ച് രണ്ട് കഷണങ്ങൾ അവരുടെ കിടക്കയുടെ മുകൾ ഭാഗത്തായി വച്ചു; രണ്ടെണ്ണം കിടക്കയുടെ കാലിന്റെ ഭാഗത്തും; രണ്ടെണ്ണം വീട്ടിലെ അടുക്കളയുടെ വാതിൽക്കൽ; രണ്ടെണ്ണം വീടിന്റെ പ്രധാന കവാടത്തിൽ; ഒന്ന് വീടിനു വെളിയിൽ അൽപം ദൂരത്തായി. പിന്നീട് തന്റെ അച്ഛൻ കൂർക്കംവലിച്ചുറങ്ങുകയാണെന്ന് ഉറപ്പുവരുത്തിയതിനു ശേഷം കുമാരനോട് പറഞ്ഞ്:

"കുമാരാ, ഇപ്പോൾ ശബ്ദമുണ്ടാക്കാതെ കുമാരൻ എന്റെ കൂടെ വരണം.''

ഭാര്യ പറഞ്ഞതുപോലെ കുമാരൻ അവളെ അനുഗമിച്ചു. അവർ രണ്ടുപേരും രാക്ഷസന്റെ കുതിരാലയത്തിൽ ചെന്നു. അവൾ നേരത്തെ തയ്യാറാക്കി നിർത്തിയിരുന്ന ഒരു കുതിരയുടെ പുറത്തുകയറി. കുമാരനോട് തന്റെ പുറകിൽ കുതിരപ്പുറത്ത് തന്നെ പിടിച്ചുകൊണ്ട് ഇരിക്കുവാൻ പറഞ്ഞു. പിന്നീട് ഒട്ടും ശബ്ദമുണ്ടാക്കാതെ അവർ അവിടെനിന്ന് പലായനം ചെയ്തു.

കുറേസമയം കഴിഞ്ഞ് രാക്ഷസൻ ഉറക്കമുണർന്ന ഉടനെ വിളിച്ചു ചോദിച്ചു:

"മക്കളേ, കുമാരാ. നിങ്ങൾ ഉറങ്ങിയില്ലേ?''

"ഇല്ല.'' അങ്ങനെ മറുപടി പറഞ്ഞത് കിടക്കയുടെ മുകൾഭാഗത്തുണ്ടായിരുന്ന ആപ്പിൾ കഷണങ്ങളാണ്.

"ശരി.'' ഒന്ന് തിരിഞ്ഞുമറിഞ്ഞ് കിടന്ന് അൽപംകൂടി ഉറങ്ങിയതിനു ശേഷം രാക്ഷസൻ വീണ്ടും വിളിച്ചു:

"മകളേ, നിങ്ങളുറങ്ങിയോ?''

"ഇല്ല. ഇനിയും ഉറങ്ങിയിട്ടില്ല.''

മറുപടി പറഞ്ഞത് കിടക്കയുടെ കാൽപ്പക്കം ഉണ്ടായിരുന്ന ആപ്പിൾ കഷണങ്ങളായിരുന്നു.

കുറച്ചുസമയം കഴിഞ്ഞ് രാക്ഷസൻ വീണ്ടും അന്വേഷണം തുടർന്നു. അപ്പോൾ ഉത്തരം നൽകിയത് അടുക്കളയിലുണ്ടായിരുന്ന ആപ്പിൾ കഷണങ്ങളായിരുന്നു. നാലാമത്തെ പ്രാവശ്യം രാക്ഷസന് ഉത്തരം കിട്ടിയത് എവിടെനിന്നായിരുന്നു എന്ന് നിങ്ങൾക്ക് ഊഹിക്കാമല്ലോ. വീടിന്റെ പ്രധാനകവാടത്തിൽ നിന്ന് കേട്ട മറുപടി രാക്ഷസനെ സംശയാലുവാക്കി. അയാൾ ഉടൻതന്നെ കുമാരന്റെ കിടപ്പുമുറിയിൽ പോയി നോക്കിയപ്പോൾ കണ്ടത് ശൂന്യമായി കിടന്ന കിടക്കയാണ്.

കുറേ ദൂരത്തെ യാത്രയ്ക്കുശേഷം അവൾ കുമാരനോട് പറഞ്ഞു:

"നമ്മുടെ പിമ്പെ അച്ഛൻ വരുന്നുണ്ട്. എനിക്ക് അദ്ദേഹത്തിന്റെ മണം അറിയാൻ കഴിയുന്നു. അങ്ങ് ഒരു കാര്യം ചെയ്യണം. നമ്മുടെ കുതിരയുടെ കാതുകളിൽ അങ്ങയുടെ വിരലുകളിട്ട് എന്ത് കിട്ടുന്നുവോ അതെടുത്ത് പുറകിലേക്ക്, പുറം തിരിഞ്ഞുനോക്കാതെ എറിയണം വേഗം."

കുമാരൻ തന്റെ ഭാര്യ പറഞ്ഞതുപോലെ ചെയ്തു. കുമാരന് കുതിരയുടെ ചെവികളിൽനിന്ന് കിട്ടിയത്, ഒരു മുള്ളുചെടിയുടെ വള്ളികളിലൊന്നായിരുന്നു. കുമാരൻ അത് പുറകിലേക്ക് എറിഞ്ഞപ്പോൾ സംഭവിച്ചത് എന്താണെന്നറിയണ്ടേ. അവർക്ക് പുറകിലായി ഏതാണ്ട് 20 കിലോമീറ്റർ ദൂരം മുള്ളുകമ്പുകൾകൊണ്ട് നിറഞ്ഞു. അതിനുള്ളിൽക്കൂടി പോകുന്നത് അസാധ്യമായിരുന്നു. പുറകെ വേഗത്തിൽ ചെന്നുകൊണ്ടിരുന്ന രാക്ഷസനും മുള്ളുവേലി കടന്നുചെല്ലാൻ കഴിഞ്ഞില്ല. അയാൾ ഉടൻതന്നെ തിരികെ സ്വന്തം വീട്ടിലേക്ക് കാറ്റിന്റെ വേഗത്തിൽ ഓടി; അവിടെനിന്ന് ഒരു അരിവാളും ഒരു മഴുവും എടുത്തുകൊണ്ട് തിരികെ അതേ വേഗത്തിൽ ചെന്ന് മുള്ളുകമ്പുകൾ വെട്ടിമാറ്റി. അതെല്ലാം നിമിഷനേരത്തിലാണ് രാക്ഷസൻ ചെയ്തു തീർത്തത്. കുമാരന്റെ ഭാര്യ കുമാരനോട് പറഞ്ഞു:

"വീണ്ടും അച്ഛൻ നമ്മുടെ പുറകിൽ എത്തിയെന്ന് തോന്നുന്നു. അങ്ങ് വീണ്ടും മുമ്പേ ചെയ്തതുപോലെ ചെയ്യുക. വേഗം. നമുക്ക് ഒട്ടും സമയമില്ല."

കുമാരൻ കുതിരയുടെ ചെവിയിൽനിന്ന് കിട്ടിയ പാറക്ഷണം പുറകിലേക്കെറിഞ്ഞു. മുമ്പെ സംഭവിച്ചതുപോലെ അവരുടെ പിന്നിലായി ഏതാണ്ട് 20 കിലോമീറ്റർ ദൂരം ഉയരത്തിലുള്ള പാറ പ്രത്യക്ഷപ്പെട്ടപ്പോൾ രാക്ഷസന് അതിൽക്കൂടി മുന്നോട്ട് യാത്രചെയ്യാൻ ബുദ്ധിമുട്ടായിരുന്നതുകൊണ്ട് തിരികെ വീട്ടിൽപോയി പിക്കാസും ഇരുമ്പ് പാരയും എടുത്തുകൊണ്ട് ചെന്ന് പാറ പൊട്ടിച്ചു.

വീണ്ടും കുറച്ചുസമയം കഴിഞ്ഞപ്പോൾ ഭാര്യ കുമാരനോട് പറഞ്ഞു:

"അച്ഛൻ പിന്നിൽ അടുത്തെത്തിയിരിക്കുന്നു. നേരത്തെ ചെയ്തതുപോലെ വീണ്ടും ചെയ്യുക.വേഗം"

കുമാരന് ആ പ്രാവശ്യം കുതിരയുടെ ചെവിയിൽനിന്നും കിട്ടിയത് ഒരു സഞ്ചിയിൽ കുറച്ചു ജലമാണ്. കുമാരൻ അത് പുറകിലേക്ക് എറിഞ്ഞപ്പോൾ അവർക്കുപിന്നിൽ ഒരു വലിയ തടാകമാണ് രൂപം കൊണ്ടത്. വേഗത്തിൽ ചെന്നുകൊണ്ടിരുന്ന നീന്തൽ വശമില്ലാതിരുന്ന രാക്ഷസന് തന്റെ വേഗം നിയന്ത്രിക്കാനാകാതെ ജലാശയത്തിലേക്ക് വീണ് മരിച്ചു.

ആ സമയമെല്ലാം കുമാരന്റേയും കുമാരിയുടേയും (കുമാരന്റെ ഭാര്യ) കുതിര കാറ്റുപോലെ അതിവേഗത്തിൽ മുന്നോട്ട് ഓടുകയായിരുന്നു. കുറച്ചുസമയത്തിനുള്ളിൽ അവർ എത്തിയത് കുമാരന്റെ അച്ഛന്റെ കൊട്ടാരത്തിന് മുമ്പിലായിരുന്നു. കുതിരയെ അവിടെ നിർത്തി അവർ രണ്ടുപേരും താഴെയിറങ്ങി. അപ്പോൾ കുമാരൻ പറഞ്ഞു:

"ഇത് എന്റെ അച്ഛന്റെ കൊട്ടാരമാണല്ലോ. ഇവിടെ നിന്നാണ് നിന്റെ അച്ഛൻ എന്നെ തട്ടിക്കൊണ്ടുവന്നത്."

"അതേ, കുമാരൻ പറഞ്ഞത് തികച്ചും ശരിയാണ്. ഭയപ്പെടാതെ, ഒരു ശങ്കയുമില്ലാതെ കുമാരൻ കൊട്ടാരത്തിനകത്തേയ്ക്ക് പോകണം. പക്ഷേ, ഒരു നിബന്ധന. യാതൊരു കാരണവശാലും കൊട്ടാരത്തിൽ ആരും (മനുഷ്യരും മൃഗങ്ങളും) കുമാരനെ ചുംബിക്കാൻ പാടില്ല. അതിന് അവസരം ഉണ്ടാക്കരുത്. അങ്ങനെ സംഭവിച്ചാൽ കുമാരന്റെ മനസിൽ നിന്ന് ഞാൻ മാഞ്ഞുപോകും - കുമാരൻ എന്നെ മറക്കും."

"മറ്റൊന്ന്, കുമാരൻ എന്നെ വിവാഹം കഴിച്ചകാര്യം സത്യസന്ധമായി എല്ലാവരോടും പറയണം."

"ശരി, അങ്ങനെയാകട്ടെ."

കുമാരൻ അങ്ങനെ പറഞ്ഞിട്ട് കൊട്ടാരത്തിനുള്ളിലേക്ക് നടന്നു. ഭാര്യയെ വെളിയിൽത്തന്നെ നിർത്തിയിട്ടാണ് കുമാരൻ കൊട്ടാരത്തിൽ കയറിയത്. കുമാരനെ കണ്ടയുടൻതന്നെ കുമാരന്റെ അച്ഛനുമമ്മയും യാതൊരു വിഷമവുമില്ലാതെ കുമാരനെ തിരിച്ചറിയുകയും സ്നേഹത്തോടെ വരവേൽക്കുകയും ചെയ്തു. കുമാരൻ അവരോടെല്ലാം തന്നെ കെട്ടിപ്പിടിക്കരുതെന്നും ഉമ്മവെയ്ക്കരുതെന്നും അങ്ങനെ ചെയ്താൽ ചില അനിഷ്ടസംഭവങ്ങൾ ഉണ്ടാകാനിടയുണ്ടെന്നും പറഞ്ഞു മനസ്സിലാക്കി. പക്ഷേ, തന്റെ വിവാഹത്തെക്കുറിച്ചും ഭാര്യയെക്കുറിച്ചും പറയുന്നതിനു മുമ്പ് ചെറുപ്പത്തിലെ കൂട്ടുകാരനായിരുന്ന വളർത്തുനായ ഓടിച്ചെന്ന് കുതിച്ചുചാടി കുമാരന്റെ മുഖത്ത് മുത്തംവെച്ചു. കുമാരന് അതിനെ നിയന്ത്രിക്കാൻ കഴിഞ്ഞില്ല. അങ്ങനെ സംഭവിച്ചതും കുമാരന് ഭാര്യയെക്കുറിച്ചുള്ള ഓർമകളെല്ലാം നഷ്ടപ്പെട്ടു. അതുകൊണ്ട് കുമാരൻ പുറത്തുപോയി ഭാര്യയെ അകത്തേക്ക് വിളിക്കാനും ഓർത്തില്ല. പാവം, ആ സ്ത്രീ അന്ന് പകൽ മുഴവനും ഗേറ്റിനടുത്തുണ്ടായിരുന്ന ഒരു കിണറിന്റെ അരികിൽത്തന്നെ കുമാരനേയും പ്രതീക്ഷിച്ച് ഇരുന്നു. നേരം ഇരുട്ടിത്തുടങ്ങിയപ്പോൾ അവൾ (കുമാരി) കിണറിന്റെ അടുത്ത് നിന്നിരുന്ന ഒരു ഓക്കുമരത്തിന്റെ കൊമ്പിൽ കയറിയിരുന്ന് വിശ്രമിച്ചു-ഉറങ്ങിയെന്നുതന്നെ പറയാം.

നേരം പുലർന്നതും അടുത്തുതാമസിച്ചിരുന്ന ചെരിപ്പകുത്തിയുടെ ഭാര്യ വെള്ളംകോരൻ കിണറ്റുകരയിലെത്തി. കിണറ്റിലേക്ക് നോക്കിയപ്പോൾ വെള്ളത്തിൽ ഒരു സുന്ദരിയായ സ്ത്രീയുടെ രൂപം പ്രതിഫലിച്ചുകണ്ടു. അതു തന്റെ തന്നെ പ്രതിഫലനമാണെന്ന് വിശ്വസിച്ച അവർ താനിത്ര സുന്ദരിയാണോ എന്ന് അതിശയിച്ചുപോയി. അങ്ങനെ തികഞ്ഞ സന്തോഷത്തോടെ കിണറ്റിലേക്കിറക്കിയ ബക്കറ്റ് കിണറ്റിന്റെ ഓരത്ത് തട്ടി ഉടഞ്ഞുപോയി. അതുകൊണ്ട് വെള്ളം പിടിക്കാതെ അവർ വീട്ടിലേക്ക് മടങ്ങി.

വീട്ടിലെത്തിയ അവരോട് ഭർത്താവ് ചോദിച്ചു:

"നീയിത്രനേരം എവിടെയായിരുന്നു? എനിക്ക് ദാഹിക്കുന്നുവെന്ന് പറഞ്ഞിട്ട് വെള്ളമെവിടെ?"

അവർ നടന്നകാര്യങ്ങൾ പറയാൻ തുടങ്ങുമ്പോഴേക്കും അയാൾ ദേഷ്യപ്പെട്ട് മകളോട് പറഞ്ഞു:

"മോളേ, നിന്റെ അമ്മയെക്കൊണ്ട് ഒന്നിനും കഴിയില്ല. മോളുപോയി വെള്ളം പിടിച്ചുകൊണ്ടുവാ. അച്ഛന് കണ്ടമാനം ദാഹിക്കുന്നു."

അയാളുടെ മകളും അമ്മയെപ്പോലെ കിണറിന്റെ അടുത്തേക്ക് പോയി. മകൾക്കും അമ്മയ്ക്ക് സംഭവിച്ചതുപോലെ തന്നെ എല്ലാം സംഭവിച്ചു. വെള്ളം പിടിക്കാൻ കഴിയാതെ മടങ്ങിയ മകളോടും അയാൾ ശുണ്ഠിയെടുത്തു. പിന്നീട് അയാൾതന്നെ കിണറിനടുത്തേക്ക് പോയി. കിണറിനകത്ത് സ്ത്രീയുടെ പ്രതിച്ഛായ കണ്ട അയാൾ അതിന്റെ കാരണം അറിയാൻ മുകളിലേക്ക് നോക്കി. അവിടെ കുമാരന്റെ ഭാര്യയെകണ്ട അയാൾ വിളിച്ചുചോദിച്ചു:

"എന്തിനാ മരത്തിന്റെ കൊമ്പിൽക്കയറിയിരിക്കുന്നത്?, താഴെ ഇറങ്ങിവന്നുകൂടേ?"

"എനിക്ക് വിശ്രമിക്കാൻ വേറെ സ്ഥലമില്ലാത്തതുകൊണ്ടാണ് ഇവിടെ ഇരുന്നത്."

"വിരോധമില്ലെങ്കിൽ എന്റെ വീട്ടിൽ വിശ്രമിക്കാം."

"ശരി. അങ്ങനെയെങ്കിൽ ഞാൻ കൂടെ വരാം."

കുമാരി മരത്തിൽനിന്നും താഴെയിറങ്ങി. ചെരുപ്പകുത്തിയോടൊപ്പം അയാളുടെ വീട്ടിൽ പോയി. അവർ ചെന്നസമയത്ത് ചെരുപ്പകുത്തിയുടെ വീട്ടിൽ ചെരിപ്പുകൾ വാങ്ങാനായി കുറേ ചെറുപ്പക്കാർ കാത്തുനിൽക്കുന്നുണ്ടായിരുന്നു. അവരിൽ ചിലർ ചെരിപ്പകുത്തിയുടെ കൂടെയുണ്ടായിരുന്ന സ്ത്രീയെ കണ്ടിട്ട് പറഞ്ഞു:

"ഹേ, ചെരിപ്പകുത്തീ താങ്കളുടെ മകൾ അതീവസുന്ദരിയാണ്."

“അതേയതെ.” മറ്റു ചിലർ ഏറ്റുപറഞ്ഞു:

“താങ്കളുടെ മകളെ എനിക്ക് വിവാഹം കഴിച്ചുതരികയാണെങ്കിൽ ഞാൻ താങ്കൾക്ക് ആയിരം പൗണ്ട് (ബ്രിട്ടീഷ് സ്കോട്ടിഷ് നാണയം) പാരിതോഷികമായി തരാം.”

“ഞാൻ രണ്ടായിരം പൗണ്ട് തരാം.” മറ്റൊരാൾ പറഞ്ഞു.

“ശരി. നിങ്ങൾ പറഞ്ഞതൊക്കെ ശരി. പക്ഷേ ഈ സ്ത്രീ എന്റെ മകളല്ല. ആരെ വിവാഹം കഴിക്കണമെന്ന് തീരുമാനിക്കേണ്ടത് അവൾ തന്നെയാണ്. ഞാനല്ല.”

അപ്പോൾ കുമാരി ചെറുപ്പക്കാരോട് പറഞ്ഞു:

“എന്നെ വിവാഹം കഴിക്കാൻ ആഗ്രഹിക്കുന്നവർ നാളെ നിങ്ങളുടെ പണക്കിഴികളുമായി (money purses) എന്നെ വന്നുകാണുക. അപ്പോൾ നിങ്ങളിൽ ആരെ വിവാഹം കഴിക്കുവാൻ ഞാൻ ഇഷ്ടപ്പെടുന്നുവെന്ന് അപ്പോൾ പറയാം. എല്ലാവരും നാളെ രാവിലെതന്നെ വന്നുകൊള്ളുക.”

അതുകേട്ട് അവർ പിരിഞ്ഞുപോയി. പക്ഷേ, അടുത്തദിവസം രാവിലെ അതിൽ മൂന്നുപേർ അവിടെ തിരിച്ചെത്തി. ചെരിപ്പുകുത്തിക്ക് ചില ചില്ലറ പാരിതോഷികങ്ങൾ നൽകി സുന്ദരിയെ കാണാൻ അനുവാദവും വാങ്ങി. അങ്ങനെ അനുവാദം വാങ്ങിയവർ കുമാരിയുടെ മുമ്പിൽ ആനയിക്കപ്പെട്ടു.

ആദ്യം എത്തിയ ആളിനോട് കുമാരി പറഞ്ഞു: “നിങ്ങളാണ് എന്നെ വിവാഹം കഴിക്കാൻ ആഗഹിക്കുന്നത്, അല്ലേ?. നിങ്ങൾ കൊണ്ടുവന്നിരിക്കുന്ന പണക്കിഴി ഇവിടെ വച്ചിട്ട് ദാ, ആ കാണുന്ന കിണറ്റിൽനിന്ന് ഒരു കപ്പ് ജലമെടുത്ത് എനിക്ക് തന്നാലും. അതിയായി ദാഹിക്കുന്നു.”

ആ ചെറുപ്പക്കാരൻ കിണറ്റിൽനിന്നും ജലമെടുത്ത് ഒരു കോപ്പയിലാക്കിയെങ്കിലും അതുമെടുത്തുകൊണ്ട് കുമാരിയുടെ അടുത്തേക്ക് പോകാൻ അയാൾക്ക് കഴിഞ്ഞില്ല. അയാളുടെ കാലുകൾ നിലത്ത് ഒട്ടിപ്പിടിച്ചതുപോലെ അയാൾക്കുതോന്നി. കാലുകൾ ഇളക്കാനേ കഴിഞ്ഞില്ല. അയാൾ അങ്ങനെ കുറേനേരം നിന്നുകഴിഞ്ഞപ്പോൾ കുമാരി അയാളോട് പറഞ്ഞു:

“ഇനി നിങ്ങൾക്കുപോകാം. ഇനി ഒരു നിമിഷംപോലും നിങ്ങളെ ഇവിടെ കണ്ടുപോകരുത്. എനിക്ക് ദാഹിക്കുമ്പോൾ ഒരു കപ്പ് ജലം എടുത്തുതരാൻ കൂടി കഴിയാത്ത മനുഷ്യൻ.”

അപ്പോൾ അയാളുടെ കാലുകൾ ചലിച്ചുതുടങ്ങി. അയാൾ

ജീവരക്ഷാർഥം എന്നതുപോലെ അവിടെനിന്നും ഓടിപ്പോയി.

അതേ സംഭവങ്ങൾ മറ്റ രണ്ടുപേരുടേയും കാര്യത്തിലും ആവർത്തിക്കപ്പെട്ടു. അപ്പോൾ കുമാരി ചെരിപ്പുകുത്തിയെ വിളിച്ചുചോദിച്ചു:

"താങ്കൾ ഇന്ന് എന്താണ് പരിപാടിയിട്ടിട്ടുള്ളത്."

"ഓ, എനിക്ക് ഇന്നു വൈകിട്ട് രാജകൊട്ടാരത്തിൽ പോകണം. ഇന്നു വൈകിട്ട് രാജകുമാരന്റെ വിവാഹമാണ്. രാജകുമാരന് അണിയാൻ ഒരു പ്രത്യേകതരം ചെരിപ്പ് ഞാനുണ്ടാക്കിയിട്ടുണ്ട്. അത് അദ്ദേഹത്തിന് വിവാഹസമയത്തിനുമുമ്പായി കൊടുക്കണം."

"ഓ, അങ്ങനെയോ. നല്ലത്. അതാ അവിടെയിരിക്കുന്ന മൂന്ന് പണക്കിഴികളും താങ്കൾക്കുള്ളതാണ്. എടുത്തുകൊള്ളുക. എനിക്ക് അവകൊണ്ട് ഒരു പ്രയോജനവുമില്ല. ങാ, ഇപ്പോഴാണ് ഞാൻ ഓർത്തത്. രാജകുമാരൻ ആരെയാണ് വിവാഹം കഴിക്കുന്നത്?"

"വിവാഹം കഴിക്കുന്ന സ്ത്രീയേയും കുമാരൻ വിരുന്നുസമയത്ത് അവിടെനിന്നുതന്നെ തിരഞ്ഞെടുക്കും."

"ഓ, അങ്ങനെയോ. വളരെ സന്തോഷം. എനിക്കും രാജകുമാരനെ ഒന്ന് കാണണമെന്നും വിവാഹവിരുന്നിൽ പങ്കെടുക്കണമെന്നും ആഗ്രഹമുണ്ട്. എങ്ങനെ സാധിക്കും?"

"ഓ, അതിന് വിഷമമൊന്നുമില്ല. ഞാൻ കൊട്ടാരത്തിലേക്ക് പോകുമ്പോൾ എന്റെകൂടെ വന്നാൽമതി. കുമാരന്റെ അടുത്ത് നിഷ്പ്രയാസം പോകാം. അവിടെ പരിചാരകർക്കെല്ലാം എന്നെ നല്ലതുപോലെ അറിയാവുന്നതുകൊണ്ട് എന്റെകൂടെ വരുന്ന താങ്കളേയും അവർ തടഞ്ഞുനിർത്തുകയില്ല."

"ശരി. അങ്ങനെയാകട്ടെ. നമുക്കൊന്നിച്ചു പോകാം."

വൈകിട്ട് അവർ രണ്ടുപേരും ഒന്നിച്ച് കൊട്ടാരത്തിൽ വിവാഹച്ചടങ്ങിനായി ഒരുക്കിയിരുന്ന മണ്ഡപത്തിൽ എത്തിച്ചേർന്നു. ചെരിപ്പുകുത്തിയെ അറിയാമായിരുന്ന പരിചാരകർ അവരെ കുമാരൻ നിന്നിരുന്ന സ്ഥലത്തേക്ക് പോകാൻ അനുവദിച്ചു. ആതിഥ്യമര്യാദയനുസരിച്ച് അവരേയും പരിചാരകൻ സ്വീകരിക്കുകയും വൈൻ (മദ്യം) നിറച്ച കപ്പുകൾ നൽകുകയും ചെയ്തു. കുമാരന്റെ വളരെ ദൂരെയല്ലാതെ നിന്നിരുന്ന കുമാരി കുടിക്കാനായി വൈൻ കപ്പ് ഉയർത്തിയപ്പോൾ തികച്ചും അപ്രതീക്ഷിതമായ ഒരതിശയം നടന്നു. കപ്പിലുണ്ടായിരുന്ന വൈനിന് പ്രത്യേക കാരണങ്ങളൊന്നുമില്ലാതെ തീ പിടിക്കുകയും അതിൽനിന്ന് തീജ്വാലകൾ ഉയർന്ന് മുകളിലേക്ക് പോയി രണ്ട് പ്രാവുകളുടെ രൂപം സ്വീകരിക്കുകയും ചെയ്തു. ഒരു പ്രാവിന് സ്വർണ നിറവും

മറ്റതിന് വെള്ളിയുടെ നിറവുമായിരുന്നു. രണ്ട് പ്രാവുകളും കുമാരിയുടെ തലക്കുമുകളിൽ വട്ടമിട്ട് പറക്കുന്നതിനിടയിൽ എങ്ങുനിന്നോ മൂന്ന് ബാർലി മണികൾ അവളുടെ മുമ്പിലായി തറയിൽ വീണു. ഉടൻതന്നെ വെള്ളിനിറപ്രാവ് ആ മണികൾ കൊത്തിത്തിന്നു. അതുകണ്ട് സ്വർണ്ണ നിറപ്രാവ് എല്ലാവർക്കും മനസ്സിലാകുന്ന ഭാഷയിൽ മറ്റേപ്രാവിനോട് പറഞ്ഞു:

“പശുത്തൊഴുത്ത് എങ്ങനെയാണ് ഞാൻ ശുദ്ധമാക്കിയതെന്ന് നിനക്ക് ഓർമയുണ്ടായിരുന്നെങ്കിൽ ആ മണികളിൽനിന്ന് എന്റെ പങ്ക് നീ എനിക്ക് തരുമായിരുന്നു.”

നടന്ന സംഗതികളെല്ലാം കുമാരനുൾപ്പെടെ വിവാഹച്ചടങ്ങിന് കൂടിയിരുന്നവരെല്ലാം തികഞ്ഞ അതിശയത്തോടെ ശബ്ദമടക്കി കണ്ടു നിൽക്കുന്നുണ്ടായിരുന്നു; പ്രാവുകളുടെ സംഭാഷണം കേൾക്കുന്നുമുണ്ടായിരുന്നു. പ്രാവ് അത് പറഞ്ഞുതീർന്നതും വീണ്ടും മൂന്ന് ധാന്യമണികൾ അവിടെ വീണു. അതും ആദ്യത്തേതുപോലെ വെള്ളിനിറപ്രാവ് കൊത്തി വിഴുങ്ങി. അപ്പോൾ മറ്റേപ്രാവ് പറഞ്ഞു:

“ഞാനെങ്ങിനെയാണ് തൊഴുത്തിന്റെ കൂര മേഞ്ഞതെന്ന് ഓർത്തിരുന്നെങ്കിൽ നീ എന്റെ പങ്ക് എനിക്ക് തീർച്ചയായും തരുമായിരുന്നു.”

വീണ്ടും വീണ മൂന്ന് ധാന്യമണികൾ വെള്ളപ്രാവ് കൊത്തിവിഴുങ്ങിയപ്പോൾ സ്വർണ്ണനിറപ്രാവ് പറഞ്ഞത് ‘എങ്ങനെയാണ് നിനക്ക് മാഗ്പൈ പക്ഷിയുടെ മുട്ടകൾ കിട്ടിയതെന്ന് ഓർത്തിരുന്നെങ്കിൽ നീ എന്റെ പങ്ക് നിഷേധിക്കുമായിരുന്നില്ല, അല്ലേ?’ എന്നായിരുന്നു.

പ്രാവുകൾ തമ്മിൽ നടന്ന ആ സംഭാഷണം കേട്ട കുമാരന് നഷ്ടപ്പെട്ട പഴയ ഓർമകൾ തിരിച്ചുകിട്ടി. മുന്നിൽനിന്നിരുന്ന തന്റെ സ്വന്തം ഭാര്യയെ തിരിച്ചറിയുകയും ചെയ്തു. കുമാരൻ ഭാര്യയെ രണ്ട് കരങ്ങളും നീട്ടി സ്വീകരിക്കുകയും അതിഥികൾ കേൾക്കുന്നവിധം ഉച്ചത്തിൽ പറയുകയും ചെയ്തു.

“ഇതെന്റെ പ്രിയപ്പെട്ട ഭാര്യയാണ്. ഞങ്ങൾ നേരത്തേതന്നെ വിവാഹിതരായതാണ്. അതുകൊണ്ട് ഇനിയൊരു വിവാഹച്ചടങ്ങ് അവശ്യമില്ല. ഞങ്ങളുടെ സന്തോഷത്തിനായി നിങ്ങൾ എല്ലാവരും ഇവിടെ ഒരുക്കിയിരിക്കുന്ന സൽക്കാരച്ചടങ്ങുകളിലും സദ്യയിലും പങ്കെടുത്ത് ഞങ്ങളെ അനുഗ്രഹിക്കൂ.”

കുറിപ്പ്:- ഈ കഥ ഖീവി ഇമറ്റയലഹ പ്രസിദ്ധീകരിച്ച Popular Tales of the Western Highlands (vol-1) ലും Andew Langsâ The Lilac Fairy Tales Book എന്നതിലും വായിക്കാൻ കഴിയും. മാത്രമല്ല, സമാന കഥാസന്ദർഭങ്ങൾ മറ്റു പല യൂറോപ്യൻ കഥകളിലും കാണാൻ കഴിയും. അതുപോലെ ഇത് രണ്ടോ മൂന്നോ നാടോടിക്കഥകൾ ഒന്നിച്ചുചേർത്ത് രൂപംകൊടുത്ത ഒന്നാണോ എന്നും സംശയിക്കേണ്ടിയിരിക്കുന്നു.

ഹൃദയമില്ലാത്ത മനുഷ്യൻ

ഇത് പണ്ട്കാലത്ത് സ്കോട്ട്ലാന്റിൽ പ്രചാരത്തിലുണ്ടായിരുന്ന ഒരു കഥയാണ്. അനാഥരായിരുന്ന ഏഴ് സഹോദരന്മാരുടെ കഥ. അവർക്ക് സഹോദരിമാരാരും ഉണ്ടായിരുന്നില്ല. അതുകൊണ്ട് എല്ലാ വീട്ടുജോലികളും സഹോദരന്മാർ തന്നെ ചെയ്യേണ്ടിവന്നു. (അക്കാലത്തും വീട്ടിൽ സ്ത്രീകളുണ്ടെങ്കിൽ വീട്ടുജോലികൾ അവരുടെ ചുമതലയാണെന്ന് കരുതുന്ന പതിവുണ്ടായിരുന്നു എന്ന് വിചാരിക്കാം). അങ്ങനെ വീട്ടുജോലികൾ ചെയ്യുന്നത് സഹോദരന്മാർക്ക് ഇഷ്ടമായിരുന്നില്ല. അതുകൊണ്ട് വിവാഹം കഴിച്ചാൽ പിന്നീട് വീട്ടുജോലികൾ ഭാര്യമാർ ചെയ്തുകൊള്ളുമല്ലോ എന്ന് അവർ കരുതി. പക്ഷേ, നിർഭാഗ്യത്തിന് അവർ താമസിച്ചിരുന്ന ചുറ്റുവട്ടാരങ്ങളിൽ വിവാഹം കഴിക്കാൻ പറ്റിയ പെൺകുട്ടികളാരുമില്ലായിരുന്നു. അതുകൊണ്ട് അവർ ഒന്നിച്ചാലോചിച്ച് ഒരു തീരുമാനമെടുത്തു.

ഇളയസഹോദരൻ ഒഴിച്ച് ബാക്കി എല്ലാവരും അടുത്തുള്ള ചില ഗ്രാമങ്ങളിൽ പോയി തങ്ങൾക്ക് അനുയോജ്യരായ യുവതികളെ കണ്ടുപിടിച്ച് വിവാഹം കഴിക്കും. പക്ഷേ, ഇളയ സഹോദരൻ വീട്ടിൽതന്നെ കഴിയും. ആരെങ്കിലും വീട് സൂക്ഷിക്കണമല്ലോ. മറ്റ് സഹോദരന്മാർ വിവാഹം കഴിച്ച് മടങ്ങുമ്പോൾ ഇളയവന് അനുയോജ്യയായ ഒരു ചെറുപ്പക്കാരിയും സുന്ദരിയുമായ വധുവിനെ തിരഞ്ഞെടുത്ത് അവളേയും തങ്ങളുടെ ഭാര്യമാരോടൊപ്പം കൂട്ടിക്കൊണ്ടുവരും. അതായിരുന്നു അവരെല്ലാം ചേർന്ന് പൂർണമനസ്സോടെ എടുത്ത തീരുമാനം.

അങ്ങനെ മൂത്തസഹോദരന്മാർ യാത്രതിരിച്ചു. കുറേദൂരം യാത്ര ചെയ്ത് കഴിഞ്ഞപ്പോൾ വൃക്ഷങ്ങൾ സമൃദ്ധമായി വളർന്നു നിന്നിരുന്ന

വനപ്രദേശംപോലെ തോന്നിക്കുന്ന ഒരു സ്ഥലത്ത് ഒരു വീടുകണ്ടു. അടുത്ത് മറ്റുവീടുകളൊന്നുമില്ലായിരുന്നു. ആ വീടിന്റെ മുമ്പിൽ സാമാന്യം പ്രായമായ ഒരാൾ നിൽക്കുന്നുണ്ടായിരുന്നു. അയാൾ ആ ചെറുപ്പക്കാരോട് ചോദിച്ചു:

"എന്താ. നിങ്ങളൊക്കെ എങ്ങോട്ടാ?. എല്ലാവരും നല്ല സന്തോഷത്തിലാണല്ലോ!."

"ഞങ്ങൾ സുന്ദരിമാരായ ഭാര്യമാരെ കണ്ടെത്താൻ പോകുകയാണ്. - ഞങ്ങൾക്കും ഞങ്ങളുടെ ഇളയ സഹോദരനും."

"നല്ലകാര്യം തന്നെ ചെറുപ്പക്കാരെ. ഞാനിവിടെ ഒറ്റയ്ക്ക് കഴിയുകയാണ്. കഴിയുമെങ്കിൽ നിങ്ങൾ എനിക്കുവേണ്ടിയും ഒരു വധുവിനെ കണ്ടുപിടിച്ചുകൊണ്ടുവരൂ.

"അങ്ങനെയാകട്ടെ. ഞങ്ങൾ ശ്രമിക്കാം."

"വധു ചെറുപ്പക്കാരിയും സുന്ദരിയുമായിരിക്കണം. കേട്ടോ, മറക്കണ്ട്."

"ഈ കിഴവന് ചെറുപ്പക്കാരിയും സുന്ദരിയുമായ വധുതന്നെ വേണം പോലും. കേട്ടില്ലെ, കിഴവന്റെ ആഗ്രഹം." അവർ പരസ്പരം പറഞ്ഞു ചിരിച്ചുകൊണ്ട് മുന്നോട്ട് നടന്നു.

സഹോദരന്മാർ അടുത്ത ദിവസം പുലർച്ചെ ഒരു ചെറിയ പട്ടണത്തിലെത്തിച്ചേർന്നു. അവിടെ അവരുടെ അന്വേഷണത്തിനിടയിൽ വിവാഹപ്രായമായ ഏഴ് പെൺകുട്ടികൾ താമസിക്കുന്ന ഒരു വീട് കണ്ടെത്തി. ആ സഹോദരിമാരുടെ വൃദ്ധനായ അച്ഛന് അവരെ അവർക്ക് വിവാഹം കഴിച്ചുകൊടുക്കുവാൻ സമ്മതവുമായിരുന്നു. സഹോദരന്മാർ ആ വീട്ടിൽ പോയി പെൺകുട്ടികളെ കണ്ടു. പരസ്പരസമ്മതത്തോടെ അവർ ഓരോരുത്തരും ഓരോ പെൺകുട്ടിയെ തിരഞ്ഞെടുത്ത് വിവാഹം കഴിച്ചു. ഇളയ സഹോദരിയെ തങ്ങളുടെ ഇളയസഹോദരനുവേണ്ടി അവളുടെ സമ്മതത്തോടെ ഒപ്പം കൂട്ടുകയും ചെയ്തു. ഒന്നുരണ്ടു ദിവസങ്ങൾക്കുശേഷം അവർ പതിമൂന്നുപേരും ഒന്നിച്ച് യാത്രതിരിച്ചു. സഹോദരന്മാരെ സംബന്ധിച്ചിടത്തോളം സന്തോഷകരമായ ഒരു മടക്കയാത്ര. യാത്രാമധ്യേ നേരത്തെകണ്ട വൃദ്ധനെ കാണാനിടയായി. അയാൾ വഴിയിൽത്തന്നെ അയാളുടെ വീടിന്റെ മുമ്പിലായി ഉണ്ടായിരുന്നു.

"ഹേ, ചെറുപ്പക്കാരെ. നിങ്ങൾ നിങ്ങളുടെ ദൗത്യത്തിൽ വിജയിച്ചുവെന്ന് തോന്നുന്നുവല്ലോ. എല്ലാവരുടേയും കൂടെയുള്ളത് നിങ്ങളുടെ ഭാര്യമാരാണ്. അല്ലേ? നല്ലത്. അപ്പോൾ നിങ്ങൾ എന്നേയും മറന്നില്ല. ഇവളെ നിങ്ങൾ എനിക്കായി കൂട്ടിക്കൊണ്ടുവന്നതാണ്, അല്ലേ?. എനിക്ക് ഇവളെ നന്നായി ഇഷ്ടപ്പെട്ടു." വൃദ്ധൻ അങ്ങനെ പറഞ്ഞത് സഹോദരന്മാർക്ക് ഇഷ്ടപ്പെട്ടില്ല.

"എന്താ നിങ്ങൾ പറഞ്ഞത്?. ഇവൾ നിങ്ങൾക്കുവേണ്ടിയാണെന്നോ?. ഇവൾ ഞങ്ങളുടെ കൊച്ചനുജത്തിയാണ്. ഞങ്ങളുടെ ഇളയ സഹോദരനെ വിവാഹം കഴിക്കാൻ പോകുന്നവൾ." അവർ അൽപം ദ്വേഷ്യത്തോടെയാണ് അതു പറഞ്ഞത്.

"ഓഹോ, അങ്ങനെയോ. അപ്പോൾ എനിക്കുതന്ന വാക്ക് നിങ്ങൾ മറന്നുപോയി. ഇതിന് ശിക്ഷയായി ഞാൻ നിങ്ങളെ ഒരു പാഠം പഠിപ്പിക്കുന്നുണ്ട്." ഇത്രയും പറഞ്ഞിട്ട് അയാൾ തന്റെ കയ്യിലുണ്ടായിരുന്ന ഒരു കമ്പുകൊണ്ട് (അത് ഒരു മാന്ത്രിക ദണ്ഡായിരുന്നു.) അവരുടെ എല്ലാവരുടേയും ദേഹത്ത് തൊട്ടു; ഇളയ പെൺകുട്ടിയുടെ ദേഹത്തുമാത്രം തൊട്ടില്ല. ഉടൻതന്നെ അവർ പന്ത്രണ്ട് പേരും കരിങ്കൽശിലകളായി മാറി.

പിന്നീട് അയാൾ ഇളയവളോട് പറഞ്ഞു:

"എന്താ സംഭവിച്ചതെന്ന് കണ്ടല്ലോ. അതുകൊണ്ട് ഇനി ഞാൻ പറയുന്നത്കേട്ട് ഇവിടെ ജീവിച്ചുകൊള്ളണം. എനിക്കുവേണ്ട എല്ലാ വീട്ടുജോലികളും ചെയ്തുതരണം. അങ്ങനെയെങ്കിൽ നിനക്ക് യാതൊരു ബുദ്ധിമുട്ടുമില്ലാതെ യാതൊരു ഭയവുമില്ലാതെ ഇവിടെ ജീവിക്കാം. മറ്റൊരുകാര്യം, നീ എന്നെ വിവാഹം കഴിക്കണമെന്ന് ഞാൻ നിർബ്ബന്ധിക്കുകയില്ല. നിനക്ക് ഇഷ്ടംതോന്നുമ്പോൾ മാത്രം നമ്മൾ വിവാഹിതരാകും. എന്താ സമ്മതമാണോ?"

മറ്റുമാർഗങ്ങളൊന്നുമില്ലാതെ അവൾ പറഞ്ഞു:

"സമ്മതമാണ്."

അങ്ങനെ കുറേനാളുകൾ കഴിഞ്ഞ് ഒരുദിവസം അവളൾ അയാളോട് ചോദിച്ചു:

"എനിക്ക് ഒരു ഭയവുമില്ലാതെ ഇവിടെ ജീവിക്കാമെന്നല്ലേ അങ്ങ് പറഞ്ഞത്?. ഒരു ഭയം എന്റെ മനസ്സിനെ എപ്പോഴും അലട്ടുന്നു. ഞാനെന്താണ് ചെയ്യേണ്ടത്?"

"ഓ, അങ്ങനെയോ. നിന്റെ ഭയം എന്താ കേൾക്കട്ടെ."

"ഞാൻ ചോദിക്കുന്നതുകൊണ്ട് എന്നോട് ദ്വേഷ്യപ്പെടരുത്. അങ്ങേയ്ക്ക് പ്രായമായി. എന്റെ സഹോദരിമാരും അവരുടെ ഭർത്താക്കന്മാരും ശിൽപങ്ങളായി നിൽക്കുന്നു. എന്തെങ്കിലും സംഭവിച്ചാൽ, വിജനമായ ഈ കാട്ടുപ്രദേശത്ത് ഞാനൊറ്റയ്ക്ക് എങ്ങനെ ജീവിക്കും എന്ന ഭയം എന്നെ എപ്പോഴും അലട്ടിക്കൊണ്ടിരിക്കുന്നു."

"ഓ, അത്രേയുള്ളോ. നീ ഭയപ്പെടേണ്ട. എനിക്ക് ഒന്നും സംഭവിക്കുകയില്ല. കാരണം, എനിക്ക് ഹൃദയം ഇല്ലെന്നതുതന്നെ."

"എന്ത്? ഹൃദയമില്ലെന്നോ...?"

"ഹൃദയമില്ല എന്ന് പറഞ്ഞാൽ എന്റെ നഞ്ചിനുള്ളിലല്ല എന്റെ ഹൃദയം എന്ന് മാത്രം. അഥവാ, എന്തെങ്കിലും കാരണവശാൽ ഞാൻ മരിക്കുകയാണെങ്കിൽ അപ്പോൾ എന്റെ മാന്ത്രികക്കോൽ ഇതാ ഇവിടെക്കാണും. അതുകൊണ്ട് നിനക്ക് നിന്റെ സഹോദരിമാരെയും ഭർത്താക്കന്മാരേയും പുനർജീവിപ്പിക്കാൻ കഴിയും. പക്ഷേ, ഞാൻ മരിച്ചതിനുശേഷമേ ഈ ദണ്ഡ് നിനക്ക് പ്രയോജനപ്പെടുകയുള്ളൂ." അത്രയും പറഞ്ഞ് അയാൾ പോയി. അവളെ സംബന്ധിച്ച് അത് വില പ്പെട്ട ഒരറിവായിരുന്നു.

പിന്നീട് ഒരവസരത്തിൽ അവൾ അയാളോട് ചോദിച്ചു:

"അങ്ങയുടെ ഹൃദയം എവിടെയാണ്? അത് എവിടെയെങ്കിലും ഒളിപ്പിച്ചുവച്ചിരിക്കുകയാണോ?"

" ഓ, നിനക്ക് എല്ലാം അറിയാൻ ധൃതിയായോ. എങ്കിൽ കേട്ടോളൂ. എന്റെ ഹൃദയം എന്റെ കിടക്കവിരിപ്പിനടിയിലാണ്." അയാൾ കൂടുത ലൊന്നും പറഞ്ഞില്ല.

അന്ന് അയാൾ പുറത്തെവിടെയോ പോയി സന്ധ്യയോടടുത്താണ് തിരികെയെത്തിയത്. അപ്പോഴേക്കും അവൾ അയാളുടെ കിടക്കവിരി പ്പിന്റെ പുറത്ത് നല്ല പൂക്കൾ തുന്നിയുണ്ടാക്കി. അയാൾ ആ പൂക്കൾ കണ്ടതും അവളോട് തിരക്കി:

"എടീ, പെണ്ണേ. നീ എന്തിനാ എന്റെ വിരിപ്പിൽ പൂക്കൾ തുന്നിപ്പി ടിപ്പിച്ചത്?"

"അത് നിങ്ങളുടെ ഹൃദയത്തിന് സന്തോഷമാകുമെന്ന് കരുതി. അത്രതന്നെ." അത് കേട്ട് അയാൾ ചിരിച്ചുകൊണ്ട് പറഞ്ഞു:

"നീ ഒരു നല്ല പെണ്ണാണല്ലോ. എന്റെ ഹൃദയം വിരിപ്പിനടിയിലാണെ ന്ന് വെറും ഒരു തമാശ പറഞ്ഞതാണ്. നീ അത് വിശ്വസിച്ചു. അല്ലേ?"

"ഓ, അങ്ങനെയെങ്കിൽ അങ്ങയുടെ ഹൃദയം സത്യമായും എവിടെയാണ്?"

"അത് നമ്മുടെ വീട്ടുവാതലിന്റെ പടിക്കിടയിലാണ്."

അടുത്തദിവസം അയാൾ യാത്രകഴിഞ്ഞ് വീട്ടിലെത്തിയപ്പോൾ വാതൽപ്പടി തോരണങ്ങൾ കെട്ടി അലങ്കരിച്ചിരിക്കുന്നത് അയാൾ കണ്ടു. അയാൾ അവളെ വിളിച്ചുചോദിച്ചു:

"ഇതൊക്കെ ആരാ ചെയ്തത്? എന്തിനാ ഈ തോരണങ്ങളൊക്കെ കെട്ടിയിരിക്കുന്നത്? എല്ലാം നിന്റെ പണിയാണ്, അല്ലേ?"

“ഇതൊക്കെ അങ്ങയുടെ ഹൃദയത്തിന് സന്തോഷം നൽകുമെന്നാ ഗ്രഹിച്ചു.”

“നീ ഒരു നല്ല പെണ്ണുതന്നെ. പക്ഷേ, മണ്ടിപ്പെണ്ണും.” അയാൾ ചിരിച്ചുകൊണ്ട് പറഞ്ഞു.

അതുകേട്ട് അവൾ അയാളോട് യാചിച്ചു - ചോദിച്ചു

“നിങ്ങൾ എന്നെ കബളിപ്പിക്കുകയാണോ? നിങ്ങളുടെ ഹൃദയം സത്യമായും എവിടെയാണ്? എന്നോട് അത് പറഞ്ഞില്ലെങ്കിൽ അങ്ങയ്ക്ക് എന്തെങ്കിലും സംഭവിച്ചാൽ എന്റെ ഗതിയെന്താകും? ഞാനെവിടെപ്പോയി അങ്ങയുടെ ഹൃദയം കണ്ടുപിടിക്കും.” ഒടുവിൽ അവളുടെ നിർബന്ധത്തിന് വഴങ്ങി ആ സത്യം അയാൾ അവളോട് പറഞ്ഞു:

“എന്റെ ഹൃദയം ഇവിടെനിന്നും വളരെ ദൂരെ ഒരു സ്ഥലത്താണ്. വളരെ വളരെ ദൂരെ ഒരു സ്ഥലത്ത് - അവിടെ ഒരു ദേവാലയം ഉണ്ട്; വളരെ പുരാതനമായ ഒരു ദേവാലയം. വളരെക്കാലമായി അത് ആർക്കുവേണ്ടിയും തുറക്കാറില്ല. മാത്രമല്ല, അടച്ചിട്ടിരിക്കുന്ന ആ ദേവാലയത്തിന് ചുറ്റുമുള്ള ഇരുമ്പു ഗെയിറ്റുകൾ എപ്പോഴും പൂട്ടിയിരിക്കും. ദേവാലയത്തിന് ചുറ്റിനും വെള്ളം നിറഞ്ഞ കിടങ്ങുകളുമുണ്ട്. കിടങ്ങ് കടന്ന് ദേവാലയത്തിലെത്താൻ യാതൊരുവിധ സംവിധാനവുമില്ല. അതുകൊണ്ട് മനുഷ്യർക്കാർക്കും ആ ദേവാലയത്തിൽ എത്തിച്ചേരാൻ കഴിയുകയില്ല. അതിനകത്ത് ഒരു ചെറിയ പ്രാവുമാത്രം ജീവിക്കുന്നു. അതിന് ഭക്ഷണമോ ദാഹജലമോ ഒന്നും ആവശ്യമില്ല; അതിനെ ആർക്കും പിടിക്കാനും കഴിയുകയില്ല. ആ പ്രാവ് ജീവിച്ചിരിക്കുന്നിടത്തോളം കാലം ഞാനും ജീവിച്ചിരിക്കും. കാരണം, എന്റെ ഹൃദയം ആ പ്രാവിനുള്ളിൽ സൂക്ഷിക്കപ്പെട്ടിരിക്കുന്നു എന്നതു തന്നെ.”

അതുകേട്ട് പെൺകുട്ടി സങ്കടപ്പെട്ടു. തനിക്ക് അയാളുടെ ഹൃദയത്തോടുള്ള സ്നേഹം പ്രകടിപ്പിക്കാൻ ഒരവസരം കിട്ടുകയില്ലല്ലോ എന്നതാണ് സങ്കടത്തിന് കാരണം എന്ന് അവൾ അയാളോട് പറഞ്ഞു. അതുകേട്ട് കൂടുതലൊന്നും പറയാതെ അയാൾ പോയി.

വീണ്ടും കുറേ ദിവസങ്ങൾ കടന്നുപോയി. അയാൾ രാവിലെ പോയാൽ സന്ധ്യകഴിഞ്ഞേ മടങ്ങിവരു എന്നത് ഏതാണ്ട് പതിവായി. അങ്ങനെയിരിക്കുമ്പോൾ ഒരു ദിവസം ഒരു ചെറുപ്പക്കാരൻ അപ്രതീക്ഷിതമായി അതുവഴിചെന്നു. വിജനമായ ആ പ്രദേശത്ത് സുന്ദരിയായ ഒരു ചെറുപ്പക്കാരിയെ കാണാൻ കഴിഞ്ഞത് അയാളെ അതിശയിപ്പിച്ചു. അയാൾ അവളോട് ആ സത്യവും കണ്ടതിലുള്ള സന്തോഷവും അറിയിച്ചു. അവളും തിരികെ തന്റെ അഭിവന്ദനങ്ങൾ പകർന്നു. എവിടെനിന്ന് വരുന്നു എന്നും എന്തിനായി അതുവഴി ചെന്നുവെന്നും അവൾ തിരക്കി.

“ഞാൻ എന്തു പറയാനാ. കഷ്ടകാലം. അല്ലാതെന്താ. ഞാൻ വളരെ ദുഃഖിതനാണ്. എനിക്ക് സ്നേഹമുള്ള ആറ് സഹോദരന്മാർ ഉണ്ടായിരുന്നു. അവർ ഭാര്യമാരെ അന്വേഷിക്കാനായി പോയതാണ്. വളരെ നാളുകൾ കഴിഞ്ഞിട്ടും ഇനിയും തിരികെ വന്നിട്ടില്ല. അവർക്ക് എന്തുസംഭവിച്ചു എന്നോ അവർ എവിടെയാണെന്നോ യാതൊരു വിവരവുമില്ല. ഞാൻ അവരെ അന്വേഷിച്ച് ഇറങ്ങിയതാണ്.'' അത് പറഞ്ഞപ്പോൾ അയാളുടെ കണ്ണുകൾ നിറയുന്നത് അവൾ കണ്ടു.

“സ്നേഹിതാ, അങ്ങ് ദുഃഖിക്കേണ്ട. ആദ്യം ഇതാ ഈ ഭക്ഷണം കഴിക്കൂ. പിന്നീട് കുറച്ച് വിശ്രമിക്ക്. അതുകഴിഞ്ഞ് ഞാൻ താങ്കൾക്ക് സന്തോഷം നൽകുന്ന ചില കാര്യങ്ങൾ പറയാം.''

അവൾ പറഞ്ഞതുപോലെ അയാൾ ചെയ്തു. വിശ്രമിച്ച് ഉണർന്നപ്പോൾ വീട്ടുടമസ്ഥനായ വൃദ്ധൻ വരേണ്ടസമയമായിരുന്നതുകൊണ്ട് അയാൾ സംശയിക്കാൻ സാധ്യതയില്ലാത്തവിധം ആ രാത്രി ഒളിഞ്ഞിരിക്കുവാൻ അയാളോട് അവൾ നിർദേശിച്ചു. അടുത്തദിവസം വൃദ്ധൻ പോയതിനുശേഷം അവൾ എല്ലാവിവരങ്ങളും അയാളോട് പറഞ്ഞു. കൂട്ടത്തിൽ, വൃദ്ധന്റെ ഹൃദയം സൂക്ഷിക്കുന്ന പ്രാവിനെക്കുറിച്ചും. എല്ലാം കേട്ടുകഴിഞ്ഞപ്പോൾ ആ ചെറുപ്പക്കാരൻ പറഞ്ഞു:

“ഇനി എന്റെ ജോലി ആ പ്രാവിനെ തേടിപ്പോവുക എന്നതാണ്. എങ്കിൽ മാത്രമേ എനിക്ക് എന്റെ ജേഷ്ഠസഹോദരന്മാരെയും നിന്റെ സഹോദരിമാരെയും രക്ഷിക്കാൻ കഴിയൂ.''

“അതേ, അതുതന്നെയാണ് ശരി. അങ്ങ് പുറപ്പെട്ടാലും എല്ലാം നല്ലതുപോലെ വരട്ടെ.''

അവൾ കുറേ ഭക്ഷണസാധനങ്ങൾ ഒരു കൂടയിൽ ഒരുക്കി അയാൾക്ക് കൊടുത്തു.

“ഇത് വഴിയിൽ ഉപകരിക്കും.''

അയാൾ വൃദ്ധൻ പറഞ്ഞ ദേവാലയംതേടി യാത്രതിരിച്ചു.

അന്നത്തെ പകലും രാത്രിയും കഴിഞ്ഞപ്പോൾ അയാൾ വിചാരിച്ചു. കുറച്ച് ഭക്ഷണമെന്തെങ്കിലും കഴിക്കാതെ മുന്നോട്ട് പോകാൻ കഴിയുകയില്ലല്ലോ എന്ന്. ഒരു മരച്ചുവട്ടിലിരുന്ന് അവൾ നൽകിയ കൂടയിലെ ഭക്ഷണപ്പൊതികൾ അയാൾ തുറന്നുനോക്കി. വിഭവങ്ങൾ കണ്ട്, അയാൾ സ്വയം (എങ്കിലും അൽപം ഉച്ചത്തിൽതന്നെ) പറഞ്ഞു:

“ഹൊ, എന്തുനല്ല ഭക്ഷണം. എന്റെ കൂടെ ഈ ഭക്ഷണം കഴിക്കാൻ ആരെങ്കിലും സുഹൃത്തുക്കളുണ്ടായിരുന്നെങ്കിൽ എത്രനന്നായിരുന്നിരിക്കും.''

അയാൾ അങ്ങനെ പറഞ്ഞുകഴിഞ്ഞയുടനെ മറുപടിയെന്നോണം,

'മൂ....മൂ...മൂ....' എന്നൊരു ശബ്ദം കേട്ടു. തിരിഞ്ഞുനോക്കിയപ്പോൾ കണ്ടത് ഒരു ചുവന്ന ചെന്നായയെയാണ്. ചെന്നായ അയാളോട് ചോദിച്ചു:

"താങ്കൾ ഭക്ഷണം പങ്കിടുവാൻ ക്ഷണിച്ചില്ലേ. ഞാനിതാ തയ്യാർ. എനിക്കും നല്ല വിശപ്പുണ്ട്."

"നല്ലത്. ഉള്ളത് നമുക്ക് പങ്കിട്ട് കഴിക്കാം."

അവർ രണ്ടുപേരും ഭക്ഷണപ്പൊതിയിൽനിന്ന് വേണ്ടത്ര ഭക്ഷണം എടുത്ത് കഴിച്ചു. മീതിയുണ്ടായിരുന്നത് ഭദ്രമായിപ്പൊതിഞ്ഞ് സഞ്ചിയിൽ തിരികെ വച്ചു.

അതിനുശേഷം ചെന്നായ അയാളോട് പറഞ്ഞു. 'താങ്കൾക്ക് എന്തെങ്കിലും കാരണവശാൽ എന്റെ സഹായം ആവശ്യമെന്ന് തോന്നിയാൽ 'ചെന്നായ്' എന്നൊന്ന് വിളിച്ചാൽ മതി. ആ നിമിഷം ഞാനങ്ങയുടെ അടുത്തെത്തിയിരിക്കും." അത്രയും പറഞ്ഞിട്ട് ചെന്നായ പോയി.

അയാൾ വീണ്ടും യാത്ര തുടർന്നു. ഉച്ചയായപ്പോൾ വീണ്ടും വിശപ്പ തോന്നിയപ്പോൾ അയാൾ തണലുള്ള ഒരു സ്ഥലം നോക്കി ഇരുന്നു. ഭക്ഷണസഞ്ചി തുറന്ന് ബാക്കി ഭക്ഷണം എത്രയുണ്ടെന്ന് നോക്കിയിട്ട് അയാൾ പറഞ്ഞു:

"ഓ, ഇനിയും ധാരാളം ഭക്ഷണം ഉണ്ടല്ലോ. ആരെങ്കിലും കൂട്ടി നുണ്ടായിരുന്നെങ്കിൽ ഭക്ഷണം കഴിക്കാൻ കൂടുതൽ സന്തോഷം തോന്നുമായിരുന്നു...." പ്രതികരിച്ചത് 'ഉംഫ്....ഉംഫ്' എന്ന ശബ്ദത്തോടുകൂടി അവിടെ ചെന്ന പന്നിയായിരുന്നു. അയാൾ പന്നിയോടൊപ്പം ഭക്ഷണം പങ്കിട്ട് കഴിച്ചു. മീതിയുണ്ടായിരുന്നത് സഞ്ചിയിൽ സൂക്ഷിച്ചു. പന്നി അയാളോട് നന്ദിപറഞ്ഞ് പുറപ്പെട്ടപ്പോൾ 'താങ്കൾക്ക് എന്റെ എന്തെങ്കിലും സഹായം എപ്പോൾ വേണമെങ്കിലും എന്റെ പേര് - പന്നി, യെന്ന് വിളിച്ചാൽ മതി. കേട്ടോ. മറക്കണ്ട. ഞാനാസമയം അങ്ങയുടെ അടുത്ത് എത്തിയിരിക്കും' എന്ന് പറയാൻ മറന്നില്ല.

അയാൾ വീണ്ടും യാത്ര തുടർന്നു. വളരെ ദൂരം പിന്നീടും നടന്നു. ഏതാണ്ട് ഇരുട്ടിക്കഴിഞ്ഞപ്പോൾ അയാൾ അത്താഴഭക്ഷണം കഴിക്കാൻ തീർച്ചയാക്കി. പതിവുപോലെ ഭക്ഷണപ്പൊതി തുറന്നു കൊണ്ട് അയാൾ പറഞ്ഞു:

"എന്റെ പക്കൽ കുറച്ചുഭക്ഷണമേയുള്ളൂ. എങ്കിലും ആർക്കെങ്കിലും എന്റെ കൂടെ ഉള്ളത് പങ്കിട്ട് കഴിക്കാൻ താൽപര്യമുണ്ടെങ്കിൽ വരാം. ഒന്നിച്ച് ഉള്ളത് പങ്കിട്ട് കഴിക്കുന്നതാണ് എനിക്കും സന്തോഷം."

പ്രതികരിച്ചത് ഒരു കഴുകനായിരുന്നു.

“എന്നെയാണോ ഭക്ഷണത്തിന് ക്ഷണിച്ചത്. ദാ, ഇപ്പോൾ വരാം. എനിക്കും നല്ലതുപോലെ വിശക്കുന്നു.'' പറന്നിറങ്ങിയ കഴുകനും അയാളും ചേർന്ന് മിച്ചമുണ്ടായിരുന്ന ഭക്ഷണം പങ്കിട്ടു കഴിച്ചു. പിന്നീട് കഴുകൻ തിരികെ പോകുന്നതിനു മുമ്പ് അയാളോട് പറഞ്ഞു:

“ചെങ്ങാതീ, എന്തെങ്കിലും സഹായം വേണമെങ്കിൽ മടിക്കണ്ടാ. കഴുകാ എന്ന് വിളിച്ചാൽ മതി എന്നെക്കൊണ്ടാകുന്ന എന്ത് സഹായവും നൽകാനായി ആ നിമിഷം ഞാനങ്ങയുടെ അടുത്തുണ്ടാകും. കേട്ടോ.'' അയാൾ രാത്രി അൽപം വിശ്രമിക്കാൻ തീർച്ചയാക്കി. നല്ലതുപോലെ ഉറങ്ങി. അടുത്ത പ്രഭാതത്തിൽ ഉണർന്ന അയാൾ വിചാരിച്ചു. ‘ഛെ, ആ കഴുകനോട് ദേവാലയത്തെക്കുറിച്ച് ചോദിക്കാമായിരുന്നു. തീർച്ചയായും കഴുകൻ ആ സ്ഥലം കണ്ടുകാണണം.' അയാൾ അങ്ങനെ വിചാരിച്ചുകൊണ്ട് നടന്നു. അൽപസമയം കഴിഞ്ഞതും കുറച്ചകലെയായി ഒരു പഴയ ദേവാലയം അയാളുടെ കണ്ണിൽപ്പെട്ടു. ദേവാലയത്തിനുചുറ്റും വെള്ളം നിറഞ്ഞ കിടങ്ങുകണ്ടപ്പോൾ അതുതന്നെയായിരിക്കും താൻ തേടുന്ന ദേവാലയം എന്ന് അയാൾ വിചാരിച്ചു. കുറച്ച് അടുത്തെത്തിയപ്പോൾ അതുതന്നെയെന്ന് ഉറപ്പായി. അയാൾ ചുറ്റും നടന്ന് പരിശോധിച്ചു. കിടങ്ങ് കടക്കാൻ ഒരു മാർഗവും കണ്ടില്ല. അപ്പോൾ അയാളോർത്തു. ‘ചെന്നായ്ക്കൾക്ക് വലിയ ദാഹമാണെന്ന് കേട്ടിട്ടുണ്ട്. ഒരുപക്ഷേ, എന്റെ സ്നേഹിതൻ ചെന്നായയ്ക്ക് എന്നെ സഹായിക്കാൻ കഴിഞ്ഞേക്കും.' ഏതായാലും അയാൾ ചെന്നായയെ വിളിച്ചു.

അൽപം ചില നിമിഷങ്ങൾ കഴിഞ്ഞപ്പോൾ ഒരു പറ്റം ചെന്നായ്ക്കൾ കിടങ്ങിലെ വെള്ളം ആർത്തിയോടെ കുടിച്ചുതീർക്കുന്നത് അയാൾ കണ്ടു. വെള്ളം വറ്റിയ കിടങ്ങു കടന്ന് ദേവാലയത്തിന്റെ മുമ്പിൽ എത്തിയ അയാൾക്ക് അകത്ത് പ്രവേശിക്കാൻ കരിങ്കല്ലുകൊണ്ട് കെട്ടിയ മതിലും ഇരുമ്പ് ഗേറ്റും കടക്കേണ്ടതുണ്ടായിരുന്നു. അപ്പോൾ അയാളോർത്തു, എന്റെ പന്നി സ്നേഹിതന് ഇത്തരം മതിലുകൾ കുത്തിത്തുരക്കാൻ നല്ല വശമാണെന്ന് കേട്ടിട്ടുണ്ട്. ഒരു പക്ഷേ, പന്നിക്ക് എന്നെ സഹായിക്കാൻ കഴിഞ്ഞേക്കും;എന്ന്. അയാൾ പന്നിയെ വിളിച്ചു. ഉടൻതന്നെ പന്നി അവിടെയെത്തി മതിലിൽ ഒരാൾക്ക് അകത്തുകയറാൻ പാകത്തിന് ഒരു ഓട്ടയുണ്ടാക്കി. അങ്ങനെ അയാൾക്ക് നിഷ്പ്രയാസം ദേവാലയത്തിനുള്ളിൽ കയറാൻ കഴിഞ്ഞു. അതിനുള്ളിൽ ഒരു പ്രാവ് ഉയരത്തിൽ അങ്ങോട്ടുമിങ്ങോട്ടും വട്ടമിട്ട് പറക്കുന്നുണ്ടായിരുന്നു. അതിനെ കണ്ടപ്പോൾ, അയാൾ ചിന്തിച്ചു. ‘എന്റെ സ്നേഹിതൻ കഴുകന് ഈ പ്രാവിനെ പ്രയാസമില്ലാതെ പിടിക്കാൻ കഴിയുമല്ലോ' എന്ന്. പെട്ടെന്നാണ് അത്

സംഭവിച്ചത്. കഴുകൻ പറന്നുവന്ന് പ്രാവിനെ തന്റെ കൊക്കിലാക്കി. പിന്നീട് കഴുകൻ അതിനെ ജീവനോടെതന്നെ അയാളുടെ കയ്യിൽ കൊടുത്തു.

അയാൾ പ്രാവിനെ ഭദ്രമായി തന്റെ കൈയിലുണ്ടായിരുന്ന സഞ്ചിയിലിട്ട് കെട്ടിയതിനുശേഷം തന്റെ മടക്കയാത്ര ആരംഭിച്ചു. രണ്ട് ദിവസത്തെ യാത്രയ്ക്കുശേഷം അയാൾ വീട്ടിൽ തിരികെയെത്തി. വൃദ്ധൻ വീട്ടിൽ തിരിച്ചുവരുന്ന സമയമായിരുന്നതുകൊണ്ട് അയാൾ വീട്ടിനുള്ളിൽ വൃദ്ധൻ കിടക്കാറുണ്ടായിരുന്ന കട്ടിലിനടിയിൽ ഒളിച്ചിരുന്നു. കുറച്ചുസമയത്തിനുള്ളിൽ വൃദ്ധൻ തിരിച്ചെത്തി. അയാൾ കട്ടിലിൽ ഇരുന്നുകൊണ്ട് വിളിച്ചുപറഞ്ഞു:

“എടീ, പെണ്ണേ. നീ എവിടെയാ. എനിക്ക് വേഗം കുറച്ച് വെള്ളം എടുത്തുകൊണ്ടുവാ.”

അവൾ വെള്ളം കൊടുത്തു. അത് കുടിച്ചുകൊണ്ട് അയാൾ സ്വഗതം എന്നതുപോലെ പറഞ്ഞു:

“എനിക്ക് നല്ല സുഖം തോന്നുന്നില്ല. ഇനി ഞാൻ അധികനാൾ ജീവിച്ചിരിക്കുമെന്ന് തോന്നുന്നില്ല.”

“എന്താ അങ്ങനെ പറയാൻ. എന്ത് സംഭവിച്ചു?”

“എന്റെ ഹൃദയം സൂക്ഷിക്കുന്ന പക്ഷിയെ ആരോ പിടിച്ചിരിക്കുന്നു.”

അതുകേട്ടപ്പോൾ തന്റെ പ്രതിശ്രുതവരനായ ആ ചെറുപ്പക്കാരൻ തന്നെയാകും പ്രാവിനെ പിടിച്ചതെന്ന് അവൾ ഊഹിച്ചു. കട്ടിലിനടിയിൽ ഒളിച്ചിരുന്ന അയാളും വിചാരിച്ചു, ‘ഈ മനുഷ്യൻ എന്നോട് യാതൊരു തെറ്റും ചെയ്തിട്ടില്ല. എങ്കിലും, അയാൾ എന്റെ സഹോദരന്മാരെയും അവരുടെ ഭാര്യമാരേയും മാന്ത്രികശക്തികൊണ്ട് കല്ലുകളാക്കി മാറ്റിയല്ലോ. അതുകൊണ്ട് അയാളെ ശിക്ഷിക്കുന്നതിൽ തെറ്റൊന്നുമില്ല. ശിക്ഷ മരണവുമാകാം.’ അങ്ങനെ ചിന്തിച്ചുകൊണ്ട് അയാൾ പ്രാവിനെ നല്ലതുപോലെ ഞെരിച്ചമർത്തി. അപ്പോൾ ആ വൃദ്ധൻ വേദനയെടുത്ത് അലറി.

“അയ്യോ, വല്ലാത്ത വേദന. ഞാൻ ചാകാൻ പോകുന്നു. സഹിക്കാനാകാത്ത വേദന.”

അങ്ങനെ വിളിച്ചുപറഞ്ഞ് അയാൾ ആ കട്ടിലിൽനിന്നും താഴെവീണു. ആ ബഹളത്തിനിടയിൽ ചെറുപ്പക്കാരൻ താനറിയാതെതന്നെ കയ്യിലുണ്ടായിരുന്ന പ്രാവിന്റെ കഴുത്തിൽ കൂടുതൽ ശക്തിയായി അമർത്തിയതുകാരണം പ്രാവ് ചത്തുപോയി. ഒപ്പംതന്നെ ആ മാന്ത്രികനും മരിച്ചു.

അതെല്ലാം കണ്ടുനിന്ന അവൾ പറഞ്ഞു:

“ഹോ, എന്തായാലും എല്ലാം ശുഭമായി അവസാനിച്ചല്ലോ !. ഇനി ഒരു കാര്യം കൂടി ചെയ്താൽ എല്ലാം നന്നായി അവസാനിക്കും.” അവൾ ഒട്ടും സമയം കളയാതെ മാന്ത്രികൻ സാധാരണയായി അയാളുടെ മാന്ത്രിക ദണ്ഡ് സൂക്ഷിക്കാറുള്ള സ്ഥലത്തുനിന്ന് ദണ്ഡ് എടുത്തുകൊണ്ടു ചെന്ന് അതുകൊണ്ട് തന്റെ സഹോദരിമാരുടേയും സഹോദരീഭർത്താക്കന്മാരുടേയും ശിലകളിൽ തൊട്ടു. പ്രതീക്ഷിച്ചതുപോലെ അവരെല്ലാം പൂർവ്വസ്ഥിതിയിൽ എത്തുകയും ചെയ്തു. അത് തികച്ചും സന്തോഷകരമായ ഒരു സന്ദർഭമായിരുന്നു എന്ന് പ്രത്യേകം പറയേണ്ടതില്ലല്ലോ. മൂത്തജേഷ്ഠന്മാരും ജേഷ്ഠത്തിമാരും അവരുടെ ഇളയ സഹോദരനും സഹോദരിയും ചെയ്ത നല്ല കാര്യങ്ങളെ പുകഴ്ത്തിക്കൊണ്ട് അവർക്ക് മംഗളം ആശംസിച്ചു. പിന്നീട് അവരെല്ലാം സഹോദരന്മാരുടെ ഗ്രാമത്തിലെ സ്വന്തം വീട്ടിലേക്ക് യാത്രതിരിച്ചു. ഒട്ടും താമസിയാതെ തന്നെ ആർഭാടമായി ഇളയവരുടെ വിവാഹം നടത്തുകയും ചെയ്തു. പിന്നീട് വളരെക്കാലം അവരെല്ലാം സുഖമായും സന്തോഷത്തോടെയും ജീവിച്ചു.

കടൽനായ പിടിക്കുന്നവനും മത്സ്യനരനും

വടക്കൻ സ്കോട്ട്ലാൻഡിൽ പണ്ട് ജീവിച്ചിരുന്ന ഒരു കടൽനായ പിടുത്തക്കാരന്റെ കഥയാണിത്. അയാൾ കടലോരത്ത് ഒരു ചെറിയ കുടിലിലാണ് താമസിച്ചിരുന്നത്. പ്രധാനവരുമാനവും ജീവിതമാർഗവും കടൽനായ്ക്കളെ വേട്ടയാടിപ്പിടിച്ച് അതിന്റെ തുകൽ ഉരിച്ചെടുത്ത് വിറ്റു കിട്ടുന്ന പണമായിരുന്നു. കടൽ നായകൾ പലപ്പോഴും വെള്ളത്തിൽ നിന്ന് കരയിൽക്കയറി അടുത്തുള്ള പാറകളിലും മണൽപ്രദേശത്തും സൂര്യവെളിച്ചത്തിൽ വെയിൽകൊണ്ട്കിടക്കുന്ന പതിവുണ്ട്. അത്തരം സന്ദർഭങ്ങൾ നോക്കി അവയെ പുറകിൽനിന്ന് ശബ്ദമുണ്ടാക്കാതെ ഉന്നംവെച്ച് കൊല്ലുന്നത് അത്ര പ്രയാസമുള്ള ജോലിയായിരുന്നില്ല.

അങ്ങനെ കരയിൽ കയറിവരുന്ന കടൽനായ്ക്കളിൽ ചിലത് മറ്റവയേ അപേക്ഷിച്ച് കൂടുതൽ വലുപ്പമുള്ളവയായിരുന്നു. ആ നാട്ടുകാർ അത്തരം കൂടിയ വലുപ്പമുള്ളവ വാസ്തവത്തിൽ കടൽനായകളെല്ലെന്നും മറിച്ച് അവ മത്സ്യനാരികളും മത്സ്യനരന്മാരുമാണെന്ന് വിശ്വസിച്ചു. അവ കടലിൽത്തന്നെ കടൽ നായകളെ അപേക്ഷിച്ച് വളരെ വളരെ ആഴത്തിലാണ് ജീവിക്കുന്നതെന്നും അവയ്ക്ക് അവരുടേതായ പ്രത്യേക ജീവിതരീതികളുണ്ടെന്നും, പ്രത്യേകം കഴിവുകളും ശക്തികളും ഉണ്ടെന്നും വിശ്വസിച്ചിരുന്നു. പക്ഷേ, ഈ കഥയിലെ നായകനായ നായവേട്ടക്കാരൻ അത്തരം വിശ്വാസങ്ങൾക്കൊന്നും വലിയവില കൊടുക്കുന്ന ആളായിരുന്നില്ല. അതുകൊണ്ട് കൂടുതൽ വലിയ കടൽനായയെ കൊല്ലാൻ കഴിഞ്ഞാൽ അയാൾക്ക് കൂടുതൽ സന്തോഷമായിരുന്നു; അപ്പോൾ വലിയ തുകലിന് കൂടുതൽ വില കിട്ടുമല്ലോ.

അങ്ങനെയിരിക്കെ ഒരു ദിവസം ഒരു വലിയ കടൽനായയെ പിടിക്കാനുള്ള ശ്രമത്തിൽ അയാൾ തന്റെ സാമാന്യം വലിയ കത്തികൊണ്ട് അതിന്റെ പുറത്ത് കുത്തിയെങ്കിലും കുത്തുകൊണ്ട നായ കുതറിമാറി വേഗം കടലിൽ ചാടി രക്ഷപ്പെട്ടു. മാത്രമല്ല കുത്തുകൊണ്ട് കുതറിമാറുന്നതിനിടയിൽ അത് അയാളുടെ കത്തിയും കൊണ്ടുപോയി. ആ സംഭവം അയാൾക്ക് അത്ര ഇഷ്ടപ്പെട്ടില്ല. തനിക്ക് പറ്റിയ തെറ്റുകൊണ്ടാണല്ലോ ആ നായ രക്ഷപ്പെട്ടതെന്ന വിചാരം അയാളെ ദുഃഖിതനാക്കി - ഒരുതരം അപകർഷതാബോധം. അങ്ങനെ വിഷണ്ണനായി തന്റെ കുടിലിലേക്ക് നടന്നുപോകുമ്പോൾ തനിക്കെതിരെ ഒരു കുതിരപ്പുറത്ത് നല്ല ഉയരമുള്ള ഒരു മനുഷ്യൻ വരുന്നതുകണ്ടു. ആരായിരിക്കും പതിവില്ലാതെ കടൽപ്പുറത്ത് ആ സമയത്ത് കുതിരപ്പുറത്ത് എത്തുക. - അങ്ങനെയൊന്ന് പതിവില്ലല്ലോ. അയാൾ കുതിരപ്പുറത്ത് ഇരുന്നയാളിനെ സൂക്ഷിച്ചുനോക്കിക്കൊണ്ട് അവിടത്തന്നെ നിന്നു. കുതിരസവാരിക്കാരനും അയാളുടെ അടുത്തുചെന്ന് കുതിരയെ നിർത്തി.

"നിങ്ങൾ ആരാണ്?. നിങ്ങളുടെ തൊഴിൽ എന്താണ്?" സവാരിക്കാരൻ ചോദിച്ചു.

"ഞാൻ ഒരു കടൽനായപിടുത്തക്കാരനാണ്,"

"ഓ, അങ്ങനെയോ. എനിക്ക് ഉടനെ കുറേഅധികം കടൽനായത്തോലുകൾ ആവശ്യമുണ്ട്. മറ്റാരുതരുന്നതിനേക്കാളും കൂടുതൽ വില ഞാൻ നൽകാം."

ആ പ്രസ്താവന അയാൾക്കിഷ്ടപ്പെട്ടു. ധാരാളം പണം കിട്ടുന്ന കാര്യമല്ലേ. എങ്ങനെ ഇഷ്ടപ്പെടാതിരിക്കും!

"ശരി. ഞാൻ തയ്യാർ"

പക്ഷേ, സവാരിക്കാരൻ ഒരു തുടർച്ചയെന്നോണം പറഞ്ഞു:

"പക്ഷേ, ഒരു നിബന്ധനയുണ്ട്. എനിയ്ക്ക് വേണ്ടത്ര തോലുകൾ ഇന്ന് സന്ധ്യക്കുമുമ്പ് തന്നിരിക്കണം. യാതൊരുവിധ ഒഴിവുകഴിവുകളും സമ്മതിക്കുകയില്ല".

"ഓ. അത് സാധിക്കുകയില്ലല്ലൊ. ഇന്നിനി ഈ തീരത്ത് കടൽനായകളൊന്നും വരുകയില്ല. നാളെയാണെങ്കിൽ എനിക്ക് സമ്മതം.'

"അതിന് ഞാനൊരുപായം പറഞ്ഞുതരാം. ഇവിടെനിന്നും കുറച്ചു ദൂരെ ഏത് സമയത്തും ധാരാളം കടൽനായ്ക്കൾ കരയ്ക്കുകയറി വിശ്രമിക്കുന്ന ഒരു തീരമുണ്ട്. ഞാൻ നിങ്ങളെ അവിടെ കൊണ്ടുപോകാം. താങ്കൾ എനിക്ക് നായ്ക്കളെ പിടിച്ചു കൊന്ന്, തോലുകള് ഉരിച്ചുതന്നാൽ മതി"

"എങ്കിൽ ഞാൻ തയ്യാർ."

"അപ്പോൾ ഒട്ടും വൈകിക്കേണ്ട, ദാ എന്റെ പിന്നിൽ കയറിക്കൊള്ളുക."

അയാൾ കുതിരപ്പുറത്ത് കയറിയതും സവാരിക്കാരൻ കടിഞ്ഞാൺ ചലിപ്പിച്ചതും ഏതാണ്ട് ഒന്നിച്ചായിരുന്നു. കുതിര അതിവേഗത്തിൽ കുതിച്ച് ഓടാൻ തുടങ്ങി. വളരെ ദൂരം കുറഞ്ഞസമയത്തിൽ യാത്രചെയ്ത് സമുദ്രത്തിന്റെ ഓരത്തായി ഒരു കുന്നിൻപുറത്ത് അവർ എത്തി. സവാരിക്കാരൻ ധൃതിയിൽ കടിഞ്ഞാൺ വലിച്ച് കുതിരയെ നിർത്തുകയും അയാളോട് അൽപം പരുഷസ്വരത്തിൽ 'ഇവിടെ ഇറങ്ങ്' എന്ന് പറഞ്ഞതും ഏതാണ്ട് ഒരുമിച്ചായിരുന്നു.

കുതിരപ്പുറത്തുനിന്നിറങ്ങി അയാൾ ചുറ്റും കണ്ണോടിച്ചു നോക്കി. താൻ ഇറങ്ങിയിരിക്കുന്നത് സമുദ്രത്തിനടുത്ത് കുത്തനെ നിൽക്കുന്ന ഒരു പാറയുടെ മുകളിലാണെന്നും അവിടെ അടുത്തെങ്ങും കടൽനായകൾ ഇല്ലെന്നും അയാൾക്ക് മനസിലായി. താൻ വല്ല കെണിയിലും അകപ്പെട്ടുപോയതാണോയെന്ന് അയാൾ ഭയപ്പെട്ടു. അൽപം പരിഭ്രമത്തോടെ അയാൾ ചോദിച്ചു:

"ഇവിടെ കടൽനായകളെ ഒന്നിനെയും കാണുന്നില്ലല്ലോ?"

"അതൊക്കെ ഞാനിപ്പോൾ കാണിച്ചുതരാം." അത്രയും പറഞ്ഞുകൊണ്ട് സവാരിക്കാരൻ അയാളുടെ തോളിൽ പിടിച്ചതും രണ്ടുപേരും ഒന്നിച്ച് കുത്തനെയുള്ള കടലിലേയ്ക്ക് വീണതും നിമിഷങ്ങൾക്കുള്ളിലായിരുന്നു - വെള്ളത്തിൽ വീണ അവർ രണ്ടുപേരും കടലിലേ വെള്ളത്തിലേക്ക്, കൂടുതൽ കൂടുതൽ ആഴത്തിലേക്ക് പോകുന്നതായി അയാൾക്ക് മനസ്സിലായി. താഴേയ്ക്ക് പോയി ചെന്നെത്തിയത് ഇളംചുവപ്പുനിറത്തിലുള്ള പവിഴപ്പാറകളുടെ നടുക്ക് ഒരു കൂറ്റൻ കതകിന് മുമ്പിലായിരുന്നു. അവർ അവിടെ എത്തിയതും കതക് തനിയേ തുറന്നു. അവർ അതിനുള്ളിൽ പ്രവേശിച്ചു. ഇത് പറയുമ്പോൾ മറ്റൊരു കാര്യം കൂടി പറയണമല്ലോ. വെള്ളത്തിനടിയിലായുരുന്നുവെങ്കിലും അയാൾക്ക് ശ്വാസം വലിക്കാൻ യാതൊരു ബുദ്ധിമുട്ടുമുണ്ടായില്ല. - മറ്റൊരുതരത്തിൽ പറഞ്ഞാൽ ശ്വാസംവലിക്കേണ്ട ആവശ്യമേ തോന്നിയില്ല. അവർ പ്രവേശിച്ച വിശാലമായ മുറിയുടെ ഭിത്തികൾ പവിഴംകൊണ്ട് അലങ്കരിച്ചിരുന്നു. തറ മിനുസമുള്ളതും എന്നാൽ ദൃഢമായ ഇളം മഞ്ഞനിറത്തിലുള്ള കടൽ മണൽ കൊണ്ടുള്ളതായിരുന്നു. മുറിക്കുള്ളിൽ മറ്റനവധിപേർ ഉണ്ടായിരുന്നുവെങ്കിലും ആരും മനുഷ്യരല്ലായിരുന്നു - എല്ലാവരും കടൽനായ്ക്കളായിരുന്നു. തന്നെ അവിടെ കൂട്ടിക്കൊണ്ട്ചെന്ന ആളിനോട് ഇതെവിടമാണ്, എന്തിനിവിടെ വന്നു എന്നൊക്കെ ചോദിക്കാമെന്നു

വിചാരിച്ച് തിരിഞ്ഞുനോക്കിയപ്പോൾ അയാളും (തന്റെ കൂടെയുണ്ടായിരുന്ന സവാരിക്കാരനും) ഒരു കടൽനായയായി മാറിക്കഴിഞ്ഞിരുന്നു. താൻ വഞ്ചിക്കപ്പെട്ടിരിക്കുന്നു എന്ന ഭയത്തോടുകൂടി ചുറ്റിനും നോക്കിയ അയാൾക്ക് കണ്ണാടിയിലെന്നതുപോലെ പ്രതിച്ഛായ കാണാൻ കഴിഞ്ഞ ആ മുറിയുടെ ഭിത്തികളിൽ സ്വന്തം രൂപം കാണാൻ കഴിഞ്ഞു. അയാൾ ആകപ്പാടെ തികഞ്ഞ പരിഭ്രമത്തിലായിരുന്നു. - താനും ഒരു കടൽനായയായി മാറിക്കഴിഞ്ഞിരുന്നു എന്ന സത്യം അയാൾക്ക് മനസ്സിലായി. തികഞ്ഞ ഭയത്തോടും ആകാംക്ഷയോടും അയാൾ തിരക്കി:

"എന്താണിത്?, ഈ സ്ഥലം ഏതാ? നിങ്ങൾ എന്നെ എന്തിനിവിടെ കൊണ്ടുവന്നു?. എനിക്കൊന്നും മനസ്സിലാകുന്നില്ല." കടൽനായയായി മാറിക്കഴിഞ്ഞിരുന്ന സവാരിക്കാരനാണ് മറുപടി പറഞ്ഞത്.

"ഒരൽപം ക്ഷമിക്കു. എല്ലാം മനസ്സിലാക്കിത്തരാം." അതു പറഞ്ഞിട്ട് അയാൾ മറ്റൊരു മുറിയിലേക്ക് കയറിപ്പോയി. അയാളുടെ ചുറ്റും മറ്റ്കടൽനായകളും ഉണ്ടായിരുന്നുവെങ്കിലും ആദ്യമാദ്യം ആരും അയാളെ ശ്രദ്ധിച്ചതായി തോന്നിയില്ല. എല്ലാവരും ഏതോ വലിയ ദുഃഖത്തിലായിരുന്നുവെന്ന് അയാൾക്കുതോന്നി. ചിലരൊക്കെ കരയുകയായിരുന്നില്ലേ എന്നും അയാൾ സംശയിച്ചു. പക്ഷേ, സമയം ചെല്ലുന്തോറും അവരിൽ ചിലരെങ്കിലും തന്നെ ശ്രദ്ധിക്കാൻ തുടങ്ങിയെന്ന് അയാൾക്കു മനസ്സിലായി. ചിലർ അടുത്തുചെന്ന് അവരുടെ മൂക്ക് അയാളുടെ ദേഹത്ത് ഉരുമ്മി അവരുടെ സൗഹൃദം പ്രകടിപ്പിച്ചു. അൽപസമയം കഴിഞ്ഞ് നായയായി മാറിയ സവാരിക്കാരൻ തിരികെ ചെന്നു. അയാളുടെ കൈയിൽ ഒരു കത്തി ഉണ്ടായിരുന്നു. അയാളുടെ മുന്നിൽചെന്ന് ആ കത്തി ഉയർത്തിപ്പിടിച്ചുകൊണ്ട് സവാരിക്കാരൻ ചോദിച്ചു:

"നിങ്ങൾക്ക് ഈ കത്തി ഓർമയുണ്ടോ?" സ്വന്തം കത്തി കണ്ടാൽ ആർക്കാണ് ഓർമ വരാത്തത്! അന്ന് കാലത്തും ഒരു കടൽനായയെ കുത്തിമുറിവേൽപ്പിച്ചത് ആ കത്തികൊണ്ട് തന്നെയായിരുന്നല്ലോ എന്ന് അയാൾ ഓർത്തു. അവർ ആ കത്തികൊണ്ടുതന്നെ പകരം ചോദിക്കാൻ, തന്നെ കൊല്ലാൻ പോവുകയാണെന്ന് അയാൾ വിചാരിച്ചു. സവാരിക്കാരൻ അയാളെ പിടിച്ചുകൊണ്ട് അടുത്ത മുറിയിലേക്ക് പോയി. അവിടെ ഒരു കടൽനായ അവശനായി കിടപ്പുണ്ടായിരുന്നു. അവശനായ ആ നായയെ ചൂണ്ടിക്കാണിച്ചുകൊണ്ട് സവാരിക്കാരൻ പറഞ്ഞു:

"ഈ കിടക്കുന്നത് എന്റെ അച്ഛനാണ്. ഇദ്ദേഹത്തെയാണ് നിങ്ങൾ ഇന്നു രാവിലെ കുത്തി മുറിവേൽപ്പിച്ചത്. ഇദ്ദേഹം ഒരു കടൽ നായയല്ല; ഒരു മത്സ്യനരനാണ്. ഇവിടെയുള്ള ഞങ്ങളെല്ലാവരും മത്സ്യനാരിമാരോ

മത്സ്യനരന്മാരോ ആണ്. ഞങ്ങൾക്കും നിങ്ങളെപ്പോലെ സംസാരിക്കാനും ആശയവിനിമയം ചെയ്യാനും മനുഷ്യഭാഷ പഠിക്കാനും കഴിയും. നിങ്ങളുടെ ന്യായപ്രകാരം ഞാനിപ്പോൾ നിങ്ങളെ കൊന്നാൽ അത് ഒരു വലിയ തെറ്റാവില്ല. അല്ലേ?. പക്ഷേ, എനിക്ക് നിങ്ങളുടെ ജീവൻ എടുത്തതുകൊണ്ട് ഒരു പ്രയോജനവുമില്ല. അതുകൊണ്ട് ഞാൻ പറയുന്നതുപോലെ പ്രവർത്തിച്ചാൽ നിങ്ങളെ വിട്ടയക്കാം. എന്തു പറയുന്നു.?"

തികച്ചും ഭയന്നുപോയ അയാൾ പറഞ്ഞു:

"പറയൂ, ഞാൻ എന്താണ് ചെയ്യേണ്ടത്. നിങ്ങൾ പറയുന്ന എന്തും ചെയ്യാൻ ഞാൻ തയ്യാറാണ്."

"നിങ്ങൾ ഇദ്ദേഹത്തിന്റെ മുറിവ് കഴുകി വേണ്ടവിധത്തിൽ കെട്ടണം. അങ്ങനെ ചെയ്താൽ നിങ്ങൾക്ക് ഞങ്ങളുടെ ആരാധ്യനായ എന്റെ അച്ഛനെ രക്ഷിക്കാൻ കഴിയും."

"ഞാൻ തയ്യാറാണ്. പക്ഷേ, എനിക്ക് മുറിവ് കെട്ടാനും വേണ്ട ചികിത്സ നൽകാനും വേണ്ടത്ര അളവിൽ അറിവോ പരിചയമോ ഇല്ല."

"അത് പ്രശ്നമല്ല. താങ്കളാൽ കഴിയുന്ന രീതിയിൽ മുറിവ് ശുദ്ധംചെയ്ത് കെട്ടുക. വേണ്ട തുണിയും മറ്റ് സാമഗ്രികളും ഇതാ ഈ പെട്ടിയിലുണ്ട്."

അയാൾ മുറിവേറ്റയാളിന്റെ മുറിവുകൾ ശുദ്ധം ചെയ്ത് ഉണ്ടായിരുന്ന മരുന്നുകൾ പുരട്ടി കെട്ടി. പിന്നീട് സംഭവിച്ചത് ഒരതിശയം തന്നെയായിരുന്നു. മുറിവുകെട്ടി നിമിഷങ്ങൾ കഴിഞ്ഞപ്പോഴേക്കും കെട്ട് തനിയെ കഴന്നു വീണു; എന്നുമാത്രമല്ല, മുറിവ് പൂർണമായും ഉണങ്ങിക്കഴിഞ്ഞിരുന്നു, മുറിപ്പെട്ട കടൽനായ (മത്സ്യനരൻ) പൂർണസുഖം പ്രാപിക്കുകയും ചെയ്തു - മുറിവിന്റെ പാടുകൾ പോലും ഇല്ലായിരുന്നു. അയാൾ ആ മത്സ്യനരനോട് നന്ദി പറഞ്ഞു.

"മാപ്പാക്കണം. ഞാൻ താങ്കളെ ഒരു സാധാരണ കടൽനായ എന്ന് കരുതിയാണ് ആക്രമിച്ചത്. അത് എന്റെ തൊഴിലാണ് - എന്റെ ആഹാര മാർഗമാണ് -. എന്നോട് പൊറുക്കണം."

ആ മത്സ്യനരനും മറ്റു കൂട്ടുകാരും അയാളുടെ ചുറ്റും കൂടിനിന്ന് അവരുടെ മിനുസമുള്ള മൂക്കുകൾ കൊണ്ട് തൊട്ടുരുമ്മി അവരുടെ സന്തോഷവും നന്ദിയും അറിയിച്ചു. ആ സമയത്ത് സവാരിക്കാരനായി എത്തിയ മത്സ്യനരൻ അവിടെച്ചെന്ന് അയാളോട് പറഞ്ഞു:

"താങ്കൾ ചെയ്തുതന്ന ഉപകാരത്തിന് വളരെ നന്ദി. അങ്ങേയ്ക്കുമാത്രമേ ഞങ്ങളെ ഈവിധം സഹായിക്കാൻ കഴിയുമായിരുന്നുള്ളൂ. കാരണം, ഞങ്ങളുടെ കാഴ്ചപ്പാടിൽ പരുക്ക് ഏൽപ്പിച്ചയാൾ അതിനുവേണ്ട പ്രതിവിധികൾ ചെയ്താൽ മാത്രമേ പരുക്കേറ്റവർ സുഖം പ്രാപിക്കൂ.

അതുകൊണ്ട് എന്റെ അച്ഛനെ രക്ഷിക്കാൻ നിങ്ങളെ ഇവിടെ കൊണ്ടു വരേണ്ടത് ഞങ്ങളുടെ ആവശ്യമായിരുന്നു.''

"ഏതായാലും അദ്ദേഹത്തിന് സുഖമായല്ലോ. സന്തോഷം.''

"ഇനി താങ്കൾ ഒരു കാര്യംകൂടി ചെയ്താൽ ഇവിടെ നിന്നും പൂർണസ്വ തന്ത്രനായി അങ്ങേയ്ക്ക് വീട്ടിലേക്ക് മടങ്ങാം.''

"ഞാനെന്താണ് ചെയ്യേണ്ടത്?''

"ഇനിമേലിൽ അങ്ങ് കടൽനായ്ക്കളെ ഉപദ്രവിക്കുകയില്ലെന്നും അവയുടെ തുകൽവിറ്റ് പണമുണ്ടാക്കുന്ന തൊഴിൽ ഉപേക്ഷിക്കുമെന്നും ഞങ്ങൾക്ക് സത്യം ചെയ്തു തരണം.''

തന്റെ ഉപജീവനമാർഗം നഷ്ടപ്പെടുമല്ലോ എന്ന ഭയം മനസ്സിലുണ്ടാ യിരുന്നു എങ്കിലും ജീവനേക്കാൾ വലുതല്ലല്ലോ ഉപജീവനമാർഗം എന്ന് അയാൾ ചിന്തിച്ചു. അയാൾ പറഞ്ഞു:

"അങ്ങനെയാകട്ടെ. എനിക്ക് സമ്മതം.''

പിന്നീട് തന്റെ ചിറകുകൾപോലെയായിരുന്ന കൈകൾ കൂട്ടിപ്പി ടിച്ച് അയാൾ അവരുടെയെല്ലാം മുന്നിൽ അവരാവശ്യപ്പെട്ടതുപോലെ സത്യം ചെയ്തു. അതുകേട്ട് അയാളെ ചുറ്റി നിന്നിരുന്ന മത്സ്യനരന്മാരും നാരിമാരും (കാഴ്ചയ്ക്ക് അവരെല്ലാം കടൽനായകൾ പോലെതന്നെ ആയിരുന്നല്ലോ) പലവിധത്തിൽ അവരുടെ സന്തോഷം പ്രകടിപ്പിച്ചു. അപ്പോൾ സവാരിക്കാരൻ അയാളോടായി പറഞ്ഞു.

"ഞങ്ങളെല്ലാം ഇപ്പോൾ തികഞ്ഞ സന്തോഷത്തിലാണ്. അതുകൊ ണ്ടുതന്നെ അങ്ങും മോചിതനായിരിക്കുന്നു. ഇനി അങ്ങേയ്ക്ക് അങ്ങയുടെ സ്വന്തം വീട്ടിലേക്ക് തിരികെ പോകാം.'' അതുകേട്ട് സന്തോഷഭരിതനാ യിനിന്ന അയാളുടെ തോളിൽ സവാരിക്കാരൻ കൈവെച്ചതും അവർ രണ്ടുപേരും ആ മുറിയിൽനിന്ന്, പവിഴനിർമിതമായ കതകിനു പുറത്തെ ത്തി. മുകളിലേക്ക് - പച്ചനിറത്തിൽ കാണപ്പെട്ട - വെള്ളത്തിൽക്കൂടി മേലോട്ട്, മേലോട്ട് വീണ്ടും വീണ്ടും മേലോട്ട് യാത്രചെയ്ത് സമുദ്രത്തിലെ ജലപ്പരപ്പിനുമുകളിൽ എത്തി; ഒരേ ഒരു കുതിപ്പിന് കുത്തനെയുള്ള ആ മലമുകളിലും. അവരെ അവിടെയെത്തിച്ച കറുത്ത കുതിര അവിടെത്ത ന്നെയുണ്ടായിരുന്നു. സവാരിക്കാരൻ അയാളോട് പറഞ്ഞു:

"കുതിരപ്പുറത്ത് കയറിക്കൊള്ളുക. ഞാൻ താങ്കളെ അങ്ങയുടെ വീട്ടിൽ എത്തിക്കാം.''

അയാൾ കുതിരപ്പുറത്തുകയറി. ശ്രദ്ധയോടെ ഇരുന്നു. കുതിര അതി ശീഘ്രം ഓടാൻ തുടങ്ങി. കുറച്ചുസമയത്തിനുള്ളിൽ കുതിര അയാളുടെ കുടിലിനുമുമ്പിൽ എത്തി. മാത്രമല്ല, അവർ രണ്ടുപേരും അവരുടെ

കടൽനായ ആകാരത്തിൽനിന്ന് മാറി കാലത്ത് യാത്രചെയ്തപ്പോൾ എങ്ങനെയായിരുന്നുവോ ആ സ്ഥിതിയിലേക്ക് തിരിച്ചെത്തി - അയാൾ തന്റെ സ്വതസിദ്ധമായ മനുഷ്യരൂപത്തിലും മറ്റയാൾ കാലത്ത് സ്വീകരിച്ചിരുന്ന സവാരിക്കാരന്റെ രൂപത്തിലും. കുടിലിന്റെ മുമ്പിൽ രണ്ടുപേരും കുതിരപ്പുറത്തുനിന്ന് ഇറങ്ങി. അയാൾ സവാരിക്കാരനോട് പറഞ്ഞു:

“വാസ്തവത്തിൽ ഞാൻ ഇതുവരെ വളരെയധികം ഭയത്തിലായിരുന്നു. എന്നെ സ്വതന്ത്രനാക്കി ഇവിടെ തിരിച്ചെത്തിച്ചതിന് വളരെയധികം നന്ദിയുണ്ട്. ഇനി ഞാൻ പോകട്ടെ.”

“അതെ, അങ്ങ് നൽകിയ എല്ലാ സഹകരണത്തിനും ഞങ്ങൾക്ക് അങ്ങയോട് നന്ദിയുണ്ട്. ഞങ്ങൾ ആഗ്രഹിച്ചതുപോലെ അങ്ങ് എല്ലാം ചെയ്തു. പക്ഷേ, അങ്ങയ്ക്ക് അങ്ങയുടെ ജീവിതമാർഗം നഷ്ടപ്പെട്ടിരിക്കുന്നു. അതുകൊണ്ട്....’’ അത്രയും പറഞ്ഞ് സവാരിക്കാരൻ കുതിരപ്പുറത്തുണ്ടായിരുന്ന ഭാണ്ഡത്തിൽനിന്ന് ഒരു സഞ്ചി വലിച്ചെടുത്ത് അയാളുടെ കയ്യിൽ കൊടുത്തുകൊണ്ട് പറഞ്ഞു: “ഇത് ഞങ്ങളുടെ ഒരു ചെറിയ പ്രത്യുപകാരമാണ്. സന്തോഷത്തോടെ സ്വീകരിച്ചുകൊള്ളുക. അങ്ങയ്ക്ക് ഇനിയുള്ളകാലം ജീവിക്കാൻ വേണ്ടി കടൽനായതുകലുകൾ വിൽക്കേണ്ടിവരികയില്ല. ഇനി ഞാനും പോകട്ടെ.’’ സവാരിക്കാരൻ വേഗം തന്നെ കുതിരപ്പുറത്തുകയറി അവിടെനിന്ന് അപ്രത്യക്ഷനാവുകയും ചെയ്തു. അയാൾ സഞ്ചിയുമായി കുടിലിനകത്തുകയറി. സഞ്ചി തുറന്നു നോക്കി. അയാളെ തികച്ചും അദ്ഭുതപ്പെടുത്തിയ ഒരു കാഴ്ചയായിരുന്നു അത്. സഞ്ചിനിറയെ സ്വർണനാണയങ്ങൾ. ബാക്കി ജീവിതകാലം മുഴുവനും; അല്ല, തനിക്കും തന്റെ വരുംകാല തലമുറകൾക്കും സുഖമായി ധനികരായി ജീവിക്കാൻ വേണ്ടത്ര സ്വർണ നാണയങ്ങൾ ആ സഞ്ചിയിലുണ്ടായിരുന്നു.

ആകാശത്തിന്റെ പുത്രി

പണ്ട് സ്കോട്ട്ലാൻഡിൽ താമസിച്ചിരുന്ന, സമ്പന്നനായ ധാരാളം കൃഷിസ്ഥലങ്ങളും പശുക്കളും മറ്റും സ്വന്തമായി ഉണ്ടായിരുന്ന ഒരു കർഷകന്റെയും അയാളുടെ ഇളയമകളുടേയും കഥയാണ് ഇത്. കർഷകന് മൂന്ന് പെൺമക്കളുണ്ടായിരുന്നു. മൂന്നുപേരും വിവാഹപ്രായത്തിലുള്ള സുന്ദരികളുമായിരുന്നു.

ഒരുദിവസം കർഷകൻ ചിലജോലികൾക്കായി കുറച്ചുദൂരെയുള്ള ഒരു സ്ഥലംവരെ പോയി. തിരികെ ചെന്നപ്പോൾ അവളുടെ മക്കളേയും കന്നുകാലികളേയുമൊന്നും അവിടെയെങ്ങും കണ്ടില്ല. അവരെവിടെ എങ്ങനെ അപ്രത്യക്ഷരായി എന്ന് തിരയുന്നതിനിടയിൽ ഒരു നായ അവിടെ ചുറ്റിപ്പറ്റി നടന്നത് അയാൾ കണ്ടു. നായ അയാളുടെ അടുക്കൽ ചെന്ന് പറഞ്ഞു:

"താങ്കൾ തേടുന്നത് മക്കളേയും കന്നുകാലികളേയുമാണ്; അല്ലേ?. അവരെവിടെയുണ്ടെന്ന് ഞാൻ കാണിച്ചുതരാം; അല്ല അവരെ അങ്ങയുടെ മുന്നിൽ കൊണ്ടുവന്ന് നിർത്താം. പക്ഷേ, ഞാൻ ചോദിക്കുന്ന സമ്മാനം എനിക്ക് തരാൻ അങ്ങ് തയ്യാറാകണം."

"എടാ, നായേ. പറഞ്ഞുതുലയ്ക്ക്. നിനക്ക് എന്താ വേണ്ടത്? എന്റെ കയ്യിലുള്ള എന്തും തരാൻ ഞാൻ തയ്യാറാണ്."

"ഓ, അങ്ങനെയോ. എങ്കിൽ എനിക്ക് അങ്ങയുടെ മൂന്ന് പുത്രിമാരിൽ ഒരാളെ വിവാഹം കഴിച്ചുതരണം. എന്താ സമ്മതമല്ലേ?"

"ശരി. സമ്മതം. പക്ഷേ, എന്റെ പുത്രിമാർ നിന്നെ വിവാഹം കഴിക്കാൻ സമ്മതിച്ചാൽ മാത്രം."

“ഓ, സമ്മതം. ഇനി താങ്കൾ എന്റെ കൂടെ വരൂ..”

നായ നടന്നുകയറിയത് കർഷകന്റെ ഗ്രഹത്തിൽതന്നെയായിരുന്നു.

“നോക്കൂ. ഇത് അങ്ങയുടെ വീടുതന്നെയല്ലേ?. അങ്ങയുടെ മക്കളും കന്നുകാലികളുമെല്ലാം. ഇവിടെത്തന്നെ ഉണ്ടല്ലോ. എല്ലാം ശരിയായെങ്കിൽ എനിക്ക് എന്റെ പ്രതിഫലം...”

“ശരി, ശരി.”

കർഷകൻ അയാളുടെ മൂത്തമകളെ അടുത്തുവിളിച്ച് വിവരങ്ങളെല്ലാം പറഞ്ഞു. അയാൾ മകളോട് ചോദിച്ചു:

“മോളേ, നിനക്ക് ഈ നായയെ വിവാഹം കഴിക്കാൻ സമ്മതമാണോ?

“ഇല്ലേ ഇല്ല. യാതൊരു കാരണശാലും ഞാനീ ജന്തുവിനെ വിവാഹം കഴിക്കുകയില്ല.”

പിന്നീട് കർഷകൻ തന്റെ രണ്ടാമത്തെ മകളെ വിളിച്ചു. അവളുടെ മറുപടിയും അധികം വ്യത്യസ്ഥമായിരുന്നില്ല.

“അച്ഛാ, ഞാനിയാളെ വിവാഹം കഴിക്കാനൊരുക്കമല്ല. പക്ഷേ, നമ്മുടെ കന്നുകാലികളും കൃഷിസ്ഥലങ്ങളും നഷ്ടപ്പെടാതിരിക്കാൻ അച്ഛൻ മറ്റെന്തെങ്കിലും ഒരു വഴി കണ്ടുപിടിക്കണം.” അത്രയും പറഞ്ഞിട്ട് അവളും പോയി.

പിന്നീട് ഇളയമകളുടെ ഊഴമായിരുന്നു. അവൾ അച്ഛന്റെ ചോദ്യം കേട്ടതിനുശേഷം ചില നിമിഷങ്ങൾ ആലോചിച്ചു നിന്നു. പിന്നീട് പറഞ്ഞു:

“നമ്മുടെ കുടുംബത്തിന്റെ സന്തോഷത്തിനും സുരക്ഷയ്ക്കും വേണ്ടിയല്ലേ ഈ ആവശ്യം. എനിക്ക് സമ്മതമാണ്.”

അങ്ങനെ കർഷകൻ തന്റെ ഇളയമകളെ ആ നായയ്ക്ക് വിവാഹം കഴിച്ചുകൊടുത്തു. മൂത്ത സഹദരിമാരുടെ കുത്തുവാക്കുകളൊന്നും അവളത്ര കാര്യമാക്കിയില്ല. അന്നുതന്നെ അവൾ നായയുമൊത്ത് ഭർതൃഗ്രഹത്തിലേക്ക് യാത്രയായി. തന്റെ വീട്ടിൽനിന്ന് അൽപദൂരം പോയിക്കഴിഞ്ഞപ്പോൾ നായ ഒരു കുതിരയെ വരുത്തി രണ്ടുപേരും അതിന്റപുറത്ത് സവാരിചെയ്ത് ദൂരെ ഒരു സ്ഥലത്ത് കൊട്ടാര സദൃശ്യമായ ഒരു വീട്ടിൽ എത്തി. അവിടെ എത്തിയതും നായ സുന്ദരനായ യുവാവായി രൂപം മാറി. അവർ രണ്ടുപേരും അവിടെ സന്തോഷമായി ജീവിച്ചു. അവരെ ഇനിയങ്ങോട്ട് നമുക്ക് സുമുഖനെന്നും ആകാശത്തിന്റെ പുത്രി (ആകാശപുത്രി) എന്നും വിളിക്കാം.

അങ്ങനെ ഏതാണ്ട് ഒരു വർഷം തികയാറായപ്പോൾ ആകാശപുത്രി ഭർത്താവിനോട് പറഞ്ഞു:

"ഞാൻ വീട്ടിൽനിന്നും വന്നിട്ട് ഒരു വർഷം തികയാറായി. അച്ഛനെ ഒന്ന് കാണണമെന്ന് ഒരാഗ്രഹം. എന്താ, ഞാനൊന്ന് വീട്ടിൽവരെ പോയിവരട്ടെ?"

"പോയിട്ട്‌വാ. പക്ഷേ ഒന്നുരണ്ട് നിബന്ധനകൾ പാലിക്കേണ്ടതായുണ്ട്."

"എന്താ, കേൾക്കട്ടെ."

"നീ വീട്ടിൽ ചെന്നാൽ നമ്മൾ സന്തോഷമായി ജീവിക്കുന്നു എന്നതിനപ്പുറം ഇവിടെ നടന്ന മറ്റൊന്നും ആരോടും പറയാൻ പാടില്ല. അതുപോലെ നിന്റെ പ്രസവം അടുത്തിരിക്കുന്നു. തിരികെപോരാൻ കുട്ടി ജനിക്കുന്നതുവരെ കാത്തിരിക്കരുത്. അതിനു മുമ്പുതന്നെ തിരികെ വരണം. അതുപോലെ, ഇവിടെനിന്ന് നീ പോകുന്നത് നമ്മുടെ കുതിരപ്പുറത്തായിരിക്കണം."

"ഓ, ഇതെല്ലാം എനിക്ക് പൂർണസമ്മതമുള്ള കാര്യങ്ങളാണല്ലോ. എല്ലാം സമ്മതം. അപ്പോൾ ഞാൻ പോകട്ടെ."

"ങാ, മറ്റൊരുകാര്യം. നീ അവിടെ ചെന്നു കഴിഞ്ഞാൽ നമ്മുടെ കുതിരയുടെ കടിഞ്ഞാൺ അതിന്റെ ദേഹത്തുനിന്നും എടുത്തുമാറ്റണം. അത് നീ സൂക്ഷിച്ചുവയ്ക്കുകയും വേണം. തിരികെ പോരാൻ സമയത്ത് കടിഞ്ഞാൺ എടുത്ത് കുടഞ്ഞാൽ കുതിര സ്വയം നിന്റെ മുമ്പിൽ എത്തും. എന്താ,മനസ്സിലായോ."

"ഓ ശരി. അങ്ങനെതന്നെ ചെയ്യാം." അവൾ അച്ഛന്റെ വീട്ടിലേക്ക് പുറപ്പെട്ടു. അച്ഛനും മറ്റ് ബന്ധുജനങ്ങളും അവളെ സന്തോഷപൂർവ്വം സ്വീകരിച്ചുവെങ്കിലും മൂത്തസഹോദരിമാർ പരിഹസിച്ചുകൊണ്ടേയിരുന്നു. പക്ഷേ, യാതൊരു കാരണംകൊണ്ടും ഭർത്താവിന്റെ വീട്ടിൽ നടന്ന കാര്യങ്ങളൊന്നും ആകാശപുത്രി ആരോടും പറഞ്ഞില്ല.

അച്ഛന്റെ വീട്ടിലെത്തി കുറച്ചുദിവസങ്ങൾക്കുള്ളിൽ അവൾക്ക് പ്രസവസംബന്ധമായ അസ്വാസ്ഥ്യങ്ങൾ അനുഭവപ്പെട്ടു. ഭർത്താവ് നിർദ്ദേശിച്ചതനുസരിച്ച് തിരികെപോകാൻ കഴിയുന്നതിനുമുമ്പുതന്നെ അവൾ ഒരാൺകുഞ്ഞിനെ പ്രസവിച്ചു. പ്രസവം നടന്ന ദിവസം വൈകിട്ട് വീട്ടിൽ കുറേ ബന്ധുജനങ്ങളും കൃഷിസ്ഥലങ്ങൾ നോക്കുന്ന സിൽബന്ധികളും മറ്റും ഉണ്ടായിരുന്നു. ഏതാണ്ട് ഇരുട്ടായപ്പോഴേയ്ക്കും അത്താഴശാപ്പാടു കഴിഞ്ഞ് അവരെല്ലാം വെറുതെ അരട്ടയടിച്ചുകൊണ്ടിരുന്ന സമയത്ത് അവിടെയെല്ലാം അതിമനോഹരമായ ഒരു പാട്ട് കേൾക്കാനിടയായി.

പാട്ട് എവിടെനിന്ന് വന്നുവെന്ന് ആർക്കും മനസിലായില്ല. എങ്കിലും ഒരു നല്ല താരാട്ടുപാട്ടിന്റെ സുഖമുണ്ടായിരുന്ന ആ പാട്ടുകേട്ട് എല്ലാവരും സുഖനിദ്രയിലാണ്ടു. ആ സമയത്ത് ആരുമറിയാതെ സുമുഖൻ അവിടെയെത്തി. തന്റെ മകനേയുംകൊണ്ട് സ്ഥലംവിട്ടു. കുറേസമയം കഴിഞ്ഞ് എല്ലാവരും ഉണർന്നപ്പോൾ മാത്രമാണ് കുഞ്ഞ് നഷ്ടപ്പെട്ട വിവരം അവരറിഞ്ഞത്. എത്ര ആലോചിച്ചിട്ടും കുട്ടി എങ്ങനെ അവിടെനിന്നും അപ്രത്യക്ഷമായി; ആര്, എങ്ങനെ, എങ്ങോട്ട്, എന്തിന് കുട്ടിയെ കൊണ്ടുപോയി എന്ന വിവരങ്ങൾ അറിയാൻ കഴിഞ്ഞില്ല. ആകാശപുത്രി തന്റെ ഭർത്താവുതന്നെയായിരിക്കും കുട്ടിയെ കൊണ്ടുപോയതെന്ന് മനസിലാക്കിയെങ്കിലും ആരോടും ഒന്നും പറഞ്ഞില്ല.

അടുത്ത ദിവസംതന്നെ ആകാശപുത്രി ഭർതൃഗ്രഹത്തിലേക്ക് മടങ്ങി. തന്റെ കയ്യിലുണ്ടായിരുന്ന കടിഞ്ഞാൺ കുടഞ്ഞ ഉടനെ കുതിര അവിടെ എത്തുകയും അവൾ കുതിരപ്പുറത്ത് യാത്രചെയ്യുകയും ചെയ്തു. വീട്ടിലെത്തിയപ്പോൾ സുമുഖൻ ചോദിച്ചു:

"ഓ നീ വന്നോ!"

"അതേ, ഞാൻ വന്നു. നമ്മുടെ കുഞ്ഞെവിടെ?"

അതിനപ്പുറം അവർ തമ്മിൽ യാതൊരു സ്വരച്ചേർച്ചയില്ലായ്മയും ഉണ്ടായില്ല. അവർ സന്തോഷത്തോടെ മകനെ സ്നേഹിച്ചും ലാളിച്ചും ജീവിച്ചു. വീണ്ടും ഏതാണ്ട് ഒരു വർഷം കഴിഞ്ഞപ്പോൾ ആകാശപുത്രി ഭർത്താവിനോട് പറഞ്ഞു:

"എനിക്ക് വീണ്ടും അച്ഛനെ ഒന്ന് കണ്ടാൽകൊള്ളാമെന്ന് ഒരാഗ്രഹം."

"അതിനെന്താ, നീ പോയിവന്നോ. പക്ഷേ, നീ മാത്രം പോയാൽ മതി. നമ്മുടെ മകനെ ഇപ്പോൾ കൊണ്ടുപോകേണ്ട. അതിനുള്ള സമയമായിട്ടില്ല."

"സമ്മതം."

"പിന്നെ, കഴിഞ്ഞപ്രാവശ്യം നീ പോകുമ്പോൾ ഞാൻ പറഞ്ഞ കാര്യങ്ങൾ ഓർമയുണ്ടല്ലോ. ആ നിബന്ധനകളെല്ലാം അതേപോലെ പാലിക്കണം. മറക്കണ്ട."

"അതും സമ്മതം. ഞാനെല്ലാം അതുപോലെ ചെയ്തുകൊള്ളാം."

"നീ ഗർഭവതിയാണ്. പ്രസവത്തിനു മുമ്പ് തിരികെ പോരണം."

"കഴിഞ്ഞപ്രാവശ്യം തെറ്റുപറ്റി. ഇത്തവണ ഞാൻ കൂടുതൽ ശ്രദ്ധിക്കാം. എല്ലാം അങ്ങ് പറഞ്ഞതുപോലെ ചെയ്യാൻ ശ്രമിക്കാം."

ആകാശപുത്രി അച്ഛന്റെ വീട്ടിലേക്ക് യാത്രയായി. വീട്ടിലെത്തിച്ചേർന്ന അവൾക്ക് അന്നുരാത്രി തന്നെ പ്രസവവേദന എടുക്കുകയും ഒരു ആൺ കുഞ്ഞിനെ പ്രസവിക്കുകയും ചെയ്തു. പിന്നീടെല്ലാം ആദ്യത്തെ പ്രാവശ്യം നടന്നതുപോലെ തന്നെ സംഭവിച്ചു. ആകാശപുത്രി അടുത്ത പ്രഭാതത്തിൽത്തന്നെ ഭർതൃഗൃഹത്തിലേക്ക് മടങ്ങുകയും ചെയ്തു. അവർ രണ്ട് മക്കളോടുമൊപ്പം സന്തോഷത്തോടെ ജീവിതം തുടർന്നു.

പക്ഷേ, വീണ്ടും ഏതാണ്ട് ഒരു വർഷം കഴിഞ്ഞപ്പോൾ ആകാശപുത്രിക്ക് അച്ഛന്റെ ഓർമകളുണ്ടായി. അവൾ ഭർത്താവിനോട് വീണ്ടും ആഗ്രഹം പ്രകടിപ്പിച്ചു. 'അച്ഛനെ ഒന്ന് കാണാൻ കഴിഞ്ഞിരുന്നു എങ്കിൽ' എന്ന്. സുമുഖൻ യാതൊരു തടസ്സവും പറഞ്ഞില്ല. പക്ഷേ, കുട്ടികളെ കൊണ്ടുപോകണ്ട എന്നും നേരത്തെ പറഞ്ഞിരുന്ന നിബന്ധനകൾ പാലിക്കണമെന്നും ആവർത്തിച്ചു. ആ നിബന്ധനകൾ ആകാശപുത്രിയ്ക്കും സമ്മതവുമായിരുന്നു. പതിവുപോലെ പുത്രി അച്ഛന്റെ വീട്ടിൽ എത്തി. തികച്ചും അപ്രതീക്ഷിതമായി അന്നുരാത്രിതന്നെ ആകാശപുത്രി വീണ്ടും ഒരാൺകുഞ്ഞിന് ജന്മം നൽകി. പ്രസവം കഴിഞ്ഞ് മുമ്പ് സംഭവിച്ചതുപോലെ ആ രാത്രിതന്നെ കുട്ടി അപ്രത്യക്ഷമാകുകയും ചെയ്തു.

ആ സംഭവം ആകാശപുത്രിയുടെ അച്ഛനെ വളരെയധികം കോപിഷ്ടനാക്കി. അയാൾ മകളോട് പറഞ്ഞു:

"ഇതൊക്കെ എങ്ങനെ സംഭവിക്കുന്നു. ഇതിന്റെയൊക്കെ പിന്നിൽ നിന്റെ ഭർത്താവാണെന്ന് എനിക്ക് നന്നായറിയാം. അത് മനസിലാക്കാൻ പ്രത്യേകിച്ച് ബുദ്ധിയൊന്നും വേണ്ട. എല്ലാം നിനക്കും നന്നായറിയാം. എനിക്ക് മനസിലാകുന്നില്ലെന്ന് വിചാരിക്കേണ്ട. എല്ലാ വിവരങ്ങളും സത്യസന്ധമായി എന്നോട് പറഞ്ഞില്ലെങ്കിൽ നിന്നെ ഞാൻ കൊന്നുകളയും. ഒരു ദയയും പ്രതീക്ഷിക്കേണ്ട."

അച്ഛന്റെ നിർബന്ധത്തിനുമുമ്പിൽ മകൾക്ക് കീഴടങ്ങേണ്ടിവന്നു. അവൾ തന്റെ ഭർത്താവിനെക്കുറിച്ചുള്ള എല്ലാ വിവരങ്ങളും അച്ഛനോട് പറഞ്ഞു. പിന്നീട് അടുത്ത പ്രഭാതത്തിൽതന്നെ ഭർത്താവിന്റെ വീട്ടിലേക്ക് യാത്രതിരിച്ചു. പക്ഷേ, പതിവുപോലെ കടിഞ്ഞാൺ കുടഞ്ഞു നോക്കിയെങ്കിലും കുതിര എത്തിയില്ല. എങ്കിലും നിരാശയാകാതെ നടന്നുതന്നെപോകാൻ അവൾ തീർച്ചയാക്കി. അങ്ങനെ അവൾ നടന്ന് വീട്ടിലെത്തിയപ്പോൾ സുമുഖനും കുട്ടികളും അവിടെ ഇല്ലായിരുന്നു. സുമുഖന്റെ പ്രായംചെന്ന അമ്മ മാത്രമാത്രമായിരുന്നു വീട്ടിലുണ്ടായിരുന്നത്. അമ്മ പറഞ്ഞു: "മോളെ, അവനും കുഞ്ഞുങ്ങളും ഇവിടെ ഇല്ല. ഇവിടെനിന്നും എങ്ങോട്ടാ പോയതെന്ന് എനിക്കറിയില്ല. ഇതാ ഈ വഴിയേയാ പോയത്. അൽപം വേഗം പോയാൽ ഒരു പക്ഷേ, അവരെ കണ്ടെത്താൻ കഴിഞ്ഞേക്കും"

ആകാശപുത്രി ഒട്ടും സമയംകളയാതെ കഴിയുന്നത്ര വേഗത്തിൽ അമ്മ കാണിച്ച വഴിയേ നടന്നു. ഏതാണ്ട് സന്ധ്യായാകാറായപ്പോഴേക്കും കുറച്ചുദൂരെയായി ഒരു വിളക്കിന്റെ ദീപം കണ്ടു. ആ വിളക്ക് ലക്ഷ്യംവെച്ച് പുത്രി നടന്നു; കുറച്ച സമയത്തിനുള്ളിൽ അവിടെ എത്തി. അത് ഒരു സാമാന്യം നല്ല വീടായിരുന്നു. വീടിനുള്ളിൽ ഒരു സ്ത്രീ മാത്രമേ ഉണ്ടായിരുന്നുള്ളൂ. അവളെക്കണ്ടതും ആ സ്ത്രീ പറഞ്ഞു:

“ഓ, നീ വന്നു. അല്ലേ. നിന്നെക്കുറിച്ചും നിന്റെ വരവിന്റെ ഉദ്ദേശവും എനിക്കറിയാം. അതുകൊണ്ട് നീ പ്രത്യേകിച്ചൊന്നും പറയണ്ട. നിന്റെ ഭർത്താവും കുട്ടികളും കുറേദൂരം മുന്നോട്ട് പോയിക്കഴിഞ്ഞിരിക്കുന്നു. രാത്രിയായില്ലേ. ഇന്നിനി പോകണ്ട. ഇവിടെ ആഹാരം കഴിച്ച് കിടന്നുറങ്ങ്. രാവിലെ യാത്ര പുറപ്പെട്ടോളൂ. അപ്പോൾ നിനക്കവരെ കണ്ടെത്താനാകും.”

ആ സ്ത്രീ സ്വയം പ്രവർത്തിക്കുന്ന ഒരു കത്രിക്കോൽകൊണ്ട് വസ്ത്രങ്ങൾ മുറിച്ച് ശരിപാർത്തുകൊണ്ട് ഇരിക്കുകയായിരുന്നു. അതുകണ്ട് പുത്രി അവരോട് ചോദിച്ചു:

“താങ്കൾ എന്താ ചെയ്തുകൊണ്ടിരിക്കുന്നത്?”

“അതൊക്കെ ഞാൻ നാളെ രാവിലെ നിന്നോട് പറയാം. ഇപ്പോൾ ഭക്ഷണം കഴിച്ച് ഉറങ്ങ്. വാ, ഞാൻ ഭക്ഷണം എടുത്തുവെയ്ക്കാം.”

ആകാശപുത്രി അന്നരാത്രി അവിടെ തങ്ങി. അടുത്ത പ്രഭാതത്തിൽ വീണ്ടും യാത്ര തുടർന്നു. യാത്ര ആരംഭിക്കുന്നതിനുമുമ്പ് ആ വീട്ടമ്മ അവളോട് പറഞ്ഞു:

“നിന്റെ ഭർത്താവിന്റെ മൂത്തസഹോദരിയാണ് ഞാനെന്ന് കരുതിക്കോ. ഞങ്ങൾ മൂന്ന് സഹോദരിമാരാണ്. ഇന്നത്തെ യാത്രയ്ക്കവസാനം നീ എന്റെ രണ്ടാമത്തെ സഹോദരിയുടെ വീട്ടിലെത്തും. മറ്റൊരു കാര്യം. നിന്റെ ഭർത്താവ് ആകാശരാജകുമാരിയെ വിവാഹം കഴിക്കാൻ നിശ്ചയിച്ചിരിക്കുകയാണ്. ഈ വിവരം നിന്റെ ഓർമയിലിരിക്കട്ടെ.”

“ഓ, അങ്ങനെയോ. “

“ഇതാ. ഇത് സ്വയംപ്രവർത്തിക്കുന്ന കത്രിക്കോലാണ്. നീ ഇത് നിന്റെ കയ്യിൽ സൂക്ഷിച്ചുവച്ചോ. നിനക്ക് ഉപകരിക്കും. ഇനി പോയിവാ. നല്ലതുവരട്ടെ.”

അങ്ങനെ ആകാശപുത്രി യാത്രതുടർന്ന് രാത്രിയായതോടെ മറ്റൊരു വീട്ടിൽ എത്തി. അവിടെ ഉണ്ടായിരുന്ന സ്ത്രീയും അവളെ സ്വീകരിച്ച് വേണ്ടസഹായങ്ങൾ ചെയ്തുകൊടുത്തു. അടുത്ത പ്രഭാതത്തിൽ യാത്ര തിരിച്ച ആകാശപുത്രിയോട് അവർ പറഞ്ഞു:

"നീ സ്വയം പ്രവർത്തിക്കുന്ന ഈ നൂൽനൂൽപ്പുയന്ത്രം നിന്റെ കയ്യിൽ സൂക്ഷിച്ചുവച്ചോ. നിനക്ക് പ്രയോജനപ്പെടും. ഇന്ന് രാത്രി നീ എന്റെ ഇളയസഹോദരിയുടെ വീട്ടിലെത്തും. ഭയപ്പെടാതെ പോയ്ക്കോളൂ. നിനക്ക് നല്ലതുവരും.'

അന്ന് രാത്രിയെത്തിയ വീട്ടിലും സ്നേഹത്തോടെയുള്ള സ്വീകരണ മാണ് അവൾക്ക് കിട്ടിയത്. രാത്രി ഉറങ്ങിയതിനുശേഷം പ്രഭാതത്തിൽ അവൾ യാത്രതിരിച്ചപ്പോൾ ഇളയ സഹോദരി അവളോട് പറഞ്ഞു:

"നീ ഇന്നുരാത്രി പട്ടണത്തിൽ എത്തും. നീ അവിടെ രാജകൊട്ടാ രത്തിൽ പോകണം അവിടെ നിനക്ക് കിട്ടുന്ന സ്വീകരണം സ്നേഹ ത്തോടെആയിരിക്കണമെന്നില്ല. എങ്കിലും ഭയപ്പെടേണ്ട ആവശ്യമില്ല. ബുദ്ധിപൂർവ്വം പ്രവർത്തിച്ചാൽ എല്ലാം ശുഭമാകും. മറ്റൊന്ന് ഇതാ, ഈ സ്വംയം പ്രവർത്തിക്കുന്ന സൂചി നീ സൂക്ഷിച്ചുവച്ചോ. ഇത് നിനക്ക് പ്ര യോജനപ്പെടും."

ആകാശപുത്രി സന്ധ്യയോടടുത്ത സമയത്ത് നഗരത്തിലെ രാജ കൊട്ടാരത്തിലെത്തി. ആദ്യം കാണാൻ കഴിഞ്ഞത്, രാജാവിന്റെ പലഭാര്യമാരിൽ ഒരാളെയാണ്. ആകാശപുത്രി അവരോട് പറഞ്ഞു:

"ഞാൻ കുറേ ദൂരെനിന്ന് വരുന്നു. എനിക്ക് കുറച്ചുനേരം വിശ്രമിക്കാൻ ഇവിടെ ഏതെങ്കിലും ഒരു കോണിൽ ഇരിക്കാൻ അനുവാദം തന്നാൽ..."

"അതിനെന്താ, നീ ഇവിടെത്തന്നെയിരുന്ന് വിശ്രമിച്ചോ. ഇന്ന് ഈ പട്ടണത്തിൽ എല്ലാവരും വിശ്രമത്തിൽതന്നെയാണ്. എല്ലാവരും രാജകുമാരിയുടെ വിവാഹത്തിന്റെ ആഘോഷത്തിലാ."

"ഓ, അങ്ങനെയോ. നല്ലത്. എന്നാണ് വിവാഹം?"

"മൂന്ന് ദിവസം കഴിഞ്ഞ്"

"ശരി. എനിക്ക് ചെയ്യാനായി എന്തെങ്കിലും കുറച്ച് ജോലി തരാമോ?. വിശ്രമിക്കുമ്പോഴും എന്തെങ്കിലും ജോലിചെയ്തുകൊണ്ടിരിക്കണം. അതാണ് എന്റെ സ്വഭാവം."

"എന്തുജോലിയാ നിനക്ക് ഞാൻ തരേണ്ടത്?"

"എനിക്ക് നന്നായി തുന്നാൻ കഴിയും. ഏതെങ്കിലും തുണി തന്നാൽ ഷർട്ടോ, ബ്ലൗസോ ഒക്കെ തുന്നാം. "

അവർ കൊടുത്ത തുണിയുമെടുത്ത് ആകാശപുത്രി ഒരോരമായി ഇരുന്ന് തന്റെ കയ്യിലുണ്ടായിരുന്ന സ്വയം പ്രവർത്തിക്കുന്ന കത്രി ക്കോലും, യന്ത്രവും, സൂചിയുമെല്ലാം പ്രവർത്തനക്ഷമമാക്കി. യന്ത്രങ്ങൾ അവയുടെ ജോലികൾ കൃത്യമായി ചെയ്തുകൊണ്ടിരുന്ന സമയത്ത് രാജ കുമാരിയുടെ സേവകരിൽ ഒരാൾ അത് കാണാനിടയായി. അവൾ ആ

കാഴ്ചകണ്ട് അതിശയിച്ചുപോയി. പരിചാരിക ഉടൻതന്നെ താൻ കണ്ട അതിശയകരമായ ആ കാഴ്ചയെക്കുറിച്ച് രാജകുമാരിയോട് പറഞ്ഞു. തന്നത്താനെ തുണിവെട്ടുന്ന കത്രികയും, നൂലുണ്ടാക്കുന്ന യന്ത്രവും, തുന്നൽപണി ചെയ്യുന്ന സൂചിയും.

അതുകേട്ട രാജകുമാരി അവളോട് പറഞ്ഞു:

"അങ്ങനെയോ, നീ പറയുന്നത് കേട്ടിട്ട് എനിക്കും തികഞ്ഞ അതിശയം തോന്നുന്നു. നീ പോയി ആ സ്ത്രീയോട് എന്ത് പ്രതിഫലം കൊടുത്താൽ ആ അതിശയകത്രിക്കോൽ നമുക്ക് തരുമെന്ന് ചോദിച്ചറിഞ്ഞ് വാ."

"അങ്ങനെയാകട്ടെ."

പരിചാരിക രാജകുമാരിയുടെ ആവശ്യം ആകാശപുത്രിയെ അറിയിച്ചു.

"എനിക്ക് പ്രത്യേകിച്ച് ഒന്നും വേണ്ടെന്ന് രാജകുമാരിയോട് പറയുക. രാജകുമാരി ഇന്നലെ കിടന്നുറങ്ങിയ സ്ഥലത്ത്, ആ കിടക്കയിൽ ഇന്ന് ഉറങ്ങാനുള്ള സൗകര്യം എനിക്ക് ചെയ്തുതരണം. അത്രമാത്രം മതി. അങ്ങനെ ചെയ്താൽ കത്രിക്കോൽ രാജകുമാരിക്ക് സ്വന്തം." ആകാശപുത്രി പറഞ്ഞു. രാജകുമാരി സമ്മതം മൂളുകയും ആകാശപുത്രി ആവശ്യപ്പെട്ടതുപോലെ തന്റെ പ്രതിശ്രുതവരനും (സുമുഖനും) മക്കളും കിടന്നുറങ്ങിയ മുറിയിൽ അടുത്തുണ്ടായിരുന്ന കിടക്കയിൽ കിടന്നുറങ്ങാൻ ആകാശപുത്രിക്ക് സൗകര്യ ചെയ്തുകൊടുക്കുകയും ചെയ്തു. പക്ഷേ, അങ്ങനെ ചെയ്യുന്നതിനു മുമ്പ് തന്റെ പ്രതിശ്രുതവരന് ഉറക്കഗുളികൾ കലർത്തിയ പാല് കൊടുത്തിരുന്നു. അതുകൊണ്ട് സുമുഖൻ ഉറങ്ങിപ്പോയിരുന്നു. പ്രഭാതമായപ്പോഴേക്കും, സുമുഖൻ ഉണരുന്നതിനുമുമ്പുതന്നെ രാജകുമാരി തിരികെച്ചെന്ന് ആകാശപുത്രിയെ മുറിയിൽനിന്ന് പുറത്താക്കുകയും ചെയ്തു.

അന്നും സന്ധ്യാനേരത്ത് രാജകുമാരി തന്റെ പരിചാരികയെ ആകാശപുത്രിയുടെ അടുത്തേക്കയച്ചു.

"നീ പോയി എന്തു പ്രതിഫലം കൊടുത്താൽ ആ സ്ത്രീ സ്വയം നൂൽ നൂൽക്കുന്ന യന്ത്രം നമുക്ക് തരുമെന്നറിഞ്ഞുവാ."

"അങ്ങനെയാകട്ടെ."

തിരികെച്ചെന്ന് പരിചാരിക പറഞ്ഞത് തലേദിവസം പറഞ്ഞതുതന്നെ. രാജകുമാരി അന്നും തലേദിവസം ചെയ്തതുപോലെ ആകാശപുത്രിക്ക് സുമുഖന്റെ മുറിയിൽ ഉറങ്ങാനുള്ള സൗകര്യം ചെയ്തുകൊടുത്തു; അടുത്ത ദിവസം പ്രഭാതത്തിൽതന്നെ മുറിയിൽനിന്ന് പറഞ്ഞയയ്ക്കുകയും

ചെയ്തു. പക്ഷേ, അന്ന് രാത്രി മറ്റൊന്നുകൂടി സംഭവിച്ചു. ഉറക്കമരുന്നിന്റെ സ്വാധീനംകൊണ്ട് സുമുഖൻ അന്നും നല്ലതുപോല ഉറങ്ങി. എങ്കിലും ആകാശപുത്രി തന്റെ സ്വന്തം ഭർത്താവിന്റെ അടുത്തിരുന്ന്, 'ഞാനാണ് നിങ്ങളുടെ യഥാർഥ ഭാര്യ; എന്നെ മറന്നുപോയോ? ഞാൻ നിങ്ങളുടെ മൂന്ന് പുത്രന്മാരുടെ അമ്മയാണ്,' എന്ന് വീണ്ടും വീണ്ടും പറഞ്ഞുകൊണ്ടേയിരുന്നു. സുമുഖൻ അതൊന്നും കേട്ടില്ലെങ്കിലും അടുത്ത ഒരു കട്ടിലിൽ കിടന്നിരുന്ന അവരുടെ മൂത്തമകൻ അതെല്ലാം കേട്ടു. അടുത്ത ദിവസം പകൽ സമയത്ത് നടക്കാൻപോയ സുമുഖനോട് മകൻ തലേരാത്രിയിൽ നടന്ന കാര്യങ്ങൾ വിശദമായി പറഞ്ഞു. അതെല്ലാം കേട്ടപ്പോൾ സുമുഖന് തന്റെ നഷ്ടപ്പെട്ട ഓർമ ഒരളവുവരെയെങ്കിലും തിരികെ കിട്ടിയെങ്കിലും ആ കാര്യം അയാൾ ആരോടും പറഞ്ഞില്ല.

അന്നേദിവസം സന്ധ്യയോടുകൂടി വീണ്ടും രാജകുമാരി തന്റെ പരിചാരികയെ ആകാശപുത്രിയുടെ അടുത്തേക്കയച്ചു; സ്വയം പ്രവർത്തികുന്ന സൂചിക്കുവേണ്ടിയായിരുന്നു. മറ്റെല്ലാം തലേദിവസങ്ങളിൽ നടന്നതുപോലെ നടന്നു. എങ്കിലും അന്ന് രാത്രി ഉറങ്ങാൻ കിടന്ന സുമുഖൻ ഉറക്കഗുളികകൾ കലർത്തി തന്റെയടുക്കൽവച്ചിരുന്ന പാൽ കുടിച്ചില്ല. രാജകുമാരി കാണാതെ അത് കളയുകയും ചെയ്തു. മാത്രമല്ല ഉറക്കം നടിച്ച് കിടക്കുകയും ചെയ്തു.

ആ രാത്രി തന്റയടുത്തെത്തിയ ആകാശപുത്രി രാത്രിയിൽ പറഞ്ഞതെല്ലാം നേരിട്ട് കേട്ടപ്പോൾ സുമഖന് തന്റെ മാഞ്ഞുപോയ ഓർമകൾ പൂർണമായും തിരികെ കിട്ടി. അയാൾ ആകാശപുത്രിയോട് പറഞ്ഞു:

"എനിക്ക് എല്ലാ ഓർമകളും തിരികെ കിട്ടിയിരിക്കുന്നു. ഇത്രയും നാൾ ഏതോ ഒരു മാന്ത്രികശക്തിയുടെ പിടിയിലായിരുന്നു ഞാൻ. ഇപ്പോൾ ഞാനതിൽനിന്ന് മോചിതനായിരിക്കുന്നു. ഇനി നമുക്ക് നമ്മുടെ മൂന്ന് കുട്ടികളുമൊത്ത് സുഖമായി സന്തോഷത്തോടെ ജീവിക്കണം."

അങ്ങനെ പറഞ്ഞുകൊണ്ടിരുന്ന സമയത്ത് രാജകുമാരി അവിടെ കയറിച്ചെന്നു. കുമാരിയോട് തികച്ചും കർക്കശമായ സ്വരത്തിൽ സുമുഖൻ പറഞ്ഞു:

"നീ ആരാണ്?. ഉടനെ എന്റെ മുന്നിൽനിന്ന് പോയ്ക്കൊള്ളുക. ഇതാ, ഈ നിൽക്കുന്നവൾ എന്റെ ഭാര്യയാണ്. അതുകൊണ്ട് നീ കടന്നുപോയ്ക്കോ. വേഗം."

അതുകേട്ട് രാജകുമാരിയായി അഭിനയിച്ചിരുന്ന സ്ത്രീ ഉടൻതന്നെ അവിടെനിന്നും പോയി. സുമുഖനും ആകാശപുത്രിയും മക്കളും അവരുടെ സ്വന്തം വീട്ടിലേയ്ക്കും - അവിടെ അവർ വളരെ നാൾ സന്തോഷത്തോടെ ജീവിച്ചു.

റോബർട്ട് എന്ന ബ്രൂസ്

ഈ കഥ നിങ്ങളിൽ പലരും ഇതിനുമുമ്പുതന്നെ കേട്ടുകാണും. പക്ഷേ, ഈ കഥയ്ക്ക് മറ്റ് നാടോടിക്കഥകളിൽനിന്നും ഒരു വ്യത്യാസമുണ്ട്. ഇത് വാസ്തവികമായ ഒരു ചരിത്രസത്യം നാടോടിക്കഥയായി മാറിയതാണെന്ന സത്യം; നമ്മുടെ നാട്ടിൽ തച്ചോളി ഒതേനന്റേയും, കായംകുളം കൊച്ചുണ്ണിയുടേയും മറ്റും കഥകൾ നാടോടിക്കഥകളിലും പാട്ടുകളിലുമൊക്കെ സ്ഥാനം പിടിച്ചതുപോലെ. മാത്രമല്ല, സംഭവം നടന്ന സ്കോട്ട്ലാൻഡിന്റെ അതിർത്തികൾ വിട്ട് ലോകമെങ്ങും ഒരു വലിയപാഠമായി ഈ കഥ വളർന്നു നിൽക്കുന്നു എന്നതും നാം അംഗീകരിക്കേണ്ടതായുണ്ട്. കഥയിലെ നായകനായ റോബർട്ട് എന്ന ബ്രൂസ് (നമ്മൾ സാധാരണയായി അദ്ദേഹത്തെ അറിയുന്നത് റോബർട്ട് ബ്രൂസ് എന്നാണ്. എങ്കിലും സ്കോട്ട്ലാൻഡിൽ റോബർട്ട് എന്ന ബ്രൂസ് - Robert the Bruce എന്നാണ് ശരിയായും അറിയപ്പെടുന്നത്.) നമുക്ക് വായിച്ച് പരിചയമുള്ള റോബർട്ട് ബ്രൂസ് തന്നെയാണ്.

കഥ വായിക്കുന്നതോടൊപ്പം റോബർട്ട് ബ്രൂസിന്റെ ചരിത്രവും കുറച്ചെങ്കിലും അറിഞ്ഞിരിക്കുന്നത് നല്ലതല്ലേ?.

റോബർട്ട് ബ്രൂസ് ജീവിച്ചിരുന്നത് 1274 മുതൽ 1329 വരെയാണ്. ബ്രൂസ് കുടുംബം സ്കോട്ട്ലാൻഡിൽ ആദ്യമായി എത്തിയത് 1124-ലാണ്. അന്നുമുതൽ തങ്ങൾ സ്കോട്ട്ലാൻഡിന്റെ രാജകീയ പദവിക്ക് അർഹരാണെന്ന വിചാരം അവർക്കുണ്ടായിരുന്നു. പക്ഷേ, അത് ബ്രിട്ടനിലെ രാജകുടുംബാംഗങ്ങൾക്ക് സ്വീകാര്യമായിരുന്നില്ല. റോബർട്ട് ബ്രൂസ് 1274 ജൂലൈ 11-ന് ജനിച്ചു; 1329 ജൂൺ 07-ന് മരിച്ചു. അദ്ദേഹം ബ്രൂസ് കുടുംബത്തിൽനിന്നും ആദ്യം രാജാവായ വ്യക്തിയാണ്. 1306-ൽ

രാജാവായ ബ്രൂസ് തന്റെ മരണംവരെ ആ പദവിയിൽ തുടരുകയും ചെയ്തു. സ്കോട്ടാലാൻഡിനെ ഒരു സ്വതന്ത്ര രാജ്യമാക്കി ബ്രിട്ടന്റെ അധീനത്തിലല്ലാതാക്കി രൂപപ്പെടുത്തിയതിന്റെ സൂത്രധാരൻ ബ്രൂസായിരുന്നു. അതിനുവേണ്ടി അദ്ദേഹത്തിന് ബ്രിട്ടനുമായി (ഇംഗ്ലണ്ടുമായി) പല പ്രാവശ്യം യുദ്ധം ചെയ്യേണ്ടിവന്നിട്ടുണ്ട്. എങ്കിലും 1306-മാർച്ചിൽ രാജാവായി സ്ഥാനാരോഹണം ചെയ്ത ബ്രൂസ് ഇംഗ്ലണ്ടിലെ എഡ്വാർഡ് ഒന്നാമൻ (Edward-1)രാജാവ് നടത്തിയ മെത്തവൻ യുദ്ധത്തിൽ (Battle of Methevan) ബ്രൂസിനെ വീണ്ടും തോൽപിച്ചു. ബ്രൂസും ചില കൂട്ടുകാരും ഒളിവിൽപോകേണ്ടിവന്നു എങ്കിലും 1307-ൽ ലൗഡോൺ ഹിൽ (Loudown Hill) എന്ന സ്ഥലത്തുവച്ച് നടന്ന ഒളിപ്പോരിൽ ബ്രൂസ് ബ്രിട്ടിഷ് സൈന്യത്തെ തോൽപിച്ച് തന്റെ രാജകീയാധികാരം വീണ്ടെടുക്കുകയും ചെയ്തു. അങ്ങനെ രണ്ടാമതും അധികാരം പിടിച്ചെടുക്കുന്നതിനു മുമ്പ് ബ്രൂസ് എന്ന സ്കോട്ട്ലാൻഡിന്റെ രാജാവ് ഒളിവിൽ കഴിഞ്ഞിരുന്ന കാലത്ത് നടന്ന ഒരു ചെറിയ സംഭവമാണ് ലോകം ഒട്ടുക്കും പ്രകീർത്തിക്കപ്പെടുന്ന ഒരു നാടോടിക്കഥയും മനുഷ്യരാശിക്കാകെ ഒരു ഗുണപാഠവുമായി മാറിയത്. ബ്രൂസ് ഒളിവിൽ കഴിഞ്ഞിരുന്ന കാലത്ത് താമസിച്ചിരുന്നത് ഒരു ചെറിയ മുറിയിലായിരുന്നോ അതോ വനമധ്യത്തിലുള്ള ഒരു ഗുഹയിലായിരുന്നോ എന്നത് തീർച്ചയല്ല. എങ്കിലും ഗുഹയിലായിരുന്നുവെന്ന് കരുതാം - കഥയിൽ അങ്ങനെയാണ്.

മെത്തവൻ യുദ്ധത്തിൽ തോറ്റ ബ്രൂസും കുറച്ച് ആത്മാർഥ സ്നേഹിതന്മാരും ഒളിച്ചോടാൻ നിർബന്ധിതരായി. അവർ ചെന്നെത്തിയത് വനപ്രദേശത്തുള്ള പർവ്വതനിരകൾക്കടുത്താണ്. അവിടെക്കണ്ട ചില ഗുഹകളിൽ അവർ തങ്ങളുടെ പാർപ്പിടങ്ങളൊരുക്കി. ബ്രൂസ് തനിച്ച് അത്തരം ഒരു ഗുഹയിലായിരുന്നു. പുറത്ത് ശക്തിയായി മഴ പെയ്തുകൊണ്ടിരുന്ന സമയം; ബ്രൂസ് തനിക്ക് യുദ്ധങ്ങളിൽ തുടർച്ചയായുണ്ടായ പരാജയങ്ങളെക്കുറിച്ച് ഏതാണ്ട് വിവശനായിരിക്കുകയായിരുന്നു. എങ്ങിനെ വിവശനാവാതിരിക്കും ഒന്നും രണ്ടും പ്രാവശ്യമല്ല യുദ്ധങ്ങളിൽ തോറ്റത്; തുടർച്ചയായി ആറു പ്രാവശ്യം. ഒടുവിൽ നിൽക്കപ്പൊറുതിയില്ലാതെ ഒളിവിൽ താമസിക്കേണ്ട ഗതികേടിലും. ഇനി തന്റെ ഭാവി എന്തായിരിക്കും. ഇനി യുദ്ധം ജയിക്കാമെന്ന ആഗ്രഹം ഏതാണ്ട് ഇല്ലാതായി. തികച്ചും നിരാശനായി ബ്രൂസ് ഇരിക്കുകയായിരുന്നു.

അപ്പോഴാണ് താൻ ഇരുന്നതിനടുത്ത് മച്ചിൽ (ഗുഹയുടെ മേൽഭാഗത്ത്) ഒരു ചിലന്തി (എട്ടുകാലി) വലകെട്ടാൻ ശ്രമിക്കുന്നത് കാണാനിടയായത്. ചിലന്തിയുടെ പ്രവർത്തി ബ്രൂസിനെ ആകർഷിച്ചു. ബ്രൂസ് ക്ഷമയോടെ ചിലന്തിയുടെ പ്രവർത്തികൾ നോക്കിയിരുന്നു.

ചിലന്തി ഒരു കോണിലിരുന്ന് മറ്റേഭിത്തിയിലേക്ക് (അല്ലെങ്കിൽ ഒരു കഴക്കോലിൽനിന്ന് മറ്റൊന്നിലേക്ക് എന്ന് വിചാരിച്ചുകൊള്ളുക- ബ്രൂസ് ഇരുന്നത് ഒരു ഇടുങ്ങിയ ചെറിയ മുറിക്കുള്ളിലായിരുന്നുവെങ്കിൽ) ചാടി. അങ്ങനെ വേണമല്ലോ വലയ്ക്ക് ആധാരമായ ആദ്യത്തെ നൂല് ബന്ധിപ്പിച്ചുകെട്ടുക. ആദ്യത്തെ നൂൽ ബന്ധിപ്പിച്ച് കെട്ടിക്കഴിഞ്ഞാൽ പിന്നീട് ജോലി എളുപ്പമാകും. പക്ഷേ പാവം ചിലന്തി; അതിന് വേണ്ടത്ര ശക്തിയോടെ ചാടാൻ കഴിയാഞ്ഞതുകൊണ്ട് മറ്റേ ഭിത്തിയിൽ എത്തിപ്പെടാൻ സാധിച്ചില്ല. വീണുപോയ നൂലിൽക്കൂടി അത് പൂർവ്വസ്ഥാനത്ത് തിരിച്ചെത്തി.

ഇതു പറയുമ്പോൾ ഒരു കാര്യം കൂടി അറിയേണ്ടതുണ്ട്. ചിലന്തി എന്തിനാണ് വല കെട്ടുന്നതെന്ന് നിങ്ങൾക്കറിയാമോ?. വല കെട്ടുന്നതെങ്ങിനെയാണെന്ന്, വലയ്ക്കുള്ള നൂൽ എവിടെനിന്നാണെന്ന് - അങ്ങനെയുള്ള കാര്യങ്ങൾ നിങ്ങൾ ആലോചിച്ചിട്ടുണ്ടോ?. ചിലന്തികൾ അവയുടെ സ്വന്തം ശരീരത്തിൽനിന്നും ഉണ്ടാക്കിയെടുക്കുന്ന ഒരു തരം പശ ഉപയോഗിച്ചാണ് സിൽക്ക് നൂലുകൾപോലെ നേർമ്മയുള്ള നൂലുകൾ ഉണ്ടാക്കുന്നത്. സ്വന്തം ദേഹത്ത് ഒട്ടിപ്പിടിക്കാത്തതും അതേസമയം മറ്റുവസ്തുക്കൾ ഒട്ടിപ്പിടിക്കുന്ന പശയോടുകൂടിയ മറ്റുതരം നൂലുകളും ചിലന്തികൾക്ക് ഉണ്ടാക്കാൻ കഴിയും. ഇത്തരത്തിൽ പ്രത്യേകതരം ഗുണങ്ങളോടുകൂടി ആറുതരം നൂലുകൾ ചിലന്തികൾക്ക് ഉണ്ടാക്കാൻ കഴിയും. ഇത്തരം നൂലുകളുടെ പുറത്ത് ഒരുതരം പശ ഉണ്ടായിരിക്കും. കൊതുക്, ചെറിയ ഈച്ചകൾ മുതലായവ പറന്നുനടക്കുന്നതിനിടയിൽ ആ നൂലിലെങ്ങാനും തൊടാൻ ഇടയായാൽ അവ അതിൽ ഒട്ടിപ്പിടിച്ചുപോകും. പിന്നീട് അതിൽനിന്ന് മോചനം സാധ്യമല്ല. അങ്ങനെ ഒട്ടിപ്പിടിക്കുന്ന കീടങ്ങളെ വലയുടെ ഉടമസ്ഥനോ ഉടമസ്ഥയോ ആയ ചിലന്തിക്ക് സ്വന്തം സൗകര്യപ്രകാരം, വിശപ്പ് തോന്നുമ്പോൾ പിടിച്ച് കഴിക്കാനും കഴിയും. വല കെട്ടാൻ ബുദ്ധിമുട്ടണമെങ്കിലും പിന്നീട് യാതൊരു ബുദ്ധിമുട്ടുമില്ലാതെ ഭക്ഷണം സ്വരൂപിക്കാനുള്ള ഒരു തന്ത്രമാണ് ചിലന്തിയുടെ വല.

ഇനി മറ്റൊരുകാര്യം കൂടി പറയാം. ചിലന്തികൾ നിസ്സാരക്കാരാണെന്ന് കരുതണ്ട. അവരുണ്ടാക്കുന്ന നൂലുകളുടെ ബലവും (strength) വലിവുറപ്പും (tensile strength) ഇലാസ്തികതയും (elastcity- വലിച്ചു നീട്ടപ്പെടാനുള്ള കഴിവ്) അതേ ഭാരത്തിലുള്ള ഇരുമ്പ്കമ്പിയുടേതിനേക്കാൾ പല മടങ്ങ് കൂടുതലാണെന്ന് പറഞ്ഞാൽ വിശ്വസിക്കാനാകുമോ. പക്ഷേ, അതാണ് സത്യം. അതുകൊണ്ടുതന്നെ നമ്മുടെ ശാസ്ത്രജ്ഞർ ഇന്നും ചിലന്തിവലകൾ ഉണ്ടാക്കാൻ ഉപയോഗിക്കുന്ന

പോഷകവസ്തുക്കൾ (proteins) എന്തൊക്കെയാണെന്നും അവ എങ്ങനെ രൂപപ്പെടുത്തുന്നുവെന്നും, എങ്ങനെ കൃത്രിമമായി നമുക്ക് ഉണ്ടാക്കാൻ കഴിയുമെന്നും ഗവേഷണം നടത്തിക്കൊണ്ടേയിരിക്കുന്നു. ആ വിവരങ്ങൾ കണ്ടുപിടിക്കാൻ കിഞ്ഞാൽ ഇരുമ്പിന് പകരം അത്തരം പോഷകവസ്തുക്കൾ ഉപയോഗിക്കാൻ കഴിയും - പ്രത്യേകിച്ചും ഇരുമ്പ് ധാതുക്കളുടെ ലഭ്യത കുറഞ്ഞ് ഇല്ലാതാകുന്ന സാഹചര്യത്തിൽ. അതുപോലെ നമ്മുടെ ഭടന്മാർക്കും മറ്റും ഉപയോഗിക്കാൻ ഭാരം കുറഞ്ഞ വെടിയുണ്ട തുളയ്ക്കാത്ത മേലങ്കികളും (Bulletproof vests) നമ്മുടെ ശരീരത്തിലെ ചലന ഞരമ്പുകളും (tendons) മറ്റും നിർമിക്കാൻ അത്തരം നൂലുകൾ വളരേ പ്രയോജനപ്പെടും. ഒരു പക്ഷേ, വീടുകൾ നിർമിക്കാൻ വേണ്ട കമ്പികൾ പോലും അങ്ങനെ ഉണ്ടാക്കാൻ കഴിഞ്ഞെന്ന് വരും. നമുക്ക് കഥയിലേക്ക് തിരിച്ചുവരാം. പൂർവ്വസ്ഥാനത്ത് തിരിച്ചെത്തിയ ചിലന്തി വെറുതേ ഇരുന്നില്ല. അത് വീണ്ടും ചാടി, വീണ്ടും പരാജയപ്പെട്ടു. പക്ഷേ, ചിലന്തിക്ക് ഒരു കൂസലുമുണ്ടായില്ല. അത് വീണ്ടും പൂർവ്വസ്ഥാനത്ത് എത്തി മറുപടിയും ചാടി. മറുപടിയും ചാട്ടം പിഴച്ചു.

ബ്രൂസ് അതിശയത്തോടെ ചിലന്തിയെ തികഞ്ഞ ആകാംക്ഷയോടെ നോക്കിക്കൊണ്ടിരുന്നു. അദ്ദേഹം വിചാരിച്ചു, പാവം ചിലന്തി എന്നെപ്പോലെ വീണ്ടും വീണ്ടും തോറ്റുപോയിരിക്കുന്നു. അങ്ങനെ ആറാമത്തെ പ്രാവശ്യവും ചിലന്തി അതിന്റെ ഉദ്യമത്തിൽ പരാജയപ്പെട്ടു. അപ്പോൾ ബ്രൂസ് വിചാരിച്ചു 'പാവം ചിലന്തി, അതും എന്നെപ്പോലെ ആറുപ്രാവശ്യം തോറ്റിരിക്കുന്നു. ഇങ്ങനെ വീണ്ടും വീണ്ടും തോറ്റിട്ടെന്തുകാര്യം. ഇനി ഒരു പക്ഷേ, ചിലന്തി അതിന്റെ പരിശ്രമം ഉപേക്ഷിക്കുമായിരിക്കും

പക്ഷേ, സംഭവിച്ചത് മറ്റൊന്നാണ്. ചിലന്തി പരാജയം അംഗീകരിക്കാൻ തയ്യാറായില്ല. ബ്രൂസിനെ അദ്ഭുതപ്പെടുത്തിക്കൊണ്ട് ചിലന്തി ഏഴാമത്തെ പ്രാവശ്യവും ചാടി; വിജയിക്കുകയും ചെയ്തു. സുരക്ഷിതമായി അത് മറ്റേ ഭിത്തിയിൽ എത്തി. പിന്നീട് വലനിർമാണം അനായാസമായി തുടരുകയും ചെയ്തു. ചിലന്തിയുടെ വിജയം കണ്ട ബ്രൂസ് വികാരഭരിതനായി ഉറക്കെ പറഞ്ഞു:

"അതേ, ചിലന്തിയാണ് ശരി. ചിലന്തിയ്ക്ക് കഴിയുമെങ്കിൽ എനിക്കും കഴിയും. ആറുപ്രാവശ്യം തോറ്റാലെന്ത്, ഏഴാമത്തെ പ്രാവശ്യം ജയിക്കും. അല്ലെങ്കിൽ എട്ടാമത്തെ പ്രാവശ്യം. അതേ, ജയിക്കുന്നതുവരെ ഞാൻ എന്റെ ശ്രമം തുടരും."

ബ്രൂസ് രാജാവ് ഗുഹയ്ക്കുള്ളിൽനിന്ന് പുറത്തുചെന്ന് തന്റെ കൂടെയുണ്ടായിരുന്ന മറ്റു സ്നേഹിതരെ വിളിച്ചുവരുത്തി അവരോട് പറഞ്ഞു:

"പരാജയം നമ്മെ നിരാശരാക്കരുത്. നമുക്കിനിയും ധൈര്യത്തോടെ

പൊരുതണം. യുദ്ധങ്ങളിൽ തോറ്റെങ്കിൽ ആ തോൽവി നാം കാര്യമായി കരുതേണ്ട. പുതിയ യുദ്ധമുറകൾ കണ്ടെത്തി വീണ്ടുംവീണ്ടും ജയിക്കുന്നതുവരെ നാം പോരാടണം. എന്താ, നിങ്ങൾ തയ്യാറല്ലേ? നിങ്ങൾ എന്റെ കൂടെനിന്ന് പൊരുതുകയില്ലേ? നമ്മൾ ജയിക്കുന്നതുവരെ.''

"അങ്ങ് നയിക്കാനുണ്ടെങ്കിൽ ഞങ്ങൾ എപ്പോഴും, എന്നും അങ്ങയുടെ കൂടെയുണ്ടാകും. തീർച്ച.''

"അങ്ങനെയെങ്കിൽ കേൾക്കൂ. ബ്രിട്ടീഷുകാർ ജയിച്ചുവെന്ന സന്തോഷത്തിലാണ്. നമ്മുടെ സൈന്യവും നമ്മളും യുദ്ധത്തിൽ തോറ്റ് ഒളിച്ചോടിയെന്നും ഇനി തിരികെവരാൻ സാധ്യതയില്ലെന്നുമുള്ള ധാരണയിലാണ് അവർ. അതുകൊണ്ടുതന്നെ ഇപ്പോൾ ശ്രദ്ധാലുക്കളല്ല. ഇപ്പോൾ, ഇനി ഒരാക്രമണ സാധ്യതതള്ളിക്കളഞ്ഞ് അവർ സന്തോഷിച്ചിരിക്കുന്ന ഈ സമയത്ത് നാം അവരെ ആക്രമിക്കണം. അങ്ങനെ ചെയ്താൽ നമ്മുടെ വിജയം സുനിശ്ചിതമാണ്.''

"തികച്ചും ശരിയാണ്. നമുക്കുടനേതന്നെ ഒരു തിരിച്ചാക്രമണം സംഘടിപ്പിക്കാം. ഈ പ്രാവശ്യം നമുക്ക് ഒളിപ്പോര് സംഘടിപ്പിക്കുന്നതായിരിക്കും കൂടുതൽ പ്രയോജനകരം.''

"അതേ, തീർച്ചയായും അതാണ് ശരി.'' അങ്ങനെ ഏഴാമത്തെ തവണ ബ്രൂസ് രാജാവ് ബ്രിട്ടനെതിരായി നടത്തിയ യുദ്ധത്തിൽ അദ്ദേഹത്തിന്റെ സൈന്യം വമ്പൻ വിജയം കൈവരിച്ചു. ബ്രിട്ടീഷ് ഭടന്മാർ നിൽക്കപ്പൊറുതിയില്ലാതെ തങ്ങളുടെ കപ്പലുകളിൽ ബ്രിട്ടനിലേക്ക് തിരികെ പോകാൻ നിർബന്ധിതരായി. അതിനുശേഷം വളരെക്കാലം സ്കോട്ട്ലാൻഡ് ഒരു സ്വതന്ത്രരാജ്യമായി സമാധാനത്തോടെ തുടർന്നു. തങ്ങൾക്ക് അത്തരത്തിൽ സ്വാതന്ത്ര്യം നേടിത്തന്ന ബ്രൂസ് രാജാവിനെ ഇന്നും വളരെയധികം സ്നേഹത്തോടെയും ബഹുമാനത്തോടെയുമാണ് അവർ ഓർക്കുന്നത്.

ഗബോൺ സന്യാസി

ഗബോൺ സന്യാസി, നമ്മൾ സാധാരണ അറിയുന്നരീതിയിലുള്ള ഒരു സന്യാസിയായിരുന്നില്ല. മറിച്ച് ചില കാര്യങ്ങൾ ജ്ഞാനദൃഷ്ടിയോടെ കാണാൻ കഴിയുമായിരുന്ന ഒരാൾ - അതുകൊണ്ട് മറ്റുള്ളവർ അയാളെ ഗബോൺ സന്യാസി എന്ന് വിളിച്ചു എന്നുമാത്രം. ഗബോണിന് ഒരു മകനുണ്ടായിരുന്നു - ജാക്ക്.

ഒരു ദിവസം ഗബോൺ തന്റെ മകനെ അടുത്തുവിളിച്ചു പറഞ്ഞു:

“മോനേ, നീ ഇന്ന് ചന്തയിൽ പോകണം. ഇതാ, ഈ ആട്ടിൻ തോൽ കൊണ്ടുപോയി വിൽക്കണം. പക്ഷേ, തിരികെ വരുമ്പോൾ നിന്റെ കയ്യിൽ ഈ തോലും അതിന്റെ വിലയും ഉണ്ടായിരിക്കണം. മനസ്സിലായോ?''

“മനസ്സിലായി.''

ജാക്ക് ആട്ടിൻതോലുമായി ചന്തയിലേക്ക് പുറപ്പെട്ടു. പക്ഷേ, അവൻ ആലോചിച്ചുകൊണ്ടേയിരുന്നു. ‘ഇതെങ്ങിനെ സാധ്യമാകും. തോലിന്ന് അതിന്റെ വില തന്നതിനുശേഷം ആരെങ്കിലും തിരിച്ചുതരുമോ? അങ്ങനെ തന്നാൽതന്നെ എന്തിന്?’ പ്രതീക്ഷിച്ചപോലെ ചന്തമുഴവനും നടന്ന് പലരോടും സംസാരിച്ചിട്ടും മേൽപറഞ്ഞ രീതിയിൽ തുകൽ വാങ്ങിക്കാൻ ഒരാളും തയാറായില്ല. തികച്ചും നിരാശനായി ജാക്ക് ആട്ടിൻതോലുമായി തിരികെ വീട്ടിലെത്തി. മകനെ കണ്ടതും ഗബോൺ ചോദിച്ചു:

“മോനേ, തുകൽ വിൽക്കാൻ കഴിഞ്ഞോ?''

“ഇല്ലച്ഛാ,'' അവന്റെ ശബ്ദത്തിൽനിന്നുതന്നെ അവന്റെ നിരാശ

വ്യക്തമായിരുന്നു.

"നിരാശനാകേണ്ട മോനേ. നീ ഒരിക്കൽക്കൂടി ശ്രമിച്ചുനോക്കൂ. നാളേയും ആട്ടിൻതോലുമായി നീ ചന്തയിൽ പോകണം. ശ്രമിച്ചു നോക്കിയാൽ ഫലമുണ്ടാകും തീർച്ച."

"ശരിയച്ഛാ."

ജാക്ക് അടുത്തദിവസവും തോലുമായി ചന്തയിൽ പോയി. പക്ഷേ, പ്രയോജനമൊന്നുമുണ്ടായില്ല. നിരാശനായി തിരികെ ചെന്ന മകനോട് അച്ഛൻ പറഞ്ഞത് തലേന്ന് പറഞ്ഞതുതന്നെ. 'നിരാശനാകേണ്ട. അടുത്ത ദിവസം വീണ്ടും ശ്രമിക്കണം.'

മൂന്നാമത്തെ ദിവസവും ചന്തയിലെ അനുഭവം തലേനാളുകളേതിൽനിന്നും ഭിന്നമായിരുന്നില്ല. തികച്ചും നിരാശനായ ജാക്ക് ഇനി എന്തുചെയ്യണമെന്ന് ആലോചിച്ചു. വീട്ടിൽപോയി അച്ഛനോട് എന്തു പറയും! അച്ഛൻ തന്നെ ഏൽപ്പിച്ച ജോലിചെയ്യാൻ തന്നെക്കൊണ്ട് കഴിഞ്ഞില്ലല്ലോ എന്ന സങ്കടവും കുറ്റബോധവും മനസ്സിൽ നിറഞ്ഞുനിന്നു. അതേ സമയം ആനിബന്ധനയിൽ തന്റെ പക്കൽനിന്നും തോൽ വാങ്ങാൻ ആരും ഉണ്ടാവുകയില്ലെന്ന സാമാന്യബോധവും; ഇനി വീട്ടിലേക്ക് മടങ്ങി അച്ഛന്റെ മുമ്പിൽ വിഷണ്ണനായി നിൽക്കാതെ എങ്ങോട്ടെങ്കിലും ഒളിച്ചോടിയാലോ എന്ന ചിന്ത മറ്റൊരു വശത്ത്. അങ്ങനെ ആകെപ്പാടെ തികഞ്ഞ ചിന്താക്കുഴപ്പത്തിലായ ജാക്ക് ക്രീക്ക്റോഡിലുണ്ടായിരുന്ന പാലത്തിന്റെ തൂണിൽ ചാരി നിന്നിരുന്ന സമയത്ത് കീഴേ ആറ്റിൻതീരത്ത് ചെറുപ്പക്കാരിയായ ഒരു സ്ത്രീ നിൽക്കുന്നതുകണ്ടു. ധൈര്യം അവലംബിച്ച് ജാക്ക് ആ സ്ത്രീയെ വിളിച്ച് ചോദിച്ചു:

"ഹേ സഹോദരീ, നിങ്ങൾ കുറെനേരമായി നദിയോരത്ത് എന്തുചെയ്യുന്നു?" ആ സ്ത്രീ മറുപടി പറഞ്ഞു:

"എന്താ കണ്ടുകൂടേ, ഞാൻ എന്റെ വസ്ത്രങ്ങൾ അലക്കുന്നു. ഹേ യാത്രക്കാരാ, തെറ്റിദ്ധരിക്കുകയില്ലെങ്കിൽ ഞാനും ചോദിക്കട്ടെ."

"എന്താ കേൾക്കട്ടെ."

"നിങ്ങൾ കുറേനേരമായി ആ നിൽപ് നിൽക്കുന്നുവല്ലോ. എന്താ നിങ്ങളെ അലട്ടുന്ന പ്രശ്നം പറഞ്ഞാൽ വല്ല പോംവഴിയുമുണ്ടോ എന്ന് ഞാനും ആലോചിക്കാം."

ജാക്ക് തന്റെ കയ്യിലുണ്ടായിരുന്ന ആട്ടിൻതോൽ ഉയർത്തിക്കാണിച്ചുകൊണ്ട് പറഞ്ഞു:

"ദാ, നോക്കൂ. എന്റെ അച്ഛൻ ഈ തോൽ വിൽക്കാൻ എന്നെ ഏൽപ്പിച്ചിരിക്കുകയാണ്. അച്ഛന് വിറ്റ തോലിന്റെ പണവും തോലും

തിരികെ കൊടുക്കണമെന്നാണ് കരാറ്. അങ്ങനെ ഇത് വാങ്ങാൻ ആരെങ്കിലും വരുമോ?. അതാണ് എന്റെ പ്രശ്നം.''

വളരെ ലാഘവത്തോടെ ആ സ്ത്രീ മറുപടി പറഞ്ഞു:

“ഓ, ഇത്രേയുള്ളോ കാര്യം. ഇത് നിസ്സാരമായി സാധിക്കാവുന്ന കാര്യമല്ലേ. വിരോധമില്ലെങ്കിൽ നിങ്ങൾ ആ തോലുംകൊണ്ട് ഇങ്ങോട്ട് വാ. എന്തുചെയ്യാൻ കഴിയുമെന്ന് നമുക്ക് നോക്കാം.'' ജാക്ക് തോലുമായി ആ സ്ത്രീയുടെ അടുത്തെത്തി.

“ആ തോലിങ്ങ് തരൂ. ഞാനൊന്ന് നോക്കട്ടെ.''

ജാക്ക് തോല് അവരുടെ കൈയിൽ കൊടുത്തു. അവരത് തിരിച്ചും മറിച്ചും നോക്കിയതിനുശേഷം വെള്ളത്തിൽ മുക്കി കഴുകി. അതിലുണ്ടായിരുന്ന നൂല് (- കമ്പിളി രോമം) വേർപെടുത്തിയെടുത്തതിനുശേഷം തോൽ അയാളുടെ കയ്യിൽ കൊടുത്തു. കൂടാതെ കീശയിൽനിന്ന് കുറച്ച് പണവും എടുത്തുകൊടുത്തു.

“ഇപ്പോൾ നിങ്ങളുടെ വിഷമം തീർന്നില്ലേ?. ഞാൻ തന്ന പണവും ഈ തോലും അച്ഛന്റെ കയ്യിൽ കൊടുക്കൂ. അദ്ദേഹത്തിന് സന്തോഷമാകും.'' ആ സ്ത്രീ അയാളെ നോക്കി ചിരിച്ചുകൊണ്ട് പറഞ്ഞു.

ജാക്ക് വീട്ടിൽപോയി അച്ഛനോട് വിവരങ്ങൾ വിശദമായി പറഞ്ഞു. ഗബോണിന് വളരെ സന്തോഷമായി.

“മോനെ, നാളെ നീ ആ സ്ത്രീയെ കാണണം. കേട്ടിടത്തോളം അവൾ സമർഥയാണെന്ന് തോന്നുന്നു.''

“ഞാൻ ശ്രമിക്കാമച്ഛാ.''

“കാണാൻ കഴിഞ്ഞാൽ അവരെ ഒരു ദിവസം നമ്മുടെ വീട്ടിലേക്ക് വരാൻ ക്ഷണിക്കണം. വെറുതെ ഒരു കപ്പ് കാപ്പികുടിക്കാൻ - അച്ഛന്റെ ഒരു സന്തോഷത്തിന് എന്ന് പറഞ്ഞു നോക്ക്.''

“ശരിയച്ഛാ.''

അടുത്തദിവസം ജാക്ക് ആ പാലത്തിനടുത്ത് അവരുടെ വരവും പ്രതീക്ഷിച്ച് നേരത്തെതന്നെ കാത്തുനിന്നു. കുറച്ചു സമയത്തിനുശേഷം അവർ നദിക്കരയിലെത്തി. ജാക്ക് അവരുടെ അടുത്തുചെന്ന് പറഞ്ഞു:

“ഞാൻ അച്ഛനോട് എല്ലാ വിവരങ്ങളും പറഞ്ഞു. നിങ്ങളെക്കുറിച്ചും''

“ഉവ്വോ.''

“അച്ഛന് വളരെ സന്തോഷമായി. നിങ്ങളെ ഒരു ദിവസം വീട്ടിലേയ്ക്ക് വരാൻ ക്ഷണിക്കണമെന്ന് അച്ഛന് വളരെ നിർബന്ധം. വിരോധമില്ലെങ്കിൽ നാളെത്തന്നെ വന്നാൽ അച്ഛനും എനിക്കും സന്തോഷമാകും.''

“ശരി, ഞാൻ തീർച്ചയായും വരാം. നിങ്ങളുടെ ആഗ്രഹമല്ലേ. പക്ഷേ, നാളെ അൽപം തിരക്കിലാണ്. അതുകൊണ്ട് മറ്റന്നാൾ ഏതാണ്ട് ഈ സമയത്ത് ഞാൻ വരാം.”

“വളരെ സന്തോഷം.” വീട്ടിലേക്കുള്ള വഴി വിശദമായും കൃത്യമായും പറഞ്ഞുകൊടുത്തതിനു ശേഷം ജാക്ക് വീട്ടിലേക്ക് മടങ്ങി. വിവരങ്ങളെല്ലാം കേട്ട ഗബോൺ കൂടുതൽ സന്തുഷ്ടനായി. അദ്ദേഹം ജാക്കിനോട് പറഞ്ഞു:

“മോനെ, കേട്ടിടത്തോളം ആ സ്ത്രീ ഒരു നല്ല ബുദ്ധിശാലിയാണെന്ന് തോന്നുന്നു. അവൾക്ക് സമ്മതമാണെങ്കിൽ നീ അവളെ വിവാഹം കഴിച്ചാൽ നന്നായിരിക്കും.”

“അതേ അച്ഛാ. ഞാൻ മനസ്സിലാക്കിയിടത്തോളം അവൾ ഒരു നല്ല സ്ത്രീയാണ്. പക്ഷേ, വിവാഹത്തിന് അവൾ സമ്മതിക്കുമോ എന്തോ, അറിയില്ലല്ലോ.”

“അവൾ ഇവിടെ വരാമെന്നാണല്ലോ പറഞ്ഞത്. അപ്പോൾ ഞാൻ ചോദിക്കാം. എന്താ നിനക്ക് സമ്മതമല്ലേ?” പറഞ്ഞതുപോലെ അവൾ വീട്ടിൽ ചെന്നു. ഗബോണും ജാക്കും അവരെ സ്നേഹത്തോടെ സ്വീകരിച്ചു. സംസാരിച്ചുകൊണ്ടിരുന്നതിനിടയിൽ ഗബോൺ പറഞ്ഞു:

“മകളുടെക്കൂട്ട് ഒരു കുട്ടിയെയാരിക്കണം എന്റെ മകൻ ജാക്ക് വിവാഹം കഴിക്കുന്നത് എന്നാണ് എന്റെ ആഗ്രഹം.”

അതുകേട്ട മരിയ (അതായിരുന്നു അവളുടെ പേര്) സന്തോഷത്തോടെ ചിരിച്ചതല്ലാതെ മറുപടിയൊന്നും പറഞ്ഞില്ല. അവരുടെ സംഭാഷണം മറ്റ് പലതിലേക്കും കടന്നു. കുറച്ചുനേരം കഴിഞ്ഞ് ഗബോൺ ചോദിച്ചു:

“മോളെ മരിയ, നിനക്ക് ജാക്കിനെ വിവാഹം കഴിക്കാൻ സമ്മതമാണോ - ഇഷ്ടമാണോ?”

അൽപം നാണത്തോടുകൂടി അവൾ പറഞ്ഞു:”ജാക്കിനും ഇഷ്ടമാണെങ്കിൽ.”

അങ്ങനെ അവരുടെ വിവാഹം താമസിയാതെ നടന്നു. കുറച്ചു കഴിഞ്ഞ് ഒരു ദിവസം ഗബോൺ ജാക്കിനോട് പറഞ്ഞു:

“മോനെ, ഞാനിന്ന് നമ്മുടെ രാജാവിനെ കാണാൻ പോകുകയാണ്. അദ്ദേഹത്തിന് മറ്റാർക്കുമില്ലാത്തത്ര നല്ല ഒരു കൊട്ടാരം പണിയാൻ പോവുകയാണ്. പണിയുന്നതിന്റെ ചുമതല എനിക്കായിരിക്കും നീ കൂടി എന്റെ കൂടെ വരണം; പണിയുടെ കാര്യങ്ങളിൽ എന്നെ സഹായിക്കുകയും വേണം.” അവർ യാത്ര തുടങ്ങുമ്പോൾ ഗബോൺ മകനോട്

ചോദിച്ചു:

"മോനെ, നമുക്ക് പോകേണ്ടത് വളരെ ദൂരമുള്ള വഴിയാണ്. നിനക്ക് വഴിയുടെ ദൂരം കുറയ്ക്കാൻ എന്തെങ്കിലും ഉപായം അറിയാമോ?''

"എനിക്ക് അങ്ങനെ പ്രത്യേകിച്ച് ഒരു ഉപായവും അറിയില്ലല്ലോ അച്ഛാ.''

"ശെ, നിന്നെക്കൊണ്ടൊന്നിനും കൊള്ളുകയില്ല. നീ എന്റെ കൂടെ വന്നിട്ട് ഒരു പ്രയോജനവും ഉണ്ടെന്ന് തോന്നുന്നില്ല.''

ഒറ്റയ്ക്ക് തിരികെ ചെന്ന ജാക്കിനോട് മരിയ തിരക്കി.

"ഹേ, എന്തുപറ്റി. ഇതെന്താ നിങ്ങൾ ഒറ്റയ്ക്ക് തിരികെ പോന്നത്.?''

ജാക്ക് കാര്യങ്ങൾ വിവരിച്ചു.

"എന്റെ മണ്ടൻ ഭർത്താവേ, ഇത്രേയുള്ളോ കാര്യം! യാത്രക്കിടയിൽ ഒരു നല്ല കഥ പറഞ്ഞാൽ യാത്രാദൂരം (സമയം) കുറയുകയില്ലേന്ന് നോക്ക്. ഞാനൊരു കഥ പറയാം. കഥ കേട്ടുകഴിഞ്ഞാൽ ഉടനെ ഓടി അച്ഛന്റെ ഒപ്പമെത്തി അച്ഛനോട് ഈ കഥ പറഞ്ഞുനോക്ക്. അദ്ദേഹത്തിന് ഇഷ്ടപ്പെട്ടും തീർച്ച. "

ജാക്ക് ഭാര്യ പറഞ്ഞതുപോലെ ചെയ്തു. അവർ കഥ പറഞ്ഞുതീർന്നപ്പോൾ രാജകൊട്ടാരത്തിന്റെ കവാടത്തിൽ എത്തിക്കഴിഞ്ഞിരുന്നു.

"കണ്ടോ മോനെ, നീ കഥ പറഞ്ഞിരുന്നതുകൊണ്ട് നമ്മൾ എത്രവേഗം ഇവിടെയെത്തി. സമയംപോയത് അറിഞ്ഞതേയില്ല. അല്ലേ. ദൂരം ഏതാണ്ട് പകുതിയായതുപോലെ.''

അവർ അവിടെ എത്തിയതും രാജാവുൾപ്പെടെ എല്ലാവരും അവരെ സ്നേഹത്തോടെ സ്വീകരിച്ചു. അവരും എല്ലാവരോടും അവരുടെ അഭിവാദ്യങ്ങളറിയിച്ചു. പിന്നീട് രാജാവിന്റെ നിർദേശപ്രകാരം ഗബോൺ പുതിയ കൊട്ടാരം പണിയുടെ ചുമതല ഏറ്റെടുത്തു. പുതിയകൊട്ടാരത്തിന്റെ പണികൾ ഏതാണ്ട് ഒരു വർഷംകൊണ്ട് തീർത്തു. എല്ലാവരുടേയും പ്രശംസകിട്ടിയ ഒരു കൊട്ടാരം തന്നെയായിരുന്നു ഗബോൺ രൂപകൽപന ചെയ്ത് പണിഞ്ഞത്. രാജാവ് സന്തോഷത്തോടുകൂടി എല്ലാവരോടും പറഞ്ഞു:

"ഈ കൊട്ടാരം ഞാനാഗ്രഹിച്ചതുപോലെ മനോഹരമായിരിക്കുന്നു. ഇതിന്റെ പണിയിൽ പങ്കുകൊണ്ട എല്ലാവർക്കും നാളെ എന്റെ പാരിതോഷികങ്ങൾ സമ്മാനിക്കുന്നതാണ്. ഇത്ര മനോഹരമായ ഒരു കൊട്ടാര എനിക്ക് പണിത് തന്നതിന് ഗബോണിന് എന്റെ പ്രത്യേകം നന്ദി. ഇനിമേലിൽ ഈ കൊട്ടാരത്തെക്കാൾമെച്ചപ്പെട്ട മറ്റൊരു കൊട്ടാരവും നമ്മുടെ നാട്ടിൽ ഉണ്ടാകാൻ പാടില്ല. അതുകൊണ്ട്

മനോഹരമാണ് ഗബോൺ എനിക്കായി കെട്ടിയ ഈ കൊട്ടാരം. നന്ദി. ഗബോൺ.'' അത്രയും പറഞ്ഞിട്ട് രാജാവ് തിരികെ പോകാൻ തുടങ്ങുകയായിരുന്നു. അപ്പോൾ എല്ലാവരും കേൾക്കെ ഗബോൺ പറഞ്ഞു:

"ശരിയാണ്, എല്ലാ പണികളും കഴിഞ്ഞിരിക്കുന്നു എന്നുതന്നെ പറയാം. എങ്കിലും തികച്ചും പൂർത്തിയാക്കാൻ മച്ചിൽ ഒരു ചെറിയ പണികൂടി അവശേഷിക്കുന്നുണ്ട്.''

അതുകേട്ട് രാജാവ് ചോദിച്ചു:

"ബാക്കിയുള്ള പണി ഇന്നുതന്നെ തീർക്കുകയില്ലേ ഗബോൺ?''

"തീർക്കാം. അതിനാണ് ശ്രമിക്കുന്നത്.'' രാജാവ് പോയതിനുശേഷം അവിടത്തെ തോട്ടം ജോലിക്കാരിയായ ഒരു സ്ത്രീ ഗബോണിനെ രഹസ്യമായി വിളിച്ചു പറഞ്ഞു:

"ഗബോൺ സന്ന്യാസി, ഞാൻ നിങ്ങളോട് ഒരു രഹസ്യം പറയാം. എനിക്ക് താങ്കളോടുള്ള ബഹുമാനവും സ്നേഹവും കൊണ്ട് പറയുകയാണ്. ഞാൻ ഇങ്ങനെ ഒരു കാര്യം പറഞ്ഞു എന്ന വിവരം ഇരുചെവി അറിയാൻ പാടില്ല. അറിഞ്ഞാൽ എന്റെ ജീവൻ അപകടത്തിലാകുന്ന കാര്യമാണ്.''

"പറയൂ സഹോദരീ, ഞാൻ മറ്റാരോടും പറയുകയില്ല. സത്യം. എന്നെ വിശ്വസിക്കാം.''

"ഈ രാജാവ് വലിയ കശ്മലനും ക്രൂരനുമാണ്. അങ്ങ്പണിത സുന്ദരമായ ഈ കൊട്ടാരംപോലെ മറ്റൊന്ന് ഇനി ആർക്കും ഉണ്ടാകരുതെന്ന് അങ്ങേർ പറഞ്ഞത് സന്ന്യാസിയും കേട്ടില്ലേ, അങ്ങനെ ഒന്ന് ഇനി ആരും പണിയരുതെന്നത് അങ്ങേർക്ക് നിർബന്ധമാണ്. അതിനുവേണ്ടി എന്ത് ക്രൂരതയും കാട്ടാൻ ആ ദുഷ്ടൻ മടിക്കില്ല. ഇതുപോലൊന്ന് പണിയാൻ സന്ന്യാസിക്കല്ലാതെ മറ്റാർക്കും കഴിയുകയില്ലെന്നും അങ്ങേർക്കറിയാം.''

"അതുകൊണ്ട്...?''

"അതുകൊണ്ട് രാജാവ് നിങ്ങളെ രണ്ടുപേരെയും, അച്ഛനേയും മകനേയും, കൊലപ്പെടുത്താൻ തീരുമാനിച്ചിരിക്കുകയാണ്. ഇത് അദ്ദേഹം തന്റെ വിശ്വസ്ഥരോട് ഇന്നലെ രാത്രി പറയുന്നത് ഞാൻ രഹസ്യമായി കേട്ടതാണ്. അതുകൊണ്ട് സന്ന്യാസിയും മകനും കരുതലോടെയിരിക്കണം.''

"വിവരം പറഞ്ഞതിന് വളരെ നന്ദി. ഞാൻ സൂക്ഷിച്ചുകൊള്ളാം.'' ഗബോൺ തനിക്കുകിട്ടിയ വിവരം മകനേയും അറിയിച്ചു; ആരാണ് അത് തന്നോട് പറഞ്ഞതെന്ന് മാത്രം പറഞ്ഞില്ല.

"മോനേ, ഞാൻ പറഞ്ഞതെല്ലാം കേട്ടല്ലോ. എന്നുവെച്ച് പേടിക്കേണ്ട. പക്ഷേ, ഞാൻ പറയുന്ന കാര്യങ്ങൾ അതിന്റെ ഗൗരവം മനസ്സിലാക്കി തികഞ്ഞ ശ്രദ്ധയോടെ ചെയ്തു കൊള്ളണം അത്രതന്നെ."

അടുത്തദിവസം ഉച്ചതിരിഞ്ഞ് രാജാവ് പുതിയ കൊട്ടാരത്തിലെത്തി. എത്തിയ ഉടനെ അന്വേഷിച്ചത് ബാക്കിയുണ്ടായിരുന്ന പണി തീർത്തോ എന്നാണ്.

"അങ്ങയ്ക്ക് മുഷിവുതോന്നരുത് ആ പണി പൂർത്തിയാക്കാൻ കഴിഞ്ഞില്ല. അതിനുവേണ്ട ഒരു പ്രത്യേകതരം ഉപകരണം വീട്ടിലാണുള്ളത്. ഞാനെന്റെ മകനെ വീട്ടിലേക്കയച്ച് ഉപകരണം എടുത്തുകൊണ്ടുവരാൻ ഏർപ്പാടാക്കാം. പെട്ടെന്ന് തീർക്കാവുന്ന ജോലിയേ ബാക്കിയുള്ളൂ."

അതിന് മറുപടിയായി രാജാവ് പറഞ്ഞു:

"ഏയ്, അത് ശരിയാകുകയില്ല. ഗബോണും മകനും ഇന്ന് ഇവിടെത്തന്നെ ഉണ്ടാകണം. എങ്ങോട്ടും പോകാൻ പാടില്ല. ഉപകരണം എടുത്തുകൊണ്ടുവരാൻ മറ്റാരെയെങ്കിലുമയക്കാം. "

"ഇല്ല രാജൻ, മറ്റാരുപോയാലും വേണ്ടവിധം മരുമകളോട് പറഞ്ഞ് ശരിയായ ഉപകരണം എടുത്തുകൊണ്ടുവരാൻ സാധിക്കുമെന്ന് തോന്നുന്നില്ല. എന്റെ മകൻ ജാക്കുതന്നെ പോകുന്നതാ നല്ലത്."

"വേണ്ട വേണ്ട, എങ്കിൽ എന്റെ മകൻതന്നെ പോകട്ടെ."രാജാവ് പറഞ്ഞു.

"ശരി, അങ്ങയുടെ മകൻ പോകുമെങ്കിൽ അങ്ങനെയാകട്ടെ."

ഗബോൺ രാജകുമാരനോട് പറഞ്ഞു:

"അങ്ങ് എന്റെ വീട്ടിൽപോയി എന്റെ മരുമകൾ മരിയയോട് വളഞ്ഞതും നേരെയുള്ളതുമായ ഉപകരണം എടുത്ത് തരാൻ പറയണം. വളഞ്ഞതും നേരെയുള്ളതും - മറക്കരുതേ."

"ശരി."

രാജകുമാരൻ ഒന്നുരണ്ട് ഭൃത്യന്മാരുമൊത്ത് ഗബോണിന്റെ വീട്ടിലേക്ക് പോയി. അവിടെ എത്തിയതും കുമാരൻ മരിയയെ വിളിച്ചുപറഞ്ഞു: "ഞാൻ ഗബോണിന്റെ നിർദേശപ്രകാരം വന്നതാണ് - ഇവിടത്തെ രാജകുമാരൻ. നിങ്ങൾ വളഞ്ഞതും നേരെയുള്ളതുമായ ഉപകരണം എത്രയും വേഗം എടുത്തുതരണം. ചില ജോലികൾ പൂർത്തിയാക്കാൻ ആ ഉപകരണം ഉടനെ വേണ്ടതായുണ്ട്."

ബുദ്ധിശാലിയായ മരിയ ആലോചിച്ചു. 'വളഞ്ഞതും നേരെയുള്ളതുമായ' ഉപകരണമോ, അതെന്തുപകരണമാണ്. അങ്ങനെ ഒന്നിനെക്കുറിച്ച് നേരത്തെ കേട്ടിട്ടില്ലല്ലോ. തന്റെ അമ്മായി അച്ഛൻ അങ്ങനെ

ഒരു സന്ദേശം അയച്ചതിന്റെ കാരണം എന്തായിരിക്കും - അതും എടുത്തുകൊണ്ടുചെല്ലാൻ 'രാജകുമാരനെത്തന്നെ'അയക്കുക - അവൾ അൽപനേരം ആലോചിച്ചു. പിന്നീട് രാജകുമാരനോട് പറഞ്ഞു:

"നോക്കൂ, അങ്ങ് അകത്തുവരൂ. ദാ, അവിടെ മുകളിലിരിക്കുന്ന ആ പെട്ടിയിലാണ് അച്ഛൻ പറഞ്ഞ ഉപകരണം വച്ചിരിക്കുന്നത്. ഞാനത് എടുക്കാൻ ശ്രമിക്കാം."

അൽപം ഉയരത്തിലിരുന്ന ആ വലിയപെട്ടി തുറക്കാൻ ശ്രമിക്കുന്നതായി ഭാവിച്ചു. എങ്കിലും പെട്ടി തുറന്നില്ല. അവൾ കുമാരനോട് പറഞ്ഞു:

"താങ്കൾക്ക് എന്നേക്കാൾ പൊക്കമുണ്ടല്ലോ. അതുകൊണ്ട് താങ്കൾ തന്നെ പെട്ടിതുറക്കാൻ ഒന്ന് ശ്രമിച്ചുനോക്കൂ."

കുമാരൻ സന്തോഷത്തോടെ പെട്ടിതുറക്കാൻ ശ്രമിച്ചു. പെട്ടി ഏതാണ്ട് തുറന്ന സമയത്ത് മറിയ കുമാരന്റെ കാലുകൾ പിടിച്ചുയർത്തി മുന്നോട്ട് തള്ളിയപ്പോൾ കുമാരൻ ആ വലിയ പെട്ടിക്കുള്ളിൽ വീണു. ഉടൻതന്നെ മരിയ പെട്ടിയുടെ അടപ്പുമൂടി പെട്ടി പൂട്ടുകയും ചെയ്തു. പക്ഷ, കുമാരന് ശ്വസിക്കാൻ കഴിയുന്നവിധം പെട്ടിയിൽ കുറേ ഓട്ടകൾ ഉണ്ടാക്കാൻ മരിയ മറന്നില്ല. അപ്പോൾ പെട്ടിയിൽനിന്നും തന്നെ എങ്ങനെയെങ്കിലും രക്ഷപ്പെടുത്താൻ കുമാരൻ മരിയയോട് ആവശ്യപ്പെട്ടു - അപേക്ഷിച്ചു.

"കുമാരാ, ഈ പെട്ടി തുറക്കാൻ എനിക്കറിയുകയില്ല. എന്റെ അമ്മായി അച്ഛനുമാത്രമേ ഈ പെട്ടി തുറക്കാൻ കഴിയുകയുള്ളൂ. അദ്ദേഹത്തെ എങ്ങനെയെങ്കിലും ഉടനെ ഇവിടെ വരുത്തണം."

"ശരി, അങ്ങനെയെങ്കിൽ ഒരു തുണ്ട് കടലാസും ഒരു പേനയും തരൂ. ഞാൻ അച്ഛന് കൊടുക്കാൻ ഒരു കുറിപ്പ് എഴുതാം."

മരിയ പെട്ടിയുടെ മൂടിയുടെ ഓട്ടയിൽക്കൂടി കടലാസും പേനയും കൊടുത്തു. പിന്നീട് കുമാരൻ എഴുതിയ കുറിപ്പ് കുമാരന്റെ കൂടെ ചെന്നിരുന്ന ഒരു സിൽബന്ധിയുടെ കയ്യിൽ കൊടുത്തയച്ചു. കുറിപ്പ് കയ്യിൽ കിട്ടിയതും തന്റെ മകന്റെ രക്ഷയെക്കരുതി രാജാവ് ഗബോണിനെയും ജാക്കിനെയും കൂട്ടി ഗബോണിന്റെ വീട്ടിലെത്തി.

ഗബോൺ പെട്ടിതുറന്ന് കുമാരനെ സ്വതന്ത്രനാക്കി. സംഗതികളുടെ കിടപ്പ് മനസ്സിലാക്കിയ രാജാവ് തനിക്ക് കിട്ടിയ കൊട്ടാരംകൊണ്ട് തൃപ്തിപ്പെടുകയല്ലാതെ ഗബോണിനെ നിയന്ത്രിക്കാൻ മാർഗങ്ങൾ തേടാതിരിക്കുകയായിരിക്കും നല്ലതെന്ന നിഗമനത്തിലെത്തി. രാജാവ് നല്ല വാക്കുകൾ പറഞ്ഞ് കുമാരനും ഭൃത്യന്മാരുമൊത്ത് സ്വന്തം കൊട്ടാരത്തിലേക്ക് മടങ്ങി.

അങ്ങനെ രാജാവിന്റെ വഞ്ചനയിൽനിന്നും രക്ഷപ്പെട്ട ഗബോൺ മകനോട് പറഞ്ഞു:

“മോനെ ജാക്ക്, നമ്മൾ രക്ഷപ്പെട്ടിരിക്കുന്നു. ഇനി ഭയപ്പെടാനൊന്നുമില്ല. പക്ഷേ, എല്ലാം നിന്റെ ബുദ്ധിമതിയായ ഭാര്യ കാരണമാണ്. മനസ്സിലായോ. അത് ഒരിക്കലും മറക്കരുത്.”

“അതേ അച്ഛാ, അച്ഛൻ പറഞ്ഞത് തികച്ചും ശരിയാണ്.”

“മോനേ, നിനക്കിപ്പോൾ ഇതുപോലെയുള്ള കൊട്ടാരങ്ങൾ പണിയാൻ വേണ്ട പരിചയവും ആത്മവിശ്വാസവുമുണ്ടല്ലോ?”

“ഉണ്ട്. തീർച്ചയായും ഉണ്ട്.”

“എങ്കിൽ രാജാവിനുവേണ്ടി നമ്മൾ പണിതുകൊടുത്ത കൊട്ടാരത്തെക്കാൾ കൂടുതൽ സുന്ദരമായ ഒന്ന് അധികം താമസിയാതെ എന്റെ ബുദ്ധിമതിയായ മരുമകൾക്കുവേണ്ടി നീ പണിയണം. തയ്യാറല്ലേ?”

“ശരിയച്ഛാ, തീർച്ചയായും അവൾ അതർഹിക്കുന്നുണ്ട്.”

അങ്ങനെ ജാക്ക് പണിത അതിമനോഹരമായ കൊട്ടാരത്തിൽ അവർ ദീർഘകാലം സുഖസന്തോഷങ്ങളോടെ ജീവിച്ചു.

ജോണി ഗ്ലോക്ക് എന്ന തയ്യൽക്കാരൻ

ജോണി ഗ്ലോക്ക് മറ്റ് ഏതു തയ്യൽക്കാരനേയും പോലെ ഒരു സാധാരണ മനുഷ്യനായിരുന്നു. പക്ഷേ കുറെക്കാലം തയ്യൽ ജോലി ചെയ്തുകൊണ്ടിരുന്ന ജോണിക്ക് ജോലി മുഷിഞ്ഞുതുടങ്ങി. ഒരു രസവുമില്ലാത്ത തയ്യൽപ്പണി എത്രനാളിങ്ങനെ തുടരുമെന്ന് ജോണി ചിന്തിച്ചു. പക്ഷേ, എന്തു ചെയ്യാൻ കഴിയും. മറ്റൊരു ജോലിയും അയാൾക്ക് അറിയില്ലായിരുന്നു. ഒരു ദിവസം അത്തരം ചിന്തകളുമായി മങ്ങിയ സൂര്യവെളിച്ചത്തിൽ അലസനായി ഇരുന്നിരുന്ന സമയത്ത് തന്റെ അടുത്ത് കുറേയധികം ഈച്ചകൾ ഒന്നിച്ചു കൂടിയിരിക്കുന്നതുകണ്ട് 'ഛെ. ഈ ഈച്ചകൾ ഇവിടെ എന്തുചെയ്യുന്നു; ശല്യം', എന്ന് പറഞ്ഞു കൊണ്ട് അയാൾ തന്റെ കൈകൊണ്ട് ആ ഈച്ചക്കൂട്ടത്തിന്റെ പുറത്ത് ശക്തിയായി തല്ലി. കുറേ ഈച്ചകൾ പറന്നുപോയി എങ്കിലും, നല്ലൊരു സംഖ്യ ഗ്ലോക്കിന്റെ കൈക്കടിയിൽ പെട്ട് ചത്തു. അയാൾ കയ്യുയർത്തി നോക്കി. 'ഇത്രയും ഈച്ചകൾ ഒരടിക്ക് ചത്തുവന്നോ' - അയാൾക്ക് അതിശയം തോന്നി. അയാൾ മെല്ലെ ചത്ത ഈച്ചകൾ എത്രയെന്ന് എണ്ണാൻ തുടങ്ങി. - അതേ കുറച്ചൊന്നുമല്ലല്ലോ. അമ്പത് ഈച്ചകളാണ് ചത്തത്.ഗ്ലോക്ക് ഉത്സാഹത്തോടെ ഉറക്കെ പറഞ്ഞു:

"സഭാഷ് ജോണി, ഒറ്റയടിക്ക് 50 എണ്ണത്തിനെ കൊല്ലാൻ നിനക്ക് കഴിഞ്ഞിരിക്കുന്നു. നീ സമർത്ഥൻതന്നെ. ഇത് തികച്ചും അഭിനന്ദനാർഹം തന്നെ - പ്രശംസനീയമായ ഒരു വീരകൃത്യംതന്നെ. സംശയം വേണ്ട."

ഗ്ലോക്ക് ആ സംഭവത്തിനുശേഷം പലപ്പോഴും ആലോചിച്ചു. 'എന്തുകൊണ്ട് തനിക്ക് വീരകൃത്യങ്ങൾ ചെയ്യുന്ന യോദ്ധാവായിക്കൂടാ. കഴിയണം. ഒരടിക്ക് അമ്പത് കൊലകൾ നടത്തിയ താൻ ഒരു വീര യോദ്ധാവല്ലെന്ന് എങ്ങനെ പറയാൻ കഴിയും' എന്ന്.

ഗ്ലോക്ക് വീട്ടിലുണ്ടായിരുന്ന തുരുമ്പിച്ച ഒരു പഴയവാള് തേടിയെടുത്തു - ഒരു പക്ഷേ അത് തന്റെ പൂർവ്വികന്മാരാരെങ്കിലും ധീരകൃത്യങ്ങൾക്കായി ഉപയോഗിച്ചിരുന്നതായിരിക്കാം എന്ന് സ്വയം പറഞ്ഞു. ആ വാളും പിടിച്ചുകൊണ്ട് ഗ്ലോക്ക് തനിക്കും സാഹസിക കൃത്യങ്ങൾക്ക് അവസരം കിട്ടുമോ എന്ന അന്വേഷണവുമായി യാത്രതിരിച്ചു.

കുറേ ദൂരത്തെ യാത്രയ്ക്കുശേഷം രണ്ട് രാക്ഷസന്മാരുടെ അക്രമങ്ങൾകൊണ്ട് പൊറുതിമുട്ടിയ ഒരു ഗ്രാമത്തിലെത്തി. വാളും പിടിച്ച് നടന്നുചെന്ന ഗ്ലോക്കിനോട് ഗ്രാമവാസികൾ രാക്ഷസന്മാരെക്കുറിച്ചും അവർ സഹിക്കുന്ന ബുദ്ധിമുട്ടുകളെക്കുറിച്ചും പറഞ്ഞു. എങ്ങനെയെങ്കിലും രാക്ഷസന്മാരുടെ ശല്യം ഇല്ലാതാക്കി തങ്ങളെ രക്ഷിക്കാൻ ഗ്രാമവാസികൾ ഗ്ലോക്കിനോട് കേണപേക്ഷിച്ചു. എന്നു മാത്രമല്ല ഗ്രാമമുഖ്യൻ (അവിടത്തെ രാജാവ് എന്നും വേണമങ്കില് പറയാം.)തന്റെ ഗ്രാമത്തെ രാക്ഷസന്മാരിൽനിന്നും രക്ഷിക്കുന്നയാൾക്ക് മകളെ വിവാഹം കഴിച്ചുകൊടുക്കുമെന്നും വാഗ്ദാനം ചെയ്തു.

അതെല്ലാം കേട്ട ഗ്ലോക്ക് അത് തനിക്ക് കിട്ടിയ നല്ല ഒരവസരമാണെന്ന് ഉറപ്പിച്ചു. രാക്ഷസന്മാരെ നേരിടാനായി അവർ സാധാരണ താവളമടിക്കുന്ന സ്ഥലത്തേക്ക് യാത്രയായി. അവർ താമസിച്ചിരുന്ന കാട്ടു പ്രദേശത്ത് എത്തിയ ഗ്ലോക്ക് ഒരു വൃക്ഷത്തിന്റെ മറവിൽ ഒളിച്ചിരുന്നു. ആ സമയത്ത് രണ്ട് രാക്ഷസന്മാരും ഭക്ഷണമുണ്ടാക്കാൻ വേണ്ട വിറക് ഒരു തള്ളുവണ്ടിയിൽ തള്ളിക്കൊണ്ട് ചെല്ലുന്നത് കണ്ടു. അവർ ആജാനബാഹുക്കളായിരുന്നു എന്ന് പ്രത്യേകം എടുത്തുപറയേണ്ടതില്ലല്ലോ. അവരെ കണ്ടപ്പോൾതന്നെ ഗ്ലോക്ക് ഭയന്നു വിറയ്ക്കാൻ തുടങ്ങി. എങ്കിലും എങ്ങനെ നേരിടാമെന്ന് ആലോചിക്കാൻ തുടങ്ങി. ഏതായാലും ആദ്യം സ്വന്തം രക്ഷ ഉറപ്പാക്കുകയാണല്ലോ പ്രധാനം. ഒളിഞ്ഞുനിന്നിരുന്ന മരത്തിന് ഒരു വലിയ പോടുണ്ടായിരുന്നു. ഗ്ലോക്ക് ആ പോടിനുള്ളിൽകയറി ഒളിച്ചിരുന്നു. പോടിനുള്ളിൽ കയറുമ്പോൾ അടുത്തുകിടന്നിരുന്ന ഒരു നീളമുള്ള കമ്പും കുറേ ചെറിയചെറിയ കല്ലുകളും കയ്യിലെടുത്തു. രാക്ഷസന്മാർ വിറകുവണ്ടിയും തള്ളിക്കൊണ്ട് അതേ വൃക്ഷത്തിന്റെ തണലിൽ ചെന്നുനിന്നു.

"എടേ. ഇന്ന് നല്ല വെയിലുണ്ടല്ലോ. അൽപനേരം ഈ തണലിൽ ഇരുന്ന് വിശ്രമിച്ചിട്ട് മുന്നോട്ടു പോകാം." ഒരു രാക്ഷസൻ പറഞ്ഞു.

രാക്ഷസന്മാരുടെ സംഭാഷണം പോടിനുള്ളിൽ ഇരുന്ന ഗ്ലോക്കിന് കേൾക്കാമായിരുന്നു. ഗ്ലോക്ക് അൽപം ആലോചിച്ച് രാക്ഷസന്മാരെ നേരിടാൻ ഒരുപായം മനസ്സിൽ ചിന്തിച്ചുറപ്പിച്ചു. പിന്നീട് രാക്ഷസന്മാർ ശ്രദ്ധിക്കാത്ത വിധം തന്റേ കയ്യിലിരുന്ന കല്ലിൽ ഒരെണ്ണം ഒരു രാക്ഷസന്റെ തലയ്ക്ക് കൊള്ളുന്ന വിധം ശക്തിയോടെ എറിഞ്ഞു. ഉദ്ദേശിച്ചതുപോലെ കല്ല് അയാളുടെ തലയിൽത്തന്നെ കൊണ്ടു. മാത്രമല്ല ഗ്ലോക്ക് തന്റെ കയ്യിലുണ്ടായിരുന്ന കമ്പുകൊണ്ട് ഏറുകൊണ്ട് അതേ രാക്ഷസന്റെ തലയ്ക്ക് ഒരടിയും കൊടുത്തു. രാക്ഷസനായതുകൊണ്ട് ഏറുകൊണ്ടാലും അടികൊണ്ടാലും വേദനിക്കുകയില്ലെന്ന് കരുതേണ്ട. രാക്ഷസന് നല്ലതുപോലെ വേദനിച്ചു. അയാൾ തിരിഞ്ഞു നോക്കി - പക്ഷേ തന്റെ കൂട്ടുകാരനെയല്ലാതെ മറ്റാരേയും അവിടെയെങ്ങും കണ്ടില്ല. ന്യായമായും തന്റെ പുറത്ത് കല്ലിട്ടതും തലയ്ക്ക് അടിച്ചതും കൂട്ടുകാരൻ തന്നെ ആയിരിക്കണമെന്ന് അയാൾ സംശയിച്ചു.

"എടേ. നീ എന്തിനാ എന്റെ തലയ്ക്ക് കല്ലിട്ടതും ഏതോ കമ്പുകൊണ്ട് എന്റെ തലയ്ക്ക് തല്ലിയതും?"

"കൂട്ടുകാരാ, ഞാനങ്ങിനെയൊന്നും ചെയ്തില്ലല്ലോ. നീ എന്താ സ്വപ്നം കണ്ടോ?"

"സ്വപ്നം കണ്ടതൊന്നുമല്ല. എനിക്ക് നന്നായി വേദനിച്ചു. ഇത്തരം കളിയൊന്നും എന്റെയടുത്ത് വേണ്ടാ, കേട്ടോ."

പിന്നീട് അവർ രണ്ടുപേരും അൽപം നീരസത്തോടെ പരസ്പരം ഒന്നും പറയാതെ ഇരുന്ന സമയത്ത് ഗ്ലോക്ക് മറ്റേ രാക്ഷസന്റെ തലക്ക് ഒരു കല്ലെറിയുകയും കമ്പുകൊണ്ട് പുറത്ത് കുത്തുകയും ചെയ്തു. വേദനസഹിക്കാതെ അയാൾ ചാടി എഴുന്നേറ്റ് ചോദിച്ചു:

"അപ്പൊ ഞാൻ പറഞ്ഞിട്ടും നിനക്ക് വിശ്വാസമായില്ല. അല്ലേ?. എന്നെ വിശ്വസിക്കാതെ നീ പകരം വീട്ടുകയാണ്. അല്ലേ? ഇങ്ങനെയെങ്കിൽ നിന്നെ ഞാൻ വിട്ടുവെയ്ക്കത്തില്ല, പറഞ്ഞേക്കാം."

"ഓ, അപ്പോൾ കാര്യം അങ്ങനെയോ. നീ എന്നെ എന്തുചെയ്യുമെന്നാ. കാണട്ടെ. നിന്നേക്കാൾ ബലത്തിൽ ഒട്ടും കുറവല്ല ഞാനെന്ന കാര്യം നിനക്കറിയാമല്ലോ." അങ്ങനെ ഒന്നു രണ്ടു പ്രാവശ്യം വിട്ടുവിട്ട് കാര്യങ്ങൾ നീങ്ങിയപ്പോൾ രാക്ഷസന്മാർ പരസ്പരം വഴക്കുകൂടുകയും ഒരു യുദ്ധക്കളത്തിലെന്നതുപോലെ പോരാടുകയും ചെയ്തു. കുറച്ചുനേരം പോരാടി രണ്ടുപേരും ക്ഷീണിച്ച് അവശരായിക്കിടന്ന സമയം നോക്കി ഗ്ലോക്ക് പോടിനുവെളിയിൽ ചെന്ന് തന്റെ കയ്യിലുണ്ടായിരുന്ന വാളുകൊണ്ട് രണ്ടുപേരെയും കഴുത്തിൽ കുത്തി കൊല്ലുകയും ചെയ്തു. അതിനുശേഷം ഒരു വിജയിയെപ്പോലെ മടങ്ങിച്ചെന്ന ഗ്ലോക്കിനെ രാജകൊട്ടാരത്തിൽ

എല്ലാവരും തികഞ്ഞ അതിശയത്തോടെയും ബഹുമാനത്തോടെയും സ്വീകരിച്ചു. എല്ലാവരുടേയും കണ്ണിൽ രാക്ഷസന്മാരെ വധിച്ച് തങ്ങളുടെ ഗ്രാമത്തെ രക്ഷിച്ച വീരപരാക്രമിയും ശക്തിമാനുമായി ഗ്ലോക്ക് മാറി. രാജാവിന്റെ മകളെ വിവാഹം കഴിച്ച് താനാഗ്രഹിച്ചിരുന്നതുപോലെ നല്ലൊരു ജീവിതം ഗ്ലോക്കിന് കിട്ടുകയും ചെയ്തു.

പക്ഷേ, വീണ്ടും ഒരു പരീക്ഷണം ഗ്ലോക്കിനെ കാത്തിരുന്നു. ചില വർഷങ്ങൾക്കുശേഷം അടുത്ത ഗ്രാമക്കാർ (രാജ്യക്കാർ) അവരുടെ ദേശത്തെ ആക്രമിക്കാൻ തുടങ്ങി. അത്തരം ഒരവസരത്തിൽ, തങ്ങളുടെ കൂടെയുണ്ടായിരുന്ന അതിശക്തിമാനായ രാജാവിന്റെ സ്വന്തം മരുമകന്റെ നേതൃത്വം അവർ ആഗ്രഹിച്ചു. അദ്ദേഹത്തിനല്ലാതെ വേറെയാർക്കാണ് അക്രമികളെ നേരിടാനുള്ള ശക്തിയും ചങ്കൂറ്റവുമുണ്ടാവുക. മാത്രമല്ല അത് അദ്ദേഹത്തിന്റെ ചുമതലയും ആയിരുന്നല്ലോ. ഗ്ലോക്കിന് ഒരു കാരണവശാലും ഒഴിഞ്ഞു മാറിനിൽക്കാൻ കഴിയാത്ത ഒരു സന്ദർഭമായിരുന്നു അത്. ഗ്ലോക്കിന് കുതിരസ്സവാരി അത്ര വശമില്ലായിരുന്നുവെങ്കിലും നാട്ടിലെ ഏറ്റവും ശക്തിയും വേഗതയും കൂടിയ പടക്കുതിരയെത്തന്നെ രാജാവ് ഗ്ലോക്കിനുവേണ്ടി ഒരുക്കി. മറ്റു നിർവ്വാഹമില്ലാതെ ഗ്ലോക്ക് കുതിരപ്പുറത്തുകയറി ഭടന്മാരുമൊത്ത് ആക്രമകാരികളുടെ സങ്കേതത്തിലേക്ക് തിരിച്ചു. കുതിരസ്സവാരി പരിചയമില്ലാതിരുന്ന ഗ്ലോക്കിന് കുതിരയെ എങ്ങനെ നിയന്ത്രിക്കണമെന്ന് അറിയില്ലായിരുന്നു. അതുകൊണ്ട് പരാക്രമശീലമുള്ള കുതിര അതിന്റെ ശക്തിമുഴുവനുമെടുത്ത് വേഗം - കഴിയുന്നതിന്റ പരമാവധി വേഗത്തിൽ ഓടാൻ തുടങ്ങി. മുന്നിലുണ്ടായിരുന്ന തടസ്സങ്ങൾ ഒന്നും അതിന് പ്രശ്നമായിരുന്നില്ല. മുന്നിൽ കണ്ടതെല്ലാം തകർത്തുകൊണ്ട് ഭ്രാന്തുപിടിച്ചമാതിരി കുതിര ഓടി. ഒരാശ്വാസം കുതിര ഓടിയത് അക്രമികൾ നിരന്ന്നിന്നിരുന്ന സ്ഥലത്തേക്കുതന്നെ ആയിരുന്നു എന്നതായിരുന്നു.

വഴിയിൽ ഹീനകൃത്യങ്ങൾക്ക് മരണശിക്ഷവിധിക്കപ്പെട്ടവരെ തൂക്കിലിടാൻ ഉപയോഗിച്ചിരുന്ന ഒരു പഴയ തൂക്കുമരം നിൽപ്പുണ്ടായിരുന്നു. കുതിര ആ തൂക്കുമരത്തിന്റെ കീഴിൽക്കൂടി കുതിച്ചോടി. അങ്ങനെ ഓടിയപ്പോൾ പഴകിപ്പോയ തൂക്കുമരം കാലുകളൊടിഞ്ഞ് കുതിരയുടെ കഴുത്തിൽ വീണു. കുതിര അതൊന്നും പ്രശ്നമാക്കാതെ കഴുത്തിൽ കഴുകുമരവുമായി (തൂക്കുമരം) പുറത്ത് ഗ്ലോക്കിനെയും വഹിച്ചുകൊണ്ട് ഓടിച്ചെന്ന കാഴ്ച തികച്ചും ഭയാനകമായിരുന്നു. ദൂരെനിന്നും ആ കാഴ്ച കണ്ട അക്രമികൾ ഭയന്നുപോയി. മാത്രമല്ല, അവരെല്ലാം ഗ്ലോക്ക് - രാക്ഷസന്മാരെ വധിച്ച ഗ്ലോക്ക് എന്ന പരാക്രമിയെക്കുറിച്ച് നേരത്തെ കേട്ടിട്ടുമുണ്ടായിരുന്നു. അതുകൊണ്ട് അവർ ഓരോരുത്തരും ഉച്ചത്തിൽ വിളിച്ചുപറഞ്ഞു:

"കൂട്ടരേ, നോക്ക്, നോക്ക്. ശക്തിമാനായ ഗ്ലോക്ക് നമ്മൾ ഓരോ രുത്തരേയും പിടിച്ച് തൂക്കിലിടാനായി തൂക്കുമരവുമായി കുതിരപ്പുറത്ത് വരുന്നുണ്ട്. ഇനി രക്ഷയുണ്ടെന്ന് തോന്നുന്നില്ല. ഓടിക്കോ, വേഗം ഓടിക്കോ."

"ഓടിക്കോ കൂട്ടരേ, ഓടിക്കോ." ആ കൂട്ട നിലവിളി അവിടെയെല്ലാം മുഴങ്ങിക്കേട്ടു. അൽപനിമിഷങ്ങൾക്കുള്ളിൽ അക്രമികൾ അവിടെനിന്നും അപ്രത്യക്ഷരായി - ഒന്നടങ്കം രക്ഷപ്പെട്ടു എന്നു പറഞ്ഞാൽ അതിശ യോക്തിയാകില്ല. ഗ്ലോക്കിനൊപ്പമുണ്ടായിരുന്ന മറ്റു ഭടന്മാർ അവിടെ യെത്തിയപ്പോൾ കണ്ടത് വിജയശ്രീമാനായി നിന്നിരുന്ന ഗ്ലോക്കിനെ മാത്രമാണ്. അവർ ഗ്ലോക്കിനെ വാനോളം പുകഴ്ത്തി.

അങ്ങനെ ജോണി ഗ്ലോക്കിന് തികച്ചും അപ്രതീക്ഷിതമായ രീതിയിൽ ആ പ്രതിസന്ധിയും വിജയകരമായി തരണം ചെയ്യാൻ കഴിഞ്ഞു. പിന്നീട് വളരെക്കാലം സന്തോഷത്തോടെ അവിടെ ജീവിച്ച ജോണിഗ്ലോക്ക് എന്ന തയ്യൽക്കാരൻ ആ നാടിന്റെ രാജാവാകുകയും ചെയ്തു.

കീറത്തുണിക്കാരിപ്പെണ്ണ്

സിൻഡ്രല എന്ന പെൺകുട്ടിയുടെ ലോകപ്രസിദ്ധമായ കഥ നിങ്ങൾ വായിച്ചിട്ടില്ലേ?. എല്ലാവിധത്തിലും സ്വജനങ്ങളാലും ബന്ധുക്കളാലും നിരാകരിക്കപ്പെട്ട സൽസ്വഭാവിയും സുന്ദരിയുമായ ഒരു പെൺകുട്ടിയുടെ കഥ - ആ പെൺകുട്ടിയെ വളരെ വിചിത്രവും അദ്ഭുതകരവുമായ സാഹചര്യങ്ങളിൽ കണ്ടുമുട്ടുകയും, ഇഷ്ടപ്പെടുകയും, സ്നേഹിക്കുകയും, ഭാര്യയായി സ്വീകരിക്കുകയും ചെയ്ത ഒരു രാജകുമാരന്റെ കഥ; ഒരു പക്ഷേ, സ്കോട്ട്ലാൻഡിൽ നിന്നുള്ള ഈ കഥ സിൻഡ്രലയുടെ കഥയുടെ തദ്ദേശവാസികളുടെ ഇടയിൽ പ്രചാരത്തിലുണ്ടായിരുന്ന ഒരു പാഠഭേദമാണെന്നും വരാം.

പണ്ട് പണ്ട്, സ്കോട്ടലാൻഡിൽ ഒരു കടലോരത്ത് വലുതും സുന്ദരവുമായ ഒരു കൊട്ടാരത്തിൽ വൃദ്ധനായ ഒരു പ്രഭു ജീവിച്ചിരുന്നു; തികഞ്ഞ ഏകാന്തതയിൽ എന്ന് പറയാം. പ്രഭു ആരോടും സംസാരിക്കാതെ, പ്രത്യേകിച്ച് ഒരു ജോലിയും ചെയ്യാതെ എപ്പോഴും കടലിലേക്ക് നോക്കി ഇരിക്കുമായിരുന്നു. കൊട്ടാരത്തിലെ പ്രധാന ജോലിക്കാരി (വൃദ്ധയായ പരിചാരിക) മുന്നിൽവെയ്ക്കുന്ന ആഹാരത്തിൽ എന്തെങ്കിലും അൽപം കഴിക്കും - ജീവൻ നിലനിർത്താൻ ആവശ്യമായ അത്രമാത്രം. താൻ ഒരിക്കലും കണ്ടിട്ടില്ലാത്ത ഒരു പേരക്കുട്ടി (കൊച്ചുമകൾ) അല്ലാതെ അദ്ദേഹത്തിന് മറ്റ് സ്വന്തബന്ധങ്ങൾ ആരുമുണ്ടായിരുന്നില്ല. അതേ കൊട്ടാരത്തിൽ ജീവിച്ചിരുന്ന കൊച്ചുമകളുടെ മുഖം ഒരിക്കലും കാണുകയില്ലെന്ന് കുട്ടി ജനിച്ചനിമിഷം തന്നെ പ്രഭു ശപഥമെടുത്തിരുന്നു. ആ കൊച്ചുമകളോട് അദ്ദേഹത്തിന് അത്രമാത്രം വെറുപ്പായിരുന്നു.

ആ കുട്ടി ജനിച്ചപ്പോൾ പ്രസവസമയത്ത് തന്റെ മകൾ മരിച്ചത് ഭാഗ്യ ദോഷിയായ ആ കുട്ടി കാരണമാണെന്ന് പ്രഭു വിശ്വസിച്ചു. അതുകൊണ്ട് കുട്ടിയെ തന്റെ മുമ്പിലേക്ക് കൊണ്ടുചെന്ന ആയയോട് (പരിചാരിക യോട്) പ്രഭു കയർത്തുപറഞ്ഞു:

“കൊണ്ടുപോ, ഈ നശിച്ചവളെ എന്റെ മുമ്പിൽനിന്ന്. എന്റെ മകളുടെ മരണത്തിന് ഹേതുവായ ഇതിനെ എനിക്ക് കാണണ്ട. ഇനി ഒരിക്കലും ഞാൻ ഇതിന്റെ മുഖത്ത് നോക്കുകയില്ല. ഇത് സത്യം. കൊണ്ടുപോ. ഇനി ഒരിക്കലും ഇതിന്റെ മുഖം എന്റെ മുമ്പിൽ കണ്ടുപോ കരുത്.”

അന്നു മുതൽ പ്രഭു കടലുംനോക്കി ഇരിക്കുകയല്ലാതെ മറ്റൊന്നും ചെയ്തിരുന്നില്ല. ആ കുട്ടിയെ പ്രധാന പരിചാരിക കൊട്ടാരത്തിൽ തന്നെ വളർത്തി; എന്തൊക്കെ ആയാലും ആ കൊട്ടാരത്തിന്റെയും സ്വത്തു ക്കളുടേയും പിന്തുടർച്ചാവകാശി ആ കുട്ടിയാണല്ലോ. പക്ഷേ, പ്രഭുവിന് വേണ്ടാത്ത നിസ്സഹായയായ ഒരു കുട്ടിക്ക് മറ്റാര് എന്തു പരിഗണന നൽകും. എല്ലാവരും ആ കുട്ടിയെ ഉപദ്രവിക്കാവുന്നത്ര ഉപദ്രവിച്ചു; വേദ നിപ്പിച്ചു; എന്ന് മാത്രമല്ല കഴിയുന്നത്ര ക്രൂരമായി അതിനോട് പെരുമാറി. അൽപമെങ്കിലും കരുണ കാണിച്ചത് പരിചാരിക മാത്രമായിരുന്നു. കൊട്ടാരത്തിലെ ജീവനക്കാർ ഉപയോഗശൂന്യമായി വലിച്ചെറിയുന്ന കീറ വസ്ത്രങ്ങൾ മാത്രമാണ് അവൾക്ക് ധരിക്കാൻ കൊടുത്തിരുന്നത്. അതുപോലെ അവരെല്ലാം കഴിച്ചതിനുശേഷം മിച്ചം വരുന്ന ആഹാരം മാത്രമായിരുന്നു വിശപ്പടക്കാൻ അവൾക്ക് കിട്ടിയിരുന്നത്. അങ്ങനെ കീറത്തുണികൾ മാത്രം ധരിച്ച് പകുതി പട്ടിണിയുമായി നടന്നിരുന്ന അവളെ കൊട്ടാരത്തിലെ ആളുകളും അയൽവാസികളും പുച്ഛിച്ച് വിളി ച്ചിരുന്നത് കീറത്തുണിക്കാരി (tattercoat) എന്നാണ്.

അങ്ങനെയൊക്കെ ആയിരുന്നെങ്കിലും അവൾ സൽസ്വഭാവിയും സുന്ദരിയുമായിരുന്നു. കഥയിലെ പ്രധാന സംഭവം നടക്കുന്നകാലത്ത് അവൾ പ്രായപൂർത്തിയായ ഒരു സുന്ദരിയായി വളർന്നു കഴിഞ്ഞിരു ന്നു. എങ്കിലും അന്നുവരെയും അവളുടെ അപ്പൂപ്പൻ പ്രഭു അവളെ ഒരു നോക്ക് കാണുകയോ ഒരു വാക്ക് സംസാരിക്കുകയോ ചെയ്തിരുന്നില്ല. എങ്കിലും അവൾക്കു ചില കൂട്ടുകാരുണ്ടായിരുന്നു. അവൾ കൊട്ടാര ത്തിന് വെളിയിലുള്ള പ്രദേശങ്ങളിൽ വെറുതെ ചുറ്റിത്തിരിഞ്ഞ്നടന്ന അവസരങ്ങളിൽ കണ്ടുമുട്ടിയ സ്നേഹിതർ - പരസ്പരം സംസാരിച്ച് തന്റെ സങ്കടങ്ങൾ ചിലപ്പോഴെങ്കിലും പങ്കിടാൻ അവൾക്ക് കിട്ടിയ ചങ്ങാതികളായിരുന്നു അവർ. കൊട്ടാരത്തിനടുത്തുണ്ടായിരുന്ന ഒരു ചെറിയ ജലാശയത്തിൽ എന്നും എത്താറുണ്ടായിരുന്ന ഒരു പറ്റം

താറാവുകളും അവയുടെ തീറ്റകാരനായി (മേൽനോട്ടക്കാരനും സംരക്ഷകനും) ചെന്നിരുന്ന ഒരു പാവം ചെറുക്കനുമായിരുന്നു അവളുടെ പ്രധാന കൂട്ടുകാർ. താറാവുതീറ്റക്കാരൻ പയ്യന് ഓടക്കുഴൽപോലെയുള്ള ഒരു സംഗീത ഉപകരണം നന്നായി വായിക്കാൻ കഴിയുമായിരുന്നു. അവൻ വായിക്കുമ്പോൾ അതിൽക്കൂടി കേൾക്കുന്ന സംഗീതം വളരെയേറെ സന്തോഷവും, സുഖവും, സാന്ത്വനവും നൽകുന്നതായിരുന്നു. അവൾ ചോദിക്കുമ്പോഴൊക്കെ അവൻ സന്തോഷത്തോടെ ആ ഓടക്കുഴൽ അവൾക്കുവേണ്ടി വായിക്കുമായിരുന്നു. ആ സംഗീതവും താറാവുകളോട് സംസാരിക്കുമ്പോൾ അവ ചുറ്റും സ്നേഹത്തോടെയെന്നതുപോലെ വട്ടമിട്ട് നടക്കുന്നതും മാത്രമായിരുന്നു അവൾക്ക് ജീവിതത്തിൽ കിട്ടിയ സന്തോഷമുള്ള അനുഭവങ്ങൾ. ചിലപ്പോൾ അവൾ ആ താറാവുകളുടെ നടുവിൽനിന്ന് നൃത്തമാടുമായിരുന്നു എന്നതും ഒരു സത്യമാണ്.

അങ്ങനെയിരിക്കുമ്പോൾ അവിടത്തെ രാജാവ് അടുത്തദിവസം ഒരു ചെറിയ ഘോഷയാത്രയായി അതുവഴി വരുന്നുണ്ടെന്ന വിവരം അറിയാനിടയായി. അവൾക്കും ആ ഘോഷയാത്ര ഒന്നു കണ്ടാൽ കൊള്ളാമെന്ന് ഒരാഗ്രഹം തോന്നി. അവൾ തന്റെ ആഗ്രഹം പരിചാരികയോട് പറയുകയും ചെയ്തു. അടുത്ത പ്രഭാതത്തിൽ രാജാവിന്റെയടുക്കൽനിന്നും പ്രഭുവിനും ക്ഷണക്കത്ത് എത്തുകയുണ്ടായി. രാജാവിന്റ ക്ഷണക്കത്തല്ലേ - അത് വെറുതെ തള്ളിക്കളയാവുന്നതല്ലല്ലോ - അങ്ങനെ ചെയ്യുന്നത് ശരിയുമല്ല. അതുകൊണ്ട് പ്രഭു തന്റെ ദൈനംദിന ജീവിതരീതി മാറ്റിവച്ച് രാജാവിന്റെ ഘോഷയാത്രയിലും തുടർന്നുള്ള സദ്യയിലും പങ്കെടുക്കാൻ തീരുമാനിച്ചു. അതിനുവേണ്ട ഒരുക്കങ്ങളാരംഭിച്ചു. പലവർഷങ്ങൾക്കുശേഷം ആദ്യമായി മുഖം വടിച്ചു, കുളിച്ചു, നല്ല വസ്ത്രങ്ങൾ തിരഞ്ഞെടുത്ത് ഒരു പ്രഭുവിന്റെ അന്തസിന് ചേരുന്ന രീതിയിൽ വസ്ത്രധാരണം ചെയ്തു. അങ്ങനെ പ്രഭു ഒരുങ്ങിക്കൊണ്ടിരുന്ന സമയത്ത് പരിചാരിക അടുത്തുചെന്ന് പറഞ്ഞു:

“യജമാനനേ, അങ്ങിന്ന് സന്തോഷത്തിലാണ്. കഴിഞ്ഞതൊക്കെ കഴിഞ്ഞു എന്ന് ചിന്തിക്കാനുള്ള സമയമായി. അങ്ങ് ഇന്നുവരെ അങ്ങയുടെ കൊച്ചുമകളോട് ഒരു വാക്കുപറയുകയോ, ഒരു ചെറിയ സ്നേഹപ്രകടനം കാണിക്കുകയോ ചെയ്തിട്ടില്ല. ഇന്നത്തെ ഈ നല്ല ദിവസം രാജാവിന്റെ ഘോഷയാത്രകാണാൻ ആ കുട്ടിക്ക് വളരെ ആഗ്രഹമുണ്ട്. അങ്ങ് കനിഞ്ഞ്, ദയവായി കൊച്ചുമകളെക്കൂടി ഘോഷയാത്രയ്ക്ക് അങ്ങയോടൊപ്പം കൂട്ടിക്കൊണ്ടുപോയാൽ വളരെ നന്നായിരിക്കും. ഇതെന്റെ ഒരു എളിയ അഭിപ്രായമാണ് - അപേക്ഷയാണ്.”

“ഛീ, എന്തുപറഞ്ഞു. ആ നശൂലത്തിന്റെ മുഖം ഞാനൊരിക്കലും

കാണാൻ ആഗ്രഹിക്കുന്നില്ലെന്ന് പറഞ്ഞിട്ടുള്ളതല്ലേ. കാണുകയില്ലെ ന്ന് ശപഥം ചെയ്തിട്ടുള്ളത് നിനക്കറിഞ്ഞുകൂടേ. അതുകൊണ്ട് ഇത്തരം സഹതാപ പ്രകടനങ്ങളൊന്നും എനിക്ക് കേൾക്കേണ്ട. കടന്ന് പോയ്ക്കോ, എന്റെ മുന്നിൽനിന്ന്.''

പിന്നീട് കൊട്ടാരത്തിൽ ആരും അതിനെക്കുറിച്ച് സംസാരിച്ചില്ല. എങ്കിലും ആ കീറത്തുണിക്കാരിപ്പെണ്ണ് പതിവുപോലെ ചുറ്റിനടന്ന് അവളുടെ കൂട്ടുകാരുടെ അടുത്തെത്തി. അന്ന് അവൾ വളരെയധികം സങ്കടം മനസ്സിൽ അടക്കിപ്പിടിച്ച് നടക്കുകയായിരുന്നു. അവളുടെ മനസ്സിലെ സങ്കടത്തിന്റെ ആഴം അവളുടെ കൂട്ടുകാർക്ക് മനസ്സിലാവു കയും ചെയ്തു.

"ചേച്ചീ, ചേച്ചിയെന്താ ഇന്ന് ഒരുപാട് ദുഃഖിതയാണല്ലോ. എന്താ കാര്യമെന്ന് ഞങ്ങളോട് പറയൂ ചേച്ചീ.'' ആ താറാവ് തീറ്റക്കാരൻ പയ്യൻ അവളോട് പറഞ്ഞു.

അതുകേട്ട് അവൾ പൊട്ടിക്കരഞ്ഞുകൊണ്ട് എല്ലാ വിവരങ്ങളും പറഞ്ഞു. രാജാവിന്റെ ഘോഷയാത്ര കാണാനുള്ള അവളുടെ ആഗ്രഹ ത്തെക്കുറിച്ചും അത് സാധ്യമല്ലാത്തതിൽ അവൾക്കുള്ള വിഷമത്തെക്കു റിച്ചും പറഞ്ഞു. അതെല്ലാം കേട്ട താറാവുതീറ്റക്കാരൻ വീണ്ടും അവളെ ആശ്വസിപ്പിച്ചുകൊണ്ട് പറഞ്ഞു:

"ഇത്രേയുള്ളോ ചേച്ചീ. ചേച്ചി സന്തോഷമായിട്ടിരിക്കൂ. നമുക്ക് തീർച്ച യായും ആഘോഷയാത്ര കാണാൻ പോകാം ചേച്ചി. ചേച്ചി മുഖമൊക്കെ കഴുകി ഒന്ന് വൃത്തിയായിട്ടുവാ.''

"ഓ, അതൊന്നും സാധിക്കില്ല. എല്ലാം എന്റെ വിധി.'' എന്ന് പറഞ്ഞു കൊണ്ട് അവൾ കണ്ണീർ തുടയ്ക്കുകയും മുഖം കഴുകുകയും ചെയ്തു.

അപ്പോൾ അവൾ ഒട്ടും പ്രതീക്ഷിക്കാത്തവിധം അവൻ അവളുടെ കൈപിടിച്ചുവലിച്ചുകൊണ്ട് പറഞ്ഞു: "വാ, ചേച്ചീ വാ. നമ്മൾ രാജാവിന്റെ ഘോഷയാത്ര കാണാൻ പോകുന്നു. ചേച്ചി, വാ.''

അവൻ അവളുടെ കയ്യിൽനിന്ന് പിടുത്തം വിടാതെതന്നെ അവന്റെ ഓടക്കുഴൽ വായിക്കാൻ തുടങ്ങി. - അതീവസുന്ദരമായ സന്തോഷം നിറഞ്ഞ ഒരു ഗാനം. അവന്റെ താറാവുകൾ അവരെ രണ്ടുപേരെയും ചുറ്റി നൃത്തമാടാനും തുടങ്ങി. അങ്ങനെ അവരുടെ വിചിത്രമായ ജാഥ പാട്ടും നൃത്തവുമായി പ്രധാന തെരുവിൽകൂടി മുന്നോട്ട് നടന്നു. കണ്ടവർ കണ്ടവർ ആ ആഹ്ലാദകരമായ കാഴ്ച വഴിയോരങ്ങളിൽനിന്ന് നോക്കിക്കണ്ടു. എല്ലാവർക്കും ഇഷ്ടപ്പെട്ട അവരുടെ ജാഥ നഗരത്തിലെ പ്രധാനസ്ഥലം നോക്കി മുന്നോട്ട് നീങ്ങിക്കൊണ്ടിരുന്നു. അപ്പോൾ,

വളരെ സുമുഖനായ നല്ലവിധം വസ്ത്രങ്ങൾ ധരിച്ച ഒരു ചെറുപ്പക്കാരൻ കുതിരപ്പുറത്തുവന്ന് അവരുടെ അടുത്തിറങ്ങി. ചോദിച്ചു:

“നിങ്ങൾ എങ്ങോട്ടാണ്? നിന്റെ പാട്ടും ഈ പെൺകുട്ടിയുടെ നൃത്തവും നന്നായിട്ടുണ്ട്. തികച്ചും ആഹ്ലാദം തരുന്ന തരത്തിലായിട്ടുണ്ട്. എങ്ങോട്ടുപോകുന്നു?”

താറാവുകാരൻ പയ്യൻ പറഞ്ഞു:

“ഞങ്ങൾ രാജാവിന്റെ കൊട്ടാരത്തിലേക്ക് - അതിനുമുമ്പിൽ നടക്കുന്ന ഘോഷയാത്രയിലും പങ്കെടുക്കണം.”

“ഓ, അങ്ങനെയോ. ഞാനും അങ്ങോട്ടുതന്നെയാണ്. കുറച്ചുനേരം ഞാനും നിങ്ങളോടൊപ്പം നടക്കാം. നിങ്ങളുടെ പാട്ട് കേൾക്കാനും നൃത്തം കാണാനും നല്ലരസം.”

ആ യുവാവും അവരോടൊപ്പം നടന്നു. ആ സമയമെല്ലാം യുവാവ് നൃത്തംചെയ്തുകൊണ്ട് മുന്നോട്ട് നടന്നിരുന്ന കീറത്തുണിക്കാരിയെ ശ്രദ്ധിക്കുന്നുണ്ടായിരുന്നു. അയാൾ വിചാരിച്ചു. ‘ഇവളുടെ വസ്ത്രങ്ങൾ കീറിപ്പറിഞ്ഞവയാണെങ്കിലും ഇവൾ ഒരു സുന്ദരിയാണ്. സംശയമില്ല. ഇവളുടെ നൃത്തച്ചുവടുകളും വളരെ ആകർഷണീയമായിരിക്കുന്നു. ‘

അങ്ങനെ അവരൊന്നിച്ച് നടന്ന സമയമെല്ലാം താറാവുതീറ്റക്കാരൻ പയ്യൻ അതിമധുരമായി, ഹരം പിടിപ്പിക്കുന്ന സുന്ദരഗാനങ്ങൾ ഓടക്കുഴലിൽ ആലപിച്ചുകൊണ്ടിരുന്നു. ആ യുവാവിന്ന് അതെല്ലാം വളരെ ഇഷ്ടപ്പെട്ടു. അവളോട് സ്നേഹവും ഇഷ്ടവും തോന്നി. യാതൊരുമടിയുമില്ലാതെ അയാൾ അവളോട് പറഞ്ഞു:

“ഹേ, പെൺകുട്ടീ. നീ വളരെ സുന്ദിരിയായിരിക്കുന്നു..”

അവൾ അത് കേട്ടതായി നടിച്ചില്ല. എങ്കിലും അൽപസമയത്തിനുശേഷം യുവാവ് വീണ്ടും അവളോട് ചോദിച്ചു:

“ഹേ, സുന്ദരിപ്പെണ്ണേ. എനിക്ക് നിന്നെ വളരെ ഇഷ്ടമായി. എനിക്ക് നിന്നെ വിവാഹം കഴിക്കണമെന്നുണ്ട്. എന്താ, നിനക്ക് സമ്മതമാണോ?”

അവൾ ചിരിച്ചുകൊണ്ട് മറുപടി പറഞ്ഞു:

“എന്നെപ്പോലെ കീറത്തുണികളും ധരിച്ചുനടക്കുന്ന ഭാഗ്യദോഷിയായ ഒരുവളെ ആരും കല്യാണം കഴിക്കില്ല. അതിലും പ്രത്യേകിച്ച് അങ്ങയെപ്പോലുള്ള സമ്പന്നർ. വെറുതെ വിടുവാക്കുകൾ പറയാതെ സത്യമായും സുന്ദരിയായ ഒരു നല്ല സമ്പന്നയായ പെൺകുട്ടിയെ വിവാഹം കഴിക്കാൻ നോക്കൂ.”

അയാൾ വീണ്ടും പറഞ്ഞു:

“സത്യമായും നീ സുന്ദരിയാണ്. ഞാൻ നിന്നെ ഇഷ്ടപ്പെടുന്നു. വിവാഹം കഴിക്കാൻ ആഗ്രഹിക്കുന്നു. സത്യം.”

“എന്നെപ്പോലെ താറാക്കൂട്ടത്തിൽ നടക്കുന്ന ഒരാളെ വിവാഹം കഴിച്ചാൽ താങ്കളെ ആളുകൾ പരിഹസിക്കും. അതുകൊണ്ട് എന്നെ മറന്നേക്കൂ. ഇന്ന് രാജസദസിൽ വരുന്ന ഏതെങ്കിലും വിശിഷ്ടയായ ഒരു പ്രഭുകുമാരിയെ വിവാഹം കഴിക്കുന്നതായിരിക്കും ഉചിതം. അതാണ് താങ്കൾക്ക് എല്ലാ വിധത്തിലും നല്ലതും ചേരുന്നതും.”

അവൾ വിസമ്മതം പ്രകടിപ്പിച്ച ഓരോ നിമിഷവും അയാൾക്ക് അവളെക്കുറിച്ചുള്ള മതിപ്പും അവളോടുള്ള സ്നേഹവും കൂടുതൽ ദൃഢമായി. ഒടുവിൽ അയാൾ പറഞ്ഞു:

“നിങ്ങൾ രാജകൊട്ടാരത്തിലേക്കാണെന്നല്ലേ പറഞ്ഞത്. നിങ്ങൾ തീർച്ചയായും കൊട്ടാരത്തിൽ നടക്കുന്ന വിരുന്നു സമയത്ത് അവിടെ എത്തണം. ഇത് എന്റെ ഒരു അപേക്ഷയാണ്. ഞാനും അവിടെ ഉണ്ടാകും. എല്ലാവരുടേയും മുമ്പിൽ ഞാൻ നിന്നെ വിളിക്കുകയും മറ്റുള്ളവർക്ക് പരിചയപ്പെടുത്തുകയും എനിക്ക് നിന്നോടുള്ള സ്നേഹവും താൽപര്യവും പരസ്യമായി വെളിപ്പെടുത്തുകയും ചെയ്യുന്നതാണ്. ഇത് സത്യം. നിങ്ങൾ വരാതിരിക്കരുത്. തീർച്ചയായും വരണം.”

അവൾ എന്തെങ്കിലും മറുപടി പറയുന്നതിനുമുമ്പ് താറാവുകാരൻ പയ്യൻ പറഞ്ഞു:

“ഞങ്ങൾ തീർച്ചയായും വരും. സംശയം വേണ്ട.”

“എങ്കിൽ എനിക്ക് പോകാൻ സമയമായി. വൈകിട്ട് കാണാം.” അയാൾ കുതിരപ്പുറത്തുകയറി വേഗം പോവുകയും ചെയ്തു.

“ഏ, കൂട്ടുകാരാ. നീ എന്താ പറഞ്ഞത്? ഈ കീറത്തുണികളും ധരിച്ച് രാജസദസ്സിൽ പോകുമെന്നോ? ഇങ്ങനെ അവിടെ ചെന്നാൽ നമ്മളെ ശിപായിമാർ ആട്ടി അടിച്ച് പുറത്താക്കും. ഞാനത്തരം സാഹസങ്ങൾക്കൊന്നുമില്ല.”

“ചേച്ചീ. ചേച്ചി അതൊന്നും വിചാരിച്ച് വിഷമിക്കേണ്ട. ചേച്ചി വെറുതെ എന്റെ കൂടെ വന്നാൽ മതി. നമ്മുടെ താറാവുകൾ നൃത്തമാടി മുന്നോട്ട് നടക്കുമ്പോൾ ചേച്ചി അവയുടെ നടുവിൽ നൃത്തമാടി നടന്നാൽ മാത്രം മതി. മറ്റൊന്നും ആലോചിക്കേണ്ട.”

അങ്ങനെ അവർ പ്രധാനവീഥിയിലൂടെ ആടിപ്പാടി മുന്നോട്ട് നടന്നു. കുറച്ചുദൂരം മുന്നോട്ട് പോയിക്കഴിഞ്ഞപ്പോൾ താറാവുകാരൻ പറഞ്ഞു:

“ചേച്ചീ, നോക്കു. രാജാവിന്റെ ഘോഷയാത്ര നമുക്ക് തൊട്ടുമുന്നിലായി പോകുന്നു. അധികം താമസിയാതെ അവർ കൊട്ടരത്തിലെത്തും. നമുക്ക് അൽപം വേഗത്തിൽപോയി ഘോഷയാത്രയുടെ പിന്നിൽ ഘോഷയാത്രയുടെ ഭാഗം എന്നതുപോലെ കൂടാം. വേഗം വാ.”

അവർ ഘോഷയാത്രയുടെ ഏറ്റവും പിന്നിലെ കണ്ണിയായി അവരോടൊപ്പം ചേർന്ന് നടന്നു. കാണികൾ അവരും ഘോഷയാത്രയുടെ ഭാഗമാണെന്ന് വിശ്വസിച്ചു. പലരും അവരെ അതിശയത്തോടെ നോക്കി അഭിനന്ദിക്കുകയും ചെയ്തു.

നേരം ഏതാണ്ട് ഇരുട്ടാകാൻ തുടങ്ങുന്ന സമയം. കൊട്ടാരവും പരിസരവും പ്രകാശമാനമായി അലങ്കരിക്കപ്പെട്ടിരുന്നു. രാജാവും, ബന്ധുക്കളും, പ്രഭുക്കന്മാരും, ഉദ്യോഗസ്ഥരും, പരിചാരകരും നൃത്തശാലയിൽ പ്രവേശിച്ചു. ഘോഷയാത്രയിൽ പങ്കെടുത്തിരുന്ന കലാകാരന്മാർ അവരുടെ പരിപാടികൾ ഒന്നൊന്നായി രാജസഭയിൽ അവതരിപ്പിച്ചു പിൻവാങ്ങി. ക്ഷണം സ്വീകരിച്ചെത്തിയിരുന്ന ഉദ്യോഗസ്ഥരും പ്രഭുക്കന്മാരും ബന്ധുജനങ്ങളും പൗരമുഖ്യരുമെല്ലാം കലാകാരന്മാരെ കൈകൊട്ടി വരവേൽക്കുകയും പ്രോത്സാഹിപ്പിക്കുകയും ചെയ്തുകൊണ്ടിരുന്നു. സമയംപോയത് അറിഞ്ഞതേയില്ല. കാരണം, അത്രമാത്രം സന്തോഷകരമായും ആർഭാടത്തോടെയുമാണ് ചടങ്ങുകൾ നടന്നിരുന്നത്. സമയം കൃത്യം പന്ത്രണ്ടു മണിയായപ്പോൾ കീറത്തുണിക്കാരിയും താറാവുകളും നൃത്തമാടി രാജസഭയിലെത്തി. പുറകിൽ ആരും കേൾക്കാൻ ഇഷ്ടപ്പെടുന്ന ശ്രവണസുന്ദരമായ പാട്ടുകളുമായി താറാവുകാരൻ പയ്യനും - അവന്റെ സാധാരണവേഷത്തിൽ. സദസ്സിലുണ്ടായിരുന്ന അധികപേരും അവരും ഘോഷയാത്രയുടെ ഭാഗമാണെന്ന് കരുതി. അതുകൊണ്ട് ആരും അവരെ തടഞ്ഞതുമില്ല. പക്ഷേ, ചില പ്രഭുക്കന്മാരും പ്രഭ്വികളും കീറത്തുണിധരിച്ച് രാജസഭയിലെത്തിയ പെണ്ണിനെ അപഹസിച്ചു അടക്കിച്ചിരിക്കുകയും പരിഹാസവാക്കുകൾ പറയുകയും മറ്റും ചെയ്തിരുന്നുവെങ്കിലും ഭൂരിപക്ഷമാളുകളും അതെല്ലാം അവഗണിച്ചു.

ആ സമയത്ത് മേടയിൽ രാജാവിന്റെ തൊട്ടടുത്തിരുന്നിരുന്ന യുവാവ് എഴുന്നേറ്റ് ആ നൃത്തക്കാരിയുടെ അടുത്തെത്തി. അയാൾ കീറത്തുണിക്കാരിപ്പെണ്ണിനെ തന്റെ അടുക്കലേക്ക് വിളിച്ച് അവളുടെ കൈകളിൽ ചുംബിച്ചു. കണ്ടുനിന്നവർ തികച്ചും അതിശയിച്ചുപോയി. ആ യുവാവ് എല്ലാവരും കേൾക്കെ രാജാവിനെ അഭിസംബോധന ചെയ്തുകൊണ്ട് ഉറക്കെ പറഞ്ഞു:

"അച്ഛാ, ഇന്ന് ഈ ചടങ്ങിൽവെച്ച് എന്റെ ഭാവി വധുവിനെ തിരഞ്ഞെടുക്കാൻ അച്ഛനെന്നോട് പറഞ്ഞിട്ടില്ലേ; അങ്ങനെ ചെയ്യണമെന്നല്ലേ അച്ഛൻ ആഗ്രഹിക്കുന്നത്? ആരെ വേണമെങ്കിലും തിരഞ്ഞെടുക്കാൻ അച്ഛൻ എനിക്ക് പൂർണ്ണ സ്വതന്ത്ര്യവും തന്നിട്ടുണ്ടല്ലോ?"

അതുകേട്ട് കീറത്തുണിക്കാരി അതിശയിച്ചുപോയി. കാലത്ത് തന്നോട് വിവാഹാഭ്യർഥന നടത്തിയ യുവാവ് രാജകുമാരനായിരുന്നുവെന്ന് അവൾക്ക് വിശ്വസിക്കാനായില്ല.

"അതേ മകനേ. നീ ഇന്ന് ഇവിടെവെച്ച് തിരഞ്ഞെടുക്കുന്ന പെൺകുട്ടി അവൾ ആരായിരുന്നാലും ഈ നാടിന്റെ ഭാവി രാജ്ഞിയാകും. ഞാൻ വാക്കുതരുന്നു."

"എങ്കിൽ അച്ഛാ, ഇതാ ഇവളാണ് എന്റെ കണ്ണുകൾക്ക് ഏറ്റവും സുന്ദരിയായവൾ. ഇവളെ ഞാൻ വളരെയധികം ഇഷ്ടപ്പെടുന്നു; വിവാഹം കഴിക്കാൻ ആഗ്രഹിക്കുന്നു."

"അങ്ങനെയാകട്ടെ മോനേ".

അദ്ദേഹം അത് പറഞ്ഞതും അവിടെ സംഭവിച്ചത് മറ്റൊരതിശയമായിരുന്നു. താറാവുകാരൻ ശബ്ദം കുറച്ച് വളരെ ഹൃദ്യമായ ഒരു പാട്ട് ആലപിക്കാൻ തുടങ്ങി. ദൂരെയെങ്ങോ ഇരുന്ന് ഒരു പക്ഷി സുന്ദരമായി പാടുന്ന വിധം ആ ശബ്ദം അവിടെയെല്ലാം നിറഞ്ഞുനിന്നു. കൂടെത്തന്നെ അവളുടെ ദേഹത്തുണ്ടായിരുന്ന കീറിപ്പറിഞ്ഞ വസ്ത്രങ്ങളോരോന്നും തിളങ്ങുന്ന വസ്ത്രങ്ങളും മരതകക്കല്ലുകളും മറ്റും പതിച്ച മോടിയേറിയ വസ്ത്രങ്ങളുമായി രൂപാന്തരപ്പെട്ടു. തലയിൽ വെട്ടിത്തിളങ്ങുന്ന പ്രകാശമുള്ള ഒരു സ്വർണ്ണ കിരീടവും. അവളുടെ കൂടെ നൃത്തമാടിയിരുന്ന താറാവുകൾ ഓരോന്നും ഓരോ പരിചാരിക ബാലന്മാരോ ബാലികമാരോ ആയി മാറി അവളുടെ പിന്നിൽ രണ്ടു നിരയായി അവളുടെ വസ്ത്രാഞ്ചലം പിടിച്ചുകൊണ്ട് നിന്നു.

ആ കാഴ്ച, രൂപമാറ്റം അവിടെയുണ്ടായിരുന്ന എല്ലാവരേയും തികഞ്ഞ അതിശയത്തിലാഴ്ത്തി.

രാജാവ് സ്വയം എഴുന്നേറ്റ് മേടയിൽനിന്ന് താഴെയിറങ്ങി അവളുടെ കൈ പിടിച്ച് അവളെ മേടയിലേക്ക് കൊണ്ടുപോയി തന്നോടൊപ്പം എല്ലാവർക്കും കാണത്തക്കവിധം നിർത്തിക്കൊണ്ട് പറഞ്ഞു:

"ഇതാണ് ഞങ്ങളുടെ മരുമകൾ - ഈ നാടിന്റെ വരുംകാല രാജ്ഞി." സദസ്സിലുണ്ടായിരുന്നവരെല്ലാം ആ വാക്കുകൾ കരഘോഷത്തോടെ സ്വീകരിച്ചു. പക്ഷേ, അവളുടെ മുത്തച്ഛൻ പ്രഭു മാത്രം അവിടെനിന്നും ഇറങ്ങി സ്വന്തം കൊട്ടാരത്തിലേക്ക് മടങ്ങി. അവിടെ ഒരു

മൂശേട്ടയെപ്പോലെ മുഖം വീർപ്പിച്ച് ഇരുന്നു. തന്റെ ശപഥം മറക്കാൻ ആ പ്രഭുവിന് കഴിയുമായിരുന്നില്ല. എങ്കിലും നാട്ടിൽ എല്ലാവരും സന്തോഷത്തോടെ പറഞ്ഞു:

"നമ്മുടെ രാജകുമാരന്റെ ഭാര്യ തികച്ചും സുന്ദരിയാണ്. നല്ലപ്രകൃതക്കാരിയുമാണ്. അവർ തമ്മിൽ എത്രനല്ല ചേർച്ച, അല്ലേ?"

മുട്ട

ഈ കഥ (Scottish folktales and legends A Chickens from Boiled Eggs) വായിച്ചപ്പോൾ എന്റെ ജീവിതത്തിലുണ്ടായ രണ്ട് സംഭവങ്ങൾ ഓർമ്മവന്നു. ആ സംഭവങ്ങളും ഈ കഥയോടൊപ്പം പറയുന്നു.

ആദ്യം ഓർമയിൽ വന്നത് ഇതെഴുതുന്നതിന് ഏതാണ്ട് 55 വർഷങ്ങൾക്കുമുമ്പ് നടന്ന ഒരു സംഭവമാണ്. ഞാൻ ജനിച്ചുവളർന്നത് കവിയൂർ ഗ്രാമത്തിൽ - തിരുവല്ല ടൗണിൽനിന്ന് ഏതാണ്ട് രണ്ട് കിലോമീറ്റർമാത്രം ദൂരെയുള്ള ഒരു ഗ്രാമം. ഞാൻ വിവാഹം കഴിച്ചത് തമിഴ്നാട്ടിൽ ജനിച്ച് കൂടുതൽകാലം തമിഴ്നാട്ടിൽ ജീവിച്ച് പഠിച്ചുവളർന്ന ഒരു പെൺകുട്ടിയെയാണ്. മലയാളം അറിയാമായിരുന്നുവെങ്കിലും നന്നായി അറിയുമെന്ന് പറയാൻ കഴിയില്ല. വിവാഹം കഴിഞ്ഞ് ഒരിക്കൽ ഞങ്ങളുടെ രണ്ടു മക്കളുമായി മദിരാശിയിൽനിന്ന് നാട്ടിലേക്ക് കാറിൽ യാത്രചെയ്ത സന്ദർഭം. തിരുവല്ല ടൗണിലെത്തിയപ്പോൾ നേരം ഏതാണ്ട് സന്ധ്യകഴിഞ്ഞിരുന്നു. അതുകൊണ്ട് എന്റെ ഭാര്യ പറഞ്ഞു:

"നമ്മൾ ഇന്ന് ഇവിടെ വരുന്നവിവരം അറിയിച്ചിട്ടില്ലല്ലോ. അവിടെ ചെല്ലുമ്പോൾ വീട്ടിൽ ഭക്ഷണമൊന്നും കരുതിയിട്ടുണ്ടാവില്ല. നമുക്ക് മുൻകരുതലായി കുറച്ച് മുട്ട വാങ്ങിക്കൊണ്ട് പോകാം. "

"അതുശരിയാ."

കാറ് ഒരു കടയുടെ മുമ്പിൽ നിർത്തി. ഞാൻ കാറിൽനിന്നുമിറങ്ങി കടയിൽ കയറി ചോദിച്ചു:

"മുട്ടയുണ്ടോ?"

“ഇല്ലല്ലോ സാറേ.”

ഞാൻ തിരികെ കാറിനകത്ത് കയറാൻ തുടങ്ങുമ്പോൾ ഭാര്യ ചോദിച്ചു:

“എന്താ, മുട്ട വാങ്ങിയില്ലേ?”

“മുട്ട ഇല്ലെന്നാണ് അയാൾ പറഞ്ഞത്, വേറെ ഏതെങ്കിലും കടയിൽ നോക്കാം.”

“ഛെ, ആ കമ്പിക്കൂട്ടിൽ തൂക്കിയിട്ടിരിക്കുന്നത് മുട്ടയല്ലേ, പിന്നെന്താ ഇല്ലെന്ന് പറഞ്ഞത്? ഒരു നിമിഷം നിൽക്കൂ. ഞാനൊന്ന് ചോദിക്കട്ടെ.”

ഭാര്യ കാറിൽ നിന്നുമിറങ്ങി കടക്കാരനോട് ചോദിച്ചു:

“മൊട്ടയുണ്ടോ?”

“ഉണ്ടല്ലോ, എത്രയെണ്ണം വേണം ചേച്ചീ?”

അവൾ വേഗംതന്നെ മുട്ടയുമായി വന്ന് കാറിൽ കയറി.

“നിങ്ങളെന്താ കടക്കാരനോട് ചോദിച്ചത്?”

“മുട്ടയുണ്ടോന്ന്.”

“അതെനിക്ക് മനസ്സിലായി. അതുകൊണ്ടല്ലേ ഞാൻ പോയി ചോദിച്ചത്. ഇപ്പോൾ മുട്ട കിട്ടിയത് കണ്ടോ?”

“അതിന് നീ എന്താ ചോദിച്ചത്?”

“ഞാൻ മൊട്ടയുണ്ടോന്ന് ചോദിച്ചു. അല്ലാതെന്താ. ഞാൻ ചോദിച്ചപ്പോൾ അയാൾക്ക് കാര്യം മനസ്സിലായി. അത്രതന്നെ.”

അങ്ങനെയാണ് മുട്ട ഗ്രാമ്യഭാഷയിൽ മൊട്ടയായി എന്നും, മധ്യതിരുവിതാംകൂറിൽപോലും മുട്ട മൊട്ടയായി മാറിയ വിവരവും ഞാൻ മനസ്സിലാക്കിയത്. അതവിടെ നിൽക്കട്ടെ നമുക്ക് കഥയിലേക്ക് കടക്കാം.

ഇത് ലണ്ടനിൽ നടന്ന ഒരു സംഭവം സ്കോട്ട്ലാൻഡിൽ നാടോടിക്കഥയായി പറയുന്നതാണ്. ഏതോ ആവശ്യത്തിനായി ലണ്ടനിലെത്തിയ ഒരു പാവപ്പെട്ട സ്കോട്ട്ലാൻഡുകാരന്റെ കഥ. അന്ന് അയാൾക്ക് നന്നായി വിശക്കുന്നുണ്ടായിരുന്നു; പക്ഷേ, കയ്യിലുണ്ടായിരുന്ന പണം മുഴുവനും ചിലവായതിനാൽ കയ്യിൽ മിച്ചം ഒന്നുമുണ്ടായിരുന്നില്ല. കാശു കൊടുക്കാതെ ഏത് കടക്കാരനാണ് ഭക്ഷണം നൽകുക. അതിലും പ്രത്യേകിച്ച് ലണ്ടൻപോലെ ഒരു നഗരത്തിൽ. ഏതായാലും ഒന്ന് പരീക്ഷിച്ചുകളയാം എന്നുകരുതി അയാൾ വഴിയരികിൽ ഉണ്ടായിരുന്ന ഒരു കടയിൽ കയറി. ചോദിച്ചു:

“സഹോദരാ, ഞാൻ കുറച്ച് ദൂരെ നിന്ന് വരികയാണ്. എന്റെ പക്കൽ പണമൊന്നുമില്ല. പക്ഷേ, നന്നായി വിശക്കുന്നു. എനിക്ക് കുറച്ച്

ആഹാരം തന്നാൽ പിന്നീട് എപ്പോഴെങ്കിലും ഈ വഴി വരുമ്പോൾ ഞാൻ പണം തരാം.''

സാധാരണനിലയിൽ എന്താണ് സംഭവിക്കുക?. ആരും അങ്ങനെ വെറുതെ ഒന്നും കൊടുക്കുകയില്ല അല്ലേ?. പക്ഷേ, ആ കടയുടമസ്ഥൻ ഒരു നല്ല മനുഷ്യനായിരുന്നു. അതുകൊണ്ട് ആ യാത്രക്കാരന് അയാൾ ഒരു മുട്ടപുഴുങ്ങിയതും ചേർത്ത് ആഹാരം കൊടുത്തു.

ഇതെഴുതുമ്പോൾ എന്റെ ഒരു സ്വന്തം അനുഭവം കൂടി പറയട്ടെ. ഞാൻ മദിരാശിയിൽനിന്ന് തിരുവല്ലയിലേക്ക് തീവണ്ടിയിൽ യാത്രചെയ്യുകയായിരുന്നു. എറണാകുളത്തിനും കോട്ടയത്തിനുമിടയ്ക്ക് ഏതാണ്ട് രാവിലെ ഒമ്പതുമണി സമയത്ത് റയിൽവെ കേറ്ററിങിൽ ജോലിചെയ്തിരുന്ന ഒരാൾ ഭക്ഷണസാധനങ്ങളുമായി വന്നു. വടയും പഴംപൊരിയും അങ്ങനെ എന്തൊക്കെയോ. എന്റെ കയ്യിൽ ഒരു നൂറുരൂപാ നോട്ടല്ലാതെ ചില്ലറ ഇല്ലായിരുന്നു. ഞാൻ അയാളോട് പറഞ്ഞു:

"എന്റെ പക്കൽ ഈ നോട്ട് മാത്രമേയുള്ളൂ. ചില്ലറ തരപ്പെട്ടുമെങ്കിൽ എനിക്ക് ഒരു വടയും ഒരു പഴംപൊരുയും''

അയാൾ പറഞ്ഞു: "എന്റെ കയ്യിലും വേണ്ടത്ര ചില്ലറയില്ല, സാർ. പക്ഷേ, അത് സാരമില്ല, സാറിപ്പോൾ ഇതു കഴിക്കൂ.''

അയാൾ വടയും പഴംപൊരിയും ഒരു പേപ്പർ തട്ടിൽ എന്റെ നേർക്ക് നീട്ടി. അൽപം തയങ്ങിക്കൊണ്ട് ഞാൻ പറഞ്ഞു:

"ഞാൻ തിരുവല്ലയിൽ ഇറങ്ങും. അതിനകം ചില്ലറ കിട്ടിയില്ലെങ്കിൽ....''

"സാറ് വിഷമിക്കണ്ട. ചില്ലറ തരപ്പെട്ടാൽ ഞാൻ തിരുവല്ലയ്ക്ക് മുമ്പ് വന്ന് സാറിന്റെ കാശ് വാങ്ങിക്കോളാം. ഇപ്പോ ഇതു കഴിക്ക്. ചില്ലറ കിട്ടിയില്ലെങ്കിൽ അപ്പോൾ നോക്കാം."

ചിലരങ്ങിനെയാണ്. മറ്റുള്ളവരെ സഹായിക്കുന്നതിൽ സന്തോഷിക്കുന്നു. അയാൾ പണംവാങ്ങാൻ വന്നില്ല. പിന്നീട് രണ്ടോ, മൂന്നോ വർഷങ്ങൾക്കുശേഷം അതേ റൂട്ടിൽ തീവണ്ടിയിൽ ഞാൻ അയാളെ കാണാനിടയായി. അതേ ജോലി. ഞാൻ അങ്ങേരെ വിളിച്ചു ചോദിച്ചു:

"എന്നെ ഓർമയുണ്ടോ?''

അൽപനേരം ഓർത്തുനോക്കിയതിനുശേഷം പറഞ്ഞു:

"ഇപ്പോ ഓർമ്മ വരുന്നു സാർ, സാറിനു സുഖമല്ലേ''

"സുഖം തന്നെ.'' ഞാനങ്ങേരെ അടുക്കൽവിളിച്ചു രണ്ടു വടയും ഒരു പഴംപൊരിയും വാങ്ങി. ഒരു അഞ്ചുറ രൂപാനോട്ട് അദ്ദേഹത്തിന്റെ

കയ്യിൽകൊടുത്തു. അദ്ദേഹം ബാക്കി തരാൻ തുടങ്ങിയപ്പോൾ ഞാൻ പറഞ്ഞു:

“അന്ന് എനിക്ക് ഇങ്ങനെ പറയാൻ കഴിയില്ലായിരുന്നു. എന്റെ സാമ്പത്തിക ശേഷി ഇപ്പോൾ മെച്ചപ്പെട്ടിട്ടുള്ളതുകൊണ്ട് ഇത് എന്റെ ഒരു സന്തോഷത്തിനായി കയ്യിൽ വെച്ചുകൊള്ളുക. സന്തോഷം.”

വളരെ നാളത്തേക്ക് അദ്ദേഹത്തിന്റെ പേര് എനിക്കോർമയുണ്ടായിരുന്നു. ഇപ്പോൾ മറന്നുപോയി.

നമ്മുടെ കഥയിലെ നായകനും വളരെ നാളുകൾക്കുശേഷം ആ കടയുടെ മുമ്പിൽ എത്തിച്ചേരാനിടയായി. ആ കട കണ്ടപ്പോൾ താൻ പണ്ട് അവിടെനിന്നും ആഹാരം വാങ്ങിക്കഴിച്ച സംഭവം ഓർത്തു. അയാൾ വിചാരിച്ച ‘എനിക്ക് വിശന്നപ്പോൾ ഭക്ഷണംതന്ന് എന്നെ സഹായിച്ച ആളല്ലേ ഈ കടക്കാരൻ . ഇന്ന് എന്റെ സാമ്പത്തിക സ്ഥിതി മെച്ചപ്പെട്ടിരിക്കുന്നു. എന്റെ പക്കൽ പണമുണ്ട്. ഞാനയാൾക്ക് ഭക്ഷണത്തിന്റെ വിലനോക്കാതെ അൽപം കൂടുതൽ പണം കൊടുക്കണം - ഒരു സമ്മാനം എന്ന പോലെ. പഴംപൊരിയും.’

യാത്രക്കാരൻ കടയിൽ കയറിച്ചെന്നു ചോദിച്ചു:

“എന്നെ ഓർമ്മയുണ്ടോ?”

അൽപനേരം സൂക്ഷിച്ചുനോക്കിയതിനുശേഷം അയാൾ പറഞ്ഞു:

“ഓർക്കുന്നു, ഓർക്കുന്നു. നിങ്ങളല്ലേ എന്റെയടുക്കൽ നിന്നും മുട്ടക്കറിയും മറ്റും കഴിച്ചിട്ട് പിന്നീടെപ്പോഴെങ്കിലും പണം തരാമെന്ന് പറഞ്ഞ് പോയത്. ഇപ്പോഴെങ്ങിനെ? പണം വേണ്ടതുപോലെ കൈയിലുണ്ടോ?”

“ഓ, അപ്പോൾ എന്നെ ഓർക്കുന്നു അല്ലേ, സന്തോഷം. ആ കടം വീട്ടണമെന്ന ഉദ്ദേശത്തോടെയാണ് ഞാൻ ഇങ്ങോട്ട് കയറിയത്.”

“വളരെ നല്ലത്, ഞാനിപ്പോൾ നിങ്ങൾ എനിക്ക് തരേണ്ട തുക എത്രയെന്ന് കണക്കുകൂട്ടി പറയാം.

ദാ നോക്കൂ, അന്ന് നിങ്ങൾ കഴിച്ച മുട്ടകൾ അടവെച്ചിരുന്നെങ്കിൽ കോഴികൾ വിരിഞ്ഞ് ഇന്ന് ആ കോഴികളും ധാരാളം മുട്ടയിട്ടുമായിരുന്നു. അങ്ങനെ ആ മുട്ടകളുടെയെല്ലാം വില നിങ്ങൾ തരേണ്ടതായിട്ടുണ്ട്. എല്ലാം കണക്കിലെടുക്കുമ്പോൾ നിങ്ങൾ കഴിച്ച മുട്ടകളുടെ വില ഏതാണ്ട് ... പൗണ്ട് (ബ്രിട്ടീഷ് നാണയം) വരും. അത്രയും തുക നിങ്ങൾ എനിക്കിപ്പോൾ തരണം.”

കടക്കാരൻ കണക്കുകൂട്ടിപ്പറഞ്ഞത് വളരെ വലിയ ഒരു തുകയായിരുന്നു. അത്രയും വലിയ ഒരു തുക കൊടുക്കാൻ യാത്രികന്

ഉദ്ദേശമില്ലായിരുന്നു. മാത്രമല്ല, കടക്കാരൻ തന്നെ വഞ്ചിക്കുകയാണെന്നും യാത്രികന് തോന്നി.

“ഇത് തികഞ്ഞ അക്രമമാണ്. അത്രവലിയ തുക തരാൻ ഞാൻ ഒരുക്കമല്ല.”

അവർ തമ്മിൽ ഒരു വാക്ക് തർക്കം തുടങ്ങി. തർക്കം ചൂടുപിടിച്ചപ്പോൾ കടക്കാരൻ പറഞ്ഞു:

“എങ്കിൽ നമുക്ക് കോടതിയിൽ കാണാം.” കടക്കാരനും സിൽബന്ധികളും ചേർന്ന് അയാളെ ന്യായാധിപന്റെ മുമ്പിലെത്തിച്ചു. ന്യായാധിപൻ അവരെ തന്റെ മുമ്പിലേക്ക് വിളിപ്പിക്കാൻ അൽപം വൈകി. ആ സമയത്ത് യാത്രികൻ അവിടെ മറ്റൊരു സ്കോട്ടുലാൻഡുകാരൻ സുഹൃത്തിനെ കാണാനിടയായി. അയാളോട് വിവരങ്ങളൊക്കെ പറഞ്ഞു. എല്ലാം കേട്ടുകഴിഞ്ഞ് സുഹൃത്ത് പറഞ്ഞു:

“അങ്ങനെയാണ്, അല്ലേ. താങ്കൾ ഒന്നുകൊണ്ടും വിഷമിക്കേണ്ട. നമുക്ക് കാര്യങ്ങൾ കൈകാര്യം ചെയ്യാൻ ഒരു വഴിയുണ്ടാക്കാം.”

ആ സുഹൃത്ത് ഉടൻതന്നെ അവിടെ എവിടെയോ പോയി ഒരു സഞ്ചിനിറയെ പുഴുങ്ങിയ കടലയും വാങ്ങിച്ചുകൊണ്ട് തിരികെയെത്തി.

ന്യായാധിപൻ യാത്രികന്റെയും കടക്കാരന്റെയും കേസ് വിചാചരണക്കായി വിളിച്ചപ്പോൾ യാത്രികന്റെ സുഹൃത്തും അദ്ദേഹത്തോടൊപ്പം കോടതിയിൽ ഹാജരായി ന്യായാധിപനോട് അപേക്ഷിച്ചു.:

“ബഹുമാനപ്പെട്ട ന്യായപീഠത്തോട് എനിക്കൊരപേക്ഷയുണ്ട്. ഞാൻ ഈ നിൽക്കുന്ന സ്കോട്ട്ലാൻഡ് കാരന്റെ സുഹൃത്താണ്. ഈ കേസിൽ അദ്ദേഹത്തെ സഹായിക്കാൻ ദയവായി എനിക്കൊരവസരം നൽകണം,”

ന്യായാധിപൻ ആ ആവശ്യം അംഗീകരിച്ചു. കേസിനെക്കുറിച്ച് വാദിയോടും പ്രതിയോടും അന്വേഷിച്ചതിനുശേഷം യാത്രികന്റെ സുഹൃത്തിനോട് ചോദിച്ചു:

“നിങ്ങൾക്ക് ഈ കോടതി സമക്ഷം എന്താണ് ബോധിപ്പിക്കാനുള്ളത്?”

“ഹുസൂർ, എന്റെ പക്കൽ ഈ സഞ്ചിയിലുള്ളത് കുറച്ച് വേവിച്ച കടലയാണ്.”

“വേവിച്ച കടലയോ, അതെന്തിനാ ഇവിടെ കൊണ്ടുവന്നത്? അതും ഈ കേസും തമ്മിൽ എന്തു ബന്ധമാണുള്ളത്?”

“ഈ കടലയ്ക്ക് ഈ കേസുമായി ഒരു വലിയബന്ധമുണ്ട് ഹുസൂർ. ഞാൻ ഈ വേവിച്ച കടല ഇവിടെ അടുത്തുള്ള ഒരു തോട്ടത്തിൽ

വിതയ്ക്കാൻ കൊണ്ടുവന്നതാണ്.''

അതുകേട്ട് കോടതിയിലുണ്ടായിരുന്നവർ ഉറക്കെ ചിരിച്ചു. ന്യായാധിപനും അയാളുടെ സംസാരം ഒരു കിറുക്കന്റെ സംസാരമായിട്ടാണ് തോന്നിയത്.

"വിതയ്ക്കാനോ? താനെന്ത് വിഡ്ഢിത്തമാണ് പറയുന്നത്! വേവിച്ച കടല വിതയ്ക്കുകയോ. വേവിച്ചകടല വിതച്ചാൽ അത് കിളിർക്കുമോ?''

"കിളിർക്കും, ഹുസൂർ. കിളിർക്കും. പുഴുങ്ങിയമുട്ട അടവെച്ചാൽ കോഴിക്കുഞ്ഞുങ്ങളുണ്ടാകുന്ന നാട്ടിൽ വേവിച്ച കടല കിളിർക്കുകയും ചെയ്യും.''

ആ ഉത്തരം കേട്ട് ന്യായാധിപനുൾപ്പെടെ കോടതിയിലുണ്ടായിരുന്ന എല്ലാവരും ചിരിച്ചുവെങ്കിലും അവർക്ക് അയാൾ പറഞ്ഞതിന്റെ അർഥം വ്യക്തമായി. മാത്രമല്ല, ന്യായാധിപന് കടക്കാരന്റെ അനൗചിത്യപരമായ വിലപേശൽ ശരിയല്ലെന്ന് ബോദ്ധ്യമാകുകയും ചെയ്തു. ആ കാലത്ത് ഒരു തട്ട് പുഴുങ്ങിയ മുട്ട ചേർത്ത ആഹാരത്തിന് എന്തുവിലയുണ്ടോ അത്രമാത്രം കടക്കാരന് കൊടുക്കാൻ ഉത്തരവിട്ടുകൊണ്ട് കേസ് തീരുമാനിക്കുകയും ചെയ്തു.

സൂക്ഷ്മദൃഷ്ടിയുള്ള ചെമ്മരിയാട്

സ്കോട്ട്ലാൻഡിൽ പണ്ട് പണ്ട് ജീവിച്ചിരുന്ന ഒരു രാജാവിന്റെ നിർഭാഗ്യയായ മകളുടെ കഥയാണ് ഇത്. രാജാവിന്റെ ആദ്യഭാര്യ മരിച്ചുപോയി. പക്ഷേ, അവർക്ക് ഒരു മകളുണ്ടായിരുന്നു. ആ മകളുടെ കഥയാണിത്. ആ മകളെ നമുക്ക് രാജകുമാരിയെന്നോ കുമാരിയെന്നോ വിളിക്കാം.

രാജാവ് വീണ്ടും ഒരു വിവാഹം കഴിച്ചു. ചിറ്റമ്മ കുമാരിയോട് വളരെ ക്രൂരമായാണ് പെരുമാറിയത്. അവളെ പൊതിരെ തല്ലുകയും വീടിന് വെളിയിലാക്കി കതകടയ്ക്കുകയും മറ്റും നിത്യവും ചെയ്യാറുണ്ടായിരുന്നു. കൊട്ടാരത്തിലെ ആടുകളെ മേയ്ക്കാൻ അവളെ അയയ്ക്കുന്നത് പതിവായിരുന്നു. ഒരിക്കലും അവൾക്ക് വയറ് നിറയെ കൊടുക്കുമായിരുന്നില്ല. പട്ടിണികിടന്ന് ചാകുമെങ്കിൽ ചാകട്ടെ എന്നതായിരുന്നു അവരുടെ മനസ്സിലിരുപ്പ്.

പക്ഷേ, കുമാരി തീറ്റയ്ക്കായി കൊണ്ടുപോയ്ക്കൊണ്ടിരുന്ന ആട്ടിൻ കൂട്ടത്തിന് അവളെ ഇഷ്ടമായിരുന്നു; പ്രത്യേകിച്ചും കൂട്ടത്തിലുണ്ടായിരുന്ന ചാരനിറത്തിലുള്ള ഒരു ചെമ്മരിയാടിന്. ആ ചെമ്മരിയാട് വളരെ ദീർഘ ദൃഷ്ടിയുള്ള ഒരാടായിരുന്നു. അതിനെ നമുക്ക് ഇനിയങ്ങോട്ട് ചെമ്മരിയാട് എന്ന് മാത്രം പറയാം. ചെമ്മരിയാട് മറ്റാരും കാണാതെ ദിവസവും കുമാരിക്കുവേണ്ട ഭക്ഷണം കൊടുക്കുമായിരുന്നു. അതുകൊണ്ട് കുമാരിക്ക് ഭക്ഷണക്കുറവുകൊണ്ടുള്ള ഒരു പ്രശ്നവുമില്ലായിരുന്നു. എന്ന് മാത്രമല്ല മറ്റുള്ളവർക്ക് അവൾ പട്ടിണികിടക്കുന്ന കുട്ടിയാണെന്ന് തോന്നുകയും ചെയ്യുമായിരുന്നില്ല.

പുതിയ രാജ്ഞി (ചിറ്റമ്മ) അവളെ എപ്പോഴും അതിശയത്തോടുകൂടിയാണ് നോക്കിയിരുന്നത്. പട്ടിണിയിട്ടിട്ടും ഇവളെന്തേ തടിച്ചുകൊഴുത്തിരിക്കുന്നത് എന്ന് അവർ ചിന്തിച്ചു. അവൾക്ക് എവിടെ നിന്നെങ്കിലും ഭക്ഷണം കിട്ടുന്നുണ്ടോ എന്ന് അവർക്ക് സംശയം തോന്നിത്തുടങ്ങി. രാജ്ഞി തന്റെ പരിചാരികയോട് അവരുടെ സംശയം പറഞ്ഞു. അതുകേട്ട് പരിചാരിക പറഞ്ഞു:

"രാജ്ഞി വിഷമിക്കേണ്ട. എന്റെ മകൾ മൊട്ടത്തല ഇങ്ങനെയുള്ള കാര്യങ്ങൾ ആരാഞ്ഞ് കണ്ടുപിടിക്കാൻ കേമിയാണ്. ഞാൻ അവളോട് പറഞ്ഞ് കുമാരി തടിച്ചുകൊഴുത്തിരിക്കുന്നതിന്റെ രഹസ്യം ഉടനെ കണ്ടുപിടിക്കാൻ ഏർപ്പാടാക്കാം."

വിവരം കേട്ട പരിചാരികയുടെ മകൾ മൊട്ടത്തല സന്തോഷത്തോടെ പറഞ്ഞു:

"ഞാൻ കണ്ടുപിടിക്കാമമ്മേ."

മൊട്ടത്തല കുമാരിയുമായി കൂട്ടുകൂടി കുമാരിയോടൊപ്പം നടക്കാൻ തുടങ്ങി. മൊട്ടത്തലയുടെ പെരുമാറ്റത്തിൽ എന്തോ അപാകതയുണ്ടെന്ന് ചെമ്മരിയാടിനും സംശയം തോന്നി. പക്ഷേ, കുമാരിക്ക് എങ്ങനെ ഭക്ഷണം നൽകുമെന്ന വിഷമവും ചെമ്മരിയാടിന്റെ മനസ്സിലുണ്ടായിരുന്നു. ആ വിവരം മൊട്ടത്തല അടുത്തില്ലാതിരുന്ന സമയത്ത് രഹസ്യമായി രാജകുമാരിയോട് പറഞ്ഞു. അതുകേട്ട് കുമാരി പറഞ്ഞു:

"അതിനെക്കുറിച്ച് നീ വിഷമിക്കേണ്ട. നീ എനിക്ക് എന്നത്തേയുംപോലെ ആഹാരം കൊണ്ടുവാ. നീ വരുന്ന സമയം ഞാനാ മൊട്ടത്തലയെ ഇവിടെ ഉറക്കിക്കിടത്താം."

ആട് പോയി അൽപസമയം കഴിഞ്ഞപ്പോൾ മൊട്ടത്തലച്ചി കുമാരിയുടെ അടുത്ത് ചങ്ങാത്തം കൂടാനെത്തി. കുമാരിയും ഒന്നുമറിയാത്തമട്ടിൽ അവളോട് പെരുമാറി.

"കണ്ടിട്ട് നിനക്ക് നല്ല ഉറക്കം വരുന്നുണ്ടെന്ന് തോന്നുന്നല്ലോ."

"അതേ കുമാരീ, എനിക്ക് നല്ല ഉറക്കം വരുന്നു."

"വിഷമിക്കേണ്ട. നീ നിന്റെ തല എന്റെ തുടയിൽവെച്ച് കിടന്നോ. ഞാൻ നിന്റെ തലയും നെറ്റിയുമൊക്കെ തടവിത്തരാം. അപ്പോൾ നന്നായി ഉറങ്ങാം"

അങ്ങനെ മൊട്ടത്തലച്ചി നല്ല ഉറക്കത്തിലായ സമയത്ത് ആട് കുമാരിക്കുവേണ്ട ആഹാരം അവിടെ എത്തിക്കുകയും കുമാരി അത് കഴിക്കുകയും ചെയ്തു. അവർ വിചാരിച്ചത് മൊട്ടത്തലച്ചി അതൊന്നും അറിഞ്ഞില്ലെന്നാണ്. പക്ഷേ, അവർക്കാർക്കും ഇല്ലാതിരുന്ന ഒരു

പ്രത്യേക കഴിവ് മൊട്ടത്തലച്ചിക്കുണ്ടായിരുന്നു. അവൾക്ക് ഉറക്കത്തിലും കാണാവുന്ന ഒരു കണ്ണ് അവളുടെ തലയുടെ പുറകുഭാഗത്തുണ്ടായിരുന്നു. അതുകൊണ്ട് അവിടെ നടന്നതെല്ലാം അവൾക്ക് കാണാൻ കഴിഞ്ഞു. ആ വിവരമെല്ലാം അടുത്ത ദിവസം തന്നെ മൊട്ടത്തലച്ചിയും അവളുടെ അമ്മയും ചേർന്ന് രാജ്ഞിയെ അറിയിച്ചു.

രാജ്ഞി പരിചാരികയോട് പറഞ്ഞു:

"ഇതിങ്ങനെ വിട്ടാൽ ശരിയാകുകയില്ല. ആ ആടിനെ കൊല്ലുക മാത്രമേ വഴിയുള്ളൂ."

രാജ്ഞിയുടെ ആ തീരുമാനം ആടിന്റെ ചെവിയിലുമെത്തി. രാജ്ഞി ഒരു കാര്യം തീർച്ചയാക്കിയാൽ അത് നടപ്പാക്കാതെ അടങ്ങുകയില്ലെന്ന് ആടിന് അറിയാമായിരുന്നു. അതുകൊണ്ട് ആട് ആ വിവരം രഹസ്യമായി കുമാരിയെ അറിയിച്ചു. ആട് കുമാരിയോട് ഇത്രയുംകൂടി പറഞ്ഞു:

"കുമാരി, രാജ്ഞി എന്നെ കൊല്ലാൻ തീർച്ചയാക്കിയിരിക്കുകയാണ്. കുമാരി ഒരു കാര്യം ചെയ്യണം. ഞാൻ കൊല്ലപ്പെട്ടതിനുശേഷം കുമാരി ആരുംകാണാതെ എന്റെ എല്ലുകളും തോലും പെറുക്കിയെടുക്കണം. എല്ലുകൾ തോലിനുള്ളിൽ പൊതിഞ്ഞ് സൂക്ഷിക്കണം. അങ്ങനെ ചെയ്താൽ ഒരു നിശ്ചിത ദിവസങ്ങൾക്ക് ശേഷം ഞാൻ വീണ്ടും ജീവിച്ചുവരും."

"ശരി, കൂട്ടുകാരി. ഞാൻ അങ്ങനെ ചെയ്യാം."

ആട് കൊല്ലപ്പെട്ടുകഴിഞ്ഞ് കുമാരി നേരത്തെ ഉദ്ദേശിച്ചിരുന്നതുപോലെ മറ്റാരും അറിയാതെ ആടിന്റെ എല്ലുകൾ ശേഖരിച്ച് അതിന്റെ തന്നെ ഉരിഞ്ഞിട്ടിരുന്ന തോലിൽ പൊതിഞ്ഞ് ഭദ്രമായി ഒരു സ്ഥലത്ത് സൂക്ഷിച്ചുവെച്ചു. അടുത്ത ദിവസംതന്നെ ആട് തിരിച്ചും ജീവനോടുകൂടി കുമാരിയുടെ മുന്നിലെത്തി. ആട് കുമാരിയോട് പറഞ്ഞു:

"കുമാരി എല്ലാം ഞാൻ പറഞ്ഞിരുന്നതുപോലെ തന്നെ ചെയ്തു. അതുകൊണ്ട് ഞാനിതാ കുമാരിയുടെ മുമ്പിൽ വീണ്ടും വന്നിരിക്കുന്നു. പക്ഷേ, കുമാരിക്ക് ഒരു ചെറിയ പിഴവുപറ്റി. കുമാരി എന്റെ എല്ലുകൾ ശേഖരിച്ചപ്പോൾ ഒരു കുളമ്പെല്ല് വിട്ടുപോയി. അതുകൊണ്ട് എനിക്ക് മുടന്തി നടക്കേണ്ടിയിരിക്കുന്നു. ഒരു കണക്കിന് അതു നല്ലതായി. എന്നെ കാണുന്നവർ ഞാൻ പഴയ ചെമ്മരിയാടാണെന്ന് മനസ്സിലാകാതിരിക്കാൻ ഈ മുടന്ത് ഉപകരിക്കും."

വീണ്ടും ആട് കുമാരിക്ക് രഹസ്യമായി ആഹാരം കൊടുക്കാനും തുടങ്ങി. അങ്ങനെ നാളുകൾ മുന്നോട്ട് പോയിക്കൊണ്ടിരുന്നപ്പോൾ അടുത്ത രാജ്യത്തെ രാജകുമാരൻ വേട്ടയാടാൻ അതുവഴി വരാനും

രാജകുമാരൻ കുമാരിയെ കാണാനുമിടയായി. കുമാരൻ വിചാരിച്ചു. 'ഇവൾ കാഴ്ചക്ക് വളരെ സുന്ദരിയാണല്ലോ. ആരാണ് ഇവൾ?'

ഒരു ദിവസം കുമാരൻ കുമാരിയോടുതന്നെ നേരിട്ടു ചോദിച്ചു:

"കുമാരി ആരാണ്? ഏതാണ്?"

കുമാരി എല്ലാ വിവരങ്ങളും സത്യസന്ധമായും വിശദമായും കുമാരനോട് പറഞ്ഞു. കുമാരന് അവളെ വളരെ ഇഷ്ടപ്പെടുകയും ചെയ്തു.

അതിനിടയിൽ മൊട്ടത്തലച്ചി വിവരങ്ങൾ അവളുടെ അമ്മ മുഖാന്തിരം രാജ്ഞിയെ അറിയിച്ചുകൊണ്ടിരുന്നു. വിവരങ്ങൾ കേട്ട രാജ്ഞി അതുവഴിവന്നിരുന്ന രാജകുമാരനെക്കുറിച്ച് അന്വേഷിക്കുകയും, അയാൾ തന്റെ സ്വന്തം മകളുടെ ഭർത്താവാകണമെന്നാഗ്രഹിക്കുകയും ചെയ്തു. അതുകൊണ്ട് അവർ കുമാരിയെ ആടുമേയ്ക്കാൻ അയക്കുന്ന പതിവു നിർത്തി. പകരം തന്റെ സ്വന്തം മകളെ മേച്ചിൽ പ്രദേശത്തേക്ക് അയച്ചുതുടങ്ങി. കുമാരിയെ അടുക്കളപ്പണികളിൽ ഏർപ്പെടുത്തി എങ്കിലും എപ്പോഴോ കുമാരി യാദൃശ്ചികമായി മേച്ചിൽസ്ഥലത്ത് എത്തിയപ്പോൾ കുമാരൻ കാണാനിടയാവുകയും ചെയ്തു. കുമാരൻ അവൾക്ക് ഒരു ജോഡി പ്രത്യേകതരം സ്വർണച്ചെരിപ്പുകൾ സമ്മാനം കൊടുത്തു. മാത്രമല്ല, അടുത്തുതന്നെ ആ പ്രദേശത്ത് പള്ളിയിൽ മൂന്ന് ദിവസം നീണ്ടുനിൽക്കുന്ന ഒരു പ്രഭാഷണ പരിപാടിയുണ്ടെന്നും കുമാരി എന്നും ആ പരിപാടികളിൽ പങ്കെടുക്കണമെന്നും പറഞ്ഞു. മാത്രമല്ല, എന്നും താൻ കൊടുത്ത ചെരിപ്പുകൾ അണിഞ്ഞുകൊണ്ടുതന്നെ അവിടെ ചെല്ലണമെന്നും കുമാരൻ കാണത്തക്കവിധം അവിടെ ഉണ്ടാകണമെന്നും നിർദ്ദേശിച്ചു. ആ പ്രഭാഷണ പരിപാടികളിൽ പങ്കെടുക്കാൻ കുമാരൻ ദിവസവും അവിടെ എത്തുമെന്നറിഞ്ഞ രാജ്ഞി അവരുടെ സ്വന്തം മകളെ അണിയിച്ചൊരുക്കി എന്നും പള്ളിയിലേക്ക് കൊണ്ടുപോകുമായിരുന്നു. കുമാരിക്ക് പോകാൻ അനുവാദമില്ലായിരുന്നു. എങ്കിലും കൊട്ടാരത്തിലെ മറ്റുള്ളവരെല്ലാം പുറപ്പെട്ടതിനുശേഷം കുമാരി തനിക്കുകിട്ടിയ സ്വർണചരിപ്പുകളിട്ടുകൊണ്ട് പള്ളിയിൽ പോകുമായിരുന്നു. എല്ലാവർക്കും പിന്നിലായി എന്നാൽ കുമാരന് കാണത്തക്കവിധം ഇരുന്ന് പ്രഭാഷണം കേൾക്കുകയും, പ്രഭാഷണം തീർന്നാൽ മറ്റുള്ളവർ പിരിയുന്നതിനുമുമ്പ് അവിടെനിന്നും ഓടി കൊട്ടാരത്തിൽ തിരികെ എത്തുകയും ചെയ്യുക എന്നതായിരുന്നു കുമാരിയുടെ പരിപാടി. ആദ്യത്തെ രണ്ടുദിവസങ്ങൾ എല്ലാം ചിട്ടയായി ചെയ്യാൻ കുമാരിക്ക് കഴിഞ്ഞു. അതുകൊണ്ട് കുമാരി പ്രഭാഷണത്തിനു പോകുന്നുവെന്ന് ആരും സംശയിച്ചതുമില്ല. എന്നാൽ മൂന്നാമത്തെ ദിവസം തിരികെ ഓടുന്നതിനിടയിൽ കുമാരിയുടെ ഒരു കാലിലെ ചെരുപ്പ് താഴെ വീണുപോയി. ഓടുന്നതിനിടയിൽ

ആൾക്കൂട്ടത്തിൽ വീണുപോയ ചെരുപ്പ് എടുക്കാൻ തരപ്പെടാഞ്ഞതു കൊണ്ട് അത് അവിടെ വിട്ടിട്ട് ഓടി. നടന്നതെല്ലാം ദൂരെനിന്ന് കുമാരൻ കാണുന്നുണ്ടായിരുന്നു. ആൾക്കൂട്ടത്തിനു നടുവിൽപോയി കുമാരൻ ആ ചെരുപ്പെടുത്തു. കുമാരി എവിടെയാണ് താമസിക്കുന്നതെന്നറിയാൻ കുമാരൻ ഒരു കൗശലം പ്രയോഗിച്ചു. പ്രഭാഷണം കേൾക്കാൻ വന്നിരുന്നവർ പിരിഞ്ഞുപോകുന്നസമയം നോക്കി എല്ലാവരും കേൾക്കെ സ്വയം പരിചയപ്പെടുത്തിക്കൊണ്ട് കുമാരൻ പറഞ്ഞു:

"ഞാൻ ഇവിടെനിന്നും ഒരു പെൺകുട്ടിയെ വിവാഹം കഴിക്കാൻ തീർച്ചയാക്കിയിരിക്കുന്നു. പെൺകുട്ടിയെ കണ്ടെത്തുകയും ചെയ്തിരിക്കുന്നു. നോക്കു, ഈ ചെരുപ്പ് ആരുടെ കാലിന് ശരിയായി ചേരുമോ ആ പെൺകുട്ടിയെയായിരുക്കും ഞാൻ വിവാഹം കഴിക്കുക. തികച്ചും ഒരാഴ്ചയ്ക്കുശേഷം വീണ്ടും ഇവിടെ നടക്കാനിരിക്കുന്ന പ്രഭാഷണക്കൂട്ടത്തിന്റെ സമയത്ത് ചെരുപ്പ് കാലിലിട്ട് പരീക്ഷിക്കുവാൻ ഇവിടെ എത്തണമെന്ന് അപേക്ഷിക്കുന്നു."

പ്രഖ്യാപനം കേട്ട് രാജ്ഞി ആ ചെരുപ്പ് തന്റെ മകളുടെ കാലിന് ചേരുന്നതാക്കണമെന്ന് തീർച്ചയാക്കി. വേണ്ടരീതിയിൽ കാല് ചെറുതാക്കുകയോ വലുതാക്കുകയോ ഒക്കെ ചെയ്യാമല്ലോ. വിവരം വിശ്വസ്ഥയായ പരിചാരികയോട് പറഞ്ഞു. മുഴുവൻ സമയവും പരിചാരിക ആ പെൺകുട്ടിയുടെ (രാജ്ഞിയുടെ സ്വന്തം മകളുടെ) കാലുകൾ (പാദങ്ങൾ) കയറുകൊണ്ട് വരിഞ്ഞുകെട്ടി ചെറുതാക്കാൻ വേണ്ട പല ശ്രമങ്ങളും കൈക്കൊണ്ടു - ശ്രമങ്ങൾ തുടർന്നുകൊണ്ടിരുന്നു.

വീണ്ടും പ്രഭാഷണം നിശ്ചയിച്ചിരുന്നതിന്റെ തലേദിവസം രാജ്ഞി കുമാരിയെ അടുക്കളയുടെ പിൻഭാഗത്തുള്ള ഒരു മുറിയിൽ പൂട്ടിയിട്ടു. നിശ്ചിതദിവസം, നിശ്ചിതസമയത്തിന് മുമ്പുതന്നെ അവരെല്ലാം (രാജ്ഞി, രാജ്ഞിയുടെ മകൾ, പരിചാരിക) പള്ളിയിലേക്ക് യാത്ര തിരിച്ചു. പള്ളിയിലെത്തിച്ചേർന്നയുടൻ അവർ കുമാരനോട് ചെരുപ്പ് വാങ്ങി. അത് സ്വന്തം കാലിൽ ഇടാൻ രാജ്ഞിയുടെ മകൾ ശ്രമം തുടങ്ങി; കൂടെ സഹായിക്കാൻ പരിചാരികയും. ചെരുപ്പ് കാലിൽ ശരിയായി ചേരുമായിരുന്നില്ലെങ്കിലും പരിചാരിക കുട്ടിയുടെ കാല് ഒരു വിധത്തിൽ ചെരുപ്പിനുള്ളിൽ തള്ളിക്കയറ്റി. കുട്ടിക്ക് ഏറെ വേദനയുണ്ടായിരുന്നുവെങ്കിലും അതൊന്നും സാരമാക്കാതെ അടക്കിപ്പിടിച്ചുനിന്നു. രാജ്ഞി കുമാരനേയും മറ്റുള്ളവരേയും വിളിച്ച് ഉറക്കെ പ്രഖ്യാപിച്ചു:

"കണ്ടോ, കണ്ടോ. ഇതാ, എല്ലാവരും ഇങ്ങോട്ട് നോക്കു. കുമാരൻ തന്ന ചെരുപ്പ് എന്റെ മകളുടെ കാലിന് ചേരുന്നതാണ്. അതുകൊണ്ട് നേരത്തെ പ്രഖ്യാപിച്ചിരുന്നതുപോലെ കുമാരൻ എന്റെ മകളെ

വിവാഹം കഴിക്കും - ഇപ്പോൾ; ഇവിടെ വെച്ച്.''

ആ കുട്ടിയല്ല തന്റെ ഇഷ്ടപ്പെട്ട കാമുകി എന്നറിയാമായിരുന്നു വെങ്കിലും ചെരുപ്പ് അവളുടെ കാലിന് ചേർന്നതുകൊണ്ട് കുമാരന് തലേദിവസം കൊടുത്ത വാക്ക് പാലിക്കേണ്ടതായുണ്ടായിരുന്നു. അത്തരം ഒരു സാഹചര്യത്തിൽ കുമാരന് മറുത്ത് ഒന്നും പറയുവാൻ കഴിയുമായിരുന്നില്ല. രാജ്ഞിയുടെ നേതൃത്വത്തിൽ എല്ലാവരും ചേർന്ന് വിവാഹത്തിനുവേണ്ട ഒരുക്കങ്ങൾ ആരംഭിക്കുകയും ചെയ്തു. ഒരുക്കങ്ങൾ നടന്നുകൊണ്ടിരുന്നസമയത്ത് എവിടെനിന്നോ ഒരു കിളി പറന്നുചെന്ന് ഉറക്കെയുറക്കെ പറഞ്ഞു:

"ചെരുപ്പിൽ രക്തം പുരണ്ടിരിക്കുന്നു. പക്ഷേ, ചെരുപ്പിന്റ ഉടമ അടു ക്കളപ്പുറത്തെ മുറിയിൽ തടവിലാണ്.''

"ആ കിളി, ചിലച്ചുകൊണ്ട് പറഞ്ഞതെന്താ.'' എല്ലാവരും തിരക്കി.

കിളി പറഞ്ഞതെന്തായാലെന്താ, നമുക്ക് വേഗം കല്യാണച്ചടങ്ങുകൾ തുടങ്ങാം. വെറുതെ താമസിപ്പിക്കേണ്ട.'' രാജ്ഞി പറഞ്ഞു.

"ശരി, ശരി. അങ്ങനെയാകട്ടെ.'' മറ്റുള്ളവർ രാജ്ഞി പറഞ്ഞതി നോട് യോജിച്ചു.

അൽപ നിമിഷങ്ങൾക്കുശേഷം കിളി വീണ്ടും പറന്നുവന്ന് പറഞ്ഞു:

"ചെരുപ്പിൽ രക്തക്കറ. ഉടമസ്ഥ അടുക്കളപ്പുറത്ത് തടവിൽ.''

അതുകേട്ട് രാജകുമാരൻ പറഞ്ഞു:

"കിളി പറഞ്ഞതിൽ എന്തോ കാര്യമുണ്ടെന്ന് തോന്നുന്നു. ഒന്നന്വേ ഷിക്കേണ്ടിയിരിക്കുന്നു. മാത്രമല്ല ഈ ചെരുപ്പിന്റെ ജോടി ഞാനുദ്ദേശി ക്കുന്ന പെൺകുട്ടിയുടെ പക്കലുണ്ടായിരിക്കും. തീർച്ച.'' കുമാരൻ വീണ്ടും രാജ്ഞിയോടായി ചോദിച്ചു;

"ഈ ചെരുപ്പിന്റെ ജോടി താങ്കളുടെ മകളുടെ കയ്യിലുണ്ടോ?'' രാജ്ഞി മറുപടി ഒന്നും പറയാതെ നിന്നു

"ഇല്ല, അല്ലേ. അപ്പോൾ ഒരന്വേഷണം നടത്താതെ വിവാഹം നടക്കുകയില്ല.'' അത്രയും പറഞ്ഞ് കുമാരൻ തന്റെ വിശ്വസ്ഥരായ ചില സ്നേഹിതരെ അടുത്തുള്ള വീടുകളിൽ അന്വേഷിക്കാനയച്ചു. കുറ ച്ചുസമയത്തിനുള്ളിൽ അവർ കുമാരിയെ കണ്ടെത്തുകയും കൂട്ടിക്കൊ ണ്ട് പള്ളിയിലെത്തുകയും ചെയ്തു. കുമാരിയുടെ കയ്യിലുണ്ടായിരുന്ന ചെരുപ്പും കുമാരന്റെ കയ്യിലുണ്ടായിരുന്നതും ഒരേ ജോടിയാണെന്നും രണ്ടും കുമാരിക്ക് നന്നായിച്ചേരുന്നുവെന്നും കണ്ടുനിന്നവർക്ക് സംശ യമെന്യെ ബോദ്ധ്യമായി. ഒട്ടും താമസിയാതെ എല്ലാവരുടെയും

അനുഗ്രഹത്തോടെ സന്തോഷമായി കുമാരനും കുമാരിയും തമ്മിലുള്ള വിവാഹം നടന്നു. കുമാരൻ കുമാരിയേയും കൂട്ടിക്കൊണ്ട് അദ്ദേഹത്തിന്റെ സ്വന്തം നാട്ടിലേക്ക് മടങ്ങി. പിന്നീട് വളരെക്കാലം അവർ സന്തോഷത്തോടെയും സുഖമായും ജീവിച്ചു.

കുറിപ്പ്: ഈ കഥ വായിച്ചപ്പോൾ നിങ്ങൾ മുമ്പ് കേട്ടിട്ടുള്ള സുപ്രസിദ്ധമായ സിൻഡ്രലയുടെ കഥ തന്നെയല്ലേ ഇത് എന്ന് തോന്നിയില്ലേ. പക്ഷേ, 1860-ൽ Popular Tales of West Highlands എന്ന പേരിൽ J.F.Campbell പ്രസിദ്ധീകരിച്ച (Edinburgh: Edmonston and Douglas - p 286-289) ഈ കഥയിൽ (കഥയുടെ ഇംഗ്ലീഷ് ശീർഷകം - The Sharp Grey Sheep) അദ്ദേഹം അങ്ങനെ ഒരു സൂചന പോലും നൽകുന്നില്ല. എങ്കിലും അങ്ങനെയായിരിക്കാമെന്ന് സംശയിക്കേണ്ടിയിരിക്കുന്നു. മാത്രവുമല്ല, സിൻഡ്രലയുടെ കഥ പലപല പാഠഭേദങ്ങളുമായി യൂറോപ്പിൽ പ്രചാരത്തിലുണ്ട്. ഈ സമാഹാരത്തിൽ ഉൾപ്പെടുത്തിയിട്ടുള്ള 'കീറത്തുണിക്കാരിപ്പെണ്ണ്' എന്ന കഥയും അത്തരത്തിലുള്ള ഒന്നുതന്നെയല്ലേ. ഇംഗ്ലീഷിൽ 'Rashin-Coatie' എന്ന പേരിൽ സ്കോട്ട്ലാൻഡിൽ തന്നെ പ്രചാരത്തിലുള്ള കഥയും (Scottish Fairy and Folk Tales - p.86-89: A.L. Burt Company, New York 1901- Â George Douglas പ്രസിദ്ധീകരിച്ചതും ഇത് പോലെ സിൻഡ്രലക്കഥയുടെ ഒരു പാഠഭേദമാണെന്ന് കരുതാം.

വില്ലോബ്രേക്കിലെ കൂനൻ

വില്ലോബ്രേക്ക് എന്ന് പറയുന്നത് സ്കോട്ട്ലാൻഡിൽ ഉണ്ടായിരുന്ന നീണ്ടുമെലിഞ്ഞ വില്ലോമരങ്ങൾ ധാരാളമായി വളർന്നുനിന്നിരുന്ന സാമാന്യം വിസ്തൃതിയുള്ള ഒരു കുറ്റിക്കാട് പ്രദേശമായിരുന്നു എന്നുമാത്രം നമുക്ക് മനസ്സിലാക്കാം. മാത്രമല്ല, ആ നാട്ടുകാരുടെ വിശ്വാസപ്രകാരം വില്ലോബ്രേക്ക് യക്ഷികൾക്കും ഗന്ധർവന്മാർക്കും ഇഷ്ടപ്പെട്ട സ്ഥലവും, അവർ കൂടക്കൂടെ ഒന്നിച്ച് ചേരാറുണ്ടായിരുന്ന സ്ഥലവും കൂടിയായിരുന്നു. അതുപോലെ, അവരുടെ വിശ്വാസപ്രകാരം യക്ഷികളും ഗന്ധർവന്മാരും ഹ്രസ്വകായർ (കിളരം കുറഞ്ഞവർ - മുണ്ടികളും മുണ്ടന്മാരും) ആയിരുന്നു.

വില്ലോബ്രേക്കിനടുത്തുള്ള ഒരു ഗ്രാമത്തിൽ വളരെ പാവപ്പെട്ട ഒരു വീട്ടിൽ ജനിച്ചുവളർന്നവനായിരുന്നു കുട്ടിക്കൂനൻ (Little Hunchback). അവന് ജന്മനാ കിട്ടിയതായിരുന്നു കൂന്. മാത്രമല്ല, കുട്ടിയായിരുന്നപ്പോൾത്തന്നെ അവനെ ഒരവലക്ഷണം - കാണാൻ കൊള്ളാത്തവൻ - ആയിട്ടാണ് ആ നാട്ടുകാർ കരുതിയത്. അതുകൊണ്ട് മറ്റുകുട്ടികൾ എപ്പോഴും അവനെ കളിയാക്കുകയും അവഹേളിക്കുകയുമൊക്കെ ചെയ്യുമായിരുന്നു. അവൻ വളർന്നപ്പോഴും മറ്റ് ചെറുപ്പക്കാരുടെ മുന്നിൽ കുട്ടിക്കാലത്തേതുപോലെ തന്നെ അവൻ അപഹാസ്യനായിരുന്നു. അതുകൊണ്ട് മനസ്സുമടുത്ത് അവൻ പലപ്പോഴും ഗ്രാമം വിട്ട് വില്ലോബ്രേക്കിൽ പോയി ഒറ്റയ്ക്ക് ഇരിക്കുമായിരുന്നു - വെറുതെ സമയം കളയാൻ. അതുകൊണ്ട് തന്റെ ഗ്രാമക്കാർ അവന് നൽകിയ ചെല്ലപ്പേരാണ് 'വില്ലോബ്രേക്കിലെ കൂനൻ.'

അങ്ങനെയിരിക്കെ ഒരു ദിവസം ഗ്രാമത്തിലെ മറ്റു സമപ്രായക്കാർ വളരെയധികം അധിക്ഷേപിച്ചത് സഹിക്കാനാകാതെ അൻ

വില്ലോബ്രേക്കിലേക്ക് പോവുകയായിരുന്നു. ഒന്നുമല്ലെങ്കിൽ കുറച്ച നേരം പരിഹാസവാക്കുകൾ കേൾക്കാതെ ഒറ്റയ്ക്കിരുന്ന് കരയാമല്ലോ; അതുതന്നെ ഒരു വലിയ ആശ്വാസമാകുമെന്ന് അവൻ കരുതി. ബ്രേക്കിൽ എത്തിയപ്പോൾ തികച്ചും അപ്രതീക്ഷിതമായി വളരെ സുന്ദരിയും നല്ല വേഷങ്ങൾ അണിഞ്ഞതുമായ ഒരു പൊക്കം കുറഞ്ഞ സ്ത്രീയെ കാണാനിടയായി. അത് ഒരു യക്ഷിയായിരിക്കുമോ എന്ന് അവൻ സംശയിച്ചു. ആ സ്ത്രീ അവനോട് ചോദിച്ചു:

"നിങ്ങൾ എങ്ങോട്ട് പോകുന്നു?"

"ഞാൻ വില്ലോബ്രേക്കിലേക്ക്. അവിടെ പോയി വെറുതെ കാറ്റുകൊണ്ടിരിക്കാൻ."

"നിനക്ക് മറ്റു കൂട്ടുകാരാരുമില്ലേ. എന്താ ഒറ്റയ്ക്ക്. തനിയെ?"

"ഓ, ഇല്ല. എനിക്ക് കൂട്ടുകാരാരുമില്ല."

"അതെന്താ, അങ്ങനെ?"

"എന്റെ കൂനും, ഭംഗിയില്ലാത്ത രൂപവും കാരണം എന്റെ പ്രായക്കാരാരും എന്നോട് കൂട്ടുകൂടാൻ ഇഷ്ടപ്പെടുന്നില്ല, അതുകൊണ്ട് ഞാനെന്നും തനിച്ചാ."

"ഓ, അങ്ങനെയോ. നിന്റെ പേരെന്താ."

"എന്നെ എല്ലാവരും കൂനൻ (Hunchback) എന്ന് വിളിക്കും." ദാ, അപ്പോൾ നീയാണ് കൂനൻ. അല്ലേ. വളരെ നാളായി നിന്നെ കാണണമെന്ന് ഞാനും എന്റെ കൂട്ടുകാരും ആഗ്രഹിച്ചിരിക്കുകയായിരുന്നു. ഞാൻ പ്രകാശക്കിളി. ഈ ലോകത്തെ കൂടുതൽ സന്തോഷമുള്ളതാക്കാൻ വേണ്ടി പ്രവർത്തിക്കുക. അതാണെന്റെ ജോലി. വാ, നീ എന്റെ കൂടെ വാ. എന്റെ കൂട്ടുകാർക്കും നിന്നെ കാണാൻ ആഗ്രഹമുണ്ട്. ഇന്നു രാത്രി നീ ഞങ്ങളുടെ കൂടെ ചിലവഴിക്കണം. എന്താ, നിനക്ക് മറ്റുജോലിയൊന്നുമില്ലല്ലോ. നാളെ കാലത്ത് കൂനും മറ്റു സങ്കടങ്ങളൊന്നുമില്ലാത്ത ഒരു മനുഷ്യനായി നിനക്ക് നിന്റെ ഗ്രാമത്തിലേക്ക് മടങ്ങാം. എന്താ, എന്റെ കൂടെ വരാൻ നിനക്ക് സമ്മതമല്ലേ."

"ഓ, ഞാൻ വരാം."

അങ്ങനെ അവർ രണ്ടുപേരും നടന്ന് ബ്രേക്കിലെ യക്ഷിത്താവളം എന്ന് അറിയപ്പെട്ടിരുന്ന കുന്നിന്റെ അടുത്തെത്തി. അപ്പോൾ പ്രകാശക്കിളി അവനോട് പറഞ്ഞു:

"എന്റെ കൂട്ടുകാർ ഒരു രഹസ്യ സങ്കേതത്തിലാണ്. അതുകൊണ്ട് ഇനി അങ്ങോട്ട് പോകുന്നതിനുമുമ്പ് ഞാൻ നിന്റെ കണ്ണുകൾ ഈ

തുണികൊണ്ട് കെട്ടും. അങ്ങനെ ചെയ്യുന്നതുകൊണ്ട് നീ യാതൊരുവിധത്തിലും ഭയപ്പെടേണ്ട. എല്ലാം നിന്റെ നല്ലതിനാണെന്ന് വിചാരിച്ചോ. എന്താ. ഞാൻ കണ്ണ്കെട്ടുന്നതിൽ നിനക്ക് വിരോധമില്ലല്ലോ.''

അവൾ അവന്റെ കണ്ണ് കെട്ടിയിട്ട് പറഞ്ഞു:

"ഞാൻ വീണ്ടും പറയുകയാണ്. നീ ഒന്നുകൊണ്ടും ഭയപ്പെടേണ്ട. ദാ, എന്റെ കയ്യിൽ പിടിച്ചോ.''

അൽപം നടന്ന് കഴിഞ്ഞപ്പോൾ പ്രകാശക്കിളി അവനോട് പറഞ്ഞു:

"ഇനി ഞാൻ കെട്ടഴിക്കാം. നമ്മൾ നമ്മുടെ സങ്കേതത്തിൽ എത്തിയിരിക്കുന്നു.'' കണ്ണുകൾ തുറന്നപ്പോൾ അവൻ കണ്ടത് ജീവിതത്തിൽ അതുവരെ കണ്ടിട്ടില്ലാത്തവിധം പ്രകാശംകൊണ്ട് ജ്വലിക്കുന്ന ഒരു വിശാലമായ മുറിയും അതിനകത്ത് പലവിധ വേഷങ്ങൾ ധരിച്ച ഒരു കൂട്ടം നീളം കുറഞ്ഞ സുന്ദരികളെയുമാണ്. ആകപ്പാടെ അതെല്ലാം അമ്പരന്ന് നോക്കി നിൽക്കുമ്പോൾ ആരോ ഉച്ചത്തിൽ പറയുന്നത് അവൻ കേട്ടു.

"കൂട്ടരേ, ഒരൽപനേരത്തേക്ക് നിശ്ശബ്ദരായിരിക്കൂ. നമ്മുടെ കൂട്ടുകാരി പ്രകാശക്കിളി തിരികെ എത്തിയിരിക്കുന്നു. നാം പ്രതീക്ഷിച്ചിരുന്നതുപോലെ നമ്മളെല്ലാം കാണാനാഗ്രഹിച്ചിരുന്ന കൂനനേയും കൂട്ടിക്കൊണ്ടാണ് അവൾ വന്നിരിക്കുന്നത്.''

തുടർന്ന് ആ കൂട്ടത്തിൽ ഏറ്റവും ആകർഷണീയമായ വസ്ത്രം ധരിച്ചിരുന്നതും തലയിൽ കിരീടം ചൂടിയിരുന്നതുമായ ഒരു സ്ത്രീ പറഞ്ഞു:

"വളരെ സന്തോഷം. അല്ലെങ്കിലും പ്രകാശക്കിളി എന്നും വിജയിയും സന്തോഷവതിയുമാണല്ലോ. അവളുടെ ജോലിതന്നെ സന്തോഷം പരത്തുക എന്നതാണല്ലോ.''

"അതെയതെ.''മറ്റുള്ളവർ ശരിവെച്ച് ശബ്ദമെടുത്തു.

രാജ്ഞിയുടെ ഭാവത്തിൽ ആദ്യം സംസാരിച്ച സ്ത്രീ ചോദിച്ചു:

"അവൾ കൂടെ കൂട്ടിക്കൊണ്ടുവന്നിട്ടുള്ള പാവം കൂനനുവേണ്ടി എന്തു ചെയ്യാനാണ് പ്രകാശക്കിളി ആഗ്രഹിക്കുന്നത്?''

"അവന്റെ വേദനകളും സങ്കടങ്ങളും മാറ്റാൻ ഒരു മരുന്ന്; ജീവിക്കാൻ ഒരു ഉപജീവനമാർഗം; അത്രയും അവന് കൊടുക്കാൻ കഴിഞ്ഞാൽ ഈ പ്രകാശക്കിളി സന്തോഷവതിയായിരിക്കും.'' പ്രകാശക്കിളി തന്നെയാണത് പറഞ്ഞത്.

"അങ്ങനെയാകട്ടെ. എല്ലാം നിന്റെ ആഗ്രഹം പോലെതന്നെയാകട്ടെ.'' അത് പറഞ്ഞിട്ട് രാജ്ഞി അവിടെനിന്നും പുറപ്പെട്ടു.

മറ്റ സ്ത്രീകളെല്ലാം കൂടി അവന്റെ ചുറ്റം നിന്ന് അവനെ പിടിച്ചുവലി ക്കുകയും ഉന്തുകയും തള്ളുകയുമൊക്കെ ചെയ്തു. കൂടാതെ അതുവരെ കേട്ടിട്ടില്ലാത്തത്ര ഇമ്പമുള്ള സംഗീതം അവിടമെല്ലാം കേൾക്കാൻ തുടങ്ങി. അവനും മുമ്പെങ്ങും അനുഭവിച്ചിട്ടില്ലാത്തത്ര സന്തോഷം തോന്നി. അവൻ സ്വയം മറന്ന് ആ സ്ത്രീകളോടൊപ്പം ചേർന്ന് ആടാനും പാടാനും നൃത്തംവെയ്ക്കാനും തുടങ്ങി. അങ്ങനെ ആടിപ്പാടി തളരുന്നതു വരെ അവൻ സന്തോഷിച്ചു. സ്വയം മറന്ന് ക്ഷീണിച്ച് അവിടെത്തന്നെ തറയിൽ കിടന്ന് മയങ്ങി. കുറച്ചുനേരം ഉറങ്ങി എന്നാണ് അവന്റെ ഓർമ്മ. ഒരു സ്വപ്നത്തിലെന്നതുപോലെ യക്ഷികൾ അവനെ ഒരു മഞ്ചത്തിൽ കിടത്തി ദൂരെ എവിടെയോ കൊണ്ടുപോയത് പോലെയും അങ്ങനെ പോകുമ്പോൾ സംഗീതത്തിന്റെ ശബ്ദം കുറേശ്ശെയായി കുറഞ്ഞുകുറഞ്ഞ് ഇല്ലാതായതുപോലെയും അവന് തോന്നി.

ഉറക്കമുണർന്നപ്പോൾ അവൻ വില്ലോബ്രേക്കിലെ ഒരു കുന്നിൻ ചെരിവിൽ കിടക്കുകയായിരുന്നു. ഒരു പുതിയ ഉണർവുകിട്ടിയതുപോലെ തോന്നി. ഏതോ ഒരു വലിയമാറ്റം തനിക്കുണ്ടായത് അവന് അനുഭ വപ്പെട്ടു. അവന്റെ കൂന് അപ്രത്യക്ഷമായിരുന്നു. മറ്റാരേയുംപോലെ നിവർന്നുനിൽക്കാൻ അവന് കഴിഞ്ഞു. തികഞ്ഞ സന്തോഷത്തോടെ യാണ് അവൻ വീട്ടിലേക്ക് മടങ്ങിയത്. വീട്ടിൽ തിരികെ എത്തിയത് ഒരു വർഷവും ഒരു ദിവസവും കഴിഞ്ഞായിരുന്നുവെന്ന് അവന്റെ അമ്മ പറഞ്ഞപ്പോഴാണ് അവന് മനസ്സിലായത്. അതുപോലെ സ്വന്തം അമ്മ യ്ക്കുപോലും അവനെ തിരിച്ചറിയാൻ കുറച്ച് സാവകാശം വേണ്ടിവന്നു എന്നും അവന് മനസ്സിലായി. മാത്രമല്ല അമ്മ അവനോട് പറഞ്ഞതും അവന് സന്തോഷം നൽകുന്ന കാര്യമായിരുന്നു.

“മോനേ, നിന്നെക്കണ്ടിട്ടെത്ര നാളായി. ഇനി മോൻ എങ്ങും പോകണ്ട. എന്റെ കൂടെ ഇവിടെ നിന്ന് നമ്മുടെ പശുക്കളേയും നോക്കി മോരും തൈരുമുണ്ടാക്കി വിൽക്കാനുമൊക്കെ എന്നെ സഹായിച്ചാൽ മാത്രം മതി. അത് അന്തസ്സുള്ള ഒരു വരുമാനമാർഗവുമാകുമല്ലോ.”

“ശരിയമ്മേ, അങ്ങനെയാകട്ടെ. ഇനി എല്ലാകാര്യങ്ങളിലും ഞാൻ അമ്മയെ സഹായിക്കാം. എന്റെ കൂന് ഇല്ലാതായതുകാരണം എനിക്കും ഇനിയങ്ങോട്ട് അപകർഷബോധമില്ലാതെ മറ്റുള്ളവരോട് ഇടപഴകാനും അമ്മയെ അന്തസ്സോടെ സഹായിക്കാനും കഴിയുമ ല്ലോ.” അങ്ങനെ കൂനൻ പുതിയ ഒരു ജീവിതം ആരംഭിച്ചു. അവനെ പരിഹസിക്കാറുണ്ടായിരുന്ന മറ്റു ചെറുപ്പക്കാരിൽ ഒരാളായിരുന്നു പഞ്ചമി. പഞ്ചമിക്കും ഒരു ചെറിയ കൂനുണ്ടായിരുന്നുവെങ്കിലും അത് അധികം ശ്രദ്ധിക്കപ്പെട്ടിരുന്നില്ല. മാത്രമല്ല അവനെക്കണ്ടാൽ ഒരു

തവളയെപ്പോലെയായിരുന്നുവെന്നും ചില കൂട്ടുകാർ ചിലപ്പോഴൊക്കെ പറയുമായിരുന്നു. കാരണം, മറ്റൊന്നുമല്ല. അവന്റെ രണ്ടുകാലുകളും ഒരു പ്രത്യേകരീതിയിൽ വളഞ്ഞിരുന്നു. അതുകൊണ്ട് കൂന് പൂർണ്ണമായും മാറിക്കിട്ടിയ നമ്മുടെ കഥാനായകൻ കൂനനെക്കണ്ട് പഞ്ചമി അവന്റെ സമീപമെത്തി. പഞ്ചമി കൂനനോട് (അതായിരുന്നുവല്ലോ അവന്റെ നേരത്തെയുള്ള അറിയപ്പെട്ടിരുന്ന പേര്) ചോദിച്ചു:

"എടേ, നീ നമ്മുടെ പഴയ കൂനൻതന്നെയല്ലേ. നീ എത്ര മാറിയിരിക്കുന്നു. ഇപ്പോൾ നീ കാണാൻ തികച്ചും ഒരു സുന്ദരനാണ്. സംശയം വേണ്ട."

"ഓ, അങ്ങനെയോ. വളരെ നന്ദി. സന്തോഷം."

"നീ എന്റെ കൂട്ടുകാരനല്ലേ. നിന്റെ കൂന് പോയതിൽ എനിക്കെന്തുസന്തോഷമുണ്ടെന്ന് നിനക്കറിയാമോ. എങ്ങനെയാടാ നീ കൂന് മാറ്റിയെടുത്തത്?"

"അത് ഒരു രഹസ്യമാ. ആരോടും പറയാൻപാടില്ലാത്ത ഒരു രഹസ്യം."

"എങ്കിലും നിന്നെപ്പോലെ ഒരു കൂനുള്ള ഞാനും എത്ര ക്ലേശിക്കുന്നുവെന്ന് നിനക്കറിയാമല്ലോ. അതുകൊണ്ട് ആ രഹസ്യം നീ എനിക്കും കൂടി പറഞ്ഞുതാ."

പഞ്ചു താണുകേണ് അപേക്ഷിച്ചപ്പോൾ അവനോട് സഹതാപം തോന്നിയ കൂനൻ ആ രഹസ്യം വെളിപ്പെടുത്താൻ തയ്യാറായി.

"സ്നേഹിതാ, ഞാൻ ആ രഹസ്യം നിന്നോട് പറയാം. പക്ഷേ, നീ എനിക്കൊരു സത്യം ചെയ്തുതരണം. ഞാനീപ്പറയുന്ന കാര്യങ്ങൾ നീ മറ്റാരോടും യാതൊരു കാരണവശാലും പറയുകയില്ലെന്ന സത്യം"

"ഞാനിതാ അങ്ങനെ സത്യം ചെയ്യുന്നു." പഞ്ചു കൂനൻ പറഞ്ഞതുപോലെ സത്യം ചെയ്തു. പിന്നീട് കൂനൻ തന്റെ അനുഭവങ്ങളെല്ലാം പഞ്ചുവിനോട് പറഞ്ഞു. അതുകേട്ട് പഞ്ചു പറഞ്ഞു:

"സ്നേഹിതാ, ഞാനിപ്പോൾത്തന്നെ വില്ലോബ്രേക്കിലേയ്ക്ക് പോകുന്നു. ഞാനും നിന്നെപ്പോലെ എന്റെ ചെറിയ കൂനും കാലിന്റെ വളവും ഇല്ലാതാക്കി തിരിച്ചുവരാം."

അങ്ങനെ പഞ്ചു വില്ലോബ്രേക്കിലേയ്ക്ക് യാത്രതിരിച്ചു. അവിടെയെത്തിയ പഞ്ചു ആരെങ്കിലും പ്രത്യേകിച്ച് കള്ളന്മാരായ ആരെങ്കിലും അതുവഴിയെങ്ങാനും വരുന്നതും കാത്തിരുന്നു. പക്ഷേ, കുറേനേരത്തേക്ക് ആരും ചെന്നില്ല. എങ്കിലും പഞ്ചു എന്നും വൈകിട്ട്

വില്ലോബ്രൂക്കിൽപോയി ആരെങ്കിലും ചെല്ലുമെന്ന പ്രതീക്ഷയോടെ കാത്തിരുന്നു. അങ്ങനെ ഒരു ദിവസം അവിടെയുണ്ടായിരുന്ന ഒരു സാമാന്യം വലിയ ചെടിയുടെ തണലിൽ ഒരു നീളംകുറഞ്ഞ മനുഷ്യൻ മുഖത്ത് ഒരു പുഞ്ചിരിയുമായി ഇരിക്കുന്നത് പഞ്ചുവിന്റെ കണ്ണിൽപെട്ടു. പഞ്ചു അയാളുടെ അടുത്തുചെന്ന് തിരക്കി:

"താങ്കളാണോ പ്രകാശക്കിളി?''

"ഞാൻ പ്രകാശക്കിളിയല്ല. പക്ഷേ, നീ അത് കാര്യമാക്കേണ്ട. നിനക്ക് പ്രകാശക്കിളിയെ കണ്ടിട്ട് എന്താ കാര്യം?. എന്നോട് മടിക്കാതെ പറഞ്ഞോ. എനിക്ക് പ്രകാശക്കിളിയെ അറിയാമെന്ന് മാത്രമല്ല അവൾ എന്റെയും കൂട്ടുകാരിയാണ്.''

"അങ്ങനെയോ, എങ്കിൽ പറയാം. എന്റെ സ്നേഹിതൻ കൂനന്റെ കൂന് മാറ്റിക്കൊടുത്തത് പ്രകാശക്കിളിയാണ്. അതുപോലെ എന്റെ കൂനും കാലിലെ വക്രതയും മാറ്റിത്തരണമേ എന്ന് അപേക്ഷിക്കാനാണ് ഞാൻ വന്നിരിക്കുന്നത്. അതുകൊണ്ട് ദയവായി എന്നെ പ്രകാശക്കിളി താമസിക്കുന്നിടത്തേക്ക് കൂട്ടിക്കൊണ്ടുപോകണം. അല്ലെങ്കിൽ വഴിയെങ്കിലും പറഞ്ഞുതരണം.''

"ഓ, അത്രേയുള്ളോ. ഞാൻ തീർച്ചയായും നിന്നെ സഹായിക്കാം. നീ എന്റെ കൂടെ ഇപ്പോൾത്തന്നെ വരണം. ഞാനും പ്രകാശക്കിളിയുടെ സ്ഥലത്തേക്കാണ് പോകുന്നത്. പക്ഷേ, അവിടെ എത്തിക്കഴിഞ്ഞാൽ നീ എങ്ങനെയാ തിരികെ വരുന്നത്.''

"അതൊരു പ്രശ്നമേയല്ല. എന്റെ ചെറുതെങ്കിലും വൃത്തികെട്ട ഈ കൂനും കാലിന്റെ വളവും മാറ്റിക്കിട്ടിയാൽ ഞാനേതെങ്കിലും വിധത്തിൽ തിരികെ എത്തിക്കൊള്ളാം.''

അതുകേട്ട് ആഹ്രസ്വകായൻ ഉറക്കെയുറക്കെ ചിരിച്ചു. പിന്നീട് അയാൾ പഞ്ചുവിനെ കൈപിടിച്ച് കൂട്ടിക്കൊണ്ടുപോയി. പിന്നീട് സംഭവിച്ചതെല്ലാം കൂനന് സംഭവിച്ചതുപോലെതന്നെ. കൂനൻ എത്തിച്ചേർന്നതുപോലെ വിശാലവും പ്രകാശിതവുമായിരുന്ന ഒരു മുറിയിലാണ് പഞ്ചുവും എത്തിയത്. അവിടെയും കൂടുതൽ സ്ത്രീകളും കുറച്ച് പുരുഷന്മാരുമായിരുന്നു. എല്ലാം ഹ്രസ്വശരീരികൾ. പെട്ടെന്നാണ് രാജ്ഞിയുടെ പക്കൽ നിന്നും ആ ചോദ്യമുണ്ടായത്.

"ഇവനാരാണ്. നമ്മുടെ അറിവോ ക്ഷണമോ ഇല്ലാതെ ഇവിടെ എത്താൻ അഹന്ത കാണിച്ച ഇവൻ ആരാണ്?''

പഞ്ചുവിന്റെ നേരെ വിരൽ ചൂണ്ടിക്കൊണ്ടായിരുന്നു രാജ്ഞി ദ്വേഷ്യത്തിൽ ചോദിച്ചത്.

“ഇവൻ കൂനന്റെ സ്നേഹിതനാണ്. പേര് പഞ്ചു. കൂനന് കൂന് മാറ്റിക്കിട്ടിയപോലെ ഇവന്റെ കൂനും മാറ്റിക്കിട്ടുമോ എന്ന് ശ്രമിച്ചുനോക്കാൻ വന്നതാണ്.”

“ഓ ഹോ, അപ്പോൾ ആ വിശ്വാസവഞ്ചകൻ കൂനൻ ഇവനോട് എല്ലാ വിവരങ്ങളും പറഞ്ഞിരിക്കുന്നു. അല്ലേ?”

പഞ്ചു ഇടയ്ക്ക് കയറിപ്പറഞ്ഞു.

“ക്ഷമിക്കണം അങ്ങനെയല്ല. എന്റെ സ്നേഹിതൻ കൂനൻ നിരപരാധിയാണ്. അവൻ തെറ്റുകാരനല്ല. ഞാൻ താണുവീണ് കരഞ്ഞ് അഭ്യർഥിച്ചതുകൊണ്ട് മാത്രം അവൻ എന്നോട് പറഞ്ഞുപോയതാണ്. അതുപോലെ ഞാനിങ്ങോട്ട് വന്നിരിക്കുന്ന വിവരവും അവന് അറിഞ്ഞുകൂട. എന്റെ സ്വന്തം ഇഷ്ടത്തിന് ഒന്ന് പരീക്ഷിച്ചുനോക്കാം എന്ന് കരുതി വന്നതാണ് ഞാൻ. ക്ഷമിക്കണം.”

“അപ്പോൾ അങ്ങനെയാണ് അല്ലേ. നീയാണ് നിഷേധി. നല്ല പ്രതിഫലംതന്നെ തരാം. തികച്ചും മധുരിക്കുന്ന പ്രതിഫലം.” അത്രയും പറഞ്ഞിട്ട് രാജ്ഞി അവിടെനിന്നും പോയി. മറ്റ് ഹൃസ്വകായർ കൂനനേ ചെയ്തതുപോലെ പഞ്ചുവിനേയും പിടിക്കുകയും വലിക്കുകയുമൊക്കെ ചെയ്തു. പക്ഷേ, കൂനനോട് ചെയ്തതുപോലെ സ്നേഹത്തോടെയായിരുന്നില്ല; സന്തോഷത്തോടെയുമായിരുന്നില്ല. കരുണയില്ലാതെ ദ്വേഷ്യത്തോടെയായിരുന്നു അവരുടെ പ്രവൃത്തികൾ. കുറച്ചുസമയത്തിനുള്ളിൽ പഞ്ചു ക്ഷീണിച്ച് അവശനായി ഉറങ്ങിപ്പോയി.

ഉണർന്നപ്പോൾ പഞ്ചു വില്ലോബ്രൂക്കിലെ ഒരു കുന്നിൻ ചെരുവിലായിരുന്നു. മേലാസകലം വേദനിക്കുന്നുണ്ടായിരുന്നു. മാത്രമല്ല അവന്റെ മുതുകിലുണ്ടായിരുന്ന കൂന് അവിടെത്തന്നെ ഉണ്ടായിരുന്നു; കൂടുതലായി നെഞ്ച് പുറകോട്ട് തള്ളിയതുപോലെ മറ്റൊരു കൂനും ഉണ്ടായിരുന്നു; അങ്ങനെ മുമ്പിലും പിമ്പിലും ഓരോ കൂന്. കാലുകളുടെ വക്രതയും അങ്ങനെതന്നെയുണ്ടായിരുന്നു. വളരെ ബുദ്ധിമുട്ടിയാണ് അവൻ ഗ്രാമത്തിൽ തിരികെയെത്തിയത്. അവന്റെ രൂപം മുമ്പിലത്തേക്കാൾ കൂടുതൽ വികൃതവുമായിരുന്നു. പക്ഷേ, കൂനനോടല്ലാതെ മറ്റാരോടും അവൻ തനിക്കുണ്ടായ അനുഭവങ്ങൾ പങ്കുവെച്ചില്ല.

●

സ്പാനിഷ് നാടോടിക്കഥകൾ

സ്പെയിൻ

യൂറോപ്പിലെ ഇബേറിയൻ ഉപദ്വീപും ആഫ്രിക്കയ്ക്ക് അടുത്ത കാനറി ദ്വീപുകളും മെഡിറ്ററേനിയൻ കടലിലെ ബാലെറിക്ക് ദ്വീപുകളും ചേർന്ന ഒരു യൂറോപ്യൻ രാജ്യമാണ് സ്പെയിൻ. തലസ്ഥാന നഗരം മാഡ്രിഡ്. 506 ആയിരം ചതുരശ്രകിലോമീറ്റർ വിസ്തൃതിയുള്ള സ്പെയിനിന്റെ ജനസംഖ്യ 4.6 കോടിക്കടുത്താണ്. 67 ശതമാനം ജനങ്ങളും റോമൻകത്തോലിക്ക മതവിഭാഗക്കാരാണ്. പ്രധാന ഭാഷ സ്പാനിഷ്.

ഏതാണ്ട് 3500 വർഷങ്ങൾക്ക് മുമ്പുതന്നെ ഇബേറിയൻ ഉപദ്വീപിൽ ആധുനിക മനുഷ്യർ എത്തിക്കഴിഞ്ഞിരുന്നു എന്നും സ്പെയിനിന്റെ ചരിത്രം അന്നു മുതലേ തുടങ്ങി എന്നും ചരിത്രകാരന്മാർ വിശ്വസിക്കുന്നു. ക്രിസ്തുവർഷത്തിന് 200 വർഷങ്ങൾ മുൻപുതന്നെ (അതായത് ഏതാണ്ട് 2300 വർഷങ്ങൾക്ക് മുമ്പ്) സ്പെയിൻ ഹിസ്പാനിയ എന്ന പേരിലും അറിയപ്പെട്ടിരുന്നു. അതുകൊണ്ടാണ് ഇന്നും സ്പാനിഷ് ഭാഷ സംസാരിക്കുന്നവരെയും സ്പാനിഷ് വംശജരേയും ഹിസ്പാനിക് എന്ന് വിളിക്കുന്നത്.

8-ാം നൂറ്റാണ്ടായപ്പോഴേക്കും സ്പെയിൻ ഇസ്ലാം കാലിഫേറ്റിന്റെ ഭരണത്തിലായെങ്കിലും തുടർന്ന് വളരെക്കാലങ്ങൾ നീണ്ടു നിന്ന യുദ്ധങ്ങളുടെ അവസാനം 15-ാം നൂറ്റാണ്ടോടെ സ്പെയിൻ റോമൻ കത്തോലിക്ക് ചക്രവർത്തിമാരുടെ കീഴിലായി. ഇന്ന് സ്പെയിൻ ഒരു സ്വതന്ത്ര ജനാധിപത്യ നാടാണ്. ഒരു രാജാവുണ്ടെങ്കിലും ഭരണച്ചുമതല മുഴുവനും തിരഞ്ഞെടുക്കപ്പെടുന്ന ജനപ്രതിനിധികളുടെ കയ്യിലാണ്.

16-ാം നൂറ്റാണ്ടായപ്പോഴേക്കും സ്പെയിൻ ലോകത്തിലെ ഏറ്റവും

ശക്തിയേറിയതും സമ്പൽസമൃദ്ധവുമായ ചുരുക്കം രാജ്യങ്ങളിൽ ഒന്നായി വളർന്നുകഴിഞ്ഞിരുന്നു. 15-ാം നൂറ്റാണ്ടുമുതൽ സ്പെയിനിൽ ജൂതമതക്കാർക്കും ഇസ്ലാമിയർക്കും എതിരായി വൻതോതിലുള്ള പല ആക്രമണങ്ങളും ഉണ്ടായി. നല്ലൊരു സംഖ്യ ജൂതരേയും ഇസ്ലാമിയരെയും കൊന്നൊടുക്കി. ജൂതർ നാടുവിടണമെന്നും ഇസ്ലാം മതവിശ്വാസം നിരോധിച്ചുകൊണ്ടും റോമൻ കത്തോലിക്ക ഭരണാധികാരികൾ ശാസനങ്ങൾ നൽകി.

1492-ലാണ് ദേശപര്യവേഷകനായി കൊളംബസ് സ്പെയിനിൽനിന്നും അറ്റിലാന്റിക് സമുദ്രം കടന്ന് കരീബിയൻ ദ്വീപുകളിൽ (ബഹമാസിൽ) എത്തിച്ചേർന്നത്. കൊളംബസ് ഇന്ത്യയിലാണ് എത്തിയതെന്ന് വിശ്വസിച്ചുവെങ്കിലും സത്യം അതല്ലായിരുന്നുവെന്ന് പിന്നീട് മനസ്സിലായി. അതുകൊണ്ടുതന്നെയാണ് ബഹമാസും ഒട്ടിക്കിടക്കുന്ന മറ്റ് ദ്വീപുകളും വെസ്റ്റ് ഇൻഡീസ് എന്ന പേരിൽ ഇന്നും അറിയപ്പെടുന്നത്. കൊളംബസ് അങ്ങനെ അമേരിക്കയിൽ എത്തിയതിനുശേഷം മറ്റ് യൂറോപ്യൻ രാജ്യങ്ങളും (ബ്രിട്ടൺ, ഫ്രാൻസ്, ഡെൻമാർക്ക് മുതലായ രാജ്യങ്ങൾ) അവിടെ എത്തിച്ചേർന്നു. തുടർന്ന് യൂറോപ്യൻ രാജ്യങ്ങൾ ആദ്യകാലങ്ങളിൽ പ്രധാനമായും സ്പെയിൻ; പിന്നീട് ബ്രിട്ടൺ—ദക്ഷിണഅമേരിക്കയേയും ഉത്തര അമേരിക്കയേയും തങ്ങളുടെ കീഴിലാക്കാൻ നടത്തിയ യുദ്ധങ്ങളും നരഹത്യയും വംശനാശവും അതിന് മുൻപോ പിൻപോ ലോകം കണ്ടിട്ടില്ലാത്ത തരത്തിൽ ക്രൂരവും അക്രമാസക്തവും ആയിരുന്നു. ആ യുദ്ധങ്ങളിൽ ഏതാണ്ട് 700 ലക്ഷം മുതൽ 800 ലക്ഷം വരെ തദ്ദേശവാസികൾ (ഇപ്പോൾ നാം അമേരിക്കൻ ഇന്ത്യക്കാരെന്നും റെഡ് ഇന്ത്യരെന്നുമെല്ലാം വിശേഷിപ്പിക്കുന്ന ജനത) കൊല്ലപ്പെട്ടുവെന്നത് മറക്കാനാകാത്ത ചരിത്ര സത്യമാണ്. അങ്ങനെ അമേരിക്കയുടെ പല ഭാഗങ്ങളും സ്പെയിന്റെ ഭരണത്തിലായി. ഓരോ യുദ്ധവും സമ്പൽസമൃദ്ധങ്ങളായിരുന്ന അമേരിക്കൻ നാടുകളിൽ നിന്ന് കണക്കില്ലാത്ത അളവിൽ സ്വർണവും വെള്ളിയും കരസ്ഥമാക്കാനും സ്പെയിനിലേക്ക് എടുത്തുചെല്ലുവാനും അവസരമൊരുക്കി. കാലക്രമത്തിൽ ഒരു സ്പാനിഷ്-ദക്ഷിണാഫ്രിക്കൻ സങ്കര സമൂഹത്തിന്റെ പിറവിക്കും വഴിതെളിഞ്ഞു. ഇന്ന് ദക്ഷിണ അമേരിക്കയിലെ ജനതയുടെ ഭൂരിഭാഗവും ഇത്തരം ഒരു സങ്കര വർഗമാണെന്ന് പറഞ്ഞാൽ തെറ്റാവില്ല. ഒപ്പം തന്നെ സ്പാനിഷ് ഭാഷയുടെ ഉപയോഗവും വളർന്നു. ഒരു സമയത്ത് ലോകത്തിൽ ഏറ്റവും കൂടുതൽ ആളുകൾ ഉപയോഗിക്കുന്ന ഭാഷകളുടെ പട്ടികയിൽ ചൈനീസ്—മൻഡാരിൻ ഭാഷ കഴിഞ്ഞാൽ രണ്ടാം സ്ഥാനം സ്പാനിഷ് ഭാഷയ്ക്കായിരുന്നു. ഇപ്പോൾ നാലാം

സ്ഥാനമാണ്. ഇപ്പോഴത്തെ കണക്കനുസരിച്ച്.

ചൈനീസ്-മനഡാരിൻ	1100 ലക്ഷം
ഇംഗ്ലീഷ്	983 ലക്ഷം
ഹിന്ദുസ്ഥാനി	544 ലക്ഷം
സ്പാനിഷ്	527 ലക്ഷം
അറാബിക്	422 ലക്ഷം
മലയാളം	38 ലക്ഷം

മലയാളത്തിന് 30-ാം മത്തെ സ്ഥാനമാണ്. ഇന്ന് ആളോഹരി വരുമാനത്തിൽ മുൻപന്തിയിൽ നിൽക്കുന്ന ലോകരാഷ്ട്രങ്ങളിൽ ഒന്നാണ് സ്പെയിൻ —ആളോഹരി വരുമാനം പ്രതിവർഷം 31000 അമേരിക്കൻ ഡോളർ; ഇന്ത്യയിൽ ഇത് 2300 മാത്രമാണ്. സ്പെയിനിന്റെ പ്രധാന വരുമാന മാർഗങ്ങൾ വിദേശത്തുനിന്ന് എത്തുന്ന വിനോദസഞ്ചാരികളും, സ്പെയിൻ മറ്റ് രാജ്യങ്ങളിൽ മുതൽ മുടക്കി നടത്തുന്ന കമ്പനികളിൽ നിന്നുള്ള വരുമാനവും ആണ്. സ്പെയിനിനെപ്പോലെ നമുക്കും നമ്മുടെ ചരിത്രപരമായും സാംസ്കാരികമായും പ്രാധാന്യമുള്ള പ്രകൃതി സൗന്ദര്യം കൊണ്ട് അനുഗ്രഹീതമായ സ്ഥലങ്ങൾ വിദേശ സഞ്ചാരികളെ ആകർഷിക്കുന്നതരത്തിൽ വികസിപ്പിച്ച് വളർത്തിയെടുത്ത് സംരക്ഷിക്കുകയാണെങ്കിൽ ഒരു വലിയ ധനാഗമമാർഗം നമുക്ക് സ്വന്തമാകുകയില്ലേ എന്ന് ഓരോരുത്തരും ചിന്തിക്കേണ്ടതുണ്ട്— പരിശ്രമിക്കേണ്ടതുണ്ട്.

വിരൂപിയായ രാജകുമാരി

സ്പെയിൻ രാജ്യത്തുള്ള 'അൽക്കൻതാര' എന്ന ഒരു ചെറിയ പട്ടണത്തെക്കുറിച്ച് നിങ്ങൾ കേട്ടിട്ടുണ്ടോ? കേട്ടുകാണാൻ സാധ്യതയില്ല. ടാഗസു നദിക്കടുത്ത്, പോർട്ടുഗലിനോട് ചേർന്നുകിടക്കുന്ന കാസരെ പ്രവിശ്യയിലെ ഒരു ചെറിയ നഗരമാണ് അക്കൽക്കതാര. 'പാലം' എന്ന അർത്ഥം വരുന്ന al qan tarah എന്ന അറബിക്ക് വാക്കിൽ നിന്നാണ് ഈ നഗരത്തിന് ആ പേര് കിട്ടിയത്. ട്രാജൻ എന്ന റോമൻ ചക്രവർത്തിയുടെ കാലത്ത് (103 A-D) പണിഞ്ഞ ഇവിടെയുള്ള 194 മീറ്റർ നീളവും 71 മീറ്റർ ഉയരവുമുള്ള ആറ്റുഴുൺ പാലം പ്രസിദ്ധിപെറ്റതാണ്.

ഈ കഥ പണ്ടൊരിക്കൽ അൽക്കൻതാരയിൽ ജീവിച്ചിരുന്ന ഒരു രാജാവിനേയും അദ്ദേഹത്തിന്റെ മകളേയും കുറിച്ചുള്ളതാണ്. ആ രാജാവിന്റെ ഏക പുത്രിയായിരുന്ന 'അൾടാമിര'. ദുഃഖകരം എന്നല്ലാതെ എന്തുപറയാൻ, 'അൾടാമിര' വളരെ വിരൂപിയായിരുന്നു; മാത്രമല്ല രൂപവൈകൃതം ഉള്ള കുട്ടിയുമായിരുന്നു. രാജകുമാരി അൾടാമിര യക്ഷിയോ മന്ത്രവാദിനിയോ ആണെന്ന് ഭയന്ന് ആളുകൾ അവളുടെ കൺമുമ്പിൽനിന്ന് ഓടി മറയുമായിരുന്നു. പക്ഷേ മതാപിതാക്കൾക്ക് എപ്പോഴും സ്വന്തം കുട്ടികൾ അവരെങ്ങിനെ ആയിരുന്നാലും പൊൻമക്കൾതന്നെ ആയിരിക്കുമല്ലോ? രാജാവിന് തന്റെ മകളും അങ്ങനെ തന്നെയായിരുന്നു.

തന്റെ മകൾ തികഞ്ഞ സുന്ദരിയാണെന്ന് അദ്ദേഹം വിശ്വസിച്ചിരുന്നു.

രാജാവിന്റെ വാഴ്ക്ക് മറുവായില്ലല്ലോ. രാജഭവനത്തിലെ എല്ലാ മന്ത്രിമാരും, സിൽബന്ധി(സഹായി)കളും, ആസ്ഥാന കവികളും, പരിചാരകരുമെല്ലാം രാജാവിനോടൊപ്പം തന്നെയായിരുന്നു. അവരുടെയെല്ലാം പ്രശംസകേട്ട് വളർന്ന രാജകുമാരിയും മറ്റെല്ലാ സ്ത്രീകളും വിശ്വസിക്കാനാഗ്രഹിക്കുന്നതുപോലെ താൻ അതീവ സുന്ദരിയാണെന്ന് വിശ്വസിച്ചു. പ്രായപൂർത്തിയയതോടെ കുമാരിയെ വിവഹാം കഴിക്കാനായി കുറേ ദൂരെയുള്ള ഒരു സ്ഥലത്തിനിന്ന് ഒരു രാജകുമാരൻ സമ്മതം മൂളുകയും, അൾടാമിരായേ കാണാൻ വരുന്നുവെന്ന് അറിയിക്കുകയും ചെയ്തു. വിവരം അറിഞ്ഞ കുമാരി വളരെ സന്തുഷ്ടയായിരുന്നു. സന്ദർഭത്തിനനുസരണം വസ്ത്രധാരണം ചെയ്യാൻ വേണ്ടി കുമാരി വിലകൂടിയ നല്ല വസ്ത്രങ്ങൾ തുന്നിപ്പിച്ചു. പക്ഷേ ആ വസ്ത്രങ്ങളിൽ കുമാരി മറ്റുള്ളവരുടെ ദൃഷ്ടിയിൽ കൂടുതൽ വിരൂപിയായിട്ടാണ് കാണപ്പെട്ടത്.

അൾടാമിരയുമായുള്ള വിവാഹം ഉറപ്പിക്കാനായി വരുന്ന അലൻബാ രാജകുമാരനെ സ്വീകരിക്കാനായി അൽക്കൻതാര നഗരം എല്ലാവിധത്തിലും ഒരുങ്ങിയിരുന്നു. നഗരവീഥികളിൽ ആൾക്കൂട്ടം നിറഞ്ഞുനിന്നു. നഗരത്തിന്റെ നടുക്കുള്ള ഉദ്യാനത്തിൽ എല്ലാ സൗകര്യങ്ങളും ഒരുക്കി. രാജാവിനും കുമാരിക്കും അതിഥിയായി വരുന്ന പ്രതിശ്രുതവരനും ഇരിക്കാൻ രാജകീയ അലങ്കാരങ്ങളോടെ ഇരിപ്പിടങ്ങൾ തയ്യാറാക്കിയിരുന്നു. രാജസദസ്സിലെ വാദ്യമേളങ്ങളും എങ്ങും മുഴങ്ങികേൾക്കുന്നുണ്ടായിരുന്നു. രാജകീയ ഇരുപ്പിടങ്ങൾക്ക് ചുറ്റും രാജഭടന്മാരും കുതിരപ്പടയാളികളും നിന്നിരുന്നു. ആ കാലത്ത് സ്പെയിനിൽ ക്ഷുരകന്മാർ വളരെ ആദരണീയരായിട്ടാണ് കരുതപ്പെട്ടിരുന്നത്. അവർ ബുദ്ധിമാന്മാരും, അറിവും പക്വതയും ഉള്ളവരായും അംഗീകരിക്കപ്പെട്ടിരുന്നു; അതുകൊണ്ടുതന്നെ ബഹുമാന്യരും. രാജാവിന്റെ ഇടതുഭാഗത്തായി രാജസഭയിലെ ക്ഷുരകനും അയാളുടെ അനുയായികളും നിന്നിരുന്നു; വലതുഭാഗത്ത് രാജ്യത്തെ പ്രധാന മല്ലയുദ്ധക്കാരനായ 'നാമ്പോ'യും. അയാൾ ഒത്ത ഉയരവും തടിയുമുള്ള ഒരു കറുത്ത രാക്ഷസ മനുഷ്യനായിരുന്നു— അയാളുടെ തോളിൽ തന്റെ രാജകീയ ചിഹ്നമായ കോടാലിയും ഉണ്ടായിരുന്നു. രാജാവിന് അദ്ദേഹത്തിന്റെ പീഠത്തിൽ ഇരുന്നുകൊണ്ടുതന്നെ ദൂരത്തിൽ തലയുയർത്തി നിന്നിരുന്ന ആറ്റുഡൺ പാലവും, കുതിര സംഘത്തിന്റെ അകമ്പടിയോടു കൂടി ഒരുഘോഷയാത്രയായി വന്നുകൊണ്ടിരുന്ന അലൻബാ രാജകുമാരനേയും കാണാമായിരുന്നു.

കുമാരൻ രാജസന്നിധിയിൽ എത്തി അദ്ദേഹത്തിന് തന്റെ പ്രണാമങ്ങൾ അറിയിച്ചു. രാജാവ് കുമാരനെ സ്നേഹാദരങ്ങളോടെ സ്വീകരിക്കുകയും തന്റെ മകൾ അൾടാമിരയെ പരിചയപ്പെടുത്തുകയും

ചെയ്തു. കുമാരിയെ കണ്ടപ്പോൾത്തന്നെ കുമാരൻ വിളറി വെളുത്തതുപോലെയായി എന്നുപറഞ്ഞാൽ തെറ്റാവില്ല. കുമാരൻ അതിനുമുൻപ് ഒരിക്കലും അത്ര വിരൂപിയായ ഒരു പെൺകുട്ടിയെ കണ്ടിട്ടില്ലായിരുന്നു എന്നതുതന്നെ കാരണം. ആ കാഴ്ച തന്റെ മനസ്സിൽ ഉണ്ടാക്കിയ വിഭ്രാന്തി മറ്റുള്ളവരെ അറിയിക്കാതിരിക്കാൻ സാമാന്യ മര്യാദ തന്നെ നിർബന്ധിതനാക്കി എന്നിരുന്നാലും എത്ര ശ്രമിച്ചിട്ടും പതിവുരീതിയിൽ തന്റെ പ്രതിശ്രുത വധുവിന് (വധുവെന്ന് കരുതപ്പെട്ട രാജകുമാരിക്ക്) മുത്തം കൊടുക്കാൻ കുമാരന് കഴിഞ്ഞില്ല; അതുപോലെ രാജകുമാരിയുടെ അടുത്ത് പ്രത്യേകം ഒരുക്കിയിരുന്ന പീഠത്തിൽ കുമാരിയോട് ചേർന്ന് ഇരിക്കാനും.

ബഹുമാന്യനായ രാജാവിനെ അഭിസംബോധന ചെയ്തുകൊണ്ട് കുമാരൻ പറഞ്ഞു.

"ബഹുമാന്യനായ അങ്ങ് എന്നോട് ക്ഷമിക്കണം ഞാൻ ജനനാ വലിയ ലജ്ജാ സ്വഭാവിയാണ്. എനിക്ക് അങ്ങയുടെ മകളെപ്പോലെ അതീവ സുന്ദരിയായ ഒരു പെൺകുട്ടിയോടൊപ്പം അടുത്തിരിക്കാനോ ഇടപഴകാനോ കഴിയുമെന്ന് തോന്നുന്നില്ല. അങ്ങയുടെ മകളുടെ വെട്ടിത്തിളങ്ങുന്ന സൗന്ദര്യം എന്നെ തികച്ചും അസ്വസ്ഥനാക്കുന്നു. ക്ഷമിക്കണം." കുമാരന്റെ വാക്കുകൾ കേട്ട് രാജാവും കുമാരിയും അതീവ സന്തുഷ്ടരായി. അവർ തികഞ്ഞ സന്തോഷത്തോടെ കുമാരനെ പ്രത്യേകം ഒരുക്കിയിരുന്ന പീഠത്തിൽ ഇരിക്കാൻ ക്ഷണിച്ചു; നിർബന്ധിച്ചു. പക്ഷേ കുമാരൻ ഒട്ടുംതന്നെ വഴങ്ങിയില്ല എന്നത് രാജാവിനെ പ്രകോപിപ്പിച്ചു. അദ്ദേഹം ശബ്ദമെടുത്ത് പറഞ്ഞു.

"അലൻബാ രാജകുമാരാ, താങ്കളുടെ സ്നേഹം നിറഞ്ഞ ഭവ്യതയോടുകൂടിയ പെരുമാറ്റം ഞങ്ങളെ സന്തോഷഭരിതരാക്കുന്നു. എന്നിരുന്നാലും താങ്കൾ വിവാഹം കഴിക്കാൻ പോകുന്ന എന്റെ മകളോടൊപ്പം ഇരിക്കാനും പഴകാനും കാണിക്കുന്ന വിമുഖത എന്ത് കാരണം കൊണ്ടായാലും മനസ്സിലാക്കാൻ കഴിയുന്നില്ല. അതുകൊണ്ട്, ക്രസ്തുമത ആചാരങ്ങളിൽ വിശ്വസിക്കുന്ന ഞാൻ നിങ്ങളെ രണ്ടുപേരെയും ഇവിടെ ഒരുക്കിയിരിക്കുന്ന ആൾത്താരയിലേക്ക് ആനയിക്കുകയാണ്.

"ഇല്ല അതുവേണ്ട അതു ശരിയാകുകയില്ല." കുമാരൻ പറഞ്ഞു. "ഞാൻ ഇത്രയും സുന്ദരിയല്ലാത്ത മറ്റൊരു പെൺകുട്ടിയെ വിവഹം കഴിച്ചുകൊള്ളാം. ബഹുമാനപ്പെട്ട രാജാവേ, അങ്ങയെ എന്റെ വാക്കുകൾ പ്രകോപിപ്പിക്കുന്നുവെങ്കിൽ സദയം ക്ഷമിക്കുക. ഞാൻ അങ്ങയുടെ മകളെപ്പോലെ തികഞ്ഞ സൗന്ദര്യമുള്ള ഒരാളെ വിവാഹം കഴിക്കുകയില്ല."

അതുകേട്ട് രാജാവ് വളരെയധികം കോപിഷ്ഠനായി എങ്കിലും കുമാരി അലൻബായെ ദ്വേഷിക്കാനെന്ന വിധം പറഞ്ഞു.

"അച്ഛൻ രാജാവേ, ഈ രാജകുമാരന് ഞാൻ അദ്ദേഹം ആഗ്രഹിക്കുന്നതിലും കൂടുതൽ സുന്ദരിയായിപ്പോയതുകൊണ്ട് അങ്ങയുടെ അനുവാദത്തോടെ, നമ്മുടെ രാജ്യത്തെ ഏറ്റവും മികച്ച അറിവാളിയെന്ന് അംഗീകരിക്കപ്പെട്ട ആസ്ഥാന ക്ഷുരകൻ 'ബർനാഡൊ'യെ വിവാഹം കഴിച്ചുകൊള്ളാം."

"അതെ, അതുതന്നെയാണ് ശരി" രാജാവ് മകളുടെ അഭിപ്രായം സ്വീകരിച്ച് പറഞ്ഞു. അതും പറഞ്ഞ് രാജാവ് 'ബർനാഡൊ'യെ നോക്കിയപ്പോൾ അയാൾ ആലിലപോലെ ഭയന്നു വിറച്ച് നിൽക്കുകയായിരുന്നു. പരിശുദ്ധ 'വിതസു'ന്റെ സംഗീതത്തിനൊത്ത് നൃത്തം ചെയ്യുന്നതുപോലെ.

"തനിക്കെന്തുപറ്റി? എടാ മരമണ്ടാ, താനിതുകേട്ടില്ലേ? തനിക്ക് ലഭിച്ചിരിക്കുന്ന ഭാഗ്യം എത്ര വലുതാണെന്ന് മനസ്സിലായോ?"

"എന്റെ പ്രിയപ്പെട്ട രാജാവേ", അറിവാളിയും ക്ഷൗരം ചെയ്യുന്നതിൽ സമർത്ഥനുമായിരുന്നബെർനാഡോ പറഞ്ഞു. "എന്റെ കഷ്ടകാലമെന്നു പറയട്ടെ, ആർച്ച് ബിഷപ്പ് വില്ല ഫ്രാങ്കോയിക്കുപോലും തരാൻ കഴിയാത്തത്ര വലിയ ഈ ബഹുമാനം എനിക്ക് സ്വീകരിക്കാൻ കഴിയുകയില്ല; കാരണം, ഞാനിപ്പോൾ തന്നെ വിവാഹിതനാണെന്നതുതന്നെ."

കേട്ടുനിന്നിരുന്ന സദസ്യരുടെ ഇടയിൽ ആസ്ഥാന ചെരുപ്പുകുത്തി സഞ്ചേസും ഉണ്ടായിരുന്നു. സഞ്ചേസിന് ബെർനാഡൊയോട് കുറച്ച് വിരോധവും ഉണ്ടായിരുന്നു. അതുകൊണ്ട് അതൊരവസരമായി കരുതി സഞ്ചേസ് രാജാവിനോട് പറഞ്ഞു. "മഹാരാജൻ. ഈ രാജ്യത്തെ ഏറ്റവും സുന്ദരിയായ കുമാരിയും, രാജ്യത്തെ പ്രഗത്ഭനായ അറിവാളി ബെർനാഡൊയും തമ്മിലുള്ള വിവാഹം അങ്ങയുടെ പ്രജകൾക്കെല്ലാം വളരെ സ്വീകാര്യമാണ്; സന്തോഷം നൽകുന്നതാണ്. ബെർനാഡൊ വിവാഹതനാണെങ്കിലും അദ്ദേഹം കൊട്ടാരത്തിൽതന്നെ താമസമാക്കിയിരിക്കുന്നതുകൊണ്ട് രാജകുമാരിയെ കൂടുതൽ അടുത്തറിയാനും നിരന്തരം കാണാനും സാധിച്ചിട്ടുണ്ട്. സത്യം പറഞ്ഞാൽ അദ്ദേഹം സ്വന്തം ഭാര്യയെ കാണാറുതന്നെ ഇല്ല. അതുകൊണ്ട് ദയവുണ്ടായി അദ്ദേഹത്തിന്റെ ഇപ്പോഴത്തെ വിവാഹം ഒരു രാജകല്പനകൊണ്ട് റദ്ദാക്കുകയും കുമാരിയുമായുള്ള വിവാഹത്തിന് സൗകര്യം ഉണ്ടാക്കുകയും വേണമെന്നാണ് എന്റെ അഭിപ്രായം."

അതുകേട്ട ക്ഷുരകൻ വളരെയധികം കോപിഷ്ടനാകുകയും സഞ്ചേസിനെ ആക്രമിക്കാൻ തുനിയുകയും ചെയ്തു. കൊട്ടരം ശിപായി ഇടപെട്ടതുകൊണ്ട് കൂടുതൽ അനിഷ്ടസംഭവങ്ങൾ ഉണ്ടായില്ല. പക്ഷേ, അതെല്ലാം കണ്ട രാജാവിന് ദ്വേഷ്യം അടക്കാൻ കഴിഞ്ഞില്ല. അദ്ദേഹം അക്രോശിച്ചു. “ആരവിടെ, നമ്മുടെ അംഗരക്ഷകൻ ഈ ക്ഷുരകന്റെ തല വെട്ടട്ടെ.” നിമിഷങ്ങൾക്കിടയിൽ ആസ്ഥാനക്ഷുരകന്റെ തല ഉടലിൽ നിന്ന് എല്ലാവരും കാൺകെതന്നെ വിച്ഛേദിക്കപ്പെട്ടു.

അതെല്ലാം കണ്ട് അമ്പരന്നു പോയ അലൻബാ രാജകുമാരൻ വിനയപുരസരം ഒരു നിർദ്ദേശം മുന്നോട്ടുവെച്ചു.

“രാജൻ അങ്ങ് 99 പ്രഗൽഭരായ ഭടന്മാരെ തിരഞ്ഞെടുക്കു. അവരോടൊപ്പം ഞാനും ചേരാം, അങ്ങനെ ആ നൂറുപേർ പരസ്പരം മല്ലിടട്ടെ. മത്സരത്തിൽ ജയിക്കുന്നയാൾ കുമാരിയെ വിവാഹം കഴിക്കട്ടെ.”

“ഇത് വളരെ നല്ല അഭിപ്രായമാണ്. അങ്ങനെ തന്നെ നടക്കട്ടെ.” രാജാവ് ഉടൻ തന്നെ 99 ഭടന്മാരെ പോരിനായി തിരഞ്ഞെടുത്തു. അവർ നല്ല കുതിരകളുടെ പുറത്ത് ആസനസ്ഥരായി ഉയർത്തിപ്പിടിച്ച വാളുകളുമായി വേഗത്തിൽ പരസ്പരം ഏറ്റുമുട്ടി. കൂട്ടത്തിൽ രാജകുമാരനും,. പക്ഷേ കുറേനേരത്തെ പോരിന് ശേഷം ആർക്കും പരിക്കുകളൊന്നും ഉണ്ടായില്ല. ഒരു പോറലുപോലും. രാജാവിന്റെ നിർദ്ദേശപ്രകാരം അവർ രണ്ടാമതും ഏറ്റുമുട്ടിയെങ്കിലും പ്രയോജനമൊന്നും ഉണ്ടായില്ല. അതുകണ്ട രാജാവ് കല്പിച്ചു.

“ഇനി നമുക്ക് നടപടിക്രമത്തിൽ ഒരുമാറ്റം വരുത്താം. പരസ്പരം ഏറ്റുമുട്ടുമ്പോൾ ആദ്യം പരുക്കുപറ്റുന്ന ഭടനായിരിക്കും എന്റെ മകളെ വിവാഹം കഴിക്കാൻ യോഗ്യനാകുക. എന്താ എല്ലാവർക്കും സമ്മതമല്ലേ? പരസ്പരമുള്ള പോരാട്ടം തുടങ്ങിക്കൊള്ളുക.”

വീണ്ടും പോരാട്ടം തുടങ്ങി. നിമിഷനേരത്തിനുള്ളിൽത്തന്നെ പങ്കെടുത്ത എല്ലാവർക്കും പ്രത്യക്ഷമായ പരുക്കുകൾ ഉണ്ടായി. മാത്രമല്ല, ഓരോരുത്തരും മറ്റെയാളിനാണ് ആദ്യം പരുക്കേറ്റതെന്ന് വാശിയോടെ അവകാശപ്പെടാനും തുടങ്ങി. അതുകണ്ട രാജാവ് ഏതാണ്ട് സഹികെട്ട മട്ടിൽ ദ്വേഷ്യത്തോടെ പറഞ്ഞു.

“ശരി, നിങ്ങളാരും എന്റെ മകളെ വിവാഹം കഴിക്കാൻ അർഹരല്ല എന്ന് തെളിഞ്ഞിരിക്കുന്നു. അതുകൊണ്ട് അവൾ സ്വയം ‘പള്ളിക്ക്’ സമർപ്പിക്കപ്പെടുകയും ഒരാശ്രമത്തിൽ ശിഷ്ടജീവിതം നയിക്കുകയും ചെയ്യും. അവളുടെ അതീവ സൗന്ദര്യം സമൂഹത്തിന്റെ മുന്നിൽ കാണിക്കാതെ ജീവിക്കാൻ അവൾക്ക് കഴിയും.”

അപ്പോൾ കുമാരി ഇടപെട്ട് പറഞ്ഞു.

"അച്ഛാ, അച്ഛന്റെ അഭിപ്രായത്തോട് എനിക്ക് യോജിപ്പില്ല, ഈ സ്പെയിൻ നാട്ടിൽ എനിക്കനുയോജ്യനായ ഒരു ഭർത്താവിനെ കിട്ടുക അസാധ്യമാണെന്ന് എനിക്ക് മനസ്സിലായി. പക്ഷേ, സ്പെയിൻ മാത്രമല്ലല്ലോ ഈ ലോകത്തുള്ളത്. ഞാൻ ഇവിടം വിട്ട് മറ്റെവിടെയെങ്കിലും പോയി അനുയോജ്യനായ ഒരു ഭർത്താവിനെ കണ്ടുപിടിച്ചുകൊള്ളാം. ദയവായി ഈ സ്പെയിൻ വിട്ടുപോകാൻ അങ്ങ് എന്നെ അനുവദിച്ചാലും. ആശീർവദിച്ച് അയച്ചാലും."

കുമാരി തുടർന്നു. "ദിവസം പുലരാത്ത, എപ്പോഴും ഇരുട്ടുനിറഞ്ഞ ഏതെങ്കിലും ഒരു സ്ഥലം ഉണ്ടാകും. അവിടെ എല്ലാ പൂച്ചകളുടേയും നിറം ഒരുപോലെ ചാരവർണ്ണമായിരിക്കും എന്നതുപോലെ എല്ലാവിധത്തിലും അളവില്ലുമുള്ള സൗന്ദര്യം ഒരേ നിലവാരത്തിൽ അംഗീകരിക്കപ്പെടും. അങ്ങനെ ഇന്നെനിക്ക് ഒരു പുതിയ അറിവ് കൂടി കിട്ടിയിരിക്കുകയാണ്. അതീവ സുന്ദരി ആയിരിക്കുക എന്നത് അതീവ വിരൂപി ആയിരിക്കുന്നതുപോലെ തന്നെ ദുഃഖകരം ആണെന്ന സത്യം ഞാനിന്നറിയുന്നു."

അത്രയും പറഞ്ഞിട്ട് കുമാരി രാജാവിനോടും മറ്റാളുകളോടും വിടപറയാൻ തുടങ്ങുകയായിരുന്നു. അപ്പോൾ സുന്ദരനും, ഫിഡിൽ വായിക്കുന്നതിൽ പ്രശസ്തനുമായിരുന്ന 'ഫിലിസ് ബെർത്തൊ' അവിടേക്ക് കയറിവന്നു. അദ്ദേഹം കണ്ണിന് നല്ല കാഴ്ചയില്ലാത്ത ആളായിരുന്നു, അദ്ദേഹം കുമാരി പറഞ്ഞതെല്ലാം കേട്ടിരുന്നു. ഫെലിസ് ബെർത്തൊ കുമാരിയോടായി പറഞ്ഞു.

"പ്രിയപ്പെട്ട രാജകുമാരീ, താങ്കൾ പറഞ്ഞതെല്ലാം ഞാൻ കേട്ടു. സ്പെയിനിന് ഒന്നും നഷ്ടമാകരുത്, കുമാരി പറഞ്ഞില്ലേ സ്പെയിൻ വിട്ട് ഇരുട്ടുമാത്രമുള്ള വടക്കൻ പ്രദേശത്തേക്ക് പോകുകയാണെന്ന്. അതിന്റെ ആവശ്യമുണ്ടോ? അവിടുന്ന് എന്നെ നോക്കൂ. പകലും രാത്രിയും തികഞ്ഞ സൗന്ദര്യവും വൈരൂപ്യവുമെല്ലാം എനിക്ക് ഒരുപോലെയാണ്. ഇവിടെയുള്ള എല്ലാവരും കുമാരിയുടെ സൗന്ദര്യത്തിനുമുമ്പിൽ ലജ്ജിതരായി നിൽക്കുന്ന ഈ അവസരത്തിൽ, കുമാരിക്ക് സമ്മതമാണെങ്കിൽ, കുമാരിയെ വിവാഹം കഴിക്കാൻ ഞാൻ തയ്യാറാണ്; ആഗ്രഹിക്കുന്നു. എന്റെ ലോകത്ത് സൗന്ദര്യം സുന്ദരങ്ങളായ പ്രവർത്തികളാണ്."

അതുകേട്ട് രാജാവ് വളരെ സന്തുഷ്ടനായി. അദ്ദേഹം സന്തോഷത്തോടെ ഉറക്കെ പറഞ്ഞു.

"അതേ, ഒന്നും സംശയിക്കേണ്ട. പ്രിയപ്പെട്ട ഫിലിസ്ബെർത്തൊ ആണ് എന്റെ മകളുടെ ഭർത്താവാകാൻ എല്ലാം കൊണ്ടും

അർഹതപ്പെട്ടയാൾ; ബെർത്തോയാണ് എന്റെ മകളുടെ ഭർത്താവ്. ഈ കിരീടത്തിന്റെ വരുംകാല അവകാശിയും; എന്താ, സന്തോഷമായില്ലേ മകളേ."

"അതേ അച്ഛാ, എനിക്കും സന്തോഷമാണ്."

"ശരി. ഉടൻ തന്നെ വിവാഹത്തിനുള്ള ഒരുക്കങ്ങൾ നടക്കട്ടെ." അത് രാജകല്പനയായിരുന്നു.

ലിയോണിലെ ബുദ്ധിമാനായ രാജാവ്

ലിയോണിലെ ബുദ്ധിമാനായ രജാവിന്റെ അടുത്ത സ്നേഹിതനായിരുന്നു മാർക്വസ് പ്രഭു. അതുകൊണ്ട് രാജാവ് പ്രഭുവിന്റെ മൂന്ന് മക്കളെയും തന്റെ സ്വന്തം വിശ്വസ്തരായ സേവകാരായി നിയമിച്ചു; മൂത്തമകനെ പ്രധാന പരിചാരകനായും രണ്ടാമത്തെ മകനെ പരിചാരകനായും മൂന്നാമത്തെ മകനെ ക്ഷുരകനായും. രാജാവിന് സുന്ദരിയായ ഒരു മകളുണ്ടായിരുന്നു. ഈ കഥ മാർക്വസ് പ്രഭുവിന്റെ ഇളയമകനും രാജകുമാരിയും തമ്മിലുള്ള പ്രണയത്തെക്കുറിച്ചാണ്. കഥയിലേക്ക് കടക്കുന്നിത് മുൻപ് ലിയോൺ എന്ന സ്ഥലത്തേക്കുറിച്ച് മനസ്സിലാക്കണ്ടെ?

ലിയോൺ സ്പെയിനിന്റെ വടക്കു പടിഞ്ഞാറായി സ്ഥിതിചെയ്യുന്ന ഒരു സ്വയം ഭരണാവകാശപ്രവിശ്യയും, പ്രവിശ്യയിലെ പ്രധാന നഗരവുംആണ്. ലിയോൺ എന്ന വാക്കിന് സിംഹം എന്നർത്ഥം. 2000 വർഷങ്ങൾക്കുമേൽ ചരിത്രമുള്ള ഈ പ്രദേശം പണ്ട് രാജകീയ ഭരണത്തിലായിരുന്നുവെങ്കിലും ഇപ്പോൾ അവിടെ ജനാധിപത്യം നിലനിൽക്കുന്നു. ജനസംഖ്യ രണ്ടുലക്ഷത്തിനടുത്ത്. ലിയോൺ കതേഡ്രൽ ഉൾപ്പെടെ വളരെ പുരാതനങ്ങളായ പല കെട്ടിടങ്ങളും വിനോദ സഞ്ചാരികൾക്ക് കൗതുകം നൽകുന്നവയാണ്.

നമ്മുടെ കഥയിലെ രാജാവ് തന്റെ ഏകപുത്രിയെക്കുറിച്ച് ഒരു വിവരം അറിയാൻ ഇടയായി. രാജാവിന് മകളെ വളരെയേറെ ഇഷ്ടമായിരുന്നു; മകൾക്ക് അച്ഛനേയും. രാജാവിന് മാർക്വിസിന്റെ മക്കളേയും

ഇഷ്ടമായിരുന്നുവെങ്കിലും തന്റെ മകൾ മാർക്വിസിന്റെ മക്കളിൽ ആരെയെങ്കിലും വിവാഹം കഴിക്കുന്നത് അദ്ദേഹത്തിന് സമ്മതമായിരുന്നില്ല. അതുകൊണ്ട് തന്റെ മകൾ മാർക്വിസിന്റെ ഇളയ മകനുമായി സ്നേഹത്തിലാണെന്ന് അറിഞ്ഞപ്പോൾ രാജാവ് മകളെ വിളിച്ച് കർക്കശമായിത്തന്നെ പറഞ്ഞു.

"മോളേ, എനിക്കറിയാം നീ എന്റെ ക്ഷുരകൻ പയ്യനുമായി സ്നേഹത്തിലാണെന്ന്, അതൊന്നും വേണ്ട. പറഞ്ഞേക്കാം. അതെനിക്കിഷ്ടമല്ല. ഇനി അവനേ കല്യാണം കഴിക്കാനൊ മറ്റോ ആണ് ഭാവമെങ്കിൽ പറഞ്ഞില്ലെന്നു വേണ്ട, നിന്നെ കൊന്നുകളയാനും ഞാൻ മടിക്കില്ല. കോട്ടോ."

അതുകേട്ട മകൾ വളരെ ദുഃഖിതയായി. എങ്കിലും അവൾ രാജാവിനോട് തുറന്ന് പറഞ്ഞു.

"അതേ അച്ഛാ, ഞാൻ അയാളെ സ്നേഹിക്കുന്നു. അച്ഛന് അത് സമ്മതമല്ലെന്ന് ഇപ്പോളാണ് മനസ്സിലായത്. ദയവുചെയ്ത് അച്ഛൻ എനിക്ക് രണ്ടു ദിവസം തരു. ഞാനൊന്ന് ആലോചിച്ചിട്ട് ഒരു തീരുമാനം എടുക്കാം." രാജാവ് സമ്മതം മൂളി.

അവൾ സ്വന്തം മുറിയിലേക്ക് പോയി. മുറിയിൽ ചെന്നതും ഒരു സഞ്ചിയിൽ തന്റെ നല്ല രണ്ട് വസ്ത്രങ്ങളും മറ്റു ചില ദൈനം ദിനം വേണ്ട അത്യാവശ്യ സാധനങ്ങളും നിക്ഷേപിച്ചു. സഞ്ചിയുമെടുത്ത് ആരും കാണാതെ ഒരു രഹസ്യ വഴിയിൽക്കൂടി കൊട്ടാരത്തിൽ നിന്നും പുറപ്പെട്ടു. എത്തിച്ചേർന്നത് ഒരു വനത്തിലാണ്. കുമാരി ഏഴുദിവസങ്ങൾ കാട്ടിൽ കിട്ടിയ പഴങ്ങളും വെള്ളവും മാത്രം ഭക്ഷിച്ച് നടന്നു. ആ ദിവസങ്ങളിലെല്ലാം കുമാരി എവിടെയെന്ന് തിരഞ്ഞിട്ട് ഒരു പ്രയോജനവും ഉണ്ടാകാതായപ്പോൾ രാജാവ് ആ ക്ഷുരകൻ പയ്യനെ വിളിപ്പിച്ചു. അവനോട് രാജാവ് കല്പിച്ചു.

"നീ കാരണമാണ് എന്റെ മകൾ കാണാതായത്. അതുകൊണ്ട് നീ ഉടനെ അവളെ അന്വേഷിച്ച് പുറപ്പെട്ടുകൊള്ളുക. ഒരു വർഷത്തിനകം അവളെ എന്റെ മുൻപിൽ കൊണ്ടുനിർത്തിയില്ലെങ്കിൽ നിനക്ക് വധശിക്ഷ നിശ്ചയമെന്ന് കരുതിക്കൊള്ളുക ഉം. ഇനി നിനക്ക് പോകാം."

ആ ഏഴുദിവസത്തെ നടത്തത്തിനുശേഷം കുമാരി ആകെ തളർന്നുപോയി. മുന്നോട്ട് ഒരടിപോലും നടക്കാൻ ശക്തിയില്ലാതെയായി. ചെന്നായ്ക്കളെ ഭയമായിരുന്നതുകൊണ്ട് കുമാരി ബുദ്ധിമുട്ടിയാണെങ്കിലും ഒരു വലിയ ഓക്കുമരത്തിൽ വലിഞ്ഞുകയറി. അതിന്റെ ഒരു പോടിൽ

വിശ്രമിച്ചു. അങ്ങനെ വിശ്രമിച്ചുകൊണ്ടിരിക്കുമ്പോൾ കുമാരിയുടെ കാമുകൻ ക്ഷുരകൻ അവിടെയെത്തി. അവൻ എന്തെല്ലാമോ പുലമ്പുന്നുണ്ടായിരുന്നു. ചിലതെല്ലാം കുമാരിക്കും കേൾക്കാൻ കഴിഞ്ഞു.

"എന്നെ പറഞ്ഞാൽ മതി. ഞാനെവിടെച്ചെന്ന് കുമാരിയെ കണ്ടുപിടിക്കും. ആവോ, എന്റെ ഒരു കഷ്ടകാലം, നാട്ടിൽ എത്രയെത്ര നല്ല പെൺകുട്ടികളുണ്ട്. എന്നിട്ടും ഞാൻ പ്രേമിച്ചത് രാജാവിന്റെ ഏക മകളെയാണല്ലോ."

അതുകേട്ട് രാജകുമാരി സഹികെട്ട് പറഞ്ഞു.

"രാജകുമാരിയുടെ കഷ്ടകാലമെന്നല്ലാതെ എന്തു പറയാനാ. നാട്ടിൽ എത്രയെത്ര നല്ല യോദ്ധാക്കളും സുന്ദരന്മാരുമായ ചെറുപ്പക്കാരുമുണ്ട്. എന്നിട്ടും അവൾക്കുകിട്ടിയത് അവളുടെ അച്ഛന്റെ ക്ഷുരകനെ മാത്രം. കഷ്ടം!"

ക്ഷുരകൻ കുമാരിയുടെ ആ വാക്കുകൾ കേട്ടുവെങ്കിലും അതെവിടെ നിന്ന് വന്നു എന്ന് മനസ്സിലായില്ല. എങ്കിലും താൻ പറഞ്ഞതിന് തക്ക മറുപടിയെന്നോണം ആരാണ് അങ്ങനെ പറഞ്ഞത്. അയാൾ അവിടെയെല്ലാം തിരഞ്ഞു. പക്ഷേ ആരെയും കാണാൻ കഴിഞ്ഞില്ല.

കുറച്ചു സമയത്തിനുശേഷം ക്ഷീണിതനായ അയാൾ ആ വൃക്ഷത്തണലിൽ കിടന്ന് ഉറങ്ങി. അയാളുടെ കൂർക്കംവലി കേട്ട കുമാരി മരത്തിൽ നിന്ന് താഴെ ഇറങ്ങി. താഴെക്കിടന്ന് ഉറങ്ങിയിരുന്നത് തന്റെ കാമുകൻ തന്നെയാണെന്ന് ഉറപ്പുവരുത്തി. പിന്നീട് അയാളുടെ കയ്യിലുണ്ടായിരുന്ന സഞ്ചിയിൽ എന്തൊക്കെയാണെന്ന് പരിശോധിച്ചു. അത് അയാൾ കൂടെകൊണ്ടുവന്ന അയാളുടെ വസ്ത്രങ്ങളായിരുന്നു. കുമാരി ആ വസ്ത്രങ്ങൾ എടുത്ത് സ്വന്തം സഞ്ചിയിൽ വെയ്ക്കുകയും പകരം തന്റെ വസ്ത്രങ്ങൾ അയാളുടെ സഞ്ചിയിൽ വെയ്ക്കുകയും ചെയ്തു. പിന്നീട് അധികം ശബ്ദമുണ്ടാക്കാതെ അയാളുടെ കുതിരപ്പുറത്ത് കയറി കൊട്ടാരത്തിലേക്ക് യാത്ര തിരിച്ചു. കൊട്ടാരത്തിനടുത്തായപ്പോൾ കുമാരി കുതിരപ്പുറത്തുനിന്നിറങ്ങി തന്റെ വസ്ത്രങ്ങൾ മാറ്റി പകരം ക്ഷുരകന്റെ പുരുഷവേഷങ്ങൾ (കൊട്ടാരം ക്ഷുരകന്റെ വളരെ മോഡിയിൽ തുന്നിയിരുന്ന പ്രത്യേക വസ്ത്രങ്ങൾ) ധരിച്ചു. അടുത്ത ദിവസം രാവിലെ തന്റെ പുതിയ വേഷത്തിൽ കുമാരി രാജാവിന്റെ മുമ്പിൽ ആഗതയായി; രാജാവിനോട് പഴയ ക്ഷുരകനു പകരം താൻ അദ്ദേഹത്തെ സേവിക്കാൻ തയ്യാറാണെന്ന് അറിയിച്ചു.

തന്റെ രാജസദസ്സിന്റെ അന്തസ്സിനുചേർന്ന വസ്ത്രധാരണവും പെരുമാറ്റവും അയാളിൽക്കണ്ട രാജാവ് ചോദിച്ചു.

“നീ ആരാണ്?”

“ഞാൻ കാസില നാട്ടിലെ വിദഗ്ധനായ ഒരു ക്ഷുരകനാണ്.”

“ഓ, അങ്ങനെയൊ. എങ്കിൽ നീ നാളെ മുതൽ എന്റെ ക്ഷുരകനായി സേവനം ചെയ്തുകൊള്ളുക.”

“അങ്ങിനെയാകട്ടെ.” അത്രയും പറഞ്ഞ് കുമാരി തനിക്കായി കിട്ടിയ മുറിയിലേക്ക് പോയി.

അതിനിടയിൽ കാമുകനായ ക്ഷുരകൻ ഉറക്കം ഉണർന്നപ്പോൾ തന്റെ കുതിരയെക്കാണാതെ വിഷമിച്ചു. എന്നുമാത്രമല്ല തന്റെ സഞ്ചിയിൽ സ്വന്തം വസ്ത്രങ്ങൾക്കുപകരം കാമുകിയായ കുമാരിയുടെ വസ്ത്രങ്ങളാണ് കാണാൻ കഴിഞ്ഞത്. അപ്പോൾ തലേന്ന് കേട്ട ശബ്ദവും കുമാരിയുടേത് തന്നെ ആയിരിന്നിരിക്കുമെന്ന് അയാൾ ഉറപ്പിച്ചു. അയാൾ തിരികെ കൊട്ടാരത്തിലേക്ക് നടന്നു. അടുത്തദിവസം രാവിലെ കൊട്ടാരപരിസരത്ത് എത്തിയ ക്ഷുരകൻ (അയാൾ ചെറുപ്പക്കാരനായിരുന്നു എന്നതിനും പുറമെ മുഖത്ത് അധികം രോമമില്ലാത്ത ദേഹപ്രകൃതിയുമായിരുന്നു; അതുകൊണ്ട് സ്ത്രീവേഷം ധരിച്ചാൽ ആദ്യനോട്ടത്തിന് ഒരു സുന്ദരിയായ യുവതിയാണെന്ന് ആർക്കും തോന്നിപ്പോകുമായിരുന്നു.) കുമാരിയുടെ വസ്ത്രങ്ങളണിഞ്ഞ് രാജസദസ്സിൽ എത്തി. സ്വയം കാസില നഗരത്തിലെ രാജകുമാരിയാണെന്നും സ്ഥലങ്ങളൊക്കെ ചുറ്റിനടന്ന് കാണുക എന്ന ആഗ്രഹത്തോടെ ഇറങ്ങിത്തിരിച്ചതാണെന്നും അങ്ങനെയാണ് അവിടെ എത്തിച്ചേർന്നതെന്നും അറിയിച്ചു.

രാജാവ് കാസില രാജകുമാരിയെ എല്ലാ മര്യാദകളോടെയും സ്വീകരിക്കുകയും അവർക്ക് താമസിക്കാൻ കൊട്ടാരത്തിൽതന്നെ ഒരു മുറി ഏർപ്പാടാക്കുകയും ചെയ്തു. രാജാവ് അവളുടെ സൗന്ദര്യത്തിൽ ഭ്രമിച്ചുപോയി എന്ന് പറഞ്ഞാലും തെറ്റാവില്ല. അടുത്തദിവസം പ്രഭാതത്തിൽ തന്നെ കാസില രാജകുമാരിയെ കാണാൻ അദ്ദേഹത്തിന് തിടുക്കമായി. അദ്ദേഹം അതികാലത്തുതന്നെ തന്റെ പുതിയ ക്ഷുരകനെ വിളിപ്പിച്ചു. ഉടനെ ക്ഷൗരം ചെയ്യാൻ ആവശ്യപ്പെട്ടു. ക്ഷുരകൻ തന്റെ ജോലി ചെയ്യുന്നതിനിടയിൽ രാജാവ് അയാളോട് കാസില രാജകുമാരിയേക്കുറിച്ചും തനിക്ക് അവളോട് തോന്നുന്ന സ്നേഹത്തെക്കുറിച്ചും പറയാൻ മറന്നില്ല. വിവരങ്ങളെല്ലാം കേട്ട ക്ഷുരകന്—(വാസ്തവത്തിൽ നമ്മുടെ കഥാനായികയായ കുമാരിക്ക്) കാസില രാജകുമാരി തന്റെ കാമുകൻ തന്നെയാണെന്ന് മനസ്സിലാക്കാൻ വിഷമമുണ്ടായിരുന്നില്ല.

അന്ന് രാത്രിയായതോടെ കുമാരി കാസില രാജകുമാരിയുടെ മുറിയിൽ കയറി അവരറിയാതെ ഒളിച്ചിരുന്നു. കാസില രാജകുമാരിയായി

അഭിനയിച്ച തന്റെ കാമുകൻ മുറിയിൽ വന്ന് ഉറങ്ങുന്നതുവരെ കാത്തിരുന്നു. അയാൾ ഉറങ്ങിയതിനുശേഷം അഴിച്ചുവെച്ചിരുന്ന തന്റെ വസ്ത്രങ്ങൾ മാറ്റുകയും തന്റെ പുരുഷവസ്ത്രങ്ങൾ ആ മുറിയിൽ ഉപേക്ഷിക്കുകയും ചെയ്തു.

അടുത്ത ദിവസം രാവിലെ ഉണർന്ന കാമുകൻ ക്ഷുരകൻ താനണിഞ്ഞിരുന്ന സ്ത്രീ വസ്ത്രങ്ങൾക്കുപകരം അവിടെ പുരുഷ വസ്ത്രങ്ങൾ മാത്രം കണ്ട് വിഷണ്ണനായി. എന്താണ് ചെയ്യുക. മറ്റ് മാർഗങ്ങൾ ഒന്നും ഇല്ലെന്ന് മനസ്സിലാക്കിയ അയാൾ രാജാവിനോട് എല്ലാ സത്യങ്ങളും തുറന്നുപറഞ്ഞ് മാപ്പിരക്കുവാൻ തീർച്ചയാക്കി. സ്വന്തം പുരുഷവസ്ത്രങ്ങൾ അണിഞ്ഞ് രാജസമക്ഷം ചെല്ലാൻ ഒരുങ്ങി. അതേസമയംതന്നെ കുമാരിയും തന്റെ സ്വന്തം വസ്ത്രങ്ങൾ അണിഞ്ഞ് രാജാവിന്റെ മുമ്പിലേക്ക് യാത്രയായി.

രാജാവ് അന്ന് പതിവില്ലം നേരത്തെ ഉണരുകയും തന്റെ ക്ഷുരകനെ കൂട്ടിക്കൊണ്ടുവരാൻ ഭൃത്യന്മാരോട് ആജ്ഞാപിക്കുകയും ചെയ്തു. ക്ഷുരകനെ അന്വേഷിച്ച് കാണാൻ കഴിയാതെ ഭൃത്യന്മാർ ക്ഷുരകന്റെയും കാസില രാജകുമാരിയുടേയും കതകുകളിൽ തട്ടി, രാജാവ് ക്ഷുരകനെ ഉടനെ പ്രതീക്കുന്നുവെന്ന് ഉറക്കെ പറഞ്ഞു.

കുമാരി പെട്ടെന്നുതന്നെ രാജസമക്ഷം എത്തിച്ചേർന്നു; ധരിച്ചിരുന്നത് സ്വന്തം സ്ത്രീവേഷം തന്നെ.

രാജാവ് അല്പം ദ്വേഷ്യത്തിൽ ചോദിച്ചു.

"എന്റെ ക്ഷുരകൻ എവിടെ? ഞാൻ ക്ഷുരകനെയാണ് വരാൻ പറഞ്ഞത്. പകരം ഇവിടെയെത്തിയിരിക്കുന്ന നീ ആരാണ്?"

"ഞാൻ അങ്ങിന്നലെ പരിചയപ്പെട്ട കാസില രാജകുമാരി."

"എങ്കിൽ എന്റെ ക്ഷുരകൻ എവിടെ?"

"ഒരു രാജ്യത്തെ രാജകുമാരി മറ്റൊരു രാജ്യത്തെ ക്ഷുരകനെക്കുറിച്ച് എങ്ങനെ അറിയാനാണ്." കുമാരി ചോദിച്ചു.

ആ സമയം യഥാർത്ഥ ക്ഷുരകൻ രാജസന്നിധിയിൽ എത്തുകയും നടന്നകാര്യങ്ങളുടെ സത്യാവസ്ഥ വിശദമായി രാജാവിനോട് പറയുകയും ചെയ്തു.

"അപ്പോൾ നീ സത്യത്തിൽ ആരാണ്?" രാജാവ് അല്പം ഈർഷ്യയോടെ ചോദിച്ചു. "നീ ഒരു ക്ഷുരകനോ അതോ ഒരു കള്ളനോ?"

"ഞാൻ മാർക്വിസ് പ്രഭുവിന്റെ ഇളയമകൻ— ജോലി ക്ഷുരകന്റേത്. കാസില രാജകുമാരിയുടെ കാമുകനും.'

ആ സമയം കുമാരി മുന്നോട്ടു വന്ന് ക്ഷുരകൻ വിട്ടുപോയ കാര്യങ്ങളും കൂട്ടിച്ചേർത്ത് നടന്നകാര്യങ്ങൾ സത്യമായും വിശദമായും പറഞ്ഞു. ആ കഥകേട്ട് രാജാവും രാജസദസ്സിലെ മറ്റാളുകളും പൊട്ടിച്ചിരിച്ചു. രാജാവ് അവരേക്കൊണ്ട് ആ കഥ വീണ്ടും വീണ്ടും പറയിപ്പിക്കുകയും ചെയ്തു. അവസാനം രാജാവ് പറഞ്ഞു.

“അങ്ങനെ കാസില രാജകുമാരി എനിക്ക് ക്ഷൗരം ചെയ്തുതന്നു; കാസില രാജ്യത്തെ ക്ഷുരകനെ സ്നേഹിക്കുകയും ചെയ്തു. ഇതിൽക്കൂടുതൽ വഞ്ചിക്കപ്പെടാൻ ഞാനിഷ്ടപ്പെടുന്നില്ല. അതുകൊണ്ട് കാസില രാജ്യത്തെ ക്ഷുരകനും രാജകുമാരിയും എന്റെ മുമ്പിൽതന്നെ ഉടൻ വിവാഹിതരാകട്ടെ. അവർക്ക് എന്റെ എല്ലാ മംഗളങ്ങളും നേരുന്നു.”

അങ്ങനെ അദ്ദേഹം ലിയോണിലെ ബുദ്ധിമാനായ രാജാവ് എന്ന് എല്ലാവരാലും വീണ്ടും അംഗീകരിക്കപ്പെട്ടു.

മാന്ത്രികക്കണ്ണാടി

സ്പെയിനിലെ ഗ്രെനാഡ നഗരത്തെക്കുറിച്ച് നിങ്ങൾ കേട്ടിട്ടുണ്ടോ? നെവാദ മലനിരകളുടെ അടിവാരത്തിൽ ദാരൊ, ജെനിൻ, മൊണോച്ചിൻ എന്ന നദികളുടെ സംഗമസ്ഥാനത്ത്, സ്ഥിതി ചെയ്യുന്ന ഗ്രെനാഡയ്ക്ക് 7500 വർഷങ്ങൾക്കുമേൽ ചരിത്രമുണ്ട്. 2005-ലെ കണക്കനുസരിച്ച് ഗ്രെനാഡയുടെ ജനസംഖ്യ രണ്ടുലക്ഷത്തിമുപ്പത്തിയേഴായിരം മാത്രം. ധാരാളം വിനോദസഞ്ചാരികളെ ആകർഷിക്കുന്ന ഒരു നഗരമാണ് ഗ്രെനാഡ.

പണ്ടൊരിക്കൽ, ഗ്രെനാഡ ഒരു സ്വതന്ത്ര രാജ്യമായിരുന്നപ്പോൾ അവിടെ ഭരിച്ചുകൊണ്ടിരുന്ന ചെറുപ്പക്കാരനും ബുദ്ധിമാനുമായ ഒരു രാജാവിന്റെ കഥയാണിത്.

കഥ നടക്കുന്ന കാലത്ത് അദ്ദേഹം വിവാഹിതനായിരുന്നില്ല; പക്ഷേ അദ്ദേഹം വിവാഹം കഴിക്കാൻ തീർച്ചയാക്കിയ സമയം. താൻ വിവാഹം കഴിക്കുന്നത് സൽസ്വഭാവിയും, പരിശുദ്ധയും, മനസ്സിൽ കളങ്കങ്ങളൊന്നുമില്ലാത്തതുമായ ഒരു സ്ത്രീയെ ആയിരിക്കണമെന്ന് അദ്ദേഹം ആഗ്രഹിച്ചു. പക്ഷേ അങ്ങനെ ഒരു യുവതിയെ എങ്ങനെ കണ്ടെത്തും?

പല സ്പാനിഷ് നാടോടിക്കഥകളിലും കാണാറുള്ളതുപോലെ ഇതിലും ആസ്ഥാനക്ഷുരകൻ മുഖ്യസ്ഥാനം അലങ്കരിക്കുന്ന ആദരണീയനും ബുദ്ധിമാനും ആണ്. രാജാവ് തന്റെ ആഗ്രഹം ആദ്യം അറിയിച്ചത് ക്ഷുരകനെത്തന്നെയാണ്; പിന്നീട് പാറാവുകാരനെയും രാജ്യത്തെ ഏറ്റവും പ്രായംകൂടിയ സ്ത്രീയെയും. ക്ഷുരകൻ അയാളുടെ എല്ലാ പരിചയക്കാരെയും വിവരം അറിയിച്ചു. അതുപോലെ പാറാവുകാരനും സന്ധ്യാസമയത്ത്

ആ വിവിരം എല്ലാവരും കേൾക്കെ ഉച്ചത്തിൽ വിളിച്ചപറഞ്ഞു. അങ്ങനെ ആ രാത്രിയിൽത്തന്നെ രാജാവ് വിവാഹം കഴിക്കാൻ തീർച്ചയാക്കിയ വിവരം നാട്ടുമുഴുവൻ അറിഞ്ഞു. പല സ്ത്രീകൾക്കും ആ രാത്രി ഉറക്കം നഷ്ടപ്പെട്ടു; പിന്നീട് പല രാത്രികളിലും. ആരാണ്, രാജാവിന് ഭാര്യയാകാൻ പോകുന്നത്? ആരെയായിരിക്കും രാജാവ് തിരഞ്ഞെടുക്കുക?" എന്തൊക്കെയായിരിക്കും മാനദണ്ഡങ്ങൾ? ഇതെല്ലാം എല്ലാ വീട്ടുകളിലും ചർച്ചാവിഷയമായത് തികച്ചും സ്വഭാവികമാണല്ലോ? ക്ഷുരകനോട്, 'ആരാണ് രാജാവിന്റെ ഭാര്യയാകാൻ പോകുന്നത്' എന്ന് ചോദിച്ചവരോടെല്ലാം അയാൾ തന്റെ സ്വതസിദ്ധമായ നർമ്മഭാഷയിൽ പറഞ്ഞു, "രാജാവ് തീർച്ചയായും ഒരു സ്ത്രീയെയായിരിക്കും വിവാഹം കഴിക്കുന്നത്" എന്ന്,

"പിന്നല്ലാതെ, അതു ഞങ്ങൾക്ക് അറിഞ്ഞുകൂടേ?"

"പക്ഷേ, എല്ലാ സ്ത്രീകളും രാജാവിന്റെ ഭാര്യാപദത്തിന് യോഗ്യരല്ലെന്ന് മനസ്സിലാക്കാണം. അദ്ദേഹം യോഗ്യതയുള്ള ഒരു സ്ത്രീയെ മാത്രമായിരിക്കും തിരഞ്ഞെടുക്കുക? ക്ഷുരകൻ കൂട്ടിച്ചേർത്തു.

"അദ്ദേഹം സ്പെയിനിൽ നിന്ന് ആരെയെങ്കിലും തിരഞ്ഞെടുക്കുമോ അതോ വെളിനാട്ടുകളിൽ നിന്നായിരിക്കുമോ?

"തീർച്ചയായും; സ്പെയിനിൽ നിന്നു തന്നെ ആയിരിക്കും; അദ്ദേഹം ഉദ്ദേശിക്കുന്നതുപോലെ തികഞ്ഞ സ്വഭാവശുദ്ധിയുള്ള ഒരു സ്ത്രീ സ്പെയിനിൽ ഉണ്ടെങ്കിൽ. പക്ഷേ ഒരു കാര്യം. അങ്ങനെ ഒരു സ്ത്രീയെ കണ്ടുപിടിക്കാൻ ഞാനും ഒരുപാട് ബുദ്ധിമുട്ടേണ്ടി വരുമെന്ന് തോന്നുന്നു." ക്ഷുരകൻ എല്ലാവരും കേൾക്കെ പറഞ്ഞു.

"എന്ത്? രാജാവ് ഭാര്യയെ തിരഞ്ഞെടുക്കുന്നതിൽ നിനക്ക് എന്തു പങ്കാ? അതിന് നീ ബുദ്ധിമുട്ടുന്നത് എന്തിനാ?"

"എല്ലാവരും ഓർത്തോ, ഞാൻ ആസ്ഥാന ക്ഷുരകനാണ്. അതുകൊണ്ട് എനിക്ക് ചില ചുമതലകളും അധികാരങ്ങളും ഉണ്ടെന്ന കാര്യം നിങ്ങളാരും മറക്കണ്ടാ. രാജാവിന്റെ ദേഹത്ത് തൊട്ടുരുമ്മാനുള്ള അവകാശം എനിക്കൊരാൾക്കു മാത്രമാണ് എന്ന സത്യം ആരും മറക്കണ്ട. അതുപോലെ ഈ രാജ്യത്തുള്ള ഒരേ ഒരു മാന്ത്രികക്കണ്ണാടി എന്റെ കയ്യിലാണ് ഉള്ളതെന്ന സത്യവും."

"മാന്ത്രികക്കണ്ണാടിയോ? അതെന്താണ്?" കേട്ടവരെല്ലാം തികഞ്ഞ ആകാംക്ഷയോടെ തിരക്കി.

"എന്റെ കയ്യിലുള്ള മാന്ത്രികക്കണ്ണാടിയിൽ നോക്കു സ്ത്രീകളുടെ സൗന്ദര്യം മാത്രമല്ല അതിൽ പ്രതിഫലിക്കുക; അവരുടെ ഓരോരുത്തരുടെയും മനസ്സിലുള്ള തെറ്റായ ചിന്തകളും, അവരുടെ മനസ്സിന്റെ

ശുദ്ധിയും അതിൽ തെളിഞ്ഞു കാണാം. മാത്രമല്ല, എന്റെ കയ്യിലെ മാന്ത്രികക്കണ്ണാടിയിൽ നോക്കി തന്റെ മനസ്സ് ശുദ്ധമാണെന്ന് ബോധ്യപ്പെടുത്തുന്ന സ്ത്രീയെ മാത്രമെ രാജാവ് വിവാഹം കഴിക്കുകയുള്ളൂ; തീർച്ച." ക്ഷുരകൻ എല്ലാവർക്കുമായി അല്പം ഹുങ്കോടുകൂടിത്തന്നെ വിശദീകരിച്ചു.

"ഓ. അങ്ങനെയോ? അപ്പോൾ രാജാവിന് പെൺകുട്ടിയുടെ കുലീനത്വമോ സൗന്ദര്യമോ ഒന്നും പ്രശ്നമല്ലേ?"

"പ്രശ്നമാണ്. കണ്ണാടിയിൽ വിശുദ്ധി തെളിയിക്കുന്നവരിൽ നിന്നും കുലീനയും കൂടുതൽ സൗന്ദര്യവുമുള്ള ഒരാളിനെ രാജാവ് സ്വീകരിക്കും. അത്രതന്നെ."

"അപ്പോൾ സ്ത്രീയുടെ പ്രായം?"

" സ്ത്രീയുടെ പ്രായം പതിനെട്ട് വയസ്സിന് മുകളിലായിരിക്കണം. അത്രമാത്രം. അങ്ങനെയുള്ളവരെ മാത്രമേ കണ്ണാടിയിൽ നോക്കാൻ അനുവദിക്കൂ."

"അങ്ങനെയെങ്കിൽ നമ്മുടെ ഗ്രനാഡയിലെ പ്രായപൂർത്തിയായ എല്ലാ സ്ത്രീകളും രാജാവിന്റെ ഭാര്യാപദം സ്വീകരിക്കാൻ തയ്യാറാകും. എന്താ അങ്ങനെയല്ലേ?" അവർ പരസ്പരം പറഞ്ഞു. "ഏതായാലും താങ്കൾക്ക് നല്ല ജോലിതന്നെയാകും. സംശയമില്ല." അവർ ക്ഷുരകനോട് പറഞ്ഞു.

"ശരി. നമുക്ക് കാത്തിരുന്ന് നോക്കാം." ക്ഷുരകൻ അല്പം പരിഹാസസ്വരത്തിൽ പറഞ്ഞു.

"പക്ഷേ ഒരു കാര്യം. രാജ്ഞിയാകാൻ ആഗ്രഹിക്കുന്ന ഓരോ സ്ത്രീയും എന്റെ മുമ്പിൽ നിന്ന് എനിക്ക് കാണാവുന്ന രീതിയിൽ മാന്ത്രികക്കണ്ണാടിയിൽ നോക്കി അവരുടെ വിശുദ്ധി തെളിയിക്കണം. വെറുതെ പറഞ്ഞാൽ പോര. ഇത് നിർബന്ധമാണ്. എന്താ. എല്ലാവർക്കും മനസ്സിലായില്ലേ?"

വിവരങ്ങളെല്ലാം ഗ്രനാഡ മുഴുവൻ അറിയുകയും ചർച്ചാവിഷയം ആകുകയും ചെയ്തു. പലരും രാജാവിന്റെ തീരുമാനത്തെ പരിഹസിക്കുകയാണ് ചെയ്തത്. പക്ഷേ പ്രതീക്ഷിച്ച രീതിയിലല്ല സംഭവങ്ങൾ നടന്നത്. ദിവസങ്ങളും മാസങ്ങളും കടന്നുപോയിട്ടും മാന്ത്രികക്കണ്ണാടിയിൽ നോക്കാൻ ഒരു സ്ത്രീയും താല്പര്യം കാണിച്ചില്ല. മാന്ത്രികക്കണ്ണാടിയിൽ നോക്കാൻ ആരും ക്ഷുരകനെ സമീപിക്കുകപോലും ചെയ്തില്ല. ചില സ്ത്രീകൾ തങ്ങളുടെ സ്നേഹിതമാരോട് ചോദിച്ചു.

"സഹോദരീ, ഞാൻ നേരത്തെതന്നെ ഒരാളുമായി പ്രേമത്തിലാണ്. വിവാഹം കഴിക്കാമെന്ന് വാക്കുകൊടുക്കുകയും ചെയ്തു. പക്ഷേ നിനക്ക്

അത്തരം പ്രശ്നങ്ങളൊന്നുമില്ലല്ലൊ. രാജാവിന്റെ ഭാര്യാപദത്തിന് നിന ക്കൊന്ന് ശ്രമിച്ചുകൂടെ?"

"അതുചേച്ചീ. ഞാൻ പലകാരണങ്ങൾ കൊണ്ടും വിവാഹം കഴിക്കാൻ ആഗ്രഹിക്കുന്നില്ല. വിവാഹം കഴിച്ചാൽ നമ്മുടെ ഇഷ്ടത്തി നനുസരിച്ച് പ്രവർത്തിക്കാനും നമ്മുടെ സർഗവാസനകളെ വളർത്താ നും കഴിയാതെ പോകും. അതുകൊണ്ട് ഞാൻ വിവാഹം കഴിക്കാൻ ഉദ്ദേശിക്കുന്നില്ല."

അങ്ങനെ ഓരോരുത്തർക്കും അവരവരുടേതായ ഓരോ കാരണ ങ്ങൾ ഉണ്ടായിരുന്നു. ഏതായാലും മാസങ്ങൾ പലത് കടന്നുപോയിട്ടും ആരും മാന്ത്രികക്കണ്ണാടിയിൽ മുഖം കാണിക്കാൻ താല്പര്യപ്പെട്ടില്ല.

സ്പെയിനിലെ പെൺകുട്ടികളുടെ അച്ഛന്മാർ സ്വന്തം മക്കളോട് ചോദിച്ചു.

"എന്താ, നിങ്ങൾക്കൊന്നും വലിയ മോഹങ്ങളൊന്നുമില്ലേ? രാജാവിന്റെ പത്നിയാകാൻ നിനക്കൊന്ന് ശ്രമിച്ചുകൂടേ?" പക്ഷേ ആരും ഉത്സാഹം കാണിച്ചില്ല.

വിവാഹാഭ്യർത്ഥനയുമായി ചെന്ന ചെറുപ്പക്കാരോട് പെൺകുട്ടികൾ പറഞ്ഞു.

"എന്താ ധൃതി. രാജാവിന്റെ വിവാഹം കഴിഞ്ഞിട്ട് മതി നമ്മുടെ വിവാഹം, ഞാൻ അങ്ങനെയൊരു ശപഥം എടുത്തിരിക്കുകയാണ്. അത്രയും ക്ഷമിച്ചുകൂടെ?"

അവരുടെയെല്ലാം മനസ്സിൽ, രാജാവിനെപ്പോലെ, തങ്ങളുടെ ഭാവി ഭർത്താക്കന്മാരും മാന്ത്രികക്കണ്ണാടിയിൽ നോക്കാൻ അവരോട് പറയുമോ എന്ന ഭയമായിരുന്നു. ആർക്കും മാന്ത്രിക കണ്ണാടിയിൽ നോക്കാൻ ഇഷ്ടമായിരുന്നില്ല.

കാത്തിരുന്ന് മടുത്ത രാജാവ് ഒരിക്കൽ രാജസഭയിൽ തന്റെ നൈരാശ്യം പ്രകടിപ്പിക്കുകയും ചെയ്തു.

"എന്റെ മുൻഗാമികളെല്ലാം വിവാഹം കഴിച്ച് സുഖമായി സന്തോ ഷത്തോടുകൂടി ജീവിച്ചിരുന്നു. എനിക്കുമാത്രം വിവാഹം കഴിക്കാൻ അനുയോജ്യയായ ഒരു സ്ത്രീയെ തിരഞ്ഞെടുക്കാൻ കഴിയാത്തത് എന്തുകൊണ്ടാണ്? ഒരുപക്ഷേ, നമ്മുടെ സ്പെയിൻ നാട്ടിൽ അനു യോജ്യരായി സ്ത്രീകളാരും ഇല്ലെന്നാണോ? അങ്ങനെയെങ്കിൽ നാം സ്പെയിനിന് പുറത്ത് ഒരു സ്ത്രീയെ തേടേണ്ടിവരുമോ?"

ക്ഷുരകൻ രാജാവിനോട് സ്വാന്തന വാക്കുകൾ പറഞ്ഞു.

“രാജൻ, അങ്ങയുടെ പൂർവ്വികന്മാരുടെ കാലത്ത് ഇങ്ങനെയൊരു മാന്ത്രികക്കണ്ണാടി ഉണ്ടായിരുന്നില്ല. എന്നുതന്നെയല്ല, അന്നൊക്കെ ഇത്തരം ഒരു കണ്ണാടിയുടെ ആവശ്യവും ഉണ്ടായിരുന്നില്ല.” ക്ഷുരകൻ പറഞ്ഞു. അല്പ നിമിഷങ്ങൾക്കുശേഷം ക്ഷുരകൻ കൂട്ടിച്ചേർത്തു. “അന്നൊക്കെ ആളുകൾ ശാസ്ത്രവിഷയങ്ങൾ പഠിക്കുകയോ ഉന്നത വിദ്യാഭ്യാസത്തിന് തുനിയുകയോ ഒന്നും ചെയ്യാറുമില്ലായിരുന്നല്ലൊ?”

“ആ പറഞ്ഞതിന്റെ അർത്ഥം എന്താണ്? കൂടിയ വിദ്യാഭ്യാസവും അറിവും ഒരു പ്രയോജനവും ചെയ്യില്ലെന്നാണോ നീ ഉദ്ദേശിച്ചത്?”

“അങ്ങനെയല്ല രാജൻ, ഞാനുദ്ദേശിച്ചത്. ഇന്ന് കൂടുതൽ അറിവും വിദ്യാഭ്യാസവും സിദ്ധിച്ച മനുഷ്യൻ കൂടുതൽ തെറ്റുകൾ ചെയ്യുന്നവരും കൂടുതൽ കളങ്കമുള്ളവരുമായിരിക്കുന്ന എന്നു മാത്രമാണ്. കുറ്റം കൂടിയ ത് അറിവിന്റെയോ വിദ്യാഭ്യാസത്തിന്റെയോ കുറ്റംമല്ല; മറിച്ച് മനുഷ്യൻ ആ സമ്പത്തുകൾ ഉപയോഗിക്കുന്ന രീതിയിലാണ് രാജൻ.”

“ദൈവത്തിന് സ്തുതിയായിരിക്കട്ടെ. നാം കേട്ടതും പഠിച്ചതും കൂടുതൽ അറിവ് മനുഷ്യനെ കൂടുതൽ ബുദ്ധിമാന്മാരും വിവേകികളും കളങ്കമറ്റവ രും ആക്കുമെന്നാണല്ലോ?”

“ശരിയാണ് രാജൻ. പക്ഷേ എപ്പോഴും അങ്ങനെ ആയിരിക്കണ മെന്നില്ല രാജൻ. ഇക്കാലത്ത് കുടുതൽ ആളുകൾക്കും പണ്ടത്തേക്കാൾ കൂടുതൽ അറിവുണ്ട്. പലരും ബുദ്ധിമാന്മാരും വിവേകികളുമാണ്. പക്ഷേ, അറിവാളികളെന്ന് നടിക്കുന്ന പലരും കുബുദ്ധികളാണ് എന്ന സത്യം നാം മനസ്സിലാക്കേണ്ടതുണ്ട്. അവർ അവരുടെ കൂടിയ അറിവും ബുദ്ധി കൂർമ്മതയും ഉപയോഗിക്കുന്നത് തെറ്റായ വഴികളിൽ നടക്കാനാണ്. അതുകൊണ്ടുതന്നെ അവർ നിഷ്കളങ്കരുമല്ല.”

“ഹേ, ക്ഷുരകാ. നീ പറഞ്ഞത് സത്യമാണ്. ഞാനംഗീകരിക്കുന്നു. അതുകൊണ്ട് നീ എനിക്ക് പകൽപോലെ തേജസ്വിയായ, മഞ്ഞുതു ള്ളിപോലെ പരിശുദ്ധയായ സ്വർണംപോലെ ഗുണവതിയായ ഒരു സ്ത്രീയെ എന്റെ ഭാര്യാപദം അലങ്കരിക്കാൻ എത്രയും വേഗം കണ്ടുപിടിച്ച് തരണം; നിന്റെ മാന്ത്രികക്കണ്ണാടിയിൽ നോക്കാൻ ഭയമില്ലാത്ത ഒരു സ്ത്രീയെ കണ്ടുപിടിക്കുന്നത് നിന്റെ ചുമതലയാണ്. എന്താ സമ്മതമല്ലേ?”

“രാജൻ, എന്റെ മാന്ത്രികക്കണ്ണാടിയിൽ നോക്കാൻ ഗ്രനാഡയിലെ സ്ത്രീകൾ സന്നദ്ധരാകുമെന്ന് എനിക്ക് തോന്നുന്നില്ല—അതിന്റെ കാരണം വിശദീകരിക്കാൻ ഞാനിപ്പോൾ തുനിയുന്നില്ല. പക്ഷേ, നമ്മുടെ മലയുടെ അടിവാരത്തിൽ ആടുമേയ്ക്കുന്ന ഒരു ചെറുപ്പക്കാരി സ്ത്രീയുണ്ട്. അവർ എന്റെ കണ്ണാടിയിൽ നോക്കാൻ ധൈര്യം കാണിക്കുമെന്നാണ്

എന്റെ വിശ്വാസം. പക്ഷേ, അവിടുന്ന് ഉന്നതകുല ജാതയല്ലാത്ത അത്രയധികം ആധുനിക വിദ്യാഭ്യാസമില്ലാത്ത അത്രയധികം സുന്ദരിയല്ലാത്ത ഒരു സ്ത്രീയെ വിവാഹം കഴിക്കാൻ ഇഷ്ടപ്പെടുമോ, ആവോ?

"അങ്ങനെയൊരു സ്ത്രീ ഉണ്ടെങ്കിൽ അവൾ തീർച്ചയായും സ്പെയിനിന്റെ രാജ്ഞിയുടെ പദവിക്ക് അർഹയായിരിക്കും. സംശയിക്കേണ്ട. അവൾ ഒരു സ്ത്രീരത്നം തന്നെയായിരിക്കും എന്നത് ഉറപ്പാണ്. നീ ഉടനെപോയി അവളെ ഇവിടേയ്ക്ക് ആനയിക്കണം."

"അങ്ങനെയാകട്ടെ."

അധികം താമസിയാതെ ആ സ്ത്രീയെ കൊട്ടാരത്തിൽ രാജസമക്ഷം ഹാജരാക്കി. വിവരം അറിഞ്ഞ സ്ത്രീകളടക്കം നല്ലൊരു സംഖ്യ നാട്ടുകാരും കൊട്ടാരത്തിൽ എത്തി.

രാജാവ് ആ സ്ത്രീയെ മര്യാദയോടെ സ്വീകരിച്ചു. അദ്ദേഹത്തിന് അവരുടെ വിനയത്തോടുകൂടിയ പെരുമാറ്റവും സംഭാഷണരീതിയും ഇഷ്ടപ്പെട്ടു. സൗന്ദര്യത്തിലും കുറവൊന്നും ഉണ്ടായിരുന്നില്ല. രാജാവ് എല്ലാവരും കേൾക്കെ അവരോട് പറഞ്ഞു.

"ഭവതിക്ക് കൊട്ടാരത്തിലേക്ക് സ്വാഗതം. ഇവിടേക്ക് നിങ്ങളെ ആനയിച്ചത് എന്തിനെന്ന് നമ്മുടെ ആസ്ഥാന ക്ഷുരകൻ പറഞ്ഞിട്ടുണ്ടാകുമല്ലോ. നിങ്ങൾക്ക് എന്റെ ഭാര്യയാകാൻ ഇഷ്ടവും സമ്മതവുമാണെങ്കിൽ എന്റെ നിബന്ധനകൾ പാലിക്കണം. നമ്മുടെ ആസ്ഥാന ക്ഷുരകന്റെ കയ്യിലുള്ള മാന്ത്രികക്കണ്ണാടിയിലേക്ക് ഇവിടെ എല്ലാവരുടേയും മുൻപിൽ നിന്ന് നോക്കി സ്വന്തം നിഷ്കളങ്കത സന്നിഹിതരായിരിക്കുന്ന എല്ലാവരേയും ബോദ്ധ്യപ്പെടുത്തണം. അങ്ങനെചെയ്യുകയാണെങ്കിൽ എനിക്ക് ഭവതിയേ വിവഹം കഴിക്കാൻ സന്തോഷമാണ്."

ആ സ്ത്രീ മറുപടിയായി, വിനയപുരസരം പറഞ്ഞു.

"രാജാവേ, ദൈവത്തിന്റെ മുൻപിൽ നാമെല്ലാവരും ഏതെങ്കിലും തരത്തിൽ തെറ്റുകാരാണ്. അങ്ങനെയല്ലേ? ഞാൻ ആടിനെമേയ്ച്ച് ജീവിക്കുന്ന ഒരു വെറും സാധാരണക്കാരിയാണ്. എനിക്ക് അറിയാവുന്നത് സ്നേഹിക്കാനും സ്നേഹിക്കപ്പെടുവാനും മാത്രമാണ്. അതുകൊണ്ടാണല്ലോ എന്തെങ്കിലും ഭയമോ അരക്ഷിതാവസ്ഥയോ ബുദ്ധിമുട്ടോ അനുഭവപ്പെട്ടാലുടനെ എന്റെ ആടുകളെല്ലാം എന്റെയടുക്കൽ ഓടിയെത്തി എന്നെ തൊട്ടുരുമ്മി നിൽക്കുന്നത്. കാട്ടിലെ പൂക്കൾ മാത്രമാണ് എന്റെ ആഭരണങ്ങൾ. ആകാശമാണ് എന്റെ മേൽക്കൂര, എന്റെ ഓരേരു സ്നേഹിതൻ ദൈവവും. അതുകൊണ്ട് എനിക്ക് അങ്ങയുടെ മാന്ത്രിക ക്കണ്ണാടിയിൽ നോക്കാൻ അശേഷം ഭയമോ സങ്കടമോ ഇല്ല. എന്റെ

മനസ്സിൽ അങ്ങയുടെ ഭാര്യാപദത്തിനുള്ള മോഹവും ഇല്ല. എന്നിരു ന്നാലും എന്റെ നിഷ്കളങ്കതയും വിശുദ്ധിയും എന്റെ അഭിമാനമാണ്. അതുകൊണ്ടുതന്നെ അങ്ങ് ആവശ്യപ്പെട്ടതുപോലെ ഞാൻ അങ്ങയുടെ മാന്ത്രികക്കണ്ണാടിയിൽ നോക്കുകയാണ്."

അവർ ക്ഷുരകന്റെ കയ്യിലിരുന്ന മാന്ത്രികക്കണ്ണാടിയിൽ നോക്കുകയും അതിൽ സ്വന്തം മുഖം കാണുകയും ചെയ്തു. താൻ അത്ര മാത്രം സുന്ദരിയാണോ, എന്ന് അതിശയിച്ചു. അതിനു മുമ്പ് അവൾ സ്വന്തം മുഖം കണ്ടിരുന്നത് അരുവിയിലെ നിശ്ചലമായ വെള്ളത്തിൽ മാത്രമാണ്.

അവിടെ കൂടിയിരുന്ന സ്ത്രീകളിൽ ചിലർ അവളോടൊപ്പം കണ്ണാടി യിൽ നോക്കി. പക്ഷേ തങ്ങളുടെ മുഖമല്ലാതെ ആർക്കും പ്രത്യേകമായി ഒന്നും കാണാൻ കഴിഞ്ഞില്ല. അതുകണ്ട ചില സ്ത്രീകൾ ശബ്ദമുയർത്തി പ്പറഞ്ഞു.

"ഈ കണ്ണാടിക്ക് യാതൊരു മാന്ത്രിക ശക്തിയുമില്ല. ഇവരെല്ലാം കൂടി നമ്മളെ വഞ്ചിക്കുകയായിരുന്നു; വിഡ്ഢികളാക്കുകയായിരുന്നോ? അപ്പോൾ രാജാവ് ഇടപെട്ട് പറഞ്ഞു.

"പ്രിയപ്പെട്ട സ്ത്രീ ജനങ്ങളെ, ഒന്നാലോചിച്ചുനോക്കൂ. നിങ്ങളോരോ രുത്തരും എന്റെ ഭാര്യ ആകാൻ പോകുന്ന ഈ സ്ത്രീയേപ്പോലെ അത്ര പരിശുദ്ധരായിരുന്നെങ്കിൽ നേരത്തേതന്നെ കണ്ണാടിയിൽ നോക്കാൻ വരാത്തത് എന്തുകൊണ്ടാണ്. ഞാൻ ധാരാളം സമയം നൽകിയതാ ണല്ലോ— നിങ്ങൾക്ക് ഭയമായിരുന്നു. അല്ലേ? അതുകൊണ്ട് ഇപ്പോൾ ഈ വീൺവാക്കുകൾ പറയുന്നതിൽ അർത്ഥമില്ല." അടുത്ത ഒരു മുഹൂർ ത്തത്തിൽ നടന്ന രാജാവിന്റെ വിവാഹശേഷം ആസ്ഥാന ക്ഷുരകൻ എല്ലാവരോടുമായി പറഞ്ഞു.

"ഈ മാന്ത്രിക കണ്ണാടിയുടെ എല്ലാ മാന്ത്രിക ശക്തികളും ഇതോടെ അവസാനിച്ചിരിക്കുന്നു. പക്ഷേ, പിന്നീട് ഏതെങ്കിലും സന്ദർഭത്തിൽ കണ്ണാടിക്ക് മാന്ത്രിക ശക്തി തിരിച്ച് കിട്ടിക്കൂടായ്കയില്ല. പക്ഷേ അത് എപ്പോൾ എങ്ങനെ എന്ന് ഇപ്പോൾ പ്രവചിക്കാൻ കഴിയുകയില്ല. എല്ലാവർക്കും മനസ്സിലായി എന്ന് വിശ്വസിക്കുന്നു."

പെൺമത്സ്യം

പണ്ടൊരിക്കൽ, സ്പെയിനിലെ ഒരരുവിക്കരയിലാണ് ആ കുടുംബം താമസിച്ചിരുന്നത്; അച്ഛനും അമ്മയും ഒരേ ഒരു മകളും മാത്രം അടങ്ങുന്ന കുടുംബം. ഒരേ ഒരു മകൾ മാത്രമായിരുന്നതുകൊണ്ട് മാതാപിതാക്കൾ അവളെ വളരെയധികം വാത്സല്യത്തോടെ, അകമഴിഞ്ഞ് സ്നേഹിച്ച്, കൊഞ്ചിച്ച് വളർത്തി. പക്ഷേ അതുകാരണം അവൾ നല്ല സ്വഭാവങ്ങൾ പഠിച്ചില്ല. തെറ്റ് ചെയ്യുമ്പോൾ ശിക്ഷകിട്ടിയാലല്ലേ നല്ലത് പഠിക്കൂ. അവർ തന്റെ സമയം മുഴുവനും കൂട്ടുകാരോടൊത്തു കളിച്ചും ആടിപ്പാടിയും നടന്ന ചിലവഴിച്ചു. മാതാപിതാക്കളെ യാതൊരു വിധത്തിലും സഹായിക്കാൻ മിനക്കെട്ടില്ല. അങ്ങനെയിരിക്കെ ഒരു ദിവസം അമ്മ വളരെ അവശയായി ഇരിക്കുന്നത് അവൾ കണ്ടു. എന്തുകൊണ്ടോ അന്നാദ്യമായി അവൾ അമ്മയോട് ചോദിച്ചു.

“അമ്മയെന്താ വളരെ അവശയായിട്ടുണ്ടല്ലോ? ഞാനെന്തെങ്കിലും സഹായിക്കണോ?” അതുകേട്ട ആ നല്ലവളായ അമ്മ അതിശയിച്ചുപോയി. അമ്മ സ്നേഹത്തോടെ അവളോടു പറഞ്ഞു.

“എന്റെ മകൾക്ക് ഒരു നല്ല ബുദ്ധി തോന്നിയല്ലോ. വളരെ സന്തോഷമുണ്ട്. കേട്ടോ. മോളൊരു കാര്യം ചെയ്യ്,. അച്ഛൻ ഇന്ന് വൈകിട്ട് വലയിടാൻ പോകുന്നുണ്ട്. അതുകൊണ്ട് കഴിയുമെങ്കിൽ ആ വലയെടുത്ത് അതിലെ ഓട്ടകൾ തുന്നി ശരിയാക്ക്. അത്രയും ചെയ്താൽ വലിയ ഉപകാരമായിരിക്കും.”

അവൾ വലയെടുത്ത് വീടിന് പുറത്ത് അരുവിയുടെ ഓരത്തായി ഇരുന്ന് ജോലി ആരംഭിച്ചു. അതുവഴി വന്നുപോയവരെല്ലാം അവളോട്

കുശലം ചോദിച്ച് പോയതുകൊണ്ട് അവൾക്ക് മുഷിവില്ലാതെ ജോലി ചെയ്യാൻ കഴിഞ്ഞു. കുറച്ചുനേരം ബുദ്ധിമുട്ടിയാണെങ്കിലും അവൾ ഓട്ടകൾ തുന്നി വല ഉപയോഗയോഗ്യമാക്കി. അപ്പോഴേക്കും ഉച്ചസമയം കഴിഞ്ഞിരുന്നു. അവൾ വല മടക്കിയെടുത്ത് വീട്ടിലേക്ക് പോകാൻ തുടങ്ങുന്ന സമയത്ത് തന്റെ പിന്നിൽ അരുവിയിലെ വെള്ളത്തിൽ ഒരു ശബ്ദം കേട്ടു. തിരിഞ്ഞു നോക്കിയപ്പോൾ സാമാന്യം വലിയ ഒരു മത്സ്യം കുതിച്ചുചാടുന്നതാണ് കണ്ടത്. ഒട്ടും സംശയിക്കാതെ അവൾ തന്റെ വല ആ മത്സ്യം ചാടിയ സ്ഥലത്തേക്ക് എറിഞ്ഞു. എന്നിട്ട് വല കരയിലേക്ക് വലിച്ചു കയറ്റി. ആ മത്സ്യം വലയിൽ അകപ്പെട്ടിരുന്നു. അതുകൊണ്ട് അവൾ സന്തോഷത്തോടെ ഉച്ചത്തിൽ പറഞ്ഞു.

"മോശമില്ലല്ലോ. നീ നല്ല സുന്ദരിയാണല്ലോ. അത്ര ചെറുതുമല്ല," അതുകേട്ട മത്സ്യം മനുഷ്യഭാഷയിൽ പ്രതികരിച്ചു.

"അയ്യോ, നീ എന്നെ കൊല്ലാൻ പോകുകയാണോ? ദയവുചെയ്ത് എന്നെ കൊല്ലരുതേ. എന്നെ കൊന്നാൽ ഞാൻ നിന്നെ ശപിക്കും— നിന്നെയും ഒരു മത്സ്യമാക്കി മാറ്റും, തീർച്ച."

അതുകേട്ട് അവൾ ചിരിച്ചുകൊണ്ട് അമ്മയുടെ അടുത്തേക്ക് ഓടി. അമ്മയോട് വിളിച്ചുപറഞ്ഞു.

"അമ്മേ, അമ്മേ, ഞാനിതാ, ഒരു വലിയ നല്ല മീനിനെ പിടിച്ചിട്ടുണ്ട്. ഇതാ. ഇങ്ങോട്ടു വന്ന് നോക്കിയേ." അവൾ അല്പം പരിഹാസസ്വരത്തിൽ വീണ്ടും തുടർന്നു.

"അമ്മേ, പക്ഷേ ഒരു നല്ല തമാശ കേട്ടോളൂ. ഈ മീൻ നമ്മുടെ ഭാഷയിൽ പറയുകയാ, നമ്മൾ അതിനെ കൊന്നുതിന്നാൽ അത് എന്നെയും ഒരു മീനാകാൻ ശപിക്കുമെന്ന്. നല്ല തമാശതന്നെ. അല്ലേയമ്മേ?"

അതുകേട്ട അമ്മ ഭയചകിതയായി മോളോട് വിളിച്ചു പറഞ്ഞു.

"മകളെ, അതങ്ങിനെ പറഞ്ഞെങ്കിൽ നീ അതിനെ തിരിച്ച് വെള്ളത്തിൽ വിട്ടേയ്ക്ക്. വല്ല പിശാചുംകൂടിയ മീനായിരിക്കും അത്. മോളേ, നിനക്കെന്തെങ്കിലും സംഭവിച്ചാൽ പിന്നെ ഞാനും നിന്റെ അച്ഛനും ജീവിച്ചിരിക്കില്ല. അതുകൊണ്ട്, വേണ്ടാ മോളേ, അതിനെ തിരികെ വെള്ളത്തിലിട്ടേക്ക്."

അവൾ ഉറക്കെ ചിരിച്ചുകൊണ്ടാണ് ഉത്തരം പറഞ്ഞത്.

"അമ്മയ്ക്കെന്താ കുഴപ്പം. ആ മീനിന് മാന്ത്രികശക്തി വല്ലതുമുണ്ടോ എന്നെ അങ്ങനെ മീനാക്കിമാറ്റാൻ. നല്ല നേരമ്പോക്കു തന്നെ." അവൾ ആ മീനും എടുത്തുകൊണ്ട് അടുക്കളയിലെത്തി.

"അമ്മേ, കണ്ടിട്ട് ഇത് നല്ല സ്വാദുള്ള മീനായിരിക്കുമെന്നാ തോന്നു ന്നത്. അമ്മ വേഗം തന്നെ ഇതൊന്ന് ശരിയാക്ക്. നമുക്ക് കഴിക്കാം; നല്ല വിശപ്പുണ്ട്." അത്രയും പറഞ്ഞ് അവൾ മീൻ വെട്ടുന്ന കത്തിയെടുത്ത് മീനിന്റെ തല വെട്ടിമാറ്റി. മീൻ അമ്മയെ ഏല്പിച്ചിട്ട് പതിവുപോലെ വീട്ടിന് മുൻഭാഗത്തിറങ്ങി മൂളിപ്പാട്ടുംപാടി നടക്കാൻ തുടങ്ങി. ഏതാണ്ട് അരമണിക്കൂർ കഴിഞ്ഞപ്പോൾ അമ്മയുടെ വിളികേട്ടു.

"മോളേ, ഭക്ഷണം തയ്യാറായി. വാ. വന്നു കഴിച്ചോ."

അവൾ ഉടനേതന്നെ തീൻമേശയുടെ മുമ്പിൽ ഇരുപ്പുറപ്പിച്ചു. ഒരു വലിയ കഷ്ണം മീനെടുത്ത്, ഇത് നല്ല സ്വാദുള്ളതായിരിക്കും, സംശയമില്ല എന്നു പറഞ്ഞുകൊണ്ട് അത് കഴിക്കാൻ തുടങ്ങി. പക്ഷേ മീൻകഷണം അവളുടെ ചുണ്ടുകളിൽ തൊട്ടപ്പോൾ അവൾക്ക് ഒരാലസ്യം തോന്നി— ഒരു മയക്കം വന്നതുപോലെ, പെട്ടൊന്നാണ് അത് സംഭവിച്ചത്.

അവളുടെ തലയുടെ ആകൃതി മാറാൻ തുടങ്ങി; തല ക്രമേണ പരന്ന ആകൃതിയിൽ ഒരു മീനിന്റേതുപോലെ; കാലുകൾ രണ്ടും ചേർന്ന് ഒന്നായി. അതുപോലെ കൈകളും. അതേ, അവളുടെ രൂപം ശരിക്കും ഒരു മീനിന്റേതായി— സാമാന്യം വലിയ ഒരു മീൻ. തന്റെ വാൽ തറയി ലൂന്നി അവൾ മേലോട്ട് കുതിച്ചു. ചെന്നു വീണത് അവരുടെ വീടിന്റെ മുൻപിൽക്കൂടി ഒഴുകിയിരുന്ന അരുവിയിലെ വെള്ളത്തിൽ. ആകെക്കൂടി പരവശപ്പെട്ടുപോയി അവൾക്ക് ഒരല്പം ആശ്വാസം കിട്ടിയത് വെള്ള ത്തിൽ വീണപ്പോഴാണ്. അതെ. അവൾ ശരിക്കും ഒരു മത്സ്യമായി മാറിക്കഴിഞ്ഞിരുന്നു. അവൾ അങ്ങനെ രൂപംമാറി മീനായത് അവളുടെ മാതാപിതാക്കളെ തീരാത്ത ദുഃഖത്തിലാഴ്ത്തി.

മീനായി മാറിയ അവൾക്ക് ഒരു പുതിയ പേര് നൽകുന്നതിൽ തെറ്റി ല്ലെന്ന് തോന്നുന്നു. അല്ലേ. ഇനിയങ്ങോട്ട് നമുക്ക് അവളെ 'പുതുമീൻ' എന്ന് വിളിക്കാം.

ജലത്തിൽ വന്നുവീണ പുതുമീനിനെകണ്ട് അരുവിയിലുണ്ടായിരുന്ന മറ്റുമീനുകൾ അവളുടെ ചുറ്റും എത്തി. ദുഃഖിതയായികാണപ്പെട്ട അവളോട് മറ്റുള്ളവർ ചോദിച്ചു.

"നീ എവിടെനിന്നാ ഇവിടെ വന്നത്? നിന്നെക്കണ്ടിട്ട് നീ ദുഃഖിതയാ ണെന്ന് തോന്നുന്നല്ലോ. എന്താകാര്യം?"

അവൾ അവരോട് സങ്കടത്തോടെ പറഞ്ഞു.

"കൂട്ടുകാരേ, ഞാൻ വാസ്തവത്തിൽ നിങ്ങളെപ്പോലെ ഒരു മീനല്ല. ഞാനൊരു മീനായി ഇവിടെ വന്നത് ഒരു ശാപം കൊണ്ടാണ്. ഞാൻ ഒരു പെൺകുട്ടിയാണ്—ഒരു മനുഷ്യക്കുട്ടി." അവൾ കരഞ്ഞുകൊണ്ട്

നടന്നതെല്ലാം പറഞ്ഞു.

“പോട്ടെ. നീ കൊന്നുതിന്ന ആ മീനിന് മാന്ത്രികശക്തിയുണ്ടായിരുന്ന വിവരം നീ മനസ്സിലാക്കിയില്ല. അതുകൊണ്ട് ഇങ്ങനെയൊക്കെ പറ്റിപ്പോയി എന്ന് സമാധാനിക്ക്. ഞങ്ങൾക്കും ചിലപ്പോൾ ഇങ്ങനെ തെറ്റുകൾ പറ്റാറുണ്ട്. സാരമില്ല.” കൂട്ടത്തിലുണ്ടായിരുന്ന പ്രായമായ ഒരു മീൻ അവളോട് സാന്ത്വന സ്വരത്തിൽ പറഞ്ഞു. “ഞങ്ങളുടെ റാണിയെ ഞാൻ നിനക്ക് പരിചയപ്പെടുത്തിത്തരാം. ഞങ്ങളുടെ റാണി നല്ലവളും, സുന്ദരിയും, വളരെയധികം ശക്തിയുള്ളവളുമാണ്. എന്നു മാത്രമല്ല റാണി താമസിക്കുന്നത് വളരെ മനോഹരമായ ഒരു ഉദ്യാനത്തിലാണ്. അത്ര സൗന്ദര്യമുള്ള ഒരു സ്ഥലവും നീ കരയിൽ ഒരിടത്തും കണ്ടുകാണാൻ ഇടയില്ല.”

ആ മത്സ്യം പുതമീനിനെയും കൂട്ടി മത്സ്യരാജ്ഞിയുടെ അടുത്തേക്ക് യാത്രതിരിച്ചു. കൂടെ ഒരു കൂട്ടം മറ്റ് മീനുകളുമുണ്ടായിരുന്നു. പുതുമീൻ അല്പം ഭയത്തോടെയാണ് അവരോടൊപ്പം യാത്രചെയ്തത്. എങ്കിലും തന്നെ ഒറ്റയ്ക്കാക്കിയിട്ട് അവർ പോയില്ലല്ലോ എന്ന ആശ്വാസവും മനസ്സിലുണ്ടായിരുന്നു. വഴിയിൽ കണ്ട കാഴ്ചകൾ വളരെ കൗതുകമുള്ളവയായിരുന്നു. അങ്ങനെ അവർ കൂട്ടമായി പോകുന്നതുകണ്ട നാവികരും മത്സ്യബന്ധനക്കാരുമൊക്കെ അവരെ നോക്കി നടത്തിയ പ്രസ്താവനകൾ അവൾ കേൾക്കാനിടയായി.

“നോക്ക്, ആ മത്സ്യക്കൂട്ടം എത്ര ശേലാണ് കാണാൻ, അല്ലേ?”

വഴിയിൽ പോകുന്ന ആരെക്കണ്ടാലും കമന്റ് അടിക്കുന്നത് മനുഷ്യസ്വഭാവമാണല്ലോ എന്നവർ ഓർത്തു.

അതേപോലെ വഴിയിൽ കണ്ട കാഴ്ചകൾ തികച്ചും അത്ഭുതാവഹങ്ങളായിരുന്നു. മാംസക്കുഴമ്പുപോലെയുള്ള ‘ജെല്ലി മത്സ്യങ്ങൾ’, നത്തകൾ, പല നിറങ്ങളിൽ കടൽ പായലുകൾ, മുമ്പെങ്ങും കണ്ടിട്ടില്ലാത്ത പലനിറത്തിലും ആകൃതിയിലുമുള്ള ചെറുതും വലുതുമായ അനേകം മീനുകൾ, സമുദ്രത്തിന്റെ അടിത്തറയിലെ വിള്ളലുകൾ, കുന്നുകൾ, പവിഴപ്പുറ്റുകൾ, ലോഹക്കട്ടികൾ, മനം കവരുന്ന വർണഭംഗിയേറിയ രത്നങ്ങൾ, കണ്ണഞ്ചിപ്പിക്കുന്ന പവിഴങ്ങൾ, മുത്തുകൾ.... അതിനിടയിൽ മരിച്ചുപോയ മനുഷ്യരുടെ ഒന്നുരണ്ട് എല്ലുമ്പുകൂട്ടകളും കാണാനായത് അവൾ ഓർത്തു.

ആഴങ്ങളിലേക്ക് നീന്തി ചെന്നപ്പോൾ ആദ്യമൊക്കെ ശ്വാസം എടുക്കാൻ ബുദ്ധിമുട്ടേണ്ടതുണ്ടായിരുന്നു; മറ്റവരോടൊപ്പം വേഗത്തിൽ നീന്താൻ പ്രയാസം തോന്നി; കണ്ണ് കാണുന്നില്ലെന്നും തോന്നി. പക്ഷേ ക്രമേണ ആ ബുദ്ധിമുട്ടുകളെ അതിജീവിക്കാൻ അവൾക്ക് കഴിഞ്ഞു.

അങ്ങനെ കുറച്ച സമയത്തെ യാത്രക്കുശേഷം അവർ രാജ്ഞിയുടെ കൊട്ടാരത്തിൽ എത്തിച്ചേർന്നു. അവളെ നയിച്ചുകൊണ്ടുപോയ മീൻ പറഞ്ഞു.

"നോക്ക്. ഇതാ, നമ്മൾ രാജ്ഞിയുടെ കൊട്ടാരത്തിൽ എത്തിയിരിക്കുന്നു.?"

ആ സ്ഥലം വർണ്ണനാതീതമായ ഒരു കാഴ്ചയായിരുന്നു. കരയിലെ ചക്രവർത്തിമാരുടെ കൊട്ടാരങ്ങൾ വർണ്ണശബളിതയിൽ അതിന്റെ അടുത്തെങ്ങും നിൽക്കാൻ യോഗ്യമുള്ളവയല്ലെന്ന് അവൾക്ക് ബോധ്യമായി—എങ്ങും കണ്ണഞ്ചിപ്പിക്കുന്ന കാഴ്ചകൾ. കൊട്ടാരത്തിന് മതിലുകളോ ഭിത്തികളോ കതകുകളോ ഒന്നും ഇല്ലായിരുന്നു. തികച്ചും തുറന്ന ഒരിടം. മദ്ധ്യത്തിൽ രാജ്ഞി ഉപവിഷ്ടയായിരുന്നു. രാജ്ഞി പകുതി മനുഷ്യ സ്ത്രീയും ബാക്കിഭാഗം(അരയ്ക്കുതാഴെ) മത്സ്യരൂപവും ആയിരുന്നു.— നമ്മൾ മത്സ്യകന്യക(Mermaid) എന്നെല്ലാം പറയുകയില്ലേ, അതു പോലെ. അവളും കൂട്ടുകാരും നേരെ രാജ്ഞിയുടെ മുമ്പിൽ ചെന്ന് അഭിവാദ്യം ചെയ്തു. ഒപ്പം തന്നെ മറ്റെല്ലാവരും ചേർന്ന് അവളെ (പുതുമീനിനെ) രാജ്ഞിയുടെ മുന്നിലേക്ക് തള്ളി നിർത്തിയിട്ട് പറഞ്ഞു.

"പ്രിയമുള്ള രാജ്ഞി, ഇവളാണ് നമ്മുടെ പുതിയ അതിഥി."

"ഓ, അങ്ങനെയോ? നീ ആരാണ്? എവിടെനിന്ന് വരുന്നു?" രാജ്ഞി തിരിക്കി. അവർ എല്ലാ വിവരങ്ങളും തികഞ്ഞ സത്യസന്ധതയോടെ രാജ്ഞിയോട് വിശദീകരിച്ചു. എല്ലാം ക്ഷമയോടെ കേട്ട രാജ്ഞി പറഞ്ഞു.

"വിഷമിക്കേണ്ട. ഒരു കാലത്ത് ഞാനും നിന്നെപ്പോലെ ഒരു പെൺകുട്ടിയായിരുന്നു. എന്റെ അച്ഛൻ ഒരു രാജ്യത്തെ രാജാവായിരുന്നു. പ്രായം തികഞ്ഞപ്പോൾ അച്ഛൻ ഒരു വരനെ തിരിഞ്ഞെടുത്ത് അയാൾക്ക് എന്നെ വിവാഹം ചെയ്തു കൊടുത്തു. വിവാഹ സമയത്ത് അമ്മ ഒരു കിരീടം എന്റെ തലയിൽ ചൂടിച്ചുകൊണ്ട് പറഞ്ഞു.

"മകളേ, ഈ കിരീടം നിന്റെ തലയിൽ ഉള്ളടത്തോളം കാലം നീ രാജ്ഞിയായിത്തന്നെ ജീവിക്കും. അതിനുശേഷം കുറേവർഷങ്ങൾ ഞാൻ തികഞ്ഞ സന്തോഷത്തോടെയാണ് ജീവിച്ചത്. പ്രത്യേകിച്ചും എനിക്കൊരു മകൻ ഉണ്ടായതിനുശേഷം— അവനുമായി കളിച്ചും ചിരിച്ചും. പക്ഷേ ഒരു ദിവസം ഒരു രാക്ഷസൻ എന്നെ എന്റെ വീടിനു മുൻപിൽ തടഞ്ഞുനിർത്തി ബലം പ്രയോഗിച്ച് എന്റെ കിരീടം അഴിച്ചെടുത്തുകൊണ്ട് ഓടിപ്പോയി. അവൻ അന്നു പറഞ്ഞത് കിരീടം അവന്റെ മകൾക്കുവേണ്ടിയാണെന്നാണ്. പിന്നീട് ആ രാക്ഷസന്റെമകൾ

ഞങ്ങളുടെ നാട്ടിലെ രാജ്ഞിയായി. വളരെ കഷ്ടത്തിലായ ഞാൻ മറ്റ് മാർഗങ്ങളൊന്നുമില്ലാതെ മരിക്കാനായി കടലിൽ ചാടി. എന്റെ കൂടെ ഇവിടെ നിന്നോടൊപ്പം നിൽക്കുന്ന എന്റെ കൂട്ടുകാരും കടലിൽ ചാടി. പക്ഷേ വിധി മറ്റൊരുതരത്തിലായിരുന്നു ഏതോ ഒരദൃശ്യശക്തി—ഒരു മാന്ത്രികൻ ഞങ്ങളെയെല്ലാം മീനുകളാക്കി മാറ്റി മരണത്തിൽ നിന്ന് രക്ഷിച്ചു. എന്നെ മാത്രം, എന്റെ പകുതി ശരീരം മനുഷ്യരൂപത്തിൽ ത്തന്നെ നില നിർത്താനും അനുവദിച്ചു. ആരെങ്കിലും ഒരാൾ എന്റെ കിരീടം വീണ്ടെടുത്ത് എനിക്ക് നൽകുന്നതുവരെ ഞങ്ങളെല്ലാം ഇവിടെ മീനുകളായി ജീവിക്കാൻ വിധിക്കപ്പെട്ടിരിക്കുകയാണ്."

മറ്റൊന്നും ആലോചിക്കാതെ, പുതുമീൻ പെട്ടെന്നു പറഞ്ഞു.

"എനിക്കൊരവസരം കിട്ടിയാൽ ഞാൻ പോയി ആ കിരീടം തിരിച്ച് വാങ്ങിക്കൊണ്ടു വരാം" അതെ, ഒരു പെൺകുട്ടിയായി തിരികെ കരയി ലേക്ക് പോകാൻ കിട്ടുന്ന ഒരവസരത്തിനായി എന്തും ചെയ്യാൻ അവൾ തയ്യാറായിരുന്നു. അതുകേട്ട് രാജ്ഞി പറഞ്ഞു.

"ശരി. എന്താണ് ചെയ്യേണ്ടതെന്ന് ഞാൻ പറഞ്ഞുതരാം." അല്പനേ രത്തെ നിശ്ശബ്ദതയ്ക്കുശേഷം അവർ തുടർന്നു.

"ഞാൻ പറയുന്നതനുസരിച്ച് പ്രവർത്തിച്ചാൽ നിനക്ക് ഒരപകടവും ഉണ്ടാകുകയില്ല. നീ ആദ്യം കരയിലേക്ക് മടങ്ങിപ്പോകണം. ഞാൻ പറയുന്ന മലയുടെ മുകളിൽ എത്തണം. ആ മല ദാ ഇവിടെയാണ്. നോക്കൂ." ഒരു ഭൂപടം കാണിച്ചുകൊണ്ട് അവൾ വിശദീകരിച്ചു.

"ആ മലയുടെ മുകളിലാണ് ആ രാക്ഷസന്റെ കൊട്ടാരം. അയാളുടെ മകൾ അടുത്തകാലത്ത് മരിച്ചു. അതുകൊണ്ട് ദുഃഖിതനായ അയാൾ എപ്പോഴും കൊട്ടാരത്തിൽത്തന്നെ ഉണ്ടാകും. നീ അവിടെ ചെല്ലുമ്പോൾ അയാൾ നിന്നെ കാണാതെ സൂക്ഷിക്കണം. മുന്നിൽ പെട്ടുപോയാൽ അയാൾ നിന്നെ കൊല്ലുമെന്നത് ഉറപ്പാണ്. മനസ്സിലായോ?"

വീണ്ടും അല്പനേരത്തെ നിശ്ശബ്ദതക്കുശേഷം രാജ്ഞി പറഞ്ഞു.

"അയാളുടെ മകൾ മരിക്കുന്നതിന് മുൻപ് കിരീടം അയാളുടെ പക്കൽ തിരികെ ഏല്പിച്ചു എന്ന് എനിക്കറിയാം. അതുകൊണ്ട് കിരീടം അയാളുടെ കൊട്ടാരത്തിൽത്തന്നെ ഉണ്ടാകും. ഇതെല്ലാം ചെയ്യാൻ സഹായകരമാകുന്ന ഒരു പ്രത്യേക സിദ്ധി ഞാൻ നിനക്ക് നൽകാം."

പുതുമീനിനെ അടുക്കലേക്ക് വിളിച്ചുനിർത്തിക്കൊണ്ട് അവളോടു മാത്രമായി പറഞ്ഞു.

"നീ നിന്റെ നെറ്റിയിൽ തൊട്ടുകൊണ്ട് ഏതു ജീവിയുടെ പേര് പറയു ന്നുവോ ആ നിമിഷം നീ ആ ജീവിയായി മാറും. പക്ഷേ ഈ ദൗത്യം

തീരുന്നതുവരെ നിനക്ക് മനുഷ്യനായി മാറാൻ സാധിക്കുകയില്ല. മനസ്സിലായോ?"

"ഓ. മനസ്സിലായി." അവൾ സന്തോഷത്തോടെ പറഞ്ഞു. "ഞാനിപ്പോൾത്തന്നെ ഈ ദൗത്യനിർവ്വഹണത്തിനായി പുറപ്പെടുകയാണ്. എന്നെ അനുഗ്രഹിച്ച് അയച്ചാലും."

അവൾ അവിടെ നിന്നും തിരികെ കരയോരത്തേക്ക്പോയി. അവിടെയെത്തിയതും അവൾ വാലിന്റെ അറ്റം കൊണ്ട് നെറ്റി ഭാഗത്ത് തൊട്ടുകൊണ്ട് മാൻകുട്ടി എന്നു പറഞ്ഞു.

ഉടൻ തന്നെ അവൾ ഒരു നല്ല സുന്ദരിയായ മാൻകുട്ടിയായി രൂപം കൊണ്ടു. ചെറിയ ശിഖരങ്ങളോടുകൂടിയ കൊമ്പുകളും, സൗന്ദര്യം നിറഞ്ഞപൊട്ടുകളോടുകൂടിയ ദേഹവും, നീണ്ട് വണ്ണം കുറഞ്ഞ ശക്തിയുള്ള കാലുകളും; അവൾ ശ്വാസംപിടിച്ച് ഒന്നുതുള്ളിച്ചാടിയതിനുശേഷം മുന്നോട്ട് വേഗത്തിൽ ഓടി.

ആ സമയത്ത് ആ നാട്ടിലെ രാജകുമാരൻ മൃഗവേട്ടയ്ക്ക് പുറപ്പെട്ടിരുന്നു. എന്തുകൊണ്ടോ അന്ന് കുമാരന് ഒരു മടുപ്പ് തോന്നിയതുകൊണ്ട് മൃഗങ്ങളെയൊന്നും ശല്യപ്പെടുത്താതെ സ്വസ്ഥമായി കഴിയുകയായിരുന്നു. അങ്ങനെ വിശ്രമിക്കുമ്പോളാണ് തന്റെ മുമ്പിൽക്കൂടി വേഗത്തിൽ ഓടിപ്പോയ ആ മാൻകുട്ടി കുമാരന്റെ കണ്ണിൽപെട്ടത്. അതിന്റെ അതിരറ്റ സൗന്ദര്യം കുമാരനെ അത്യധികം ആകർഷിച്ചു. അതിനെ പിടികൂടണമെന്ന് കുമാരന് തോന്നി. അദ്ദേഹം മാനിന്റെ പുറകെ യാത്ര തിരിച്ചു. കുറേ ശ്രമത്തിനു ശേഷം കുമാരൻ വിജയിച്ചു; മാനിനെ കെണിയിൽപെടുത്താൻ കഴിഞ്ഞു. അപ്പോൾ ആ മാൻകുട്ടി കുമാരനോട് നിറഞ്ഞ കണ്ണുകളോടെ, തികഞ്ഞ സങ്കടത്തോടെ കേണപേക്ഷിച്ചു.

"കുമാരാ, അങ്ങ് ദയവുചെയ്ത് എന്നെ കൊല്ലരുതേ. എനിക്ക് വളരെയധികം ജോലികൾ ചെയ്തുതീർക്കാനുണ്ട്."

മനുഷ്യഭാഷയിൽ സംസാരിച്ച ആ മാൻകുട്ടിയെക്കണ്ട് കുമാരൻ ആശ്ചര്യപ്പെട്ടു. സ്വയം ചിന്തിച്ചു. 'എന്ത്? സംസാരിക്കുന്ന മാനോ? ഇത് ഒരു മൃഗമായിരിക്കുകയില്ല. ഇവളുടെ കണ്ണുകളിലെ തിളക്കം മാസ്മരശക്തിയുള്ളതാണ്—മറക്കാനാകുന്നില്ല. ഇവൾ ഏതോ ഒരപ്സരകന്യകയായിരിക്കാം?' കുമാരൻ അങ്ങനെ ആലോചിച്ച് നിന്നതിനിടയിൽ മാൻ അടുത്തുണ്ടായിരുന്ന വേലിചാടിക്കടന്ന് ഓടി മറഞ്ഞു. കുമാരൻ പിൻതുടരാൻ ശ്രമിച്ചെങ്കിലും കഴിഞ്ഞില്ല. കുമാരൻ സ്വയം പറഞ്ഞു. 'ഇവൾ തീർച്ചയായും ഒരപ്സരകന്യകതന്നെ. ഞാൻ വിവാഹം കഴിക്കുന്നത് ഇവളെയായിരിക്കും. സംശയമില്ല. അവളെ കണ്ടുപിടിച്ച് അവളുടെ

രഹസ്യങ്ങൾ മനസ്സിലാക്കണം?' അങ്ങനെ വിചാരിച്ചുകൊണ്ട് കുമാരൻ കൊട്ടാരത്തിലേക്ക് മടങ്ങി.

മാൻ ഓടി ആ രാക്ഷസന്റെ കൊട്ടാരപരിസരത്ത് എത്തി. ഉയരം കൂടിയ മിനുസമുള്ള കൊട്ടാരഭിത്തികൾതാണ്ടി എങ്ങനെ അകത്ത് കടക്കും. അവൾ ആശങ്കാകുലയായി ചിന്തിച്ചു. ധൈര്യം അവലംബിച്ച് അവൾ തന്റെ നിറുകയിൽ കാലുതൊട്ട് വിചാരിച്ചു, 'ഞാനൊരു എറുമ്പാകട്ടെ,' എന്ന്. ഉടൻ തന്നെ അവൾ ഒരു ചെറിയ എറുമ്പായി മാറി. ആരും കാണാതെ ഭിത്തിയുടെ ഒരു കോണിൽക്കൂടി വേഗം കൊട്ടാരത്തിനുള്ളിൽ കയറി. ഭിത്തി (ചുവര്-മതിൽ)ക്കുള്ളിൽ, പ്രധാന കെട്ടിടത്തിന് വെളിയിലായി ഒരു കൂറ്റൻ മരവും, മരത്തിന്റെകൊമ്പുകൾ തൊട്ടുനിൽക്കുന്ന കൊട്ടാരമുറികളുടെ ജനാലകളും കണ്ടു. ഉടൻ തന്നെ ഉറുമ്പ് തന്റെ ഒരു കാൽ നെറുകയിൽ തൊട്ടുകൊണ്ട് വിചാരിച്ചു, 'ഞാൻ ഒരു കുരങ്ങൻ അകട്ടെ' എന്ന്. അവൾ കുരങ്ങന്റെ രൂപം കിട്ടിയതും മരത്തിൽക്കയറി ജനാലിയിലേക്ക ചാടുകയും കൊട്ടാരത്തിന്റെ അകത്തെ മുറികളിൽ പ്രവേശിക്കുകയും ചെയ്തു.

ഒരു മുറിയിൽ രാക്ഷസൻ കൂർക്കം വലിച്ച് ഉറങ്ങുന്നുണ്ടായിരുന്നു. അല്പ സമയത്തിനുള്ളിൽ മൂരിനിവർത്തി ഉണർന്ന ആയാളുടെ മുന്നിലേക്ക് ചെല്ലാൻ അവൾ സ്വീകരിച്ചത് ഒരു തത്തയുടെ രൂപമാണ്. തത്ത കിടക്കയ്ക്ക് അരികിലിരുന്നുകൊണ്ട് പറഞ്ഞു.

"ഹേ, രാക്ഷസാ, നീ ആക്രമിച്ച് നേടിയെടുത്ത് നിന്റെ മകൾക്ക് സമ്മാനിച്ച കിരീടം തിരികെ വാങ്ങാനാണ് ഞാനിവിടെ എത്തിയിരിക്കുന്നത്. നിന്റെ മകൾ മരിച്ചുപോയതുകൊണ്ട് ഇനി ആ കിരീടം നിന്റേതല്ല. അത് ഉടനെ എനിക്ക് തിരികെ തരണം."

അതു കേട്ട് രാക്ഷസൻ കോപത്തോടെ ചാടിയെഴുന്നേറ്റ് തത്തയെ പിടിച്ച് കൊല്ലാൻ ശ്രമം നടത്തി. പക്ഷേ, തത്ത പറന്ന് വേറൊരിടത്ത് ഇരുന്ന് വീണ്ടും പറഞ്ഞു.

"ഹേ, രാക്ഷസാ, നീ എന്നെ കൊല്ലാൻ ശ്രമിച്ചിട്ട് കാര്യമൊന്നുമില്ല. പകരം ആ കിരീടം എനിക്ക് തന്നോ. അതാ നിനക്ക് നല്ലത്."

രാക്ഷസൻ ആലോചിച്ചു, 'തത്ത പറയുന്നതിലും കാര്യമുണ്ട്. ഇനി ആ കിരീടം കൊണ്ട് എനിക്ക് ഒരു പ്രയോജനവും ഇല്ല. എങ്കിലും അങ്ങനെ വെറുതേ കൊടുക്കുന്നത് ശരിയല്ലല്ലോ.'

"കിരീടം നിനക്കുതന്നതുകൊണ്ട് എനിക്കെന്താ പ്രയോജനം?" അയാൾ ചോദിച്ചു.

"നിനക്കെന്താ വേണ്ടതെന്ന് പറഞ്ഞോ."

“നഗരത്തിലെ വിശുദ്ധ മാർട്ടിന്റെ പള്ളിയിലെ രത്ന നിർമ്മിതമായ കഴുത്തപട്ട എടുത്തുകൊണ്ട് വന്ന് തരികയാണെങ്കിൽ ഞാൻ കിരീടം നിനക്ക് തരാം.” അയാൾ അല്പം ആലോചിച്ചിട്ട് പറഞ്ഞു.

ആ പള്ളിയെക്കുറിച്ചും രത്ന നിർമ്മിതമായ ആ പട്ടയെക്കുറിച്ചും അവളും കേട്ടിരുന്നു. അത് എടുത്തുകൊണ്ടുവരുന്നത് പ്രായസമുള്ള കാര്യമാണെന്നും അവൾക്ക് മനസ്സിലായി. എങ്കിലും നിവർത്തിയില്ലല്ലോ.

“ശരി”.

അവൾ അത്രയും മാത്രം പറഞ്ഞിട്ട്. പുറത്തേക്ക് പറന്നു. കൊട്ടാരത്തിന് വെളിയിൽ എത്തിയതിനുശേഷം തന്റെ ചിറക് നെറ്റയിൽ തൊട്ടുകൊണ്ട് വിചാരിച്ചു. ‘ഞാനൊരു കഴുകനാകട്ടെ’ എന്ന്

കഴുകനായ അവൾ ആ പള്ളിയുടെ വളച്ച വാതിലിൽ ഇരുന്ന് കൊക്കുകൾ കൊണ്ട് കഴുത്തുപട്ട സാവധാനത്തിൽ ഇളക്കിയെടുത്തുപിന്നീട് പട്ടയുമായി കൊട്ടാരത്തിൽ എത്തുകയും, തത്തയുടെ രൂപം ധരിച്ച് രാക്ഷസന്റെ മുമ്പിൽ എത്തുകയും ചെയ്തു. പട്ടയും കഴുത്തിൽ ഇട്ടുകൊണ്ട് തന്റെ മുൻപിൽ നിന്ന തത്തയെ കണ്ട് രാക്ഷസൻ അതിശയിച്ചു. അയാൾ കഴുത്തുപട്ട കയ്യിലെടുത്ത് നോക്കിയിട്ട് പറഞ്ഞു.

“ഇതിന് ഞാനുദ്ദേശിച്ച അത്ര തിളക്കമില്ലല്ലോ. ഇതുപോരാ. എനിക്ക് കുറേക്കൂടി തിളക്കമുള്ള മണികൾകൊണ്ട് ഉണ്ടാക്കിയ ഒരു നെക്ലേസ് കൂടി വേണം.”

“ശരി. അങ്ങനെയാകട്ടെ. പക്ഷേ, അതുകൂടി കിട്ടിക്കഴിഞ്ഞാൽ പിന്നെ ഒഴിവുകഴിവുകൾ പറഞ്ഞാൽ ഞാൻ നിന്നെ കൊന്ന് കിരീടം എടുത്തുകൊണ്ടു പോകും. അതു തീർച്ച” അത്രയും അല്പം ദ്വേഷ്യത്തോടുകൂടി പറഞ്ഞിട്ട് അവൾ പോയി.

കൊട്ടാരത്തിന് പുറത്തുചെന്ന് അവൾ ഒരു പോക്കാന്തവളയുടെ രൂപം സ്വീകരിച്ച് അടുത്തുള്ള ഒരു ജലാശയത്തിലേക്കാണ് പോയത്. നേരം അല്പം ഇരുട്ടിത്തുടങ്ങിയിരുന്നിതനാൽ ആ ജലാശയത്തിൽ അനേകം നക്ഷത്രങ്ങൾ പ്രതിഫലിച്ച് നിന്നിരുന്നു. തവളകൾക്ക് അത്തരം പ്രതിച്ഛായകളെ അവരുടെ നൈറ്റിയിൽ ധരിക്കാൻ ഒരു പ്രത്യേക കഴിവുണ്ട്. അവൾ ആ ജലാശയത്തിൽ പ്രതിഫലിച്ചുനിന്നിരുന്ന ഓരോ നക്ഷത്രവും തന്റെ നെറ്റിയിൽ ഒന്നൊന്നായി ചേർത്തു വെയ്ക്കുകയും പിന്നീട് അവയിൽ ചിലതെടുത്ത് ഒരു വെട്ടിത്തിളങ്ങുന്ന നെക്ലേസ് നിർമ്മിക്കുകയും ചെയ്തു. അതിനു ശേഷം അവൾ തത്തയുടെ രൂപം ധരിച്ച് ആ നെക്ലേസ് കഴുത്തിലിട്ട് രാക്ഷസന്റെ മുമ്പിൽ പറന്നെത്തി.

"ഇതാ. നീ ആവശ്യപ്പെട്ട വെട്ടിത്തിളങ്ങുന്ന നെക്ലേസ്"

അതുകേട്ട രാക്ഷസന് അതിനുശേഷവും ഒഴിവുകഴിവുകൾ പറയാൻ അവസരം കിട്ടുകയില്ലെന്ന് മനസ്സിലായി. അതുകൊണ്ട് മനസ്സില്ലാ മനസ്സോടെ കിരീടം തത്തയ്ക്ക് കൊടുത്തു. കിരീടം കൊത്തിയെടുത്തുകൊണ്ട് അവൾ ജനാലക്ക് വെളിയിലേക്ക് പറക്കുകയും പിന്നീട് നേരത്തെ ചെയ്തതുപോലെ ഉറുമ്പായും, കുരങ്ങായും കൊട്ടാരത്തിന് വെളിയിൽ എത്തി. അവൾ സ്വീകരിച്ച ഒരോ രൂപത്തിന്റെയും വലുപ്പത്തിനനുസരിച്ച് കിരീടത്തിന്റെയും വലുപ്പം സ്വയം മാറിയിരുന്നതുകൊണ്ട് ബുദ്ധിമുട്ടില്ലാതെ എല്ലാ കടമ്പകളും കടന്ന് വെളിയിലെത്താൻ പ്രയാസമുണ്ടായില്ല. പിന്നീട് മാനായി വേഗം ഓടി കടൽക്കരയിൽ എത്തുകയും മീനായി കടലിലേക്ക് ചാടുകയും ചെയ്തു.

അവൾ കടലിൽ നിന്നും പോയിട്ട് കുറേ നാളുകൾ കഴിഞ്ഞതിനാൽ അവൾക്ക് എന്തെങ്കിലും അപകടം സംഭവിച്ചിട്ടുണ്ടാകുമെന്ന് വിചാരിച്ചിരിക്കുകയായിരുന്നു മത്സ്യരാജ്ഞിയും കൂട്ടുകാരും. ഒരു മത്സ്യം പറഞ്ഞു.

"അവൾ പോയിട്ട് മാസങ്ങൾ കഴിഞ്ഞു. ഇനി അവൾ തിരികെ വരുമെന്ന് പ്രതീക്ഷിച്ച് കാത്തിരുന്നിട്ട് കാര്യം ഉണ്ടെന്ന് തോന്നുന്നില്ല. നമുക്ക് ഇനി കരിയിലേക്ക് പോകാൻ അവസരം ഉണ്ടാകുമെന്നും തോന്നുന്നില്ല."

"അതേ, അവൾ വളരെ ബുദ്ധിമുട്ടുള്ള ഒരു കാര്യത്തിനല്ലെ പോയത്. നാം ഇങ്ങനെ അക്ഷമ കാണിക്കരുത്." മറ്റൊരു മത്സ്യം പറഞ്ഞു. അവരങ്ങിനെ പറഞ്ഞുകൊണ്ടിരിക്കുമ്പോൾ തികച്ചും അപ്രതീക്ഷിതമായിട്ടാണ് പുറകിൽ നിന്നും ആ ശബ്ദം കേട്ടത്.

"നോക്ക്, നോക്ക്, നമ്മുടെ നേർക്ക് നീന്തിവരുന്ന ആ പ്രകാശിക്കുന്ന ജന്തുവിനെ നോക്ക്. അത് നമ്മുടെ പുതുമീൻ തന്നെയല്ലേ? നോക്ക്."

"അതെ. അതേ, അതവൾതന്നെയാ. രാജ്ഞി ദാ അവൾ തിരികെ വന്നിരിക്കുന്നു." അവരെല്ലാവരും സന്തോഷത്തോടെ ശബ്ദം എടുത്തു.

അവൾ രാജ്ഞിയുടെ മുമ്പിലെത്തി. രാജ്ഞി അവളെ സസന്തോഷം സ്വീകരിച്ചു. മാത്രമല്ല, അവളുടെ മുമ്പിൽ പ്രതീക്ഷയോടെ തലകുനിച്ച് നിന്നു. അവൾ തികഞ്ഞ സന്തോഷത്തോടെ എല്ലാവരും കാൺകെ രാജ്ഞിയുടെ തലയിൽ ആ കിരീടം ചൂടി. അപ്പോൾ അവിടെ നടന്നത് ഒരതിശയം തന്നെയായിരുന്നു. രാജ്ഞിയുടെ നീണ്ട വാലുപോലുള്ള കാല് രണ്ടായി പിളർന്ന് മനുഷ്യരുടെ കാലുകൾ പോലെയായ്. ദേഹത്തെ ചെതുമ്പലുകൾ ഒന്നൊന്നായി കൊഴിഞ്ഞുപോകാൻ തുടങ്ങി. അപ്പോൾ രാജ്ഞി പറഞ്ഞു.

“നമുക്ക് സമയം കളയാതെ തീരത്തേക്ക് പോകാം.”

അവരെല്ലാവരും കരയോരത്തേക്ക് നീന്തി. കരയടുത്തപ്പോഴേക്കും പുതുമീനുൾപ്പെടെ എല്ലാവരും മനുഷ്യരായി മാറി. പുതുമീൻ ആദ്യത്തേതിനേക്കാൾ ഒരല്പരം കൂടി സൗന്ദര്യമുള്ള ഒരു പെൺകുട്ടിയായി മാറി എന്ന് പ്രത്യേകം പറയേണ്ടതില്ലല്ലൊ. അവരെല്ലാം അവളോട് അവരുടെ നന്ദിയും കടപ്പാടും അറിയിച്ചു. അവൾ അവളുടെ നദിക്കരയിലേ സ്വന്തം വീട്ടിലേക്ക് പോയി. അവളെ കണ്ട അവളുടെ മാതാപിതാക്കൾ പറഞ്ഞറിയിക്കാൻ കഴിയാത്തത്ര സന്തോഷത്തോടെ അവളെ സ്വീകരിച്ചു.

മത്സ്യരാജ്ഞി കൂട്ടുകാരോടൊത്ത് സ്വന്തം ദേശത്ത് മുൻപ് താമസിച്ചിരുന്ന കൊട്ടാരത്തിലേക്കാണ് പോയത്. കാലം കുറേ കടന്നുപോയതല്ലേ. അപ്പോഴേക്കും അവരുടെ ഭർത്താവ് മരിച്ചുപോയിരുന്നു. പകരം അവരുടെ മകനായിരുന്നു രാജ്യഭരണം ഏറ്റെടുത്തിരുന്നത്. വിവരങ്ങളെല്ലാം അറിഞ്ഞ മകൻ അവരെയെല്ലാം സന്തോഷത്തോടെ കൊട്ടാരത്തിലേക്ക് സ്വീകരിച്ചു. അമ്മയേ രാജ്ഞിയാക്കി വാഴിക്കുകയും ചെയ്തു.

ചില ദിവസങ്ങൾക്കുള്ളിൽ ആ അമ്മയ്ക്ക് ഒരു കാര്യം ബോധ്യമായി. തന്റെ മകന് മനസ്സിൽ ഏതോ ഒരു വലിയ ദുഃഖമുണ്ട്. അതെന്താണെന്ന് മനസ്സിലാക്കാൻ ശ്രമിച്ച അമ്മ ഒരു ദിവസം മകനോട് ചോദിച്ചു.

“മോനേ, നിനക്കെന്താ ഒരു വിഷമം?”

“ഒന്നുമില്ലമ്മേ, വെറുതെ...”

“എന്നോട് പറ. എന്തായാലും നമുക്ക് പരിഹാരം ഉണ്ടാക്കാം.”

“പ്രത്യേകിച്ചൊന്നുമില്ലമ്മേ. ഞാനൊരിക്കൽ ഒരു മാൻ കുട്ടിയെ കണ്ടു. എനിക്കതിനെ വളരെ ഇഷ്ടമായി. അതിനെ പിടിക്കാൻ ശ്രമിച്ചുവെങ്കിലും പിടിതരാതെ അത് ഓടിപ്പോയി. എന്തോ. എന്റെ മനസ്സ് പറയുന്നു അവൾ ഒരു സാധാരണ മാൻകുട്ടിയല്ലെന്ന്; ഒരു പക്ഷേ ഒരപ്സര കന്യകയാണെങ്കിലോ. അതോർത്താണ് എന്റെ വിഷമം; ആർക്കും പരിഹാരം കാണാനാകാത്ത ഒരു വിഷമം.”

“അങ്ങനെയല്ല മകനേ; ഇത്രയല്ലേ കാര്യം. എല്ലാ പ്രശ്നങ്ങൾക്കും നാം ശ്രമിച്ചാൽ ഉചിതമായ പരിഹാരം കണ്ടെത്താൻ കഴിയും. ഞാനൊന്ന് ശ്രമിക്കട്ടെ.”

രാജ്ഞി ഒരു പരിചാരികയെ പുതുമീനിന്റെ വീട്ടിലേക്ക് അയച്ചു; അവളെ ഉടനെ കൊട്ടരത്തിലേക്ക കൂട്ടിക്കൊണ്ട് വരണമെന്ന നിർദ്ദേശവുമായി.

അധികം താമസിയാതെ തന്നെ പുതുമീൻ കൊട്ടാരത്തിൽ എത്തി.

രാജ്ഞി മകനേ വിളിച്ച പറഞ്ഞു.

“മോനേ, എന്റെ സംശയം ശരിയാണെങ്കിൽ നീ കണ്ട പൊൻമാൻ എനിക്കറിയാവുന്ന ഒരു പെൺകുട്ടി തന്നെയാകാനാണ് സാധ്യത. അവളെ നേരിട്ട് കാണുമ്പോൾ നിനക്കത് ബോധ്യമാകും.”

രാജ്ഞി അവളെ തന്റെയടുക്കലേക്ക് വിളിച്ച; രാജകുമാരന് പരിചയപ്പെടുത്തി. കുമാരനെ കണ്ടയുടൻതന്നെ അവൾക്ക് ആളെമനസ്സിലായി. അതുകൊണ്ട് കുമാരന്റെ മുൻപിൽ തലകുനിച്ച് പ്രണാമങ്ങൾ അർപ്പിക്കുമ്പോൾ അവർ കുറഞ്ഞ ശബ്ദത്തിൽ, കുമാരന് മാത്രം കേൾക്കാവുന്ന വിധം പറഞ്ഞു.

“ദയകാണിക്കണം, എന്നെ കൊല്ലരുതേ.” ആ ശബ്ദവും വാക്കുകളും കേട്ട കുമാരന്, പ്രത്യേകിച്ച് അവളുടെ കണ്ണുകളിലെ തിളക്കവും കണ്ടപ്പോൾ, അവൾ തന്നെയായിരുന്ന ആ മാൻകുട്ടി എന്ന് തീർച്ചയായി. പിന്നീട് എല്ലാവരുടേയും അനുഗ്രഹത്തോടെ അടുത്ത ഒരു നല്ല മുഹൂർത്തത്തിൽ അവർ വിവാഹിതരായി—വളരെക്കാലം സന്തോഷത്തോടെ ജീവിച്ച.

ചിത്രശലഭത്തിന്റെ കല്യാണം

ചിത്രശലഭങ്ങളെ നിങ്ങൾ കണ്ടിട്ടില്ലേ? പലതരത്തിലുള്ള ചിത്രശലഭങ്ങൾ ഉണ്ട്. ചിലത് കാണാൻ വളരെ സൗന്ദര്യമുള്ളവയായിരിക്കും. അല്ലേ? അങ്ങനെയുള്ള ഒരു സുന്ദരിയായ ചിത്രശലഭത്തിന്റെ കഥയാണ് ഇത്. ആ ചിത്രശലഭം സുന്ദരിയായിരുന്നു; മാത്രമല്ല അവൾ ആരുടെ കാര്യത്തിലും തലയിടാതെ ജീവിക്കുന്ന വളരെ വിനയത്തോടെ പെരുമാറുന്ന ഒരു സൗമ്യപ്രകൃതിക്കാരിയായിരുന്നു. അവൾ ആരിൽനിന്നും ഒന്നും പ്രതീക്ഷിച്ചിരുന്നുമില്ല. കിട്ടുന്ന സമയത്തെല്ലാം ലോകം ചുറ്റി പറന്നു നടക്കും; അത്രതന്നെ.

അന്നൊരു ദിവസം ചുറ്റിക്കറങ്ങി നടക്കുമ്പോൾ, പ്രകൃതിയുടെ നിറഞ്ഞ സൗന്ദര്യം കണ്ട് മതി മറന്നുപോയ അവൾ ആഗ്രഹിച്ചു. 'എന്തുകൊണ്ട് ഈ ലോകം ഇനിയും കൂടുതൽ സൗന്ദര്യമുള്ളതാക്കാൻ പ്രയത്നിച്ചുകൂടാ എന്ന്. അതിന് അവൾ കണ്ടെത്തിയ മാർഗം താൻ ഒരു വിവാഹംകഴിച്ച് കൂടുതൽ സുന്ദരികളായ കുട്ടികൾക്ക് ജന്മം നൽകി ഈ ലോകത്തിന് ധാരാളം സുന്ദരികളായ ചിത്രശലഭങ്ങളെ നൽകുക എന്നതായിരുന്നു.

അതുകൊണ്ട് അന്നവൾ ചുറ്റിനടന്നപ്പോൾ തനിക്ക് അനുയോജ്യനായ ഒരു വരനെ തിരഞ്ഞ് കണ്ടുപിടിക്കുക എന്ന ഉദ്ദേശവും മനസ്സിൽ ഉണ്ടായിരുന്നു.

അന്ന് അതികാലത്തുതന്നെ ഉദയസൂര്യൻ അവിടെയെല്ലാം പറന്നു

നടന്ന ആ സുന്ദരിപെണ്ണിനെ തന്റെ രശ്മികളിൽക്കൂടി കണ്ടു. അവളുടെ സൗന്ദര്യത്തിൽ ആകൃഷ്ടനായ സൂര്യൻ മുകളിൽ നിന്നുകൊണ്ടുതന്നെ വിളിച്ചു പറഞ്ഞു.

"ഹേ, സുന്ദരിപ്പെണ്ണേ, എനിക്ക് നിന്നെ വളരെ ഇഷ്ടപ്പെട്ടു. നീ എന്നെ വിവാഹം കഴിക്കുമോ?"

ചിത്രശലഭം തന്റെ ചിറകുകൾ വിടർത്തി പറന്നു. സൂര്യനെ നോക്കി പുഞ്ചിരിച്ചു. ഈ ലോകത്തിലെ മറ്റെല്ലാ ജീവജാലങ്ങളെയും പോലെ അവൾക്കും സൂര്യനെ ഇഷ്ടമായിരുന്നു. പക്ഷെ ആ ഇഷ്ടം വിവാഹം കഴിക്കാനുള്ള ഇഷ്ടമായിരുന്നില്ല. അതുകൊണ്ട് അവൾ സൂര്യനെ നോക്കിപ്പറഞ്ഞു.

"ഹേ, സൂര്യാ. എനിക്ക് നിന്നെ വളരെ ഇഷ്ടമാണ്. പക്ഷേ നീ എനിക്ക് പറ്റിയ ഭർത്താവല്ല. അതുകൊണ്ട് നീ എന്നോട് ക്ഷമിക്കണം."

അങ്ങനെ പറഞ്ഞിട്ട് അവൾ താഴേക്ക് പറന്ന് ഒരു ഡെയ്സി പൂവിന്റെ മുകളിൽ ഇരുന്നു. പിന്നീട് കുനിഞ്ഞ് ആ പൂവിനകത്തെ മധു നുകരാൻ തുനിയുമ്പോൾ ആ പൂവ് അവളോട് ചോദിച്ചു.

"ഹേ ചിത്രശലഭമേ. നീയും എന്റെ കൂട്ടുതന്നെ. എന്റെ കൂട്ടുതന്നെ തികഞ്ഞ അഴകുള്ളവളാണ്. നീ എന്നെ വിവാഹം കഴിച്ചാൽ എത്ര നന്നായിരിക്കും. നമുക്ക് ജനിക്കുന്ന കുട്ടികളും തീർച്ചയായും സുന്ദരന്മാരും സുന്ദരികളുമായിരിക്കും. എന്താ നിനക്ക് സമ്മതമല്ലേ?"

ചിത്രശലഭം ചിരിച്ചുകൊണ്ട് പറഞ്ഞു.

"അതെയതെ, നീ പറഞ്ഞത് തികച്ചും ശരിയാണ്. പക്ഷേ എന്തോ, എന്റെ മനസ്സ് പറയുന്നു, നീ എനിക്ക് പറ്റിയ ഭർത്താവല്ലെന്ന്. അതുകൊണ്ട്, നീ എന്നെപ്പോലെ സുന്ദരനാണെങ്കിലും, എനിക്ക് നിന്നെ ഇഷ്ടമാണെന്നിരുന്നാലും, എനിക്ക് നിന്നെ വിവാഹം കഴിക്കാൻ കഴിയുകയില്ല. ക്ഷമിക്കണം."

അവൾ വീണ്ടും അവിടെയെല്ലാം പറന്നു നടന്നു. ലോകത്തിലെ എല്ലാ ജീവികളും അവളോട് അതേ അഭ്യർത്ഥന നടത്തി—ചെന്നായും, ആടും, മാനും, കാളയും— അങ്ങനെ എല്ലാവരും. അവൾ അവരോരുത്തരോടും പറഞ്ഞു. 'എനിക്ക് നിങ്ങളെ ഇഷ്ടമാണ്, നിങ്ങളോട് സ്നേഹവുമാണ്; പക്ഷേ നിങ്ങൾ എനിക്ക് അനുയോജ്യനായ ഭർത്താവ് ആകുകയില്ല,' എന്ന്. അവൾ കുന്നുകളുടേയും മലകളുടെയും മേലെയും താഴ്വാരങ്ങളിലും, നദികൾക്കും തടാകങ്ങൾക്കും മുകളിലും—അതെ, എല്ലായിടത്തും പറന്നു നടന്നു. ക്രമേണ ദിവസം അവസാനിക്കാറായി. സന്ധ്യയായപ്പോഴേക്കും നീലനിറത്തിൽ ശോഭിച്ചുനിന്ന ആകാശത്തിൽ ചന്ദ്രനും

ഉദിച്ചുയർന്നു. അവളെക്കണ്ട ചന്ദ്രനും അതേ പല്ലവി ആവർത്തിച്ചു.

"സുന്ദരി, നീ എന്റെ ഭാര്യയാകുമോ?" അവളുടെ മറുപടിയും മുൻപത്തേപ്പോലെ തന്നെയായിരുന്നു.

"ഹേ ചന്ദ്രാ, നീ സുന്ദരനാണ്. ഏതു പെണ്ണിനേയും മോഹിപ്പിക്കുവാൻ പോന്നവനാണ് നീ. സംശയമില്ല. പക്ഷേ, നീ ഇടയ്ക്കിടക്ക് വരുകയും ചിലപ്പോൾ അപ്രത്യക്ഷനാകുകയുമൊക്കെ ചെയ്യും. നീ എനിക്ക് അനുയോജ്യനായ വരനല്ല."

വീണ്ടും പറന്നു നടന്ന അവൾ തികച്ചും ക്ഷീണിതയായി. രാവിലെ തൊട്ട് പറന്നു നടക്കാൻ തുടങ്ങിയതല്ലേ. എങ്ങനെ ക്ഷീണിക്കാതിരിക്കും. ഏതായാലും ഇനി അല്പം വിശ്രമിക്കുക എന്ന് തീർച്ചയാക്കി 'സരഗോസ' നദിയുടെ അപ്പുറത്തേക്ക് പറക്കുമ്പോഴാണ് ആ ശബ്ദം കേട്ടത്.

"ഹേ, സുന്ദരിക്കുട്ടി നില്ക്ക്, നില്ക്ക്."

അവൾ ശ്രദ്ധിച്ചു. തനിക്കെതിരെ പറന്നുവന്ന ഒരു ചിത്രശലഭമാണ് അങ്ങനെ അവളെ വിളിച്ചതെന്ന് അവൾക്ക് മനസ്സിലായി; അത് ഒരാൺ ശലഭമാണെന്നും.

ആ ആൺശലഭം വീണ്ടും പറഞ്ഞു.

"ഹേ, ശലഭമേ, നിന്നെക്കണ്ടിട്ട് നീ എനിക്കിണങ്ങുന്ന ഒരു ഭാര്യയാകുമെന്ന് എനിക്ക് തോന്നുന്നു. നമ്മൾ തമ്മിൽ എല്ലാ കാര്യത്തിലും നല്ല ജോഡിപ്പൊരുത്തം ആയിരിക്കുമെന്നും തോന്നുന്നു. എന്താ, നമുക്ക് കല്യാണം കഴിച്ചുകൂടേ—നിനക്ക് സമ്മതമാണോ?"

കാറ്റിൽക്കൂടി ഒഴുകിവന്ന ആ വാക്കുകൾ വ്യക്തമായികേൾക്കാൻ അവൾക്കു കഴിഞ്ഞു. ആ വാക്കുകൾ അതുവരെ ഇല്ലാതിരുന്ന ഒരു പുതിയ ഉന്മേഷവും സന്തോഷവും സമ്മാനിച്ചുവെന്ന് അവൾക്ക് തോന്നി. അവൾ ആലോചിച്ചു, 'ആ ആൺശലഭം തനിക്ക് ചേർന്നവനായിട്ടാണ് തോന്നിയത്. എന്തുകൊണ്ട് അവനെ ഭർത്താവായി സ്വീകരിച്ചുകൂടാ?'

അപ്പോൾ അവന്റെ ശബ്ദം വീണ്ടും കേട്ടു.

"സുന്ദരിക്കുട്ടീ, നമുക്ക് വിവാഹിതരായി സുഖമായി സന്തോഷത്തോടെ ജീവിക്കാം. ഞാൻ ഉറപ്പുതരുന്നു, നമുക്ക് എന്നുമെന്നും സന്തോഷത്തോടെ ജീവിക്കാൻ കഴിയുമെന്ന്."

അവൾക്ക് അല്പം നാണം തോന്നി. എങ്കിലും തലകുനിച്ച മുഖവുമായി അവൾ സമ്മതം മൂളി. അന്നുതന്നെ അവർ കല്യാണ ചടങ്ങും നടത്തി. കല്യാണത്തിന് കൂടാൻ എല്ലാവരേയും ക്ഷണിച്ചിരുന്നു —എലി, എട്ടുകാലി, മുള്ളൻ പന്നി, ആട്, കാട്ടുപൂച്ച, കാട്ടുമാട് അങ്ങനെ

എല്ലാവരേയും. വിരുന്നകാരെല്ലാം കല്യാണത്തിന് കൂടാൻ എത്തിയപ്പോൾ ഓരോരുത്തരും ധാരാളം തേനുള്ള ഓരോ പൂക്കളും ദമ്പതികൾക്ക് സമ്മാനമായി നൽകാൻ കൊണ്ടുവന്നിരുന്നു. അങ്ങനെ ആ കല്യാണചടങ്ങ് കെങ്കേമമായി നടന്നു—തികഞ്ഞ സന്തോഷത്തോടെ. വധൂവരന്മാരും വയറുനിറയെ തേൻ കഴിച്ചു. പാർട്ടി കഴിഞ്ഞ് വിരുന്നുകാരെല്ലാം പോയിക്കഴിഞ്ഞപ്പോൾ ശലഭം ഭർത്താവിനോട് ചോദിച്ചു.

"നല്ല ദാഹം. എനിക്ക് കുറച്ച് വെള്ളം കൊണ്ടുത്തരാമോ?"

"തീർച്ചയായും."

ആൺ ശലഭം ഉടൻ തന്നെ അടുത്ത നദീതീരത്തേക്ക് പറന്നുപോയി. അവിടെ ചെന്ന് തന്റെ കയ്യിലുണ്ടായിരുന്ന കോപ്പയിലേക്ക് വെള്ളം നിറയ്ക്കുമ്പോൾ, ദുർഭാഗ്യം എന്നു പറയട്ടെ, അയാൾ കാൽവഴുതി ആറ്റിലേക്ക് വീണു. എന്താണ് സംഭവിച്ചതെന്ന് മനസ്സിലാകുന്നതിന് മുമ്പുതന്നെ ഒരു മത്സ്യം ആ ശലഭത്തിനെ തന്റെ വായിക്കുള്ളിലാക്കുകയും ചെയ്തു.

സംഭവം കണ്ട ഒന്നുരണ്ട് കൊതുകുകളാണ് വിവരം ശലഭത്തിനോട് പറഞ്ഞത്. തന്റെ ഭർത്താവിന് വിവാഹദിവസംതന്നെ ഉണ്ടായ ആ ദുരന്തം ഓർത്തോർത്ത് അവൾ വിങ്ങിപ്പൊട്ടി ഉറക്കെ കരയാൻ തുടങ്ങി. ആ കരച്ചിൽ ചുറ്റുപക്കത്ത് എല്ലാവരും കേട്ടു. വിവിരം അറിഞ്ഞ വണ്ടുകൾ ഉടൻ തന്നെ നദിയുടെ മുകളിൽ പറന്ന് ആൺശലഭത്തിനെ വിഴുങ്ങിയ മീനിനെ തേടാൻ ആരംഭിച്ചു. അവരോടൊപ്പം നദിയിലുണ്ടായിരുന്ന തവളകളും തിരയാൻകൂടി. തവളകൾ ഒരലയിൽ നിന്ന് മറ്റൊന്നിലേക്ക് ചാടിച്ചാടി നദിയിൽ മുഴുവൻ തിരഞ്ഞു. അങ്ങനെ നദിയിലും നദീതീരത്തും താമസിച്ചിരുന്ന എല്ലാവരും തിരച്ചിൽ പ്രക്രിയയിൽ പങ്കുചേർന്നു— ചിലർ ഒച്ചത്തിൽ കരഞ്ഞുകൊണ്ട്, ചിലർ ശബ്ദമെടുത്ത് കൂക്കി വിളിച്ചുകൊണ്ട്, ചിലർ സ്വയം നിയന്ത്രിക്കാനാകാതെ ഭ്രാന്തുപിടിച്ചാലെന്നതുപോലെ ഉച്ചത്തിൽ പലതും പുലമ്പിക്കൊണ്ട്. ആ ശബ്ദം അവിടെയെല്ലാം പ്രതിധ്വനിച്ചു. ശലഭത്തിനെ വിഴുങ്ങിക്കൊണ്ട് നദിയിലെ ജലത്തിൽ ഊളിയിട്ടുചെന്ന മീനും ആ ശബ്ദ കോലാഹലം കേട്ടു.

ആ ശബ്ദം എന്താണെന്നറിയാനായി ആ മീൻ ജലത്തിനുമീതെ തലപൊക്കി വാ തുറന്ന് നോക്കി. ആ തക്കം നോക്കി ശലഭം അതിന്റെ വായിൽനിന്നും തന്ത്രപൂർവ്വം പുറത്തുചാടി രക്ഷപ്പെട്ടു. അത് ഭാര്യയുടെ അടുത്തേക്ക് പറന്നുചെന്നു. അവൾ അവിടെ വിങ്ങിപ്പൊട്ടി കരഞ്ഞുകൊണ്ടിരിക്കുകയായിരുന്നു. അവളുടെ അടുത്തു ചെന്ന് ആൺശലഭം ചോദിച്ചു.

“എന്ത്, എന്തിനാണ് നീയിങ്ങിനെ കരയുന്നത്?”

തിരിഞ്ഞുനോക്കിയ അവൾ കണ്ടത് സന്തോഷത്തോടെ തന്റെയ ടുക്കൽ നിൽക്കുന്ന ഭർത്താവിനെയാണ്. പറഞ്ഞറിയിക്കാൻ കഴിയാത്ത്ര സന്തോഷത്തിൽ മുഴുകിയ അവൾ അയാളെ കെട്ടിപ്പിടിച്ച് മുത്തം കൊടുക്കുകയും, പൊട്ടിച്ചിരിച്ച് അവളുടെ സന്തോഷം പ്രകടിപ്പിക്കുകയും., ‘എന്റെ ഭർത്താവ് തിരികെ വന്നേ’ എന്ന് വിളിച്ചുപറഞ്ഞ് എല്ലാവരേയും അറിയിക്കുകയും ചെയ്തു. അങ്ങനെ അവർ ഭാര്യാഭർത്താക്കന്മാരായി ജീവിച്ച് വളരെയധികം മുട്ടകളിട്ടു. ആ മുട്ടകൾ വിരിഞ്ഞ് ശലഭപ്പുഴുക്കളായി മാറുന്നതും, പുഴുക്കൾ ശലഭങ്ങളായി രൂപാന്തരപ്പെടുന്നതും, ആ ശലഭങ്ങൾക്ക്കാണാൻ കഴിഞ്ഞു. ലോകമെല്ലാം പറന്നു നടന്ന് ഈ ലോകം മുഴുവനും ഒരു സൗന്ദര്യ പൂങ്കാവായി മാറുന്നതും കണ്ട് തികഞ്ഞ സന്തോഷത്തോടെയും അഭിമാനത്തോടെയും ജീവിച്ചു തീർത്ത ഒരു ജീവിതമായിരുന്നു അവരുടേത്.

സമർത്ഥനായ ഒരു വിദ്യാർത്ഥി

സ്പെയിനിലെ 'തുയി' നഗരത്തിൽ പണ്ടൊരിക്കൽ താമസിച്ചിരുന്ന ഒരു ദരിദ്രനായ വിദ്യാർത്ഥിയുടെ കഥയാണ് ഇത്. ദരിദ്രനെന്നു പറഞ്ഞാൽ ദൈവ വിശ്വാസം ഒഴിച്ച് മറ്റൊരു സ്വത്തിനും അവകാശിയായിരുന്നില്ല ആ വിദ്യാർത്ഥി എന്നർത്ഥം.

സ്പെയിനിലെ 'മിനോ' നദിയുടെ വലതുകരയിൽ സ്ഥിതിചെയ്യുന്ന തുയി നഗരം രണ്ട് പാലങ്ങൾകൊണ്ട് പോർട്ടുഗീസിലെ 'വാലെൻസ' നഗരവുമായി ബന്ധിക്കപ്പെട്ടിരിക്കുന്നു. ആ പാലങ്ങളിൽക്കൂടി സ്പെയിനിൽനിന്ന് പോർട്ടുഗലിലേക്കും തിരിച്ചുമുള്ള യാത്ര സുഗമമാണെന്ന് പറയാം. സ്പെയിനിലെ മറ്റ് പല നഗരങ്ങളേയും പോലെ ഇപ്പോൾ ഇരുപതിനായിരത്തിലും കുറഞ്ഞ ജനസംഖ്യമാത്രമുള്ള ഈ ചെറിയ നഗരത്തിന് 7500 വർഷങ്ങൾക്കുമപ്പുറം നീണ്ടുനിൽക്കുന്ന ചരിത്രവും സാംസ്കാരിക പാരമ്പര്യവും ഉണ്ട്.

ആ വിദ്യാർത്ഥിയുടെ പേര് ജുവൽ റിവാസ് എന്നായിരുന്നു. ദരിദ്രനായിരുന്നുവെങ്കിലും റിവാസിന് ബുദ്ധിയും കുറുമ്പുകൾ കാണിക്കാനുള്ള സാമാർത്ഥ്യവും ധാരാളം ഉണ്ടായിരുന്നു.

പള്ളിയിലെ കുർബാന, ദിവ്യബലി മുതലായ ചടങ്ങുകൾ പലപ്പോഴും മുടക്കുമായിരുന്നു, കയ്യിൽ അതിനുവേണ്ട പണം ഇല്ലാതിരുന്നതു കൊണ്ടുതന്നെ. മാത്രമല്ല അത്യാവശ്യങ്ങൾക്ക് പരിചയക്കാരിൽനിന്നും കടം വാങ്ങിയാൽ അത് തിരിച്ചുകൊടുക്കുന്നതിലും പിന്നോട്ടായിരുന്നു. എങ്കിലും പണം കയ്യിലുണ്ടായിരുന്നെങ്കിൽ എല്ലാം കൃത്യസമയത്ത്

ചെയ്യണമെന്ന് ആഗ്രഹമുണ്ടായിരുന്ന ഒരു നല്ല ചെറുപ്പക്കാരനായിരുന്നു റിവാസ് എന്ന് പറഞ്ഞാൽ തെറ്റാവില്ല.

കോളേജിൽ ചേർന്ന് പഠിക്കുന്ന സമയത്ത് അവൻ ബുദ്ധിമാനും പഠിക്കാൻ നല്ല കഴിവുള്ളവനും ആണെന്ന് തെളിയിച്ചതാണ്. പക്ഷേ കോളേജ് നിശ്ചയിച്ച ഫീസ് നൽകിയെങ്കിലല്ലെ കോളേജിന് പകരം വിദ്യാഭാസം നൽകാൻ കഴിയൂ. അത് നൽകാൻ കഴിയാതെ വന്നപ്പോൾ കോളേജ് വിദ്യാഭാസം മുന്നോട്ട് കൊണ്ടുപോകാൻ കഴിയാതെയായി. ഒടുവിൽ അവന് സ്വന്തമായി ഉണ്ടായിരുന്നത് അവന്റെ നീണ്ട ഉടുപ്പും, കറുത്തതൊപ്പിയും ഷൂസും മാത്രം; അവസാനച്ചില്ലികാശും ഇല്ലാതായി. അവന്റെ കൂട്ടുകാരുടേയും സ്ഥിതി ഏതാണ്ട് അതുപോലെ തന്നെയായിരുന്നു. അതുകൊണ്ടാണ് നേരത്തേ പറഞ്ഞത്, ദൈവം സഹായിക്കുമെന്ന വിശ്വാസം ഒഴിച്ച് മറ്റൊന്നും ഇല്ലാത്തവനായിരുന്നു അവനെന്ന്.

അവൻ സ്വയം പറഞ്ഞു. 'ദൈവം ഒരിക്കലും എന്നെ ഇങ്ങനെ ഒന്നുമില്ലാത്ത ഒരു ദരിദ്രനായി കാണാൻ ആഗ്രഹിച്ചിട്ടുണ്ടായിരിക്കുകയില്ല. പക്ഷേ വിധി എന്നെ ഇങ്ങനെയാക്കിത്തീർത്തു, അത്രതന്നെ. ഞാൻ ദൈവത്തിൽ വിശ്വസിക്കും. ഇനി മേൽ ഞാനിങ്ങനെ ദരിദ്രനായി നടക്കുകയില്ല; എന്തെങ്കിലും ഒരു വഴി കണ്ടെത്തണം!

അവനെപ്പോലെതന്നെ ദരിദ്രരായിരുന്ന അവന്റെ കൂട്ടുകാരെയെല്ലാം ഒന്നിച്ച് വിളിച്ചുവരുത്തി അവൻ ചോദിച്ചു.

"കൂട്ടരേ, നമ്മളിങ്ങനെ എന്നും ദരിദ്രരായിരുന്നാൽ മതിയോ? നമുക്കും ധനികരായി നല്ല ആഹാരം കഴിക്കുകയും, നല്ല വീടുകളിൽ താമസിക്കുകയും ഒക്കെ വേണ്ടേ?"

"എന്ത്, നാം ധനികരാകുകയോ?" അവർ അതിശയത്തോടെ തിരികെ ചോദിച്ചു.

"അതേ, നമുക്കും ധനികരാകണം. ധനികരായിട്ട് നമുക്ക് ഇഷ്ടമുള്ള വസ്തുങ്ങൾ വാങ്ങണം. നമുക്ക് കഴിവിനനുസരിച്ച് ഇഷ്ടപ്പെട്ട രീതിയിൽ വിദ്യാഭ്യാസം ചെയ്യണം. എന്താ, വേണ്ടെന്നുണ്ടോ?"

"വേണം. അതേ, നമുക്കും ധനികരാകണം. ധനികരായിട്ട് നല്ല നല്ല തീറ്റസാധനങ്ങൾ വാങ്ങിക്കഴിക്കണം; നിറയെ കഴിക്കണം." അവരിൽ പലർക്കും ധനികരാകുന്നതിൽക്കൂടി നേടിയെടുക്കാവുന്ന ധാരാളിത്തത്തിന്റെ അളവ് ധാരാളം നല്ല ഭക്ഷണം എന്നതിൽ മാത്രം ഒതുങ്ങി നിന്നിരുന്നു.

കൂട്ടത്തിൽ ഒരാൾ ചോദിച്ചു.

"റിവാസു, നീ ചോദിക്കുന്നതുകേട്ടാൽ എന്തോ, വാസ്തവത്തിൽ നീ

സ്വത്തുകാരനാകാൻ തീർച്ചപ്പെടുത്തിയതുപോലുണ്ടല്ലോ. എന്താ നീ വല്ല പരിപാടിയും കണ്ടുവെച്ചിട്ടുണ്ടോ?"

അവൻ പറഞ്ഞു. "അതെ. പരിപാടിയുണ്ട്. പക്ഷേ നിങ്ങളെല്ലാം ആദ്യം മനസ്സിലാക്കേണ്ടത് വെറുതേ മടിപിടിച്ച് വീട്ടിൽ ഇരുന്നാൽ സ്വത്തുകാരനാകാൻ കഴിയുകയില്ല എന്നതാണ്. സ്വത്തുകാരനാകണ മെങ്കിൽ നല്ലതുപോലെ ജോലി ചെയ്യണം. എന്താ തയ്യാറാണോ?"

അവരെല്ലാവരും അവനെനോക്കി ഒന്നും പറയാതെ ഇരുന്നു.

അവൻ വീണ്ടും ചോദിച്ചു.

'എന്താ ആരും ഒന്നു പറയാത്തത്? ഞാൻ പറയുന്നതുപോലെ ചെയ്യാൻ എല്ലാരും തയ്യാറാണോ? പറയ്."

"അതേ", എല്ലാവരും ഒരേസ്വരത്തിൽ പറഞ്ഞു. "പക്ഷേ, നീ ഞങ്ങളെ കുഴിയിൽ ചാടിക്കരുത്."

"ശരി, അങ്ങനെയാകട്ടെ. അപ്പോൾ നിങ്ങൾ എന്റെ കൂടെവാ."

അവരെല്ലാവരും അവനൊപ്പം നടന്നു. അങ്ങനെ നടക്കുമ്പോൾ റിവാസ് തികഞ്ഞ ആലോചനയിലായിരുന്നു. കുറേദൂരം നടന്നുകഴിഞ്ഞ പ്പോൾ അവൻ പറഞ്ഞു.

"നമ്മൾ ഇപ്പോൾ ചന്തയുടെ അടുത്തെത്തിയിരിക്കുന്നു. അല്പദൂരം കൂടി നടന്നുകഴിയുമ്പോൾ ഞാൻ നിങ്ങൾക്ക് ഒരു സമ്മാനം തരും. അത് കയ്യിൽകിട്ടിയാലുടൻ നിങ്ങൾ ചന്തയിൽപോയി അതുവിറ്റ് കാശാക്കണം."

"ശരി. ചെയ്യാം."

"എങ്കിൽ വാ. സ്വല്പം കൂടി മുന്നോട്ട് നടക്കാം. ഞാൻ സമ്മാനം കാണിച്ചുതന്നാലുടൻ നിങ്ങൾ അതിനെ പിടിച്ച് ചന്തയിലേക്ക് കൊണ്ടു പൊയ്ക്കൊള്ളണം. അത് നിങ്ങളെ കബളിപ്പിച്ച് ഓടിക്കളയാതെ നോക്കി ക്കൊള്ളണം. മനസ്സിലായല്ലോ."

"അതിന് നീ വല്ല മനുഷ്യനെയോ, കോഴിയേയോ പട്ടിയേയോ ആണോ സമ്മാനമായി തരാൻ പോകുന്നത്?"

"ചോദ്യങ്ങളൊന്നും വേണ്ട. ഈ രാജ്യത്ത് മനുഷ്യവില്പന ഇല്ലെന്ന് നിങ്ങൾക്കറിഞ്ഞുകൂടേ? ഞാൻ തരുന്ന സമ്മാനം 20 ഡോളറിൽ കുറയാത്ത ഒരു തുകയ്ക്ക് വിൽക്കാൻ പറ്റിയതായിരിക്കും. സംശയിക്കേ ണ്ട."

"ശരി. ശരി. നീ പറയുന്നതുപോലെ തന്നെ ചെയ്യാം."

അല്പം സമയം കഴിഞ്ഞപ്പോൾ റോഡിൽ കുളമ്പടി ശബ്ദവും

മണികിലുക്കവും കേട്ടു. അവൻ അത് ശ്രദ്ധിച്ചിട്ട് എല്ലാവരോടും ജാഗ്രതയായി, ശബ്ദമുണ്ടാക്കാതെ മുന്നോട്ട് നടക്കുവാൻ ആംഗ്യം കാണിച്ചു.

അപ്പോൾ കഴുതപ്പുറത്തിരുന്ന് ഒരാൾ വരുന്നത് കണ്ടു. അയാളുടെ പുറകിൽ മൂന്നുനാല് കഴുതകൾ വേറെയുമുണ്ടായിരുന്നു. എല്ലാ കഴുതകളെയും ബന്ധിപ്പിച്ചിരുന്ന കയറിന്റെ അറ്റം അയാളുടെ കയ്യിൽത്തന്നെ ആയിരുന്നു. കണ്ടിടത്തോളം അയാൾ ഒരു കഴുത വ്യാപാരിയാണെന്നും അയാൾ തന്റെ കഴുതകളെ ചന്തയിൽ വിറ്റിട്ട് ബാക്കിയുള്ളവയുമായി തിരികെ പോകുകയാണെന്നും റിവാസ് ഊഹിച്ചു. കഴുതവ്യാപാരി കഴുതപ്പുറത്തിരുന്ന് ഉറങ്ങുകയാണെന്നും വളരെക്കുറഞ്ഞ പരിസരബോധമേ അയാൾക്ക് ഉള്ളുവെന്നും റിവാസ് മനസ്സിലാക്കി.

റിവാസു അല്പനേരം അയാളെ പിന്തുടർന്ന് കഴുതകളോടൊപ്പം നടന്നു. പിന്നീട് സംശയം തോന്നാത്തവിധം ഒരു കഴുതയുടെ കഴുത്തിലെ കയർ അഴിച്ച് മാറ്റി, കഴുതയുടെ പുറത്ത് ഉണ്ടായിരുന്ന ജീനിയും അഴിച്ചെടുത്ത് അതിനെ സ്വതന്ത്രയാക്കി. കൂട്ടുകാരോട് ശബ്ദമുണ്ടാക്കാതെ അതിനെ പാടിച്ചുകൊണ്ടുപോകാൻ ആംഗ്യം കാണിച്ചു. ഉടനെ തന്നെ ജീനി തന്റെ പുറത്തുവെച്ച് കെട്ടുകയും കയറ് സ്വന്തം കഴുത്തിൽ കെട്ടുകയും ചെയ്തു. അതെല്ലാം ചെയ്യുമ്പോൾ വളരെ തന്ത്രപൂർവ്വം കഴുതവ്യാപാരി ഒന്നും അറിയാത്ത വിധമാണ് റിവാസു പെരുമാറിയത്. റിവാസിന്റെ കൂട്ടുകാർ ഉടൻതന്നെ കഴുതയെ പിടിച്ചുകൊണ്ട് ചന്തയിലേക്ക് പോയി. അവർ കഴുതയെ നല്ല വിലയ്ക്ക് വിൽക്കുകയും ചെയ്തു. പിന്നീട് അവർ റിവാസിനുവേണ്ടി ആകാംക്ഷയോടെ കാത്തിരുന്നു.

റിവാസു വ്യാപാരിയുടെ പുറകെ മറ്റ് കഴുതകളോടൊപ്പം കുറേ ദൂരം നടന്നു. പിന്നീട് അവൻ മുന്നോട്ട് നടക്കാതെ ഒരേ നില്പ് നിന്നു. അപ്പോൾ വ്യാപാരിക്കും മറ്റ് കഴുതകൾക്കും മുന്നോട്ട് പോകാൻ സാധിക്കാതെയായി; കൂടാതെ കഴുതകളുടെ കഴുത്തിൽ കെട്ടിയിരുന്ന മണികൾ ശബ്ദമുണ്ടാക്കുകയും ചെയ്തു. ഉറക്കത്തിലായിരുന്ന വ്യാപാരി ഉണർന്ന് പുറകിൽ നോക്കിയപ്പോൾ കണ്ടത് താൻ പിടിച്ചിരുന്ന കയറിന്റെ മറ്റേ അറ്റത്ത് നിന്നിരുന്ന റിവാസിനെയാണ്.

ആ കാഴ്ചകണ്ട വ്യാപാരി അന്തംവിട്ടുപോയി. 'എന്ത്, തന്റെ കഴുത ഒരു മനുഷ്യനായി മാറിയിരിക്കുന്നുവെന്നോ?' അയാൾക്ക് അങ്ങനെയൊരു മാറ്റംചിന്തിക്കുവാൻകൂടി കഴിയുമായിരുന്നില്ല. അയാൾ കഴുതപ്പുറത്തുനിന്ന് ഇറങ്ങി റിവാസിന്റെ അടുത്തെത്തി ചോദിച്ചു,

"നീ ആരാ, എന്റെ കഴുതയുടെ സ്ഥാനത്ത് നീ എങ്ങനെ വന്നു. എന്ത് മറിമായമാണ് ഞാനീ കാണുന്നത്? എന്റെ കഴുത എവിടെ?"

റിവാസു പറഞ്ഞു. "ഞാൻ തന്നെയാണ് നിങ്ങളുടെ കഴുത."

"എന്ത്? നീ എന്റെ കഴുതയാണെന്നോ? ഇതെന്തൊരു കുതന്ത്രമാ നീ പറയുന്നത്?"

"ഞാൻ പറയുന്നത് കുതന്ത്രവുമല്ല; നിങ്ങൾ കാണുന്നത് മറിമായ വുമല്ല. എന്നെ ദയവുചെയ്ത് വിശ്വസിച്ചാലും. ഞാനെല്ലാം വിശദമായി പറയാം."

"ശരി. പറയ്. കേൾക്കട്ടെ."

"താങ്കൾ കാണുന്നത് ദുഃഖകരമായ ഒരു സംഭവത്തിന്റെ പര്യവസാനമാണ്. നിങ്ങളുടെ മുന്നിൽ നിൽക്കുന്നത് പള്ളിക്കും ദൈവത്തിനും നിരക്കാത്ത ചില തെറ്റുകൾ, ഭവിഷ്യത്തുകൾ മനസ്സിലാക്കാതെ ചെയ്തുപോയ നിർഭാഗ്യവാനായ ഒരു ചെറുപ്പക്കാരനാണ്. എന്റെ അച്ഛൻ ഈ നാട്ടിലെ പേരുകേട്ട ഒരു ജന്മിയാണ്. അദ്ദേഹത്തിന്റെ പേര് കളങ്കപ്പെടുത്താൻ ഇഷ്ടമില്ലാത്തതുകൊണ്ട് ഞാനതിപ്പോൾ പറയുന്നില്ല." റാവിസ് അച്ഛനെ ഓർത്ത് സങ്കടപ്പെടുന്നമട്ടിൽ ഏതാനും നിമിഷങ്ങൾ നിന്നശേഷം വീണ്ടും തുടർന്നു.

"എന്റെ തെറ്റുകൾക്ക് ശിക്ഷയായി ഞാൻ ഒരു കഴുകയാകട്ടെ എന്ന് ശപിക്കപ്പെട്ടതിനുശേഷം കഴിഞ്ഞ ചില വർഷങ്ങളായി ഞാൻ കഴുതയായി ജീവിക്കുകയാണ്. ഇപ്പോഴാണ് ആ ശാപത്തിന്റെ കാലാവധി തീർന്നത്. അതുകൊണ്ട് ഇപ്പോൾ എനിക്ക് വീണ്ടും മനുഷ്യ രൂപം കിട്ടി ഞാൻ യജമാനന്റെ മുമ്പിൽ നിൽക്കുന്നു. കഴിഞ്ഞ ദിവസങ്ങളിലെല്ലാം അങ്ങ് ദയാപൂർവ്വം പുല്ലും വെള്ളവും തന്നതും കാലുകൊണ്ട് ചവുട്ടും തൊഴിയുമൊക്കെ തന്നതും ഈ കഴുതയ്ക്കാണ്—ഞാനെന്ന ഈ ചെറുപ്പക്കാരന്."

വ്യാപാരി കഥകളെല്ലാം കേട്ട് തികഞ്ഞ അതിശയത്തോടെ റിവാസിനെ നോക്കി നിന്നു. കുറേ നിമിഷങ്ങൾക്കുശേഷം ബോധം വീണ്ടെടുത്ത് അയാൾ പറഞ്ഞു.

"ഇപ്പോൾ എനിക്ക് കാര്യങ്ങൾ കുറേയൊക്കെ ബോദ്ധ്യമായിരിക്കുന്നു. എല്ലാ മനസ്സിലാകുന്നു. നിന്റെ തെറ്റുകൾ നിന്നെ ഒരു കഴുതയായി മാറ്റി; എന്റെ നിർഭാഗ്യം കൊണ്ട് ഞാൻ നിന്നെ പണം കൊടുത്ത് വാങ്ങി. എന്താ, അങ്ങനെയല്ലേ?"

"അതേ, എന്തുചെയ്യാനാണ്? നാം ഓരോരുത്തരും നമ്മുടെ ചെയ്തികളുടെ, കർമ്മങ്ങളുടെ ഫലം അനുഭവിച്ച് ജീവിച്ചല്ലേ മതിയാകൂ. ഞാനെന്റെ തെറ്റിന് കഴിഞ്ഞ കുറേക്കൊല്ലങ്ങൾ കഴുതയായി അവിടുത്തെ അടിയും തൊഴിയും സഹിച്ച് അങ്ങുതന്നെ പുല്ലുതിന്ന്

ജീവിക്കേണ്ടിവന്നു. അങ്ങയ്ക്കും അതുപോലെ ചെയ്ത ഏതെങ്കിലും തെറ്റിന് ഈ കഴുതയേയും അതിന് കൊടുത്ത പണവും നഷ്ടപ്പെട്ടു. പക്ഷേ അങ്ങയ്ക്ക് ഒരു കാര്യത്തിൽ അഭിമാനിക്കാം. നാട്ടിലെ ഒരു വലിയ ധനികന്റെ, ജന്മിയുടെ മകനെ അടിക്കാനും തൊഴിക്കാനും ഭാഗ്യം കിട്ടിയില്ലേ? മറ്റാർക്കാണ് അങ്ങനെ ഒരവസരം കിട്ടുക?"

"താങ്കൾ പറയുന്നത് തികച്ചും ശരിയാണ്. പക്ഷേ താങ്കൾ ഈ രാജ്യത്തെ പേരുകേട്ട ഒരു ജന്മിയുടെ മകനാണെന്നത് സത്യം തന്നെയാണോ? എങ്കിൽ എനിക്ക് ഇനിയും അങ്ങോട്ട് കൂടുതൽ കഷ്ടതകൾ അനുഭവിക്കേണ്ടി വരുമല്ലോ. ഞാൻ താങ്കളെ ദേഹോപദ്രവം ഏല്പിച്ച വിവരം അറിയുമ്പോൾ അങ്ങയുടെ കുടുംബക്കാർ എന്നോട് പക വീട്ടുകയില്ലേ?"

"ഇല്ല. അങ്ങ് അതിനേക്കുറിച്ച് വിഷമിക്കേണ്ടതില്ല. നടന്ന സംഭവങ്ങളൊന്നും ഞാനാരോടും പറയുകയില്ല. ഒന്നുമില്ലെങ്കിലും കഴിഞ്ഞ രണ്ടുമൂന്നു വർഷങ്ങൾ അങ്ങു തന്ന പുല്ലുതിന്നല്ലേ ഞാൻ ജീവിച്ചത്. അതിന്റെ നന്ദി ഞാനും കാണിക്കണ്ടേ? പക്ഷേ അങ്ങും ഈ കാര്യങ്ങളൊന്നും ആരോടും പറയുകയില്ലെന്ന് എനിക്കും ഉറപ്പുതരണം. അത്ര തന്നെ. അപ്പോൾ ഞാനിനി എന്റെ അച്ഛനേയും അമ്മയേയുമെല്ലാം പോയികാണട്ടെ. നന്ദി നമസ്കാരം."

അത്രയും പറഞ്ഞ് റിവാസ് വേഗം കൂട്ടുകാരെ അന്വേഷിച്ച് യാത്രയായി.

വ്യാപാരി, 'അങ്ങയ്ക്ക് ഇനി ഒരിക്കലും പള്ളിയുടേയും ദൈവത്തിന്റെയും ശാപം ഉണ്ടാകാൻ ഇടവരാതിരിക്കട്ടെ.' എന്ന് റിവാസിനെ ആശീർവദിച്ച് തന്റെ വീട്ടിലേക്ക് യാത്രയായി.

അതിനിടയിൽ റിവാസിന്റെ കൂട്ടുകാർ കഴുതയെ നല്ല വിലയ്ക്ക് വിറ്റ് കിട്ടിയ പണവുമായി റിവാസിനെ പ്രതീക്ഷിച്ച് ഇരിക്കുകയായിരുന്നു. അവരെല്ലാം ഒന്നിച്ച് അടുത്തുണ്ടായിരുന്ന ഒരു ഹോട്ടലിൽപോയി സ്വത്തുകാർ കഴിക്കാറുള്ളതുപോലെയുള്ള ഒരടിപൊളി സദ്യ ഉണ്ടു.

രണ്ടു മാസങ്ങൾക്കപ്പുറം വ്യാപാരി ചന്തയിലെ വിശേഷങ്ങളറിയാൻ പുറപ്പെട്ടു. വഴിയിൽ അദ്ദേഹത്തിന്റെ ഒരു കൂട്ടുകാരനെ കാണാനിടയായി. കൂട്ടുകാരൻ വ്യാപാരിയോട് ചോദിച്ചു.

"എന്താ നിങ്ങളാ കറുമ്പൻ കഴുതയെ വിറ്റത്? അതൊരു നല്ല കഴുതയായിരുന്നല്ലോ? ഇപ്പൊ ഞാനതിനെ ചന്തയിൽ കണ്ടു. അതിന്റെ ഇപ്പോഴത്തെ ഉടമ ചോദിക്കുന്നത് അല്പം കൂടിയ വിലയാ. അതുകൊണ്ട് ഞാൻ വാങ്ങിച്ചില്ല."

“ഓ, അങ്ങനെയൊ. ഞാനും ഒന്ന് പോയി നോക്കട്ടെ- കഴുത അതുതന്നെ ആണോ എന്ന്. അത് അല്പം ഏടാകൂടം പിടിച്ച കഴുതയാ. അതിനെ വാങ്ങാതിരിക്കുന്നതാ നല്ലത്, കേട്ടോ.”

വ്യാപാരി ചന്തയിലെത്തി അവിടെയെല്ലാം തിരഞ്ഞു. സ്നേഹിതൻ പറഞ്ഞതുപോലെ ആ കഴുത അവിടെ പ്രദർശിപ്പിക്കപ്പെട്ടിരുന്നു. വ്യാപാരി കഴുതയുടെ അടുക്കൽ ചെന്ന് രഹസ്യമായി അതിന്റെ ചെവിയിൽ പറഞ്ഞു.

“താങ്കൾ എങ്ങനെ വീണ്ടും കഴുതയായി? എന്തു തെറ്റാണ് ചെയ്തത്. ഏതായാലും വിവരങ്ങളൊന്നുമറിയാതെ ഒരു മഹാമനസ്കനായ വിവരദോഷി അങ്ങയെ വിലയ്ക്കു വാങ്ങട്ടെ എന്ന് പ്രാർത്ഥിക്കാം.” അത്രയും പറഞ്ഞ് അയാൾ തിരിഞ്ഞുനടക്കുമ്പോൾ സ്വഗതമെന്നോണം പറഞ്ഞു.

“പള്ളിയുടേയും ദൈവത്തിന്റേയും ഓരോ മറിമായങ്ങളെന്നല്ലാതെ എന്തു പറയാനാ, എന്റെ ഈശോയേ.”

കുറിപ്പ്: ഈ കഥയിലെ റിവാസിന്റെ പെരുമാറ്റം ഇതുവായിക്കുന്ന കുട്ടികൾക്ക് ഒരു നല്ല പാഠമല്ല എന്ന് മനസ്സിലാക്കേണ്ടതുണ്ട്. മറ്റുള്ളവരെ വഞ്ചിക്കുന്നതും അങ്ങനെ നേടിയെടുക്കുന്ന സമ്പാദ്യവും സാമർത്ഥ്യത്തെയല്ല കാണിക്കുന്നതെന്നും മനസ്സിലാക്കി പെരുമാറണം. ഇത് പ്രചാരത്തിലുള്ള ഒരു നാടോടിക്കഥ എന്നു മാത്രം മനസ്സിലാക്കുക—റിവാസ് ഒരു നല്ല ഉദാഹരണമല്ല എന്നും.

വെള്ളിമണികൾ

പൈൻ മരങ്ങൾ സമൃദ്ധമായി വളർന്ന് നിന്നിരുന്ന ആ വനപ്രദേശത്ത് മിരാബല ലക്ഷ്യമില്ലാതെ ചുറ്റിത്തിരിഞ്ഞ് നടക്കുകയായിരുന്നു. കാലിനടിയിൽ ഭൂമി തികച്ചും തണുത്തതായിരുന്നു; പൈൻ മരങ്ങൾ കടുത്ത സൂര്യപ്രകാശത്തിൽ നിന്നും വേണ്ടത്ര നിഴൽ നൽകി ഭൂമിയെ അനുഗ്രഹിച്ചു എന്നു പറയാം; അവളെയും. പൈൻ മരങ്ങളുടെ ഇടയിൽക്കൂടി ആങ്ങ് ദൂരെ പരന്നുകിടന്നിരുന്ന സമുദ്രം അവൾക്ക് കാണാമായിരുന്നു. ആദ്യമായിട്ടാണ് അവൾ പരന്നുകിടക്കുന്ന സമുദ്രം കണ്ടത്. നല്ല വിശപ്പും ദാഹവും ഉണ്ടായിരുന്നുവെങ്കിലും എങ്ങനെയെങ്കിലും ആ കടൽതീരത്ത് എത്താൻ കഴിഞ്ഞിരുന്നുവെങ്കിലെന്ന് അവൾ ആഗ്രഹിച്ചു. ആ ആഗ്രഹം മനസ്സിൽ ഉയർന്നപ്പോൾ അവൾ മറ്റൊന്നുകൂടി ഓർത്തു. അവളുടെ അച്ഛൻ അവളോട് പറഞ്ഞിരുന്ന കാര്യം; കുട്ടികൾ, പ്രത്യേകിച്ചും ഒറ്റയ്ക്ക്, കടൽതീരത്തേക്ക് പോകുന്നത് വളരെ സൂക്ഷിച്ചുവേണമെന്ന്—കഴിയുന്നതും തനിച്ച് പോകാതെയിരിക്കുന്നതാണ് നല്ലതെന്നും.

പക്ഷേ ഇന്ന് അവളുടെ അച്ഛൻ ജീവിച്ചിരിക്കുന്നില്ല. അദ്ദേഹം 'വെള്ളിദ്വീപിലെ'(ഇംഗ്ലീഷിൽ സിൽവർ ഐലൻഡു) രാജാവായിരുന്നു- എല്ലാവർക്കും ഇഷ്ടമായിരുന്ന, എല്ലാവരുടേയും സ്നേഹം നിറഞ്ഞ ബഹുമാനം നേടിയെടുത്ത രാജാവ്. സിൽവർ ഐലൻഡ് എവിടെയാണെന്ന് നിങ്ങൾക്കറിയാമോ? ഒരു പക്ഷേ ഈ കഥയിൽ പറയുന്ന സിൽവർ ഐലൻഡ് ഒരു സാങ്കല്പിക ദ്വീപ് മാത്രമായിരിക്കാം. അല്ലെങ്കിൽ സ്പെയിനിന്റെ ഭൂപ്രദേശത്തെ തൊട്ടുരുമ്മിക്കിടക്കുന്ന മെഡിറ്ററേനിയൻ സമുദ്രത്തിലുള്ള ബെലിയാറിക് ദ്വീപ സമൂഹത്തിൽപെട്ട

ഒരു ചെറിയ ദ്വീപായിരുന്നു എന്നും വരാം.

മിരാബല രാജാവിന്റെ ഏക മകളായിരുന്നു. പക്ഷേ അദ്ദേഹം ചെറുപ്രായത്തിൽത്തന്നെ മരിച്ചു. അദ്ദേഹത്തിന്റെ ഭാര്യ (മിരാബലയുടെ അമ്മ) വീണ്ടും വിവാഹം കഴിച്ചു. രണ്ടാം വിവാഹത്തിൽ അവർക്ക് ഒരാൺകുട്ടി ജനിച്ചു. ഗ്ലിഗു. ആ അമ്മക്ക് ഗ്ലിഗുവിനെ അടുത്ത കിരീടാവകാശി ആക്കണമെന്നായിരുന്നു ആഗ്രഹം. അത് സാധിക്കണമെങ്കിൽ മിരാബലയെ ഒഴിവാക്കണമായിരുന്നു. അതുകൊണ്ട് അവർ ചില വിശ്വസ്ഥ സേവകരേക്കൊണ്ട് മിരാബലയെ രാത്രിയിൽ പൈൻ കാട്ടുകൾക്കുള്ളിൽ ഉപേക്ഷിക്കാൻ ഏർപ്പാടുചെയ്തു. 'അവൾ അവിടെ രാത്രിയിൽ അലഞ്ഞുതിരിഞ്ഞ് നടക്കുമ്പോൾ വല്ല ചെന്നായോ കുറുക്കനോ അവളെ കൊല്ലും', അവർ അങ്ങനെയാണ് പറഞ്ഞതും ആഗ്രഹിച്ചതും. ഇപ്പോൾ മനസ്സിലായില്ലേ മിരാബല ആ കാട്ടിൽ അസമയത്ത് എങ്ങനെ എത്തിച്ചേർന്നു എന്ന്?

മിരാബല ജനിച്ച സമയത്ത് അവളുടെ അമ്മായി(അവർ ഒരു യക്ഷിയായിരുന്നു) അവളുടെ കഴുത്തിൽ ഒരു ചെറിയ മണി കെട്ടിക്കൊടുത്തു. ആ മണി അവളുടെ കഴുത്തിൽ നിന്നും അഴിച്ചുമാറ്റാനും ഊരിയെടുക്കാനും, പൊട്ടിച്ചുമാറ്റാനും പലരും ശ്രമിച്ചുവെങ്കിലും ആർക്കുംകഴിഞ്ഞില്ല. അവളും ശ്രമിച്ചുനോക്കിയിരുന്നു— അവളുടെ അമ്മയും. കത്രികകൊണ്ട് മുറിച്ചെടുക്കാനും കഴിഞ്ഞില്ല. മിരാബല ദേഹം ഇളക്കി നടക്കുമ്പോഴെല്ലാം ആ മണി നല്ല ഈണത്തിൽ ശബ്ദമുണ്ടാക്കുമായിരുന്നു.

അവൾ അങ്ങനെ കാട്ടിൽ അലഞ്ഞുതിരിഞ്ഞ് നടന്നപ്പോൾ, ഏതോ ഒരു സമയത്ത് അവളുടെ കഴിത്തിലെ മണി ഉച്ചത്തിൽ അടിക്കാൻ തുടങ്ങി. മണി ശബ്ദം കേട്ട് ഒരു ചെന്നായ് അവളുടെ മുന്നിൽ ഓടിയെത്തി. ചെന്നായ് അവളോട് പറഞ്ഞു.

"വെള്ളിമണി, വെള്ളിമണി, നീ ഭയപ്പെടേണ്ട. ഞാൻ നിന്നെ അനുസരിക്കാനും സഹായിക്കുവാനുമാണ് നിന്റെ മുൻപിൽ വന്നു നിൽക്കുന്നത്. നിനക്ക് എന്ത് സഹായമാണ് വേണ്ടതെന്ന് പറഞ്ഞുകൊള്ളുക."

ചെന്നായെ കണ്ടപ്പോൾ മിരാബല ഭയന്നു പോയെങ്കിലും ആ വാക്കുകൾ കേട്ടപ്പോൾ ധൈര്യം വീണ്ടെടുക്കാനായി അവൾ ചെന്നായോട് പറഞ്ഞു.

"പ്രിയപ്പെട്ട ചെന്നായ്, നിനക്ക് കഴിയുമെങ്കിൽ എന്റെ അമ്മയെ ഇവിടെ കൊണ്ടുവാ."

"അങ്ങനെയാകട്ടെ. പക്ഷേ ഒരല്പം സമയം എടുത്തേക്കും. അതുവരെ വിശ്രമിക്കുക." എന്നു പറഞ്ഞ് ചെന്നായ് പുറപ്പെട്ടു. അതുകണ്ട് മിരാബല സന്തോഷം കൊണ്ട് തുള്ളിച്ചാടിയപ്പോൾ അവളുടെ കഴുത്തിലെ മണി

ശബ്ദമുണ്ടാക്കി. ആ ശബ്ദം കേട്ട് ഒരു കുറുക്കൻ അവിടെയെത്തി. കുറുക്കൻ മിരബലയോട് പറഞ്ഞു.

"വെള്ളിമണീ, വെള്ളമണീ, നീ ഭയപ്പെടേണ്ട. ഞാൻ നിന്നെ അനുസരിക്കാനും സഹായിക്കാനുമാണ് വന്നിരിക്കുന്നത്. ഞാനെന്തു സഹായമാണ് ചെയ്യേണ്ടതെന്ന് പറഞ്ഞാലും."

അവൾക്ക് നല്ല വിശപ്പുണ്ടായിരുന്നു. അതുകൊണ്ട് അവൾ പറഞ്ഞു.

"പ്രിയപ്പെട്ട കുറുക്കാ, നീ എനിക്ക് കുറച്ച് ഭക്ഷണം കൊണ്ടത്താ. നല്ല വിശപ്പുണ്ട്."

കുറുക്കൻ ഉടൻ തന്നെ അവിടെ നിന്ന് പോയി. ഏതാനും മിനിറ്റുകൾക്ക് ശേഷം തിരികെ വന്ന് നിലത്ത് ഒരു വിരിപ്പ് വിരിച്ചിട്ടു. അതിനു മുകളിൽ പ്രത്യേകം കരുതി വെച്ചിരുന്ന ഇലകളിൽ അതിന്റെ കയ്യിലുണ്ടായിരുന്ന കൂടയിൽനിന്ന് കോഴിപൊരിച്ചത്, വറുത്തമീൻ, മുട്ടപുഴുങ്ങിയത്. മാർദ്ദവമുള്ള റൊട്ടിക്കഷണങ്ങൾ എന്ന് പലതും നിരത്തിവെച്ചു. അവൾ തറയിലിരുന്ന്, സന്തോഷത്തോടെ ഒരു കൈകൊണ്ട് കുറുക്കന്റെ തലയിൽ തടവുകയും മറ്റേകൈകൊണ്ട് ഭക്ഷിക്കുകയും ചെയ്തു. അവൾക്ക് അതിയായ സന്തോഷവും കുറുക്കനോട് സ്നേഹവും നന്ദിയും തോന്നി.

വയറുനിറയെ ഭക്ഷണം കഴിച്ച അവൾക്ക് നല്ല ദാഹവുമുണ്ടായിരുന്നു. അതുകൊണ്ട് അവൾ തന്റെ കഴുത്തിലെ മണി കൈകൊണ്ട് തട്ടി ഒരിക്കൽക്കൂടി ശബ്ദമുണ്ടാക്കി, ഉടനെ അല്പം ദൂരെയായി മറ്റൊരു മണിയുടെ ശബ്ദം, അവളുടെ മണിയുടെ ശബ്ദം പോലെതന്നെയുള്ള ശബ്ദം, കേൾക്കാനിടയായി. ആ ശബ്ദം കൂടുതൽ കൂടുതൽ അടുത്തു വരുന്നതായി അവൾക്ക് അനുഭവപ്പെട്ടു. മാത്രമല്ല, ഒരരുവി തന്നെ അവളുടെ അടുത്തേക്ക് ഒഴുകിവരുന്നതും അവൾക്ക് കാണാനായി; കൂടാതെ ആ അരുവിയിൽ ഒരു ചെറിയ വള്ളവും. ആ വള്ളത്തിൽ ഒരു വെള്ളിമൊന്തയും. വള്ളത്തിന്റെ അണിയത്തിൽ അവളുടെ കഴുത്തിൽ ഉണ്ടായിരുന്നതുപോലെയുള്ള ഒരു വെള്ളിമണിയും ഉണ്ടായിരുന്നു. വള്ളത്തിൽ നിന്ന് ഒരു പാട്ടും കേട്ടു; പാട്ടല്ല, എങ്കിലും ആ ശബ്ദം ഒരു പാട്ടുപോലെയാണ് അവൾക്ക് അനുഭവപ്പെട്ടത്.

"വെള്ളിമണീ, വെള്ളിമണീ
ഭയപ്പെടാതിരിക്കു.
നിന്റെയമ്മ വരുമ്പോൾ, വെള്ളിമണീ
നീ ഈ വള്ളത്തിൽ കയറിക്കോ."

അവൾക്ക് അവളുടെ അമ്മയെ ഇഷ്ടമായിരുന്നു. അമ്മയ്ക്കും അവളെ ഇഷ്ടമായിരുന്നു എന്നാണ് അവൾ അന്നുവരെയും വിചാരിച്ചിരുന്നത്.

പിന്നെയെന്തേ ആ വള്ളത്തിൽ നിന്നും അങ്ങനെയൊരു പാട്ടുകേട്ട തെന്ന് അവൾ ആലോചിച്ചു. അമ്മ വരുമ്പോൾ എന്തുകൊണ്ട് അവൾ വള്ളത്തിൽ കയറണം? അവൾ അല്പം അശയക്കുഴപ്പത്തിലായി. ഏതായാലും അവൾ കുറേ വെള്ളം മൊന്തയിലെടുത്ത് കുടിച്ചു. നല്ലതു പോലെ ദാഹിക്കുമ്പോൾ വെള്ളംപോലെ സ്വാദിഷ്ടവും സന്തോഷം തരുന്നതുമായി മറ്റൊന്നുമില്ലല്ലോ.

അപ്പോഴാണ് സഹായം ആവശ്യപ്പെട്ട് ആരോ കരയുന്ന ശബ്ദം അവളുടെ കാതുകളിൽ വീണത്. ആ ശബ്ദം കൂടുതൽ കൂടുതൽ അടുത്തു വരുന്നുവെന്ന് അവൾ മനസ്സിലാക്കി. അല്പനിമിഷങ്ങൾക്കുള്ളിൽ ആദ്യം അവളുടെ മുന്നിൽ പ്രത്യക്ഷപ്പെട്ട ചെന്നായ് അവളുടെ അമ്മയെ ബലം പ്രയോഗിച്ച് അവളുടെ മുന്നിലേക്ക് പിടിച്ചുകൊണ്ടുവരുന്നത് അവൾ കണ്ടു. ചെന്നായ് അവരെ അവളുടെ മുന്നിൽ നിർത്തിയെന്ന് മാത്രമല്ല, അവരെ ബലമായി കടിച്ചു പിടിച്ച് കൂടെത്തന്നെ നിൽക്കുകയും ചെയ്തു. മിരാബലയെ കണ്ടതും അവളുടെ അമ്മ അക്രോശിക്കുവാൻ തുടങ്ങി.

"എടീ നശിച്ചവളെ, എന്നെ ഇവിടെ കൊണ്ടുവരാൻ ഈ ചെന്നായോട് എന്തിനാ നീ പറഞ്ഞത്? നോക്കിക്കോ. നിനക്ക് ഞാൻ വെച്ചിട്ടുണ്ട്. കൊട്ടാരത്തിൽ തിരിച്ചുചെന്നതും ഈ നാട്ടിലുള്ള എല്ലാ ചെന്നായ്ക്കളേയും വെടിവെച്ച് കൊല്ലാൻ ഞാനേർപ്പാടാക്കുന്നുണ്ട്. അവിടെ തിരിച്ചുവന്നിട്ടുണ്ടെങ്കിൽ നിന്നെയും ശ്വാസം മുട്ടിച്ച് കൊല്ലും അസത്തേ."

അമ്മയുടെ അത്തരം വാക്കുകൾ കേട്ട് അവൾ പേടിച്ചുപോയി. അവൾ തികഞ്ഞ ഭയത്തോടെ വള്ളത്തിൽ കയറി നിന്നു. പിന്നീട് അവൾ പറഞ്ഞു.

"വെള്ളിമണീ, വെള്ളിമണീ

നീയെന്നെ

എന്റെ അച്ഛന്റെയടുക്കൽ

എത്തിക്കൂ."

ഉടൻ തന്നെ വള്ളം മുന്നോട്ട് യാത്ര തുടങ്ങി. മാത്രമല്ല അവളുടെ അമ്മ ഒരു കോർക്കുമരമായി രൂപാന്തരപ്പെടുന്നതും അവൾക്ക് കാണാനായി. വള്ളം മുന്നോട്ട് നീങ്ങിത്തുടങ്ങിയപ്പോൾ അവൾ ചെന്നായോടും തന്റെ കൃതജ്ഞത അറിയിച്ചു. വള്ളം മുന്നോട്ട് പോയി സമുദ്രത്തിൽ എത്തുകയും, സമുദ്രത്തിലെ തിരമാലകൾ മുറിച്ച് മുന്നോട്ട് പോകുകയും ചെയ്തു. തിരമാലകളിൽക്കൂടി പോയപ്പോൾ അവൾക്ക് ഒട്ടും ഭയം തോന്നിയില്ല. അങ്ങനെ മൂന്ന് രാത്രികളും പകലുകളും യാത്രചെയ്ത്

വള്ളം അതീവ സുന്ദരമായ ഒരു ദ്വീപിനടുത്ത് എത്തി. ദ്വീപിൽ വളർന്ന് നിന്നിരുന്ന പനമരങ്ങളും അവയുടെ കുരുത്തോലകളും, കടും പച്ച നിറത്തിലുള്ള പുല്ലുകളും, സമൃദ്ധിയായി പൂത്തുനിന്നിരുന്ന ചെടികളും മറ്റെങ്ങും കണ്ടിട്ടില്ലാത്തത്ര മനോഹരങ്ങളായിരുന്നു. സൂര്യൻ പ്രകാശിച്ച് നിന്നിരുന്നെങ്കിലും ചൂട് പൊള്ളിക്കുന്നതായിരുന്നില്ല. ആ സുന്ദരമായ കരയോരത്ത്, അവളുടെ അച്ഛനേയും അവൾ കണ്ടു. 'ഹോ. ആ സ്നേഹമുള്ള അച്ഛന്റെകൂടെ നിൽക്കാൻ, അച്ഛനോട് സംസാരിക്കാൻ, അച്ഛന്റെ ലാളന അനുഭവിക്കാൻ എത്ര സുഖമാണ്; എത്ര സന്തോഷമാണ്' അവൾ വിചാരിച്ചു. ആ കരയോരത്ത് ഉണ്ടായിരുന്ന എല്ലാവരും തന്നെ സ്വാഗതം ചെയ്യുന്നു എന്ന് അവൾക്ക് തോന്നി. പനമരങ്ങളുടെ നീണ്ട ഓലകൾ വീശിത്തന്ന ഇളം കാറ്റ്, മൂളിപ്പാട്ടുമായി ചുറ്റി നടന്ന ചിറ്റുക്കുരുവികൾ, പ്രകാശമാനമായ സൂര്യരശ്മികൾ തട്ടി ജ്വലിച്ചുകിടന്ന ചെറിയ ചെറിയ പാറക്കഷണങ്ങൾ എല്ലാം. അവളുടെ അച്ഛൻ പണ്ടത്തേക്കാൾ ഉന്മേഷവാനായി കാണപ്പെട്ടു. ഒരല്പം ചെറുപ്പമായതുപോലെ. അവളുടെ മനസ്സിലെ ഭയം പൂർണ്ണമായും ഇല്ലാതായിത്തീർന്നു. അപ്പോൾ വള്ളത്തിൽ നിന്നും ഒരു ദേവയക്ഷി അവളെ അവളുടെ അച്ഛന്റെ അടുത്തേക്ക് കൈപിടിച്ച് കൂട്ടിക്കൊണ്ടുപോയി. അങ്ങനെ അവൾ തികച്ചും സുരക്ഷിതയായി, സസന്തോഷം അവളുടെ അച്ഛന്റെ സമീപം, അച്ഛനോടൊത്ത് എത്തി.

ആ ദ്വീപിൽ കുറച്ച് ദൂരെയായി അവളെപ്പോലെ മറ്റ് കുട്ടികളും ഉണ്ടായിരുന്നു. അവരെല്ലാം ഓടിച്ചാടി കളിച്ചു നടക്കുന്നത് അവൾ കണ്ടു. സൂക്ഷിച്ചു നോക്കിയപ്പോൾ അവരിൽ ചിലരെങ്കിലും അവൾക്ക് നേരത്തെ അറിയാമായിരുന്ന കൂട്ടുകാരാണെന്നും അവൾക്ക് മനസ്സിലായി. 'ഒരു പക്ഷേ അവർ തന്നേക്കാൾ മുമ്പേ വന്നുവെന്ന് മാത്രം, അവൾ വിചാരിച്ചു. അങ്ങനെ ചുറ്റുപാടെല്ലാം നോക്കിക്കാണുന്നതിനിടയിൽ കുളത്തിൽ ഓരത്ത് നിന്നിരുന്ന കരിഞ്ഞ് ഉണങ്ങിയ ഓക്കുമരവും അവളുടെ കണ്ണിൽപെട്ടു. തന്റെ അമ്മയും അങ്ങനെയൊരു ഉണങ്ങിയ ഓക്കുമരമായി മാറിയത് അവളപ്പോൾ ഓർത്തു. കൂടാതെ കുറച്ചു ദൂരെ വിഷണ്ണനായി, ദുഃഖിതനായി നിന്നിരുന്നത് അവളുടെ അനുജൻ ഗ്ലിഗ ആണെന്ന് അവൾ തിരിച്ചറിഞ്ഞു. അവൾക്ക് അവരോട് സഹതാപവും സ്നേഹവും തോന്നി. അവരും കൂടി ഇനിയങ്ങോട്ട് തന്നോടൊപ്പം ഉണ്ടായിരുന്നുവെങ്കിൽ എന്ന് അവളാഗ്രഹിച്ചു. അപ്പോൾ കൂടെയുണ്ടായിരുന്ന ദേവയക്ഷി, "മിരാബലേ, നിന്റെയാഗ്രഹം സാധിക്കട്ടെ." എന്ന് പറഞ്ഞ് അവിടെ നിന്ന് അപ്രത്യക്ഷയായി. എന്നു മാത്രമല്ല, ആ നിമിഷം അവളുടെ കഴുത്തിൽ ഉണ്ടായിരുന്ന വെള്ളിമണി പൊട്ടി

താഴെവീഴുകയും അപ്രത്യക്ഷമാകുകയും ചെയ്തു.

അവളുടെ അമ്മ ചില നിമിഷങ്ങൾക്കുശേഷം പൂർവ്വരൂപം പ്രാപിച്ച് ആ ദ്വീപിൽ എത്തുകയും ചെയ്തു തെറ്റുകൾ അവളോടും അവളുടെ അച്ഛനോടും ഏറ്റുപറയുകയും മാപ്പ് അപേക്ഷിക്കുകയും ചെയ്തു. പിന്നീട് അവരെല്ലാം, അച്ഛൻ, അമ്മ, അനുജൻ മറ്റ് കൂട്ടുകാർ എല്ലാവരും ആ പുതിയ ദ്വീപിൽ സന്തോഷത്തോടെ വളരെ നാളുകൾ ജീവിച്ചു.

മിരാബല ഇടയ്ക്കിടെ പറയുമായിരുന്നു.

"വെള്ളിമണീ, വെള്ളിമണീ
നീ കാരണം
ഞങ്ങൾ, അച്ഛനും അമ്മയും
എല്ലാവരും
ഭയമില്ലാതെ
സന്തോഷമായിരിക്കുന്നു;
വെള്ളിമണീ നിനക്കു നന്ദി."

സത്യപക്ഷി

വണ്ട് സ്പെയിൻ നാട്ടിൽ ഒരു ചെറിയ നദിയുടെ തീരത്ത് ദരിദ്രനായ ഒരു മീനവൻ താമസിച്ചിരുന്നു. നദിയരുവിൽ മരങ്ങളുടേയും ചെടികളുടേയും നടുവിൽ പക്ഷികളുടെ പാട്ടും കലപിലാ ശബ്ദവും കേട്ട് അയാൾ അയാളുടെ ചെറിയ കുടിലിൽ ഭാര്യയും എട്ട് മക്കളുമൊത്ത് സന്തോഷമായിട്ടാണ് ജീവിച്ചിരുന്നത്.

ഒരു ദിവസം ആ മുക്കവൻ വലയിടാൻ നദിയുടെ കരയിൽ ചെന്നപ്പോൾ ഒരു തൊട്ടിൽ ഒഴുകി വരുന്നത് കാണാനായി. നന്നായി അലങ്കരിച്ചിരുന്ന ആ തൊട്ടിലിൽ രണ്ട് ശിശുക്കൾ കിടക്കുന്നതും അയാൾ കണ്ടു. ധൃതിയിൽതന്നെ അയാൾ വെള്ളത്തിലിറങ്ങി തൊട്ടിൽ കരയിലേക്ക് വലിച്ചെടുത്തു. തൊട്ടിലിലുണ്ടായിരുന്ന ശിശുക്കൾ ജനിച്ചിട്ട് അധികനാളുകളായിരുന്നില്ലെന്ന് അയാൾക്ക് മനസ്സിലായി. ഒന്ന് ആണും മറ്റത് പെണ്ണും. കുട്ടികൾ കണ്ണുതുറന്ന് അയാളെ നോക്കുകയും ചെറുതായി ചിരിക്കുകയും ചെയ്തുവെന്ന് അയാൾക്ക് തോന്നി. ഏതായാവും അയാൾക്ക് ആ കുട്ടികളോട് സ്നേഹവും മമതയുമാണ് തോന്നിയത്. അയാൾ രണ്ട് കുട്ടികളേയും കൈകളിലെടുത്ത് വീട്ടിലേക്ക് മടങ്ങി. വീട്ടിൽ ചെന്നതും ഭാര്യയെ വിളിച്ച് കുട്ടികളെ അവരുടെ നേർക്ക് നീട്ടിക്കൊണ്ട് അയാൾ പറഞ്ഞു.

"നോക്കടീ. നല്ല ഐശ്വര്യമുള്ള രണ്ട് കുട്ടികൾ,"

"അതെയതെ. ഉള്ള എട്ടെണ്ണം പോരാത്തതിന് രണ്ടിനേയും കൂടി. എവിടുന്നാ ഇതുങ്ങളെ കിട്ടിയത്? ആവോ?"

അയാൾ എല്ലാ വിവരങ്ങളും വിശദമായി പറഞ്ഞു.

“കണ്ടിട്ട് നല്ല വർക്കത്തുള്ള പിള്ളേരാ പക്ഷേ ഇതുങ്ങൾക്കുകൂടി നമ്മള് തീറ്റ ഉണ്ടാക്കേണ്ടേ?”

“എട്ടണ്ണത്തിനെ പോറ്റാമെങ്കിൽ പത്തിനേയും പോറ്റാം. അതിനൊക്കെ വഴി ദൈവംതന്നെ കാണിച്ചുതരും. അല്ലാതെ പിന്നെ ഇതുങ്ങളെ വെള്ളത്തിൽ മുങ്ങിച്ചാകാൻ വിടാനൊക്കുമോ?”

അങ്ങനെ ആ കുട്ടികൾ അവരോടൊപ്പം വളർന്നു. ബുദ്ധിമുട്ടുകൾക്ക് നടുവിലും അവർ ആ കുട്ടികളെ സ്വന്തം കുട്ടികളോടൊപ്പം സ്നേഹിച്ചു തന്നെ വളർത്തി. പക്ഷേ അവരുടെ സ്വന്തം കുട്ടികൾ അവരെ അല്പം വ്യത്യസ്ഥരായിത്തന്നെയാണ് കണ്ടത്. അവർക്ക് ആ സഹോദരനും സഹോദരിയും എങ്ങുനിന്നോ വന്നവരായിരുന്നു—അവരുടെ അവകാശങ്ങളുടെ പങ്ക് തട്ടിയെടുക്കുവാൻ എത്തിയ അനാഥക്കുട്ടികൾ.

അതുകൊണ്ട് പലപ്പോഴും അവർ രണ്ടു പേരും തനിയെ നദീതീരത്ത് പോയി ഇരിക്കുമായിരുന്നു; പരസ്പരം സംസാരിച്ചുകൊണ്ട് മാത്രമല്ല, അവർക്ക് കിട്ടുന്ന ഭക്ഷണത്തിൽ ചിലതെല്ലാം പെറുക്കിയെടുത്ത് നദിക്കരയിൽകൊണ്ടുപോയി അവിടെയുള്ള പക്ഷികൾക്ക് കൊടുക്കുമായിരുന്നു. അങ്ങനെ ക്രമേണ പക്ഷികൾ അവരുടെ കൂട്ടുകാരായി. അവർ പക്ഷികളുടെ ഭാഷയും പഠിച്ചു; പക്ഷികളോട് സംസാരിക്കാനും. അതുപോലെ പക്ഷികളെപ്പോലെ നേരത്തെ ഉണരാനും പാട്ടുപാടുവാനുമൊക്കെ പഠിച്ചു. മൂത്ത സഹോദരങ്ങളോട് വഴക്കിടാതെ ആവരോട് സ്നേഹത്തോടെ ഇടപഴകാൻ അവർ കഴിയുന്നത്ര ശ്രമിച്ചുവെങ്കിലും അവർക്ക് തിരിച്ച് അവരെ സ്നേഹിക്കാൻ കഴിഞ്ഞില്ല. അവർ അവരോട് എപ്പോഴും വിദ്വേഷത്തോടെയാണ് പെരുമാറിയത്. സന്ദർഭം കിട്ടുമ്പോഴെല്ലാം ഭർത്സിക്കുകയും ചെയ്യുമായിരുന്നു.

അന്നൊരുദിവസം മൂത്തയാൾ അവരോട് രണ്ടുപേരൊടുമായി പറഞ്ഞു.

“ഇങ്ങനെ നല്ല പിള്ള ചമയുകയൊന്നും വേണ്ട. ഞങ്ങൾക്കറിയാം, നിങ്ങൾ അനാഥകളാണെന്ന്, എങ്ങും പോകാൻ ഗതിയില്ലാത്തവർ. ഇവിടെയെത്തിയിട്ട് പത്തുപന്ത്രണ്ട് വർഷങ്ങളായല്ലോ. ഇനിയെങ്കിലും രണ്ടിനും എങ്ങോട്ടെങ്കിലും ഇറങ്ങി പോയ്ക്കൂടേ? പക്ഷേ ആറ്റിലെ വെള്ളവും ആറ്റുവക്കിലെ തവളകളും പാമ്പുകളുമല്ലാതെ മറ്റാരാ സഹായിക്കാൻ അല്ലേ? ചെറ്റകള്.”

ആ സംസാരം അവരെ വളരെയധികം വേദനിപ്പിച്ചു. സഹോദരനും സഹോദരിയും പരസ്പരം ആലോചിച്ച് ഒരു തീരുമാനത്തിൽ എത്തി.

അവരുടെ തീരുമാനം തുടർന്ന് ആ വീട്ടിൽ താമസിക്കണ്ടെന്നും ആരുമറിയാതെ മറ്റെവിടെയെങ്കിലും. ദൂരെയെവിടെയെങ്കിലും പോകണമെന്നും ആയിരുന്നു.

അങ്ങനെ അടുത്തദിവസം വളരെ നേരത്തേ തന്നെ, അതായത് പക്ഷികൾ ഉണരുന്ന സമയത്തുതന്നെ ഉണർന്ന് ആരുടെയും ശ്രദ്ധയിൽപ്പെടാതെ തുറന്നിരുന്ന ഒരു ജനായിൽക്കൂടി വീടിന് വെളിയിൽ ചാടി അവർ അവിടെനിന്നും പുറപ്പെട്ടു. നദീതീരത്ത് എത്തിയപ്പോൾ അവരുടെ മനസ്സിൽ നദി ഒരു സ്നേഹിതയേപ്പോലെയാണെന്ന് അവർക്ക് തോന്നിയതുകൊണ്ടാകണം അവർ നദീതീരത്തുകൂടിത്തന്ന വളരെ ദൂരം നടന്നു; വഴിയിൽ തങ്ങളെ സഹായിക്കുന്ന ആരെയെങ്കിലും കണ്ടുമുട്ടുമെന്ന പ്രതീക്ഷയോടെ. ദിവസം മുഴുവൻ നടന്ന് സന്ധ്യയാകാറയപ്പോഴേക്ക് അവർ തികച്ചും ക്ഷീണിതരായി. വഴിയിലെങ്ങും അതുവരെ ആരെയും കണ്ടില്ല. എങ്കിലും ഇരുട്ടാകുന്നതിന് അല്പം മുമ്പ് ഒരു ചെറിയ കുടിൽകണ്ടത് അവർക്ക് പ്രതീക്ഷ നൽകി. ആ കുടിലിന് മുമ്പിൽ എത്തിയപ്പോഴും ബാക്കി നിന്നത് നിരാശയാണ്. കുടിൽ അടച്ച് പൂട്ടിയിരുന്നു. വാതിലിൽ തട്ടിനോക്കിയിട്ട് പ്രതികരണമൊന്നും ഉണ്ടായില്ല. എങ്കിലും കുടിലിന് മുമ്പിൽ കിടന്ന ഒരു ബഞ്ചിൽ രണ്ടുപേരും കിടന്നു; ഒന്നുമില്ലെങ്കിലും ഒന്ന് വിശ്രമിക്കാമല്ലൊ. അവർ ക്ഷീണിച്ച് ഉറങ്ങിപ്പോയി.

അടുത്തദിവസം അതിരാവിലെതന്നെ അവർ ഉണർന്നത് പക്ഷികളുടെ പാട്ട് കേട്ടുകൊണ്ടാണ്. ഉണർന്നപ്പോൾ കണ്ട കാഴ്ച കൗതുകകരവും ആയിരുന്നു. കുടിലിന്റെ കൂരക്കീഴിൽ ഒരു പറ്റം തൂക്കനാം കുരുവികൾ വട്ടമിട്ടിരുന്ന് പരസ്പരം സംസാരിക്കുന്നുണ്ടായിരുന്നു. ഒരു വട്ടമേശ സമ്മേളനത്തിന്റെ പ്രതീതി നൽകുന്നതായിരുന്നു ആ കുരുവിക്കൂട്ടായ്മ. കുരുവികളുടെ ഭാഷ അവർക്ക് അറിയാമായിരുന്നു എന്ന് കുരുവികൾക്ക് അറിയാമായിരുന്നില്ലല്ലൊ. അതുകൊണ്ട് കുരുവികൾ നിസ്സങ്കോചം അവരുടെ സംഭാഷണം തുടർന്നു.

“വരൂ, വരൂ, സ്വാഗതം. പട്ടണത്തിൽ നിന്ന് നീ എപ്പോഴാ തിരികെയെത്തിയത്? നീ പട്ടണത്തിൽ ജീവിക്കാൻ തുടങ്ങിയതിനുശേഷം ഞങ്ങളെയൊക്കെ മറന്നുപോയതുപോലെ ഉണ്ടല്ലൊ?”

“ഛെ. ഛെ. നിങ്ങളെയൊക്കെ എനിക്ക് മറക്കാനൊക്കുമോ ചേച്ചീ? ഒന്നുമില്ലെങ്കിലും ഞാനിവിടെ ജനിച്ചുവളർന്നവളല്ലേ? പോരാത്തതിന് ഇവിടെയുള്ള ഒരു ചെറിയകൂട് എനിക്കെന്റെ പൈതൃകസ്വത്തായി കിട്ടിയതല്ലേ. അതങ്ങിനെ വിട്ടിട്ട് പോകാനൊക്കുമോ?”

“ങ്ങാ, അതുശരിയാ.” മറ്റൊരു കൂട്ടുകാരി പറഞ്ഞു. “എടീ, നിന്റെ വീട്ടിൽ എല്ലാവരും സുഖമായിരിക്കുന്നു അല്ലേ?”

“ങ്ങാ. സുഖമായിരിക്കുന്നു. എന്റെ മോന് ഒരു ചെറിയ സുഖക്കേടാ യിരുന്നു. അവന്റെ കാഴ്ചപോകുമെന്നാ ഞങ്ങളെല്ലാവരും കരുതിയത്. പക്ഷേ ദൈവാധീനം. എല്ലാം നേരെയായി.”

“ഓ. ചോദിക്കാൻ മറന്നുപോയല്ലോ. നമ്മുടെ രാപ്പാടി എങ്ങനെ യുണ്ട്? അവളിപ്പോഴും പണ്ടത്തെപ്പോലെ നല്ലതുപോലെ പാടുമോ?”

“അവൾ കേമിയല്ലേ. അവളിപ്പോഴും പാടുമെന്നുമാത്രമല്ല സംഗീത ക്കച്ചേരികളിലും കൂടാറുണ്ട്.” അപ്പോളാണ് ആ നാട്ടുകുരുവി പറഞ്ഞത്.

“സത്യം പറയണമല്ലോ. എനിക്ക് ഇങ്ങിനത്തെ വെറും വർത്തമാ നമൊന്നും ഇഷ്ടമല്ല. ഇപ്പോഴൊക്കെ നമ്മുടെ കൂട്ടരും മനുഷ്യരെകണ്ട് പഠിച്ചതുകൊണ്ടായിരിക്കണം, തീരെ മോശമായി പെരുമാറുന്നവരായി മാറിയിരിക്കുന്നു.”

“ഓ. അങ്ങനെയോ?”

“അതേന്നേ. ഞാനൊരുപാട് കണ്ടതും കേട്ടതുമാ. അതുകൊണ്ടാ ഇങ്ങനെയൊക്കെ പറയുന്നത്.”

“ഓ. അക്കാ. ഞാനീയടെ കേട്ട ഒരു കാര്യം നിങ്ങളോട് പറയാം. അതുകേട്ടാൽ നിങ്ങളെല്ലാം തികച്ചും അതിശയിച്ച് പോകും. ഈ മനു ഷ്യന്മാര് ഇത്ര ക്രൂരജന്തുക്കളാണല്ലോ എന്ന് ചിന്തിച്ചു പോകും.”

“പറ. പറയ്. കേക്കട്ടെ.” മറ്റ് കുരുവികൾ സകൗതുകം ഒന്നിച്ച് പറഞ്ഞു.

“ഞങ്ങടെ നാട്ടിലെ ചെറുപ്പക്കാരനായ രാജാവ് സ്ഥലത്തെ ഒരു തയ്യൽക്കാരന്റെ മകളുമായി സ്നേഹത്തിൽ— അല്ല, പ്രേമത്തിലായി. അവർ സൽസ്വഭാവിയും സുന്ദരിയുമായിരുന്നു. രാജകുമാരൻ അവളെ വിവാഹം കഴിച്ചത് നാട്ടിലെ പ്രഭുക്കന്മാർക്കും ഉന്നത ഉദ്യോഗസ്ഥർ ക്കുമൊന്നും തീരെ ഇഷ്ടമായില്ല. അവർ ആഗ്രഹിച്ചിരുന്നത് രാജാവ് അവരുടെയാരുടെയെങ്കിലും മക്കളെ വിവാഹം കഴിക്കണമെന്നായിരു ന്നു. അവർ ആ വിവാഹം മുടക്കുവാൻ പരിശ്രമിച്ചെങ്കിലും പരാജയപ്പെട്ടു. അത് അവരിൽ രാജാവിനോടുണ്ടായിരുന്ന വിദ്വേഷം വളർത്തുവാൻ കാരണമായി. അങ്ങനെയിരിക്കുമ്പോൾ തികച്ചും അപ്രതീക്ഷതമായി രാജ്യത്തിന്റെ അതിർത്തിയിൽ യുദ്ധം പൊട്ടിപ്പുറപ്പെടുകയും, രാജാവ് സ്വയം തന്റെ സേനയുടെ ചുമതല ഏറ്റെടുത്ത് അവരോടൊപ്പം യുദ്ധഭൂ മിയിലേക്ക് പോകുകയും ചെയ്തു.

അധികം താമസിയാതെ ഗർഭവതിയായിരുന്ന രാജ്ഞി പ്രസവിച്ചു. രണ്ട് കുഞ്ഞോമനകൾ - ഒന്ന് ആണും മറ്റത് പെണ്ണും. രാജ്ഞി പ്രസ വിച്ച് അധികനാളുകൾ കഴിയുന്നതിന് മുൻപ് മന്ത്രിമാരും മറ്റ് ഉയർന്ന

ഉദ്യോഗസ്ഥരും ചേർന്ന് നടത്തിയ ഒരു ഗൂഢാലോചനയുടെ ഫലമായി രാജ്ഞിയെ അവർ തടവുകാരിയാക്കി ദൂരെയുള്ള ഒരു മലമ്പ്രദേശത്ത് ജയിൽ സമാനമായ ഒരു കെട്ടിടത്തിൽ പൂട്ടിയിട്ടു. കുട്ടികളെ രണ്ടിനെയും ഒരു തൊട്ടിലിലാക്കി കുറെ ദൂരെയുള്ള ഒരു നദിയിൽ ഒഴുക്കിവിട്ടു."

"ഏത് നദിയിലാണ് ഒഴുക്കിവിട്ടതെന്ന് നിനക്കറിയാമോ?" കൂട്ടത്തിൽ ഒരാൾ തിരക്കി.

"ദാ, ഇവിടെ. നമ്മളിരിക്കുന്നതിനടുത്തുകൂടി ഒഴുകുന്ന ഈ നദിയിൽ തന്നെ."

"ങാ. ഞാൻ ആസംഭവത്തിന്റെ ബാക്കി കൂടെ പറയാം." ആ കുരുവി കഥ തുടർന്നു.

"കുറേ ദിവസങ്ങൾക്കുശേഷം വിജയിയായി മടങ്ങിവന്ന രാജാവിന് മന്ത്രിമാരിൽനിന്ന് കേൾക്കേണ്ടിവന്നത് ഒരു ശോകകഥയാണ്. രാജ്ഞി പ്രസവിച്ചുവെന്നും, രണ്ടു കുട്ടികളും ജനനസമയത്തുതന്നെ മരിച്ചുപോയെന്നും ദുഃഖം സഹിക്കാൻ കഴിയാതെവന്ന രാജ്ഞി ഒരു മനോരോഗിയായി എവിടെയോ ഓടിപ്പോയി എന്നും എത്ര ശ്രമിച്ചിട്ടും കണ്ടെത്താനായില്ലെന്നും മറ്റുമുള്ള ഒരു കഥ."

"കഷ്ടം ആ രാജാവ് എത്ര ദുഃഖിച്ചിട്ടുണ്ടാകും."

"അതെയതെ. ഈ മനുഷ്യന്മാർ ഇപ്പോഴൊക്കെ ഇങ്ങനെയാണ്. ചതിയന്മാർ."

"കുടയിൽ ഒഴിക്കി വിട്ട കുട്ടികൾക്ക് എന്തായി. അവരെക്കുറിച്ച് പിന്നെന്തെങ്കിലും കോട്ടോ. കേട്ടെങ്കിൽ പറയ്."

"അവരിപ്പോൾ സുഖമായി ജീവിച്ചിരിക്കുന്നു."

"എവിടെ. എവിടെയാ."

"ദാ നോക്ക്. അവരിവിടെത്തന്നെയുണ്ട്. നോക്ക്. നമ്മളിരിക്കുന്ന ഈ കുടിലിന്റെ മുമ്പിലത്തെ വരാന്തയിൽ കിടന്നുറങ്ങുന്ന ആ കുട്ടികൾ രാജാവിന്റെ സ്വന്തം കുട്ടികളാണ്. ഒരു സംശയവും വേണ്ട." അവൾ പറഞ്ഞുനിർത്തിയതും അവരെല്ലാം തികഞ്ഞ ആശ്ചര്യത്തോടെ, അടക്കാനാകാത്ത ജിജ്ഞാസയോടെ ആ കുട്ടികളെ നോക്കി.

"നല്ല ഓമനത്തമുള്ള കുട്ടികൾ അല്ലേടീ?"

"അതെയതെ. സുന്ദരിക്കുട്ടികൾ." അങ്ങനെ അവരോരുത്തരും പരസ്പരം പറഞ്ഞു.

"നീ ഇതൊക്കെ എങ്ങനെ അറിഞ്ഞു."

"എന്റെ കൂട്ടുകാരി മരം കൊത്തിയാണ് എന്നോട് ഈ

കുട്ടികളെക്കുറിച്ച് പറഞ്ഞത്. നദിയിൽ ഒഴുകിപ്പോയെ കുട്ടികളെ ഇവിടെ അടുത്ത് തമാസിക്കുന്ന ഒരു മുക്കുവൻ എടുത്തുകൊണ്ട് പോകുന്നതും അയാളുടെ വീട്ടിൽ വളർത്തുന്നതുമൊക്കെ അവൾ നേരിട്ട് കണ്ടതാ."

ആ സംഭാഷണം മുഴുവൻ കേട്ട കുട്ടികൾക്ക് ഒരു കാര്യം മനസ്സിലായി. അവർ അനാഥരല്ലെന്ന സത്യം. അവരുടെ ആ സന്തോഷം അങ്ങോട്ടുമിങ്ങോട്ടും വെളിപ്പെടുത്തിയെങ്കിലും ഒന്നും സംസാരിച്ചില്ല. സംസാരിച്ചാൽ പക്ഷികൾ കേട്ടാലോ എന്ന ഭയമായിരുന്നു മനസ്സിൽ. അവർ പക്ഷികളുടെ തുടർന്നുള്ള സംസാരവും ശ്രദ്ധിച്ച് കേട്ടു.

"അതു വളരെ നന്നായി."

"അതെയതേ, ആ കുട്ടികളുടെ ഭാഗ്യം."

"ഒന്നുമില്ലെങ്കിൽ കുറച്ച് പ്രായമാകുമ്പോൾ അവർക്ക് അവരുടെ അച്ഛനമ്മമാരെ തേടിപിടിക്കാമല്ലോ."

"പക്ഷേ അത് നിങ്ങൾ വിചാരിക്കുന്നതുപോലെ അത്ര എളുപ്പമുള്ള കാര്യമല്ല."

"ങ്ും. നീയെന്താ അങ്ങനെ പറഞ്ഞത്."

"അവർ അച്ഛനെകണ്ടുപിടിച്ചാലും രാജാവിന്റെ മക്കൾതന്നെയാണ്, തങ്ങളെന്ന് തെളിയിക്കണ്ടെ?"

"ഓ. അതും ശരിയാണല്ലോ."

"അങ്ങനെ തെളിയിക്കാൻ ഓരേ ഒരു വഴിയേയുള്ളു എന്നാണ് എന്റെ പരിചയക്കാരിയായ കുയിൽ പറഞ്ഞത്. അവൾക്കും ഈ കഥയൊക്കെ നന്നായറിയാം."

"എന്നിട്ട് കുയിലമ്മ പറഞ്ഞതെന്താ. നീ ഒന്നു തെളിച്ച് പറയ്."

"അവള് പറഞ്ഞതനുസരിച്ച് ഒരേ ഒരാളിന് മാത്രമേ ആ കുട്ടികളേക്കുറിച്ചുള്ള സത്യം രാജാവിനേയും രാജസഭയേയും ബോധ്യപ്പെടുത്താൻ കഴിയൂ."

"ആരാ ആ ആൾ?" അവരെല്ലാം ഓത്സുക്യത്തോടെ ചോദിച്ചു.

"അതു സത്യപക്ഷിയാണ്. സത്യപക്ഷിക്ക് മനുഷ്യരുടെ ഭാഷ നന്നായറിയാം.

"ഓ. അങ്ങനെയോ. അപ്പോൾ ആ കുട്ടികൾ സത്യപക്ഷിയേ കണ്ടുപിടിക്കണം. അതിന്റെ സഹായം തേടണം. അല്ലേ?"

"അതെ. പക്ഷേ അതത്ര നിസ്സാരമായ കാര്യമല്ല. ദിവസം ഒരു മണിക്കൂർ മാത്രം ഉറങ്ങുന്ന വളരെ ക്രൂരനായ ഒരു രാക്ഷസൻ ആ

പക്ഷിയെ ഒരു കൂട്ടിൽ പൂട്ടിയിട്ടിരിക്കുകയാണ്."

"ആ രാക്ഷസനും കൂട്ടും എവിടെയാ. നിനക്കറിയാമെങ്കിൽ വേഗം പറയ്. കേൾക്കാൻ തിടുക്കമായി." പലരും ഒന്നിച്ച് ചോദിച്ചു.

"അത് എനിക്കും അറിഞ്ഞുകൂടാ. പക്ഷേ അതുമായി ബന്ധപ്പെട്ട മറ്റൊരു കാര്യം എനിക്കറിയാം. ഇവിടെ അടുത്തെവിടെയോ ഒരു ഉയര മുള്ള ഗോപുരം ഉണ്ട്. അതിൽ ഒരു യക്ഷി താമസമുണ്ട്. ആ യക്ഷിയാണ് ആ രാക്ഷസനെ നിയന്ത്രിക്കുന്നത്. അതുകൊണ്ട് അവർക്കുമാത്രമേ രാക്ഷസന്റെ വാസസ്ഥലത്തേക്കുള്ള വഴി അറിയൂ. പക്ഷേ അങ്ങനെ രാക്ഷസന്റെ അടുത്തെത്തിയാലും മറ്റൊരു വിഷമം കൂടിയുണ്ട്."

"അതെന്താ"

"അത്, യക്ഷി ചില നിബന്ധനകളോടെ രാക്ഷസന്റെ വാസസ്ഥാനം പറഞ്ഞു കൊടുത്താൽ തന്നെ അവർക്ക് സത്യപക്ഷിയുടെ സ്ഥലം പറഞ്ഞുകൊടുക്കാൻ കഴിയുകയില്ല. കാരണം, ആ വിവരം കൃത്യമായി അറിയാവുന്നത് ഒരു മൂങ്ങയ്ക്ക് മാത്രമാണ്. പക്ഷേ മൂങ്ങയ്ക്ക് മനുഷ്യഭാഷ യിൽ ഒരു വാക്ക് മാത്രമെ പറയാൻ കഴിയൂ."

"അതെന്തുവാക്കാ."

"പൊക്കൊ, പൊക്കൊ, എന്നു മാത്രം. അതുകൊണ്ട് ഈ രാജകു മാരൻ അവിടെ എത്തിച്ചേർന്നാൽതന്നെ സത്യപക്ഷിയെ കണ്ടുപി ടിക്കുന്നത് ബുദ്ധിമുട്ടായിരിക്കും. ഓ. നേരം വൈകിയല്ലോ. ഇങ്ങനെ കഥപറഞ്ഞിരുന്നാൽ എന്റെ ജോലികളെല്ലാം മുടങ്ങും. അതുകൊണ്ട് കൂട്ടുകാരേ, ഞാൻ പോകുന്നു."

ആ കുരുവി അത്രയും പറഞ്ഞ് ദൂരത്തേക്ക് പറന്നുപോയി. മറ്റ് കുരുവികളും അവരവരുടെ കൂടുകളിലേക്ക് യാത്രയായി.

ആ കഥകളെല്ലാം അതീവ താല്പര്യത്തോടെ കേട്ടിരുന്ന കുട്ടികൾ ആഹാരം കഴിക്കാൻ പോലും മറന്നുപോയി. കുറേയൊക്കെ ക്ഷീണി തരുമായി. എങ്കിലും കേട്ട കഥ ഉന്മേഷവും ആശ്വാസവും നൽകുന്നതാ യിരുന്നല്ലോ. മൂത്തവൻ സഹോദരിയോട് പറഞ്ഞു.

"അനിയത്തീ, നമ്മൾ പക്ഷികളുടെ ഭാഷപഠിച്ചത് എത്ര നന്നായി. അല്ലേ?"

"അതെ ചേട്ടാ, ഇപ്പോൾ നമുക്ക് നമ്മൾ അനാഥരല്ലെന്ന് മനസ്സി ലായല്ലോ."

"അതെ. ഇനി നമുക്ക് എത്ര കഷ്ടപ്പെട്ടിട്ടായാലും നമ്മുടെ അച്ഛ നമ്മമാരെ കണ്ടുപിടിക്കണം. ഇപ്പോൾ തന്നെ പുറപ്പെടാം. ഇവിടെ

തുടരുന്നത് ശരിയല്ല?"

അവർ രണ്ടുപേരും വീണ്ടും നടന്നു. ഏതാണ്ട് രണ്ടുമണിക്കൂർ നടന്ന തിന് ശേഷമാണ് ഒരു പട്ടണ പ്രാന്തത്തിൽ എത്തിയത്. ആദ്യം കണ്ട വീടിന്റെ മുമ്പിൽ, കണ്ടാൽ സൗമ്യസ്വഭാവിയെന്ന് തോന്നുന്ന ഒരു സ്ത്രീ നിൽക്കുന്നുണ്ടായിരുന്നു. അവർ അവിടെ കയറിച്ചെന്ന് ആ സ്ത്രീയോട് പറഞ്ഞു.

"ഞങ്ങൾ കുറേ ദൂരെനിന്ന് നടന്ന് വരുകയാണ്. ഇന്ന് മുഴുവനും ആഹാരം ഒന്നും കഴിച്ചിട്ടില്ല. വല്ലതും കിട്ടിയാൽ നന്നായിരുന്നു. മാത്ര മല്ല ഇന്ന് രാത്രി ഇവിടെ വരാന്തയിൽ ഉറങ്ങാൻ സമ്മതിച്ചാൽ ഞങ്ങൾ നിങ്ങളോട് കടപ്പെട്ടവരായിരിക്കും."

ആ കുട്ടികളുടെ കൗതുകമുള്ള മുഖങ്ങൾ, കണ്ട് ആ സ്ത്രീയ്ക്ക് അവരുടെ അപേക്ഷ നിരസിക്കാനായില്ല. അവർക്ക് വീട്ടിലുണ്ടായിരുന്ന ആഹാരം നൽകുകയും, അവരെ വീടിനുള്ളിൽതന്നെ കിടന്നുറങ്ങുവാൻ അനുവദി ക്കുകയും ചെയ്തു.

അടുത്തദിവസം രാവിലെ, ആ സ്ത്രീ ഉണരുന്നതിന് മുമ്പുതന്നെ കുട്ടികൾ ഉണർന്ന് വീടും മുറ്റവും തൂത്തുവാരി വൃത്തിയാക്കുകയും, മുറ്റത്തെ ചെടികൾക്ക് വെള്ളം ഒഴിക്കുകയും മറ്റും ചെയ്തു.

ഏതാണ്ട് വീട്ടിൽ രാവിലെ ചെയ്യേണ്ട എല്ലാ ജോലികളും തീർത്തു. ഉണർന്നു വന്ന ആ വീട്ടമ്മയ്ക്ക് കുട്ടികൾ സമർത്ഥമായി ചെയ്ത ജോലി കളെല്ലാം കണ്ട് വളരെ സന്തോഷം തോന്നി. അവർ ആ കുട്ടികളോട്, അവർക്കിഷ്ടമാണെങ്കിൽ തന്നോടൊപ്പം തുടർന്നും താമസിച്ചുകൊള്ളു വാൻ സന്തോഷത്തോടെ പറയുകയും ചെയ്തു.

ആ സ്ഥലം തന്റെ അനുജത്തിക്കും സുരക്ഷിതമായിരുക്കുമെന്ന് കുമാരന് തോന്നി. കുമാരൻ അവരോട് പറഞ്ഞു.

"അമ്മയുടെ സ്നേഹത്തിന് വളരെ നന്ദി. എന്റെ അനുജത്തി അമ്മയുടെ കൂടെ കുറച്ചു ദിവസങ്ങൾ ഇവിടെ നിൽക്കട്ടെ. അതിനിടയിൽ എനിക്ക് ചെയ്യേണ്ടതായി ചില കാര്യങ്ങളുണ്ട്. ഞാൻ പോയിട്ട് അധികം താമസിയാതെ, ഒരു പക്ഷേ ഒരു നാലഞ്ച് ദിവസങ്ങൾക്കുള്ളിൽ തന്നെ തിരികെ വരാം."

അത് അവന്റെ അനുജത്തിക്കും ആ അമ്മക്കും ഒരുപോലെ സമ്മ തമായിരുന്നു ഏതാണ്ട് മൂന്നു ദിവസം അലഞ്ഞുതിരിഞ്ഞ് നടന്നിട്ടും ആ ഗോപുരം എവിടെയാണെന്നതിനെക്കുറിച്ച് ഒരു വിവരവും കിട്ടിയില്ല. പാതവക്കത്തുണ്ടായിരുന്ന ഒരു മൈതാനത്തിൽ അവൻ നിരാശ നായികിടക്കുമ്പോഴാണ് അടുത്ത് ഒരു ചെറിയ കാട്ടുപ്രാവ് അവനെ

നോക്കിയിരിക്കുന്നത് കണ്ടത്. അവൻ അതിനെ നോക്കി കൈ കൂപ്പി ക്കൊണ്ട് പറഞ്ഞു.

"ഹേ. കാട്ടുപ്രാവേ, നീയെങ്കിലും എനിക്ക് പറഞ്ഞുതാ, യക്ഷി താമ സിക്കുന്ന ആ ഉയരമുള്ള ഗോപുരം എവിടെയാണ്, ദയവായി എനിക്ക് പറഞ്ഞുതാ."

"ഹേ. പാവം കുട്ടീ, നിന്നെയാരാണ് ഈ പ്രയോജനമില്ലാത്ത ജോലിക്കയച്ചത്?"

"ഹേ, പ്രിയമുള്ള പ്രാവേ, പ്രയോജനം ഉണ്ടോ ഇല്ലയോ എന്നൊന്നും എനിക്കറിയില്ല. പക്ഷേ എനിക്ക് ആ ഗോപുരത്തിൽ പോകേണ്ടതുണ്ട്. പോയേ മതിയാകൂ. നിനക്കറിയാമെങ്കിൽ അവിടേയ്ക്കുള്ള വഴി എനിക്ക് ദയവായി പറഞ്ഞുതാ."

"അവിടെയെത്താൻ നീ ഇന്നത്തെ കാറ്റിന്റെ ഗതിയിൽ പോയാൽ മതി."

കുമാരൻ പ്രാവിനോട് നന്ദിപറഞ്ഞ് ഉടൻ തന്നെ കാറ്റിന്റെ ദിശയിൽ നടന്നു. കാറ്റ് ഏതുസമയവും ദിശമാറി വീശിയേക്കാമെന്ന ഭയം മനസ്സിൽ ഉണ്ടായിരുന്നുവെങ്കിലും അവൻ മുന്നോട്ട് നടന്നു. പക്ഷേ അത് സംഭവിച്ചില്ല. കാറ്റ് ഒരേ ദിശയിൽതന്നെ വീശിക്കൊണ്ടിരുന്നു. ഏതാണ്ട് സന്ധ്യയാകാറായപ്പോഴേക്ക് ഒരു വിജനപ്രദേശത്ത് കരിംപാറകളുടെ നടുവിൽ ഉയർന്നുനിൽക്കുന്ന ഒരു ഗോപുരം കണ്ടു. ഗോപുരത്തിന്റെ വാതിൽ ഒരു താഴിട്ട് പൂട്ടിയിരുന്നു. അവൻ ആ താഴുകൊണ്ടുതന്നെ വാതിലിൽ മുട്ടി വിളിച്ചു.

ആ വാതിൽ കുറേശ്ശയായി തുറന്നു. ഉള്ളിൽ അവനെ നോക്കി കയ്യിൽ കത്തിച്ച മെഴുകുതിരിയുമായി നിന്നിരുന്ന ഒരു വൃദ്ധ സ്ത്രീയെ യാണ് കണ്ടത്. അത് ആ യക്ഷിതന്നെയായിരിക്കുമെന്ന് കുമാരൻ ഊഹിച്ചു.

"നീയാരാണ്? എന്റെ കതകിൽ മുട്ടി എന്നെ ഉണർത്തിയ നീ ആരാണ്? നിനക്കെന്തുവേണം. എന്റെ സമയം കളയാതെ വേഗം പറയ്."

"അമ്മേ, എന്റെ അറിവിൽ പെട്ടടത്തോളം – വന്നാൽ പിന്നെ പോകണ്ട എന്ന പേരുള്ള ഒരു രാക്ഷസന്റെ അധീനതയിലുള്ള കൊട്ടാ രത്തിലേക്കുള്ള വഴി അമ്മയ്ക്ക് മാത്രമേ അറിയാവൂ. ദയവായി ആ വഴി എനിക്ക് പറഞ്ഞുതരണം."

"ശരി, നല്ലതുതന്നെ. പക്ഷേ ഇന്ന് താമസിച്ചുപോയി. അതുകൊണ്ട് ഇന്ന് നീ എന്റെ കൂട്ടുകാരായ ഓന്തുകളോടുകൂടി ഇവിടെത്തന്നെ

തങ്ങിക്കൊ. നാളെ നിനക്ക് ഞാൻ വഴി പറഞ്ഞുതരാം. കേറിക്കോ. അകത്തേക്ക് കേറിക്കോ."

"ഇല്ല. അതു സാധ്യമല്ല. എനിക്ക് ഇവിടെ താമസിക്കാൻ കഴിയുകയില്ല. നാളെ പുലരുന്നതിനുമുമ്പുതന്നെ ഞാൻ പുറപ്പെട്ട സ്ഥലത്ത് തിരികെ എത്തേണ്ടതുണ്ട്."

"ഓ. അങ്ങനെയോ. എങ്കിൽ ഞാൻ നിനക്ക് ഇപ്പോൾതന്നെ വഴി കാണിച്ചുതരാം. പക്ഷേ ഒരു നിബന്ധനയോടുകൂടി മാത്രം."

"കേൾക്കട്ടെ."

"ഞാൻ വഴി കാണിച്ചുതന്നാൽ നീ ഒരു കുടം 'പല നിറങ്ങളുള്ള വർണാഭമായ ജലം അവിടെയുള്ള പൊയ്കയിൽ നിന്നും എനിക്ക് കൊണ്ടുത്തരണം. സമ്മതമാണോ?"

"അതേ, സമ്മതം. തീർച്ചയായും കൊണ്ടുവരാം."

"ശരി, വാഗ്ദാനം ലംഘിച്ചാൽ പശ്ചാത്തപിക്കേണ്ടി വരും."

"ഇല്ല. ലംഘിക്കുകയില്ല. തീർച്ച."

ആ സ്ത്രീ(അവർ യക്ഷിതന്നെയായിരുന്നു) ഒരു ചെറിയ പട്ടിയെ വിളിച്ചിട്ട് പറഞ്ഞു.

"എടാ, പട്ടീ, നീ ഈ പന്നിക്കുട്ടനേയും(അങ്ങനെയാണ് അവർ കുമാരനെ വിശേഷിപ്പിച്ചത്) കൂട്ടിക്കൊണ്ട് നമ്മുടെ കൊട്ടാരത്തിൽ കൊണ്ടുപോ. അവിടെ ചെന്നാൽ നമ്മുടെ രാക്ഷസനെക്കണ്ട് നിങ്ങളിവിടെ എത്തിയ വിവിരം അറിയുക്കകയും വേണം."

പട്ടി ഉടൻ തന്നെ ' നീ എന്റെ പുറകെ വന്നോ' എന്ന ഭാവത്തിൽ നടക്കാൻ തുടങ്ങി. കുമാരൻ പുറകിലും. ഏതാണ്ട് രണ്ടു മണിക്കൂർ നേരത്തെ നടത്തത്തിനുശേഷം അവർ വിജനമായ ഒരു പ്രദേശത്ത് ആരോരും ശ്രദ്ധിക്കാതെ കിടക്കുന്നു എന്ന് തോന്നിപ്പിക്കുന്ന ഒരു കൂറ്റൻ കെട്ടിടത്തിന് മുമ്പിൽ എത്തി. കെട്ടിടത്തിന്റെ അകത്ത് ആൾപെരുമാറ്റമോ വെളിച്ചമോ ഒന്നും കണ്ടില്ല. പട്ടി ഒരു ഭാവവ്യത്യാസവുമില്ലാതെ ഒന്ന് കുരച്ചതിനുശേഷം കെട്ടിടത്തിനുള്ളിലേക്ക് കയറി. കുമാരൻ എന്തു ചെയ്യണമെന്നറിയാതെ ഒരു നിമിഷം വിഷണ്ണനായി നിന്നു.

കുമാരൻ മനമുരുകി പ്രാർത്ഥിച്ചു. 'ദൈവങ്ങളേ എന്നെ രക്ഷിക്കൂ', എന്ന് അപ്പോൾ അടുത്തുണ്ടായിരുന്ന ഒരു കൂറ്റൻ മരത്തിന്റെ കൊമ്പിലിരുന്നുകൊണ്ട് ഒരു മൂങ്ങാ ഉച്ചത്തിൽ 'പൊക്കോ, പൊക്കോ' എന്ന് ശബ്ദിച്ചത് കുമാരൻ കേട്ടു. കുരുവി പറഞ്ഞ മൂങ്ങ തന്നെയായിരിക്കും അതെന്ന് വിശ്വസിച്ചുകൊണ്ട് കുമാരൻ പക്ഷികളുടെ ഭാഷയിൽ

അഭ്യർത്ഥിച്ചു.

“ഹേ. ബുദ്ധിമാനായ മൂങ്ങ, അവർകളേ, ഞാൻ താങ്കളോട് യാചിക്കുന്നു, ‘ഇനിയങ്ങോട്ട് ഞാനെന്താണ് ചെയ്യേണ്ടതെന്ന് ഉപദേശിച്ച് എന്നെ അനുഗ്രഹിക്കണം; എന്നെ സംരക്ഷിക്കണം. ആദ്യമായി എനിക്ക് ഈ കൊട്ടാരത്തിൽനിന്ന് ഒരു കുടം ‘പല നിറങ്ങളുള്ള’ വെള്ളം ശേഖരിക്കണം. എന്നെ ദയവായി ഉപദേശിച്ചാലും.”

“നീ അടുത്തകാണുന്ന പൊയ്കയിൽ നിന്ന് ജലം എടുക്കണ്ട. പകരം കുറച്ച് മുന്നോട്ട് നടക്കുമ്പോൾ കാണുന്ന നീരുറവയിൽനിന്ന് വെള്ളം പിടിച്ചാൽ മതി. അതിനുശേഷം കാണുന്ന വലിയ കതകിന് പുറകിലുള്ള പക്ഷിക്കൂട്ടത്തിൽ നിന്നും അതിലുള്ള ഒരേ ഒരു ചെറുതും വെളുത്തതുമായ പ്രാവിനെ മാത്രം പിടിച്ചെടുക്കണം. മറ്റ് പക്ഷികൾ നിന്നോട് സത്യപക്ഷിയെന്ന് പറഞ്ഞെന്ന് വരും. പക്ഷേ യാതൊരു കാരണവശാലും അവർ പറയുന്നത് വിശ്വസിക്കണ്ട; അവറ്റയെ നിന്റെ കൈകൊണ്ട് തൊടുകയും വേണ്ട. വേഗം പോയ്ക്കോ. രാക്ഷസൻ ഉറങ്ങുന്ന സമയമാണ്. ഇനി ഒരു മണിക്കൂറിനുള്ളിൽ അവൻ ഉണരും. അതിനു മുൻപ് കെട്ടിടത്തിന് വെളിയിൽ എത്തിക്കൊള്ളണം. വേഗം പോയ്ക്കോ.”

കുമാരൻ കഴിയുന്നത്ര വേഗത്തിൽ അകത്തേക്ക് ഓടി. എല്ലാം മൂങ്ങ പറഞ്ഞതുപോലെ കൃത്യമായി ചെയ്തു. ആ ചെറിയ പ്രാവിനെമാത്രം തന്റെ ഷർട്ടിനുള്ളിൽ മാറോടു ചേർത്ത് സുരക്ഷിതമായി പിടിച്ചു. കുടത്തിലെ വെള്ളവുമായി കുമാരൻ കെട്ടിടത്തിന് വെളിയിലേക്ക് ഓടി. കെട്ടിടത്തിന് വെളിയിലെത്തിയ കുമാരൻ സമയം ഒട്ടും നഷ്ടപ്പെടുത്താതെ യക്ഷിയുടെ വാസസ്ഥലത്തേക്ക് ഓടി. പക്ഷേ അതിനിടയിലും മൂങ്ങയോട് നന്ദിപറയാൻ കുമാരൻ മറന്നില്ല. യക്ഷിയുടെ സ്ഥലത്ത് എത്തിയതും, കുമാരനെ പ്രതീക്ഷിച്ച് കാത്തുനിന്നിരുന്ന യക്ഷിയുടെ കയ്യിൽ വെള്ളം നിറച്ച കുടം നൽകി.

കുടം കയ്യിൽ കിട്ടിയ ഉടനെതന്നെ അതിൽ നിന്ന് കുറച്ച് വെള്ളം കുമാരന്റെ ദേഹത്ത് തളിച്ചുകൊണ്ട് യക്ഷിപറഞ്ഞു.

“ഇവൻ തത്തായാകട്ടെ.”

പക്ഷേ യക്ഷി പ്രതീക്ഷിച്ചതുപോലെ കുമാരന് ഒന്നും സംഭവിച്ചില്ല. യക്ഷി പ്രതീക്ഷിച്ചതു പോലെ കുമാരൻ ആദ്യം കണ്ട പൊയ്കയിൽ നിന്നല്ലല്ലോ വെള്ളം ശേഖരിച്ചത്. അതുകൊണ്ടായിരിക്കണം താൻ രക്ഷപ്പെട്ടതെന്ന് കുമാരൻ വിശ്വസിച്ചു. കുമാരന് മാറ്റമൊന്നും ഉണ്ടായില്ലെന്ന് മനസ്സിലാക്കിയ യക്ഷി അടുത്തുണ്ടായിരുന്ന ഒരു തുടപ്പം കൈയിലെടുത്തുകൊണ്ട് അവിടെ നിന്നും ധൃതിയിൽ അപ്രത്യക്ഷയായി.

പിന്നീട് കുമാരൻ സാവധാനം നടന്ന് നേരം വെളുത്തപ്പോഴേക്കും തന്റെ സഹോദരിയെ വിട്ടിട്ട് പോന്ന വീട്ടിൽ തിരിച്ചെത്തി. കുമാരനെ കണ്ട സഹോദരിയുടെ സന്തോഷം (ആ വീട്ടിലെ അമ്മയുടേയും) പറഞ്ഞറിയിക്കാൻ കഴിയാത്തത്രയായിരുന്നു. അവർ രണ്ടുപേരും കെട്ടിപ്പിടിച്ച് സന്തോഷതിമിർപ്പിൽ അവരറിയാതെ കരഞ്ഞു പോയി. പക്ഷേ അത്രയൊക്കെ കഷ്ടമായ കാര്യങ്ങൾ സാധിച്ചെടുത്തെങ്കിലും ആ കൊച്ചുകുട്ടികൾക്ക് അതിനേക്കാളൊക്കെ പ്രയാസ്സമേറിയ മറ്റൊരു കടമ്പയും കൂടി കടക്കേണ്ടതായുണ്ടായിരുന്നു. എങ്ങനെയാണ് സത്യപക്ഷിയെ രാജാവിന്റെ മുമ്പിൽ ഹാജരാക്കേണ്ടത് എന്നത് ഒരു വലിയ പ്രശ്നം തന്നെയായിരുന്നു. സത്യപക്ഷി രാക്ഷസന്റെ തടവറയിൽ നിന്നും രക്ഷപ്പെട്ട വിവരം കുബുദ്ധികളായ മന്ത്രിമാർക്കും ഉദ്യോഗസ്ഥൻമാർക്കും മനസ്സിലാകുകയും ചെയ്തിരുന്നു. അതുകൊണ്ട് നടന്ന സംഭവങ്ങളൊന്നും രാജാവിന്റെ സമക്ഷം എത്താതിരിക്കാൻ എല്ലാ കരുതൽ നടപടികളും അവർ തുടങ്ങിക്കഴിഞ്ഞിരുന്നു. സത്യപക്ഷി രാജാവിന്റെ മുമ്പിൽ എത്താതെ സൂക്ഷിക്കുക എന്നതും കരുതൽ നടപടികളുടെ ഭാഗമായിരുന്നു. സത്യപക്ഷിയുടെ വെള്ളനിറം വെറുമൊരു മുഖം മൂടി മാത്രമാണെന്നും അതിന്റെ യഥാർത്ഥ നിറം കറുപ്പാണെന്നും മറ്റുമുള്ള കള്ള പ്രചരണങ്ങളും ഒരു വശത്ത് തുടങ്ങിയിരുന്നു; മറുവശത്ത് ഏത് വെളുത്തപക്ഷിയെ കണ്ടാലും ഇരുചെവിയറിയാതെ കൊന്നുകളയാൻ ചാരന്മാരുടെയും കൂലിക്കൊലയാളികളുടേയും ഒരു വലിയ സന്നാഹം അവർ ആസൂത്രണം ചെയ്തു.

അതിനിടയിൽ സത്യപക്ഷിയേക്കുറിച്ച് രാജാവും അറിയാനിടയായി. അദ്ദേഹത്തിനും അതിനെ ഒരു നോക്ക് കാണാൻ ആഗ്രഹം തോന്നി; എന്താണ് സത്യപക്ഷിക്ക് പറയാനുണ്ടാകുക എന്ന ആകാംക്ഷയും. രാജാവ് തന്റെ ആഗ്രഹം ജനമദ്ധ്യത്തിൽ പ്രകടമാക്കുകയും ചെയ്തു.

ആ സാഹചര്യത്തിൽ വേണ്ടത്ര ധൈര്യം മനസ്സിൽ ആവാഹിച്ചുകൊണ്ട് സത്യപക്ഷിയെ തന്റെ ഷർട്ടിനുള്ളിൽ ഒളിപ്പിച്ച് കുമാരൻ കൊട്ടരത്തിൽ എത്തി. പക്ഷേ കൊട്ടാരം പാറാവുകാർ കുമാരനെ അകത്തേക്ക് വിട്ടില്ല. അവർ രാജാവ് മറ്റ് ജോലിത്തിരക്കുകളിലാണെന്നും മറ്റുമുള്ള സാധാരണ മുടന്തൻ ന്യായങ്ങൾ പറഞ്ഞ് കുമാരനെ രാജാവിന്റെ മുമ്പിലേക്ക് പോകാൻ അനുവദിച്ചില്ല. അങ്ങനെ അവർ സംസാരിച്ചും തർക്കിച്ചും നിന്നതിനിടെ, തികച്ചും അപ്രതീക്ഷിതമായി സത്യപക്ഷി കുമാരന്റെ ഷർട്ടിനുള്ളിൽ നിന്നും പുറത്തുചാടി ഉയരത്തിലേക്ക് പറന്ന് ജനാലയുടെ മുകളിൽക്കൂടി രാജസദസ്സിലേക്ക് പറന്നെത്തി. കൂടാതെ രാജസഭയിലുണ്ടായിരുന്ന എല്ലാവരും കേൾക്കത്തക്കവിധം ഉച്ചത്തിൽ

മനുഷ്യഭാഷയിൽ പറഞ്ഞു.

“ഹേ, രാജാവേ, ഞാനാണ് സത്യപക്ഷി, അങ്ങ് കാണണമെന്നാഗ്രഹിച്ച സത്യപക്ഷി. എനിക്ക് അങ്ങയോട് ഈ സദസ്സിന്റെ മുമ്പാകെ ചില സത്യങ്ങൾ പറയാനുണ്ട്.”

“പറഞ്ഞാലും.”

“ആദ്യമായി പറയാനുള്ളത് എന്നെ അങ്ങയുടെ മുമ്പിൽ എത്തിക്കാൻ പരിശ്രമിച്ച ഒരു ചെറിയ ബാലൻ പുറത്തുനിൽക്കുന്നുണ്ട് എന്നും, അവനെ ഇപ്പോൾ അങ്ങയുടെ പരിചാരകർ ഉപദ്രവിക്കുന്നുണ്ടാകും എന്നാണ്. അതുകൊണ്ട് അങ്ങ് അവനെ ഉടനേതന്നെ ഇവിടേക്ക് വിളിപ്പിക്കണം.”

“അങ്ങനെയാകട്ടെ. ആ ബാലനെ ആരെങ്കിലും ഉപദ്രവിച്ചിട്ടുണ്ടെങ്കിൽ അവർ ശിക്ഷിക്കപ്പെടുകയും ചെയ്യും.” ചില നിമിഷങ്ങൾക്കുള്ളിൽ കുമാരൻ രാജാവിന്റെ മുമ്പിൽ ആനയിക്കപ്പെട്ടു.

“ഇനി ഞാനങ്ങയോട് കുറേയധികം സത്യങ്ങൾ പറയാം. അങ്ങ് ഈ രാജ്യത്തിന്റെ പ്രാന്തപ്രദേശങ്ങളിലേക്ക് യുദ്ധത്തിന് പോയപ്പോൾ മുതൽ ഇന്നുവരെ നടന്ന അങ്ങയുമായി ബന്ധപ്പെട്ട കുറേയേറെ സത്യങ്ങൾ.”

“പറയൂ. ആരെയും ഭയപ്പെടാതെ എല്ലാം സത്യസന്ധമായി മാത്രം പറയൂ.”

“രാജൻ. എനിക്ക് സത്യമല്ലാതെ മറ്റൊന്നും പറയാൻ കഴിയുകയില്ല. അങ്ങ് ക്ഷമയോടെ എനിക്ക് പറയാനുള്ളത് മുഴുവനും കേൾക്കണം.”

“തീർച്ചയായും.”

ആ പക്ഷി എല്ലാ സത്യങ്ങളും രാജാവിനോട് ആ സദസ്സിന്റെ മുമ്പിൽ തന്നെ പറഞ്ഞു. അവിടെ സന്നിഹിതരായിരുന്ന മന്ത്രിമാർക്കും മറ്റ് ഉന്നത ഉദ്യോഗസ്ഥർക്കും മറുത്ത് പറയുവാൻ ഒന്നും തന്നെ ഇല്ലായിരുന്നു. എന്നുമാത്രമല്ല, രാജാവിന്റെ അധികാരത്തെ വെല്ലുവിളിക്കുവാനുള്ള ശക്തിയും അവർക്കില്ലായിരുന്നു.

രാജാവ് തന്റെ പുത്രനെ അരികിൽ വിളിച്ച് സ്നേഹത്തോടെ കെട്ടിപ്പിടിച്ചു. തെറ്റു ചെയ്ത മന്ത്രിമാരെയും ഉദ്യോഗസ്ഥന്മാരെയും ഉടൻ തന്നെ ജയിലിൽ അടയ്ക്കാൻ ഉത്തരവ് നൽകി. പിന്നീട് സത്യപക്ഷിയോട് പറഞ്ഞു.

“ഞാനും എന്റെ കുടുംബവും ഈ രാജ്യത്തെ സത്യസന്ധരായ എല്ലാ പ്രജകളും അങ്ങയോട് എന്നും കടപ്പെട്ടിരിക്കും. അങ്ങയ്ക്ക് ഞങ്ങളുടെ ഹൃദയം നിറഞ്ഞ നന്ദി.

അങ്ങ് ഞങ്ങൾക്ക് ഒരുപകാരംകൂടി ചെയ്യണം. എന്റെ ഭാര്യ

എവിടെയാണെന്ന് എനിക്ക് കാണിച്ചുതരികയും അവളെ മോചിപ്പിക്കാൻ വേണ്ട ഉപായങ്ങൾ പറഞ്ഞുതരികയും വേണം."

സത്യപക്ഷി രാജാവിനോട് രാജ്ഞിയുടെ തടവറയുടെ സ്ഥാനം പറഞ്ഞുകൊടുക്കുകയും തടവിൽനിന്ന് അവരെ മോചിപ്പിക്കാൻ എന്തു ചെയ്യണമെന്ന് ഉപദേശിക്കുകയും ചെയ്തതിനുശേഷം അവിടെ നിന്നും തികച്ചും സ്വതന്ത്രനായി സന്തോഷത്തോടെ പറന്നുപോയി. ഉടൻ തന്നെ രാജാവും കുമാരനും ഒരു കൂട്ടം സൈനികരും അവിടെ പോകുകയും രാജ്ഞിയെ തടവിൽ നിന്നും മോചിപ്പിച്ച് കൂട്ടിക്കൊണ്ട് വരികയും ചെയ്തു. വളരെക്കാലം സൂര്യപ്രകാശമില്ലാത്ത തടവറയിൽ കഴിഞ്ഞ രാജ്ഞി കരുവാളിച്ച് കാണപ്പെട്ടെങ്കിലും പുറം ലോകത്തിലെ സൂര്യവെളിച്ചത്തിൽ വളരെയേറെ സുന്ദരിയായി ശോഭിച്ചു.

അവരെല്ലാം ഉടൻതന്നെ കുമാരന്റെ സഹോദരിയുടെ അടുത്തേക്ക് ഒരു ഘോഷയാത്രയായി തന്നെ പോയി. അങ്ങനെ ആ കുടുംബം ഒന്നു ചേരുകയും വളരെ കാലം എല്ലാവിധ മംഗളങ്ങളോടും കൂടി ജീവിക്കുകയും ചെയ്തു.

കുമാരനും കുമാരിയും അവരെ കുട്ടിക്കാലത്ത് വളർത്തിയ വളർത്തച്ഛനേയും വളർത്തമ്മയേയും, അതുപോലെ തങ്ങളെ കുറച്ചുദിവസത്തേക്കെങ്കിലും സ്നേഹത്തോടെ കൂടെ താമസിപ്പിച്ച അമ്മയേയും ഒരിക്കലും മറന്നില്ല എന്നുകൂടി എടുത്ത് പറയണം.

മാത്രമല്ല ആ കുമാരനും കുമാരിയും എപ്പോഴും പറയുമായിരുന്നു. 'ഞങ്ങൾ പക്ഷികളുടെ ഭാഷ പഠിച്ചത് എത്ര പ്രയോജനമായി' എന്നും 'ആരുടെ ഭാഷയും അവഗണിക്കപ്പെടേണ്ടതല്ല' എന്നും.

ജീവനജലം

ഇത് കറ്റാലൻ ഭാഷയിൽ പ്രചാരമുള്ള ഒരു കഥയാണ്. കറ്റാലൻ ലാറ്റിൻ ഭാഷയുടേയും അല്ലെങ്കിൽ സ്പാനിഷ് ഭാഷയുടെയും ഒരപഭ്രംശ ഭാഷയാണെന്ന് പറയാം. സ്പെയിനിലെ കറ്റാലൻ പ്രദേശത്ത് പരക്കെ സംസാരിക്കുന്ന ഭാഷയാണ്. സ്പേയിനിന്റെ വടക്കുകിഴക്കുഭാഗത്ത് സ്ഥിതി ചെയ്യുന്ന കറ്റാലോണിയൻ പ്രദേശക്കാരിൽ നല്ലൊരു വിഭാഗം ആൾക്കാർ ഒരു സ്വതന്ത്ര കറ്റലോണിയൻ രാഷ്ട്രത്തിനുവേണ്ടി നിലകൊള്ളുമ്പോൾ ഏതാണ്ട് അത്രയും തന്നെ വരുന്ന ഒരു വിഭാഗം കറ്റലോണിയ സ്പെയിനിന്റെ തന്നെ ഒരു സ്വയംഭരണാവകാശമുള്ള ഭാഗമായി തുടരാൻ ആഗ്രഹിക്കുന്നു. ഈ അഭിപ്രായവ്യത്യാസങ്ങൾ 2010 മുതൽ വളരെ വ്യക്തമായ രീതിയിൽ സ്ഥിരീകരിച്ചുകൊണ്ട് അവിടെ നടന്നുകൊണ്ടിരിക്കുന്ന രാഷ്ട്രീയ വാർത്താചാലനല്യകളിൽ നിന്നും നിങ്ങളിൽ പലരും അറിഞ്ഞിട്ടുണ്ടാകണം.

കറ്റലോണിയൻ പ്രദേശം പേരുകേട്ട കോസ്റ്റോ ബ്രോവോ എന്ന സമുദ്ര തീരപ്രദേശങ്ങൾക്കും വിനോദസഞ്ചാര കേന്ദ്രങ്ങൾക്കും പൈറനീസ് പർവ്വതിനിരകൾക്കും പ്രസിദ്ധിപെറ്റതാണ്. പണ്ടുകാലത്തെപ്പോഴോ ആ പ്രദേശത്ത് ജീവിച്ചിരുന്ന മൂന്ന് സഹോദരന്മാരെയും ഒരു സഹോദരിയെയും സംബന്ധിക്കുന്നതാണ് ഈ കഥ. ആ സഹോദരങ്ങൾ പരസ്പരം സ്നേഹത്തോടെ ജീവിച്ചിരുന്ന കാലം—പക്ഷേ പൂർവ്വിക സ്വത്ത് ആവശ്യത്തിനുണ്ടായിരുന്നതുകൊണ്ട് ജോലിയൊന്നും ചെയ്യാതെ മടിയരും സുഖലോലുപരുമായി അവർ ജീവിച്ചിരുന്ന കാലം.

അങ്ങനെയിരിക്കുമ്പോൾ ഒരു ദിവസം സഹോദരന്മാരിൽ ഒരാൾ പറഞ്ഞു.

“നമ്മളിങ്ങനെ ഒരു ജോലിയും ചെയ്യാതെ ജീവിക്കുന്നതിൽ വേണ്ടത്ര സുഖം ഉണ്ടെന്ന് തോന്നുന്നില്ല. നമുക്കെല്ലാം എന്തെങ്കിലും ജോലിചെയ്ത് കൂടുതൽ ധനം സമ്പാദിച്ച് ഒരു വലിയ കൊട്ടാരം പണിത് അതിൽ താമസിച്ചാൽ കൂടുതൽ സന്തോഷകരമായിരിക്കും. നമുക്ക് ശ്രമിച്ചുകൂടേ?”

“അതു ശരിയാ.” മറ്റുള്ളവർ ആ അഭിപ്രായത്തോട് യോജിച്ചു.

“അതേ, നമുക്ക് ജോലി ചെയ്യാം.”

അങ്ങനെ അവർ നാലുപേരും ജോലിചെയ്ത് ധാരാളം പണം സമ്പാദിക്കുകയും, സമ്പാദിച്ച പണം ഉപയോഗിച്ച് കൊട്ടാരസദൃശമായ ഒരു കൂറ്റൻ വീട് പണിയിപ്പിക്കുകയും ചെയ്തു. ആ വീട് കാണാൻ വിസ്മയിപ്പിക്കുന്നത്ര സുന്ദരവും, സൗകര്യങ്ങളുള്ളതും, വലുപ്പമേറിയതും ആയിരുന്നു. ധാരാളം ആളുകൾ വീട് സന്ദർശിക്കാൻ വന്നുകൊണ്ടിരുന്നു; ‘ഹോ, എത്ര വിശാലവും മനോഹരവും ആയിരിക്കുന്നു.’ എന്നു മാത്രമാണ് എല്ലാവർക്കും പറയുവാനുണ്ടായിരുന്നത്. പക്ഷേ ചില ദിവസങ്ങൾക്കു ശേഷം സന്ദർശകരിൽ കുറച്ച് പ്രായം കൂടിയ ഒരു സ്ത്രീമാത്രം പറഞ്ഞു.

“എല്ലാം തികഞ്ഞ വീട്. പക്ഷേ ഒരു കുറവുമാത്രം ഉണ്ട്.”

“എന്താണ് ആ കുറവ്. പറയൂ.” സഹോദരന്മാർ ആകാംക്ഷയോടെ ചോദിച്ചു.

“ഇവിടെ ഒരു നല്ല പൂജാമുറിയില്ല.” ആ വൃദ്ധ പറഞ്ഞു.

ആ സഹോദരന്മാരും സഹോദരിയും കുറവ് അംഗീകരിച്ചു. അവർ ഉടൻ തന്നെ വീണ്ടും കൂടുതൽ പണം സമ്പാദിക്കാനുള്ള ശ്രമം ആരംഭിച്ചു. അധികം താമസിയാതെ സമ്പാദിച്ച പണംകൊണ്ട് അവരുടെ കോട്ടാരവളപ്പിനുള്ളിൽ തന്നെ ദേവാലസദൃശ്യമായ ഒരു പൂജാസ്ഥലം പണിതു.

പിന്നീടും ആ കൊട്ടാരം സന്ദർശിക്കാൻ ആളുകൾ വന്നുകൊണ്ടേയിരുന്നു. “ആഹാ എത്ര മനോഹരം,” എന്നു പറയാതെ തിരികെ പോയ ആരും തന്നെയില്ലായിരുന്നു. എങ്കിലും ഒരു വൃദ്ധൻ മാത്രം പറഞ്ഞു.

“ഏതാണ്ട് എല്ലാം തികഞ്ഞ കൊട്ടാരം തന്നെ. എങ്കിലും എന്തോ ചിലതിന്റെ കുറവുണ്ട്.”

“എന്താണ് കുറവ്? ദയവായി പറഞ്ഞാലും.”

“ജീവനജലം നിറച്ച ഒരു കുടവും സൗന്ദര്യം നിറഞ്ഞ സുഗന്ധം വഹിക്കുന്ന പൂക്കളുള്ള ഒരു മരവും ആ മരത്തിലിരുന്ന് പാട്ടുപാടുന്ന ഒരു കിളിയും ഇവിടെയില്ലല്ലോ. അത് ഒരു കുറവുതന്നെയല്ലേ?”

“അതൊക്കെ എവിടെനിന്നാണ് കിട്ടുക?”

“അങ്ങ് ദൂരെക്കാണുന്ന പർവ്വതനിരകളിൽ പോയി അന്വേഷിച്ചാൽ

കിട്ടാതിരിക്കുകയില്ല."

"ഓ. അങ്ങനെയോ? ഞങ്ങൾ തീർച്ചയായും ശ്രമിക്കാം." സഹോദരന്മാർ പറഞ്ഞു.

ആ വൃദ്ധൻ പോയതിനുശേഷം മൂത്ത സഹോദരൻ മറ്റുള്ളവരോടായി പറഞ്ഞു.

"ഞാൻ ആ വൃദ്ധൻ പറഞ്ഞ സംഗതികൾ അന്വേഷിച്ച് പുറപ്പെടാം. നിങ്ങൾ ഇവിടെത്തന്നെ തുടരുക."

അനുജത്തി ചോദിച്ചു.

"ജ്യേഷ്ഠാ. അങ്ങ് ഒറ്റയ്ക്ക് പോയാൽ വഴിയിൽ അങ്ങേയ്ക്ക് എന്തെങ്കിലും അനിഷ്ടങ്ങൾ ഉണ്ടായാൽ, അങ്ങനെ ഉണ്ടാകാതിരിക്കട്ടെ എന്ന് ഞങ്ങൾ പ്രാർത്ഥിക്കാം; എങ്കിലും ഉണ്ടായാൽ ഞങ്ങളെങ്ങിനെ അറിയും?"

"അതേ, നീ പറഞ്ഞത് ശരിയാണ്, അനുജത്തീ. നമുക്ക് ആ വൃദ്ധനോട് ഉപദേശം ചോദിക്കാം,."

അവരെല്ലാം ആ വൃദ്ധന്റെയടുക്കൽ പോയി ചോദിച്ചു.

"ഹേ വയോദ്ധികശ്രേഷ്ഠാ, ഞങ്ങളുടെ മൂത്ത സഹോദരൻ അങ്ങ് പറഞ്ഞസംഗതികൾ അന്വേഷിച്ച് പർവ്വതനിരകളിലേക്ക് പോകുകയാണ്. വഴിയിൽ അദ്ദേഹത്തിന് എന്തെങ്കിലും അനിഷ്ടം സംഭവിച്ചാൽ ഞങ്ങളെങ്ങിനെ അറിയും?"

ആ വൃദ്ധൻ തന്റെ കയ്യിലുണ്ടായിരുന്ന സാമാന്യം വലിയ ഒരു പേനാക്കത്തി എടുത്ത് നീട്ടിപ്പിടിച്ചുകൊണ്ട് പറഞ്ഞു.

"നിങ്ങൾ വിഷമിക്കേണ്ട. നിങ്ങളുടെ സംശയം ന്യായമായതുമാണ്. ഈ കത്തി നിങ്ങൾ വാങ്ങിച്ചുകൊള്ളുക.. ഇത് ഭദ്രമായി സൂക്ഷിച്ചു വെയ്ക്കണം. ഇത് ശുദ്ധമായിരുന്നാൽ നിങ്ങളുടെ ജേഷ്ഠൻ സുരക്ഷിതനാണെന്ന് കരുതാം; മറിച്ച് എപ്പോഴെങ്കിലും ഇതിൽ രക്തക്കറ കണ്ടാൽ നിങ്ങളുടെ ജേഷ്ഠന് ആപത്ത് സംഭവിച്ചു എന്ന് മനസ്സിലാക്കണം."

സഹോദരന്മാർ വൃദ്ധന് നന്ദിപറഞ്ഞ് തിരികെ പോന്നു.

മൂത്ത സഹോദൻ പർവ്വനിരകളിലെക്കുള്ള യാത്ര ആരംഭിച്ചു. പല ദിവസങ്ങൾ നടന്നു കുറേ അധികദൂരം പോയതിനുശേഷം ഒരു ദിവസം വഴിയരികിൽ ഒരു രാക്ഷസനെ കണ്ടു. അയാൾ രാക്ഷസനോട് തിരക്കി.

"ആ ദൂരെക്കാണുന്ന ഉയർന്ന മലയോരത്ത് എത്താൻ ഇനി എത്ര ദൂരമുണ്ട്? പറയാമോ?"

"ങ്ഹു. എന്തിനാ നീ ആ മലയിൽ പോകുന്നത്?"

"ഞാൻ ഒരു കുടം ജീവനജലവും പാട്ടുപാടുന്ന ഒരുകിളിയേയും സൗന്ദര്യം നിറഞ്ഞ വൃക്ഷവും തേടി പോകുകയാണ്."

"ഓ. അങ്ങനെയോ. ഇതിന് മുൻപും ഒരു പാടുപേർ ഇതേ സാധനങ്ങൾ തേടി ആ മലഞ്ചെരുവിലേക്ക് പോയിട്ടുണ്ട്. പക്ഷേ ആരും തിരികെ വന്നുകണ്ടില്ല. നിനക്കും പോകണമെന്ന് നിർബന്ധമാണെങ്കിൽ ഞാൻ വഴിപറഞ്ഞുതരാം. കേട്ടോളൂ."

അല്പം നിർത്തിയിട്ട് രാക്ഷസൻ തുടർന്നു.

"ആ കാണുന്ന വഴിയേ പോയ്ക്കോ. മലയുടെ അടുത്താകുമ്പോൾ വഴിയിൽ ഒരുപാട് ചെറിയചെറിയ പാറക്കൂട്ടങ്ങൾ കാണും. അതൊന്നും ശ്രദ്ധിക്കാതെ ഒരിടത്തും വിശ്രമിക്കാതെ നേരെ മുമ്പോട്ട് നടക്കണം. അങ്ങനെ നടക്കുമ്പോൾ പിന്നിൽ നിന്ന് ആ പാറകൾ നിന്നെ പരിഹസിച്ച് സംസാരിക്കുന്നതും ചിരിക്കുന്നതുമൊക്കെ കേട്ടെന്ന് വരും. പക്ഷേ ഒന്നിനും ചെവികൊടുക്കാതെ യാതൊരു കാരണവശാലും തിരിഞ്ഞു നോക്കാതെ മുന്നോട്ടുതന്നെ നടക്കണം. അങ്ങനെ മലമുകളിലെത്തുന്നതുവരെ നടക്കണം. കേട്ടല്ലോ. അതല്ല ഞാനീപ്പറയുന്നത് അനുസരിക്കാതെ എന്തെങ്കിലും കാരണവശാൽ തിരിഞ്ഞു നോക്കിയാൽ അത് നിന്റെ വിധി. കേട്ടല്ലോ?"

അയാൾ രാക്ഷസനോട് നന്ദിപറഞ്ഞിട്ട് യാത്ര തുടർന്നു. രാക്ഷസൻ പറഞ്ഞതുപോലെ ശ്രദ്ധ മലയിൽ മാത്രം കേന്ദ്രീകരിച്ചുകൊണ്ട് മുന്നോട്ടു നടന്നു. പാറക്കൂട്ടങ്ങളുടെ നടുവിൽനിന്നും പരിഹാസവചനങ്ങളും ചിരിയുമൊക്കെ കേട്ടുതുടങ്ങിയെങ്കിലും ഒന്നും ഗൗനിക്കാതെ നടന്നു. പക്ഷേ പിന്നിൽ നിന്നും വന്ന കൂക്കുവിളിശബ്ദം സഹിക്കാനാകാത്തത്ര ഒച്ചത്തിലായപ്പോൾ മുന്നിൽ കണ്ട ഒരു പാറക്കഷണം കുനിഞ്ഞെടുത്തു. അത് പുറകിൽ ശബ്ദമുണ്ടാക്കിയ വരുടെ നേരെ എറിയാൻ വേണ്ടി തിരിഞ്ഞപ്പോൾ പെട്ടെന്ന് കാലിൽ ഒരു പെരുപ്പ് അനുഭവപ്പെട്ടു. നിമിഷങ്ങൾക്കുള്ളിൽ അയാളും ഒരു പാറക്കല്ലായി മാറി.

ആ ദിവസം സന്ധ്യയോടടുത്താണ് അവരുടെ സഹോദരി ആ ദൃശ്യം കണ്ടത്. അവരുടെ കയ്യിലുണ്ടായിരുന്ന കത്തി ചോരയിൽ മുക്കിയെടുത്താലെന്നതുപോലെ...; അതേ, മൂത്ത സഹോദരന് എന്തോ അപകടം സംഭവിച്ചുവെന്ന് അവർക്ക് മനസ്സിലായി.

അങ്ങനെ അവർ ദുഃഖത്തോടെ ഒരു തീരുമാനമെടുത്തു. രണ്ടാമത്തെ സഹോദരൻ ആ കുന്നിലേക്ക് യാത്രതിരിച്ചു. ഉദ്ദേശം തങ്ങൾ തേടിയിരുന്ന സാധനങ്ങൾ കരസ്ഥമാക്കുകയും അതേ സമയം മൂത്ത സഹോദരനെ അപകടത്തിൽ നിന്നും രക്ഷിക്കുകയും എന്നതായിരുന്നു എന്ന് പ്രത്യേകം പറയേണ്ടതില്ലല്ലോ.

രണ്ടാമത്തെ സഹോദരനും ആദ്യത്തെ സഹോദരന്റെ അനുഭവങ്ങൾതന്നെ ഉണ്ടായി. രാക്ഷസനെ കണ്ടതും, രാക്ഷസന്റെ മാർഗനിർദ്ദേശങ്ങളും എല്ലാം ആവർത്തിച്ചു പക്ഷേ ആ സഹോദരൻ പിന്നിൽനിന്നും കേട്ട പരിഹാസങ്ങൾ തൃണവൽക്കരിച്ചുകൊണ്ട് മുന്നോട്ടു നടന്നു. എങ്കിലും ഏതോ ഒരു സമയത്ത് പിന്നിൽനിന്നും കേട്ടത് ജ്യേഷ്ഠന്റെ ശബ്ദമാണെന്ന് തിരിച്ചറിഞ്ഞ ആ സഹോദരൻ ആകാംക്ഷയോടെ തിരിഞ്ഞുനോക്കി. അങ്ങനെ ആ പാറക്കൂട്ടങ്ങൾക്ക് നടുവിൽ മറ്റൊരു പാറയും ചേർക്കപ്പെട്ടു.

സഹോദരി എന്നും ആ കത്തി എങ്ങനെയുണ്ടെന്ന് ആകാംക്ഷയോടെ നോക്കുമായിരുന്നു. തുടച്ച് വൃത്തിയാക്കി വെച്ചിരുന്ന കത്തി എപ്പോഴും മിന്നിത്തിളങ്ങുമായിരുന്നു. എങ്കിലും ഒരു ദിവസം അവൾ കണ്ടത് തികച്ചും സങ്കടകരമായ ഒന്നാണ് — കത്തിയിൽ വീണ്ടും ചോരക്കറ.

എല്ലാം വീണ്ടും ആവർത്തിച്ചു. മൂന്നാമത്തെ സഹോദരനും മൂത്തവരെ പിൻതുടർന്നു; വീണ്ടും പാറക്കൂട്ടങ്ങളുടെ എണ്ണത്തിൽ ഒന്നുകൂടി ചേർക്കപ്പെട്ടു എന്നു മാത്രം.

അന്നും കത്തിയിൽ രക്തക്കറ കണ്ട സഹോദരിക്ക് മറ്റൊന്നും ചിന്തിക്കുവാൻ ഉണ്ടായിരുന്നില്ല; ആരോടും ഒന്നും ആലോചിക്കാതെ, അവളും യാത്ര തിരിച്ചു. എല്ലാം ആവർത്തിച്ചു. അവളുടേയും പുറകിൽനിന്ന് അപഹസനീയമായ വാക്കുകളും ശബ്ദകോലാഹലങ്ങളും ഉണ്ടായി. ഏതോ ഒരു സമയം അവളുടെ മൂന്ന് സഹോദരന്മാരുടേയും ശബ്ദം അവൾക്ക് കേൾക്കാൻ കഴിഞ്ഞു. പക്ഷേ, അവൾ സഹോദരന്മാരെ അപേക്ഷിച്ച് കൂടുതൽ ദൃഢമനസ്കയും ക്ഷമയുള്ളവളും ആയിരുന്നു. അതുകൊണ്ട് അവൾ പുറകിൽ നടന്നതിനോ കേട്ടതിനോ വിലകൽപ്പിക്കാതെ മുന്നോട്ട് നടന്നു. നടന്നു നടന്ന് ഒടുവിൽ ആ മലയുടെ ഉച്ചത്തിൽ കാൽ പതിപ്പിച്ചു.

അങ്ങനെ മലമുകളിൽ കാലുറപ്പിച്ചുകൊണ്ട് അവൾ ചുറ്റിനും നോക്കി. അവിടെ ഉണ്ടായിരുന്ന ഒരു ചെറിയ പൊയ്കയിൽ നിന്ന് അവളുടെ കയ്യിലുണ്ടായിരുന്ന ചെറിയ കുടത്തിൽ ജലം പിടിച്ചു. പിന്നീട് അടുത്ത് കണ്ട അതീവസുന്ദരമായ പൂക്കൾ വിടർന്നു നിന്ന ഒരു മരത്തിൽനിന്ന് ഒരു കൊമ്പ് ഒടിച്ചെടുത്തു. ആ മരത്തിന്റെ താഴത്തെ കൊമ്പിൽ പാട്ടുപാടിക്കൊണ്ടിരുന്ന ഒരു പക്ഷിയേയും പിടിച്ച് തന്റെ കുപ്പായക്കീശയിലിട്ടു. അത് പറന്നുപോകാത്തവിധം കീശയുടെ ബട്ടനിട്ട് ബന്ധിച്ചു. പിന്നീട് അവൾ തിരികെ മലയിറങ്ങാൻ തുടങ്ങി. പക്ഷേ, ഒരു ദുഃഖം മാത്രം അവളുടെ മനസ്സിൽ ഉണ്ടായിരുന്നു— തന്റെ സഹോദരന്മാരെ

കാണാൻ കഴിഞ്ഞില്ലല്ലോ എന്ന ദുഃഖം.

അങ്ങനെ അവൾ മല ഇറങ്ങി വന്നുകൊണ്ടേയിരുന്നപ്പോൾ അവളുടെ കയ്യിലെ കുടത്തിൽ നിന്നും അല്പം ജലം തുളുമ്പി അവിടെയുണ്ടായിരുന്ന പാറക്കഷണങ്ങളുടെ പുറത്ത് വീഴാൻ ഇടയായി. അപ്പോൾ അവിടെ നടന്നത് തികച്ചും അതിശയകരമായ ഒന്നായിരുന്നു. ജലകണങ്ങൾ വീണ ഓരോ പാറക്കല്ലും ഓരോ മനുഷ്യനായി ഉയർത്തെഴുന്നേൽക്കുന്നതാണ് അവൾ കണ്ടത്. ആ കാഴ്ച കണ്ട അവൾക്ക് അവിടെയുണ്ടായിരുന്ന പാറക്കഷണങ്ങൾ എല്ലാംതന്നെ ഏതോ ശാപം കിട്ടിയ (അല്ലെങ്കിൽ മാന്ത്രിശക്തിയിൽ ബന്ധപ്പെട്ടുപോയ) ഓരോ മനുഷ്യനാണെന്ന ബോധം ഉണ്ടായി. തന്റെ സഹാദരന്മാരും ആ പാറക്കഷണങ്ങളുടെ കൂട്ടത്തിൽ ഉണ്ടാകുമെന്നും അവൾ ആഗ്രഹിച്ചു. ഉടൻ തന്നെ അവൾ തന്റെ തയ്യിലുണ്ടായിരുന്ന ജലത്തിൽനിന്ന് കുറച്ച് എല്ലാ പാറക്കഷ്ണങ്ങളുടെ മുകളിലും തൂകി. അവളുടെ സഹോദരന്മാർ ഉൾപ്പെടെ ഒരു വലിയ ആൾക്കൂട്ടം തന്നെയായിരുന്നു അപ്പോൾ ഉണർന്നെഴുന്നേറ്റത്. എല്ലാവരും അവളോട് നന്ദി പറയുകയും ചെയ്തു.

പിന്നീട് അവളും സഹോദരന്മാരും അവരുടെ സ്വന്തം കൊട്ടാരത്തിലേക്ക് മടങ്ങി. അവിടെ എത്തിയയുടൻ തന്നെ ആ വൃക്ഷക്കൊമ്പ് ഭൂമിയിൽ നട്ടു. അതിന് ജീവനജലത്തിൽനിന്ന് അല്പം വെള്ളം തളിക്കുകയും ചെയ്തു. മരം ഉടൻ തന്നെ വേരുപിടിക്കുകയും വളർന്ന് പൂത്തുതുടങ്ങുകയും ചെയതു. കൊണ്ടുവന്ന കിളിയെ സ്വതന്ത്ര്യയാക്കി വിട്ടുവെങ്കിലും അത് ആ മരത്തിൽത്തന്നെ ഇരുപ്പുറപ്പിച്ചു. മിച്ചമുണ്ടായിരുന്ന ജലം ഒരു ചെറിയ പൊയ്ക നിർമ്മിച്ച് അതിലൊഴിക്കുകയും ചെയ്തു.

നടന്ന വിവരങ്ങളെല്ലാം ആ സ്ഥലത്തും സമീപ പ്രദേശങ്ങളിലും അറിയാനിടയായി. കൂടാതെ ആ സഹോദരി സഹോദരന്മാരുടെ കുറ്റങ്ങളും കുറവുകളുമില്ലാത്ത മനോഹരമായ കൊട്ടാരത്തെക്കുറിച്ചും. ആ വിവരങ്ങൾ കേട്ട അയൽ നാട്ടിലെ ഒരു രാജകുമാരൻ അന്നൊരുനാൾ വിനോദയാത്രയുടെ ഭാഗമായി അവിടെ എത്തുകയുണ്ടായി. രാജകുമാരന് ആ സ്ഥലം വളരെയധികം ഇഷ്ടമായി; ഒപ്പം സാഹസികമായ പ്രവർത്തികൾ ചെയ്ത് വിജയം നേടിയ ആ സഹോദരിയേയും. കുമാരൻ തിരികെപ്പോയി അച്ഛനമ്മമാരോട് ആലോചിച്ച് ആ പെൺകുട്ടിയെ വിവാഹം കഴിക്കാൻ തീരുമാനിക്കുകയും അതിനുവേണ്ട നടപടികൾ—അവളുടെ സഹോദരന്മാരോട് സംസാരിക്കുന്നതുൾപ്പെടെ എല്ലാം ചെയ്തു. അവൾക്കും ആ വിവാഹം ഇഷ്ടവും സമ്മതവുമായിരുന്നു.

അങ്ങനെ അവർ വിവാഹിതരായി വളരെ നാളുകൾ സന്തോഷത്തോടെ ആ കൊട്ടാരത്തിൽ ജീവിച്ചു.

ഒരു ദുഷ്ടൻ രാജാവ്

വളരെ പണ്ട് സ്പെയിനിൽ ജീവിച്ചിരുന്ന അതീവ ദുഷ്ടനായ ഒരു രാജാവിനേക്കുറിച്ച് പ്രതിപാദിക്കുന്ന ഒരു കഥയാണ് ഇത്. ഉദാഹരണത്തിന് ആ രാജ്യത്ത് ഒരു വിധവയ്ക്കും ജീവിക്കാൻ അവകാശമില്ലായിരുന്നു; ഭർത്താവിന്റെ മരണത്തിന് ഏതെങ്കിലും ഒരു രീതിയിൽ ഭാര്യ കാരണക്കാരിയായിരുന്നിരിക്കും എന്ന രാജാവിന്റെ വിശ്വാസമാണ് അങ്ങനെ ഒരു നില സംജാതമാക്കിയത്. അതുകൊണ്ട് രാജ്യത്തെ എല്ലാ വിധവകളെയും കൊല്ലുവാനോ അല്ലെങ്കിൽ നാട്ടുകടത്തുവാനോ രാജാവ് ഉത്തരവ് പുറപ്പെടുവിച്ചു.

അതുപോലെ തടിയരായ പുരുഷന്മാരും സ്ത്രീകളും രാജകോപത്തിന് ഇരയായി. അവർ ആവശ്യത്തിലധികം തിന്നുന്നതുകൊണ്ടാണ് തടിയരായത് എന്ന രാജാവിന്റെ വിശ്വാസം തന്നെയായിരുന്നു കാരണം.

രാജാവിന് തന്റെ രാജ്യത്ത് തന്നെക്കാൾ ഉയരം കൂടിയ ആരും ഉണ്ടായിരിക്കരുത് എന്നും നിർബന്ധം ഉണ്ടായിരുന്നു. തന്നേക്കാൾ ഉയരം കൂടിയവർ തന്റെ അന്തസ്സിനും അഭിമാനത്തിനും ക്ഷതം വരുത്തുമെന്ന് അദ്ദേഹം വിശ്വസിച്ചു. അതുകൊണ്ട് രാജാവിനേക്കാൾ ഉയരം കൂടിയ എല്ലാ പ്രജകളുടേയും കഴുത്തോ അല്ലെങ്കിൽ കാലുകളോ വെട്ടിക്കളയാൻ അദ്ദേഹം ഉത്തരവിട്ടു.

ഈ പറഞ്ഞ നിയമങ്ങൾ ആ രാജ്യത്തെ ജനങ്ങളെ എങ്ങനെ ബാധിച്ചിരിക്കുമെന്ന് നിങ്ങൾക്ക് ഊഹിക്കാൻ കഴിയുമല്ലോ. അതുകൊണ്ട് അവർ വളരെ സൂക്ഷിച്ചും, ജാഗ്രതയോടെയും, ഭയപ്പെട്ടുമാണ് ജീവിച്ചിരുന്നത്. പ്രത്യേകിച്ചും സ്ത്രീകൾ. അവർ അവരുടെ ഭർത്താക്കന്മാരെ അതീവ ജാഗ്രതയോടെ സംരക്ഷിച്ചു. നിവർത്തിയുണ്ടെങ്കിൽ

ഭർത്താക്കന്മാർ വീടിന് വെളിയിൽ പോകാതിരിക്കാൻ അവർ ശ്രദ്ധിച്ചു. അവർക്ക് ഒരപകടവും ഉണ്ടാകാതെ, ഒരു സുഖക്കേടും പിടിപെടാതെ ശ്രദ്ധയോടെ, കൃത്യതയോടെ, സംരക്ഷിച്ചു. ഭക്ഷണ കാര്യത്തിലും അവർ വളരെയധികം ശ്രദ്ധിച്ചു; വണ്ണം വെയ്ക്കുന്നതരത്തിലുള്ള ഭക്ഷണപദാർത്ഥങ്ങൾ പാടെ ഒഴിവാക്കി. മക്കൾക്ക് നീളം കൂടാതിരിക്കാൻ ഒരു പ്രായത്തിനുശേഷം അവരെക്കൊണ്ട് പ്രത്യേകതരം കായികാഭ്യാസങ്ങൾ ചെയ്യിപ്പിച്ചു. മക്കൾക്ക് ഭാരം തൂക്കുക, കുനിഞ്ഞ് നടക്കുക മുതലായ അഭ്യാസങ്ങൾ എന്നും ചെയ്യേണ്ടത് നിർബന്ധമായി. അതുകൊണ്ടുതന്നെ ആ രാജ്യത്ത് കൂനന്മാരുടെ എണ്ണം ക്രമാതീതമായി വർദ്ധിച്ചു.

അതുപോലെ ധാരാളം ആളുകൾ ജിംഖാനകളിലും, വ്യായാമ ഇടങ്ങളിലും നടപ്പാതകളിലും പോകാൻ തുടങ്ങി. നല്ല വ്യായാമം തടി കുറയ്ക്കുമെന്ന് എല്ലാവർക്കും അറിയാമായിരുന്നതല്ലേ. പക്ഷേ, ഇറച്ചി വില്പനക്കാരും, വെണ്ണ, തൈര് മുതലായവ വില്ക്കുന്നവരും വലിയ കഷ്ടത്തിലായി. അവരുടെ കച്ചവടവും ആദായവും കുത്തനെ കുറഞ്ഞു. അത്തരം ആഹാരങ്ങൾ തടി കൂട്ടുന്നവയാണല്ലോ. അതുകാരണം പള്ളികളുടെ വരുമാനവും കുറഞ്ഞുതുടങ്ങി.

ആ സാഹചര്യത്തിൽ, തങ്ങളുടെ അവസ്ഥ തികച്ചും പരിതാപകരമാണെന്ന് ചിന്തിച്ച് ഒരു കൂട്ടം ആളുകൾ തങ്ങളുടെ നഗരത്തിലെ പ്രമുഖനും നിയമകാര്യങ്ങളിൽ നിപുണനും ആയിരുന്ന ഒരു വ്യക്തിയെ സമീപിച്ച് രാജാവിന് ഒരു ഹർജി സമർപ്പിക്കാൻ തീരുമാനിച്ചു. അദ്ദേഹം പ്രമുഖൻ മാത്രമായിരുന്നില്ല. സ്ഥലത്തെ നിയമനടത്തിപ്പിൽ പ്രഥമസ്ഥാനം വഹിച്ചിരുന്ന ആളും ആളുകൾക്ക് രോഗശമനത്തിന് അല്പാല്പം ചികിത്സാവിധികൾ പറഞ്ഞുകൊടുത്ത് സഹായിക്കുകയും ചെയ്യുന്ന വ്യക്തിയുമായിരുന്നു. അതിനൊക്കെ പുറമേ അദ്ദേഹം രാജാവിനോട് അടുത്തു പരിചയിക്കുകയും, രാജാവിന് അപ്പപ്പോൾ വേണ്ട നിയമോപദേശങ്ങൾ നൽകുകയും ചെയ്യുന്ന ഒരു മാന്യവ്യക്തിയും കൂടിയായിരുന്നു.

അവരെല്ലാവരും ചേർന്ന് ആ മാന്യദേഹത്തെ കാണുകയും, രാജാവിന് ഒരു ദയാഹർജി സമർപ്പിക്കുന്നതിനെക്കുറിച്ച് ഉപദേശം തേടുകയും ചെയ്തു. അദ്ദേഹം ഒരു തികഞ്ഞ അറിവാളിയെപ്പോലെ അവരുടെ വാക്കുകൾ കേട്ടു. പിന്നീട് കുറച്ചുനേരം ആലോചിച്ചിരുന്നതിന് ശേഷം പറഞ്ഞു.

“നിങ്ങളുടെ പൂർവ്വികന്മാർ അവരുടെ രാജാവിനോട് വളരെ സ്നേഹവും കടപ്പാടും ഉള്ളവരായിരുന്നു. ഞാൻ പറയുന്നത് ഇപ്പോഴത്തെ രാജാവിന്റെ അച്ഛൻ രാജാവിനെക്കുറിച്ചാണ്. നിങ്ങൾക്ക് മനസ്സിലായിക്കാണുമല്ലോ.”

“ഓ. മനസ്സിലായി.”

ആ മാന്യൻ സംസാരിക്കുന്ന സമയമെല്ലാം ഒരു മൂർച്ചയേറിയ വാക്കത്തി കൈയ്യിലെടുത്ത് തന്റെ വിരലുകൾ കത്തിയുടെ മൂർച്ചയേറിയ ഭാഗത്ത് സാവധാനം ഉരുവിക്കൊണ്ടിരുന്നു. അദ്ദേഹം തുടർന്നു.

“അദ്ദേഹം നിങ്ങളുടെ പൂർവ്വികരുടെ കാർഷിക വിളകളുടെ അഞ്ചിലൊന്ന് മാത്രം സ്വന്തം ആവശ്യങ്ങൾക്കായി സൂക്ഷിച്ചുകൊള്ളുവാൻ അവരെ അനുവദിച്ചിരുന്നു. അതിൽ അവർ തികച്ചും തൃപ്തരുമായിരുന്നു. മാത്രമല്ല, ആ അഞ്ചിലൊന്നിൽ നിന്നുപോലും ഒരു ചെറിയ പങ്കുകൂടി തിരുമനസ്സിന് കരമായി നൽകാൻ അവർ ഔത്സുക്യം കാട്ടിയിരുന്നു എന്നും, സന്തോഷത്തോടെ അത് നൽകിയിരുന്നു എന്നുമുള്ള സത്യം നിങ്ങൾക്കേവർക്കും അറിവുള്ളതുമാണ്. മാത്രമല്ല, അങ്ങനെ ആ കരം സദയം സ്വീകരിച്ചതിന് അവർ അച്ഛൻ തിരുമനസ്സിനോട് നന്ദിയുള്ളവരുമായിരുന്നു. എന്താ. അങ്ങനെയല്ലേ?”

“അതെയതെ. അത് തികച്ചും ശരിയാണ്.” അവർ ഒന്നടങ്കം പ്രതികരിച്ചു.

“ഇപ്പോഴത്തെ രാജാവാകട്ടെ കരം ഒരല്പംകൂടി ഉയർത്തി നിങ്ങൾക്ക് അദ്ദേഹത്തോട്ടുള്ള സ്നേഹവും ബഹുമാനവും വെളിപ്പെടുത്താൻ ഒരവസരം നിങ്ങൾ ചോദിക്കാതെതന്നെ നൽകിയിരിക്കുന്നു. എന്താ, നിങ്ങൾക്കതിൽ സന്തോഷമില്ലേ?”

“ഓ. ഉണ്ട് തീർച്ചയായും ഉണ്ട്.”

പ്രമുഖന്റെ കയ്യിലെ കത്തി അവരുടെ മുമ്പിൽ അപ്പോഴും ഒരു പ്രതീകമായി ഉണ്ടായിരുന്നു എന്ന സത്യം മറക്കാനാവില്ലല്ലൊ. അദ്ദേഹം വീണ്ടും തുടർന്നു.

“നോക്കൂ. വിധവകൾക്കെതിരായ നിയമം എത്ര പ്രയോജനകരമായിരിക്കുന്നു. പുരുഷന്മാർക്ക്, പ്രത്യേകിച്ചും. നിങ്ങൾ വളരെ സന്തുഷ്ടരായിരിക്കുന്നു. അല്ലേ? സ്ത്രീകൾ അവരുടെ ഭർത്താക്കന്മാരോട് എത്ര സ്നേഹത്തോടെയും വാത്സല്യത്തോടെയുമാണ് പെരുമാറുന്നത്. ഈ ഒരൊറ്റക്കാര്യത്തിന് പുരുഷന്മാർ ഒന്നടങ്കം മഹാരാജാവിനോട് കടപ്പെട്ടവരായിരിക്കണം. എന്നാണെന്റെ വിശ്വാസം; കടപ്പെട്ടവരായിരിക്കണം എന്നാണ് അഭിപ്രായം.”

“ശരിയാണ്, അങ്ങ് പറഞ്ഞത് വളരെ ശരിതന്നെയാണ്.”

“ഇതെല്ലാം നിങ്ങൾക്ക് നന്നായി അറിയാവുന്ന കാര്യങ്ങളാണ്. എങ്കിലും ഞാനോർമ്മിപ്പിക്കുന്നു എന്നു മാത്രം. നീളം കൂടരുതെന്നും തടി വർദ്ധിപ്പിക്കരുതെന്നും പറഞ്ഞതുകൊണ്ട് നിങ്ങൾ ആവശ്യത്തിൽ കൂടുതൽ ഭക്ഷണം കഴിക്കുന്ന ദുഷിച്ച സ്വഭാവം ഉപേക്ഷിച്ചു. അതുകൊണ്ട് നിങ്ങളുടെ ചിലവ് വളരെ കുറയും. അങ്ങനെ അധികം താമസിയാതെ നിങ്ങളും ധനികരാകും. എന്റെ അഭിപ്രായം നിങ്ങൾ

സ്വയം നികുതിവിഹിതം അല്പം ഉയർത്താൻ രാജാവിനോട് അഭ്യർത്ഥി ക്കേണ്ടതാണെന്നാണ്. അങ്ങനെ നിങ്ങൾക്ക് അദ്ദേഹം ചെയ്യുന്ന നല്ല കാര്യങ്ങൾക്ക് നന്ദികാണിക്കാൻ ഒരുവസരം ഉണ്ടാക്കാൻ കഴിയും."

"അതെയതെ. അങ്ങ് പറഞ്ഞത് വളരെ നല്ല കാര്യമാണ്."

അതുപറയാൻ രണ്ടോ മൂന്നോ പേർ മാത്രമേ അവിടെ ഉണ്ടായിരു ന്നുള്ളൂ. മറ്റവരെല്ലാം നേരത്തേതന്നെ ഒന്നുംരണ്ടുമായി കൊഴിഞ്ഞുപോ യിക്കഴിഞ്ഞിരുന്നു.

മുഖ്യൻ തുടർന്ന് പറഞ്ഞു.

"ഇതൊക്കെയാണെങ്കിലും നിങ്ങളുടെ മനസ്സിൽ രാജാവിനെക്കു റിച്ച് എന്തെങ്കിലും അതൃപ്തിയുണ്ടെങ്കിൽ അത് അദ്ദേഹത്തെ അറിയി ക്കേണ്ടത് എന്റെ കടമയാണ്. അതുകൊണ്ട് നിങ്ങൾക്കുവേണ്ടി ഒരു ദയാഹർജി തയ്യാറാക്കി അദ്ദേഹത്തിന് സമർപ്പിക്കാൻ ഞാൻ ഒരുക്ക മാണ്; നിങ്ങളെ സഹായിക്കാൻ അത് എനിക്കും ഒരവസരമാകുമല്ലോ."

"ഇല്ല. വേണ്ട. എല്ലാം നന്നായി നടക്കുമ്പോൾ എന്തിനാണ് ഒരു ദയാഹർജി. അതുവേണ്ട. അത് ശരിയാകുകയില്ല." അവർ ധൃതിയിൽ അവിടെനിന്നും പിരിഞ്ഞുപോയി.

മുഖ്യൻ നടന്ന കാര്യങ്ങൾ രാജാവിനോട് വിശദമായി പറഞ്ഞു. അതുകേട്ട് രാജാവ് പറഞ്ഞു.

"മണ്ടത്തരം അന്തസ്സോടെ വാതിലിൽക്കൂടി പ്രവേശിച്ചുവെങ്കിലും വിവേകം ജന്നലിൽക്കൂടി അനാഢംബരം രക്ഷപ്പെട്ടു. അല്ലേ?"

അവർ രണ്ടുപേരും ഉറക്കെ പൊട്ടിച്ചിരിക്കുന്നതുമാത്രമാണ് കൊട്ടാ രത്തിൽ ജീവനക്കാർക്ക് കേൾക്കാൻ കഴിഞ്ഞത്.

മാന്ത്രികവലയത്തിൽപെട്ട കൊട്ടാരം

വളരെ പണ്ട് സ്പെയിൻ നാട്ടിൽ താമസിച്ചിരുന്ന ഒരു ചെറുപ്പക്കാരന്റെ കഥയാണ് ഇത്. അവന് ജോലിചെയ്യാൻ ഒട്ടും താല്പര്യമില്ലായിരുന്നു. പരമ്പരാഗതമായി കിട്ടിയ സ്വത്തുമുഴുവൻ ചിലവഴിച്ച് ഇല്ലാതാക്കി. കടം വാങ്ങാവുന്നവരുടെ അടുക്കൽനിന്നെല്ലാം കഴിയുന്നത്ര കടം വാങ്ങി. കടം തിരികെ കൊടുക്കാൻ ഒരു വഴിയും ഇല്ലായിരുന്നു. നമ്മൾ ചിലരെക്കുറിച്ച് പറയാറില്ലേ. 'അങ്ങനെയൊരു ജന്മമാണ് അവന്റേത്' എന്ന്; അതേ അതുപോലൊരു ജന്മമായിരുന്നു നമ്മുടെ കഥയിലെ നായകന്റേതും.

അങ്ങനെയിരിക്കുമ്പോൾ ഒരു ദിവസം തികച്ചും അപ്രതീക്ഷിതമായി യാതൊരു മുൻപരിചയവും ഇല്ലാത്ത ഒരാൾ ആ ചെറുപ്പക്കാരന്റെ വീട്ടിലെത്തി അയാളോട് പറഞ്ഞു.

"ഹേ, ചെറുപ്പക്കാരാ, നീ എനിക്ക് ഞാൻ നിർദ്ദേശിക്കുന്നതുപോലെ ഒരു ദിവസം ജോലിചെയ്യാമെങ്കിൽ നിന്റെ എല്ലാകടങ്ങളും ഞാനടച്ചു തീർക്കാം. എന്താ, സമ്മതമാണോ?"

അയാൾ കുറച്ചുനേരം ആലോചിച്ചതിനുശേഷം പറഞ്ഞു,

"സമ്മതമാണ്."

ഒരു ദിവസത്തെ ജോലിയല്ലേ. സാരമില്ല, ഒന്ന് ശ്രമിച്ചുനോക്കാം എന്നായിരുന്നു അയാളുടെ ചിന്ത.

ഏതായാലും ആ അപരിചതൻ തുടർന്ന് പറഞ്ഞു.

“ശരി. എങ്കിൽ നിന്റെ കടബാദ്ധ്യതകൾ എന്തൊക്കെയാണെന്ന് പറയൂ. ഞാൻ, ഇതാ, ഈ നിമിഷം തന്നെ എല്ലാം അടച്ചുതീർക്കാം.”

അയാൾ പറഞ്ഞതനുസരിച്ച് പട്ടികയിട്ട് എല്ലാ കടങ്ങളും ഉടൻതന്നെ അടുച്ചുതീർക്കുകയും ചെയ്തു.(അക്കാലത്തും മൊബൈൽ ഫോൺ ബാങ്കിങ്ങ് പോലെ എന്തെങ്കിലും സൂത്രം അപരിചിതന് അറിയമായിരുന്നിരിക്കും എന്ന് നമുക്കു ഊഹിക്കാം.) പിന്നീട് അപരിചതൻ അയാളോട് പറഞ്ഞു.

“ദാ. നോക്ക്, നിന്റെ കടങ്ങളെല്ലാം ഞാനടച്ചുതീർത്തിരിക്കുന്നു. നാളെ കാലത്ത് കൃത്യം അഞ്ചുമണിക്ക് ഞാൻ ഇവിടെയെത്തും. ജോലിക്ക് എന്റെ കൂടെ പോരാൻ തയ്യാറായിരിക്കണം. മനസ്സിലായോ?”

“ശരി. തയ്യാറായിരിക്കാം.” അടുത്തദിവസം പറഞ്ഞുറപ്പിച്ച സമയം തന്നെ അപരിചതൻ അയാളുടെ വീട്ടുമുറ്റത്ത് എത്തി. കുതിരപ്പുറത്തായിരുന്നു വന്നത്. കൂടെ രണ്ടാമതൊരു കുതിരയും ഉണ്ടായിരുന്നു.

“ങ്ഉം. നീ തയ്യാറല്ലേ?’

“അതെ”

“എന്നാൽ ഈ കുതിരപ്പുറത്ത് കയറി എന്നോടൊപ്പം യാത്ര തിരിച്ചോ.” അവർ വേഗം യാത്രചെയ്തു, കുന്നുകളും മലകളും കയറിയിറങ്ങി, വീതിയുള്ള റോഡുകളിൽക്കൂടിയും ഗ്രാമപ്പുറങ്ങളിലെ ഇടുങ്ങിയ പാതകളിൽക്കൂടിയുമെല്ലാം യാത്ര ചെയ്ത് ചെന്നെത്തിയത് വിശാലമായി പരന്നു കിടന്ന ഒരു സമുദ്രതീരത്താണ്. കുതിരയെ നിർത്തിയിട്ട് അപരിചിതൻ അയാളോട് പറഞ്ഞു.

“ആ സമുദ്രത്തിൽ കണ്ണെത്താത്ത ദൂരത്ത് ഒരു കൊട്ടാരമുണ്ട്. ആ കൊട്ടാരത്തിൽ സ്വർണവും വെള്ളിയും നിറച്ച അനേകം കലവറകളുണ്ട്. നീ എന്നോടൊപ്പം ആ കൊട്ടാരത്തിലേക്ക് വരണം. എന്റെ കയ്യിലുള്ള ചാക്കുകളിൽ സ്വർണം വാരിനിറയ്ക്കാൻ നീ എന്നെ സഹായിക്കുകയും വേണം. എന്താ തയ്യാറല്ലെ?”

“തയ്യാറാണ്. പക്ഷേ ഈ തിരമാലകൾക്ക് നടുവിലേക്ക് പോകാൻ എനിക്ക് പേടിയാകുന്നു. അതുകൊണ്ട് അങ്ങുതന്നെ മുമ്പേ പോകണം.”

“ശരി. മടിക്കാതെ എന്റെ പുറകിൽത്തന്നെ വന്നോ.”

അയാൾ സമുദ്രത്തിലേക്ക്, ഉയർന്നു പൊങ്ങി അടിച്ചുകൊണ്ടിരുന്ന തിരമാലകളുടെ നടുവിലേക്ക് കുതിരയെ നയിച്ചു. പുറകെ ആ ചെറുപ്പക്കാരനും. കുതിരകൾ രണ്ടും സമർത്ഥമായി മുന്നോട്ട് ഗമിച്ചു. കുറേ ദൂരം യാത്ര ചെയ്ത്, സമുദ്രത്തിനുനടുവിൽ ഉയർന്നുനിന്ന ഒരു പാറയും അതിനുമുകളിൽ ഒരു കൊട്ടാരവും കണ്ട സ്ഥലത്ത് കുതിരകൾ നിന്നു.

അപരിചിതൻ കുതിരപ്പുറത്തുനിന്ന് ഇറങ്ങി; അയാളും. അപരിചിതൻ അയാളോട് പറഞ്ഞു.

"ഇനി നീ ഈ കൊട്ടാരത്തിന്റെ മുകളിലേക്ക് കയറണം. ഇതാ, ഈ ചാക്കുകളിൽ അവിടെയുള്ള സ്വർണക്കട്ടികൾ നിറച്ച് ചാക്കുകൾ താഴേക്ക് ഇട്ടുതരണം."

"പക്ഷേ മുകളിലേക്ക് പോകേണ്ട വഴി എനിക്കറിയില്ലല്ലൊ. എങ്ങനെയാണ് കൊട്ടാരത്തിനുള്ളിൽ കയറേണ്ടത്?" അപരിചിതൻ തന്റെ കയ്യിലുണ്ടായിരുന്ന ഒരു ചെറിയ പുസ്തകം തുറന്നുനോക്കി എന്തെല്ലാമോ ഉരുവിടുന്നുണ്ടായിരുന്നു. പെട്ടെന്ന് അയാൾ നിന്നിരുന്ന തറയുടെ ഭാഗം മുകളിലേക്ക് ഉയരാൻ തുടങ്ങി. കൂടെ ആയാളും. അയാൾ ആകപ്പാടെ ഭയന്ന് വിറയ്ക്കാൻ തുടങ്ങി. പക്ഷേ നിമിഷനേരത്തിൽ ഒരു ലിഫ്റ്റിൽ എന്നതുപോലെ അയാൾ ആ കൊട്ടാരഗോപുരത്തിന്റെ മുകളിൽ എത്തിക്കഴിഞ്ഞിരുന്നു. തന്റെ മുമ്പിൽ കണ്ട ഒരു ജന്നാൽ തള്ളിത്തുറന്ന് അയാൾ ഗോപുരത്തിനുള്ളിൽ കയറി.

അവിടെ കണ്ട കാഴ്ച തികച്ചും അത്ഭുതാവഹമായിരുന്നു. സ്വർണവും വെള്ളിയും കുനകുനകളായി കൂട്ടിയിട്ടിരുന്നു. അയാൾ ധൃതിയിൽ തന്റെ കയ്യിലുണ്ടായിരുന്ന ചാക്കുകളിൽ സ്വർണവും വെള്ളിയും വാരി നിറച്ചു. പിന്നീട് ഓരോ ചാക്കും ജന്നാലയിൽക്കൂടി താഴേക്ക് ഇട്ടു. അപരിചിതൻ മൂന്ന് ചാക്കുകളും അയാൾ സഞ്ചരിച്ചിരുന്ന കുതിരയുടെ പുറത്ത് ഭദ്രമായി എടുത്തുവെച്ചു. പിന്നീട് അപരിചിതൻ തന്റെ കുതിരപ്പുറത്തുകയറി, കൂടെയുണ്ടായിരുന്ന മറ്റേ കുതിരയേയും കൂട്ടി സമുദ്രത്തിൽക്കൂടി യാത്ര തിരിച്ചു.

അയാൾ ഗോപുരമുകളിൽ നിന്ന് ഒച്ചയെടുത്ത് വിളിച്ചെങ്കിലും അപരിചിതൻ കേട്ട ഭാവം കാണിച്ചില്ല. അങ്ങനെ അപരിചിതനും കുതിരകളും അയാളുടെ മുമ്പിൽനിന്ന് തികച്ചും അപ്രത്യക്ഷമായി.

അയാൾ എന്തുചെയ്യണമെന്ന് അറിയാതെ വിഷമിച്ചു. ഗോപുരത്തിന്റെ മുകളിൽ നിന്ന് താഴേക്കിറങ്ങാൻ ഒരു വഴിയും ഒരു ഉപായവും അയാൾക്ക് കണ്ടെത്താൻ കഴിഞ്ഞില്ല. ദാഹവും വിശപ്പും അയാളെ കുറേശ്ശെ കീഴടക്കാൻ തുടങ്ങി. അയാൾ സ്വയം ശപിച്ചു. 'ഞാനെന്തു വിഡ്ഢിയാ, ഇങ്ങനെ ഒരു സാഹചര്യത്തിൽ പെട്ടെത് എന്റെ മണ്ടത്തരം കൊണ്ടല്ലേ? ഇനി എന്തു ചെയ്യും.' അയാൾ അവിടെയെല്ലാം കഴിയുന്നത്ര തിരിഞ്ഞുനോക്കി. കൂട്ടിയിട്ടിരിക്കുന്ന സ്വർണവും വെള്ളിയുമെല്ലാം ഒഴിച്ച് മറ്റൊന്നും കാണാൻ കഴിഞ്ഞില്ല. അതുരണ്ടും വേണ്ടതുതന്നെയെങ്കിലും, മോഹിപ്പിക്കുന്നവയാണെങ്കിലും വെള്ളത്തിനും ഭക്ഷണത്തിനും മാറ്റാകുകയില്ലല്ലൊ. അങ്ങനെ തികച്ചും ആശയറ്റ് കഴിയുമ്പോൾ തറയിൽ

ഒരു മൂലയിൽ ഒരല്പം ഈർപ്പം ഉണ്ടെന്ന് അയാൾക്ക് തോന്നി. അയാൾ ചിന്തിച്ചു. 'ഇങ്ങനെ ഇവിടെ പട്ടിണികിടന്ന് ചാകുന്നതിനേക്കാൾ നല്ലതല്ലെ എന്തെങ്കിലും ശ്രമം നടത്തുന്നത്. ആ ഈർപ്പം തോന്നിച്ച സ്ഥലത്ത് കുഴിച്ചാൽ വല്ല വഴിയും കണ്ടാലോ.' അയാൾ ഒരു സ്വർണക്കമ്പിയെടുത്ത് ഈർപ്പം കണ്ട ഭാഗം മാന്താൻ തുടങ്ങി. കുറേ നേരം ശ്രമിച്ചിട്ടും ഒന്നു കാണാൻ കഴിഞ്ഞില്ല. പക്ഷേ തറയിൽ ഒരു മാതിരി നല്ല ആഴത്തിൽ തന്നെ മണ്ണ് മാന്തിയെടുക്കാൻ കഴിഞ്ഞു. അല്പം വെള്ളമെങ്കിലും കിട്ടിയിരുന്നെങ്കിൽ എന്ന് അയാൾ ആശിച്ചു. അപ്പോളാണ് താൻ കുഴിച്ചെടുത്ത സ്ഥലത്ത് ഒരു എലിയുടെ സാന്നിദ്ധ്യം ഉണ്ടായിരുന്നു എന്നതിന്റെ ചില സൂചനകൾ കാണാൻ കഴിഞ്ഞത്. ഇവിടെ എലി ഉണ്ടെങ്കിൽ അത് പോകുന്ന ഏതെങ്കിലും ഒരു സ്ഥലം ഉണ്ടാകണമല്ലോ. അതുകൊണ്ട് കുറേക്കൂടി കുഴിച്ചുനോക്കാമെന്ന് അയാൾ തീർച്ചപ്പെടുത്തി. വീണ്ടും ജോലി തുടർന്നു. ഒന്നുമില്ലെങ്കിൽ അല്പം വെള്ളമെങ്കിലും കിട്ടിയാൽ മതിയായിരുന്നു എന്ന് വിചാരിച്ചുകൊണ്ട് ജോലി തുടർന്നു.

കുറേക്കൂടി കുഴിച്ചപ്പോൾ ഒരു മൂടിയ കതക് കാണാൻ കഴിഞ്ഞു. അല്പം ഭയത്തോടെയും ആകാംക്ഷയോടെയും തന്റെ ബലം മുഴവനെടുത്ത് ആ കതക് തള്ളിത്തുറന്നു. അവിടെ കണ്ടത് താഴേക്ക് പോകുന്ന പടികളുള്ള ഒരിടുങ്ങിയ ഇടനാഴിയാണ്. അയാൾ ഭയന്നു ഭയന്ന് അതിൽക്കൂടി താഴേക്ക് ഇറങ്ങി. വളരെയധികം പടികൾ താഴേക്ക് ഇറങ്ങിയതിനുശേഷം എത്തിച്ചേർന്നത് മറ്റൊരു കൂറ്റൻ കതകിന്റെ മുന്നിലാണ്. അയാൾ ശക്തി മുഴുവനെടുത്ത് ആ കതകും തള്ളിത്തുറന്നു. അപ്പോൾ കണ്ടത് തികച്ചും അതിശയിപ്പിക്കുന്നതും സന്തോഷകരവും ആയ ഒരു കാഴ്ചയാണ്. ഒരു വിശാലമായ മുറി. അതിനുള്ളിൽ ഒരിടത്ത് ഒരു വലിയ മേശപ്പുറത്ത് ഭക്ഷണസാധനങ്ങൾ, പഴവർഗ്ഗങ്ങൾ, കുടിക്കാൻ വെള്ളവും പഴച്ചാറുകളും മറ്റും നിരത്തിവെച്ചിരിക്കുന്നു. അയാൾ ആദ്യം തന്നെ എന്തും വരട്ടെയെന്ന് വിചാരിച്ചുകൊണ്ട് കുറച്ച് വെള്ളം കുടിച്ചു. പിന്നീട് വയറുനിറയെ ആഹാരവും കഴിച്ചു. പിന്നീട് ആ വിശാലമായ മുറിയിൽ ചുറ്റി നടന്നു. മുറിയുടെ ഒരു വശത്ത് കണ്ട വാതിൽ സാവധാനം തുറന്ന് നോക്കി. അത് അടുക്കളയിലേക്കുള്ള വാതിലായിരുന്നു. അടുക്കളയിൽ പ്രായം ചെന്ന കറുത്തുതടിച്ച ഒരു സ്ത്രീ നിൽക്കുന്നുണ്ടായിരുന്നു. അയാളെ കണ്ടതും ആ സ്ത്രീ ആകെ പരിഭ്രമിച്ച മട്ടിലായിരുന്നു. അവർ ചോദിച്ചു.

"നീ ആരാണ്?" നീ എങ്ങനെ ഇവിടെ വന്നു? ഏത് ദുഃഷ്ടനാണ് നിന്നെ ഇവിടെ എത്തിച്ചത്?"

അയാൾ ആ സ്ത്രീയോട് എല്ലാം വിശദമായി പറഞ്ഞു. ആ കഥകളെല്ലാം കേട്ട അവർക്ക് അയാളോട് സഹതാപം തോന്നി.

“നീ അർഹിക്കുന്നതിനേക്കാൾ വലിയ ശിക്ഷയാണ് നിനക്ക് കിട്ടിയിരിക്കുന്നത്. സംശയമില്ല. എന്നാൽ കഴിയുന്ന വിധത്തിൽ ഞാൻ നിന്നെ സഹായിക്കാം.”

“അതു മതി.”

“ഞാൻ പറയുന്നതുപോലെയൊക്കെ ജീവിക്കാമെങ്കിൽ നിനക്കിവിടെ താമസിക്കാം. ഭക്ഷണത്തിന് ഒരു ബുദ്ധിമുട്ടും ഉണ്ടാകുകയില്ല. പക്ഷേ എന്നെയല്ലാതെ മറ്റാരെയും കാണാൻ ശ്രമിക്കരുത്. എന്താ സമ്മതമാണോ?”

“അതെ. സമ്മതം.”

അങ്ങനെ അയാൾ അവിടെ താമസിച്ചു. ദിവസങ്ങൾ കടന്നുപോയി. ചിലപ്പോഴൊക്കെ ഗോപുരത്തിന്റെ മുകളിൽപോയി അവിടെ നിന്ന് സമുദ്രത്തിലേക്ക് നോക്കി നിൽക്കുമായിരുന്നു— എപ്പോഴാണ് തനിക്ക് സ്വന്തം നാട്ടിലേക്ക് മടങ്ങി സ്വതന്ത്രമായ ഒരു ജീവിതം നയിക്കാനാകുക എന്ന് ഓർക്കുകയായിരുന്നു.

ചിലപ്പോഴൊക്കെ ആ വൃദ്ധയോട് അവർ ദിവസവും ഭക്ഷണമുണ്ടാക്കുന്നത് ആർക്കുവേണ്ടിയാണെന്നും അവിടെ മറ്റാരൊക്കെ താമസമുണ്ടെന്നും അവരെയാരെയും ഒരിക്കലും കാണാൻ കഴിയാത്തത് എന്തുകൊണ്ടാണെന്നും ചോദിക്കുമായിരുന്നു. പക്ഷേ അവർ ഒന്നിനും മറുപടി പറയുകയില്ലായിരുന്നു.

പക്ഷേ അങ്ങനെയിരിക്കുമ്പോൾ ഒരു ദിവസം ആ വിശാലമായ മുറിയിൽ നിന്നും അടുക്കളയിലേക്കുള്ള വാതിൽ കൂടാതെ മറ്റൊരു രഹസ്യ വാതിലും കൂടി ഉണ്ടായിരുന്നു എന്ന സത്യം അയാൾ മനസ്സിലാക്കി. ആ വാതിൽ എവിടെയാണെന്ന് അയാൾ ആ വൃദ്ധയോട് ചോദിച്ചുകൊണ്ടേയിരുന്നു.

“നീ എത്ര ചോദിച്ചാലും ഞാൻ പറയത്തില്ല. ഒന്നുമാത്രം പറയാം. ഈ കൊട്ടാരത്തിൽ അതീവ സുന്ദരിയായ ഒരു രാജകുമാരിയെ തടവുകാരിയാക്കി താമസിപ്പിച്ചിട്ടുണ്ട്. പക്ഷേ നീ എത്ര ശ്രമിച്ചാലും അവരെ കാണാൻ കഴിയുകയില്ല. അതല്ല, ഞാൻ രാജകുമാരിക്ക് ഭക്ഷണം കൊണ്ടുപോകുന്ന സമയത്തെങ്ങാനും അതിന് ശ്രമിച്ചാൽ അത് നിന്റെ മരണത്തിലേ കലാശിക്കൂ. മനസ്സിലാക്കിക്കൊ.” അവർ പറഞ്ഞു.

പിന്നീടൊരിക്കൽ അവർ പറഞ്ഞു.

“എനിക്കറിയാം. നിന്റെ മനസ്സിലിരുപ്പ് എന്താണെന്നെനിക്കറിയാൻ വയ്യെന്നൊണോ നീ വിചാരിക്കുന്നത്? ഞാൻ ഭക്ഷണം കൊണ്ടുപോകുമ്പോൾ അങ്ങോട്ടെങ്ങാനും വരാൻ ശ്രമിച്ചാൽ ആദ്യം നിന്നെ നേരിടുന്നത് രണ്ട് വലിയ സിംഹങ്ങളായിരിക്കും. അവരിൽ നിന്ന് നിനക്ക് രക്ഷപ്പെടാൻ കഴിയുകയില്ല. അഥവാ രക്ഷപ്പെട്ടാൽതന്നെ നീ ചെന്നുപെടുന്നത് എപ്പോഴും ചുറ്റിക്കൊണ്ടിരിക്കുന്ന രണ്ട് അരകല്ലുകളുടെ നടുവിലായിരിക്കും. അതോടെ നിന്റെ എല്ലുകളെല്ലാം ഒടിഞ്ഞ് പൊടിഞ്ഞു പോകുകയും ചെയ്യും; തീർച്ച. അതിനപ്പുറം ഉള്ളത് ഒരു നീളമുള്ള കൊടിയ സർപ്പത്തിന്റെ വാസസ്ഥലമാണ്. വല്ല വിധത്തിലും അതിന്റെ മുമ്പിൽ എത്തിപ്പെട്ടാൽ അത് നിന്റെ ദേഹത്ത് ചുറ്റിവരിഞ്ഞ് മുറുക്കുകയും ഒപ്പം തന്നെ നിന്റെ ദേഹമാസകലം വിഷം കൊത്തിവെയ്ക്കുകയും ചെയ്യും. അതിനും അപ്പുറത്തെ മുറിയിലാണ് രാജകുമാരിയെ പാർപ്പിച്ചിരിക്കുന്നത്. മനസ്സിലായോ. അതുകൊണ്ട് രാജകുമാരിയെ കാണാമെന്ന ചിന്ത വേണ്ട. അതാ നല്ലത്. അല്ലെങ്കിൽ അത് നിന്റെ നാശത്തിനായിരിക്കും. സംശയം വേണ്ട.”

അയാളുടെ ചിന്തമുഴുവൻ ആ രാജകുമാരിയേക്കുറിച്ചായിരുന്നു. ചെറുപ്രായത്തിൽതന്നെ അങ്ങനെയൊരു സ്ഥലത്ത് ഏകാകിയായി തടവിൽ കഴിയേണ്ടിവരുക — അത് എത്ര സങ്കടകരമായിരിക്കുമെന്ന് അയാൾ വിചാരിച്ചു. എങ്ങനെയെങ്കിലും രാജകുമാരിയെ ഒരു നോക്ക് കാണണമെന്നത് മാത്രമായി അയാളുടെ ചിന്ത.

അങ്ങനെയിരിക്കുമ്പോൾ ഒരു ദിവസം ഒരെലി ഭിത്തിയുടെ ഒരു ചെറിയ ഓട്ടയിൽക്കൂടി ഓടി ഒളിക്കുന്നത് അയാളുടെ കണ്ണിൽപെട്ടു. ആ സ്ഥലത്ത് ഒരു നിഗൂഢവാതിൽ ഉണ്ടായിരിക്കണമെന്ന് അയാൾ ഊഹിച്ചു. അയാൾ ആ സ്ഥലത്ത് മാന്തിനോക്കി. കുറേയേറെ മാന്തിയപ്പോൾ അയാൾ കണ്ടത് രണ്ട് സിംഹങ്ങളുടെ കൂട്ടിലേക്കുമാത്രം തുറക്കുന്ന ഒരു വാതിലാണ്.

ആ സിംഹങ്ങൾ പ്രതീക്ഷിച്ചതിലും കൂടുതൽ ഉഗ്രതയോടെ കൂട്ടിലേക്ക് കടക്കുന്ന ആരെയും എന്തിനേയും കടിച്ചുകീറാൻ തയ്യാറായി നിൽക്കുകയായിരുന്നു എന്ന് അയാൾക്ക് മനസ്സിലായി. കൂടിന്റെ എതിർഭാഗത്തായിരുന്ന പുറത്തേക്കുള്ള മറ്റൊരു വഴി. എന്തും വരട്ടെയെന്ന് കരുതി ധൈര്യം സമ്പാദിച്ച് അയാൾ താനിട്ടിരുന്ന കോട്ട് ഊരി കയ്യിൽ പിടിച്ചു. ഉള്ളിലേക്കുള്ള വാതിൽ തള്ളിത്തുറന്നതും അയാൾ കോട്ട് സിംഹങ്ങളുടെ നടുവിലേക്ക് ഇട്ടുകൊടുത്തു. സിംഹങ്ങൾ കോട്ട് വലിച്ചുകീറുമ്പോഴേക്കും ഓടി മറുഭാഗത്തെ വാതിൽ തുറന്ന് വെളിയിൽ ചാടിയതും ഒരു നിമിഷത്തിനുള്ളിൽനടന്നു. അടുത്ത് മുന്നിൽ കണ്ടത്

വൃദ്ധപറഞ്ഞതുപോലെ ചുറ്റിക്കൊണ്ടിരിക്കുന്ന രണ്ട് ഭീമൻ അരകല്ലുകളാണ്. അവ ഒന്ന് നിൽക്കാതെ അവിടെ നിന്നും പുറത്തേക്ക് പോകാൻ കഴിയുമായിരുന്നില്ല. അയാളുടെ ബുദ്ധിയിൽ തോന്നിയത് തന്റെ ഷർട്ട് അരകല്ലുകളുടെ നടിവിലേക്ക് എറിയാനാണ്. ഷർട്ട് കല്ലുകൾക്ക് നടുവിൽ ചിക്കിയതിനാൽ കല്ലുകളുടെ ക്രമണം നിന്നു. അയാൾ ഓടി രക്ഷപ്പെട്ടു എങ്കിലും സർപ്പത്തിന്റെ മുമ്പിലാണ് എത്തിയത്. അവിടെയും അയാൾ അല്പം ചിന്തിച്ചുനിന്നതിനുശേഷം തന്റെ കാലിലെ ഒരു ഷൂസ് സർപ്പത്തിന്റെ തലയ്ക്ക് ഉന്നം വെച്ച് എറിഞ്ഞു. സർപ്പത്തിന്റെ തല ഷൂസിനുള്ളിൽപെട്ടു. അത് ഷൂസിനുള്ളിൽ നിന്നും തലകുടഞ്ഞ് വെളിയിലെടുക്കുന്നതിനു മുൻപ് എതിർഭാഗത്തെ വാതിൽ തുറന്ന് അയാൾ രക്ഷപ്പെട്ടു.

ചെന്നെത്തിയതോ; അതിവിശാലമായ, സുന്ദരമായി അലങ്കരിച്ച ഒരു കിടക്കമുറിയിൽ—വജ്രങ്ങളും, സ്വർണവും പതിച്ച ഭിത്തികൾ, നടുവിൽ അതി മനോഹരമായി അലങ്കരിച്ച ഒരു കട്ടിൽ, കട്ടിലിൽ കിടന്നുറങ്ങുന്ന സുന്ദരിയായ പെൺകുട്ടി. അവൾ ഉറങ്ങുകയായിരുന്നു എങ്കിലും മുഖത്ത് പുഞ്ചിരി തെളിഞ്ഞുനിന്നിരുന്നുവെന്ന് അയാൾക്ക് തോന്നി. അവളെ എങ്ങനെ ഉണർത്തും; താനാണെങ്കിൽ ഷർട്ടും കോട്ടുമില്ലാതെ ഒരു കാലിൽ മാത്രം ഷൂസുമായി അവളുടെ മുമ്പിൽ.

കുറച്ചുനേരം മടിച്ചു നിന്നതിനുശേഷം അയാൾ കുമാരിയെ മെല്ലെ തട്ടിവിളിച്ചു. കുമാരി ഉണക്കമുണർന്ന് അയാളെ നോക്കി പുഞ്ചിരിച്ചു. എന്നിട്ട് പറഞ്ഞു.

"എന്നെ ഇവിടെ വന്ന് ഉണർത്തിയതിന് വളരെ നന്ദിയുണ്ട്. ഇങ്ങനെ ചെയ്തില്ലായിരുന്നുവെങ്കിൽ ഞാൻ ഇനിയും ഒരായിരം വർഷങ്ങൾക്കൂടി ഇവിടെ ഇങ്ങനെ കിടന്നുറങ്ങുമായിരുന്നു. അത് എനിക്കുകിട്ടിയ ഒരു ശാപമാണ്. പക്ഷേ ക്ഷമിക്കണം. എനിക്ക് ഇനി അല്പം സമയംപോലും നിങ്ങളോടൊപ്പം ചിലവഴിക്കാൻ സാധിക്കുകയില്ല. എങ്കിലും ഞാൻ ഈ പ്രത്യേക പതക്കം തുന്നിപ്പിടിപ്പിച്ച തുവാല നിനക്ക് സമ്മാനിക്കുന്നു. ഇത് കാണുമ്പോൾ എനിക്ക് താങ്കളെ ഓർക്കാൻ കഴിയും."

അത്രയും പറഞ്ഞുതീർന്നതും കുമാരിയും കൊട്ടാരവും ഗോപുരവും. എല്ലാംതന്നെ അപ്രത്യക്ഷമായി. താൻ നിൽക്കുന്നത് തന്റെ സ്വന്ത ഗ്രാമത്തിൽനിന്ന് കുറേ അധികം ദൂരെയുള്ള ഒരു കടൽത്തീരത്താണെന്ന് അയാൾ മനസ്സിലാക്കി. കഴിഞ്ഞ കുറേ ദിവസങ്ങളുടെ ഓർമ്മയായി, അടയാളമായി കുമാരി കൊടുത്ത രത്നപതക്കം തുന്നിപ്പിടിപ്പിച്ച ആ തുവാല മാത്രമായിരുന്നു അയാളുടെ പക്കൽ ഉണ്ടായിരുന്നത്.

അതുപോലെ എങ്ങനെയെങ്കിലും കുമാരിയെ ഒരു പ്രാവശ്യം കൂടി കാണണമെന്ന തീവ്രമായ ആഗ്രവും.

കുറച്ച് കഷ്ടപ്പെട്ട് അയാൾ അയാളുടെ സ്വന്തം ഗ്രാമത്തിൽ തിരിച്ചെത്തി. പിന്നീട് എങ്ങനെയെങ്കിലും കുമാരിയെ കാണാനുള്ള ആഗ്രഹത്തിൽ പലയിടത്തും സഞ്ചരിക്കാൻ തുടങ്ങി. അങ്ങനെ സഞ്ചരിക്കുന്നതിനിടയിൽ അയാളുടെ രാജ്യത്തെ തലസ്ഥാന നഗരിയിലും എത്തിച്ചേർന്നു. നഗരം ഒരു വലിയ ഉത്സവത്തിന് തയ്യാറാകുന്ന കാഴ്ചയാണ് അയാൾ കണ്ടത്. പലരോടും അന്വേഷിച്ചു.

"എന്താ സഹോദരാ, നഗരത്തിൽ ഇത്ര വലിയ ആഘോഷം എന്തിനാ?"

"തനിക്കറിഞ്ഞുകൂടേ, നമ്മുടെ രാജാവിന്റെ പ്രിയപ്പെട്ട ഏക പുത്രിയുടെ വിവാഹ നിശ്ചയച്ചടങ്ങാണ് നാളെ ഇവിടെ നടക്കാൻ പോകുന്നത്."

മറ്റൊരാൾ ചോദിച്ചു.

"താനെന്താ. ഈ നാട്ടിലൊന്നും ഇല്ലായിരുന്നോ?

അങ്ങനെ സംസാരിച്ചുകൊണ്ട് നിൽക്കുമ്പോൾ അലങ്കരിച്ച കുതിരവണ്ടിയിൽ രാജാവും പുത്രിയും അതുവഴി വിവാഹച്ചടങ്ങിന് നിശ്ചയിച്ചിരുന്ന അടുത്ത പള്ളിയിലേക്ക് കടന്നുപോയി. അതേ. അയാൾക്ക് കുതിരവണ്ടിയിൽ നിന്നിരുന്ന കുമാരിയേ വ്യക്തമായി കാണാൻ കഴിഞ്ഞു. താൻ തേടിനടന്ന, ഒരു നോക്ക് കാണാൻ കൊതിച്ച അതേ കുമാരിതന്നെ; അയാൾക്ക് ഉറപ്പായിരുന്നു. അയാൾ ചുറ്റുപാടിനെക്കുറിച്ച് ചിന്തിക്കാതെ നേരെ പള്ളിമുറ്റത്തേക്ക് കഴിയുന്നത്ര വേഗത്തിൽ ഓടി. മുറ്റത്ത് നിന്നുകൊണ്ട് വണ്ടിയിൽ വന്നുകൊണ്ടിരുന്ന കുമാരിക്ക് കാണത്തക്കവിധം, ജനക്കൂട്ടത്തിന് നടുവിൽ നിന്നുകൊണ്ട്, അയാൾ തന്റെ കയ്യിലെ തുവാല ഉയർത്തിപ്പിടിച്ച് വീശി. കുമാരി ആ തുവാല കാണുകയും ചെയ്തു. പക്ഷേ ആൾക്കൂട്ടത്തിനിടയിൽ നിന്ന അയാളെ കണ്ടില്ല. വിവാഹ നിശ്ചയ ചടങ്ങിന് അല്പം മുമ്പായി കുമാരി ഒരുറച്ച നിലപാട് എടുത്തു. തന്റെ അച്ഛന്റെ അനുവാദത്തോടെ എല്ലാവരും കേൾക്കെ കുമാരി ഉറക്കെ പറഞ്ഞു.

"എന്റെ പതക്കം തുന്നിപ്പിടിപ്പിച്ച തുവാല ആരുടെ പക്കലാണോ ഉള്ളത് ഞാൻ ആ ആളിനെ മാത്രമേ വിവഹം കഴിക്കൂ."

അങ്ങനെ അന്നത്തെ നിശ്ചയച്ചടങ്ങ് അവസാനിച്ചു. രാജഭടന്മാർ തുവാല കൈവശമുള്ള ആളിനെ അന്വേഷിക്കുന്ന ജോലിയിൽ ഏർപ്പെട്ടു.

അവർക്ക് അധികം ബുദ്ധിമുട്ടേണ്ടി വന്നില്ല. ആൾക്കൂട്ടം പിരിഞ്ഞുപോയതിന് ശേഷവും അയാൾ പള്ളിയുടെ മുമ്പിൽ ഇരുന്നിരുന്നു.

ഭടന്മാർ അയാളെ അടയാളസഹിതം കൃത്യമായി തിരിച്ചറിഞ്ഞതിനുശേഷം രാജസദസ്സിൽ എത്തിച്ചു. അധികം താമസിയാതെ അയാളും കുമാരിയുമായുള്ള വിവാഹം വലിയ ആഡംബരമായി നടന്നു.

●

www.ingramcontent.com/pod-product-compliance
Lightning Source LLC
LaVergne TN
LVHW040019051026
849525LV00003B/909
* 9 7 8 9 3 5 5 1 7 7 6 2 9 *